aem

Dictionary

Việt – Anh Anh – Việt

Từ điển

HarperCollins Publishers
Westerhill Road
Bishopbriggs
Glasgow
G64 2QT
Great Britain

First Edition 2010

Reprint 10 9 8 7 6 5 4 3

ISBN 978-0-00-732470-5

www.collinslanguage.com

A catalogue record for this book is available from the British Library

Typesetting by Lingea s.r.o.

Printed in China

Acknowledgements
We would like to thank those authors and publishers who kindly gave permission for copyright material to be used in the Collins Word Web. We would also like to thank Times Newspapers Ltd for providing valuable data.

Series Editor
Rob Scriven

Managing Editor
Gaëlle Amiot-Cadey

Editor
Genevieve Gerrard

Contributors
Eugene Benoit
Joyce Littlejohn

CONTENTS / NỘI DUNG

INTRODUCTION

We are delighted that you have decided to buy this Vietnamese-English, English-Vietnamese dictionary and hope that you will enjoy and benefit from using it at home, on holiday or at work.

GIỚI THIỆU

Chúng tôi rất hân hạnh khi bạn đã quyết định mua quyển từ điển Anh-Việt, Việt-Anh này và hi vọng nó sẽ giúp ích được cho bạn khi ở nhà, lúc đi du lịch hay cả lúc làm việc.

ABBREVIATIONS		BẢNG VIẾT TẮT
adjective	*adj*	tính từ
adverb	*adv*	trạng từ
exclamation	*excl*	cảm thán
preposition	*prep*	giới từ
pronoun	*pron*	đại từ
noun	*n*	danh từ
feminine	*f*	giống cái
masculine	*m*	giống đực
neuter	*nt*	từ trung tính
plural	*pl*	số nhiều
verb	*v*	động từ

VIETNAMESE PRONUNCIATION

VOWELS

ɑ	tan	like *a* in van, the *a* is short
ɑ:	vani	like *a* in *far*, the *a* is long
æ	khen	like *a* in *man*
ɛ	xe	like *a* in *man*
ɤ	đơn	like *e* in *father*
ɪ	tin	like *i* in *it*
o	không	like *o* in phone
ɔ	ho	like *o* in hot
u	trung	like *u* in put
ɯ	như	like *ue* in *due*

VOWEL TONES

There are 6 different tones in Vietnamese, represented by accents on the vowels.

a	no tone	voice stays at a level pitch for the duration of the vowel
á	high rising	pitch of voice starts mid-level and rises sharply
à	low falling	pitch of voice starts low and falls
ả	low rising	pitch of voice starts low, falls, then rises slightly
ã	high broken	pitch of voice starts low, falls slightly then rises sharply
ạ	low broken	pitch of voce starts low, falls then cuts off sharply

CONSONANTS

b	bình	like *b* in *big*
d	danh	like *y* in *young*
f	pha	like *f* in *fast*
h	hành	like *h* in *house*
k	kính	like *k* in *king*
l	lá	like *l* in *light*
m	mong	like *m* in *much*
n	nam	like *n* in *no*
p	patanh	like *p* in *pain*
s	sống	like *s* in *sing*
t	tung	like *t* in *teach*
v	về	like *v* in *van*
w	web	like *w* in *web*
z	giày	like *z* in *zebra*
ŋ	đường	like *ng* in *sing*
ɣ	gối	like *g* in *go*
ɲ	nhanh	like *ni* in *onion*
ʃ	chuông	like *sh* in *shine*
χ	khen	like *ch* in Scottish *loch*

PHIÊN ÂM TIẾNG ANH

VOWELS

	Ví dụ Tiếng Anh	*Giải thích*
[ɑ:]	f**a**ther	như âm *a* trong xa
[ʌ]	b**u**t, c**o**me	như âm *ă* trong năm
[æ]	m**a**n, c**a**t	như âm *a* và âm *e* đọc liền nhau
[ə]	fath**er**, **a**go	như âm *ơ* trong mơ, âm *ơ* đọc ngắn
[ə]	b**ir**d, h**ear**d	như âm *ơ* trong mơ, âm *ơ* đọc kéo dài
[ɛ]	g**e**t, b**e**d	như âm *e* trong xe
[i]	**i**t, b**i**g	như âm *i* trong đi, âm *i* đọc ngắn
[i]	t**ea**, s**ee**	như âm *i* trong đi, âm *i* đọc kéo dài
[ɔ]	h**o**t, w**a**sh	như âm *o* trong to, âm o đọc ngắn
[ɔ]	s**aw**, **a**ll	như âm *o* trong to, âm *o* đọc kéo dài
[u]	p**u**t, b**oo**k	như âm *u* trong ru, âm *u* đọc ngắn
[u]	t**oo**, y**ou**	như âm *u* trong ru, âm *u* đọc kéo dài

DIPHTHONGS

	Ví dụ Tiếng Anh	*Giải thích*
[ai]	fl**y**, h**igh**	như vần ai trong tai
[au]	h**ow**, h**ou**se	như vần au trong lau
[ɛə]	th**ere**, b**ear**	như âm e và âm ơ đọc liền nhau
[ei]	d**ay**, ob**ey**	như vần ây trong mây
[iə]	h**ere**, h**ear**	như âm i và âm ơ đọc liền nhau
[əu]	g**o**, n**o**te	như vần âu trong đâu
[əi]	b**oy**, **oi**l	như vần oi trong roi
[uə]	p**oor**, s**ure**	như âm u và âm ơ đọc liền nhau

CONSONANTS

	Ví dụ Tiếng Anh	*Giải thích*
[b]	**b**ig, lo**bb**y	như âm *b* trong *ba*
[d]	men**d**e**d**	như âm *đ* trong *đi*
[g]	**g**o, **g**et, bi**g**	như âm *g* trong *ga*
[dʒ]	**g**in, ju**dge**	như âm *ch* trong *cha*, âm *ch* đọc nặng
[ŋ]	si**ng**	như *nh* trong si*nh*
[h]	**h**ouse, **h**e	như âm *h* trong *ho*
[j]	**y**oung, **y**es	như âm *d* trong *da*
[k]	**c**ome, mo**ck**	như âm *k* trong *kinh*
[r]	**r**ed, t**r**ead	như âm *r* trong *ra*
[s]	**s**and, ye**s**	như âm *s* trong sinh, âm *s* đọc nặng
[z]	ro**s**e, **z**ebra	như âm *gi* trong *gia*, âm *gi* đọc nặng
[ʃ]	**sh**e, ma**ch**ine	như âm *s* trong sinh, âm *s* đọc nặng
[tʃ]	**ch**in, ri**ch**	như âm *ch* trong *cha*, âm *ch* đọc nhẹ

[v]	**v**alley	như âm *v* trong *ve*
[w]	**w**ater, **wh**ich	như âm *g* và âm *u* đọc liền nhau
[ʒ]	vi**s**ion	như âm *gi* trong *gia*, âm *gi* đọc nặng
[θ]	**th**ink, my**th**	khi đọc đầu lưỡi kẹp giữa hai hàm răng, sau đó phát âm như âm *th* trong *thi*
[ð]	**th**is, **th**e	khi đọc đầu lưỡi kẹp giữa hai hàm răng, sau đó phát âm như âm *đ* trong *đi*

Các phụ âm **b**, **c**, **ch**, **g**, **h**, **k**, **l**, **m**, **n**, **qu**, **r**, **s**, **t**, **tr**, **v** được phát âm giống như trong Tiếng Việt.

NUMBERS		SỐ
zero	0	không
one	1	một
two	2	hai
three	3	ba
four	4	bốn
five	5	năm
six	6	sáu
seven	7	bảy
eight	8	tám
nine	9	chín
ten	10	mười
eleven	11	mười một
twelve	12	mười hai
thirteen	13	mười ba
fourteen	14	mười bốn
fifteen	15	mười lăm
sixteen	16	mười sáu
seventeen	17	mười bảy
eighteen	18	mười tám
nineteen	19	mười chín
twenty	20	hai mươi
twenty-one	21	hai (mươi) mốt
twenty-two	22	hai (mươi) hai
twenty-three	23	hai (mươi) ba
thirty	30	ba mươi
thirty-one	31	ba (mươi) mốt
fourty	40	bốn mươi
fifty	50	năm mươi
sixty	60	sáu mươi
seventy	70	bảy mươi
eighty	80	tám mươi
ninety	90	chín mươi
one hundred	100	một trăm

one hundered and ten	110	một trăm mười
two hundred	200	hai trăm
two hundred and fifty	250	hai trăm năm mươi
one thousand	1,000	một ngàn
one million	1,000,000	một triệu

DAYS OF THE WEEK	CÁC NGÀY TRONG TUẦN
Monday	Thứ Hai
Tuesday	Thứ Ba
Wednesday	Thứ Tư
Thursday	Thứ Năm
Friday	Thứ Sáu
Saturday	Thứ Bảy
Sunday	Chủ Nhật

MONTHS	THÁNG
January	Tháng Giêng / Tháng Một
February	Tháng Hai
March	Tháng Ba
April	Tháng Tư / Tháng Bốn
May	Tháng Năm
June	Tháng Sáu
July	Tháng Bảy
August	Tháng Tám
September	Tháng Chín
October	Tháng Mười
November	Tháng Mười Một
December	Tháng Mười Hai

VIETNAMESE–ENGLISH
VIỆT–ANH

ác [ak la] *adj* evil; **hiểm ác** *adj* malignant; **kẻ ác** *n* villain; **sự ác ý** *n* spite

ác là [ak la] **chim ác là** *n* magpie

ác mộng [ak moŋ] **cơn ác mộng** *n* nightmare

ácmônica [akmonika:] *n* harmonica; **kèn ácmônica** *n* mouth organ, harmonica

a còng [a: kauŋ] **Tôi không tìm được ký hiệu a còng** I can't find the at sign *(@)*

Adriatic [a:zziatik] **thuộc Adriatic** *adj* Adriatic

Afghanistan [a:fɣa:nista:n] **người Afghanistan** *n* Afghan; **nước Afghanistan** *n* Afghanistan; **thuộc Afghanistan** *adj* Afghan

ai [a:i] *pron* who; **bất cứ ai** *pron* anybody, anyone; **Ai đấy?** Who is it?; **Ai gọi đó?** Who's calling?

Ai Cập [a:i kəp] *n* Egypt; **người Ai Cập** *n* Egyptian; **thuộc Ai Cập** *adj* Egyptian

Ai-len [a:ilɛn] **đàn ông Ai-len** *n* Irishman; **nước Ai-len** *n* Eire, Ireland; **phụ nữ Ai-len** *n* Irishwoman; **thuộc Ai-len** *adj* Irish; **tiếng Ai-len** *n* Irish

Ai Len [a:i lɛn] **Bắc Ai Len** *n* Northern Ireland

Aixơlen [a:isɤlɛn] **nước Aixơlen** *n* Iceland; **thuộc Aixơlen** *adj* Icelandic; **tiếng Aixơlen** *n* Icelandic

Albania [a:lba:nia] **người Albania** *n* Albanian *(person)*; **nước Albania** *n* Albania; **thuộc Albania** *adj* Albanian; **tiếng Albania** *n* Albanian *(language)*

Algeria [a:lɣezia] **người Algeria** *n* Algerian; **nước Algeria** *n* Algeria; **thuộc Algeria** *adj* Algerian

Alzheimer [a:lzheimɛz] **bệnh Alzheimer** *n* Alzheimer's disease

ám [am] **ma ám** *adj* haunted

ám ảnh [am aɲ] *v* be obsessed; **bị ám ảnh** *adj* obsessed; **sự ám ảnh** *n* obsession

ảm đạm [am dam] *adj* dismal

amiđan [a:mida:n] *n* tonsils; **viêm amiđan** *n* tonsillitis

ampe [a:mpɛ] *n* amp

án [an] *n* judgment, sentence, verdict; **án tử hình** *n* capital punishment; **lời tuyên án** *n* verdict

anbom [a:nbɔm] **anbom ảnh** *n* photo album; **quyển anbom** *n* album

Andes [a:nzɛs] **Dãy núi Andes** *n* Andes

Andorra [a:nzɔzza:] **nước Andorra** *n* Andorra

Angola [a:ŋɔla:] **người Angola** *n* Angolan; **nước Angola** *n* Angola;

thuộc Angola *adj* Angolan
anh [aːɲ] *n* elder brother ▷ *pronoun* he, you; **anh chị em ruột** *n* siblings; **anh chàng** *n* guy; **anh em chồng** *(husband's brothers) npl* brother-in-law; **anh em họ** *nm* cousin
ánh [aɲ] *n* beam, ray; **ánh nắng** *n* sunshine
ảnh [aɲ] *n* photo, photograph; **an-bum ảnh** *n* photo album; **ảnh chụp nhanh** *n* snapshot; **chụp ảnh** *v* photograph; **điểm ảnh** *n* pixel; **điện thoại chụp ảnh** *n* camera phone; **hình ảnh** *n* image; **máy ảnh** *n* camera; **máy ảnh kỹ thuật số** *n* digital camera; **người chụp ảnh** *n* photographer; **nghề chụp ảnh** *n* photography; **ống kính máy ảnh** *n* zoom lens; **Ảnh hết bao nhiêu tiền?** How much do the photos cost?; **Anh làm ơn cho những ảnh này vào đĩa CD được không?** Can you put these photos on CD, please?; **Khi nào lấy được ảnh?** When will the photos be ready?; **Tôi có thể tải ảnh về đây không?** Can I download photos to here?; **Tôi muốn ảnh bóng** I'd like the photos glossy; **Tôi muốn ảnh không bóng** I'd like the photos matt
Anh [aːɲ] **đồng bảng Anh** *n* sterling; **đàn ông Anh** *n* Englishman; **người Anh** *n* British; **nước Anh** *n* Britain, England, Great Britain; **phụ nữ Anh** *n* Englishwoman; **thước Anh** *n* yard *(measurement)*; **thuộc Anh** *adj* British, English; **tiếng Anh** *n* English; **Vương quốc Anh** *n* UK, United Kingdom; **Anh có nói được tiếng Anh không?** Do you speak English?; **Tôi không nói được tiếng Anh** I don't speak English; **Tôi nói được rất ít tiếng Anh** I speak very little English
anh ấy [aːɲ əi] *pron* he, him; **Anh có biết anh ấy không?** Do you know him?
anh đào [aːɲ daɔ] *n* cherry tree; **quả anh đào** *n* cherry
anh em trai [aːɲ ɛm tʃaːi] **anh em trai cùng mẹ** *(same mother, different father) npl* half brother
anh hề [aːɲ he] *n* clown
ảnh hưởng [aɲ hɯɤŋ] *n* impact, influence; **gây ảnh hưởng** *v* influence
ánh sáng [aɲ saŋ] *n* light; **ánh sáng mặt trời** *n* sunlight
anh thảo [aːɲ taɔ] **hoa anh thảo** *n* primrose
anh túc [aːɲ tuk] *n* poppy; **hoa anh túc** *n* poppy
an ninh [aːn niɲ] *n* security; **hệ thống camera an ninh** *n* CCTV
An-pơ [aːnpɤ] **dãy núi An-pơ** *n* Alps
an sinh [aːn siɲ] **an sinh xã hội** *n* social security
an thần [aːn tən] **thuốc an thần** *n* sedative, tranquillizer
an toàn [aːn tɔan] *adj* safe, secure; **dây an toàn** *n* safety belt, seatbelt; **không an toàn** *adj* insecure; **sự an toàn** *n* safety; **Bơi ở đây có an toàn không?** Is it safe to swim here?; **Có an toàn cho trẻ em không?** Is it safe for children?

ao [ɑːɔ] *n* pond
áo [ɑɔ] *n* blouse, shirt, jacket; **áo cốt-tông dài tay** *n* sweatshirt; **áo choàng** *n* overcoat; **áo choàng tắm** *n* bathrobe; **áo choàng Unxtơ** *n* Ulster; **áo gi-lê** *n* waistcoat; **áo khoác** *n* coat, jacket; **áo khoác đi mưa có mũ** *n* cagoule; **áo khoác chống thấm** *n* shell suit; **áo khoác mặc ở nhà của phụ nữ** *n* negligee; **áo lót** *n* vest; **áo lông thú** *n* fur coat; **áo len** *n* sweater; **áo len cổ lọ** *n* polo-necked sweater; **áo len chui đầu** *n* jumper; **áo mưa** *n* mac, raincoat; **áo nịt len** *n* jersey; **áo ngủ choàng** *n* dressing gown; **áo phao** *n* life jacket; **áo phông** *n* tee-shirt, T-shirt; **áo phông có cổ** *n* polo shirt; **áo sơmi** *n* shirt; **áo thun** *n* pullover; **áo tuxedo** *n* tuxedo; **áo vestong mặc đi dự tiệc** *n* dinner jacket; **bộ quần áo bảo hộ** *n* overalls; **cổ áo** *n* collar; **cái mắc áo** *n* hanger; **mắc áo** *n* coathanger; **quần áo** *n* clothes, clothing, garment, outfit; **quần áo nịt** *n* leotard; **quần áo ngủ** *n* pyjamas; **tay áo** *n* sleeve; **Có nơi nào sấy quần áo không?** Is there somewhere to dry clothes?; **Ngăn tủ để quần áo ở đâu?** Where are the clothes lockers?; **Quần áo của tôi bị ẩm** My clothes are damp
ảo [ɑɔ] **ảo tưởng** *n* illusion; **ảo thuật gia** *n* conjurer; **thực tế ảo** *n* virtual reality
Áo [ɑɔ] **người Áo** *n* Austrian; **nước Áo** *n* Austria; **thuộc Áo** *adj* Austrian
áo giáp [ɑɔ zap] *n* armour
áo khoác [ɑɔ χɔak] *n* overcoat; **áo khoác chống thấm có mũ** *n* anorak
áo khoác mỏng [ɑɔ χɔak mauŋ] *n* blazer
áo len [ɑɔ lɛn] *n* cardigan
áo tắm [ɑɔ tam] *n* swimming costume; **áo tắm hai mảnh** *n* bikini
ảo thuật [ɑɔ tuət] **ảo thuật gia** *n* magician
áp [ɑp] **Áp suất lốp cần phải là bao nhiêu?** What should the tyre pressure be?; **Điện áp là bao nhiêu?** What's the voltage?
áp chót [ɑp tʃɔt] *adj* penultimate
áp lực [ɑp lɯk] *n* pressure; **gây áp lực** *v* pressure
áp phích [ɑp fitʃ] *n* poster
áp suất [ɑp suət] *n* pressure
áp tròng [ɑp tʃauŋ] **kính áp tròng** *n* contact lenses
áp xe [ɑp sɛ] *n* abscess; **Tôi bị áp xe** I have an abscess
Ả-rập [uzəp] **Các Tiểu vương quốc A-rập Thống nhất** *n* United Arab Emirates; **người Ả-rập** *n* Arab; **thuộc Ả-rập** *adj* Arab, Arabic; **tiếng Ả-rập** *n* Arabic
Ả-rập Xê-út [uzəp seut] **người Ả-rập Xê-út** *n* Saudi Arabian; **nước Ả-rập Xê-út** *n* Saudi Arabia; **thuộc Ả-rập Xê-út** *adj* Saudi Arabian
Argentina [ɑːzɣɛntinɑː] **người Argentina** *n* Argentinian *(person)*; **nước Argentina** *n* Argentina; **thuộc Argentina** *adj* Argentinian
Armenia [ɑːzmɛniɑ] **người Armenia** *n* Armenian *(person)*; **nước Armenia** *n* Armenia; **thuộc Armenia** *adj* Armenian; **tiếng**

Armenia *n* Armenian *(language)*
aspirin [ɑ:spizin] *n* aspirin; **thuốc aspirin** *n* aspirin; **Tôi không uống được aspirin** I can't take aspirin; **Tôi muốn mua một ít aspirin** I'd like some aspirin
át [at] *v* drown; **quân át** *n* ace
atisô [ɑ:tiso] *n* artichoke
axit [ɑ:sit] *n* acid
Azerbaijan [ɑ:zɛzbɑ:ijɑ:n] **người Azerbaijan** *n* Azerbaijani; **nước Azerbaijan** *n* Azerbaijan; **thuộc Azerbaijan** *adj* Azerbaijani

ắc quy [ɑk kui] *n* battery; **Ắc quy bị hết** The battery is flat; **Tôi cần ắc quy mới** I need a new battery
ăn [ɑn] *v* eat; **ăn được** *adj* edible; **ăn kiêng** *v* diet; **ăn trộm** *v* burgle; **bữa ăn** *n* meal; **bữa ăn liên hoan** *n* dinner party; **bữa ăn sáng** *n* breakfast; **chế độ ăn uống** *n* diet; **chứng cuồng ăn vô độ** *n* bulimia; **cho ăn** *v* feed; **giờ ăn** *n* mealtime; **giờ ăn tối** *n* dinner time, teatime; **khăn ăn** *n* napkin, serviette; **máng ăn** *n* trough; **nấu ăn** *v* cook; **người đi ăn nhà hàng** *n* diner; **phòng ăn** *n* dining room; **quán ăn tự phục vụ** *n* cafeteria; **toa ăn trên tàu** *n* dining car; **Anh ăn chưa?** Have you eaten?; **Anh có ăn thịt không?** Do you eat meat?; **Anh có muốn ăn gì không?** Would you like something to eat?; **Anh muốn ăn gì?** What would you like to eat?; **Tôi có thể ăn trên sân trời không?** Can I eat on the terrace?; **Tôi không ăn**

được gan I can't eat liver; **Tôi không ăn được trứng sống** I can't eat raw eggs; **Tôi không ăn cá** I don't eat fish; **Tôi không ăn thịt** I don't eat meat; **Tôi không ăn thịt lợn** I don't eat pork; **Trên thuyền có chỗ ăn không?** Is there somewhere to eat on the boat?

ăn cắp [an kap] *v* steal; **sự ăn cắp ở các cửa hàng** *n* shoplifting

ăn khớp [an χɤp] *v* fit in

ăn năn [an nan] *v* repent ▷ *adj* repentent; **sự ăn năn** *n* remorse

ăn tối [an toi] *n* dinner; **Cho phép tôi mời anh đi ăn tối nhé?** Would you like to go out for dinner?

ăn trộm [an tʃom] *v* rob; **sự ăn trộm** *n* theft

ăn xin [an sin] *v* beg; **người ăn xin** *n* beggar

âm [əm] **âm mưu** *v* conspiracy; **âm tiết** *n* syllable; **ghi âm** *v* tape; **máy ghi âm** *n* tape recorder; **phụ âm** *n* consonant

ấm [əm] *adj (áp)* warm; **ấm đun nước** *n* kettle; **ấm cúng** *adj* cosy; **ấm pha trà** *n* teapot; **sự ấm lên toàn cầu** *n* global warming

ầm [əm] *adj* noisy; **Ầm ĩ quá** It's too loud; **Những người ở cùng phòng tôi ầm ĩ quá** My dorm-mates are very noisy

ẩm [əm] *adj* damp; **ẩm ướt** *adj* damp, humid, moist; **độ ẩm** *n* humidity

âm ấm [əm əm] *adj* lukewarm

ầm ĩ [əm i] *adv* loudly; **tiếng ầm ĩ** *n* din

âm mưu [əm mɯu] *v* plot *(conspire)*, plot *(secret plan)*

âm thanh [əm tɑːɲ] *n* sound; **âm thanh nổi** *n* stereo; **hệ thống âm thanh tích hợp** *n* music centre; **thuộc âm thanh** *adj* acoustic

âm tính [əm tiɲ] **HIV-âm tính** *adj* HIV-negative
ẩn [ən] *adj* hidden
Ấn Độ [un do] *n* India; **Ấn Độ Dương** *n* Indian Ocean; **người Ấn Độ** *n* Indian; **nước Ấn Độ** *n* India; **thuộc Ấn Độ** *adj* Indian
ân hận [ən hən] **sự ân hận** *n* regret
ẩn náu [ən nau] *v* hide, take shelter; **nơi ẩn náu** *n* asylum
ấn tượng [ən tɯɤŋ] *n* impression; **cực ấn tượng** *adj* superb; **có ấn tượng** *adj* impressed; **đầy ấn tượng** *adj* striking; **gây ấn tượng** *adj* impress, impressive
ân xá [ən sa] *n* parole
ấu dâm [əu zəm] **kẻ ấu dâm** *n* paedophile
âu yếm [əu iem] *adj* affectionate

b

ba [ba:] *number (số)* three ▷ *n* dad, father; **có ba chiều** *adj* three-dimensional; **con sinh ba** *n* triplets; **Tôi có ba con** I have three children
bà [ba] *n* grandma, grandmother, granny; **bà đỡ** *n* midwife; **bà chủ nhà** *n* landlady; **bà góa** *n* widow; **bà giám đốc** *n* manageress; **bà nội trợ** *n* housewife; **cụ bà** *n* great-grandmother; **ông bà** *npl* grandparents; **quý bà** *n* lady, madam
Bà [ba] *n* Mrs, Ms
bác [bak] *n (older than one's parents)* aunt, auntie, *(parents' older brother)* uncle; **món trứng bác** *n* scrambled eggs
bạc [bak] *n (kim loại)* silver ▷ *adj* discoloured, faded; **đánh bạc** *v* gamble; **giấy bạc** *n* banknote, note; **máy đánh bạc điện tử** *n* fruit machine; **người chơi bạc** *n* gambler; **tóc bạc** *adj* grey-haired

bác bỏ [bak bɔ] *v* overrule, reject, throw out
bạc đãi [bak dai] *v* ill-treat
bạc hà [bak ha] *n* mint *(herb/sweet)*
bạc hà cay [bak ha ka:i] **cây bạc hà cay** *n* peppermint
bạch cầu [batʃ kəu] *n* leukaemia; **bệnh bạch cầu** *n* leukaemia
bạch dương [batʃ zɯɤŋ] **cây bạch dương** *n* poplar
bách hóa [batʃ hɔa:] **cửa hàng bách hóa** *n* department store
bách khoa [batʃ χɔa:] **bách khoa toàn thư** *n* encyclopaedia
bạch kim [batʃ kim] *n* platinum
bách phân [batʃ fən] **độ bách phân** *n* degree centigrade
bạch tuộc [batʃ tuok] **con bạch tuộc** *n* octopus
bà cô [ba ko] *n* spinster
bác sĩ [bak si] *n* doctor; **bác sĩ đa khoa** *n* GP; **bác sĩ phụ khoa** *n* gynaecologist; **bác sĩ phẫu thuật** *n* surgeon; **bác sĩ tâm thần** *n* psychiatrist; **bác sĩ thú y** *n* vet; **bác sĩ vật lý trị liệu** *n* physiotherapist; **Có bác sĩ nào nói được tiếng Anh không?** Is there a doctor who speaks English?; **Gọi bác sĩ!** Call a doctor!; **Làm ơn mời bác sĩ cấp cứu** Please call the emergency doctor; **Tôi cần một bác sĩ** I need a doctor; **Tôi muốn nói chuyện với bác sĩ nữ** I'd like to speak to a female doctor
ba đờ sốc [ba: dɤ sok] **cái ba đờ sốc** *n* bumper
Bahamas [ba:ha:ma:s] **nước Bahamas** *n* Bahamas
bài [bai] *n* text, script; **bài báo** *n* article; **bài bình luận** *n* commentary; **bài bình phẩm ca ngợi** *n* rave; **bài giảng** *n* lecture; **bài học** *n* lesson; **bài kiểm tra** *n* test; **bài nói chuyện** *n* talk; **bài nhận xét** *n* review; **bài thánh ca** *n* hymn; **bài thơ** *n* poem; **bài thuyết giáo** *n* sermon; **bài văn** *n* text; **bài viết** *n* writing; **giảng bài** *v* lecture; **quân bài** *n* playing card
bãi [bai] *n* field; **bãi biển** *n* beach; **bãi cỏ** *n* lawn, meadow; **bãi rác** *n* dump; **Có bãi biển nào hay gần đây không?** Are there any good beaches near here?; **Gần đây có bãi đỗ xe không?** Is there a car park near here?; **Gần đây có bãi biển nào yên tĩnh không?** Is there a quiet beach near here?
bại [bai] *v* lose; **đánh bại** *v* defeat; **sự thất bại** *n* defeat
bãi công [bai koŋ] *v* strike *(suspend work)*; **cuộc bãi công** *n* strike; **người bãi công** *n* striker
bài diễn văn [bai zien van] *n* address *(speech)*
bãi đỗ [bai do] **Bãi đỗ tắc xi ở đâu?** Where is the taxi stand?
bài hát [bai hat] *n* song; **bài hát ca ngợi** *n* anthem; **bài hát mẫu giáo** *n* nursery rhyme; **bài hát ru** *n* lullaby; **bài hát thánh ca** *n* carol; **lời bài hát** *n* lyrics
bài học [bai hɔk] **bài học lái xe** *n* driving lesson
bài luận [bai luən] *n* essay
bài tập [bai təp] *n* exercise; **bài tập về nhà** *n* homework
Ba Lan [ba: la:n] **người Ba Lan** *n* Pole; **nước Ba Lan** *n* Poland; **thuộc**

Ba Lan *adj* Polish; **tiếng Ba Lan** *n* Polish
ba lê [baː le] *n* ballet; **diễn viên ba lê** *n* ballet dancer; **giầy múa ba lê** *n* ballet shoes; **nữ diễn viên ba lê** *n* ballerina; **Tôi có thể mua vé xem biểu diễn balê ở đâu?** Where can I buy tickets for the ballet?
ba lô [baː lo] *n* backpack, rucksack; **du khách ba lô** *n* backpacker; **việc đi du lịch bằng ba lô** *n* backpacking
ba mươi [baː mɯɤi] *number* thirty
ban [baːn] *n (hội đồng)* board *(meeting)*, committee, section; **ban đầu** *adj* initial; **ban ngày** *n* daytime
bán [ban] *v (hàng)* sell ▷ *adj* half; **bán hạ giá** *v* sell off; **bán hết** *adj* sell out, sold out; **bán lẻ** *v* retail; **bán thời gian** *adv* part-time; **chỗ bán vé** *n* box office; **cuộc bán đấu giá** *n* auction; **giá bán** *n* selling price; **giá bán lẻ** *n* retail price; **máy bán hàng tự động** *n* vending machine; **người đàn ông bán hàng** *n* salesman; **người bán báo** *n* newsagent; **người bán cá** *n* fishmonger; **người bán dạo** *n* vendor; **người bán hàng** *n* sales assistant, salesperson, shop assistant; **người bán hoa** *n* florist; **người bán lẻ** *n* retailer; **người bán tạp hóa** *n* grocer; **người bán thịt** *n* butcher; **người phụ nữ bán hàng** *n* saleswoman; **sản phẩm bán chạy nhất** *n* bestseller; **sự bán** *n* sale; **sự bán lẻ** *n* retail; **tiền bán hàng** *n* takings; **việc bán hàng qua điện thoại** *n* telesales; **việc bán quá đắt** *n* rip-off; **Cửa hàng bán báo gần nhất ở đâu?** Where is the nearest shop which sells newspapers?
bàn [ban] *n* table, desk ▷ *v* discuss, deliberate; **bàn đạp** *n* pedal; **bàn để đầu giường** *n* bedside table; **bàn chải** *n* brush; **bàn giấy** *n* desk; **bàn phím** *n* keyboard; **bàn tay** *n* hand; **bàn thông tin** *n* enquiry desk; **bàn trang điểm** *n* dressing table; **bàn uống cà phê** *n* coffee table; **cái bàn** *n* table *(furniture)*; **khăn trải bàn** *n* tablecloth; **môn bóng bàn** *n* table tennis; **người hầu bàn nam** *n* waiter; **người hầu bàn nữ** *n* waitress; **Bàn được đặt trước cho chín giờ tối nay** The table is booked for nine o'clock this evening; **Làm ơn cho một bàn bốn người** A table for four people, please; **Tôi muốn đặt một bàn cho hai người vào tối mai** I'd like to book a table for two people for tomorrow night; **Tôi muốn thuê bàn trượt tuyết** I want to hire a snowboard
bản [ban] *n* version, edition, copy, impression; **bản độc tấu** *n* solo; **bản báo cáo** *n* report; **bản cáo bạch** *n* prospectus; **bản cân đối kế toán** *n* balance sheet; **bản chép lại** *n* transcript; **bản dịch** *n* translation; **bản in** *n* edition, print, printout; **bản khai thuế** *n* tax return; **bản mẫu** *n* proof *(for checking)*; **bản sao** *n* copy *(reproduction)*; **bản sao phô tô copy** *n* photocopy; **bản thiết kế** *n* design; **bản thuyết trình** *n* presentation; **bản vẽ** *n* drawing; **bản viết tay** *n* manuscript; **văn**

bản *n* copy *(written text)*; **văn bản luật** *n* legislation

bạn [ban] *n* friend, mate; **bạn đồng hành** *n* companion; **bạn chung phòng** *n* roommate; **bạn qua thư** *n* penfriend; **bạn tù** *n* inmate; **bạn tình** *n* partner; **bạn thân** *n* pal; **tình bạn** *n* friendship

bản án [ban an] *n* sentence *(punishment)*

bạn bè [ban bɛ] **Tôi ở đây với bạn bè** I'm here with my friends

bán buôn [ban buon] *adj* wholesale; **sự bán buôn** *n* wholesale

bàn chải [ban tʃai] *n* brush; **bàn chải đánh răng** *n* toothbrush; **bàn chải móng tay** *n* nailbrush

ban công [ba:n koŋ] *n* balcony; **Anh có phòng có ban công không?** Do you have a room with a balcony?

bán dẫn [ban zən] **thiết bị bán dẫn** *n* transistor

bán đảo [ban daɔ] *n* peninsula

Bán đảo Balkan [ban daɔ ba:lka:n] **thuộc Bán đảo Balkan** *adj* Balkan

bản đồ [ban do] *n* map, road map; **bản đồ đường sá** *n* street map; **tập bản đồ** *n* atlas; **Anh có bản đồ của... không?** Have you got a map of...?; **Anh có bản đồ các đường trượt tuyết không?** Do you have a map of the ski runs?; **Anh có bản đồ tàu điện ngầm không?** Do you have a map of the tube?; **Anh làm ơn chỉ cho tôi chúng tôi đang ở đâu trên bản đồ** Can you show me where we are on the map?; **Anh làm ơn chỉ cho tôi nó ở đâu trên bản đồ** Can you show me where it is on the map?; **Anh làm ơn vẽ giúp tôi bản đồ có chỉ dẫn** Can you draw me a map with directions?; **Có bản đồ dành cho người đi xe đạp của vùng này không?** Is there a cycle map of this area?; **Tôi cần bản đồ đường bộ của...** I need a road map of...; **Tôi có thể mua bản đồ của khu vực này ở đâu?** Where can I buy a map of the area?; **Tôi có thể mua bản đồ thành phố ở đâu?** Where can I buy a map of the city?; **Tôi muốn có bản đồ được không?** Can I have a map?

bảng [baŋ] *n (số liệu)* table *(chart)*, list, board; **bảng đồng hồ xe ô tô** *n* dashboard; **bảng đen** *n* blackboard; **bảng chữ cái** *n* alphabet; **bảng chú giải** *n* index *(list)*; **bảng giá** *n* price list; **bảng tính toán** *n* spreadsheet; **bảng thông báo** *n* bulletin board, notice board; **bảng trắng** *n* whiteboard

bạn gái [ban ɣai] *n* close friend, lover, girlfriend; **Đây là bạn trai của tôi** This is my partner; **Tôi có bạn gái** I have a girlfriend

bảng Anh [baŋ a:ɲ] *n* pound sterling

bảng giờ [baŋ zɤ] *n* timetable, schedule; **Làm ơn cho tôi xin bảng giờ được không?** Can I have a timetable, please?

bàng hoàng [baŋ hɔaŋ] *adj* shaken

Bangladesh [ba:ŋla:zɛsh] **người Bangladesh** *n* Bangladeshi; **nước Bangladesh** *n* Bangladesh; **thuộc Bangladesh** *adj* Bangladeshi

bàng quang [baŋ kuaŋ] *n* bladder; **viêm bàng quang** *n* cystitis
bánh [baɲ] *n* pie, bread, pastry; **bột bánh hạnh nhân** *n* marzipan; **bột nhão làm bánh** *n* batter; **bánh bao** *n* bun, dumpling; **bánh bích-quy** *n* rusk; **bánh gatô** *n* gateau; **bánh giòn** *n* shortcrust pastry; **bánh hăm-bơ-gơ** *n* hamburger; **bánh kẹo** *n* sweets; **bánh kếp** *n* pancake; **bánh mỳ** *n* bread; **bánh ngọt** *n* cake, pastry; **bánh pút đinh** *n* pudding; **bánh quế** *n* waffle; **bánh rán** *n* doughnut; **bánh táo** *n* apple pie, tart; **bánh xốp** *n* sponge *(cake)*, wafer; **bánh xốp nhiều bơ** *n* puff pastry; **bánh xăng-uýt** *n* sandwich; **bánh xe** *n* wheel; **bánh xe dự phòng** *n* spare wheel; **kem phủ trên bánh** *n* icing; **ruột bánh mỳ** *n* breadcrumbs
bảnh bao [baɲ ba:ɔ] *adj* smart
bánh chè [baɲ tʃɛ] **xương bánh chè** *n* kneecap
bánh mỳ [baɲ mi] *n* bread; **bánh mỳ kẹp xúc xích** *n* hot dog; **bánh mỳ nâu** *n* brown bread; **bánh mỳ nướng** *n* toast *(grilled bread)*; **hiệu bánh mỳ** *n* bakery; **mảnh vụn của ruột bánh mỳ** *n* crumb; **người làm bánh mỳ** *n* baker; **ổ bánh mỳ** *n* loaf, bread roll; **sự nướng bánh mỳ** *n* baking; **thùng đựng bánh mỳ** *n* bread bin
bánh quy [baɲ kui] *n* biscuit
bánh quy giòn [baɲ kui zɔn] *n* cracker
bán kết [ban ket] **trận bán kết** *n* semifinal
bản lề [ban le] *n* hinge
bản năng [ban naŋ] *n* instinct; **bản năng giới tính** *n* sexuality
bán nguyệt [ban ŋuiet] **hình bán nguyệt** *n* semicircle
bản nhạc [ban ɲak] *n* score *(of music)*
bản sao [ban sa:ɔ] *n* replica
bản sao kê [ban sa:ɔ ke] **bản sao kê của ngân hàng** *n* bank statement
bản thân chúng tôi [ban tən tʃuŋ toi] *pron* ourselves
bàn thờ [ban tɤ] *n* altar
bạn trai [ban tʃa:i] *n* boyfriend; **Tôi có bạn trai** I have a boyfriend
bao [ba:ɔ] *pronoun* how much ▹ *n* bag, envelope; **bao cao su** *n* condom; **bao tải** *n* sack *(container)*; **túi bao tử** *n* bum bag; **Cách bao xa?** How far is it?; **Ngân hàng cách đây bao xa?** How far is the bank?
báo [baɔ] *n (in)* newspaper ▹ *v* report, announce; **bài báo** *n* article; **bài báo cắt ra** *n* cutting; **con báo** *n* leopard, panther; **đèn báo nguy hiểm** *n* hazard warning lights; **họp báo** *n* press conference; **người bán báo** *n* newsagent; **nghề viết báo** *n* journalism; **thiết bị báo cháy** *n* fire alarm, smoke alarm; **tiền đặt báo dài hạn** *n* subscription; **tuyến giao báo hàng ngày** *n* paper round; **Anh có báo không?** Do you have newspapers?; **Cửa hàng bán báo gần nhất ở đâu?** Where is the nearest shop which sells newspapers?; **Tôi có thể mua báo ở đâu?** Where can I buy a newspaper?; **Tôi muốn mua một tờ báo** I would like a newspaper

bào [bɑɔ] **cái bào** *n* plane *(tool)*
bảo [bɑɔ] *v* tell
bão [bɑɔ] *n* typhoon, storm, hurricane; **bão có sấm sét và mưa to** *n* thunderstorm; **cơn bão** *n* storm; **cơn bão tuyết** *n* snowstorm; **trận bão tuyết** *n* blizzard; **Anh nghĩ sắp có bão không?** Do you think there will be a storm?; **Đang có bão** It's stormy
bạo [bɑɔ] **tàn bạo** *adj* brutal
báo cáo [bɑɔ kɑɔ] *v* report; **bản báo cáo** *n* account, report; **báo cáo học tập** *n* report card
bao cấp [bɑːɔ kəp] *v* subsidize
bào chữa [bɑɔ tʃɯɑː] **lý do bào chữa** *n* excuse
bao dung [bɑːɔ zuŋ] *adj* tolerant
bảo đảm [bɑɔ dɑm] *v* ensure, guarantee; **dịch vụ thư bảo đảm** *n* recorded delivery; **sự bảo đảm** *n* guarantee
báo động [bɑɔ doŋ] *v* alert; **báo động giả** *n* false alarm; **còi báo động** *n* siren
bao giờ [bɑːɔ zɤ] *adv* ever; **Anh đã bao giờ đến... chưa?** Have you ever been to...?
bao gồm [bɑːɔ ɣom] *adj* inclusive
bao gồm cả [bɑːɔ ɣom kɑ] *prep* including
bảo hành [bɑɔ hɑɲ] *n* guarantee ▷ *v* guarantee; **giấy bảo hành** *n* warranty; **Nó vẫn còn trong thời hạn bảo hành** It's still under guarantee; **Xe vẫn còn trong thời hạn bảo hành** The car is still under warranty
bảo hiểm [bɑɔ hiem] *n* insurance ▷ *v* insure; **bảo hiểm du lịch** *n* travel insurance; **bảo hiểm nhân thọ** *n* life insurance; **bảo hiểm tai nạn** *n* accident insurance; **bảo hiểm xe ô tô** *n* car insurance; **đơn bảo hiểm** *n* insurance policy; **được bảo hiểm** *adj* insured; **giấy chứng nhận bảo hiểm** *n* insurance certificate; **mũ bảo hiểm** *n* helmet; **sự bảo hiểm cho bên thứ ba** *n* third-party insurance; **Anh có bảo hiểm không?** Do you have insurance?; **Đây là chi tiết bảo hiểm của tôi** Here are my insurance details; **Bảo hiểm có trả cho cái đó không?** Will the insurance pay for it?; **Giá đã có bảo hiểm toàn diện chưa?** Is fully comprehensive insurance included in the price?; **Làm ơn cho tôi chi tiết bảo hiểm của anh** Give me your insurance details, please; **Làm ơn cho tôi xem giấy chứng nhận bảo hiểm của anh được không?** Can I see your insurance certificate please?; **Phải trả thêm bao nhiêu để có bảo hiểm toàn bộ?** How much extra is comprehensive insurance cover?; **Tôi cần một bản báo cáo của công an cho bảo hiểm của tôi** I need a police report for my insurance; **Tôi có bảo hiểm** I have insurance; **Tôi có bảo hiểm y tế tư nhân** I have private health insurance; **Tôi có thể bảo hiểm hành lý của mình không?** Can I insure my luggage?; **Tôi không có bảo hiểm du lịch** I don't have travel insurance; **Tôi không có bảo hiểm nha khoa** I don't have dental insurance; **Tôi không có bảo hiểm**

y tế I don't have health insurance; **Tôi muốn mua bảo hiểm để không phải bồi thường thiệt hại va chạm** I'd like to arrange a collision damage waiver; **Tôi muốn mua bảo hiểm tai nạn cá nhân** I'd like to arrange personal accident insurance

bảo hộ [baɔ ho] *v* protect; **bộ quần áo bảo hộ** *n* overalls; **kính bảo hộ** *n* goggles

bảo lãnh [baɔ laɲ] **tiền bảo lãnh** *n* bail

bao lâu [ba:ɔ ləu] *adv* how long; **Đến... mất bao nhiêu lâu?** How long will it take to get to...?; **Đến đó mất bao nhiêu lâu?** How long will it take to get there?; **Tôi được đỗ trong bao lâu?** How long can I park here?; **Xe buýt tới... bao lâu có một chuyến?** How frequent are the buses to...?

bạo lực [baɔ lɯk] *adj* violent; **tính bạo lực** *n* violence

bao nhiêu [ba:ɔ ɲieu] *adv* how much; **Anh bao nhiêu tuổi?** How old are you?; **Anh cao bao nhiêu?** How tall are you?; **Anh nặng bao nhiêu?** How much do you weigh?; **Bao nhiêu tiền một đêm?** How much is it per night?; **Bao nhiêu tiền một tuần?** How much is it per week?; **Cái đó bao nhiêu tiền?** How much is it?; **Cái đó giá bao nhiêu?** How much is it worth?; **Cái đó hết bao nhiêu tiền?** How much does that cost?; **Đi tắc xi vào thành phố mất bao nhiêu tiền?** How much is the taxi fare into town?; **Hết bao nhiêu tiền?** How much does it cost?; **Những vé này giá bao nhiêu?** How much are the tickets?; **Nhiệt độ là bao nhiêu?** What is the temperature?; **Phải đặt cọc bao nhiêu?** How much is the deposit?; **Sẽ là bao nhiêu?** How much will it be?; **Sửa sẽ mất bao nhiêu tiền?:** How much will the repairs cost?

bảo quản [baɔ kuan] *v* preserve; **chất bảo quản** *n* preservative

bảo tàng [baɔ taŋ] *n* museum; **Bảo tàng có mở cửa buổi sáng không?** Is the museum open in the morning?; **Bảo tàng có mở cửa Chủ nhật không?** Is the museum open on Sundays?; **Bảo tàng có mở cửa hàng ngày không?** Is the museum open every day?; **Bảo tàng mở cửa khi nào?** When is the museum open?

bão táp [baɔ tap] *adj* stormy

bảo thủ [baɔ tu] *adj* conservative

bảo tồn [baɔ ton] **khu bảo tồn** *n* reserve *(land)*; **sự bảo tồn** *n* conservation

bao tử [ba:ɔ tɯ] *n* stomach; **túi bao tử** *n* money belt

bảo vệ [baɔ ve] *v* defend, protect; **bảo vệ bằng màn** *v* screen (off); **chương trình bảo vệ màn hình** *n* screen-saver; **người bảo vệ** *n* defender, security guard; **sự bảo vệ** *n* protection

bar [ba:z] *n* bar; **quầy bar nhỏ** *n* minibar; **Ở đâu có quán bar hay?** Where is there a nice bar?; **Quầy bar ở đâu?** Where is the bar?

Barbados [ba:zba:zɔs] **nước Barbados** *n* Barbados

Basque [ba:skuɛ] **người Basque** *n* Basque *(person)*; **thuộc tộc người Basque** *adj* Basque; **tiếng Basque** *n* Basque *(language)*

bát [bat] *n* bowl; **cái bát** *n* bowl; **công việc rửa bát** *n* washing-up; **khăn lau bát** *n* dish towel, tea towel; **khăn rửa bát** *n* dishcloth; **nước rửa bát** *n* washing-up liquid; **rửa bát đĩa** *v* wash up; **Chúng tôi cần thêm bát đĩa** We need more crockery

Ba tư [ba: tɯ] **thuộc Ba tư** *adj* Persian

bay [ba:i] *v (hành động)* fly; **bay đi** *v* fly away; **chuyến bay** *n* flight; **chuyến bay theo lịch trình** *n* scheduled flight; **chuyến bay thuê bao** *n* charter flight; **đĩa bay** *n* UFO; **máy bay** *n* plane *(aeroplane)*; **máy bay phản lực** *n* jet; **say máy bay** *adj* airsick; **sân bay** *n* airport; **thư máy bay** *n* airmail; **xe buýt sân bay** *n* airport bus; **Tôi cần một giấy chứng nhận "đủ sức khoẻ để bay"** I need a 'fit to fly' certificate

bày [bai] *v* set out; **trình bày ngắn gọn** *n* briefing

bảy [bai] *number* seven

bày biện [bai bien] *v* lay

bảy mươi [bai mɯɤi] *number* seventy

bắc [bak] *adj (phương)* north; **Bắc Ai Len** *n* Northern Ireland; **Bắc Mỹ** *n* North America; **Bắc Phi** *n* North Africa; **Bắc Triều Tiên** *n* North Korea; **Biển Bắc** *n* North Sea; **đông bắc** *n* northeast; **hướng bắc** *n* north; **người thuộc khu vực Bắc Mỹ** *n* North American; **người thuộc khu vực Bắc Phi** *n* North African; **ở phía bắc** *adj* north, northern; **tây bắc** *n* northwest; **thuộc khu vực Bắc Mỹ** *adj* North American; **thuộc khu vực Bắc Phi** *adj* North African; **về phía bắc** *adj* northbound

Bắc Băng Dương [bak baŋ zɯɤŋ] *n* Arctic Ocean

Bắc Cực [bak kɯk] *n* Arctic, the Arctic, North Pole; **Vòng Bắc Cực** *n* Arctic Circle

Bắc Kinh [bak kiɲ] *n* Beijing

băm [bam] *n* mincemeat; **bánh mì tròn kẹp thịt băm viên** *n* burger; **thịt băm** *n* mince; **thịt băm viên** *n* meatball

bắn [ban] *v (súng)* shoot; **hành động bắn** *n* shooting; **phát bắn** *n* shot; **sự ngừng bắn** *n* ceasefire; **săn bắn** *v* hunt; **thỏa ước ngừng bắn** *n* truce; **trò bắn giết thú vật** *n* blood sports

băng [baŋ] *n* ice, band, strip, bench; **băng đeo vào cổ** *n* sling; **băng cátxét** *n* cassette; **băng dính trong Sellotape®** *n* Sellotape®; **băng dính y tế** *n* plaster *(for wound)*; **băng dính y tế Elastoplast®** *n* Elastoplast®; **băng ghi âm** *n* recording; **băng nhóm** *n* gang; **băng rộng** *n* broadband; **băng tải** *n* conveyor belt; **băng vệ sinh** *n* sanitary towel; **băng vệ sinh dạng nút** *n* tampon; **dải băng** *n* band *(strip)*; **đường băng** *n* runway; **khối băng trôi** *n* glacier; **lớp băng phủ mặt đường** *n* black ice; **môn khúc côn cầu trên băng** *n* ice hockey; **môn trượt băng** *n* ice-skating, skating; **núi băng trôi** *n* iceberg; **phủ băng** *adj* icy; **sự đóng băng** *n* frosting; **sân băng** *n* ice rink, rink, skating rink; **thiết bị phòng băng** *n* de-icer; **trượt băng** *v* skate; **Đường có đóng băng không?** Are the roads icy?; **Chúng tôi có thể đi trượt băng ở đâu?** Where can we go ice skating?; **Làm ơn bán cho tôi một cuốn băng cho máy quay video này** Can I have a tape for this video camera, please?; **Tôi muốn băng bó** I'd like a bandage; **Tôi muốn một cái băng mới** I'd like a fresh bandage; **Tôi muốn mua một ít băng dính vết thương** I'd like some plasters

bằng [baŋ] *adv (như)* as ▹ *adj* equal to ▹ *n* diploma, degree; **bằng lái xe** *n* driving licence; **bằng nhau** *adj* equal; **bằng với** *v* equal; **đồng bằng** *n* plain; **làm bằng nhau** *v* equalize; **ngang bằng** *adj* level; **văn bằng** *n* diploma

băng bó [baŋ bɔ] *v* bandage

bằng cách nào [baŋ katʃ naɔ] *adv* how

bằng cách nào đó [baŋ katʃ naɔ dɔ] *adv* somehow

bằng chứng [baŋ tʃɯŋ] *n* evidence, proof

băng dán [baŋ zan] **băng dán cứu thương** *n* bandage; **Băng dán cứu thương cá nhân** *n* Band-Aid

băn khoăn [ban χɔan] *adj* puzzled

bắt [bat] *v* catch; **bắt buộc** *adj* compulsory; **bắt nạt** *v* bully; **kẻ hay bắt nạt** *n* bully; **sự bắt chước** *n* imitation; **Tôi bắt xe buýt đi... ở đâu?** Where do I catch the bus to...?

bắt chước [bat tʃɯɤk] *v* mimic, imitate

bắt cóc [bat kɔk] *v* abduct, kidnap

bắt đầu [bat dəu] *v* begin, start; **bắt đầu lại** *v* renew; **sự bắt đầu** *n* outset; **Khi nào bắt đầu?** When does it begin?

bắt giữ [bat zɯ] *v* arrest, capture; **sự bắt giữ** *n* arrest

bấm [bəm] *v* press; **đinh bấm** *n* thumb tack; **thiết bị bấm giờ** *n* timer

bẩn [bən] *adj* dirty; **bẩn thỉu** *adj* filthy; **chất bẩn** *n* dirt; **làm bẩn** *v* mess up; **vết bẩn** *n* smudge, stain; **Bẩn quá** It's dirty; **Phòng bẩn** The room is dirty

bận [bən] *adj* busy; **bận rộn** *adj* busy; **bận tâm** *adj* preoccupied; **tín hiệu bận** *adj* busy signal, engaged tone; **Máy bận** It's engaged; **Xin lỗi, tôi bận** Sorry, I'm busy

bần tiện [bən tien] *adj* mean

bập bênh [bəp beɲ] *n* seesaw; **ghế bập bênh** *n* rocking chair; **ngựa gỗ bập bênh** *n* rocking horse

bất [bət] *adv* not, non; **bất ổn** *adj* restless; **bất đồng** *v* disagree; **bất động sản** *n* estate; **bất hợp pháp** *adj* illegal; **bất lịch sự** *adj* rude; **bất tỉnh** *adj* unconscious; **bất tiện** *adj* inconvenient; **đại lý bất động sản** *n* estate agent; **sự bất đồng** *n* disagreement; **sự bất hạnh** *n* misfortune; **sự bất tiện** *n* inconvenience

bật [bət] *v* switch on, turn on; **cái bật lửa** *n* cigarette lighter, lighter; **làm bật ra** *v* expel; **nêu bật** *v* highlight; **thông điệp bật lên** *n* pop-up; **Bật lên thế nào?** How do you switch it on?; **Nó không bật lên được** It won't turn on; **Tôi có thể bật đài được không?** Can I switch the radio on?; **Tôi có thể bật đèn được không?** Can I switch the light on?; **Tôi không bật lò sưởi được** I can't turn the heating on

bất công [bət koŋ] **sự bất công** *n* injustice

bất cứ [bət kɯ] *pron* any; **bất cứ ai** *pron* anybody, anyone; **bất cứ cái gì** *pron* anything; **ở bất cứ đâu** *adv* anywhere

bất động [bət doŋ] *adj* motionless

bất kỳ [bət ki] *adj* any

bất lợi [bət lɤi] *adj* unfavourable; **sự bất lợi** *n* disadvantage

bất mãn [bət mɑn] *adj* dissatisfied

bất ngờ [bət ŋɤ] *adj* sudden, unexpected ▷ *adv* suddenly, unexpectedly

bầu [bəu] *v (cử)* elect

bậu [bəu] **bậu cửa sổ** *n* windowsill

bầu bĩnh [bəu biɲ] *adj* plump

bầu cử [bəu kɯ] *n* poll ▷ *v* vote; **khu vực bầu cử** *n* constituency, seat; **sự bầu cử** *n* election, vote; **vận động bầu cử** *v* canvass

bầu trời [bəu tʃɤi] *n* sky

bẫy [bəi] **cái bẫy** *n* trap

bây giờ [bəi zɤ] *adv* now

be [bɛ] **màu be** *adj* beige

bé [bɛ] *adj* small, young; **nhỏ bé** *adj* small; **Tôi có thể thay tã cho em bé ở đâu?** Where can I change the baby?

bè [bɛ] *n* faction, clique, party, raft; **cái bè** *n* raft

bẻ gẫy [bɛ ɣəi] **không thể bẻ gẫy** *adj* unbreakable

Belarus [bɛlɑːzus] **người Belarus** *n* Belarussian *(person)*; **nước Belarus** *n* Belarus; **thuộc Belarus** *adj* Belarussian; **tiếng Belarus** *n* Belarussian *(language)*

bẽn lẽn [bɛn lɛn] *adj* shy

béo [bɛɔ] *adj* fat; **béo phị** *adj* obese; **béo phì** *adj* overweight; **ít béo** *adj* low-fat

bẹp [bɛp] **Tôi bị bẹp lốp** I have a flat tyre

bê [be] *n* calf; **con bê** *n* calf; **thịt bê** *n* veal

bể [be] *n (bơi)* pool *(water)*, *(chứa)* tank *(large container)*; **bể bơi** *n* swimming pool; **bể chứa xăng** *n* petrol tank; **bể nước nhỏ cho trẻ em** *n* paddling pool; **bể nuôi cá** *n* aquarium; **Bể bơi có nước ấm không?** Is the pool heated?; **Bể bơi này ở ngoài trời à?** Is it an outdoor pool?; **Có bể bơi cho trẻ em không?** Is there a children's pool?; **Có bể bơi không?** Is there a swimming pool?

bệ [be] *n* platform; **bệ lò sưởi** *n* mantelpiece

bê bối [be boi] **vụ bê bối** *n* scandal

bề mặt [be mɑt] *n* surface

bên [ben] *n* side; **bên ngoài** *n* external, outside; **bên trong** *prep* inner; **phần bên trong** *n* interior; **sang một bên** *adv* sideways; **Xem Trang Bên** *v* PTO; **Nó ở bên trong** It's inside

bến [ben] *n* landing place, port, station; **bến cảng** *n* harbour; **bến du thuyền** *n* marina; **bến tàu** *n* dock, quay; **bến xe buýt** *n* bus stop; **bến xe taxi** *n* taxi rank; **Bao nhiêu bến thì đến...?** How many stops is it to...?; **Bến sau là bến gì?** What is the next stop?; **Bến tới có phải là... không?** Is the next stop...?; **Bến tàu điện ngầm gần nhất ở đâu?** Where is the nearest tube station?; **Bến xe buýt cách đây bao xa?** How far is the bus stop?; **Bến xe buýt gần nhất ở đâu?** Where is the nearest bus stop?; **Đây là bến của tôi** This is my stop; **Đi... thì xuống bến nào?** Which stop is it for...?

bên cạnh [ben kaɲ] *prep* beside, next to

bên dưới [ben zuɯɤi] *prep* underneath

bệnh [beɲ] *n* disease; **bệnh Alzheimer** *n* Alzheimer's disease; **bệnh đa xơ cứng** *n* multiple sclerosis, MS; **bệnh động kinh** *n* epileptic; **bệnh bạch cầu** *n* leukaemia; **bệnh bại liệt** *n* polio; **bệnh cúm** *n* flu, influenza; **bệnh dại** *n* rabies; **bệnh dị ứng bột mì** *n* wheat intolerance; **bệnh dị ứng phấn hoa** *n* hay fever; **bệnh dịch** *n* epidemic; **bệnh ec-ze-ma** *n* eczema; **bệnh hecpet môi** *n* cold sore; **bệnh hen** *n* asthma; **bệnh lao** *n* tuberculosis, TB; **bệnh nhân** *n* patient; **bệnh nhân lão khoa** *n* geriatric; **bệnh quai bị** *n* mumps; **bệnh rubella** *n* German measles; **bệnh sốt rét** *n* malaria; **bệnh sởi** *n* measles; **bệnh SIDA** *n* AIDS; **bệnh thấp khớp** *n* rheumatism; **bệnh thủy đậu** *n* chickenpox; **bệnh thương hàn** *n* typhoid; **bệnh tiêu chảy** *n* diarrhoea; **bệnh trĩ** *n* haemorrhoids, piles; **bệnh uốn ván** *n* tetanus; **bệnh ung thư** *n* cancer; **bệnh viêm ruột thừa** *n* appendicitis; **căn bệnh** *n* sickness; **chữa bệnh** *v* cure; **mắc bệnh tiểu đường** *adj* diabetic; **phòng bệnh** *n* ward *(hospital room)*; **sự chữa bệnh** *n* cure

bệnh tật [beɲ tət] *n* disease; **người bệnh tật** *n* invalid

bệnh tiểu đường [beɲ tieu duɯɤŋ] *n* diabetes; **Tôi bị bệnh tiểu đường** I'm diabetic

bệnh viện [beɲ vien] *n* hospital; **Anh ấy có phải đi bệnh viện không?** Will he have to go to hospital?; **Bệnh viện ở đâu?** Where is the hospital?; **Chúng ta phải đưa anh ấy vào bệnh viện** We must get him to hospital; **Tôi làm việc ở bệnh viện** I work in a hospital; **Xin chỉ cho tôi cách đến bệnh viện** How do I get to the hospital?

bênh vực [beɲ vuɯk] *n* advocacy; **người bênh vực phụ nữ** *n* feminist

bệnh xá [beɲ sa] *n* infirmary

bên trên [ben tʃen] *adv* over

bên trong [ben tʃauŋ] *prep* in, inside

bếp [bep] *n (nấu)* cooker, *(nhà)* kitchen; **bếp ga** *n* gas cooker; **bếp nướng ngoài trời** *n* barbecue; **cái bếp** *n* stove; **đầu bếp** *n* chef, cook; **phòng bếp lắp đặt sẵn** *n* fitted kitchen; **tủ bếp** *n* sideboard

bế tắc [be tak] *n* hitch

bê tông [be toŋ] *n* concrete

bí [bi] *n* squash, gourd; **quả bí xanh** *n* courgette
Bỉ [bi] **người Bỉ** *n* Belgian; **nước Bỉ** *n* Belgium; **thuộc Bỉ** *adj* Belgian
bia [biɑ] *n (đồ uống)* beer, tombstone; **bia mộ** *n* gravestone; **bia nhẹ** *n* lager; **men bia** *n* yeast; **nhà máy bia** *n* brewery; **Làm ơn cho một bia hơi** A draught beer, please; **một bia nữa** another beer
bìa [biɑ:] *n* binder, cover; **sách bìa mềm** *n* paperback
bida [bizɑ:] **trò chơi bida** *n* billiards, snooker
bị động [bi doŋ] *adj* passive
biên [bien] *n (độ chênh)* margin; **đường biên** *n* touchline
biến [bien] *v* disappear, change, turn into; **biến mất** *v* disappear; **sự biến mất** *n* disappearance
biển [bien] *n (nước)* sea; **bọt biển** *n* sponge *(for washing)*; **bờ biển** *n* coast, seashore, seaside; **bãi biển** *n* beach; **biển chỉ đường** *n* road sign, signpost; **biển số xe** *n* number plate; **biên phòng bờ biển** *n* coastguard; **Biển Bắc** *n* North Sea; **cướp biển** *n* pirate; **cuộc đi chơi biển bằng tàu thủy** *n* cruise; **đường đi bộ ven biển** *n* promenade; **mực nước biển** *n* sea level; **nước biển** *n* sea water; **tấm biển** *n* plaque; **tảo biển** *n* seaweed; **thuộc vùng biển Caribê** *adj* Caribbean; **Hôm nay biển có động không?** Is the sea rough today?
Biển Adriatic [bien ɑ:zziɑtik] *n* Adriatic Sea
biến đổi [bien doi] *v* transform; **được biến đổi gien** *adj* GM, genetically-modified
biếng [bieŋ] **lười biếng** *adj* lazy
biếng ăn [bieŋ ɑn] *adj* anorexic; **chứng biếng ăn** *n* anorexia
biên giới [bien zɤi] *n* border
biên lai [bien lɑ:i] *n* receipt; **Làm ơn cho tôi biên lai** I need a receipt, please; **Tôi cần một biên lai cho bảo hiểm** I need a receipt for the insurance
biên tập [bien təp] *v* edit; **biên tập viên** *n* editor
biết [biet] *v* know; **biết ơn** *adj* grateful; **được biết** *adj* known; **không được biết** *adj* unknown; **sự hiểu biết** *n* knowledge; **Anh biết cách làm việc này không?** Do you know how to do this?; **Anh có biết anh ấy không?** Do you know him?; **Tôi không biết** I don't know
biết điều [biet dieu] *adj* reasonable
biệt hiệu [biet hieu] *n* alias, nickname; **biệt hiệu là** *prep* alias
biệt lập [biet ləp] *adj* isolated
biệt thự [biet tɯ] *n* villa; **Tôi muốn thuê một biệt thự** I'd like to rent a villa
biểu diễn [bieu zien] *n* performance; **buổi biểu diễn** *n* show; **cảnh biểu diễn nguy hiểm** *n* stunt; **Buổi biểu diễn kéo dài bao lâu?** How long does the performance last?; **Chúng tôi có thể đi xem biểu diễn ở đâu?** Where can we go to see a show?; **Khi nào buổi biểu diễn bắt đầu?** When does the performance begin?; **Khi nào buổi biểu diễn kết thúc?** When does the performance end?

biểu đồ [bieu do] *n* diagram, graph; **biểu đồ tròn** *n* pie chart
biểu hiện [bieu hien] *n* token
biểu tình [bieu tiɲ] *n* demonstration ▷ *v* demonstrate; **cuộc biểu tình** *n* demo, demonstration
biểu tượng [bieu tɯɤŋ] *n* logo, symbol; **biểu tượng mặt cười** *n* smiley
bím [bim] **bím tóc** *n* pigtail, plait
bí mật [bi mət] *adj* confidential, secret; **chuyện bí mật** *n* confidence *(secret)*; **điều bí mật** *n* secret; **sự bí mật theo dõi** *n* spying
bingo [biŋɔ] **trò chơi bingo** *n* bingo
bí ngô [bi ŋo] *n* pumpkin
binh [biɲ] **bộ binh** *n* infantry; **cựu chiến binh** *n* veteran
bình [biɲ] *n (hoa)* vase, bottle, jar; **bình đựng nước nóng** *n* hot-water bottle; **bình cứu hỏa** *n* fire extinguisher; **bình có tay cầm** *n* jug; **bình cà phê** *n* coffeepot; **bình chữa cháy** *n* extinguisher; **bình miệng rộng** *n* carafe; **bình sữa trẻ em** *n* baby's bottle; **bình tưới nước** *n* watering can
bình đẳng [biɲ daŋ] **sự bình đẳng** *n* equality
bình hành [biɲ haɲ] **dạng hình bình hành** *adj* oblong
bình luận [biɲ luən] *v* comment; **bài bình luận** *n* commentary; **lời bình luận** *n* comment, remark; **nhà bình luận** *n* commentator
bình minh [biɲ miɲ] *n* dawn, sunrise
bình phun [biɲ fun] *n* aerosol, sprinkler
bình thường [biɲ tɯɤŋ] *adj* ordinary; **không bình thường** *adj* abnormal
bình tĩnh [biɲ tiɲ] *adj* calm; **bình tĩnh lại** *v* calm down
bíp [bip] **thiết bị phát ra tiếng bíp bíp** *n* bleeper
bịp bợm [bip bɤm] *n* bluff; **trò bịp bợm** *n* trick
bi quan [bi kuan] *adj* pessimistic ▷ *n* pessimism; **người bi quan** *n* pessimist
bí quyết [bi kuiet] *n* know-how; **bí quyết làm việc** *n* know-how
bi thảm [bi tam] *adj* tragic
bịt mắt [bit mat] *v* blindfold; **vải bịt mắt** *n* blindfold
bít tất [bit tət] *n* sock; **bít tất dài** *n* stocking; **dây nịt móc bít tất** *n* suspenders
bó [bɔ] *n (túm)* pack
bò [bɔ] *v (dưới đất)* crawl ▷ *n* cow; **bò đực** *n* bull; **con bò cái** *n* cow; **miếng thịt bò nạc** *n* steak; **thịt bò** *n* beef; **thịt bò băm viên** *n* beefburger; **thịt mông bò** *n* rump steak
bỏ [bɔ] *v* ditch, quit; **bỏ lỡ** *v* miss; **bỏ neo** *v* moor; **bỏ ra ngoài** *v* leave out; **bỏ trống** *v* vacate; **hủy bỏ** *v* cancel; **sự hủy bỏ** *n* cancellation; **vứt bỏ** *v* dump
bọ [bɔ] **con bọ rùa** *n* ladybird
boa [bɔa:] *v* tip *(reward)*
bóc [bɔk] **bóc vỏ** *v* peel
bọc [bɔk] *v (gói lại)* wrap up
bọ cánh cứng [bɔ kaɲ kɯŋ] *n* beetle
bọ cạp [bɔ kap] **con bọ cạp** *n* scorpion

bói cá [bɔi ka] **chim bói cá** *n* kingfisher
Bolivia [bɔlivia] **người Bolivia** *n* Bolivian; **nước Bolivia** *n* Bolivia; **thuộc Bolivia** *adj* Bolivian
bom [bɔm] *n* bomb; **bom hẹn giờ** *n* time bomb; **bom nguyên tử** *n* atom bomb; **người đánh bom liều chết** *n* suicide bomber; **quả bom** *n* bomb
bong [bauŋ] **bong bóng** *n* bubble
bóng [bauŋ] *n* bulb, ball; **bóng đèn** *n* bulb *(electricity)*, light bulb; **bóng chuyền** *n* volleyball; **cái bóng** *n* shadow; **chất đánh bóng** *n* polish; **cú giao bóng** *n* serve; **cú phát bóng** *n* kick-off; **đánh bóng** *v* polish; **điểm bóng rơi** *n* pitch *(sport)*; **gậy đánh bóng** *n* bat *(with ball)*; **môn bóng bầu dục** *n* rugby; **môn bóng bàn** *n* table tennis; **môn bóng ném** *n* handball; **phát bóng** *v* kick off; **quả bóng** *n* ball *(toy)*; **sáng bóng** *adj* shiny; **vật đỡ bóng gôn** *n* tee; **Chúng mình chơi đá bóng đi** Let's play football; **Tôi muốn xem một trận bóng đá** I'd like to see a football match
bỏng [bauŋ] **bỏng ngô** *n* popcorn
bóng bay [bauŋ ba:i] *n* balloon
bóng bầu dục [bauŋ bəu zuk] **bóng bầu dục kiểu Mỹ** *n* American football
bóng chày [bauŋ tʃai] *n* baseball; **mũ bóng chày** *n* baseball cap
bóng đá [bauŋ da] *n* football; **cầu thủ bóng đá** *n* football player, footballer; **trận bóng đá** *n* football match
bong gân [bauŋ ɣən] **làm bong gân** *v* sprain; **sự bong gân** *n* sprain
bóng rổ [bauŋ zo] *n* basketball; **bóng rổ nữ** *n* netball
boong [bɔauŋ] *n* deck; **boong tàu** *n* deck; **Chúng tôi có thể ra boong tàu không?** Can we go out on deck?
bóp [bɔp] **bóp cổ** *v* strangle
bó sát [bɔ sat] **bó sát người** *adj* skin-tight
bò sát [bɔ sat] **loài bò sát** *n* reptile
Bosnia [bɔsnia] *n* Bosnia; **người Bosnia** *n* Bosnian *(person)*; **thuộc Bosnia** *adj* Bosnian
Bosnia và Herzegovina [bɔsnia va hɛzzɛɣɔvina:] *n* Bosnia-Herzegovina
bỏ sót [bɔ sɔt] *v* overlook
bọt [bɔt] *n* foam; **bọt biển** *n* sponge *(for washing)*; **bọt cạo râu** *n* shaving foam; **bọt sóng** *n* surf; **chất làm cho nước tắm sủi bọt và thơm** *n* bubble bath; **nước bọt** *n* saliva, spit
Botswana [bɔtswa:na:] **nước Botswana** *n* Botswana
bowling [bɔwliŋ] *n* bowling; **nơi chơi bowling** *n* bowling alley; **trò chơi bowling** *n* bowling; **trò chơi bowling mười con ky** *n* tenpin bowling
bô [bo] *n* potty; **cái bô** *n* potty; **Anh có bô không?** Do you have a potty?
bố [bo] *n* dad, daddy, father ▷ *nm* parent; **bố chồng** *n* father-in-law; **bố già** *n* godfather *(criminal leader)*; **bố mẹ** *n* parents
bổ [bo] **thuốc bổ** *n* tonic
bộ [bo] *n (đồ)* kit, *(cơ quan)* ministry *(government)*, *(nhiều thứ)* set; **bộ binh** *n* infantry; **bộ com lê** *n* suit; **bộ gỗ** *n* woodwind; **bộ số** *n* gear

(mechanism); **bộ xương** *n* skeleton; **cuộc đi bộ đường dài** *n* hike; **đổ bộ** *v* land; **đường đi bộ** *n* footpath; **sự đi bộ đường dài** *n* hiking
bốc [bok] **bốc khói** *v* smoke
bồ câu [bo kəu] *n* dove, pigeon; **chim bồ câu** *n* dove, pigeon
bồ công anh [bo koŋ ɑːɲ] **cây bồ công anh** *n* dandelion
bố dượng [bo zɯɤŋ] *n* stepfather
bổ dưỡng [bo zɯɤŋ] *adj* nutritious
Bồ Đào Nha [bo daɔ ɲaː] **người Bồ Đào Nha** *n* Portuguese *(person)*; **nước Bồ Đào Nha** *n* Portugal; **thuộc Bồ Đào Nha** *adj* Portuguese; **tiếng Bồ Đào Nha** *n* Portuguese *(language)*
bồ hóng [bo hauŋ] *n* soot
bôi [boi] *v* apply *(oil)*; **bôi dầu** *v* oil
bối cảnh [boi kaɲ] *n* background, context
bồi dưỡng [boi zɯɤŋ] **khóa bồi dưỡng** *n* refresher course
bồi hoàn [boi hɔan] *v* reimburse
bối rối [boi zoi] *adj* baffled, bewildered
bộ khuếch đại [bo χuetʃ dɑi] *n* amplifier
bốn [bon] *number* four
bồn [bon] **bồn rửa** *n* sink; **bồn tắm** *n* bathtub; **Bồn rửa bẩn quá** The washbasin is dirty
bộ nắn dòng [bo nan zauŋ] *n* adaptor
bồn chồn [bon tʃon] *adj* edgy
bông [boŋ] *n (vải)* cotton; **bông mềm** *n* cotton wool; **bông tuyết** *n* snowflake; **gấu nhồi bông** *n* teddy bear; **que kẹo bông** *n* candyfloss; **tăm bông** *n* cotton bud
bông chéo [boŋ tʃɛɔ] **vải bông chéo** *n* denim
bổ nhiệm [bo ɲiem] *v* appoint
bốn mươi [bon mɯɤi] *number* forty
bồ nông [bo noŋ] **chim bồ nông** *n* pelican
bộ phận [bo fən] **có đủ các bộ phận** *adj* self-contained
bổ sung [bo suŋ] *adj* additional, complementary; **phần bổ sung** *n* supplement
bột [bot] *n* powder; **bột chưa dây** *adj* wholemeal; **bột giặt** *n* detergent, soap powder, washing powder; **bột mì** *n* flour; **bột ngô** *n* cornflour; **bột nhão** *n* paste; **bột nhão làm bánh** *n* batter, dough; **bột yến mạch** *n* oatmeal; **ớt bột** *n* paprika; **vôi bột trắng** *n* whiting; **xưởng xay bột** *n* mill; **Anh có bột giặt không?** Do you have washing powder?
bột nở [bot nɤ] *n* baking powder
bộ tộc [bo tok] *n* tribe
bố trí [bo tʃi] **cách bố trí** *n* layout
bộ trưởng [bo tʃɯɤŋ] *n* minister *(government)*
bơ [bɤ] *n (sữa)* butter; **bơ làm từ đậu phộng** *n* peanut butter; **bơ thực vật** *n* margarine
bờ [bɤ] *n* bank *(ridge)*, shore
bờ biển [bɤ bien] *n* beach, coast, seashore, seaside; **biên phòng bờ biển** *n* coastguard; **Bờ biển cách đây bao xa?** How far is the beach?; **Chúng ta còn cách bờ biển bao xa?** How far are we from the beach?
bơi [bɤi] *v* swim; **bể bơi** *n* swimming pool; **bể bơi công cộng** *n* baths; **kiểu bơi ếch** *n* breaststroke; **người**

bơi *n* swimmer; **quần áo bơi** *n* swimming costume, swimsuit; **quần bơi của đàn ông** *n* trunks; **quần bơi nam** *n* swimming trunks; **sự bơi** *n* swimming; **việc bơi xuồng** *n* canoeing; **Bể bơi công cộng ở đâu?** Where is the public swimming pool?; **Bơi ở đây có an toàn không?** Is it safe to swim here?; **Có bể bơi không?** Is there a swimming pool?; **Có bơi được ở đây không?** Can you swim here?; **Có bơi được ở sông không?** Can one swim in the river?; **Chúng mình đi bơi đi** Let's go swimming; **Tôi có thể đi bơi ở đâu?** Where can I go swimming?

bởi [bɤi] *prep* by

bơi ngửa [bɤi ŋɯa:] **kiểu bơi ngửa** *n* backstroke

bơm [bɤm] *n* pump ▷ *v* pump; **bơm lên** *v* pump up; **bơm xe đạp** *n* bicycle pump; **có thể bơm phồng** *adj* inflatable; **Anh có bơm không?** Do you have a pump?

bờm [bɤm] **bờm tóc** *n* hairband

bớt [bɤt] *adv* less; **bớt căng thẳng** *adj* relieved; **giảm bớt** *v* cut down, decrease, diminish

brandy [bza:nzi] **Tôi sẽ uống brandy** I'll have a brandy

Brazil [bza:zil] **người Brazil** *n* Brazilian; **nước Brazil** *n* Brazil; **thuộc Brazil** *adj* Brazilian

Brúc-xen [bzuksɛn] **cải Brúc-xen** *n* Brussels sprouts

bú [bu] *v* breast-feed; **Tôi có thể cho con bú ở đâu?** Where can I breast-feed the baby?; **Tôi cho con bú ở đây có được không?** Can I breast-feed here?

bù [bu] *v* make up for; **bù nhìn** *n* scarecrow; **đền bù** *v* compensate; **sự đền bù** *n* compensation; **thời gian bù giờ** *n* injury time

búa [bua:] **cái búa** *n* hammer

bu-di [buzi] **cái bu-di** *n* spark plug

búi [bui] *n* bunch

bụi [bui] *n* dust; **bụi nước** *n* spray; **bụi rậm** *n* bush *(thicket)*; **cây bụi** *n* bush, shrub; **đầy bụi** *adj* dusty; **hút bụi** *v* hoover, vacuum; **máy hút bụi** *n* vacuum cleaner; **máy hút bụi Hoover®** *n* Hoover®; **phủi bụi** *v* dust

bụi đời [bui dɤi] *adj* streetwise

Bulgaria [bulɣa:zia] **người Bulgaria** *n* Bulgarian *(person)*; **nước Bulgaria** *n* Bulgaria; **thuộc Bulgaria** *adj* Bulgarian; **tiếng Bulgaria** *n* Bulgarian *(language)*

bùn [bun] *n* mud; **bùn loãng** *n* slush; **cái chắn bùn** *n* mudguard; **than bùn** *n* peat; **vấy bùn** *adj* muddy

bụng [buŋ] *n* abdomen, belly; **chứng đau bụng** *n* stomachache; **tốt bụng** *adj* kind

bùng binh [buŋ biɲ] *n* roundabout

bungee [buŋɛɛ] **môn nhảy bungee** *n* bungee jumping; **Tôi có thể đi nhảy bungee ở đâu?** Where can I go bungee jumping?

bùng nổ [buŋ no] *v* break out; **sự bùng nổ** *n* outbreak

buộc [buok] *v* tie; **bắt buộc** *adj* compulsory; **buộc chặt** *v* tie up; **buộc tội** *v* charge *(accuse)*; **dây buộc** *n* lace

buổi [buoi] *n* session, half a day,

event, time; **buổi chiều** *n* afternoon; **buổi khiêu vũ** *n* ball *(dance)*; **buổi sáng** *n* morning; **buổi tối** *n* evening; **buổi trưa** *n* midday, noon

buổi diễn [buoi zien] **hai vé cho buổi diễn lúc tám giờ** two for the eight o'clock showing

buồm [buom] **cánh buồm** *n* sail; **thuyền buồm** *n* sailing boat

buôn [buon] *v* buy, trade, deal in; **buôn chuyện** *v* gossip; **kẻ buôn ma túy** *n* drug dealer

buồn [buon] *adj* sad; **buồn chán** *v* fret; **buồn nôn** *adj* sick; **buồn ngủ** *adj* drowsy, sleepy; **buồn rầu** *adj* moody, sad, sadly, unhappy; **buồn tẻ** *adj* dull; **cảm giác buồn bã** *n* blues; **có máu buồn** *adj* ticklish; **sự đau buồn** *n* grief; **sự buồn nôn** *n* nausea

buôn bán [buon ban] *v* deal, handle; **người buôn bán** *n* dealer

buồn cười [buon kɯɤi] *adj* funny; **làm buồn cười** *v* amuse

buồng [buoŋ] *n* room, chamber, cage; **buồng điện thoại** *n* call box; **buồng lái máy bay** *n* cockpit; **buồng ngủ dành cho khách** *n* spare room; **buồng thử quần áo** *n* fitting room; **buồng trứng** *n* ovary; **buồng vừa để ngủ vừa để tiếp khách** *n* bedsit

buôn lậu [buon lɘu] *v* smuggle; **người buôn lậu** *n* smuggler; **sự buôn lậu** *n* smuggling

buồn nôn [buon non] **Tôi thấy buồn nôn** I feel sick

búp bê [bup be] *n* doll

bút [but] *n* pen, brush; **bút đánh dấu** *n* highlighter; **bút bi** *n* ballpoint pen; **bút Biro®** *n* Biro®; **bút chì màu** *n* crayon; **bút dạ** *n* felt-tip pen; **bút máy** *n* fountain pen; **bút vẽ** *n* paintbrush; **cái bút** *n* pen; **cái bút chì** *n* pencil; **cái gọt bút chì** *n* pencil sharpener; **hộp bút** *n* pencil case; **Anh cho mượn chiếc bút được không?** Do you have a pen I could borrow?

bút tích [but titʃ] *n* autograph

buýt [buit] *n* bus; **bến xe buýt** *n* bus stop; **ga xe buýt** *n* bus station; **vé xe buýt** *n* bus ticket; **xe buýt** *n* bus; **xe buýt đường dài** *n* coach *(vehicle)*; **xe buýt nhỏ** *n* minibus; **xe buýt sân bay** *n* airport bus; **Bao lâu thì có một chuyến xe buýt tới...?** How often are the buses to...?; **Có xe buýt đi đến... không?** Is there a bus to...?; **Có xe buýt ra sân bay không?** Is there a bus to the airport?; **Có xe buýt vào thành phố không?** Is there a bus to the city?; **Hai mươi phút có một chuyến xe buýt** The bus runs every twenty minutes; **Khi nào có chuyến xe buýt đầu tiên đi...?** When is the first bus to...?; **Khi nào có chuyến xe buýt cuối cùng đi...?** When is the last bus to...?; **Khi nào có chuyến xe buýt tiếp theo đi...?** When is the next bus to...?; **Mấy giờ có chuyến xe buýt cuối?** What time is the last bus?; **Mấy giờ xe buýt đến?** What time does the bus arrive?; **Mấy giờ xe buýt đi?** What time does the bus leave?; **Tôi bắt xe buýt đi... ở đâu?** Where do I catch the bus to...?, Where do I get a bus for...?; **Tua tham quan thành phố bằng xe buýt đi lúc nào?** When is the bus tour of the town?; **Xe buýt này có đi... không?** Does this bus go to...?; **Xin cho hỏi, xe buýt nào đi đến...?** Excuse me, which bus goes to...?

bừa [bɯa:] *v (cày)* plough; **cái bừa** *n* plough

bữa [bɯa:] **bữa tối** *n* dinner, supper; **bữa trưa** *n* lunch; **bữa trưa mang từ nhà** *n* packed lunch; **Bữa sáng anh muốn dùng gì?** What would you like for breakfast?; **Bữa tối rất ngon** The dinner was delicious; **Bữa trưa tuyệt vời** The lunch was excellent; **Mấy giờ sẽ có bữa tối?** What time is dinner?; **Mấy giờ sẽ có bữa trưa?** When will lunch be ready?; **Tiền ở và ăn cả ba bữa là bao nhiêu?** How much is full board?; **Tiền ở và ăn hai bữa là bao nhiêu?** How much is half board?

bữa ăn [bɯa: an] *n* meal; **bữa ăn liên hoan** *n* dinner party; **Bữa ăn rất ngon** The meal was delicious

bừa bãi [bɯa: bai] *n* mess

bữa tiệc [bɯa: tiek] *n* party; **bữa tiệc dành riêng cho đàn ông trước khi cưới** *n* stag night

bực [bɯk] **bực mình** *adj* bugged; **bực tức** *adj* frustrated

bức bách [bɯk batʃ] **một cách bức bách** *adv* desperately; **vô cùng bức bách** *adj* desperate

bực bội [bɯk boi] *adj* mad *(angry)*, grumpy

bức fax [bɯk fa:s] *n* fax

bức hoạ [bɯk hɔa] *n* painting

bức tượng [bɯk tɯɤŋ] *n* statue

bức xạ [bɯk sa] **sự bức xạ** *n* radiation

bước [bɯɤk] *n* step; **bước chân** *n* footstep, pace; **bước sóng** *n* wavelength

bưởi [bɯɤi] *n* grapefruit; **quả bưởi** *n* grapefruit

bướm [bɯɤm] *n* butterfly; **con bướm** *n* butterfly; **nơ con bướm** *n* bow tie; **sâu bướm** *n* caterpillar

bướng bỉnh [bɯɤŋ biɲ] *adj* stubborn

bưu chính [bɯu tʃiɲ] *n* post *(mail)*; **mã bưu chính** *n* postcode

bưu điện [bɯu dien] *n* post office; **dấu bưu điện** *n* postmark; **gửi bưu điện** *v* post; **gửi qua bưu điện** *v* mail; **ngân séc bưu điện** *n* postal order; **phí bưu điện** *n* postage; **Khi nào bưu điện mở cửa?** When does the post office open?

bưu kiện [bɯu kien] *n* parcel; **Gửi bưu kiện này mất bao nhiêu tiền?** How much is it to send this parcel?; **Tôi muốn gửi bưu kiện này** I'd like to send this parcel

bưu thiếp [bɯu tiep] *n* greetings card, postcard; **Anh có bưu thiếp không?** Do you have any postcards?; **Tôi đang tìm mua bưu thiếp** I'm looking for postcards; **Tôi có thể mua bưu thiếp ở đâu?** Where can I buy some postcards?

C

ca [kaː] *n* work shift ▷ *v* sing; **ca đêm** *n* nightshift; **ca kịch** *n* musical; **dàn đồng ca** *n* choir; **quốc ca** *n* national anthem; **thơ ca** *n* poetry

cá [ka] *n (dưới nước)* fish; **bể nuôi cá** *n* aquarium; **cá nước ngọt** *n* freshwater fish; **cá trích muối hun khói** *n* kipper; **cá vàng** *n* goldfish; **câu cá** *v* fish; **đồ nghề câu cá** *n* fishing tackle; **nàng tiên cá** *n* mermaid; **người bán cá** *n* fishmonger; **người câu cá** *n* angler; **nghề đánh cá** *n* fishing; **sự câu cá** *n* angling; **Anh có những món cá gì?** What fish dishes do you have?; **Anh có thể chuẩn bị một bữa ăn không có cá không?** Could you prepare a meal without fish?; **Cá tươi hay cá đông lạnh?** Is the fish fresh or frozen?; **Cái này được nấu trong nước dùng cá phải không?** Is this cooked in fish stock?; **Có cần có giấy phép câu cá không?** Do you need a fishing permit?; **Chúng tôi câu cá ở đây có được không?** Can we fish here?; **Tôi đi câu cá ở đâu được?** Where can I go fishing?; **Tôi có được câu cá ở đây không?** Am I allowed to fish here?; **Tôi không ăn cá** I don't eat fish; **Tôi sẽ ăn món cá** I'll have the fish

cả [ka] *adj (lớn nhất)* eldest, biggest, all, at all

ca bin [kaː bin] *n* cabin

ca cao [kaː kaːɔ] *n* cocoa

cácbon [kakbɔn] *n* carbon; **hyđrat cácbon** *n* carbohydrate

cách [katʃ] *n* method, manner; **cách cư xử** *npl* behaviour; **cách nhiệt** *adj* ovenproof; **cách thức** *n* manner; **một cách khác** *adv* alternatively; **Anh biết cách làm việc này không?** Do you know how to do this?; **Đến ga tàu hỏa bằng cách nào là tốt nhất?** What's the best way to get to the railway station?; **Đến trung tâm thành phố bằng cách nào là tốt nhất?** What's the best way to get to the city centre?; **Bến xe buýt cách đây bao xa?** How far is the bus stop?; **Bờ biển cách đây bao xa?** How far is the beach?; **Cách bao xa?** How far is it?; **Chúng ta còn cách bờ biển bao xa?** How far are we from the beach?; **Chúng ta còn cách trạm xe buýt bao xa?** How far are we from the bus station?; **Ngân hàng cách đây bao xa?** How far is the bank?; **Xin chỉ cho chúng tôi cách đến...** How do we get to...?; **Xin chỉ cho tôi cách đến...** How do I get to...?; **Xin chỉ cho tôi cách đến đó** How do I get there?; **Xin chỉ**

cho tôi cách đến bệnh viện How do I get to the hospital?; **Xin chỉ cho tôi cách đến ga tàu điện ngầm gần nhất** How do I get to the nearest tube station?; **Xin chỉ cho tôi cách đến trung tâm của...** How do I get to the centre of...?; **Xin chỉ cho tôi cách ra sân bay** How do I get to the airport?
cách ly [katʃ li] **lớp cách ly** *n* insulation
cách mạng [katʃ maŋ] *adj* revolutionary; **cuộc cách mạng** *n* revolution
cà chua [ka tʃua] *n* tomato; **nước sốt cà chua** *n* ketchup; **nước xốt cà chua** *n* tomato sauce
các tông [kak toŋ] *n* cardboard; **bìa các tông** *n* cardboard; **hộp bìa các tông** *n* carton
cá cược [ka kɯɤk] **cửa hàng cá cược** *n* betting shop; **sự cá cược** *n* betting
cafein [ka:fɛin] *n* caffeine; **cà phê đã được khử chất cafein** *n* decaffeinated coffee; **được khử chất cafein** *adj* decaffeinated
cả gan [ka ɣa:n] *adj* daring
cả hai [ka ha:i] *adj* both ▷ *pron* both
cả hai đều khơng [ka ha:i deu ɣɤŋ] *adv* neither
cá heo [ka hɛɔ] *n* dolphin
cá hồi [ka hoi] *n* salmon, trout
cái [kai] *n* object, thing ▷ *adj* female, main, principal; **cái khoá** *n* buckle; **cái nạng** *n* crutch; **con bò cái** *n* cow; **ngựa cái** *n* mare; **ngón tay cái** *n* thumb; **sư tử cái** *n* lioness; **Cái này nghĩa là gì?** What does this mean?
cải [kai] **cải Brúc-xen** *n* Brussels sprouts; **rau cải xoong** *n* cress
cãi [kai] **cãi vặt** *v* squabble; **cuộc cãi lộn** *n* scrap *(dispute)*; **gây tranh cãi** *adj* controversial; **tranh cãi** *v* row *(to argue)*; **vụ cãi nhau** *n* row *(argument)*
cải bắp [kai bap] *n* cabbage; **salad cải bắp** *n* coleslaw
cải bó xôi [kai bɔ soi] *n* spinach
cải dầu [kai zəu] **cây cải dầu** *n* rape *(plant)*
cải đường [kai dɯɤŋ] **củ cải đường** *n* beetroot
cái mà [kai ma] *pron* which
cái nào [kai naɔ] *adj* which
cái này [kai nai] *pron* this
cải ngựa [kai ŋɯa:] **cây cải ngựa** *n* horseradish
cái nút [kai nut] *n* plug
cải thiện [kai tien] *v* improve
cải trang [kai tʃa:ŋ] *v* disguise
cai trị [ka:i tʃi] **người cai trị** *n* ruler *(commander)*
cái xô [kai so] *n* bucket
cá kiếm [ka kiem] *n* swordfish
calo [ka:lɔ] *n* calorie
cam [ka:m] *n* orange; **có màu da cam** *adj* orange; **nước cam** *n* orange juice; **quả cam** *n* orange
cám [kam] *n* bran
cảm [kam] *v* be touched, be affected by, catch a cold; **sự đồng cảm** *n* communion; **Tôi bị cảm lạnh** I have a cold; **Tôi muốn mua thuốc cảm** I'd like something for a cold
cá mập [ka məp] *n* shark
cam đoan [ka:m dɔa:n] *v* assure
cảm động [kam doŋ] *adj* moving, pathetic

Cameroon [ka:mɛzɔɔn] **nước Cameroon** *n* Cameroon
cảm giác [kam zak] *n* feeling; **cảm giác ngon miệng** *n* appetite; **cảm giác trống rỗng** *n* void
cá mòi [ka mɔi] *n* sardine
cảm ơn [kam ɤn] *v* thank; **cảm ơn!** *excl* thanks, thank you; **Xin cảm ơn rất nhiều** Thank you very much
Campuchia [ka:mputʃia] **người Campuchia** *n* Cambodian *(person)*; **nước Campuchia** *n* Cambodia; **thuộc Campuchia** *adj* Cambodian
cảm thấy [kam təi] *v* feel; **Bây giờ anh cảm thấy thế nào?** How are you feeling now?
cảm ứng [kam ɯŋ] **Có máy cảm ứng hỗ trợ máy trợ thính không?** Is there an induction loop?
cảm xúc [kam suk] *n* emotion
can [ka:n] **giấy can** *n* tracing paper
cán [kan] *n* handle; **trục cán** *n* rolling pin
cản [kan] *v* prevent, block; **hành động cản** *n* tackle
Canađa [ka:na:da:] **người Canađa** *n* Canadian; **nước Canađa** *n* Canada; **thuộc Canađa** *adj* Canadian
Canary [ka:na:zi] **quần đảo Canary** *n* Canaries
cán bộ [kan bo] *n* cadre, official; **cán bộ hải quan** *n* customs officer
can đảm [ka:n dam] *adj* brave, courageous; **sự can đảm** *n* bravery, courage
cáng [kaŋ] *n* stretcher; **cái cáng thương** *n* stretcher
càng [kaŋ] *adv* all the more; **ngày càng tăng** *adv* increasingly; **tôm càng** *n* scampi
cảng [kaŋ] *n* port *(ships)*; **bến cảng** *n* harbour
ca ngợi [ka: ŋɤi] **bài bình phẩm ca ngợi** *n* rave
càng sớm càng tốt [kaŋ sɤm kaŋ tot] *adv* asap *(as soon as possible)*
cá ngừ [ka ŋɯ] *n* tuna
canh [ka:ɲ] **canh gác** *v* guard
cánh [kaɲ] *n* wing, leaf, side; **cánh buồm** *n* sail; **hạ cánh khẩn cấp** *n* emergency landing; **làm không cất cánh được** *v* ground; **sự hạ cánh** *n* touchdown; **tàu cánh ngầm** *n* hovercraft
cành [kaɲ] **cành cây** *n* branch; **cành nhỏ** *n* stick
cảnh [kaɲ] *n* landscape, view, scenery, condition; **cây cảnh** *n* pot plant; **hoàn cảnh** *n* circumstances; **Ở đây có thắng cảnh gì tham quan được?** What sights can you visit here?
cạnh [kaɲ] *n (đường viền)* side, edge ▷ *v* to be beside
cá nhân [ka ɲən] *adj* individual; **đồ vệ sinh cá nhân** *n* toiletries; **máy tính cá nhân** *n* PC; **sổ nhật ký cá nhân** *n* personal organizer
cảnh báo [kaɲ bao] *v* warn; **lời cảnh báo** *n* precaution, warning
cánh cụt [kaɲ kut] **chim cánh cụt** *n* penguin
cánh đồng [kaɲ doŋ] *n* field
cảnh giác [kaɲ zak] *adj* alert
cảnh sát [kaɲ sat] *n* cop, police; **đồn cảnh sát** *n* police station; **nam cảnh sát** *n* policeman; **nữ cảnh sát** *n* policewoman; **viên cảnh sát** *n* police officer

cánh tả [kaɲ ta] *adj* left-wing; **thuộc cánh tả** *adj* left-wing
canh tác [ka:ɲ tak] **việc canh tác** *n* farming
cạnh tranh [kaɲ tʃa:ɲ] *adj* rival ▷ *v* compete; **đối thủ cạnh tranh** *n* competitor; **mang tính cạnh tranh** *adj* competitive; **sự cạnh tranh** *n* competition
canô [ka:no] *n* canoe
cản trở [kan tʃɤ] *n* setback ▷ *v* obstruct
canxi [ka:nsi] *n* calcium
cao [ka:ɔ] *adj* high, tall; **cao gầy** *adj* lanky; **cao tuổi** *adj* elderly; **chiều cao** *n* height; **độ cao** *(âm thanh) n* pitch *(sound)*; **đánh giá quá cao** *v* overestimate; **đào tạo nâng cao** *n* further education; **được trả lương cao** *adj* well-paid; **giờ cao điểm** *n* peak hours; **nhà cao tầng** *n* high-rise; **trên cao** *adv* high; **Anh cao bao nhiêu?** How tall are you?; **Nó cao bao nhiêu?** How high is it?
cáo [kaɔ] *n* fox; **bị cáo** *n* accused; **con cáo** *n* fox
cào [kaɔ] **cái cào** *n* rake
cạo [kaɔ] *v* shave, scrape; **bọt cạo râu** *n* shaving foam; **cạo râu** *v* shave; **dao cạo** *n* razor; **dao cạo điện** *n* shaver; **kem cạo râu** *n* shaving cream; **không cạo râu** *adj* unshaven; **lưỡi dao cạo** *n* razor blade
cáo bạch [kaɔ batʃ] **bản cáo bạch** *n* prospectus
cao bồi [ka:ɔ boi] *n* cowboy; **phim cao bồi Mỹ** *n* western
cáo buộc [kaɔ buok] **bị cáo buộc** *adj* alleged; **lời cáo buộc** *n* allegation
cao độ [ka:ɔ do] *n* altitude
cao hơn [ka:ɔ hɤn] *adj* upper
cáo phó [kaɔ fɔ] *n* obituary
cạo râu [kaɔ zəu] *v* shave; **nước hoa dùng sau khi cạo râu** *n* aftershave
cao su [ka:ɔ su] *n* rubber; **bao cao su** *n* condom; **găng tay cao su** *n* rubber gloves; **kẹo cao su** *n* bubble gum, chewing gum; **ủng cao su** *n* wellies; **ủng cao su Wellington** *n* wellingtons
cáp [kap] *n* cable; **truyền hình cáp** *n* cable television; **xe cáp treo** *n* cable car
cà phê [ka fe] *n* coffee; **bình cà phê** *n* coffeepot; **bàn uống cà phê** *n* coffee table; **cà phê đã được khử chất cafein** *n* decaffeinated coffee; **cà phê đen** *n* black coffee; **hạt cà phê** *n* coffee bean; **quán cà phê** *n* café; **Anh có cà phê nguyên chất không?** Have you got real coffee?; **Anh có cà phê tươi không?** Have you got fresh coffee?; **Làm ơn cho chúng tôi thêm một tách cà phê được không?** Could we have another cup of coffee, please?; **Làm ơn cho một cà phê** A coffee, please; **Làm ơn cho một cà phê sữa** A white coffee, please
ca-ra-men [ka:za:mɛn] **kem ca-ra-men** *n* flan, caramel
caravan [ka:za:va:n] *n* camper, caravan, mobile home; **khu vực dành cho caravan lữ hành** *n* caravan site; **xe moóc caravan** *n* caravan; **Chúng tôi đỗ xe caravan ở đây có được không?** Can we

park our caravan here?; **Chúng tôi muốn một chỗ cho xe caravan** We'd like a site for a caravan

ca ri [ka: zi] **bột ca ri** *n* curry powder; **món ca ri** *n* curry

Caribê [ka:zibe] **người vùng Caribê** *n* Caribbean; **thuộc vùng biển Caribê** *adj* Caribbean

cà rốt [ka zot] **củ cà rốt** *n* carrot

cá sấu [ka səu] *n* crocodile; **cá sấu Mỹ** *n* alligator

ca sỹ [ka: si] *n* singer; **ca sỹ chính** *n* lead singer

cát [kat] *n* sand; **cồn cát** *n* sand dune; **đống cát cho trẻ con chơi** *n* sandpit; **lâu đài cát** *n* sandcastle

cả thảy [ka tai] *adv* altogether

cá thu [ka tu] *n* mackerel

cà tím [ka tim] *n* aubergine

cá tính [ka tiɲ] *n* personality

catơlô [ka:tɤlo] *n* catalogue; **cuốn catơlô** *n* catalogue; **Tôi muốn một cuốn catơlô:** I'd like a catalogue

cá trích [ka tʃitʃ] *n* herring

cá trồng [ka tʃoŋ] *n* anchovy

cá tuyết [ka tuiet] *n* cod; **cá tuyết ê-fin** *n* haddock

cátxét [katsɛt] *n* cassette; **băng cátxét** *n* cassette tape

cáu [kau] *adj* cross

Caucasus [ka:uka:sus] **vùng Caucasus** *n* Caucasus

cáu kỉnh [kau kiɲ] **dễ cáu kỉnh** *adj* irritable

càu nhàu [kau ɲau] *n* grouse *(complaint)*

cà-vạt [kavat] *n* tie

cá voi [ka vɔi] *n* whale

cay [ka:i] **hơi cay** *n* tear gas

cắm [kam] *v* stick; **cắm trại** *v* camp; **cắm vào** *v* plug in; **người đi cắm trại** *n* camper; **ổ cắm điện** *n* socket; **tháo phích cắm** *v* unplug; **việc đi cắm trại** *n* camping

cằm [kam] *n* chin

căn [kan] *n* root, origin, source; **phép chữa vi lượng đồng căn** *n* homeopathy; **thuộc phép chữa vi lượng đồng căn** *adj* homeopathic

cắn [kan] *v* bite; **miếng cắn** *n* bite; **Tôi bị cắn** I have been bitten; **Vết cắn này bị nhiễm trùng** This bite is infected

căn bản [kan ban] *adj* basic

cằn cỗi [kan koi] *adj* infertile

căn cước [kan kuɯɤk] **thẻ căn cước** *n* identity card, ID card

căng [kaŋ] *adj (không chùng)* tight; **rất căng** *adj* intense

cẳng [kaŋ] **cẳng chân** *n* shin

căng thẳng [kaŋ taŋ] *adj* tense, uptight; **bị căng thẳng** *adj* stressed; **bớt căng thẳng** *adj* relieved; **gây căng thẳng** *adj* stressful; **làm căng thẳng** *v* strain; **sự căng thẳng** *n* strain, stress; **tình trạng căng thẳng** *n* tension

căng tin [kaŋ tin] *n* canteen

căn hộ [kan ho] *n* apartment, flat; **căn hộ nhỏ** *n* studio flat; **Anh có thể dẫn chúng tôi xem quanh căn hộ không?** Could you show us around the apartment?; **Chúng tôi đang tìm một căn hộ** We're looking for an apartment; **Chúng tôi đã đặt một căn hộ với tên...** We've booked an apartment in the name of...

cắp [kap] **trộm cắp** *n* burglary; **Có người đã lấy cắp séc du lịch của**

tôi Someone's stolen my traveller's cheques; **Thẻ của tôi bị lấy cắp rồi** My card has been stolen; **Ví của tôi đã bị lấy cắp** My wallet has been stolen

cặp [kap] **cặp sách** *n* schoolbag; **cặp tài liệu** *n* briefcase, folder, portfolio

cặp ghim [kap ɣim] *n* hairgrip

cắt [kat] *v* cut; **bài báo cắt ra** *n* cutting; **cắt đứt** *v* cut off; **cắt cỏ** *v* mow; **cắt cổ** *adj* extortionate; **cắt lát** *v* slice; **cắt ra từng mảnh** *v* cut up; **cắt tóc** *n* haircut; **kéo cắt móng tay** *n* nail scissors; **máy cắt** *n* mower; **máy cắt cỏ** *n* lawnmower; **sự cắt** *n* cut; **sự cắt giảm** *n* cutback; **Đừng cắt đi nhiều quá** Don't cut too much off; **Làm ơn cắt và sấy khô tóc** A cut and blow-dry, please

câm [kəm] *adj* dumb; **câm mồm** *v* shut up; **vở kịch câm** *n* pantomime

cấm [kəm] *adj* forbidden ▷ *v* ban, forbid, prohibit; **bị cấm** *adj* banned, prohibited; **cấm hút thuốc** *adj* non-smoking; **lệnh cấm** *n* ban

cầm [kəm] *v* hold; **cầm chặt** *v* grip; **cái tay cầm** *n* handle; **chủ hiệu cầm đồ** *n* pawnbroker; **Anh cầm giúp tôi cái này được không?** Could you hold this for me?

cẩm chướng [kəm tʃɯɤŋ] **cây cẩm chướng** *n* carnation

cấm kỵ [kəm ki] *adj* taboo; **điều cấm kỵ** *n* taboo

cẩm thạch [kəm tatʃ] **đá cẩm thạch** *n* marble

cân [kən] *v* weigh; **cái cân** *n* scales; **hành lý quá cân** *n* excess baggage

cần [kən] *n* pole, rod ▷ *v* be needed, be urgent; **cần điều khiển** *n* joystick; **cần cẩu** *n* crane *(for lifting)*; **cần có** *v* require; **cần câu cá** *n* fishing rod; **cần phải** *v* need; **cần số** *n* gear lever, gear stick; **cái cần** *n* rod; **Anh có cần gì không?** Do you need anything?; **Tôi cần đến...** I need to get to...; **Tôi cần trợ giúp** I need assistance

cân bằng [kən baŋ] *adj* balanced; **sự cân bằng** *n* balance

cận cảnh [kən kaɲ] *n* foreground

cân đối [kən doi] *adj* symmetrical

cân nhắc [kən ɲak] **cân nhắc lại** *v* reconsider

cần sa [kən saː] *n* grass, marijuana

cần tây [kən təi] *n* celery

cẩn thận [kən tən] *adj* careful; **một cách cẩn thận** *adv* carefully

cận thị [kən ti] *adj* near-sighted; **bị cận thị** *adj* short-sighted

cần thiết [kən tiet] *adj* necessary; **không cần thiết** *adj* unnecessary; **sự cần thiết** *n* necessity, need

cấp [kəp] *n* grade, rank ▷ *v* grant, bestow; **cấp thấp** *adj* junior; **giai cấp** *n* class; **thuộc cấp** *n* inferior; **tiền được cấp** *n* grant

cấp cứu [kəp kɯu] **khoa cấp cứu** *n* accident & emergency department; **tín hiệu cấp cứu SOS** *n* SOS

cập nhật [kəp ɲət] *v* update

cất [kət] **làm không cất cánh được** *v* ground

cất cánh [kət kaɲ] **sự cất cánh** *n* takeoff

câu [kəu] *n* sentence *(words)*, expression ▷ *v* fish; **cần câu cá** *n* fishing rod; **câu cá** *v* fish; **câu chửi**

rủa *n* swearword; **câu trả lời** *n* reply, response; **đồ nghề câu cá** *n* fishing tackle; **người câu cá** *n* angler; **sự câu cá** *n* angling
cấu [kəu] *v* pinch
cầu [kəu] *n (qua sông)* bridge ▷ *v* pray, request; **cầu là** *n* ironing board; **cầu tàu** *n* jetty; **cầu treo** *n* suspension bridge; **quả địa cầu** *n* globe; **thuế cầu đường** *n* road tax; **xe hai cầu** *n* four-wheel drive
cầu cảng [kəu kaŋ] *n* pier
cầu chì [kəu tʃi] *n* fuse; **hộp cầu chì** *n* fuse box; **Anh có thể chữa cầu chì được không?** Can you mend a fuse?; **Một cầu chì bị nổ** A fuse has blown
câu hỏi [kəu hɔi] *n* question; **Những Câu hỏi Thường gặp** *n* FAQ
câu lạc bộ [kəu lɑk bo] *n* club *(group)*; **câu lạc bộ thanh niên** *n* youth club; **Ở đâu có câu lạc bộ hay?** Where is there a good club?
cầu lông [kəu loŋ] *n* badminton; **quả cầu lông** *n* shuttlecock
cầu nguyện [kəu ŋuien] *v* pray; **lời cầu nguyện** *n* prayer
cẩu thả [kəu tɑ] *adj* careless, sloppy; **viết cẩu thả** *v* scribble
cầu thang [kəu tɑːŋ] *n* staircase, stairs
cấu thành [kəu taɲ] *v* make up
cầu thủ [kəu tu] *n* player *(of sport)*; **cầu thủ bóng đá** *n* football player, footballer
cầu vồng [kəu voŋ] *n* rainbow
cây [kəi] *n* plant, tree; **cành cây** *n* branch; **cây đại hoàng** *n* rhubarb; **cây điều** *n* cashew; **cây ôliu** *n* olive tree; **cây bạch dương** *n* poplar; **cây bụi** *n* bush *(shrub)*, shrub; **cây bồ công anh** *n* dandelion; **cây cải dầu** *n* rape *(plant)*; **cây cải ngựa** *n* horseradish; **cây cảnh** *n* pot plant; **cây cẩm chướng** *n* carnation; **cây cọ** *n* palm *(tree)*; **cây củ cải** *n* turnip; **cây dạ lan hương** *n* hyacinth; **cây du** *n* elm; **cây hương thảo** *n* rosemary; **cây kim ngân** *n* honeysuckle; **cây lau nhà** *n* mop; **cây lá kim** *n* conifer; **cây lý gai** *n* gooseberry; **cây linh sam** *n* fir (tree); **cây mao lương hoa vàng** *n* buttercup; **cây nam việt quất** *n* cranberry; **cây ngải giấm** *n* tarragon; **cây nghệ tây** *n* saffron; **cây nhựa ruồi** *n* holly; **cây nho** *n* vine; **cây oải hương** *n* lavender; **cây phong lữ** *n* geranium; **cây sậy** *n* reed; **cây sồi** *n* oak; **cây tầm gửi** *n* mistletoe; **cây tầm ma** *n* nettle; **cây táo gai** *n* hawthorn; **cây thạch nam** *n* heather; **cây thì là tây** *n* fennel; **cây thích** *n* maple; **cây thông** *n* pine; **cây thông Nô-en** *n* Christmas tree; **cây thường xuân** *n* ivy; **cây uất kim hương** *n* tulip; **cây xương rồng** *n* cactus; **chậu cây** *n* plant pot; **nhựa cây** *n* resin; **thân cây** *n* trunk; **vườn cây ăn quả** *n* orchard; **Chúng tôi muốn xem cây cỏ địa phương** We'd like to see local plants and trees
cây bulô [kəi bulo] *n* birch
cấy ghép [kəi ɣɛp] **sự cấy ghép** *n* transplant
cây húng tây [kəi huŋ təi] *n* thyme
cây kế [kəi kɛ] *n* thistle
cây liễu [kəi lieu] *n* willow

cây sồi [kəi soi] *n* beech (tree)
cây thủy tùng [kəi tui tuŋ] *n* yew
CD *n* CD; **Khi nào lấy được CD?** When will the CD be ready?; **Tôi có thể làm đĩa CD ở máy tính này không?** Can I make CDs at this computer?
CD-ROM *n* CD-ROM
cha [tʃɑ:] *n* father; **cha đỡ đầu** *n* godfather; **cha sứ** *n* vicar; **thằng cha** *n* chap
Chad [tʃɑ:z] **nước Chad** *n* Chad
chai [tʃɑ:i] *n (nước)* bottle; **cái mở chai** *n* bottle-opener; **cái mở nút chai** *n* corkscrew; **nơi vứt vỏ chai để tái chế** *n* bottle bank; **Làm ơn mang thêm một chai nữa** Please bring another bottle; **một chai nước khoáng có ga** a bottle of sparkling mineral water; **một chai nước khoáng** a bottle of mineral water; **một chai rượu vang đỏ** a bottle of red wine; **một chai rượu vang của nhà hàng** a bottle of the house wine
chải [tʃɑi] *n* comb ▷ *v* brush; **bàn chải** *n* brush
chạm [tʃɑm] *v* carve, sculpt, touch; **chạm khắc** *v* carve; **chạm vào** *v* touch; **va chạm** *v* clash
chán [tʃɑn] *adj* bored; **buồn chán** *v* fret; **chán nản** *adj* depressed; **chán ngấy** *adj* fed up; **gây chán nản** *adj* depressing; **làm cho chán** *v* bore *(be dull)*; **sự chán nản** *n* depression; **việc nhàm chán** *n* fag
chạn [tʃɑn] **chạn bát đĩa** *n* dresser
chàng [tʃɑŋ] **anh chàng** *n* guy; **chàng trai** *n* lad
chanh [tʃɑ:ɲ] *n* lime *(fruit)*; **nước chanh** *n* lemonade; **quả chanh** *n* lemon; **vỏ chanh** *n* zest *(lemon-peel)*
chanh leo [tʃɑ:ɲ lɛɔ] **quả chanh leo** *n* passion fruit
chan hòa [tʃɑ:n hɔɑ:] **dễ chan hòa** *adj* sociable
cháo [tʃɑɔ] *n* porridge
chào [tʃɑɔ] *v* salute; **chào hỏi** *v* greet; **chào tạm biệt!** *excl* bye-bye!, cheerio!
chảo [tʃɑɔ] *n* pan; **cái chảo** *n* saucepan; **chảo rán** *n* frying pan; **chảo vệ tinh** *n* satellite dish
cháu [tʃɑu] *n* grandchild; **các cháu** *npl* grandchildren; **cháu gái** *n* granddaughter, niece; **cháu trai** *n* grandson, nephew
chay [tʃɑ:i] **ăn chay** *adj* vegetarian; **ngày thứ Ba trước tuần chay** *n* Shrove Tuesday; **người ăn chay** *n* vegan, vegetarian; **Anh có món ăn chay nào không?** Do you have any vegetarian dishes?; **Anh có món ăn chay tuyệt đối nào không?** Do you have any vegan dishes?; **Cái này có thích hợp với những người ăn chay tuyệt đối không?** Is this suitable for vegans?; **Món này có thích hợp với những người ăn chay không?** Is this suitable for vegetarians?; **Tôi là người ăn chay** I'm vegetarian
cháy [tʃɑi] *v* blaze, burn; **bị cháy nắng** *adj* sunburnt; **bình chữa cháy** *n* extinguisher; **cháy túi** *adj* hard up; **dễ cháy** *adj* flammable; **đốt cháy** *v* burn; **sự cháy nắng** *n* sunburn; **thiết bị báo cháy** *n* fire alarm, smoke alarm; **vết cháy** *n* burn; **Cháy!** Fire!; **Tôi bị cháy nắng**

I am sunburnt
chảy [tʃai] *v* flow; **chảy nhỏ giọt** *v* drip; **trôi chảy** *adj* fluent
chạy [tʃai] *vi* run; **chạy đi** *v* run away; **chạy bộ** *v* jog; **chạy nước kiệu** *v* canter, trot; **chạy nước rút** *v* sprint; **chạy trốn** *v* flee; **cuộc chạy đua** *n* running; **môn chạy bộ** *n* jogging; **người chạy nước rút** *n* sprinter; **người chạy tiếp sức** *n* relay; **sự chạy** *n* run; **sự chạy nước rút** *n* sprint
chảy máu [tʃai mau] *v* bleed
chắc chắn [tʃak tʃan] *adj* certain, firm, steady, sure ▷ *adv* certainly, surely, undoubtedly; **điều chắc chắn** *n* certainty; **không chắc chắn** *adj* uncertain; **sự không chắc chắn** *n* uncertainty
chăm [tʃam] **Tôi ở nhà chăm con** I'm a full-time parent
chăm sóc [tʃam sɔk] *v* look after; **không được chăm sóc** *adj* unattended
chăn [tʃan] *n* blanket; **chăn điện** *n* electric blanket; **chăn chần bông** *n* quilt; **chăn lông vịt** *n* duvet; **người chăn cừu** *n* shepherd; **người chăn ngựa** *n* groom; **Chúng tôi cần thêm chăn** We need more blankets; **Làm ơn mang cho tôi thêm một cái chăn** Please bring me an extra blanket
chắn [tʃan] *v* stop, bar; **cái chắn bùn** *n* mudguard; **chỗ chắn tàu** *n* level crossing
chặn [tʃan] **cái chặn giấy** *n* paperweight
chặt [tʃat] *n* chop; **buộc chặt** *v* tie up; **chặt chẽ** *adv* closely; **chặt mạnh** *v* hack; **nhát chặt** *n* chop; **siết chặt** *v* squeeze
chấm [tʃəm] *n* dot, full stop, point; **chấm tròn nhỏ** *n* dot; **dấu chấm câu** *n* full stop; **dấu chấm hỏi** *n* question mark; **dấu hai chấm** *n* colon; **nước chấm** *n* dip *(food/sauce)*
chậm [tʃəm] *adj* slow; **chậm chạp** *adj* slow; **chậm rãi** *adv* slowly; **quá chậm** *adj* overdue; **Đường truyền chậm quá** The connection seems very slow; **Tàu đang chậm mười phút** The train is running ten minutes late; **Tôi nghĩ đồng hồ của tôi chậm** I think my watch is slow
châm cứu [tʃəm kɯu] *n* acupuncture
chậm lại [tʃəm lai] **làm chậm lại** *v* slow down; **Anh làm ơn nói chậm lại được không?** Could you speak more slowly, please?
chấm phẩy [tʃəm fəi] **dấu chấm phẩy** *n* punctuation, semicolon
chấm than [tʃəm taːn] **dấu chấm than** *n* exclamation mark
chân [tʃən] *n* feet, foot, leg; **bước chân** *n* footstep, pace; **cẳng chân** *n* shin; **chân động vật** *n* paw; **chân trời** *n* horizon; **chân vịt** *n* flippers; **dấu chân** *n* footprint; **đi chân không** *adv* barefoot; **gót chân** *n* heel; **giậm chân** *v* stamp; **ngón chân** *n* toe; **người chữa các bệnh về chân** *n* chiropodist; **Chân tôi đau** My feet are sore; **Chân tôi bị chuột rút** I've got cramp in my leg; **Chân tôi bị ngứa** My leg itches; **Chân tôi cỡ số sáu** My feet are a

size six; **Chân tôi không cử động được** I can't move my leg; **Con bé bị đau chân** She has hurt her leg
chẩn đoán [tʃən dɔan] **sự chẩn đoán** *n* diagnosis
chấn động [tʃən doŋ] **sự chấn động** *n* concussion
chân dung [tʃən zuŋ] *n* portrait
chân ga [tʃən ɣaː] *n* accelerator
chấn song [tʃən sauŋ] *n* rail
chân thành [tʃən taɲ] *adj* sincere; **một cách chân thành** *adv* sincerely
chân trần [tʃən tʃən] *adj* barefoot
chấp nhận [tʃəp ɲən] *v* accept; **chấp nhận được** *adj* acceptable; **không thể chấp nhận được** *adj* unacceptable
chấp thuận [tʃəp tuən] *v* approve; **sự chấp thuận** *n* approval
chất [tʃət] *n* matter, substance; **chất đánh bóng** *n* polish; **chất bảo quản** *n* preservative; **chất chống đông** *n* antifreeze; **chất dinh dưỡng** *n* nutrient; **chất insulin** *n* insulin; **chất khử trùng** *n* antiseptic; **chất lỏng** *n* liquid; **chất nổ** *n* explosive; **hóa chất** *n* chemical; **quá trình trao đổi chất** *n* metabolism
chật [tʃət] **chật cứng** *adj* packed; **chật hẹp** *adj* narrow
chất cholestorol [tʃət tʃɔlɛstɔzɔl] *n* cholesterol
chất liệu [tʃət lieu] *n* stuff
chất vấn [tʃət vən] *v* interrogate
chậu [tʃəu] *n* pot; **cái chậu** *n* basin; **chậu cây** *n* plant pot; **chậu rửa** *n* washbasin
châu Á [tʃəu a] *n* Asia; **người châu Á** *n* Asian; **thuộc châu Á** *adj* Asian, Asiatic
châu Âu [tʃəu əu] *n* Europe; **Liên minh châu Âu** *n* European Union; **người châu Âu** *n* European; **thuộc châu Âu** *adj* European
châu chấu [tʃəu tʃəu] *n* grasshopper
Châu Mỹ [tʃəu mi] **Châu Mỹ La tinh** *n* Latin America
châu Nam Cực [tʃəu naːm kɯk] *n* Antarctic
Châu Phi [tʃəu fi] *n* Africa; **người Châu Phi** *n* African; **thuộc Châu Phi** *adj* African
chấy rận [tʃəi zən] *n* lice
che [tʃɛ] *v* cover, hide, take shelter; **che mặt** *adj* masked; **che phủ** *v* cover
chè [tʃɛ] *n (trà)* tea; **chè thảo dược** *n* herbal tea; **gói chè** *n* tea bag
Chechnya [tʃɛtʃnia] **nước Chechnya** *n* Chechnya
chén [tʃɛn] *n (uống)* cup; **chén uống trà** *n* teacup; **chén vại** *n* mug
chen lấn [tʃɛn lən] *v* squeeze in
chen ngang [tʃɛn ŋaːŋ] *v* interrupt; **sự chen ngang** *n* interruption
chéo [tʃɛɔ] *adj* diagonal
chèo [tʃɛɔ] *v* row; **chèo thuyền** *v* row *(in boat)*; **chèo xuồng** *v* paddle; **mái chèo** *n* oar, paddle; **sự chèo thuyền** *n* rowing; **thuyền có mái chèo** *n* rowing boat; **Chúng tôi có thể đi chèo thuyền ở đâu?** Where can we go rowing?
chép [tʃɛp] *v* copy, transcribe; **bản chép lại** *n* transcript; **ghi chép** *v* write down; **ghi chép lại** *v* note down
chẹt phải [tʃɛt fai] *v* run over

chệch [tʃetʃ] **đi chệch** *v* swerve
chế độ [tʃe do] *n* system, regime; **chế độ ăn uống** *n* diet
chế giễu [tʃe zeu] *v* scoff
chết [tʃet] *adj* dead ▷ *v* die; **cái chết** *n* death; **chết đói** *v* starve; **chết điếng người** *adj* petrified; **chết đuối** *v* drown; **chết người** *adj* fatal, terminal; **xác chết** *n* corpse
chế tạo [tʃe taɔ] *v* make, manufacture; **người chế tạo** *n* maker; **nhà chế tạo** *n* manufacturer
chi [tʃi] **chi phí** *n* cost; **ủy nhiệm chi** *n* direct debit
chì [tʃi] *n* lead *(metal)*; **bút chì màu** *n* crayon; **chì kẻ mắt** *n* eyeliner; **không có chì** *adj* lead-free; **không pha chì** *n* unleaded; **xăng không pha chì** *n* unleaded petrol
chỉ [tʃi] *adv (riêng)* only, merely ▷ *v (tay)* point out, show ▷ *n* thread, string; **biển chỉ đường** *n* road sign, signpost; **chỉ đạo** *v* direct; **chỉ là** *adj* mere; **chỉ ra** *v* indicate; **chỉ tay năm ngón** *v* boss around; **chỉ tơ vệ sinh răng** *n* dental floss; **chỉ tiêu** *n* quota; **chỉ trích** *n* condemn; **chỉ vừa vặn** *adv* barely; **Chỉ số Thông minh IQ** *n* IQ; **người chỉ điểm** *n* grass *(informer)*
chia [tʃiɑ] *v* distribute, divide, separate; **chia đều** *v* share out; **chia nhau** *v* share; **chia ra** *v* split up; **chia tay** *v* break up; **chia tách** *v* divide; **sự chia động từ** *n* conjugation; **sự chia tay** *n* parting; **sự chia tách** *n* division; **việc chia phiên sử dụng** *n* timeshare
chia cắt [tʃiɑ kɑt] *n* divide; **sự chia cắt** *n* separation
chìa khóa [tʃiɑː χɔɑː] *n* key *(for lock)*; **chìa khóa xe ô tô** *n* car keys; **vòng đeo chìa khóa** *n* keyring; **chìa khóa phòng hai linh hai** the key for room number two hundred and two; **Có thể cho tôi xin một chiếc chìa khóa được không?** Can I have a key?; **Chúng tôi cần một chìa khoá nữa** We need a second key; **Chúng tôi lấy chìa khoá ở đâu...?** Where do we get the key...?; **Chìa khóa không mở được** The key doesn't work; **Chìa khoá của tôi bị hỏng** My key doesn't work; **Chìa khoá nào dùng cho cửa này?** Which is the key for this door?; **Chìa khoá nào dùng cho cửa sau?** Which is the key for the back door?; **Chìa khoá nào dùng cho cửa trước?** Which is the key for the front door?; **Chìa khóa nào dùng cho ga-ra?** Which is the key for the garage?; **Chìa khoá này để làm gì?** What's this key for?; **Khi đi chúng tôi phải trả chìa khoá ở đâu?** Where do we hand in the key when we're leaving?; **Tôi đang gặp trục trặc với chìa khóa** I'm having trouble with the key; **Tôi để chìa khóa trong xe** I left the keys in the car; **Tôi quên chìa khóa rồi** I've forgotten the key
chỉ dẫn [tʃi zən] *v* explain, inform; **lời chỉ dẫn** *n* instructions; **Anh làm ơn vẽ giúp tôi bản đồ có chỉ dẫn** Can you draw me a map with directions?
chị em [tʃi ɛm] *n* elder sister; **anh chị em ruột** *n* siblings; **chị em vợ**

(wife's sister) npl sister-in-law
chị em gái [tʃi ɛm ɣai] **chị em gái cùng mẹ** *(same mother, different father) npl* halfsister
chiếm [tʃiem] *v* seize, usurp, occupy; **chiếm đóng** *v* occupy; **sự chiếm đóng** *n* occupation *(invasion)*
chiếm hữu [tʃiem hɯu] *v* possess; **sự chiếm hữu** *n* possession
chiêm tinh học [tʃiem tiɲ hɔk] *n* astrology
chiến [tʃien] *v* struggle, fight ▷ *adj (inf)* very good, terrific; **cựu chiến binh** *n* veteran; **chiến thắng** *v* triumph, victory, win; **nội chiến** *n* civil war; **người chiến thắng** *n* winner; **sự chiến thắng** *n* winning
chiến dịch [tʃien zitʃ] *n* campaign
chiến đấu [tʃien dəu] *v* fight; **sự chiến đấu** *n* fighting; **trận chiến đấu** *n* fight
chiến hạm [tʃien ham] *n* battleship
chiến lược [tʃien lɯɤk] *adj* strategic ▷ *n* strategy
chiến thuật [tʃien tuət] *n* tactics
chiến tranh [tʃien tʃaːɲ] *n* war
chiếu [tʃieu] *n (trải)* mat ▷ *v* shine, project *(image)*; **buổi chiếu ra mắt** *n* premiere; **chiếu nghỉ** *n* landing; **chiếu sáng** *v* shine; **máy chiếu** *n* projector; **máy chiếu overhead** *n* overhead projector; **phản chiếu** *v* reflect; **sự phản chiếu** *n* reflection; **việc chiếu lại** *n* replay
chiều [tʃieu] *n* afternoon, dimension, direction ▷ *v* pamper, please; **buổi chiều** *n* afternoon; **có ba chiều** *adj* three-dimensional; **chiều cao** *n* height; **chiều dài** *n* length; **chiều rộng** *n* width; **chiều sâu** *n* depth; **chiều tối** *adv* p.m.; **vé một chiều** *n* one-way ticket, single ticket; **chiều mai** tomorrow afternoon; **vào buổi chiều** in the afternoon
chiêu đãi [tʃieu dai] **người chiêu đãi** *n* host *(entertains)*
chí khí [tʃi χi] *n* morale
Chilê [tʃile] **người Chilê** *n* Chilean; **nước Chilê** *n* Chile; **thuộc Chilê** *n* Chilean
chim [tʃim] *n* bird; **chim ác là** *n* magpie; **chim bồ câu** *n* dove, pigeon; **chim bồ nông** *n* pelican; **chim bói cá** *n* kingfisher; **chim cổ đỏ** *n* robin; **chim cánh cụt** *n* penguin; **chim cút** *n* quail; **chim cu** *n* cuckoo; **chim hải âu** *n* seagull; **chim hồng hạc** *n* flamingo; **chim hoàng yến** *n* canary; **chim két** *n* blackbird; **chim kiwi** *n* kiwi; **chim sẻ** *n* sparrow; **chim săn mồi** *n* bird of prey; **chim trĩ** *n* pheasant; **chim vẹt đuôi dài ở Úc** *n* budgerigar, budgie; **mỏ chim** *n* beak; **quan sát chim** *n* birdwatching
chìm [tʃim] **chìm xuống** *v* sink
chim hét [tʃim hɛt] *n* thrush
chim hồng tước [tʃim hoŋ tɯɤk] *n* wren
chim ó [tʃim ɔ] *n* vulture
chín [tʃin] *adj (quả)* ripe ▷ *number (số)* nine
chính [tʃiɲ] *adj* chief, principal; **ca sỹ chính** *n* lead singer; **đóng vai chính** *v* star; **đường chính** *n* main road; **món chính** *n* main course; **trụ sở chính** *n* head office, HQ; **vai chính** *n* lead *(in play/film)*
chính phủ [tʃiɲ fu] *n* government

chinh phục [tʃiɲ fuk] *v* conquer
chính tả [tʃiɲ ta] *n* orthography; **sự đọc chính tả** *n* dictation
chính thức [tʃiɲ tɯk] *adj* official; **cuộc điều tra chính thức** *n* inquest; **không chính thức** *adj* unofficial
chính tôi [tʃiɲ toi] *pron* myself
chính trị [tʃiɲ tʃi] *adj* political ▹ *n* politics; **chính trị gia** *n* politician
chính xác [tʃiɲ sak] *adj* accurate, exact, precise ▹ *adv* precisely; **không chính xác** *adj* inaccurate; **một cách chính xác** *adv* accurately, exactly, just; **sự chính xác** *n* accuracy
chín mươi [tʃin mɯɤi] *number* ninety
chi phí [tʃi fi] *n* expenses; **chi phí hành chính** *n* overheads
chỉ ra [tʃi zaː] *v* point out
chỉ thị [tʃi ti] *n* commission, directions
chi tiết [tʃi tiet] *n* detail
chi tiêu [tʃi tieu] *n* expenditure
chi trội [tʃi tʃoi] *adj* overdrawn; **số tiền chi trội** *n* overdraft
chịu [tʃiu] *v* endure, stand; **chịu trách nhiệm** *adj* accountable; **dễ chịu** *adj* nice, pleasant, sweet *(pleasing)*; **khó chịu** *adj* offensive, unpleasant; **rất khó chịu** *adj* obnoxious
chịu đựng [tʃiu dɯɲ] *v* suffer, bear; **không thể chịu đựng được** *adj* unbearable
cho [tʃɔ] *prep* for ▹ *v* give; **cho mượn** *v* lend; **cho thuê** *v* rent; **cho vay** *v* loan; **để cho** *v* let; **ô tô cho thuê** *n* rental car; **Anh có thể cho tôi đi nhờ đến chỗ sửa xe không?** Can you give me a lift to the garage?; **Anh có thể cho tôi thuốc giảm đau không?** Can you give me something for the pain?; **Làm ơn cho tôi chi tiết bảo hiểm của anh** Give me your insurance details, please; **Làm ơn cho tôi xin lại hộ chiếu** Please give me my passport back; **Tôi nên cho tiền boa bao nhiêu?** How much should I give as a tip?
chó [tʃɔ] *n* dog; **chó cái** *n* bitch; **chó chăn cừu** *n* sheepdog; **chó con** *n* puppy; **chó dẫn đường** *n* guide dog; **chó lai** *n* mongrel; **chó lông xù** *n* poodle; **chó Nhật** *n* Pekinese; **chó sục** *n* terrier; **chó sói** *n* wolf; **chuồng chó** *n* kennel; **con chó** *n* dog; **giống chó spaniel** *n* spaniel; **Tôi có chó dẫn đường** I have a guide dog
choàng [tʃɔaŋ] *n* drape; **áo choàng** *n* overcoat; **khăn choàng** *n* shawl
choáng váng [tʃɔaŋ vaŋ] *adj* dizzy; **bị choáng váng** *adj* stunned
chọc [tʃɔk] *v* poke, prick; **trêu chọc** *v* pick on
chó côli [tʃɔ koli] **giống chó côli** *n* collie
cho đến [tʃɔ den] *prep* til
cho đến khi [tʃɔ den χi] *conj* until
chói [tʃɔi] *adj* dazzling; **sáng chói** *adj* brilliant
chói lọi [tʃɔi lɔi] *adj* vivid
cho là [tʃɔ la] *adv* supposedly ▹ *v* suppose
cho mỗi [tʃɔ moi] *prep* per
chọn [tʃɔn] *v* pick out; **được lựa chọn** *adj* chosen; **lựa chọn** *v*

choose; **sự lựa chọn** *n* choice, option; **tuỳ chọn** *adj* optional
chóng [tʃauŋ] *adj* quick, fast; **nhanh chóng** *adv* prompt, promptly
chóng mặt [tʃauŋ mat] *adj* dizzy; **sự chóng mặt** *n* vertigo; **Tôi bị chóng mặt** I suffer from vertigo; **Tôi liên tục bị nhiều đợt chóng mặt** I keep having dizzy spells; **Tôi thấy chóng mặt** I feel dizzy
cho phép [tʃɔ fɛp] *v* allow; **sự cho phép** *n* permission
cho thấy [tʃɔ təi] *v* show
cho tới khi [tʃɔ tɤi χi] *conj* till
cho vào [tʃɔ vaɔ] *v* admit, let in; **sự cho vào** *n* admission
chỗ [tʃo] *n* place; **chỗ cong** *n* bend; **chỗ giao nhau** *n* crossing, junction; **chỗ ngồi cạnh lối đi** *n* aisle seat; **chỗ trống** *n* blank, gap; **chuyển chỗ** *v* move; **đặt chỗ trước** *n* advance booking; **Anh có biết chỗ nào hay để đi không?** Do you know a good place to go?; **Lặn ở chỗ nào là tốt nhất?** Where is the best place to dive?
chổi [tʃoi] *n* brush; **cái chổi** *n* broom; **sao chổi** *n* comet
chôn [tʃon] *v* bury
chồn [tʃon] **chồn vizon** *n* mink
chồn fu-rô [tʃon fuzo] *n* ferret
chống [tʃoŋ] *v* oppose, resist; **chống mưa** *adj* showerproof; **gậy chống** *n* walking stick; **Anh có thuốc chống côn trùng không?** Do you have insect repellent?
chồng [tʃoŋ] *n (vợ)* husband ▷ *nm* spouse; **anh em chồng** *(husband's brother) npl* brother-in-law; **bố chồng** *n* father-in-law; **chồng sắp cưới** *n* fiancé; **chồng trước** *n* ex-husband; **con gái riêng của chồng** *n* stepdaughter; **con trai riêng của chồng** *n* stepson; **mẹ chồng** *n* mother-in-law; **Đây là chồng tôi** This is my husband
chống cự [tʃoŋ kɯ] *v* resist; **sự chống cự** *n* resistance
chống đẩy [tʃoŋ dəi] *n* press-up
chống đối [tʃoŋ doi] *adj* opposed; **sự chống đối** *n* opposition
chống đỡ [tʃoŋ dɤ] *v* bear up; **sự chống đỡ** *n* support
chống lại [tʃoŋ lai] *prep* versus
chống vi rút [tʃoŋ vi zut] *n* antivirus
chỗ ở [tʃo ɤ] *n* accommodation; **cung cấp chỗ ở** *v* accommodate
chốt [tʃot] *n* fastener; **cái chốt** *n* peg; **chốt lều** *n* tent peg
chờ [tʃɤ] *v* wait; **chờ đợi** *v* wait, wait for; **phòng chờ** *n* waiting room; **Chúng tôi đã chờ rất lâu rồi** We've been waiting for a very long time; **Chúng tôi vẫn đang chờ được phục vụ** We are still waiting to be served; **Xin chờ một chút** Just a moment, please
chở [tʃɤ] *v* load; **hàng hóa chuyên chở** *n* freight; **phà chở xe** *n* car-ferry; **toa chở hàng** *n* truck
chợ [tʃɤ] *n* market; **chợ đồ cũ** *n* flea market; **địa điểm hội chợ** *n* fairground; **hội chợ** *n* fair; **hội chợ vui chơi** *n* funfair; **Khi nào chợ mở?** When is the market on?
chơi [tʃɤi] *v* play *(in sport)*, play *(music)*; **chơi lại** *v* replay; **cuộc đi chơi** *n* outing; **Đầu chơi điện tử PlayStation®** *n* PlayStation®; **đầu**

chơi điện tử *n* games console; **đồ chơi** *n* toy; **đi chơi** *v* go out; **giờ ra chơi** *n* playtime; **nơi chơi bowling** *n* bowling alley; **người chơi nhạc** *n* player *(music)*; **nhóm chơi cho trẻ em** *n* playgroup; **sự chơi xấu** *n* foul; **sân chơi** *n* playground, playing field; **trò chơi bida** *n* billiards; **trò chơi bingo** *n* bingo; **trò chơi bowling** *n* bowling; **trò chơi trên máy tính** *n* computer game; **Chúng tôi muốn chơi ten-nít** We'd like to play tennis; **Tôi có thể chơi gôn ở đâu?** Where can I play golf?; **Tôi có thể chơi trò chơi điện tử không?** Can I play video games?

chớp [tʃɤp] *n (sấm)* lightning; **cửa chớp** *n* shutters; **cửa chớp lật** *n* Venetian blind

chớp mắt [tʃɤp mat] *v* blink

chú [tʃu] **chú rể** *n* bridegroom; **lời chú thích** *n* caption

chủ [tʃu] *n* master; **bà chủ nhà** *n* landlady; **chủ nhân** *n* owner; **dân chủ** *adj* democratic; **địa chủ** *n* landowner; **làm chủ** *v* master; **máy chủ** *n* server *(computer)*; **người chủ** *n* employer; **người chủ cửa hàng** *n* shopkeeper; **ông chủ nhà** *n* landlord; **sự dân chủ** *n* democracy; **tự làm chủ** *adj* self-employed; **trang chủ** *(trang web) n* home page

chua [tʃuɑ] *adj* sour; **sữa chua** *n* yoghurt

chúa [tʃuɑ:] *n* lord, prince, God; **chúa Giê-su** *n* Jesus

Chúa [tʃuɑ:] *n* God; **lời dạy của Chúa** *n* gospel

Chúa Giê-su [tʃuɑ: zesu] *n* Christ; **hình Chúa Giê-su trên cây thánh giá** *n* crucifix

chuản bị [tʃuɑn bi] *v* prepare, get ready; **Làm ơn chuẩn bị hóa đơn** Please prepare the bill

chuẩn [tʃuən] *adj* standard

chuẩn bị [tʃuən bi] *v* prepare; **sự chuẩn bị** *n* preparation; **Anh có thể chuẩn bị món này không có... không?** Could you prepare this one without...?

chúc [tʃuk] *v* wish; **chúc mừng** *n* congratulate, toast *(tribute)*; **những lời chúc mừng** *n* congratulations

chúc mừng [tʃuk mɯŋ] *excl* cheers!

chu đáo [tʃu dɑɔ] *adj* caring, considerate

chủ đề [tʃu de] *n* subject, theme, topic

chú giải [tʃu zɑi] **bảng chú giải** *n* index *(list)*

chũi [tʃui] **chuột chũi** *n* mole *(mammal)*

chu kỳ [tʃu ki] *n* cycle *(recurring period)*

chủ lực [tʃu lɯk] **mặt hàng chủ lực** *n* staple *(commodity)*

chũm chọe [tʃum tʃɔɛ] **cái chũm chọe** *n* cymbals

chun [tʃun] *n* elastic; **dây chun** *n* elastic band; **dây chun vòng** *n* rubber band

chung [tʃuŋ] *adj (cùng nhau)* joint, *(không riêng)* general, *(tập thể)* collective; **kiến thức chung** *n* general knowledge; **nói chung** *adj (khái quát)* generally, *(nói trống)* impersonal; **sống chung** *v* live together; **vốn góp chung** *n* pool

(resources)
chủ nghĩa [tʃu ŋiɑː] **chủ nghĩa dân tộc** *n* nationalism; **chủ nghĩa Mác** *n* Marxism; **chủ nghĩa xã hội** *n* socialism; **liên quan đến chủ nghĩa xã hội** *adj* socialist; **người theo chủ nghĩa xã hội** *n* socialist
chúng ta [tʃuŋ tɑː] *pron* us, we; **Chúng ta có dừng tại... không?** Do we stop at...?; **Chúng ta còn cách bờ biển bao xa?** How far are we from the beach?
chung thủy [tʃuŋ tui] *adj* faithful; **không chung thủy** *adj* unfaithful
chủng tộc [tʃuŋ tok] *n* race *(origin)*; **liên quan đến phân chia chủng tộc** *adj* racial; **người phân biệt chủng tộc** *n* racist; **phân biệt chủng tộc** *adj* racist; **sự phân biệt chủng tộc** *n* racism
chúng tôi [tʃuŋ toi] *pronoun* we; **Chúng tôi đang đi đến...** We're going to...; **Chúng tôi đang tìm khách sạn** We're looking for a hotel; **Chúng tôi đã chờ rất lâu rồi** We've been waiting for a very long time; **Chúng tôi bị lạc** We're lost; **Chúng tôi có ngồi cùng nhau được không?** Can we have seats together?; **Chúng tôi có thể mua vé ở đâu?** Where can we get tickets?; **Chúng tôi sống ở...** We live in...; **Mấy giờ chúng tôi đến...?** What time do we get to...?; **Rất cảm ơn anh đã mời chúng tôi** It's very kind of you to invite us; **Xin lỗi chúng tôi đến muộn** Sorry we're late
Chủ nhật [tʃu ɲət] *n* Sunday; **Chủ nhật ngày ba tháng Mười** It's Sunday the third of October.; **vào Chủ nhật** on Sunday
chuộc [tʃuok] **tiền chuộc** *n* ransom
chuối [tʃuoi] *n* banana; **quả chuối** *n* banana
chuỗi [tʃuoi] *n* sequence, series
chuồn chuồn [tʃuon tʃuon] **con chuồn chuồn** *n* dragonfly
chuông [tʃuoŋ] *n* bell; **cái chuông** *n* bell; **chuông báo trộm** *n* burglar alarm; **chuông cửa** *n* doorbell; **nhạc chuông điện thoại** *n* ringtone; **rắn chuông** *n* rattlesnake; **sự rung chuông** *n* toll; **tiếng chuông** *n* ring
chuồng [tʃuoŋ] *n* cage; **chuồng chó** *n* kennel; **chuồng ngựa** *n* stable
chuột [tʃuot] *n (con vật)* mouse; **chuột đồng** *n* hamster; **chuột chũi** *n* mole; **chuột lang** *n* guinea pig; **chuột nhảy** *n* gerbil; **chuột túi kangaru** *n* kangaroo; **chuột touchpad** *n* touchpad; **con chuột** *(con v t)* *n* rat; **nhà ổ chuột** *n* slum; **tấm lót di chuột máy tính** *n* mouse mat
chụp [tʃup] *v* jump upon, seize quickly; **ảnh chụp nhanh** *n* snapshot; **chụp ảnh** *v* photograph; **chụp đèn** *n* lampshade; **chụp phô tô copy** *v* photocopy; **chụp X-quang** *v* X-ray; **người chụp ảnh** *n* photographer; **nghề chụp ảnh** *n* photography
chú rể [tʃu ze] *n* groom *(bridegroom)*
chút [tʃut] *n* little bit; **Xin chờ một chút** Just a moment, please
chủ tâm [tʃu təm] **có chủ tâm** *adj* intentional; **không chủ tâm** *adj* unintentional

chủ tịch [tʃu titʃ] *n* chairman, president
chú trọng [tʃu tʃauŋ] *v* focus
chú ý [tʃu i] *v* notice; **đáng chú ý** *adv* remarkable, remarkably; **gây sự chú ý** *v* interest; **sự chú ý** *n* attention, notice *(note)*
chuyên [tʃuien] **chuyên về** *v* specialize
chuyến [tʃuien] *n* trip, journey; **chuyến bay** *n* flight; **chuyến công tác** *n* business trip; **Bao lâu thì có một chuyến tàu đến..?** How frequent are the trains to...?; **Có chuyến bay giá rẻ nào không?** Are there any cheap flights?; **Chuyến bay đi... ở cửa nào?** Which gate for the flight to...?; **Chuyến bay bị hoãn rồi** The flight has been delayed; **Khi nào có chuyến xe buýt tiếp theo đi...?** When is the next bus to...?; **Tôi muốn hủy chuyến bay** I'd like to cancel my flight; **Xe buýt tới... bao lâu có một chuyến?** How frequent are the buses to...?
chuyền [tʃuien] **bóng chuyền** *n* volleyball
chuyển [tʃuien] *v* switch; **chuyển đổi** *v* convert; **chuyển chỗ** *v* move; **chuyển sang** *v* bring forward; **di chuyển** *v* move; **sự chuyển phát** *n* delivery; **sự di chuyển** *n* move
chuyện [tʃuien] *n* talk, story; **buôn chuyện** *v* gossip; **câu chuyện** *n* story, tale; **chuyện phiếm** *n* chat, gossip; **chuyện tranh vui** *n* comic strip; **chuyện tranh vui trẻ em** *n* comic book; **người kể chuyện** *n* teller; **Có chuyện gì thế?** What happened?; **Tôi đang được tiếp chuyện với ai đây?** Who am I talking to?
chuyến đi [tʃuien di] *n* trip; **chuyến đi vất vả** *n* trek; **sự nghỉ giữa chuyến đi** *n* stopover; **Chuyến đi lắc quá** The crossing was rough
chuyển động [tʃuien doŋ] **sự chuyển động** *n* movement
chuyên gia [tʃuien zaː] *n* expert, specialist
chuyển giao [tʃuien zaːɔ] **sự chuyển giao** *n* transfer
chuyên môn [tʃuien mon] *n* speciality; **không có chuyên môn** *adj* unskilled
chuyên sâu [tʃuien səu] *adj* intensive
chuyên trách [tʃuien tʃatʃ] *adj* full-time
chủ yếu [tʃu ieu] *adj* main, major ▷ *adv* mainly, primarily
chữ [tʃɯ] *n* letter *(of the alphabet)*, word *(written)*; **câu chữ khắc** *n* inscription; **chữ ký** *n* signature; **chữ thập** *n* cross; **chữ viết tay** *n* handwriting; **chữ viết tắt** *n* abbreviation; **là chữ viết tắt của** *v* stand for; **máy chữ** *n* typewriter; **mù chữ** *adj* illiterate; **tất cả viết chữ thường** all lower case
chưa [tʃɯa] *adv* yet *(with negative)*
chứa [tʃɯaː] *v* hold, store *(goods)*; **chứa đựng** *v* contain; **hầm chứa** *n* cellar; **kho chứa đồ** *n* warehouse; **sức chứa** *n* capacity
chữa [tʃɯaː] *v* repair, fix; **chữa bệnh** *v* cure; **người chữa các bệnh về chân** *n* chiropodist; **sự chữa bệnh** *n* cure; **sự sửa chữa** *n* correction;

sửa chữa *v* correct; **Anh có thể chữa đôi giày này không?** Can you repair these shoes?; **Tôi có thể chữa cái này ở đâu?** Where can I get this repaired?
chức [tʃɯk] **công chức** *n* civil servant
chữ cái [tʃɯ kai] *n* letter *(of the alphabet)*; **bảng chữ cái** *n* alphabet
chúc mừng [tʃɯk mɯŋ] **Chúc mừng Năm Mới!** Happy New Year!
chửi [tʃɯi] *v* swear; **câu chửi rủa** *n* swearword
chứng [tʃɯŋ] *n* proof, evidence; **chứng phát ban** *n* rash; **giấy chứng nhận** *n* certificate; **Anh có thể làm chứng cho tôi được không?** Can you be a witness for me?
chứng khoán [tʃɯŋ χɔan] *n* securities; **người môi giới chứng khoán** *n* stockbroker; **thị trường chứng khoán** *n* stock exchange, stock market
chứng minh [tʃɯŋ miɲ] *v* demonstrate, prove
chứng nhận [tʃɯŋ ɲən] *v* certify; **giấy chứng nhận bảo hiểm** *n* insurance certificate; **giấy chứng nhận sức khoẻ** *n* medical certificate
chữ nhật [tʃɯ ɲət] **có hình chữ nhật** *adj* rectangular; **hình chữ nhật** *n* rectangle
chước [tʃɯɤk] **bắt chước** *v* imitate; **sự bắt chước** *n* imitation
chương [tʃɯɤŋ] *n* chapter
chướng ngại vật [tʃɯɤŋ ŋai vət] *n* blockage
chương trình [tʃɯɤŋ tʃiɲ] *n* program, programme; **chương trình học** *n* curriculum, syllabus; **chương trình nghị sự** *n* agenda; **chương trình phỏng vấn khách mời** *n* chat show; **lên chương trình** *v* program; **người giới thiệu chương trình** *n* compere; **Tôi có thể sử dụng các chương trình messenger không?** Can I use messenger programmes?
chữ thập [tʃɯ təp] **Hội chữ thập đỏ** *n* Red Cross
clarinet [klaːzinɛt] **kèn clarinet** *n* clarinet
clo [klɔ] *n* chlorine
CN sau CN *abbr* AD
CNTT *abbr* IT
có [kɔ] *v (sở hữu)* have, be, exist, own; **có được** *v* get; **có mặt** *adj* present; **có thai** *adj* pregnant; **gồm có** *v* consist of; **không có** *prep* do without; **sự có mặt** *n* presence; **sự có thai** *n* pregnancy; **Anh có... không?** Have you got any...?; **Anh có đồ lưu niệm không?** Do you have souvenirs?; **Anh có bản đồ của... không?** Have you got a map of...?; **Anh có cần gì không?** Do you need anything?; **Anh có chiếc này màu khác không?** Do you have this in another colour?; **Anh có hiểu không?** Do you understand?; **Anh có khỏe không?** How are you?; **Anh có muốn uống gì không?** Would you like a drink?; **Anh có nói được tiếng Anh không?** Do you speak English?; **Anh cho chuyển giúp hành lý lên phòng được không?** Could you have my luggage taken up?; **Chúng**

tôi có ngồi cùng nhau được không? Can we have seats together?; **Phòng có Ti Vi không?** Does the room have a TV?; **Tôi ăn sáng trong phòng có được không?** Can I have breakfast in my room?; **Tôi có đồ để trong két** I have some things in the safe; **Tôi có ba con** I have three children; **Tôi có bạn gái** I have a girlfriend; **Tôi có bạn trai** I have a boyfriend; **Tôi có bảo hiểm** I have insurance; **Tôi có một con** I have a child; **Tôi có phải đổi không?** Do I have to change?; **Tôi có phải trả thuế cho cái này không?** Do I have to pay duty on this?; **Tôi có thị thực nhập cảnh** I have an entry visa; **Tôi không có con** I don't have any children; **Tôi lấy lại tiền có được không?** Can I have my money back?; **Tôi muốn có bản đồ được không?** Can I have a map?; **Tôi muốn lấy lại tiền có được không?** Can I have a refund?

cỏ [kɔ] *n* grass *(plant)*, herb; **bãi cỏ** *n* lawn, meadow; **cắt cỏ** *v* mow; **cỏ khô** *n* hay; **đống cỏ khô** *n* haystack; **máy cắt cỏ** *n* lawnmower

cọ [kɔ] *v (rửa)* rub; **cây cọ** *n* palm *(tree)*

cóc [kɔk] *n* toad; **con cóc** *n* toad; **mụn cóc** *n* wart

cọc [kɔk] *n* pole, post *(stake)*; **cọc trụ lều** *n* tent pole

cócnê [kɔkne] **kèn cócnê** *n* cornet

cỏ dại [kɔ zai] *n* weed; **thuốc diệt cỏ dại** *n* weedkiller

có được [kɔ dɯɤk] *v* get *(to a place)*

co giãn [kɔ zan] *adj* stretchy

co giật [kɔ zət] *n* convulsion; **cơn co giật** *n* seizure

coi [kɔi] *v* see, look at; **coi như** *adj* regard; **coi thường** *v* mock

còi [kɔi] *n* whistle; **còi báo động** *n* siren

coi chừng [kɔi tʃɯŋ] *v* watch out

coi như [kɔi ɲɯ] *adj* virtual

co lại [kɔ lɑi] *v* shrink; **bị co lại** *adj* shrunk

Colombia [kɔlɔmbiɑ] **người Colombia** *n* Colombian; **nước Colombia** *n* Colombia; **thuộc Colombia** *adj* Colombian

com lê [kɔm le] **bộ com lê** *n* suit

con [kɔn] *n* child ▷ *adj* small; **con ếch** *n* frog; **con đỡ đầu** *n* godchild; **con bọ cạp** *n* scorpion; **con bê** *n* calf; **con bướm** *n* butterfly; **con cáo** *n* fox; **con chó** *n* dog; **con chuồn chuồn** *n* dragonfly; **con dế** *n* cricket *(insect)*; **con dê** *n* goat; **con dâu** *n* daughter-in-law; **con diệc** *n* heron; **con giun** *n* worm; **con hà mã** *n* hippo, hippopotamus; **con hươu** *n* deer; **con kênh** *n* canal; **con khủng long** *n* dinosaur; **con lạc đà** *n* camel; **con lừa** *n* donkey; **con lươn** *n* eel; **con mèo** *n* cat; **con nòng nọc** *n* tadpole; **con ngựa** *n* horse; **con ngỗng** *n* goose; **con nhím** *n* hedgehog; **con ong** *n* bee; **con quạ** *n* crow; **con rận** *n* flea; **con rồng** *n* dragon; **con rùa** *n* turtle; **con ruồi** *n* fly; **con sứa** *n* jellyfish; **con sinh đôi** *n* twin; **con sinh ba** *n* triplets; **con thú con** *n* cub; **con thiên nga** *n* swan; **con tinh tinh** *n* chimpanzee; **con trỏ trên màn hình** *n* cursor; **con trâu** *n* buffalo; **con tuần lộc** *n* reindeer; **con vịt** *n* duck; **con voi** *n* elephant; **được nhận làm con nuôi** *adj* adopted; **ngựa con** *n* foal; **người nuôi con một mình** *n* single parent; **nhận làm con nuôi** *v* adopt; **như trẻ con** *adj* childish; **ô tô con** *n* saloon; **việc nhận làm con nuôi** *n* adoption; **Các con tôi đang ở trong xe** My children are in the car; **Có các tiện nghi dành cho những người có con nhỏ không?** Are there facilities for parents with babies?; **Con tôi bị mất tích** My child is missing; **Con tôi bị ốm** My child is ill; **Một ô tô con với hai người thì bao nhiêu tiền?** How much is it for a car with two people?; **Tôi ở nhà chăm con** I'm a full-time parent; **Tôi có ba con** I have three children; **Tôi có một con** I have a child; **Tôi có thể cho con bú ở đâu?** Where can I breast-feed the baby?; **Tôi cho con bú ở đây có được không?** Can I breast-feed here?; **Tôi không có con** I don't have any children

còn [kɔn] *adv* still, yet; **Còn anh?** And you?; **Tôi còn đang đi học** I'm still studying

con chồn [kɔn tʃon] *n* weasel

con điệp [kɔn diep] *n* scallop

cong [kauŋ] *adj* bent *(not straight)*; **chỗ cong** *n* bend; **uốn cong** *v* bend

còng [kauŋ] **cái còng tay** *n* handcuffs

con gái [kɔn ɣai] *n (con đẻ)* daughter, *(nữ)* girl; **con gái đỡ đầu** *n* goddaughter; **con gái riêng của chồng** *n* stepdaughter; **Con gái tôi bị lạc** My daughter is lost; **Con gái tôi bị mất tích** My daughter is missing

Congo [kauŋɔ] **nước Congo** *n* Congo

con kiến [kɔn kien] *n* ant

còn lại [kɔn lai] *adj* remaining ▷ *v* remain

con rối [kɔn zoi] *n* puppet

con tin [kɔn tin] *n* hostage

con trai [kɔn tʃaːi] *n* son, *(nam)* boy; **con trai đỡ đầu** *n* godson; **con trai riêng của chồng** *n* stepson; **Con trai tôi bị lạc** My son is lost; **Con trai tôi bị mất tích** My son is missing

copy [kɔpi] *n* copy, photocopy; **bản sao phô tô copy** *n* photocopy; **chụp phô tô copy** *v* photocopy; **máy phô tô copy** *n* photocopier

Costa Rica [kɔsta: zikaː] **nước Costa Rica** *n* Costa Rica

co thắt [kɔ tat] **sự co thắt** *n* spasm

có thể [kɔ te] *adj* possible, probable ▷ *adv* maybe, perhaps, possibly, probably; **có thể thay đổi** *adj* variable; **có thể xảy ra** *adj* likely

có tính tập thể [kɔ tiŋ təp te] *adj* social

có vẻ [kɔ vɛ] *v* appear, look; **có vẻ không lương thiện** *adj* shifty

cô [ko] **cô dâu** *n* bride

Cô [ko] *n (cô gái)* Miss

cố [ko] **cố tình** *adj* deliberate; **một cách cố tình** *adv* deliberately

cổ [ko] *n (gáy)* neck ▷ *adj* old, ancient; **bóp cổ** *v* strangle; **cắt cổ** *adj* extortionate; **cổ áo** *n* collar; **cổ họng** *n* throat; **cổ tay** *n* wrist; **chim cổ đỏ** *n* robin; **hươu cao cổ** *n* giraffe; **nhà cổ** *n* stately home

cô ấy [ko əi] *pron* her, she

cốc [kok] *n* glass, cereal, grain; **cốc**

chẩn trứng *n* eggcup; **cốc uống rượu vang** *n* wineglass; **một cốc nước** a glass of water
Côca Côla [koka: kola:] *n* Coke®
côcain [koka:in] *n* cocaine
cô-ca-in crack [koka:in kza:kk] *n* crack *(cocaine)*
cốctai [kokta:i] *n* cocktail; **Anh có bán rượu cốctai không?** Do you sell cocktails?
cổ điển [ko dien] *adj* classical
cố định [ko diɲ] *adj* fixed
cô đọng [ko dauŋ] *adj* concise
cổ đông [ko doŋ] *n* shareholder, stockholder
cô đơn [ko dɤn] *adj* lonely, lonesome; **sự cô đơn** *n* loneliness
cô gái [ko ɣai] *n* girl; **cô gái tinh nghịch** *n* tomboy; **tiệc tiễn thời độc thân của một cô gái** *n* hen night
cố gắng [ko ɣaŋ] *v* attempt, struggle, try; **sự cố gắng** *n* attempt
cối [koi] **cối xay gió** *n* windmill
côn [kon] **côn trùng** *n* bug
cồn [kon] *n* sand dune, alcohol; **đồ uống không có cồn** *n* soft drink; **ít cồn** *adj* low-alcohol; **không có cồn** *adj* alcohol-free
công [koŋ] *adj* public ▷ *n* peacock; **công chức** *n* civil servant; **công trường** *n* building site; **con công** *n* peacock; **nhạc công** *n* musician; **trường công** *n* public school
cống [koŋ] *n* drain; **Cống bị tắc** The drain is blocked
cổng [koŋ] *n* gate; **cổng vòm** *n* porch
công an [koŋ a:n] *n* police, public security; **Công an!** Police!; **Chúng tôi sẽ phải báo công an** We will have to report it to the police; **Đồn công an ở đâu?** Where is the police station?; **Gọi công an đi** Call the police; **Tôi cần tìm đồn công an** I need to find a police station
công bằng [koŋ baŋ] *adv* rightly; **không công bằng** *adj* unfair; **sự công bằng** *n* fairness
công chúa [koŋ tʃua:] *n* princess
công cộng [koŋ koŋ] *adj* public; **bể bơi công cộng** *n* baths; **giao thông công cộng** *n* public transport; **quan hệ công cộng** *n* public relations; **Bể bơi công cộng ở đâu?** Where is the public swimming pool?
công cụ [koŋ ku] *n* tool; **công cụ tìm kiếm** *n* search engine
công đoàn [koŋ dɔan] *n* trade union; **công đoàn viên** *n* trade unionist
cộng đồng [koŋ doŋ] *n* community
Công giáo [koŋ zaɔ] **tín đồ Công giáo** *n* Catholic; **theo Công giáo** *adj* Catholic
cộng hòa [koŋ hɔa:] *adj* republican; **nền cộng hòa** *n* republic
Cộng hòa [koŋ hɔa:] **nước Cộng hòa Dominica** *n* Dominican Republic; **nước Cộng hòa Séc** *n* Czech Republic; **nước Cộng hòa Trung Phi** *n* Central African Republic
công luận [koŋ luən] *n* public opinion
công lý [koŋ li] *n* justice
công nghệ [koŋ ŋe] *n* technology; **liên quan đến công nghệ** *adj* technological

công nghiệp [koŋ ɲiep] *n* industry; **khu công nghiệp** *n* industrial estate; **thuộc công nghiệp** *adj* industrial
công nhân [koŋ ɲən] *n* worker; **giai cấp công nhân** *n* working-class
công nhận [koŋ ɲən] *v* recognize; **sự công nhận** *n* acknowledgement
cống rãnh [koŋ zaɲ] *n* sewer
cộng sản [koŋ san] **chủ nghĩa cộng sản** *n* communism; **người cộng sản** *n* communist; **theo chủ nghĩa cộng sản** *adj* communist
cộng sự [koŋ sɯ] *n* associate
công tác [koŋ tak] *n* work, task, job; **chuyến công tác** *n* business trip; **người làm công tác xã hội** *n* social worker; **Tôi đến đây công tác** I'm here on business
cộng tác [koŋ tak] *v* collaborate
công tắc [koŋ tak] *n* switch
cộng thêm [koŋ tem] *prep* plus
công thức [koŋ tɯk] *n* formula; **công thức nấu ăn** *n* recipe
công tơ bát [koŋ tɤ bat] **đàn công tơ bát** *n* double bass
công trình [koŋ tʃiɲ] *n* structure
công ty [koŋ ti] *n* company; **công ty đa quốc gia** *n* multinational; **công ty con** *n* subsidiary; **công ty du lịch** *n* tour operator; **xe công ty** *n* company car; **Đây là một số thông tin về công ty tôi** Here's some information about my company; **Tôi muốn có một số thông tin về công ty** I would like some information about the company
công việc [koŋ viek] *n* job, work; **công việc giấy tờ** *n* paperwork
công viên [koŋ vien] *n* park; **công viên vui chơi theo chủ đề** *n* theme park; **Gần đây có công viên để chơi không?** Is there a play park near here?
côngxéctô [koŋsɛkto] **bản côngxéctô** *n* concerto
côn trùng [kon tʃuŋ] *n* insect; **thuốc diệt côn trùng** *n* insect repellent
cốp xe ôtô [kop sɛ oto] *n* bonnet *(car)*
cột [kot] *n (báo)* column, *(cọc)* staff *(rod)*, *(nhà)* pillar; **cột ăng ten** *n* aerial; **cột đèn** *n* lamppost; **cột điện** *n* pylon; **cột buồm** *n* mast; **cột sống** *n* spine
cổ tích [ko titʃ] **chuyện cổ tích** *n* fairytale
cốtlet [kotlɛt] **thịt cốtlet** *n* cutlet
cổ tử cung [ko tɯ kuŋ] **xét nghiệm phết tế bào cổ tử cung** *n* smear test
cổ vũ [ko vu] *v* cheer; **sự cổ vũ** *n* cheer
cổ xưa [ko sɯa] *adj* ancient
cố ý [ko i] *adj* intentional; **cố ý phá hoại** *v* vandalize
cơ [kɤ] **cơ bắp** *n* muscle; **cơ hội** *n* chance; **thuộc cơ bắp** *adj* muscular; **Cho tôi xe số cơ** A manual, please
cớ [kɤ] *n* pretext
cờ [kɤ] *n (lá)* flag, *(trò chơi)* chess; **cờ đam** *n* draughts; **cờ đôminô** *n* dominoes; **quân cờ đôminô** *n* domino; **trò đánh cờ** *n* board game
cỡ [kɤ] *n* size; **cỡ trung bình** *adj* medium-sized; **kích cỡ** *n* size; **ngoại cỡ** *adj* outsize; **Anh có cỡ**

cực lớn không? Do you have an extra large?; **Anh có cỡ lớn không?** Do you have a large?; **Anh có cỡ nhỏ không?** Do you have a small?; **Anh có cỡ trung bình không?** Do you have a medium?; **Anh có chiếc này cỡ nhỏ hơn không?** Do you have this in a smaller size?; **Anh có chiếc này cỡ to hơn không?** Do you have this in a bigger size?; **Chân tôi cỡ số sáu** My feet are a size six; **Tôi cỡ mười sáu** I'm a size 16

cơ bản [kɤ ban] **những vấn đề cơ bản** *n* basics; **về cơ bản** *adv* basically

cơ cấu [kɤ kəu] **cơ cấu lại** *v* restructure

cơ chế [kɤ tʃe] *n* mechanism

cơ hội [kɤ hoi] *n* opportunity

cởi [kɤi] *v* remove, take off; **cởi bỏ** *v* bare; **cởi quần áo** *v* undress; **cởi ra** *v* take off; **cởi trói** *v* untie

cơi nới [kɤi nɤi] **phòng cơi nới** *n* extension

cơ khí [kɤ χi] **nghề cơ khí** *n* engineering; **thuộc cơ khí** *adj* mechanical

cờ lê [kɤ le] *n* spanner

cơn [kɤn] *n* fit, seizure; **cơn động kinh** *n* epileptic fit

cơ quan [kɤ kuan] *n* agency, institution, organ *(body part)*; **cơ quan đầu não** *n* headquarters

cơ sở [kɤ sɤ] *n* basis; **có cơ sở** *adj* valid; **cơ sở hạ tầng** *n* infrastructure

crickê [kzikke] **môn crickê** *n* cricket *(game)*

Croatia [kzɔa:tia] **người Croatia** *n* Croatian *(person)*; **nước Croatia** *n* Croatia; **thuộc Croatia** *adj* Croatian; **tiếng Croatia** *n* Croatian *(language)*

crôm [kzom] *n* chrome

cu [ku] **chim cu** *n* cuckoo

cú [ku] *v* shot *(sport)*; **cú đánh** *n* hit, knock; **cú thọc mạnh** *n* jab; **con cú** *n* owl

cù [ku] *v* tickle

củ [ku] *n* bulb *(plant)*; **củ cải đường** *n* beetroot; **củ hành** *n* onion; **rau củ** *n* vegetable

cũ [ku] *adj* secondhand

cụ [ku] **cụ ông** *n* great-grandfather; **cụ bà** *n* great-grandmother

cua [kua] **con cua** *n* crab

của [kua:] *prep (sở hữu)* of; **của chính mình** *adj* own

của ai [kua: ɑ:i] *adj* whose ▷ *pron* whose

của anh ấy [kua: ɑ:ɲ əi] *adj* his

của chị ấy [kua: tʃi əi] *adj* her

của chúng tôi [kua: tʃuŋ toi] *adj* our ▷ *pron* ours

của họ [kua: hɔ] *adj* their ▷ *pron* theirs

của nó [kua: nɔ] *adj* its

của tôi [kua: toi] *adj* my ▷ *pron* mine

Cuba [kuba:] **người Cuba** *n* Cuban; **nước Cuba** *n* Cuba; **thuộc Cuba** *adj* Cuban

cúc [kuk] **cây hoa cúc** *n* chrysanthemum; **hoa cúc** *n* daisy

cục [kuk] *n (khối)* lump; **cục tình báo** *n* secret service

củ cải [ku kai] *n* parsnip, radish; **củ cải Thụy Điển** *n* swede; **cây củ cải** *n* turnip

cục bộ [kuk bo] **gây tê cục bộ** *n* local anaesthetic

cúc vạn thọ [kuk van tɔ] *n* marigold
cú đánh [ku daɲ] *n* beat
cúi [kui] *v* bend; **cúi xuống** *v* crouch down
cũi [kui] *n* cot; **Anh có cũi không?** Do you have a cot?
cúi chào [kui tʃaɔ] *v* bow
cúi xuống [kui suoŋ] *v* bend down, bend over
cúm [kum] *n* flu; **bệnh cúm** *n* flu, influenza; **cúm gà** *n* bird flu; **Gần đây tôi bị cúm** I had flu recently; **Tôi bị cúm** I've got flu
cụm từ [kum tɯ] *n* phrase
cùn [kun] *adj* blunt
cung [kuŋ] **cái cung** *n* bow *(weapon)*
cúng [kuŋ] **ấm cúng** *adj* cosy
cùng [kuŋ] *adj (giống nhau)* same ▷ *n* end, limit; **cùng một lúc** *adv* simultaneously; **sau cùng** *adv* last
cũng [kuŋ] *adv* also, too; **không phải cái này mà cũng không phải cái kia** *adv* neither
Cung Bạch Dương [kuŋ batʃ zɯɪɤŋ] *n* Aries
cung Bảo Bình [kuŋ baɔ biɲ] *n* Aquarius
cung Bắc giải [kuŋ bak zai] *n* Cancer *(horoscope)*
cung cấp [kuŋ kəp] *v* provide, supply; **cung cấp chỗ ở** *v* accommodate; **cung cấp thông tin bổ ích** *adj* informative; **nhà cung cấp** *n* supplier; **sự cung cấp** *n* supply; **việc cung cấp thực phẩm** *n* catering
cung diện [kuŋ zien] **Cung điện có mở cửa cho mọi người vào không?** Is the palace open to the public?
cung điện [kuŋ dien] *n* palace; **Cung điện mở cửa khi nào?** When is the palace open?
cung Hổ cáp [kuŋ ho kap] *n* Scorpio
cũng không [kuŋ χoŋ] *conj* nor
cung Kim ngưu [kuŋ kim ŋɯu] *n* Taurus
cùng nhau [kuŋ ɲa:u] *adv* together
cung Nhân mã [kuŋ ɲən ma] *n* Sagittarius
Cung song ngư [kuŋ sauŋ ŋɯ] *n* Pisces
cung Sư tử [kuŋ sɯ tɯ] *n* Leo
cung Thiên Bình [kuŋ tien biɲ] *n* Libra
cung Xử nữ [kuŋ sɯ nɯ] *n* Virgo
cuộc [kuok] *n* event; **cuộc hẹn** *n* rendezvous
cuộc chạy đua [kuok tʃai dua] *n* running
cuốc chim [kuok tʃim] *n* pick
cuộc đấu [kuok dəu] *n* game; **cuộc đấu ở sân đối phương** *n* away match
cuối [kuoi] *n* back, end; **điểm cuối** *n* end; **ngày cuối tuần** *n* weekend; **vào cuối tháng Sáu** at the end of June
cuối cùng [kuoi kuŋ] *adj* final, ultimate ▷ *adv* eventually, finally, lastly; **cuối cùng thì** *adv* ultimately; **ga cuối cùng** *n* terminal; **thời hạn cuối cùng** *n* deadline
cuốn [kuon] *v* curl; **cuốn catơlô** *n* catalogue; **cuốn danh bạ** *n* directory; **thang cuốn** *n* escalator
cuộn [kuon] *v* roll (up); **cuộn giấy**

vệ sinh *n* toilet roll
cuồng [kuoŋ] **điên cuồng** *adv* madly
cuống cuồng [kuoŋ kuoŋ] *adj* frantic
cuồng phong [kuoŋ fauŋ] **cơn cuồng phong** *n* hurricane
cuồng tín [kuoŋ tin] *adj* fanatical; **người cuồng tín** *n* fanatic
cuốn sổ nhỏ [kuon so ɲɔ] *n* booklet
cúp [kup] *n (giải thưởng)* trophy
cút [kut] **chim cút** *n* quail
cụ thể [ku te] *adj* specific; **cụ thể là** *adv* specifically
cút kít [kut kit] **xe cút kít** *n* wheelbarrow
cút xéo [kut sɛɔ] *v* clear off
cư [kɯ] **người nhập cư** *n* immigrant; **sự nhập cư** *n* immigration
cử [kɯ] *v* appoint; **tổng tuyển cử** *n* general election; **ứng cử viên** *n* candidate
cưa [kɯɑ] **cái cưa** *n* saw; **mùn cưa** *n* sawdust
cửa [kɯɑː] *n* gate, door; **cửa chớp** *n* shutters; **cửa chớp lật** *n* Venetian blind; **cửa nóc ô tô** *n* sunroof; **cửa quay** *n* turnstile; **cửa ra** *n* exit; **cửa ra vào** *n* door; **cửa thoát hiểm** *n* emergency exit; **cửa vào** *n* entry; **đóng cửa** *v* shut down; **điện thoại ở cửa vào** *n* entry phone; **khóa cửa** *n* lock *(door)*; **khóa cửa không cho vào** *v* lock out; **nắm đấm cửa** *n* knob; **ngưỡng cửa** *n* doorstep; **ô tô năm cửa** *n* hatchback; **ô tô rộng năm cửa** *n* estate car; **rèm cửa** *n* curtain; **tay nắm cửa** *n* door handle; **vệ sĩ gác cửa** *n* bouncer; **Chuyến bay đi... ở cửa nào?** Which gate for the flight to...?; **Làm ơn đến cửa số...** Please go to gate...
cửa hàng [kɯɑː haŋ] *n* shop, store; **cửa hàng đồ cổ** *n* antique shop; **cửa hàng đồ trang sức** *n* jeweller's; **cửa hàng bách hóa** *n* department store; **cửa hàng bán đồ sắt** *n* ironmonger's; **cửa hàng bán các món ngon** *n* delicatessen; **cửa hàng bán thức ăn mang về** *n* takeaway; **cửa hàng bán thuốc lá** *n* tobacconist's; **cửa hàng bơ sữa** *n* dairy; **cửa hàng cá cược** *n* betting shop; **cửa hàng giày** *n* shoe shop; **cửa hàng quà tặng** *n* gift shop; **cửa hàng rau quả** *n* greengrocer's; **cửa hàng siêu thị** *n* hypermarket; **cửa hàng tạp hóa** *n* grocer's; **cửa hàng từ thiện** *n* charity shop; **cửa hàng thịt** *n* butcher's; **cửa hàng văn phòng phẩm** *n* stationer's; **người chủ cửa hàng** *n* shopkeeper; **sự ăn cắp ở các cửa hàng** *n* shoplifting
cửa sổ [kɯɑː so] *n* window; **bậu cửa sổ** *n* windowsill; **cửa sổ lắp hai lớp kính cách nhiệt** *n* double glazing; **chỗ ngồi cạnh cửa sổ** *n* window seat; **ô kính cửa sổ** *n* window pane; **Cửa sổ không mở được** The window won't open; **Tôi đã làm vỡ cửa sổ** I've broken the window
cực [kɯk] *n* pole, extreme ▷ *adj* desperate, suffering; **Bắc Cực** *n* North Pole; **gấu bắc cực** *n* polar bear; **Nam cực** *n* South Pole; **ở địa cực** *adj* polar

cực đoan [kɯk dɔɑ:n] *adj* extreme; **chủ nghĩa cực đoan** *n* extremism; **người theo chủ nghĩa cực đoan** *n* extremist

cử chỉ [kɯ tʃi] *n* gesture; **ngôn ngữ cử chỉ** *n* sign language

cực khoái [kɯk χɔai] **sự cực khoái** *n* orgasm

cực kỳ [kɯk ki] *adj* mega

cử động [kɯ doŋ] *v* move; **Chị ấy không cử động được** She can't move

cứng [kɯŋ] *adj* hard *(firm, rigid)*, stiff; **chật cứng** *adj* packed; **ổ cứng** *n* hard disk; **phần cứng** *n* hardware

cưới [kɯɤi] *v* marry; **chồng sắp cưới** *n* fiancé; **địa chỉ tổ chức đám cưới** *n* wedding dress; **lễ cưới** *n* wedding; **lễ kỷ niệm ngày cưới** *n* wedding anniversary; **nhẫn cưới** *n* wedding ring; **vợ sắp cưới** *n* fiancée

cười [kɯɤi] *v* laugh; **buồn cười** *adj* funny; **cười thầm** *v* snigger; **cười toe toét** *v* grin; **mỉm cười** *v* smile; **miệng cười toe toét** *n* grin; **nụ cười** *n* smile; **nụ cười rạng rỡ** *n* beam; **tiếng cười** *n* laugh, laughter

cưỡi [kɯɤi] *v* ride; **cưỡi lên** *v* mount up; **cưỡi ngựa** *n* horse riding; **môn cưỡi ngựa** *n* riding; **môn cưỡi ngựa nhỏ** *n* pony trekking; **người cưỡi ngựa** *n* rider; **người cưỡi ngựa đua** *n* jockey; **Chúng tôi có đi cưỡi ngựa được không?** Can we go horse riding?

cương [kɯɤŋ] *n* reins ▷ *adj* hard, inflexible ▷ *v* improvise; **cái đai cương** *n* reins; **kim cương** *n* diamond

cướp [kɯɤp] *v* mug, rob; **cướp biển** *n* pirate; **cướp máy bay** *v* hijack; **hành động cướp** *n* mugging; **kẻ cướp** *n* mugger, robber; **sự cướp đoạt** *n* robbery; **vụ cướp có vũ trang** *n* hold-up; **Tôi bị cướp** I've been robbed

cử tạ [kɯ tɑ] *n* weightlifting; **môn cử tạ** *n* weightlifting; **vận động viên cử tạ** *n* weightlifter

cử tri [kɯ tʃi] *n* voter; **đoàn cử tri** *n* electorate

cứu [kɯu] *v* rescue, save; **băng dán cứu thương** *n* bandage; **Băng dán cứu thương cá nhân** *n* Band-Aid®; **cứu mạng** *adj* life-saving; **đai cứu đắm** *n* lifebelt; **đội cứu hỏa** *n* fire brigade; **sự cứu nguy** *n* rescue; **xe cứu thương** *n* ambulance; **xe tải cứu hộ** *n* breakdown truck; **xe van cứu hộ** *n* breakdown van; **Trạm dịch vụ cứu hộ trên núi gần nhất ở đâu?** Where is the nearest mountain rescue service post?

cừu [kɯu] *n* sheep; **cừu đực** *n* ram; **cừu cái** *n* ewe; **chó chăn cừu** *n* sheepdog; **con cừu** *n* sheep; **da cừu** *n* sheepskin; **người chăn cừu** *n* shepherd; **thịt cừu** *n* lamb, mutton

cựu [kɯu] *n* ex-; **cựu chiến binh** *n* veteran

cứu chữa [kɯu tʃɯɑ:] **vô phương cứu chữa** *adv* terminally

cứu hộ [kɯu ho] *v* salvage; **nhân viên cứu hộ** *n* lifeguard; **xuồng cứu hộ** *n* lifeboat

cư xử [kɯ sɯ] *v* behave; **cách cư xử** *npl* behaviour, manners; **cư xử hỗn** *v* misbehave

d

da [zaː] *n* skin, leather, hide; **bệnh vàng da** *n* jaundice; **có màu da cam** *adj* orange; **da cừu** *n* sheepskin; **da thuộc** *n* leather; **hình xăm trên da** *n* tattoo; **nước da** *n* complexion; **roi da** *n* whip
dạ dày [za zai] *n* stomach, tummy
dạ hội [za hoi] *n* ball *(dance)*; **váy dạ hội** *n* evening dress
dai [zaːi] *adj* tough
dài [zai] *adj* long; **bít tất dài** *n* stocking; **chiều dài** *n* length; **kéo dài** *v* last; **một cách lâu dài** *adv* permanently; **thở dài** *v* sigh
dải [zai] **dải ruy-băng** *n* ribbon
dại [zai] *adj* wild; **bệnh dại** *n* rabies; **nói như điên như dại** *v* rave
dai dẳng [zaːi zaŋ] *adj* persistent
dại dột [zai zot] *adj* unwise
dái ngựa [zai ŋɯaː] **gỗ dái ngựa** *n* mahogany
dạ lan hương [za laːn hɯɤŋ] **cây dạ lan hương** *n* hyacinth
da lộn [zaː lon] *n* suede
dám [zam] *v* dare
dán [zan] *v* glue, stick, paste; **dán lạ** *v* glue; **gỗ dán** *n* plywood; **hồ dán** *n* glue; **miếng dán Velcro®** *n* Velcro®
dàn [zan] *v* put in order; **dàn đồng ca** *n* choir; **dàn hifi** *n* hifi
dạng [zaŋ] *n* form, shape; **định dạng** *v* format; **hình dạng** *n* format
danh [zaːɲ] **điểm danh** *n* roll call
dành [zaɲ] *v* put in
danh bạ [zaːɲ ba] **cuốn danh bạ** *n* directory; **danh bạ điện thoại** *n* phonebook, telephone directory
danh dự [zaːɲ zɯ] *n* honour
dành riêng [zaɲ zieŋ] *adv* exclusively
danh sách [zaːɲ satʃ] *n* list; **danh sách rượu vang** *n* wine list; **danh sách đợi** *n* waiting list; **danh sách nhận thư** *n* mailing list
danh thiếp [zaːɲ tiep] *n* business card; **Anh có danh thiếp không?** Do you have a business card?; **Anh có thể cho tôi xin danh thiếp không?** Can I have your card?; **Đây là danh thiếp của tôi** Here's my card
danh tiếng [zaːɲ tieŋ] *n* reputation
danh tính [zaːɲ tiɲ] *n* identity; **ăn trộm danh tính** *n* identity theft
danh từ [zaːɲ tɯ] *n* noun
dàn khoan [zan χɔaːn] *n* rig
dàn nhạc [zan ɲak] *n* orchestra
dao [zaːɔ] *n* knife; **dao cạo** *n* razor; **dao cạo điện** *n* shaver; **dao gọt khoai** *n* potato peeler; **dao nhíp** *n* penknife; **dao thìa dĩa** *n* cutlery; **lưỡi dao** *n* blade; **lưỡi dao cạo** *n* razor blade
dày [zai] *adj* thick; **độ dày** *n*

thickness

dãy [zai] *n* range *(mountains)*, rank *(line)*; **dãy nhà** *n* terrace

dạy [zai] *v* teach, educate; **dạy học** *v* teach; **người dạy lái xe** *n* driving instructor; **nghề dạy học** *n* teaching; **sự giảng dạy** *n* tuition; **Anh có dạy không?** Do you give lessons?; **Anh có tổ chức dạy trượt tuyết không?** Do you organise skiing lessons?; **Anh có tổ chức dạy trượt ván không?** Do you organise snowboarding lessons?

dạy dỗ [zai zo] *v* bring up; **sự dạy dỗ** *n* upbringing

Dãy núi [zai nui] **Dãy núi Andes** *n* Andes

dặm [zam] *n* mile; **dặm trên giờ** *n* mph; **đồng hồ đo dặm** *n* mileometer; **tổng số dặm đã đi được** *n* mileage

Dăm-bi-a [zambia:] **người Dăm-bi-a** *n* Zambian; **nước Dăm-bi-a** *n* Zambia; **thuộc Dăm-bi-a** *adj* Zambian

dặt [zat] **Tôi đã đặt phòng** I have a reservation; **Tôi muốn đặt hẹn** I'd like to make an appointment

dân [zən] *n* citizen, people; **công dân** *n* citizen; **cuộc điều tra dân số** *n* census; **dân chủ** *adj* democratic; **dân di-gan** *n* gypsy; **dân số** *n* population; **người dân** *n* resident; **quyền công dân** *n* civil rights; **sự dân chủ** *n* democracy; **thường dân** *n* civilian; **thuộc thường dân** *adj* civilian

dẫn [zən] *v* guide, lead; **dẫn đầu** *v* head; **hướng dẫn viên** *n* guide; **Anh có bản chỉ dẫn nào cho các tuyến đường đi bộ ở địa phương không?** Do you have a guide to local walks?; **Anh có thể dẫn chúng tôi đi xem được không?** Could you show us around?; **Anh làm ơn dẫn đường cho tôi được không?** Can you guide me, please?; **Tôi có chó dẫn đường** I have a guide dog

dân cư [zən kɯ] *n* inhabitant; **thuộc khu dân cư** *adj* residential

dần dần [zən zən] *adj* gradual ▷ *adv* gradually

dân gian [zən za:n] **nhạc dân gian** *n* folk music; **văn hóa dân gian** *n* folklore

dân tộc [zən tok] *n* nation; **chủ nghĩa dân tộc** *n* nationalism; **người theo chủ nghĩa dân tộc** *n* nationalist; **thuộc dân tộc** *adj* national

dập [zəp] *v* put out *(fire)*, bury, be broken; **cái dập ghim** *n* stapler; **dập ghim** *v* staple; **dập máy** *v* hang up; **ghim dập** *n* staple *(wire)*

dập tắt [zəp tat] *v* stub out

dâu [zəu] **cô dâu** *n* bride; **con dâu** *n* daughter-in-law; **phù dâu** *n* bridesmaid

dấu [zəu] *n* mark; **bút đánh dấu** *n* highlighter; **con dấu** *n* seal *(mark)*; **dấu bưu điện** *n* postmark; **dấu chấm câu** *n* full stop; **dấu chấm hỏi** *n* question mark; **dấu chấm phẩy** *n* punctuation, semicolon; **dấu chấm than** *n* exclamation mark; **dấu chân** *n* footprint; **dấu gạch chéo** *n* forward slash; **dấu hai chấm** *n* colon; **dấu kiểm** *n* tick; **dấu ngoặc đơn** *n* brackets; **dấu**

ngoặc kép *n* inverted commas, quotation marks; **dấu phẩy** *n* comma; **dấu vết** *n* trace; **đánh dấu** *v* mark *(make sign)*, tick, tick off; **đóng dấu** *v* seal

dầu [zəu] *n* oil; **bôi dầu** *v* oil; **dầu điêzen** *n* diesel; **dầu ôliu** *n* olive oil; **dầu gội đầu** *n* shampoo; **dầu lửa** *n* kerosene; **dầu tắm nắng** *n* suntan oil; **dầu trộn xa-lát** *n* salad dressing; **giếng dầu** *n* oil well; **giàn khoan dầu** *n* oil rig; **nhà máy lọc dầu** *n* oil refinery; **tàu chở dầu** *n* tanker; **vải dầu** *n* tarpaulin; **vết dầu loang** *n* oil slick; **Anh có bán dầu xả không?** Do you sell conditioner?; **Đây là vết dầu** This stain is oil; **Đèn báo dầu không chịu tắt** The oil warning light won't go off

dấu hiệu [zəu hieu] *n* sign; **dấu hiệu cho biết** *n* indicator

dầu hoả [zəu hɔɑ] *n* paraffin

dấu móc lửng [zəu mɔk lɯŋ] *n* apostrophe

dâu tây [zəu təi] *n* strawberry; **quả dâu tây** *n* strawberry

dây [zəi] *n* tape, string, cord; **dây an toàn** *n* safety belt, seatbelt; **dây đai quạt** *n* fan belt; **dây đồng hồ** *n* watch strap; **dây buộc** *n* lace; **dây buộc giày** *n* shoelace; **dây chão** *n* rope; **dây chun** *n* elastic band; **dây chun vòng** *n* rubber band; **dây kim loại** *n* wire; **dây kim tuyến** *n* tinsel; **dây mềm** *n* flex; **dây nối dài** *n* extension cable; **dây phơi quần áo** *n* clothes line, washing line; **dây sạc điện** *n* jump leads; **dây thần kinh** *n* nerve *(anatomy)*; **dây thép gai** *n* barbed wire; **không dây** *adj* cordless; **sợi dây** *n* string; **thước dây** *n* tape measure

dậy [zəi] *v (thức)* get up; **đứng dậy** *v* rise; **tỉnh dậy** *v* awake; **Mấy giờ anh dậy?** What time do you get up?

dây chuyền [zəi tʃuien] *n* necklace; **mặt dây chuyền** *n* medallion, pendant

dẻ [zɛ] **hạt dẻ** *n* chestnut

dẻo [zɛɔ] *adj* flexible; **không mềm dẻo** *adj* inflexible

dẻo dai [zɛɔ zɑːi] **sự dẻo dai** *n* stamina

dép [zɛp] *n* slipper; **dép săng-đan** *n* sandal; **dép tông** *n* flip-flops

dê [ze] **con dê** *n* goat

dế [ze] **con dế** *n* cricket *(insect)*

dễ [ze] *adj* easy; **dễ đọc** *adj* legible; **dễ chịu** *adj* nice, pleasant, sweet *(pleasing)*; **dễ hiểu** *adj* simple; **dễ lây** *adj* contagious; **dễ nổi cáu** *adj* bad-tempered; **dễ sử dụng** *adj* user-friendly; **dễ tính** *adj* easy-going

dễ chịu [ze tʃiu] *adj* pleasant; **có giá dễ chịu** *adj* affordable

dễ dàng [ze zɑŋ] *adv* easily

dễ thương [ze tɯɤŋ] *adj* lovely, charming; **Anh dễ thương lắm** You are very attractive

dĩa [ziɑː] *n* fork; **dao thìa dĩa** *n* cutlery; **Làm ơn cho tôi một cái dĩa sạch được không?** Could I have a clean fork please?

dịa chỉ [ziɑː tʃi] **Địa chỉ email của tôi là...** My email address is...; **Địa chỉ email của anh là gì?** What is your email address?

dịch [zitʃ] *v (ngôn ngữ)* translate;

bản dịch *n* translation; **bệnh dịch** *n* epidemic; **sự kiểm dịch** *n* quarantine; **Anh có thể dịch cái này cho tôi được không?** Could you translate this for me?; **Anh dịch giúp tôi cái này được không?** Can you translate this for me?
dịch giả [zitʃ zɑ] *n* translator
di chúc [zi tʃuk] *n* will *(document)*
di chuyển [zi tʃuien] *v* shift; **sự di chuyển** *n* shift
dịch vụ [zitʃ vu] *n* service; **dịch vụ ăn uống trong phòng khách sạn** *n* room service; **dịch vụ xã hội** *n* social services; **Dịch vụ Đa phương tiện** *n* MMS; **nhà cung cấp dịch vụ Internet** *n* ISP; **phí dịch vụ** *n* service charge; **Có bao gồm dịch vụ không?** Is service included?; **Có dịch vụ dọn phòng không?** Is there room service?; **Có dịch vụ trông trẻ không?** Is there a child-minding service?; **Dịch vụ kém quá** The service was terrible; **Dịch vụ này có mất tiền không?** Is there a charge for the service?; **Làm ơn gọi dịch vụ xe hỏng** Call the breakdown service, please; **Tôi muốn khiếu nại về dịch vụ này** I want to complain about the service; **Trạm dịch vụ cứu hộ trên núi gần nhất ở đâu?** Where is the nearest mountain rescue service post?
di cư [zi kɯ] *adj* migrant ▷ *v* emigrate; **người di cư** *n* migrant
di dời [zi zɤi] **có thể di dời được** *adj* removable; **sự di dời** *n* removal
di động [zi doŋ] *v* move ▷ *adj* mobile; **điện thoại di động** *n* mobile phone; **nhà di động** *n* mobile home; **Anh có điện thoại di động không?** Do you have a mobile?; **Số điện thoại di động của anh là bao nhiêu?** What is your mobile number?
điếc [ziek] **Tôi bị điếc** I'm deaf
diệc [ziek] **con diệc** *n* heron
diện [zien] **ăn diện** *v* dress up
diễn giả [zien zɑ] *n* speaker
diễn tả [zien tɑ] *v* express; **sự diễn tả** *n* expression
diễn tập [zien təp] *v* rehearse; **sự diễn tập** *n* rehearsal
diễn viên [zien vien] *n* actor; **diễn viên hài** *n* comedian, comic; **diễn viên múa** *n* dancer; **diễn viên nhào lộn** *n* acrobat; **nữ diễn viên** *n* actress
diễn xuất [zien suət] *v* act; **sự diễn xuất** *n* acting
diếp [ziep] **rau diếp** *n* lettuce
diệt [ziet] **thuốc diệt cỏ dại** *n* weedkiller
diều [zieu] *n* kite; **cái diều** *n* kite
diễu hành [zieu haɲ] *v* march; **cuộc diễu hành** *n* march
di-gan [ziɣɑ:n] **dân di-gan** *n* gypsy
Dim-ba-buê [zimbɑ:bue] **người Dim-ba-buê** *n* Zimbabwean; **nước Dim-ba-buê** *n* Zimbabwe
dính [ziɲ] *adj* sticky; **băng dính trong Sellotape®** *n* Sellotape®; **băng dính y tế** *n* plaster *(for wound)*; **nhãn dính** *n* sticker
dinh dưỡng [ziɲ zɯɤŋ] *adj* nutritious, nutritional; **chất dinh dưỡng** *n* nutrient; **suy dinh dưỡng** *n* malnutrition
dính líu [ziɲ liu] *v* involve

dịp [zip] *n* occasion
di sản [zi san] *n* heritage
disco [ziskɔ] **điệu nhảy disco** *n* disco
di trú [zi tʃu] *v* migrate; **sự di trú** *n* migration
di truyền [zi tʃuien] *adj* genetic, hereditary; **di truyền học** *n* genetics
dịu [ziu] *adj* mild, soft; **làm dịu đi** *v* relieve
dịu dàng [ziu zaŋ] *adj* gentle
dị ứng [zi ɯŋ] *adj* allergic; **bệnh dị ứng bột mì** *n* wheat intolerance; **bệnh dị ứng phấn hoa** *n* hay fever; **dị ứng đậu phộng** *n* peanut allergy; **sự dị ứng** *n* allergy; **sự dị ứng với hạt** *n* nut allergy; **thuốc chữa dị ứng** *n* antihistamine; **Tôi bị dị ứng với thuốc penicillin** I'm allergic to penicillin; **Tôi dị ứng với tôm cua trai hến** I'm allergic to shellfish; **Tôi dị ứng với lạc** I'm allergic to peanuts
DJ nhân viên DJ *n* disc jockey, DJ
DNA *n* DNA
do [zɔ] *prep* due to; **nguyên do** *n* cause *(reason)*
dọa [zɔɑː] **đe dọa** *adj* threaten, threatening; **lời hăm dọa** *n* threat
doanh nhân [zɔɑːɲ ɲən] *n* businessman; **nữ doanh nhân** *n* businesswoman; **Tôi là doanh nhân** I'm a businessman
doanh số [zɔɑːɲ so] *n* turnover
doanh thu [zɔɑːɲ tu] *n* proceeds, revenue
do dự [zɔ zɯ] *v* hesitate
Dominica [zɔminikɑː] **nước Cộng hòa Dominica** *n* Dominican Republic
dọn [zɔn] *v* arrange, put in order; **dọn sạch** *v* clean; **dọn vào nhà mới** *v* move in; **người quét dọn** *n* cleaner; **sự quét dọn** *n* cleaning; **Anh làm ơn dọn phòng hộ** Can you clean the room, please?; **Khi nào thì người quét dọn đến?** When does the cleaner come?
dọn dẹp [zɔn zɛp] *v* tidy, clear up; **dọn dẹp nhà cửa sạch sẽ vào cuối đông** *n* spring-cleaning
dòng [zauŋ] *n* current *(electricity)*; **Có các dòng hải lưu không?** Are there currents?
Do Thái [zɔ tai] *adj* Jewish; **giáo đường Do Thái** *n* synagogue; **giáo sĩ Do Thái** *n* rabbi; **Lễ Quá hải của người Do Thái** *n* Passover; **người Do Thái** *n* Jew; **thuộc người Do Thái** *adj* Jewish; **Ở đâu có giáo đường Do Thái?** Where is there a synagogue?
do vậy [zɔ vəi] *adv* consequently
dốc [zok] *adj* steep ▷ *n* slope; **dốc dành cho những người mới tập trượt tuyết** *n* nursery slope; **dốc ra** *v* empty; **đoạn đường dốc** *n* ramp; **lên dốc** *adv* uphill; **Đường có dốc lắm không?** Is it very steep?; **Đường dốc dành cho những người mới học ở đâu?** Where are the beginners' slopes?; **Đường dốc này có khó lắm không?** How difficult is this slope?
dối [zoi] **lừa dối** *v* deceive
dông dài [zoŋ zai] **nói dông dài** *v* waffle
dông tố [zoŋ to] *adj* thundery
dồn lại [zon lai] *v* round up

dốt [zot] **dốt nát** *adj* ignorant
dỡ [zɤ] *v* dish up, dismantle, unload; **dỡ đồ** *v* unpack; **dỡ hàng** *v* unload; **Tôi phải dỡ đồ** I have to unpack
dơi [zɤi] **con dơi** *n* bat *(mammal)*
dời [zɤi] **dời đi** *v* leave, remove
dời đi [zɤi di] *v* leave
du [zu] **cây du** *n* elm
dù [zu] *n* umbrella ▷ *conj* though, although; **cái dù** *n* parachute; **dù sao đi nữa** *adv* anyhow, anyway
du côn [zu kon] *n* thug
dùi cui [zui kui] *n* club *(weapon)*
du lịch [zu litʃ] *v* travel; **bảo hiểm du lịch** *n* travel insurance; **công ty du lịch** *n* tour operator; **chuyến du lịch** *n* tour; **chuyến du lịch có hướng dẫn** *n* guided tour; **chuyến du lịch trọn gói** *n* package tour; **đại lý du lịch** *n* travel agency, travel agent's; **đi du lịch** *v* tour; **ga du lịch** *n* camping gas; **hướng dẫn viên du lịch** *n* courier, tour guide; **khách du lịch** *n* tourist, traveller; **ngành du lịch** *n* tourism; **nhân viên du lịch** *n* travel agent; **sự du lịch** *n* travelling; **séc du lịch** *n* traveller's cheque; **văn phòng du lịch** *n* tourist office; **việc đi du lịch bằng ba lô** *n* backpacking; **Tôi đang đi du lịch một mình** I'm travelling alone; **Tôi đến đây du lịch** I'm here as a tourist; **Tôi không có bảo hiểm du lịch** I don't have travel insurance; **Văn phòng du lịch ở đâu?** Where is the tourist office?
dù lượn [zu lɯɤn] **môn dù lượn** *n* hang-gliding; **Có thể chơi dù lượn ở đâu?** Where can you go paragliding?
dùng [zuŋ] *v* use, resort to; **bộ đồ không cần dùng tay** *n* hands-free kit; **dùng hết** *v* use up; **dùng một lần** *adj* disposable; **không cần dùng tay** *adj* hands-free; **người tiêu dùng** *n* consumer; **Đó là đồ dùng cho cá nhân tôi** It is for my own personal use
dụng cụ [zuŋ ku] *n* instrument
dung môi [zuŋ moi] *n* solvent
dung thứ [zuŋ tɯ] *v* tolerate; **không dung thứ** *adj* intolerant
duỗi [zuoi] **cái duỗi tóc** *n* straighteners
duyên [zuien] **duyên dáng** *adj* graceful
duyên dáng [zuien zaŋ] *adj* elegant; **một cách duyên dáng** *adv* prettily
duyệt binh [zuiet biɲ] *n* parade; **cuộc duyệt binh** *n* parade
duy nhất [zui ɲət] *adj* only, unique
duy trì [zui tʃi] *v* maintain; **sự duy trì** *n* maintenance
dư [zɯ] *n* extra; **lượng dư** *n* surplus; **tình trạng dư thừa** *n* redundancy
dữ [zɯ] *adj* wicked, awful; **cơ sở dữ liệu** *n* database; **dữ tợn** *adj* fierce; **sự giận dữ** *n* anger
dự [zɯ] *v* participate in, attend; **người dự thi** *n* contestant; **sự tham dự** *n* attendance; **tham dự** *v* attend; **Chúng tôi đến đây dự đám cưới** We are here for a wedding
dưa [zɯa] **quả dưa** *n* melon
dứa [zɯaː] **quả dứa** *n* pineapple
dựa [zɯaː] *v* lean; **dựa vào** *v* lean on, rely on

dưa chuột [zɯɑ tʃuot] **quả dưa chuột** *n* cucumber
dưa hấu [zɯɑ həu] *n* watermelon
dự án [zɯ ɑn] *n* project
dựa trên [zɯɑ: tʃen] *adj* based
dựa vào [zɯɑ: vɑɔ] *prep* against
dự báo [zɯ bɑɔ] *n* forecast; **dự báo thời tiết** *n* weather forecast; **Dự báo thời tiết thế nào?** What's the weather forecast?
dư luận [zɯ luən] **cuộc thăm dò dư luận** *n* opinion poll
dự luật [zɯ luət] *n* bill *(legislation)*
dừng [zɯŋ] *v* stop; **dừng lại** *v* pull up; **làn dừng xe khẩn cấp** *n* hard shoulder; **sự dừng lại** *n* halt; **Chúng ta có dừng tại... không?** Do we stop at...?; **Chúng ta dừng ăn trưa ở đâu?** Where do we stop for lunch?; **Khi nào chúng ta dừng xe lần tới?** When do we stop next?; **Tàu có dừng ở... không?** Does the train stop at...?; **Xin dừng ở đây** Stop here, please; **Xin làm ơn dừng xe** Please stop the bus
dựng [zɯŋ] *v* build; **mang tính xây dựng** *adj* constructive; **xây dựng** *v* build, construct, construction
dừng lại [zɯŋ lɑi] *v* stop; **sự dừng lại** *n* stop
dược [zɯɤk] *n* medicine; **cửa hàng dược phẩm** *n* chemist('s); **dược sỹ** *n* pharmacist; **đạn dược** *n* ammunition; **việc bào chế dược phẩm** *n* pharmacy
dưới [zɯɤi] *prep* below, under; **dưới mặt đất** *adv* underground; **dưới thấp** *adv* low; **gạch dưới** *v* underline; **ở dưới** *adv* below, beneath, underneath; **ở dưới nước** *adv* underwater; **ở dưới nhà** *adv* downstairs
dương [zɯɤŋ] **hoa hướng dương** *n* sunflower
dường [zɯɤŋ] **Có phí tính theo quãng đường không?** Is there a mileage charge?
Dương [zɯɤŋ] **Ấn Độ Dương** *n* Indian Ocean; **Đại Tây Dương** *n* Atlantic
dưỡng ẩm [zɯɤŋ əm] **sản phẩm dưỡng ẩm** *n* moisturizer
dưỡng lão [zɯɤŋ lɑɔ] **nhà dưỡng lão** *n* nursing home
dường như [zɯɤŋ ɲɯ] *v* seem
dương tính [zɯɤŋ tiŋ] *adj* positive; **HIV-dương tính** *adj* HIV-positive
dương xỉ [zɯɤŋ si] *n* fern
dự phòng [zɯ fɑuŋ] *adj* spare; **bánh xe dự phòng** *n* spare wheel; **lốp dự phòng** *n* spare tyre; **vé dự phòng** *n* stand-by ticket
dự thảo [zɯ tɑɔ] *n* draft
dứt khoát [zɯt χɔɑt] *adv* definitely; **không dứt khoát** *adj* indecisive
dự trữ [zɯ tʃɯ] *v* reserve; **vật dự trữ** *n* reserve *(retention)*

đá [da] *n (hòn)* stone, *(tảng)* rock, *(tủ lạnh)* ice ▷ *v (bằng chân)* kick; **cú đá** *n* kick; **đá cẩm thạch** *n* marble; **đá granit** *n* granite; **đá phiến** *n* slate; **đá quý** *n* jewel; **đá tự do** *n* free kick; **đá vôi** *n* limestone; **mỏ đá** *n* quarry; **mưa đá** *v* hail; **tủ đá** *n* freezer, icebox; **viên đá** *n* ice cube; **Làm ơn cho đá** With ice, please

đã [da] **đã qua** *adj* past

đa dạng [da: zaŋ] *adj* varied; **sự đa dạng** *n* variety

đà điểu [da dieu] *n* ostrich

đai [da:i] *n* belt, strap; **cái đai** *n* strap; **cái đai cương** *n* reins; **đai cứu đắm** *n* lifebelt

đài [dai] *n* tower, monument, radio station; **đài kỷ niệm** *n* memorial; **đài phát thanh** *n* radio station; **đài thiên văn** *n* observatory; **Tôi có thể bật đài được không?** Can I switch the radio on?; **Tôi có thể tắt đài được không?** Can I switch the radio off?

đại [dai] **nước đại** *n* gallop; **phi nước đại** *v* gallop

đại bàng [dai baŋ] *n* eagle

đại biểu [dai bieu] *n* delegate

đại diện [dai zien] *n* representative; **đại diện cho** *v* represent

đại dương [dai zɯɤŋ] *n* ocean

đại hoàng [dai hɔaŋ] *n* rhubarb; **cây đại hoàng** *n* rhubarb

đài hỏa táng [dai hɔa: taŋ] *n* crematorium

đại học [dai hɔk] *n* university; **giáo dục đại học** *n* higher education; **sinh viên đại học** *n* undergraduate; **sinh viên sau đại học** *n* postgraduate; **trường đại học** *n* uni

Đại Hội [dai hoi] *n* congress; **Đại Hội đồng Hàng năm** *n* AGM

Đài Loan [dai lɔa:n] *n* Taiwan; **người Đài Loan** *n* Taiwanese; **thuộc Đài Loan** *adj* Taiwanese

đại lộ [dai lo] *n* avenue

đại lý [dai li] *n* agent; **đại lý bán hàng** *n* sales rep; **đại lý du lịch** *n* travel agency, travel agent's

đai ốc [da:i ok] *n* nut *(device)*

đại sảnh [dai saɲ] *n* hall

đại sứ [dai sɯ] *n* ambassador; **đại sứ quán** *n* embassy

đại tá [dai ta] *n* colonel

Đại Tây Dương [dai təi zɯɤŋ] *n* Atlantic

đại thể [dai te] *adv* roughly

đại từ [dai tɯ] *n* pronoun

đa khoa [da: χɔa:] **bác sĩ đa khoa** *n* GP

đam [da:m] **cờ đam** *n* draughts

đám [dam] *n* crowd; **đám đông** *n* crowd

đám cưới [dam kɯɤi] *n* wedding; **Chúng tôi đến đây dự đám cưới** We are here for a wedding
đam mê [da:m me] **sự đam mê** *n* mania, passion
đám tang [dam ta:ŋ] *n* funeral
đan [da:n] *v* knit; **đan bằng kim móc** *(len, s i)* *v* crochet; **kim đan** *n* knitting needle; **việc đan len** *n* knitting
đàn [dan] *n (bầy)* flock, herd, musical instrument, stringed instrument; **đàn công tơ bát** *n* double bass; **đàn ghi-ta** *n* guitar; **đàn hạc** *n* harp; **đàn oóc** *n* organ *(music)*; **đàn pianô** *n* piano; **đàn vi-ô-la** *n* viola; **đàn vi-ô-lông** *n* violin; **đàn viôlôngxen** *n* cello; **người chơi đàn vi-ô-lông** *n* violinist
đạn [dan] *v* suppress; **đạn dược** *n* ammunition; **vỏ đạn** *n* cartridge; **viên đạn** *n* bullet
đàn áp [dan ap] *v* suppress; **đàn áp thẳng tay** *n* crack down on
đàn ắccoócđêông [dan akkɔɔkdeoŋ] *n* accordion
đàn bà [dan ba] *n* woman
đàn banjô [dan ba:njo] *n* banjo
đang [da:ŋ] **đang hoạt động** *adv* on; **Chúng tôi đang tìm...** We're looking for...
đáng [daŋ] *v* deserve, merit; **đáng chú ý** *adv* remarkable, remarkably; **đáng kính** *adj* respectable; **đáng ngại** *adj* alarming; **đáng tin** *adj* reputable; **đáng tin cậy** *adj* credible, reliable; **đáng yêu** *adj* lovely; **không đáng tin cậy** *adj* unreliable; **Có đáng sửa không?** Is it worth repairing?
đảng [daŋ] *n* party *(group)*
đa nghi [da: ŋi] *adj* sceptical
đãng trí [daŋ tʃi] *adj* absent-minded
đánh [daɲ] *v* hit; **cú đánh** *n* hit, knock; **đánh đập** *v* beat *(strike)*; **đánh bạc** *v* gamble; **đánh bại** *v* defeat; **đánh bóng** *v* polish; **đánh dấu** *v* mark *(make sign)*, tick, tick off; **đánh giá** *v* gauge, rate; **đánh giá sai** *v* misjudge; **đánh giá thấp** *v* underestimate; **đánh mạnh** *v* swat; **đánh máy** *v* type; **đánh ngã** *v* knock down; **đánh véc-ni** *v* varnish; **người đánh trống** *n* drummer; **nghề đánh cá** *n* fishing; **nhân viên đánh máy** *n* typist; **trò đánh cờ** *n* board game
đánh bại [daɲ bai] *v* beat *(outdo)*, overcome
đánh cược [daɲ kɯɤk] *v* bet; **sự đánh cược** *n* bet
đánh giá cao [daɲ za ka:ɔ] *v* appreciate
đánh vần [daɲ vən] *v* spell; **cách đánh vần** *n* spelling; **Từ đó đánh vần như thế nào?** How do you spell it?
Đan Mạch [da:n matʃ] **người Đan Mạch** *n* Dane; **nước Đan Mạch** *n* Denmark; **thuộc Đan Mạch** *adj* Danish; **tiếng Đan Mạch** *n* Danish *(language)*
đàn ông [dan oŋ] *adj* masculine ▷ *n* man; **bữa tiệc dành riêng cho đàn ông trước khi cưới** *n* stag night; **người đàn ông độc thân** *n* bachelor
đào [daɔ] *v (bới)* dig; **máy đào** *n* digger; **quả đào** *n* peach
đảo [daɔ] *n (trên biển)* island; **đảo**

hoang *n* desert island; **đảo ngược** *v* reverse; **đảo Síp** *n* Cyprus; **quần đảo Canary** *n* Canaries
đạo [daɔ] *n* doctrine, religion, Taoism; **đạo Hồi** *n* Islam; **đạo Phật** *n* Buddhism; **đạo Thiên chúa** *n* Christianity; **hướng đạo sinh** *n* scout; **người tử vì đạo** *n* martyr; **người theo đạo Hindu** *n* Hindu; **người theo đạo Thiên chúa** *n* Christian; **nhân đạo** *adj* humanitarian; **tín đồ đạo Phật** *n* Buddhist; **theo đạo Phật** *adj* Buddhist; **theo đạo Thiên chúa** *adj* Christian; **thuộc đạo Hồi** *adj* Islamic; **thuộc đạo Hindu** *adj* Hindu; **Tín đồ Đạo Tin lành** *n* Protestant; **Thuộc Đạo Tin lành** *adj* Protestant
đạo đức [daɔ dɯk] *n* virtue, morality; **bài học đạo đức** *n* moral; **có đạo đức** *adj* ethical; **quy tắc đạo đức** *n* morals; **thuộc đạo đức** *adj* moral; **trái đạo đức** *adj* immoral
Đạo Hindu [daɔ hinzu] *n* Hinduism
Đạo Trưởng lão [daɔ tʃɯɤŋ laɔ] **Tín đồ Đạo Trưởng lão Tin lành** *n* Presbyterian; **Thuộc Đạo Trưởng lão Tin lành** *adj* Presbyterian
đạp [dap] *v* kick, step on, cycle; **bàn đạp** *n* pedal; **đạp tan ra từng mảnh** *v* smash; **đạp xe** *v* cycle; **xe đạp** *n* bike, cycle *(bike)*; **xe đạp địa hình** *n* mountain bike; **Đường dành cho xe đạp đến... ở đâu?** Where is the cycle path to...?; **Cửa hàng sửa xe đạp gần nhất ở đâu?** Where is the nearest bike repair shop?; **Chúng mình đi xe đạp đi** Let's go cycling; **Chúng tôi muốn đi xe đạp** We would like to go cycling; **Tôi để xe đạp ở đây có được không?** Can I keep my bike here?; **Tôi có thể thuê xe đạp ở đâu?** Where can I hire a bike?; **Tôi muốn thuê một chiếc xe đạp** I want to hire a bike
Đa phương tiện [da: fɯɤŋ tien] **Dịch vụ Đa phương tiện** *n* MMS
đáp lại [dap lai] *v* reply
đạt [dat] *v* gain; **có tư tưởng khoáng đạt** *adj* broad-minded; **đạt được** *v* gain; **truyền đạt** *v* communicate
đa tài [da: tai] *adj* versatile
đạt được [dat dɯɤk] *v* achieve
đau [da:u] *adj* sore ▷ *v* ache; **cơn đau tim** *n* heart attack; **chứng đau bụng** *n* stomachache; **chứng đau nửa đầu** *n* migraine; **chứng đau răng** *n* toothache; **đau đớn** *adj* hurt, painful; **đau tai** *n* earache; **đau thắt ngực** *n* angina; **làm đau** *v* hurt; **làm đau đầu** *adj* nerve-racking; **sự đau đớn** *n* pain; **sự đau buồn** *n* grief; **sự đau lưng** *n* back pain, backache; **sự đau nhức** *n* ache; **thuốc giảm đau** *n* painkiller; **Chỗ ấy đau** It's sore; **Chân tôi đau** My feet are sore; **Lưng tôi đau** My back is sore; **Mắt tôi bị đau** My eyes are sore; **Tôi bị đau lợi** My gums are sore
đau đớn [da:u dɤn] *adj* traumatic; **sự đau đớn ghê gớm** *n* torture
đau khổ [da:u χo] *adj* upset
đáy [dai] *n* bottom
đay nghiến [da:i ɲien] *v* nag
đặc [dak] **đậm đặc** *adj* dense; **đặc điểm** *n* character

đặc ân [dɑk ən] *n* privilege
đặc biệt [dɑk biet] *adj* special ▷ *adv* specially; **đặc biệt là** *adv* especially, particularly; **khuyến mại đặc biệt** *n* special offer
đặc sản [dɑk sɑn] *n* house special; **Có đặc sản địa phương không?** Is there a local speciality?; **Đặc sản của bếp trưởng là món gì?** What is the chef's speciality?; **Đặc sản của nhà hàng là món gì?** What is the house speciality?
đặc trưng [dɑk tʃɯŋ] *n* characteristic
đắm [dɑm] *v* sink; **bị đắm tàu** *adj* shipwrecked; **vụ đắm tàu** *n* shipwreck
đắng [dɑŋ] *adj* bitter
đằng [dɑŋ] **đằng trước** *adj* front; **ở đằng sau** *adj* behind, rear; **Nó ở đằng kia** It's over there
đăng ký [dɑŋ ki] *v* register; **đăng ký khi đến khách sạn hoặc sân bay** *v* check in; **đăng ký tại phòng trợ cấp thất nghiệp** *v* sign on; **đã đăng ký** *adj* registered; **quầy đăng ký khi đến khách sạn hoặc sân bay** *n* check-in; **sự đăng ký** *n* registration; **Tôi đăng ký ở đâu?** Where do I register?
đắt [dɑt] *adj* expensive; **đắt đỏ** *adj* dear, expensive; **không đắt** *adj* inexpensive; **tính giá quá đắt** *v* overcharge, rip off; **việc bán quá đắt** *n* rip-off; **Đắt nhỉ** It's quite expensive; **Quá đắt đối với tôi** It's too expensive for me
đặt [dɑt] *v* set; **đặt chỗ trước** *n* advance booking; **đặt tại** *adj* situated; **đơn đặt hàng** *n* order form
đặt chỗ [dɑt tʃo] *v* book; **sự đặt chỗ** *n* booking
đặt cọc [dɑt kɔk] *v* make a deposit, pay in advance; **Làm ơn cho tôi lấy lại tiền đặt cọc được không?** Can I have my deposit back, please?; **Phải đặt cọc bao nhiêu?** How much is the deposit?
đâm [dəm] *v (bằng dao)* stab; **đâm mạnh** *v* crash; **đâm vào** *v* ram; **sự đâm thủng** *n* piercing
đấm [dəm] *v* punch; **cú đấm** *n* punch *(blow)*; **nắm đấm** *n* fist; **nắm đấm cửa** *n* knob
đầm [dəm] *n (nước)* lagoon
đẫm [dəm] **ướt đẫm** *adj* soaked
đậm [dəm] **đậm đặc** *adj* dense
đậm đà [dəm dɑ] *adj* savoury
đầm lầy [dəm ləi] *n* marsh
đẫm máu [dəm mɑu] *adj* bloody
đập [dəp] *v (cửa)* knock, *(cánh)* flap, *(mạnh)* strike, *(thùm thụp)* thump; **cú đập mạnh** *n* bash; **đập mạnh** *v* bash, throb
đất [dət] *n* land, soil; **đất liền** *n* mainland; **đất sét** *n* clay; **động đất** *n* earthquake; **mảnh đất** *n* plot *(piece of land)*; **mặt đất** *n* ground; **sự lở đất** *n* landslide; **trái đất** *n* earth
đâu [dəu] *adv* where, somewhere; **ở bất cứ đâu** *adv* anywhere; **Anh người ở đâu?** Where are you from?
đấu [dəu] *v* fight; **đấu bếp** *n* chef; **môn đấu vật** *n* wrestling
đầu [dəu] *n (của vật)* tip *(end of object)*, beginning, front end; **ban đầu** *adj* initial; **cái đầu** *n* head *(body part)*; **chứng đau nửa đầu** *n* migraine; **chứng nhức đầu** *n*

headache; **dẫn đầu** *v* head; **dầu gội đầu** *n* shampoo; **đầu đĩa DVD** *n* DVD player; **đầu bếp** *n* cook; **đầu hàng** *v* give in; **đầu ngón chân** *n* tiptoe; **đầu trọc** *n* skinhead; **gật đầu** *v* nod; **gàu bám da đầu** *n* dandruff; **lúc đầu** *adv* initially, originally; **làm đau đầu** *adj* nerve-racking; **người đứng đầu** *n* chief, head *(principal)*

đậu [dəu] *n* bean, pea; **cây đậu tây** *n* runner bean; **đậu ăn cả vỏ** *n* mangetout; **đậu Hà Lan** *n* peas; **đậu tằm** *n* broad bean

đậu gà [dəu ɣa] **hạt đậu gà** *n* chickpea

đầu gối [dəu ɣoi] *n* knee

đầu hàng [dəu haŋ] *v* surrender

đậu lăng [dəu laŋ] **cây đậu lăng** *n* lentils

đấu loại [dəu lɔai] **vòng đấu loại** *n* tournament

đầu mối [dəu moi] *n* clue

đậu phộng [dəu foŋ] **bơ làm từ đậu phộng** *n* peanut butter; **cây đậu phộng** *n* peanut; **dị ứng đậu phộng** *n* peanut allergy

đấu thầu [dəu təu] **sự đấu thầu** *n* bid

đấu thủ [dəu tu] *n* runner

đầu tiên [dəu tien] *adj* first, original ▷ *n* first

đấu tranh [dəu tʃɑːɲ] *n* battle, struggle; **cuộc đấu tranh** *n* struggle

đầu tư [dəu tɯ] *v* invest; **nhà đầu tư** *n* investor; **sự đầu tư** *n* investment

đây [dəi] *adv* here, this, now; **gần đây** *adj* recent; **mới đây** *adv* lately, recently; **ngay đây** *adv* presently; **sau đây** *adj* following; **trước đây** *adv* formerly; **Đây là...** This is... (calling); **Đây là cái gì?** What is it?; **Đây là chồng tôi** This is my husband; **Đây là vợ tôi** This is my wife; **Tôi đến đây làm việc** I'm here for work; **Tôi ngồi đây được không?** Can I sit here?

đầy [dəi] *adj* full; **đầy đủ** *adv* complete; **đổ đầy** *v* fill up; **làm đầy** *v* fill; **làm cho đầy lại** *v* refill

đẩy [dəi] *v* push; **đẩy xà** *n* push-up; **xe đẩy** *n* trolley; **xe đẩy hai bánh của trẻ con** *n* scooter

đầy bình [dəi biŋ] **Làm ơn đổ đầy bình** Fill it up, please

đầy đủ [dəi du] *adv* fully; **không đầy đủ** *adj* inadequate, incomplete

đầy mạnh [dəi maɲ] *v* boost

đè [dɛ] **cái đè lưỡi** *n* spatula

đẻ [dɛ] *v* deliver *(baby)*; **nghỉ đẻ** *n* maternity leave; **sự sinh đẻ** *n* birth

đe dọa [dɛ zɔɑː] *v* intimidate

đen [dɛn] *adj (màu)* black; **theo nghĩa đen** *adv* literally; **phôtô đen trắng** in black and white

đèn [dɛn] *n* lamp, light; **bóng đèn** *n* bulb *(electricity)*, light bulb; **cột đèn** *n* lamppost; **chụp đèn** *n* lampshade; **đèn đường** *n* streetlamp; **đèn báo nguy hiểm** *n* hazard warning lights; **đèn chiếu** *n* floodlight; **đèn flash** *n* flash, flashlight; **đèn giao thông** *n* traffic lights; **đèn mồi** *n* pilot light; **đèn ngủ** *n* bedside lamp; **đèn pha** *n* headlamp, headlight, spotlight; **đèn phanh** *n* brake light; **đèn pin** *n* torch; **đèn sương mù** *n* fog light;

đèn xi nhan *n* sidelight; **Đèn không hoạt động** The lamp is not working
đeo [dɛɔ] *v* wear, put on; **băng đeo vào cổ** *n* sling; **dây đeo quần** *n* braces; **Tôi đeo kính áp tròng** I wear contact lenses
đèo [dɛɔ] *n (dốc)* pass *(in mountains)*
đẹp [dɛp] *adj* beautiful, good-looking; **đẹp trai** *adj* handsome; **một cách tốt đẹp** *adv* beautifully; **tuyệt đẹp** *adj* gorgeous; **vẻ đẹp** *n* beauty
để [de] *v (ở đâu)* place, *(đặt)* put ▷ *conj* so that, in order to; **để cho** *v* let; **Cái này để được bao lâu?:** How long will it keep?; **Làm ơn để ở đằng kia** Put it down over there, please; **Tôi muốn để xe ở...** I'd like to leave it in...
để cập [de kəp] *v* mention
đế chế [de tʃe] *n* empire
để cử [de kɯ] *v* nominate; **sự để cử** *n* nomination
để cương [de kɯɤŋ] *n* outline
để lại [de lɑi] *v* put back
đêm [dem] *n* night; **ca đêm** *n* nightshift; **các hoạt động giải trí về đêm** *n* nightlife; **Đêm Nô-en** *n* Christmas Eve; **hộp đêm** *n* nightclub; **nửa đêm** *n* midnight; **qua đêm với nhau** *v* sleep together; **vào đêm nay** *adv* tonight; **đêm mai** tomorrow night; **đêm qua** last night; **Bao nhiêu tiền một đêm?** How much is it per night?; **Giá bao nhiêu tiền một đêm?** How much is it per night?; **Tôi muốn ở hai đêm** I'd like to stay for two nights; **Tôi muốn ở thêm một đêm nữa** I want to stay an extra night; **vào ban đêm** at night
đếm [dem] *v* count
đệm [dem] *n (nằm)* mattress; **cái đệm** *n* cushion; **ga trải đệm góc có chun** *n* fitted sheet; **miếng đệm** *n* gasket; **miếng đệm lót** *n* pad
đến [den] *v (nơi)* arrive, come; **đến hạn** *adj* due; **đến từ** *v* come from; **hộp thư đến** *n* inbox; **nơi đến** *n* destination; **người mới đến** *n* newcomer; **sự đến** *n* arrival; **Chúng tôi đến sớm/ muộn** We arrived early/late; **Hành lý của chúng tôi vẫn chưa đến** Our luggage has not arrived; **Khi nào thì đến...?** When does it arrive in...?; **Mấy giờ xe buýt đến?** What time does the bus arrive?; **Tôi vừa mới đến** I've just arrived; **Va ly của tôi lúc đến nơi đã bị hỏng** My suitcase has arrived damaged; **Xin lỗi chúng tôi đến muộn** Sorry we're late
đền [den] *n (thờ)* temple, Taoist temple, palace ▷ *v* compensate for, return; **đền bù** *v* compensate; **sự đền bù** *n* compensation; **Đền có mở cửa cho mọi người vào không?** Is the temple open to the public?; **Đền mở cửa khi nào?** When is the temple open?
đến gần [den ɣən] *v* approach
đề nghị [de ŋi] *n* request ▷ *v* offer, request; **lời đề nghị** *n* offer; **mẫu đề nghị** *n* claim form
đến mức [den mɯk] *adv* so
đền thờ [den tɤ] *n* shrine; **đền thờ Hồi giáo** *n* mosque
đệ trình [de tʃiŋ] *v* present

đều đặn [deu dɑn] *adv* regularly
đề xuất [de suət] *n* proposal ▷ *v* propose, put forward
để ý [de i] *v* notice; **hay để ý** *adj* observant
đi [di] *v* go, depart, walk away; **chuyến đi chơi bằng xe** *n* drive; **cuộc đi** *n* ride; **cuộc đi chơi** *n* outing; **dời đi** *v* leave, remove; **đi chơi** *v* go out; **đi lại đều đặn** *v* commute; **đi qua** *v* cross, pass; **đi ra** *v* come out, get out; **đi thăm** *v* visit; **đi theo** *v* follow, go after; **đi thuyền** *v* sail; **đi vào** *v* come in, enter; **lối đi** *n* passage *(route)*; **lối đi ở giữa** *n* aisle; **người thường xuyên phải đi xa từ nhà đến nơi làm việc** *n* commuter; **quyền được đi trước** *n* right of way; **ra đi** *v* go away; **sắp rời đi** *adj* outgoing; **sự đi bộ đường dài** *n* hiking; **sự đi nhờ xe** *n* lift *(free ride)*; **sự đi thuyền** *n* sailing; **sự đi xe đạp** *n* cycling; **sự ra đi** *n* departure; **Chị ấy có phải đi bệnh viện không?** Will she have to go to hospital?; **Chúng tôi đang đi đến...** We're going to...; **Chúng tôi có thể đi... không?** Can we go to...?; **Chúng tôi có thể đi nhảy ở đâu?** Where can we go dancing?; **Cho phép tôi mời anh đi ăn tối nhé?** Would you like to go out for dinner?; **Đến giờ đi chưa?** Is it time to go?; **Đi đi!** Go away!; **Đi thẳng** Go straight on; **Tôi đi đến...:** I'm going to...; **Tôi đi làm** I work; **Tôi không đi** I'm not coming; **Tôi muốn đi bộ lên đồi** I'd like to go hill-walking; **Tôi muốn đi hạng nhất** I would like to travel first class; **Tôi muốn đi lướt ván buồm** I'd like to go wind-surfing; **Tôi phải đi tuyến nào để đến...?** Which line should I take for...?
đị [di] **cuộc đi bộ đường dài** *n* hike
đĩa [diɑ:] *n (đựng thức ăn)* dish, plate, saucer, disc; **đĩa bay** *n* UFO; **đĩa máy tính** *n* disk; **đĩa nhỏ** *n* saucer; **ổ đĩa** *n* disk drive; **rửa bát đĩa** *v* wash up; **vật hình đĩa** *n* disc
địa [diɑ:] **địa chủ** *n* landowner
đĩa CD [diɑ: kz] *n* compact disc, CD; **máy chạy đĩa CD** *n* CD player; **thiết bị ghi đĩa CD** *n* CD burner
địa chất [diɑ: tʃət] *n* geology
địa chỉ [diɑ: tʃi] *n* address *(location)*; **địa chỉ email** *n* email address; **địa chỉ nhà** *n* home address; **địa chỉ web** *n* web address; **sổ địa chỉ** *n* address book; **Anh vui lòng ghi lại địa chỉ được không?** Will you write down the address, please?; **Địa chỉ trang web là...** The website address is...; **Làm ơn gửi thư từ của tôi đến địa chỉ này** Please send my mail on to this address
đĩa DVD [diɑ: zvz] *n* DVD; **đầu đĩa DVD** *n* DVD player; **đầu ghi đĩa DVD** *n* DVD burner
đĩa đệm [diɑ: dem] **sự trật đĩa đệm** *n* slipped disc
địa điểm [diɑ: diem] *n* location, site, venue
địa lý [diɑ: li] *n* geography
đĩa mềm [diɑ: mem] *n* diskette, floppy disk
địa ngục [diɑ: ŋuk] *n* hell
địa phương [diɑ: fɯɤŋ] *n* locality, local; **nhà ở do chính quyền địa phương cấp** *n* council house;

thuộc địa phương *adj* local; **tiếng địa phương** *n* dialect; **Đặc sản địa phương là gì?** What's the local speciality?; **Tôi muốn gọi món gì của địa phương** I'd like to order something local; **Tôi muốn thử thứ gì đó của địa phương** I'd like to try something local, please

Địa Trung Hải [diɑː tʃuŋ hai] **người vùng Địa Trung Hải** *n* Mediterranean *(person)*; **thuộc vùng Địa Trung Hải** *adj* Mediterranean

đi bộ [di bo] *v* walk; **chỉ dành cho người đi bộ** *adj* pedestrianized; **chuyến đi bộ dài** *n* tramp *(long walk)*; **cuộc đi bộ** *n* walk; **đi bộ vất vả** *v* trek; **đường dành cho người đi bộ** *n* walkway; **khu vực dành cho người đi bộ** *n* pedestrian precinct; **lối qua đường cho người đi bộ** *n* zebra crossing; **lối qua đường dành cho người đi bộ** *n* pedestrian crossing; **người đi bộ** *n* pedestrian; **Tôi có đi bộ đến đó được không?** Can I walk there?

địch [ditʃ] *n* flute ▹ *v* compete, oppose; **chức vô địch** *n* championship; **gây thù địch** *v* antagonize; **nhà vô địch** *n* champion; **thù địch** *adj* hostile

đích thân [ditʃ tən] *adv* personally

đích thực [ditʃ tɯk] *adv* truly

đi cùng [di kuŋ] *v* accompany

đi dạo [di zaɔ] **cuộc đi dạo** *n* stroll, walking; **người đi dạo** *n* rambler

điếc [diek] *adj* deaf; **làm điếc tai** *adj* deafening

điểm [diem] *n* point, dot, score, grade, mark *(in school)*; **cho điểm** *v* mark *(grade)*; **đặc điểm** *n* character; **điểm ảnh** *n* pixel; **điểm cuối** *n* end; **điểm danh** *n* roll call; **điểm giờ** *v* strike; **điểm xấu** *n* vice; **điểm yếu** *n* weakness; **ghi điểm** *v* score; **giờ cao điểm** *n* peak hours, rush hour; **khuyết điểm** *n* defect; **người chỉ điểm** *n* grass *(informer)*; **ngoài giờ cao điểm** *adv* off-peak

điểm bóng rơi [diem bauŋ zɤi] *n* pitch *(sport)*

điên [dien] *adj* crazy, mad; **điên cuồng** *adv* madly; **điên tiết** *adj* furious; **nói như điên như dại** *v* rave; **người điên** *n* lunatic, madman, maniac, nutter; **nhà thương điên** *n* mental hospital; **sự điên rồ** *n* madness

điền [dien] **điền vào** *v* fill in

điện [dien] *adj* electric, electrical ▹ *n* electricity; **cột điện** *n* pylon; **chăn điện** *n* electric blanket; **điện giật** *n* electric shock; **gọi điện lại** *v* phone back, ring back; **mất điện** *n* power cut; **nạp điện** *v* charge *(electricity)*; **ổ cắm điện** *n* socket; **sự nạp điện** *n* charge *(electricity)*; **tàu điện** *n* tram; **tàu điện ngầm** *n* underground; **thợ điện** *n* electrician; **Anh có dây nối điện không?** Do you have any jump leads?; **Đồng hồ đo điện ở đâu?** Where is the electricity meter?; **Chúng tôi có phải trả thêm tiền điện không?** Do we have to pay extra for electricity?; **Hệ thống điện bị hỏng cái gì đó** There is something wrong with the electrics; **Không có điện** There is no electricity

điện ảnh [dien aɲ] *n* cinema; **ngôi**

sao điện ảnh *n* film star
điện áp [dien ɑp] *n* voltage
điện đài [dien dɑi] **máy điện đài xách tay** *n* walkie-talkie
điếng [dieŋ] **chết điếng người** *adj* petrified
điển hình [dien hiɲ] *adj* representative, typical
điền kinh [dien kiɲ] *n* athletics
điện thoại [dien tɔɑi] *n* phone, telephone; **buồng điện thoại** *n* call box; **cuộc điện thoại** *n* phonecall; **danh bạ điện thoại** *n* phonebook, telephone directory; **điện thoại ở cửa vào** *n* entry phone; **điện thoại có máy trả lời tự động** *n* answerphone; **điện thoại chụp ảnh** *n* camera phone; **điện thoại di động** *n* mobile phone; **điện thoại thẻ** *n* cardphone; **điện thoại thông minh** *n* smart phone; **điện thoại viđiô** *n* videophone; **đường dây điện thoại trợ giúp** *n* helpline; **gọi điện thoại** *v* phone; **hộp điện thoại** *n* phonebox; **hóa đơn điện thoại** *n* phone bill; **máy điện thoại trả tiền** *n* payphone; **máy trả lời điện thoại tự động** *n* answering machine; **nhạc chuông điện thoại** *n* ringtone; **số điện thoại** *n* phone number; **số điện thoại di động** *n* mobile number; **tổng đài điện thoại** *n* switchboard; **thẻ điện thoại** *n* phonecard; **thẻ nạp tiền điện thoại** *n* top-up card; **tiếng quay số điện thoại** *n* dialling tone; **việc bán hàng qua điện thoại** *n* telesales; **Anh có bán thẻ điện thoại không?** Do you sell phone cards?; **Cho tôi xin số điện thoại của anh được không?** Can I have your phone number?; **Làm ơn bán cho một thẻ điện thoại quốc tế** An international phone card, please; **Làm ơn cho tôi dùng điện thoại của anh được không?** Can I use your phone, please?; **Số điện thoại là gì?** What's the telephone number?; **Tôi đang gặp trục trặc với điện thoại** I'm having trouble with the phone; **Tôi cần gọi một cuộc điện thoại khẩn** I need to make an urgent telephone call; **Tôi có thể dùng điện thoại của anh được không?** May I use your phone?; **Tôi có thể gọi điện thoại ở đâu?** Where can I make a phone call?; **Tôi có thể gọi điện thoại quốc tế ở đâu?** Where can I make an international phone call?; **Tôi có thể gọi điện thoại quốc tế từ đây được không?** Can I phone internationally from here?; **Tôi có thể gọi điện thoại từ đây được không?** Can I phone from here?; **Tôi có thể xạc điện thoại di động ở đâu?** Where can I charge my mobile phone?; **Tôi muốn gọi điện thoại** I want to make a phone call; **Tôi muốn một ít tiền xu để gọi điện thoại** I'd like some coins for the phone, please; **Tôi muốn mua một thẻ điện thoại hai mươi lăm euro** I'd like a twenty-five euro phone card; **Tôi phải gọi điện thoại** I must make a phone call
điên tiết [dien tiet] **làm điên tiết** *adj* infuriating
điện tín [dien tin] **bức điện tín** *n* telegram

điện tử [dien tɯ] *adj* electronic; **Đầu chơi điện tử PlayStation®** *n* PlayStation®; **đầu chơi điện tử** *n* games console; **điện tử học** *n* electronics; **nhật ký điện tử** *n* blog; **phòng máy chơi điện tử** *n* amusement arcade; **sách điện tử** *n* e-book; **thương mại điện tử** *n* e-commerce; **vé điện tử** *n* e-ticket
điều [dieu] *n* matter, thing; **có điều kiện** *adj* conditional; **cây điều** *n* cashew; **điều kiện** *n* condition
điều chỉnh [dieu tʃiɲ] *v* adjust; **điều chỉnh được** *adj* adjustable; **sự điều chỉnh** *n* adjustment
điều đó [dieu dɔ] *pron* that
điều độ [dieu do] *n* moderation; **sự điều độ** *n* moderation
điều hành [dieu haɲ] *v* run; **giám đốc điều hành** *n* managing director; **người điều hành** *n* executive; **Tổng Giám đốc Điều hành** *n* CEO
điều hoà [dieu hɔa] *v* adjust, regulate; **có điều hoà nhiệt độ** *adj* air-conditioned; **hệ thống điều hoà nhiệt độ** *n* air conditioning; **Điều hoà không hoạt động** The air conditioning doesn't work; **Phòng có điều hòa không?** Does the room have air conditioning?
điêu khắc [dieu χak] **nghệ thuật điêu khắc** *n* sculpture; **nhà điêu khắc** *n* sculptor
điều khiển [dieu χien] *v* handle, control, command; **cần điều khiển** *n* joystick; **được điều khiển bằng rađiô** *adj* radio-controlled; **điều khiển từ xa** *n* remote control; **người điều khiển** *n* operator
điều khoản [dieu χɔan] *n* clause
điều kiện [dieu kien] *n* condition; **vô điều kiện** *adj* unconditional
điều tra [dieu tʃaː] *v* investigate; **cuộc điều tra** *n* survey; **cuộc điều tra chính thức** *n* inquest; **phiếu điều tra** *n* questionnaire; **sự điều tra** *n* investigation
điều trị [dieu tʃi] *v* give/receive medical care; **phòng điều trị tăng cường** *n* intensive care unit; **sự điều trị** *n* treatment
điêzen [diezɛn] **dầu điêzen** *n* diesel; **Cho tôi... đồng điêzen...** worth of diesel, please
đi lại [di lai] *v* travel; **sự đi lại** *n* travel
đinh [diɲ] *n* nail, village, guy; **đinh bấm** *n* thumb tack; **đinh ghim** *n* drawing pin; **đinh hương** *n* clove; **đinh tán** *n* stud
đỉnh [diɲ] *n* peak, summit, top
định [diɲ] **định dạng** *v* format; **định lượng** *v* quantify
đình chỉ [diɲ tʃi] *v* suspend; **sự đình chỉ** *n* suspension
định kiến [diɲ kien] *n* prejudice; **bị định kiến** *adj* prejudiced
định nghĩa [diɲ ŋiaː] *n* definition ▷ *v* define
định vị [diɲ vi] **điểm định vị** *n* landmark; **hệ thống định vị bằng vệ tinh** *n* sat nav
đinh vít [diɲ vit] *n* screw
đít [dit] **mông đít** *n* bum, buttocks
đi văng [di vaŋ] *n* couch
đo [dɔ] *v* measure, survey, gauge; **dụng cụ đo** *n* meter; **đo lường** *v* measure; **máy đo** *n* gauge; **que đo mực nước** *n* dipstick; **sự đo lường**

n measurements; **Anh làm ơn đo người tôi được không?** Can you measure me, please?

đó [dɔ] *adj* that, those ▷ *art* the; **từ đó** *adv* since

đỏ [dɔ] *adj* red; **có tóc đỏ** *adj* red-haired; **chim cổ đỏ** *n* robin; **đỏ tươi** *adj* scarlet; **đồng đỏ** *n* copper; **màu đỏ** *adj* red; **người có tóc đỏ** *n* redhead; **rượu vang đỏ** *n* red wine; **thịt đỏ** *n* red meat

đoán [dɔan] *v* guess; **có thể đoán trước** *adj* predictable; **đoán trước** *v* predict; **ước đoán** *n* guess

đoàn [dɔan] *n* group, detachment; **đoàn cử tri** *n* electorate; **đoàn hành hương** *n* pilgrimage; **liên đoàn** *n* league; **Có giảm giá cho các đoàn không?** Are there any reductions for groups?

đoạn [dɔan] *n* section, part; **đoạn nhạc** *n* passage *(musical)*; **đoạn trích dẫn** *n* quotation, quote; **đoạn văn** *n* paragraph

đoán trước [dɔan tʃɯɤk] *v* predict; **không thể đoán trước** *adj* unpredictable

đoàn tụ [dɔan tu] *v* reunite; **sự đoàn tụ** *n* reunion

đọc [dɔk] *v* read; **bệnh khó đọc** *n* dyslexia; **dễ đọc** *adj* legible; **đọc to** *v* read out; **khó đọc** *adj* illegible; **mắc bệnh khó đọc** *adj* dyslexic; **người mắc bệnh khó đọc** *n* dyslexic; **sự đọc** *n* reading; **sự đọc chính tả** *n* dictation; **Tôi không đọc được** I can't read it

đói [dɔi] *v* be hungry ▷ *adj* hungry; **chết đói** *v* starve; **nạn đói** *n* famine; **rất đói** *adj* ravenous; **sự đói** *n* hunger; **sự nghèo đói** *n* poverty; **Tôi đói** I'm hungry; **Tôi không đói** I'm not hungry

đòi hỏi [dɔi hɔi] *v* ask for, claim; **sự đòi hỏi** *n* claim

đỏ mặt [dɔ mat] *v* blush; **sự đỏ mặt** *n* flush

đón [dɔn] *v* pick up; **sự đón tiếp** *n* welcome; **tiếp đón** *v* welcome

đòn [dɔn] **xương đòn** *n* collarbone

đòn bẩy [dɔn bəi] *n* lever

đòn đánh [dɔn daɲ] *n* blow

đóng [dauŋ] *v* close, shut, nail, pay; **đóng gói** *v* pack; **đóng góp** *v* contribute; **đóng hộp** *adj* tinned; **đóng kín** *adj* closed; **ngành đóng tàu** *n* shipbuilding; **người đóng thuế** *n* tax payer; **sự đóng băng** *n* frosting; **sự đóng gói** *n* packaging; **sự đóng góp** *n* contribution; **sự đóng kín** *n* closure; **Cửa ra vào không đóng được** The door won't close

đóng cửa [dauŋ kɯa:] *v* shut down; **giờ đóng cửa** *n* closing time; **ngày nghỉ khi các ngân hàng đóng cửa** *n* bank holiday; **Anh đóng cửa lúc mấy giờ?** What time do you close?; **Khi nào đóng cửa?** When does it close?; **Khi nào ngân hàng đóng cửa?** When does the bank close?; **Tôi đóng cửa sổ được không?** May I close the window?

đóng hộp [dauŋ hop] *v* can

đóng thế [dauŋ te] **người đóng thế** *n* stuntman

đỏ trứng [dɔ tʃɯŋ] **lòng đỏ trứng** *n* egg yolk

đo ván [dɔ van] **hạ đo ván** *v* knock

out

đồ [do] *n* thing, object ▷ *v* trace; **bộ đồ sửa chữa** *n* repair kit; **chủ hiệu cầm đồ** *n* pawnbroker; **dỡ đồ** *v* unpack; **đồ đồng nát** *n* junk; **đồ chơi** *n* toy; **đồ gốm** *n* pottery; **đồ giả** *n* fake; **đồ hoá trang** *n* make-up; **đồ lặt vặt** *n* trifle; **đồ lót phụ nữ** *n* lingerie; **đồ nữ trang** *n* jewellery; **đồ sơ-cua** *n* spare part; **đồ thừa** *n* remains; **đồ uống** *n* drink; **đồ vật** *n* thing; **nơi để đồ thất lạc** *n* lost-and-found; **phòng giữ đồ thất lạc** *n* lost-property office; **Anh có đồ lưu niệm không?** Do you have souvenirs?; **Bây giờ tôi phải đóng gói đồ** I need to pack now; **Có tủ khóa để giữ đồ không?** Are there any luggage lockers?; **Có xe đẩy để chở đồ không?** Are there any luggage trolleys?; **Đồ ăn nóng quá** The food is too hot; **Đồ ăn nguội quá** The food is too cold; **Khu bán đồ lót phụ nữ ở đâu?** Where is the lingerie department?; **Tôi có thể để những đồ giá trị của tôi ở đâu?** Where can I leave my valuables?; **Tôi muốn có bộ đồ sửa xe được không?** Can I have a repair kit?; **Tôi phải dỡ đồ** I have to unpack; **Tôi thay đồ ở đâu được?** Where do I change?

đổ [do] *v* pour, throw away, collapse; **chỗ đổ rác** *n* rubbish dump; **đổ đầy** *v* fill up; **đổ bộ** *v* land; **kéo đổ** *v* pull down; **làm đổ** *v* spill, upset; **Anh làm ơn đổ đầy nước rửa kính chắn gió hộ** Can you top up the windscreen washers?

đỗ [do] *n* beans ▷ *v* park, pass; **bãi đỗ xe ô tô** *n* car park; **đỗ tây** *n* French beans; **đỗ xe** *v* park; **giá đỗ** *n* beansprouts; **làn đỗ xe trên đường** *n* layby; **máy thu tiền đỗ xe** *n* parking meter; **sự đỗ xe** *n* parking; **sự thi đỗ** *n* pass *(meets standard)*; **thi đỗ** *v* pass *(an exam)*; **vé phạt đỗ xe** *n* parking ticket; **Anh có tiền lẻ để cho vào máy bán vé đỗ xe không?** Do you have change for the parking meter?; **Chúng tôi đỗ xe caravan ở đây có được không?** Can we park our caravan here?; **Gần đây có bãi đỗ xe không?** Is there a car park near here?; **Máy bán vé đỗ xe hỏng rồi** The parking meter is broken; **Tôi đỗ ở đây có được không?** Can I park here?; **Tôi được đỗ trong bao lâu?** How long can I park here?; **Tôi có đỗ xe qua đêm ở đây được không?** Can I park here overnight?; **Tôi có thể đỗ ô tô ở đâu?** Where can I park the car?

độ [do] *n* period, degree, measure ▷ *adv* approximately; **chứng cuồng ăn vô độ** *n* bulimia; **độ bách phân** *n* degree centigrade; **độ dày** *n* thickness; **độ Fahrenheit** *n* degree Fahrenheit; **mức độ** *n* degree; **Thiết bị thử nồng độ rượu qua hơi thở Breathalyser®** *n* Breathalyser®

đồ ăn [do an] **đồ ăn không qua chế biến** *n* wholefoods; **đồ ăn nhẹ** *n* refreshments, snack; **quán bán đồ ăn nhẹ** *n* snack bar

độc [dok] *adj* poisonous, toxic; **đầu độc** *v* poison; **hiểm độc** *adj* malicious; **nọc độc** *n* venom; **ngộ**

độc thức ăn *n* food poisoning; **thuốc độc** *n* poison; **thuốc giải độc** *n* antidote
độ C [do k] *n* degree Celsius
độc đắc [dok dak] **giải độc đắc** *n* jackpot
độc giả [dok za] *n* reader
độc lập [dok ləp] *adj* independent; **nền độc lập** *n* independence
đồ cổ [do ko] *n* antique; **cửa hàng đồ cổ** *n* antique shop
độc quyền [dok kuien] **sự độc quyền** *n* monopoly
độc tài [dok tai] **nhà độc tài** *n* dictator
độc tấu [dok təu] **bản độc tấu** *n* solo; **nghệ sỹ độc tấu** *n* soloist
độc thân [dok tən] *adj* single; **người đàn ông độc thân** *n* bachelor; **Anh còn độc thân không?** Are you single?; **Vâng, tôi còn độc thân** Yes, I'm single
đồ đạc [do dak] *n* belongings, furniture; **đã trang bị đồ đạc** *adj* furnished
đôi [doi] *n* pair; **cặp đôi** *n* couple; **có đôi** *adj* twinned; **gấp đôi** *adj* double; **giường đôi** *n* double bed; **phòng đôi** *n* double room; **sự kết đôi** *n* match *(partnership)*; **tăng gấp đôi** *v* double; **trận đấu tay đôi** *n* singles; **xe đạp đôi** *n* tandem
đồi [doi] *n* hill; **đi bộ lên đồi** *n* hill-walking
đổi [doi] *v* change, exchange, trade in; **có thể đổi được** *adj* convertible; **chuyển đổi** *v* convert; **dễ thay đổi** *adj* changeable; **được biến đổi gien** *adj* genetically-modified; **làm thay đổi** *v* change; **sửa đổi** *v* alter; **thay đổi** *v* change; **Anh có thể đổi cho tôi... không?** Could you give me change of...?; **Anh có tiền lẻ đổi tờ này không?** Do you have change for this note?; **Khi nào thì quầy đổi tiền mở cửa?** When is the bureau de change open?; **Ở đây có quầy đổi tiền không?** Is there a bureau de change here?; **Tôi đổi ở đâu?** Where do I change?; **Tôi cần tìm quầy đổi tiền** I need to find a bureau de change; **Tôi có phải đổi không?** Do I have to change?; **Tôi có thể đổi phòng không?** Can I switch rooms?; **Tôi có thể đổi séc du lịch ở đây không?** Can I change my traveller's cheques here?; **Tôi có thể đổi tiền ở đâu?** Where can I change some money?; **Tôi muốn đổi cái này:** I'd like to exchange this; **Tôi muốn đổi chuyến bay** I'd like to change my flight; **Tôi muốn đổi một trăm... thành...** I'd like to change one hundred... into...; **Tôi muốn đổi vé** I want to change my ticket; **Tôi phải đổi ở đâu để đến...?** Where do I change for...?
đội [doi] *n (nhóm)* team
đối diện [doi zien] *adv* opposite ▷ *prep* opposite
đôi khi [doi χi] *adv* occasionally
đối mặt [doi mat] *v* face
đổi mới [doi mɤi] **có tính chất đổi mới** *adj* innovative; **sự đổi mới** *n* innovation
đối phó [doi fɔ] *v* cope (with)
đối thoại [doi tɔai] **cuộc đối thoại** *n* dialogue
đối thủ [doi tu] *n* adversary, opponent, rival; **đối thủ cạnh**

tranh *n* competitor
đối xử [doi suɯ] *v* treat
đổ khảm [do χam] *n* mosaic
đô la [do lɑ:] *n* dollar; **Anh có lấy tiền đô la không?** Do you take dollars?
đốm [dom] *n* spot *(blemish)*
đôminô [domino] **cờ đôminô** *n* dominoes; **quân cờ đôminô** *n* domino
đồn [don] *n* station, fort ▷ *v* gossip; **đồn cảnh sát** *n* police station; **tin đồn** *n* rumour
đổ nát [do nɑt] **đống đổ nát** *n* wreckage; **sự đổ nát** *n* ruin
đông [doŋ] *n (hướng)* east, winter ▷ *adj* crowded; **các môn thể thao mùa đông** *n* winter sports; **chất chống đông** *n* antifreeze; **đám đông** *n* crowd; **đông bắc** *n* northeast; **đông lại** *v* freeze; **đông lạnh** *adj* frozen; **hướng đông** *adj* east; **hướng đông nam** *n* southeast; **mùa đông** *n* winter; **phía đông** *adj* east, eastern; **Phương Đông** *n* Orient; **thuộc phương Đông** *adj* oriental; **về hướng đông** *adj* eastbound
đống [doŋ] *n* heap, pile; **đống cỏ khô** *n* haystack
đồng [doŋ] *n (thau)* brass, coin, field ▷ *adj* mutual; **bất đồng** *v* disagree; **chuột đồng** *n* hamster; **đồng đỏ** *n* copper; **đồng bằng** *n* plain; **đồng ơ-rô** *n* euro; **đồng hoang** *n* moor; **đồng nghiệp** *n* colleague; **đồng thời** *adj* simultaneous; **hợp đồng** *n* contract; **hội đồng** *n* council; **máy dùng đồng xu** *n* slot machine; **sự đồng cảm** *n* communion; **sự đồng thuận** *n* consensus; **sự bất đồng** *n* disagreement
động [doŋ] *v* move, agitate, touch ▷ *n* cave; **động đất** *n* earthquake; **sự chia động từ** *n* conjugation; **sống động** *adj* lively; **Cho tôi xe tự động** An automatic, please; **Hôm nay biển có động không?** Is the sea rough today?; **Xe này có phải xe tự động không?** Is it an automatic car?
đồng bảng [doŋ baŋ] *n* pound; **đồng bảng Anh** *n* sterling
động cơ [doŋ kɤ] *n* engine, motive; **có động cơ** *adj* motivated; **động cơ mô tô** *n* motor
đông đúc [doŋ duk] *adj* crowded
đồng hồ [doŋ ho] *n* clock; **dây đồng hồ** *n* watch strap; **đồng hồ đeo tay** *n* watch; **đồng hồ đo dặm** *n* mileometer; **đồng hồ bấm giờ** *n* stopwatch; **đồng hồ báo thức** *n* alarm clock; **đồng hồ kỹ thuật số** *n* digital watch; **đồng hồ tốc độ** *n* speedometer; **ngược chiều kim đồng hồ** *adv* anticlockwise; **theo chiều kim đồng hồ** *adv* clockwise; **Anh có đồng hồ tính tiền không?** Do you have a meter? *(taxi)*; **Anh có thể sửa đồng hồ cho tôi không?** Can you repair my watch?; **Làm ơn dùng đồng hồ tính tiền** Please use the meter; **Tôi cần một dây đồng hồ mới** I need a new strap for my watch; **Tôi nghĩ đồng hồ của tôi chậm** I think my watch is slow; **Tôi nghĩ đồng hồ của tôi nhanh** I think my watch is fast
động kinh [doŋ kiɲ] *n* epilepsy; **bệnh động kinh** *n* epileptic; **cơn**

động kinh *n* epileptic fit
động mạch [doŋ matʃ] *n* artery
đồng minh [doŋ miɲ] **nước đồng minh** *n* ally
đồng phục [doŋ fuk] *n* uniform; **đồng phục học sinh** *n* school uniform
động sản [doŋ san] *n* real estate; **bất động sản** *n* estate; **đại lý bất động sản** *n* estate agent
đồng thiếc [doŋ tiek] *n* bronze
đồng tử [doŋ tɯ] *n* pupil *(eye)*
động từ [doŋ tɯ] *n* verb; **thời của động từ** *n* tense
động vật [doŋ vət] *n* animal; **chân động vật** *n* paw; **động vật có vú** *n* mammal; **động vật học** *n* zoology; **hệ động vật** *n* fauna; **thế giới động vật hoang dã** *n* wildlife
đồng xu [doŋ su] *n* penny
đồng ý [doŋ i] *v* agree; **được đồng ý** *adj* agreed; **sự đồng ý** *n* agreement
đổ sập [do səp] *v* collapse
đồ sứ [do sɯ] *n* china
đốt [dot] *n* finger joint, section ▷ *v (côn trùng)* sting, light, burn; **đốt cháy** *v* burn; **đốt nóng** *v* heat; **sự đốt nóng** *n* heating; **vết đốt** *n* sting; **Tôi bị đốt** I've been stung
đốt cháy [dot tʃai] *v* burn
đồ thị [do ti] *n* chart
đột kích [dot kitʃ] **cuộc đột kích** *n* raid
đột ngột [dot ŋot] *adj* abrupt; **một cách đột ngột** *adv* abruptly; **sự tăng lên đột ngột** *n* surge
đột nhập [dot ɲəp] **sự đột nhập** *n* break-in
đột nhập vào [dot ɲəp vaɔ] *v* break in (on)
đỗ tương [do tɯɤŋ] *n* soya
đồ uống [do uoŋ] *n* drink; **đồ uống không có cồn** *n* soft drink; **Anh thích loại đồ uống gì nhất?** What is your favourite drink?
đô vật [do vət] *n* wrestler
đồ vật [do vət] unclaimed luggage; **tủ giữ đồ vật để lại** *n* left-luggage locker; **văn phòng giữ đồ vật để lại** *n* left-luggage office
độ xung [do suŋ] *n* pulses
đỡ [dɤ] **bà đỡ** *n* midwife; **vật đỡ bóng gôn** *n* tee
đỡ đầu [dɤ dəu] **cha đỡ đầu** *n* godfather; **con đỡ đầu** *n* godchild; **con gái đỡ đầu** *n* goddaughter; **con trai đỡ đầu** *n* godson; **mẹ đỡ đầu** *n* godmother
đợi [dɤi] *v* wait; **chờ đợi** *v* wait, wait for; **danh sách đợi** *n* waiting list; **thức đợi** *v* wait up; **Anh có thể đợi vài phút ở đây không?** Can you wait here for a few minutes?; **Xin đợi tôi** Please wait for me
đờm dãi [dɤm zai] *n* catarrh
đơn [dɤn] *n* application ▷ *adj* single, alone; **bị đơn** *n* defendant; **đơn bảo hiểm** *n* insurance policy; **đơn đặt hàng** *n* order form; **đơn thuốc** *n* prescription; **đơn yêu cầu** *n* petition; **giường đơn** *n* single bed; **người nộp đơn** *n* applicant; **phòng đơn** *n* single, single room; **Ghi vào hóa đơn của tôi** Put it on my bill; **Hoá đơn tính sai** The bill is wrong; **Làm ơn chuẩn bị hóa đơn** Please prepare the bill; **Tôi có thể mang đơn này đi mua thuốc ở đâu?** Where can I get this prescription made up?

đơn điệu [dɤn dieu] *adj* monotonous
đơn độc [dɤn dok] *adj* single
đơn giản [dɤn zan] *adj* simple; **đơn giản hóa** *v* simplify
đơn vị [dɤn vi] *n* unit
đơn xin [dɤn sin] *n* application; **làm đơn xin** *v* apply
đớp [dɤp] *v* snap
đợt [dɤt] *n* batch; **một đợt** *n* spell *(time)*
đu [du] *v* swing; **động tác đu đưa** *n* swing; **đu đưa** *v* rock, sway, swing
đủ [du] *adj* enough ▷ *pron* enough ▷ *v* go round; **có đủ các bộ phận** *adj* self-contained; **đầy đủ** *adv* complete; **đủ tiềm lực** *v* afford; **không đủ** *adj* insufficient; **Thế đủ rồi, cám ơn** That's enough, thank you
đua [dua] *v* race, compete; **cuộc đua** *n* race *(contest)*; **cuộc đua ô tô** *n* motor racing; **cuộc đua việt dã** *n* cross-country; **cuộc chạy đua** *n* running; **cuộc chạy đua maratông** *n* marathon; **đường đua** *n* racetrack; **đua ngựa** *n* horse racing; **môn đua ngựa** *n* show jumping; **ngựa đua** *n* racehorse; **tay đua** *n* racing driver; **trường đua ngựa** *n* racecourse; **vận động viên đua** *n* racer; **xe đua** *n* racing car; **Tôi muốn xem đua ngựa** I'd like to see a horse race
đùa [dua:] *v* amuse oneself; **hay vui đùa** *adj* playful; **lời nói đùa** *n* joke; **nói đùa** *v* joke
đũa [dua:] *n* chopstick; **đũa ăn** *n* chopsticks
đúc [duk] **xưởng đúc tiền** *n* mint *(coins)*
đục [duk] *n* chisel; **cái đục** *n* chisel
đùi [dui] *n* thigh; **quần đùi** *n* underpants
đun [dun] *v* burn; **ấm đun nước** *n* kettle
đụn [dun] *n* stack
đúng [duŋ] *adj* correct, right ▷ *adv* right; **đúng giờ** *adj* on time, punctual; **không đúng** *adj* incorrect; **một cách đúng đắn** *adv* correctly
đun sôi [dun soi] *v* boil
đuôi [duoi] *n* tail; **cái đuôi** *n* tail; **tóc đuôi ngựa** *n* ponytail
đuối [duoi] **chết đuối** *v* drown; **Có người chết đuối!** Someone is drowning!
đuổi [duoi] *v* expel, drive away; **sự theo đuổi** *n* chase; **theo đuổi** *v* chase
đưa [dɯa] *v* bring; **đưa lại** *v* give back; **người đưa tin** *n* messenger
đứa [dɯa:] **đứa trẻ** *n* child, kid; **đứa trẻ mới biết đi** *n* toddler
đức [dɯk] **Đức phật** *n* Buddha
Đức [dɯk] **người Đức** *n* German *(person)*; **nước Đức** *n* Germany; **thuộc Đức** *adj* German; **tiếng Đức** *n* German *(language)*
đực [dɯk] **bò đực** *n* bull; **cừu đực** *n* ram; **giống đực** *n* male; **thuộc giống đực** *adj* male
đứng [dɯŋ] *v* stand; **đứng dậy** *v* rise; **đứng lên** *v* stand up; **người đứng đầu** *n* chief; **thẳng đứng** *adj* upright, vertical
đựng [dɯŋ] *v* contain; **cái đựng** *n* container; **chứa đựng** *v* contain; **chịu đựng** *v* bear

đứng đầu [dɯŋ dəu] *adj* top
được [dɯɤk] *adj* okay, OK; **có được** *v* get
được hay không [dɯɤk haːi χoŋ] *conj* whether
đương [dɯɤŋ] *v* be; **đương thời** *adj* contemporary
đường [dɯɤŋ] *n (ăn)* sugar, *(đi)* path, road, line; **bản đồ đường sá** *n* street map; **bị lạc đường** *adj* lost; **biển chỉ đường** *n* signpost; **công việc sửa đường** *n* roadworks; **con đường** *n* road; **đèn đường** *n* streetlamp; **đoạn đường dốc** *n* ramp; **đoạn đường nối** *n* slip road; **đoạn đường ngoặt** *n* turning; **đường ống** *n* pipeline; **đường đua** *n* racetrack; **đường băng** *n* runway; **đường biên** *n* touchline; **đường cao tốc** *n* motorway; **đường cao tốc phân làn** *n* dual carriageway; **đường chính** *n* main road; **đường dùng làm kem** *n* icing sugar; **đường dành cho người đi bộ** *n* walkway; **đường dành cho xe đạp** *n* cycle path; **đường glucose** *n* glucose; **đường hầm** *n* tunnel; **đường hóa học** *n* sweetener; **đường kẻ** *n* line; **đường kẻ ô** *n* grid; **đường kính** *n* diameter; **đường lái xe vào nhà** *n* driveway; **đường mòn** *n* track; **đường ngầm** *n* subway; **đường ngầm cho người đi bộ** *n* underpass; **đường sắt** *n* railway; **đường tắt** *n* shortcut; **đường vành đai** *n* ring road; **đường vòng** *n* bypass, detour, diversion; **đường xích đạo** *n* equator; **không đường** *adj* sugar-free; **lề đường** *n* kerb; **lối qua đường cho người đi bộ** *n* zebra crossing; **làn đường** *n* lane; **mật đường** *n* treacle; **nửa đường** *adv* halfway; **rào chắn đường** *n* roadblock; **thái độ đường hoàng** *n* dignity; **thiên đường** *n* heaven; **thuế cầu đường** *n* road tax; **tuyến đường** *n* route; **Đường dành cho xe đạp đến... ở đâu?** Where is the cycle path to...?; **Đường này dẫn tới đâu?** Where does this path lead?; **không đường** no sugar
đường đi [dɯɤŋ di] *n* way; **đường đi bộ** *n* footpath; **đường đi bộ ven biển** *n* promenade
đương nhiên [dɯɤŋ ɲien] *adv* naturally
đường phố [dɯɤŋ fo] **sơ đồ đường phố** *n* street plan
đứt [dɯt] *v* be broken, cut; **cắt đứt** *v* cut off; **Thằng bé bị đứt tay** He has cut himself

e

ec-ze-ma [ɛkzɛmaː] **bệnh ec-ze-ma** *n* eczema
e dè [ɛ zɛ] *adj* self-conscious; **sự e dè** *n* reservation
em [ɛm] *n* younger sibling, you; **anh em chồng** *(husband's brother) npl* brother-in-law; **anh em họ** *nm* cousin; **em trai** *(younger) n* brother
email [ɛmaːil] *n* email; **địa chỉ email** *n* email address; **gửi email** *v* email *(a person)*; **Anh có email không?** Do you have an email?; **Anh có nhận được email của tôi không?** Did you get my email?; **Cho tôi xin email của anh được không?** Can I have your email?; **Địa chỉ email của tôi là...** My email address is...; **Địa chỉ email của anh là gì?** What is your email address?; **Tôi có gửi email được không?** Can I send an email?
em bé [ɛm bɛ] *n* baby; **giấy lau cho em bé** *n* baby wipe
em gái [ɛm ɣai] *n* sister
eo [ɛɔ] *n* waist
ép [ɛp] *v* crush, press, force, extract *(oil etc)*; **cưỡng ép** *v* force; **máy ép** *n* press; **nước quả ép** *n* squash; **phiến gỗ ép** *n* hardboard
Eritrea [ɛzitʃɛaː] **nước Eritrea** *n* Eritrea
Estonia [ɛstɔnia] **người Estonia** *n* Estonian *(person)*; **nước Estonia** *n* Estonia; **thuộc Estonia** *adj* Estonian; **tiếng Estonia** *n* Estonian *(language)*
Ethiopia [ɛtiɔpia] **người Ethiopia** *n* Ethiopian *(person)*; **nước Ethiopia** *n* Ethiopia; **thuộc Ethiopia** *adj* Ethiopian
EU [ɛu] *abbr* EU

ếch [etʃ] *n* frog; **con ếch** *n* frog; **kiểu bơi ếch** *n* breaststroke

Ê-cu-a-đo [ekuɑ:dɔ] **nước Ê-cu-a-đo** *n* Ecuador

Fahrenheit [fɑ:hzɛɲɛit] **độ Fahrenheit** *n* degree Fahrenheit

fax [fɑ:s] *n* fax; **gửi fax** *v* fax; **Anh có máy fax không?** Do you have a fax?; **Có máy fax nào tôi có thể sử dụng được không?** Is there a fax machine I can use?; **Gửi fax giá bao nhiêu?** How much is it to send a fax?; **Làm ơn gửi lại fax của anh** Please resend your fax; **Máy fax của anh bị trục trặc** There is a problem with your fax; **Số fax là gì?** What is the fax number?; **Tôi có thể gửi fax từ đây không?** Can I send a fax from here?; **Tôi muốn gửi fax** I want to send a fax

flannel [flɑ:nnɛl] **vải flannel** *n* flannel

flash [flɑ:sh] *n* flash; **đèn flash** *n* flash, flashlight; **Đèn flash bị hỏng** The flash is not working

fleece [flɛɛkɛ] **vải fleece** *n* fleece

g

ga [ɣɑ:] *n* gas, bus/train station; **bếp ga** *n* gas cooker; **có ga** *adj* fizzy; **ga cuối cùng** *n* terminal; **ga du lịch** *n* camping gas; **ga tàu điện ngầm** *n* metro station, tube station; **ga xe buýt** *n* bus station; **ga xe lửa** *n* railway station; **khí ga** *n* gas; **nước có ga** *n* sparkling water; **Đồng hồ đo ga ở đâu?** Where is the gas meter?; **Ga tàu điện ngầm gần nhất ở đâu?** Where is the nearest tube station?; **một chai nước khoáng không có ga** a bottle of still mineral water; **Tôi ngửi thấy mùi ga** I can smell gas; **Xin chỉ cho tôi cách đến ga tàu điện ngầm gần nhất** How do I get to the nearest tube station?

gà [ɣɑ] *n* fowl ▷ *v* assist; **cúm gà** *n* bird flu; **con gà** *n* chicken; **gà con** *n* chick; **gà giò** *n* cockerel; **gà mái** *n* hen; **gà trống** *n* cock

gã [ɣɑ] *n* bloke, guy, fellow

Gabon [ɣɑ:bɔn] **nước Gabon** *n* Gabon

gác [ɣɑk] *n* upstairs ▷ *v* guard; **canh gác** *v* guard; **lính gác** *n* guard; **người gác cửa** *n* doorman

gạch [ɣɑtʃ] *n* brick ▷ *v* draw a line, cross out; **gạch dưới** *v* underline; **gạch nối** *n* hyphen

gạch chéo [ɣɑtʃ tʃɛɔ] **dấu gạch chéo** *n* forward slash

gác mái [ɣɑk mɑi] *n* attic

gác xép [ɣɑk sɛp] *n* loft

gà gô [ɣɑ ɣo] *n* grouse *(bird)*, partridge

gai [ɣɑ:i] *n* thorn; **cây táo gai** *n* hawthorn

gái [ɣɑi] *n* girl, female; **bạn gái** *n* girlfriend; **cháu gái** *n* granddaughter, niece; **con gái** *n* *(con đẻ)* daughter, *(nữ)* girl; **người hầu gái** *n* maid; **Con gái tôi bị mất tích** My daughter is missing

gái điếm [ɣɑi diem] *n* prostitute

gam [ɣɑ:m] *n* gramme

Gambia [ɣɑ:mbiɑ] **nước Gambia** *n* Gambia

gan [ɣɑ:n] *n* *(ruột)* liver; **bệnh viêm gan** *n* hepatitis

gánh [ɣɑɲ] **gánh nặng** *n* burden

ganh đua [ɣɑ:ɲ duɑ] **sự ganh đua** *n* rivalry

gạo [ɣɑɔ] *n* rice; **gạo lức** *n* brown rice

ga-ra [ɣɑ:zɑ:] *n* garage; **Chìa khoá nào dùng cho ga-ra?** Which is the key for the garage?

gạt [ɣɑt] *v* scrape off, cheat; **cần gạt nước** *n* windscreen wiper

ga tàu [ɣɑ: tɑu] *n* train station; **Đến ga tàu hỏa bằng cách nào là tốt nhất?** What's the best way to get to the railway station?

gà tây [ɣa tɐi] *n* turkey
gatô [ɣa:to] **bánh gatô** *n* gateau
gàu bám [ɣau bam] **gàu bám da đầu** *n* dandruff
gặm nhấm [ɣam ɲəm] **loài gặm nhấm** *n* rodent
gắn [ɣan] *v* attach; **khung gắn trên nóc ô tô để chở hành lý** *n* roof rack
gắn bó [ɣan bɔ] *adj* attached; **sự gắn bó** *n* attachment
găng tay [ɣaŋ ta:i] *n* glove; **găng tay cao su** *n* rubber gloves; **găng tay cách nhiệt** *n* oven glove; **găng tay hở ngón** *n* mitten; **ngăn để găng tay** *n* glove compartment
găng-xtơ [ɣaŋstɤ] *n* gangster
gặp [ɣap] *v* meet; **cuộc gặp gỡ** *n* meeting; **gặp gỡ** *v* get together; **hẹn gặp** *v* meet up; **tình cờ gặp** *v* bump into; **Chúng ta gặp nhau ở đâu?** Where can we meet?; **Chúng ta gặp nhau ăn trưa được không?** Can we meet for lunch?; **Rất hân hạnh được gặp anh** It was a pleasure to meet you; **Rất vui được gặp anh** Pleased to meet you; **Tôi muốn thu xếp một cuộc gặp với...** I'd like to arrange a meeting with...; **Tôi sẽ gặp anh ở sảnh** I'll meet you in the lobby
gầm gừ [ɣəm ɣɯ] *v* growl, snarl
gân [ɣən] *n* tendon
gần [ɣən] *adj* close, close by, near ▷ *adv* close, near, nearly, almost; **gần đây** *adj* recent; **ở gần** *adv* nearby; **Bến xe buýt gần nhất ở đâu?** Where is the nearest bus stop?; **Gần lắm** It's very near
gần gũi [ɣən ɣui] **sự gần gũi** *n* proximity
gần như [ɣən ɲɯ] *adv* almost, nearly
gấp [ɣəp] *v (lại)* fold, close ▷ *adv* in a hurry ▷ *adj (được)* folding; **gấp đôi** *adj* double ▷ *v* double; **giường gấp nhẹ** *n* camp bed; **nếp gấp** *n* fold; **tăng gấp ba** *v* treble
gật [ɣət] **gật đầu** *v* nod
gấu [ɣəu] *n* bear, hem; **con gấu** *n* bear; **gấu bắc cực** *n* polar bear; **gấu nhồi bông** *n* teddy bear; **gấu trúc** *n* panda; **gấu trúc Mỹ** *n* racoon
gây [ɣəi] *v* bring about, quarrel; **gây ấn tượng** *adj* impressive; **gây áp lực** *v* pressure; **gây khó chịu** *adj* annoying; **gây ra** *v* cause; **sự cố ý gây hoả hoạn** *n* arson
gầy [ɣəi] **cao gầy** *adj* lanky; **gầy nhom** *adj* skinny
gậy [ɣəi] *n* stick, cane; **gậy chống** *n* walking stick; **gậy đánh bóng** *n* bat *(with ball)*; **gậy đánh gôn** *n* golf club; **Tôi muốn thuê gậy trượt tuyết** I want to hire ski poles
Georgia [ɣɛɔzza:] **người Georgia** *n* Georgian *(inhabitant of Georgia)*; **nước Georgia** *n* Georgia *(country)*; **thuộc Georgia** *adj* Georgian *(re Georgia)*
Georgia thuộc Mỹ [ɣɛɔzza: tuok mi] **bang Georgia thuộc Mỹ** *n* Georgia *(US state)*
Ghana [ɣa:na:] **người Ghana** *n* Ghanaian; **nước Ghana** *n* Ghana; **thuộc Ghana** *adj* Ghanaian
ghen [ɣɛn] *adj* jeolous, envious; **đầy ghen ghét** *adj* resentful; **ghen ghét** *v* resent
ghen tị [ɣɛn ti] *adj* envious, jealous

▷ *v* envy; **sự ghen tị** *n* envy

ghép [ɣɛp] *v* match

ghét [ɣɛt] *v* hate; **đầy ghen ghét** *adj* resentful; **ghen ghét** *v* resent; **Tôi ghét...** I hate...

ghê [ɣe] **sự ghê rợn** *n* horror

ghế [ɣe] *n* chair, seat; **cái ghế** *n* chair, seat; **ghế ăn trẻ em** *n* highchair; **ghế đẩu** *n* stool; **ghế bập bênh** *n* rocking chair; **ghế bành** *n* armchair, easy chair; **ghế dài** *n* bench; **ghế nằm phơi nắng** *n* sunbed; **ghế trường kỷ** *n* settee; **ghế võng** *n* deckchair; **ghế xôpha** *n* sofa; **Anh có ghế ăn cho trẻ em không?** Do you have a high chair?; **Anh có ghế cho em bé không?** Do you have a baby seat?; **Anh có ghế cho trẻ em không?** Do you have a child's seat?; **Chúng tôi muốn giữ hai ghế cho tối nay** We'd like to reserve two seats for tonight; **Khi nào chuyến ghế treo cuối cùng đi?** When does the last chair-lift go?; **Tôi đã đặt trước ghế** I have a seat reservation; **Tôi muốn ghế trẻ em cho cháu bé hai tuổi** I'd like a child seat for a two-year-old child; **Xin lỗi, đấy là ghế của tôi** Excuse me, that's my seat

ghê gớm [ɣe ɣɤm] *adj* horrible; **sự đau đớn ghê gớm** *n* torture

ghềnh [ɣeɲ] *n* rapids

ghê tởm [ɣe tɤm] *adj* disgusting, repellent, repulsive, vile ▷ *v* loathe

ghi [ɣi] *v* record, write down; **băng ghi âm** *n* recording; **đầu ghi đĩa DVD** *n* DVD burner; **ghi điểm** *v* score; **ghi âm** *v* tape; **ghi chép** *v* write down; **ghi chép lại** *v* note down; **ghi lại** *v* record; **ghi rõ** *v* specify; **ghi tóm tắt** *n* jot down; **máy ghi** *n* recorder *(scribe)*; **máy ghi âm** *n* tape recorder; **sổ ghi chép** *n* notebook; **sổ tay ghi chép** *n* jotter; **thiết bị ghi đĩa CD** *n* CD burner; **Anh vui lòng ghi lại địa chỉ được không?** Will you write down the address, please?; **Ghi vào hóa đơn của tôi** Put it on my bill

ghiếc [ɣiek] **gớm ghiếc** *adj* hideous

ghim [ɣim] *n* pin ▷ *v* pin; **cái dập ghim** *n* stapler; **cái ghim** *n* clip; **dập ghim** *v* staple; **đinh ghim** *n* drawing pin; **ghim dập** *n* staple *(wire)*; **ghim hoa cài áo** *n* brooch

Ghi-nê Xích đạo [ɣine sitʃ daɔ] *n* Equatorial Guinea

ghi-ta [ɣitaː] **đàn ghi-ta** *n* guitar

gì [ziː] *adj* what, anything, everything, something; **bất cứ cái gì** *pron* anything; **Anh có cần gì không?** Do you need anything?; **Anh làm nghề gì?** What do you do?; **Anh muốn uống gì?** What would you like to drink?; **Anh tên gì ạ?** What's your name?; **Cái này nghĩa là gì?** What does this mean?; **Có chuyện gì thế?** What happened?; **Có gì trong này vậy?** What is in this?; **Đây là cái gì?** What is it?; **Gì ạ?** Pardon?; **Hôm nay anh muốn làm gì?** What would you like to do today?; **Không có gì** You're welcome; **Số fax là gì?** What is the fax number?; **Tôi phải làm gì?** What do I do?

gỉ [ziː] *n* rust

giá [zaː] *n (sách)* shelf, *(tiền)* price, beansprouts ▷ *v* cost; **bảng giá** *n* price list; **bán hạ giá** *v* sell off; **cái giá** *n* rack; **có giá dễ chịu** *adj* affordable; **cuộc bán đấu giá** *n* auction; **đánh giá** *v* gauge, rate; **đánh giá quá cao** *v* overestimate; **đánh giá sai** *v* misjudge; **đánh giá thấp** *v* underestimate; **đồ quý giá** *n* valuables; **giá đỡ nến** *n* candlestick; **giá để hành lý** *n* luggage rack; **giá đỗ** *n* beansprouts; **giá bán** *n* selling price; **giá bán lẻ** *n* retail price; **giá sách** *n* bookshelf; **giá tiền** *n* charge *(price)*; **nửa giá** *adv* half-price; **sự giảm giá** *n* discount; **sự giảm giá cho sinh viên** *n* student discount; **sự mất giá** *n* devaluation; **tính giá** *v* charge *(price)*; **tính giá quá đắt** *v* overcharge, rip off; **Giá bao gồm những gì?** What is included in the price?; **Làm ơn viết ra giá tiền** Please write down the price

già [za] *adj* old ▷ *v* grow old, age; **bố già** *n* godfather *(criminal leader)*; **người già** *n* senior citizen

giả [za] *adj* fake, false, mock; **bộ răng giả** *n* dentures; **bộ tóc giả** *n* wig; **báo động giả** *n* false alarm; **đồ giả** *n* fake; **tóc giả** *n* toupee; **tên giả** *n* pseudonym

gì ạ [zi: a] *excl* pardon?

giác [zak] **thính giác** *n* hearing

giác quan [zak kuan] *n* sense; **gây thích thú cho giác quan** *adj* sensuous

gia cư [za: kɯ] **vô gia cư** *adj* homeless

gia đình [za: diɲ] *n* family, home; **chưa lập gia đình** *adj* unmarried; **hộ gia đình** *n* household; **Cho tôi đặt một phòng gia đình** I'd like to book a family room; **Tôi ở đây với gia đình** I'm here with my family

giải [zai] *v* solve, untie ▷ *n* award; **giải thưởng** *n* prize; **Giải Vô địch Bóng đá Thế giới** *n* World Cup; **lễ trao giải** *n* prize-giving; **lời giải** *n* solution; **xổ số có giải bằng hiện vật** *n* raffle

giai cấp [za:i kəp] *n* social class, caste; **giai cấp công nhân** *n* working-class

giai điệu [za:i dieu] *n* melody, tune

giai đoạn [za:i dɔan] *n* stage

giải lao [zai la:ɔ] *n* interval; **giờ giải lao** *n* half-time

giải phóng [zai fauŋ] *v* liberate; **sự giải phóng** *n* liberation

giải quyết [zai kuiet] *v* settle, sort out; **khó giải quyết** *adj* puzzling

giải thích [zai titʃ] *v* account for, explain, interpret, justify; **lời giải thích** *n* explanation; **Anh có thể giải thích xem vấn đề là gì không?** Can you explain what the matter is?

giải trí [zai tʃi] *v* entertain; **các hoạt động giải trí về đêm** *n* nightlife; **kỳ nghỉ với các hoạt động giải trí** *n* activity holiday; **ngành kinh doanh giải trí** *n* show business; **người làm trò giải trí** *n* entertainer; **trò giải trí** *n* pastime; **trung tâm giải trí** *n* leisure centre

giam [za:m] **sự giam cầm** *n* detention

giảm [zam] *v* reduce, turn down; **giảm bớt** *v* cut down, decrease, diminish; **giảm thiểu** *v* minimize; **sự cắt giảm** *n* cutback; **sự giảm** *n*

reduction; **sự giảm đi** *n* decrease; **thiết bị giảm thanh** *n* silencer
giả mạo [za maɔ] *v* forge; **sự giả mạo** *n* forgery
giám định [zam diɲ] **giám định viên** *n* surveyor
giám đốc [zam dok] *n* director; **bà giám đốc** *n* manageress; **giám đốc điều hành** *n* managing director; **Tổng Giám đốc Điều hành** *n* CEO; **Giám đốc điều hành tên là gì?** What is the name of the managing director?
giảm giá [zam za] *n* discounts; **Có giảm giá cho các đoàn không?** Are there any reductions for groups?; **Có giảm giá cho người cao tuổi không?** Are there any reductions for senior citizens?; **Có giảm giá cho sinh viên không?** Are there any reductions for students?; **Có giảm giá cho trẻ em không?** Are there any reductions for children?; **Có thẻ này có được giảm giá không?** Is there a reduction with this pass?
giám khảo [zam χaɔ] *n* examiner
giám mục [zam muk] *n* bishop
giám sát [zam sat] *v* supervise; **người giám sát** *n* supervisor, warden; **sự giám sát** *n* oversight *(supervision)*
giám thị [zam ti] *n* invigilator
gián [zan] *n* cockroach; **con gián** *n* cockroach
giàn [zan] **giàn khoan dầu** *n* oil rig
giản dị [zan zi] *adv* simply
gián điệp [zan diep] *n* mole, spy; **hoạt động gián điệp** *n* espionage
gián đoạn [zan dɔan] **làm gián đoạn** *v* disrupt
giảng [zaŋ] *v* teach, preach; **bài giảng** *n* lecture; **giảng bài** *v* lecture; **giảng viên** *n* lecturer; **sự giảng dạy** *n* tuition
giáng chức [zaŋ tʃɯk] *v* relegate
giàn giáo [zan zaɔ] *n* scaffolding
Giáng sinh [zaŋ siɲ] *n* Christmas; **Chúc Giáng sinh vui vẻ!** Merry Christmas!
giành [zaɲ] **giành được** *v* obtain
gián tiếp [zan tiep] *adj* indirect
giao [za:ɔ] *v* entrust, deliver; **cú giao bóng** *n* serve; **chỗ giao nhau** *n* crossing, junction; **tuyến giao báo hàng ngày** *n* paper round
giáo [zaɔ] *n* religion, cult ▹ *v* teach; **người truyền giáo** *n* missionary
giao dịch [za:ɔ zitʃ] *n* transaction
giáo dục [zaɔ zuk] *n* education ▹ *v* educate; **có tính giáo dục** *adj* educational; **giáo dục đại học** *n* higher education; **giáo dục dành cho người trưởng thành** *n* adult education
giáo đường [zaɔ dɯɤŋ] *n* church, place of worship; **giáo đường Do thái** *n* synagogue; **Ở đâu có giáo đường Do Thái?** Where is there a synagogue?
Giáo hoàng [zaɔ hɔaŋ] *n* pope
giao hợp [za:ɔ hɤp] **sự giao hợp** *n* sexual intercourse
giao kèo [za:ɔ kɛɔ] *n* bond
giáo khoa [zaɔ χɔa:] **sách giáo khoa** *n* schoolbook, textbook
giáo phái [zaɔ fai] *n* sect
giáo phái Baptist [zaɔ fai ba:ptist] **người theo giáo phái Baptist** *n* Baptist
giáo sĩ [zaɔ si] *n* clergyman; **giáo sĩ**

Do thái *n* rabbi
giáo sư [zaɔ sɯ] *n* professor
giao thông [zaːɔ toŋ] *n* traffic, transport, communication ▷ *v* communicate; **đèn giao thông** *n* traffic lights; **giao thông công cộng** *n* public transport; **Luật Giao thông** *n* Highway Code; **nhân viên kiểm soát giao thông** *n* traffic warden; **sự tắc nghẽn giao thông** *n* traffic jam
giáo viên [zaɔ vien] *n* teacher; **giáo viên dạy thay** *n* supply teacher; **giáo viên phụ đạo** *n* tutor; **giáo viên phổ thông** *n* schoolteacher; **Tôi là giáo viên** I'm a teacher
giáo xứ [zaɔ sɯ] *n* parish
gia súc [zaː suk] *n* cattle; **gia súc bị lạc** *n* stray
giả sử [za sɯ] *conj* supposing ▷ *v* presume
giả thiết [za tiet] *v* assume
giá trị [za tʃi] *n* value, worth; **có giá trị** *adj* valuable; **không có giá trị** *adj* worthless; **không giá trị** *adj* void
giàu [zau] **giàu có** *adj* rich, wealthy; **sự giàu có** *n* wealth
gia vị [zaː vi] *n* seasoning, spice; **có nêm gia vị** *adj* spicy; **cây gia vị oregano thuộc họ bạc hà** *n* oregano; **hạt của một loại cây gia vị ở vùng Địa Trung Hải** *n* cumin
giả vờ [za vɤ] *v* pretend
giày [zai] *n* shoe; **cửa hàng giày** *n* shoe shop; **dây buộc giày** *n* shoelace; **giày cao gót** *n* high heels; **giày thể thao** *n* trainers; **giày trượt băng** *n* skates; **giày trượt patanh** *n* rollerskates; **giày vải** *n* sneakers; **xi đánh giày** *n* shoe polish; **Anh có thể đóng lại gót đôi giày này không?** Can you re-heel these shoes?; **Anh có thể chữa đôi giày này không?** Can you repair these shoes?; **Giày của tôi bị thủng một lỗ** I have a hole in my shoe
giày ống [zai oŋ] *n* boot
giăm-bông [zamboŋ] **thịt giăm-bông** *n* ham
giặt [zat] *v* wash; **bột giặt** *n* detergent, soap powder, washing powder; **có thể giặt bằng máy** *adj* machine washable; **hiệu giặt** *n* laundry; **hiệu giặt khô là hơi** *n* dry-cleaner's; **Hàng giặt tự động Launderette®** *n* Launderette®; **máy giặt** *n* washing machine; **phòng giặt là quần áo** *n* utility room; **quần áo giặt** *n* washing; **sự giặt khô là hơi** *n* dry-cleaning; **Anh có bột giặt không?** Do you have washing powder?; **Cái này có giặt được không?** Is it washable?; **Có dịch vụ giặt là không?** Is there a laundry service?; **Có hiệu giặt là gần đây không?** Is there a launderette near here?; **Máy giặt ở đâu?** Where are the washing machines?; **Máy giặt hoạt động thế nào?** How does the washing machine work?; **Tôi cần giặt khô những thứ này** I need this dry-cleaned; **Tôi có thể giặt đồ ở đâu?** Where can I do some washing?; **Tôi muốn giặt những thứ này** I'd like to get these things washed
giấc [zək] **giấc ngủ ngắn** *n* snooze; **ngủ một giấc ngắn** *v* snooze
giấc mơ [zək mɤ] *n* dream

giấm [zəm] *n* vinegar
giậm [zəm] **giậm chân** *v* stamp
giẫm lên [zəm len] *v* tread
giận [zən] *adj* angry; **cơn giận** *n* tantrum, temper; **sự giận dữ** *n* anger; **sự oán giận** *n* grudge; **tức giận** *adj* angry
giận dỗi [zən zoi] *v* sulk; **hay giận dỗi** *adj* sulky, touchy
giật [zət] *v* pull, snatch; **điện giật** *n* electric shock; **làm giật mình** *v* startle
giật ngược [zət ŋɯɤk] *n* backslash
giấu [zəu] *v* hide
giấu tên [zəu ten] *adj* anonymous
giây [zəi] **trong giây lát** *adv* momentarily
giấy [zəi] *n* paper; **cái chặn giấy** *n* paperweight; **cái kẹp giấy** *n* paperclip; **cuộn giấy vệ sinh** *n* toilet roll; **giấy đăng ký kết hôn** *n* marriage certificate; **giấy bạc** *n* banknote, note; **giấy bảo hành** *n* warranty; **giấy can** *n* tracing paper; **giấy chứng nhận** *n* certificate; **giấy cho nghỉ ốm** *n* sick note; **giấy dán tường** *n* wallpaper; **giấy gói quà** *n* wrapping paper; **giấy khai sinh** *n* birth certificate; **giấy nháp** *n* scrap paper; **giấy ráp** *n* sandpaper; **giấy thiếc** *n* tinfoil; **giấy vệ sinh** *n* toilet paper; **giấy viết thư** *n* notepaper, writing paper; **hoa giấy confetti** *n* confetti; **miếng giấy nhỏ** *n* slip *(paper)*; **Không có giấy vệ sinh** There is no toilet paper
giầy [zəi] *n* shoe(s); **giầy múa ba lê** *n* ballet shoes; **Tầng nào bán giầy?** Which floor are shoes on?
giấy lau [zəi lɑ:u] **giấy lau cho em bé** *n* baby wipe
giấy phép [zəi fɛp] *n* licence, pass *(permit)*, permit; **giấy phép làm việc** *n* work permit
giấy tờ [zəi tɤ] *n* document; **công việc giấy tờ** *n* paperwork
giẻ [zɛ] *n* rag; **giẻ rách** *n* rag
gien [zɛn] *n* gene; **được biến đổi gien** *adj* genetically-modified, GM
giếng [zeŋ] *n* well; **giếng dầu** *n* oil well
Giê-su [zesu] **chúa Giê-su** *n* Jesus
giết [zet] *v* kill; **giết người** *v* murder **kẻ giết người** *n* killer, murderer; **tội giết người** *n* murder
gin [zn] *n* gin; **rượu gin** *n* gin; **Làm ơn cho tôi một gin với tonic** I'll have a gin and tonic, please
gió [zɔ] *n* wind; **cối xay gió** *n* windmill; **cơn gió mạnh** *n* gale; **cơn gió mạnh đột ngột** *n* gust; **gió mùa** *n* monsoon; **gió nhẹ** *n* breeze; **kính chắn gió** *n* windscreen; **lộng gió** *adj* windy; **sự thông gió** *n* ventilation
giòi [zɔi] *n* maggot; **con giòi** *n* maggot
giỏi [zɔi] *adj* fine
gió lùa [zɔ lua:] *n* draught
giòn [zɔn] *adj* crisp, crispy; **bánh giòn** *n* shortcrust pastry
giọng [zauŋ] *n* voice, intonation; **giọng nam cao** *n* tenor; **giọng nữ cao** *n* soprano; **giọng nói** *n* voice; **sự thử giọng** *n* audition
giọng nam trầm [zauŋ nɑ:m tʃəm] *n* bass
giọt [zɔt] *n* drop; **chảy nhỏ giọt** *v* drip; **nhỏ giọt** *n* drip

giống [zoŋ] *n (loài)* breed, species, gender ▹ *v (nhau)* take after; **giống đực** *n* male; **giống hệt** *adj* identical; **giống nghệ tây** *n* crocus; **giống với** *v* resemble; **sự giống nhau** *n* resemblance; **thuộc giống đực** *adj* male

giống cái [zoŋ kai] *adj* female ▹ *n* female

giống như [zoŋ ɲɯ] *prep* like

giờ [zɤ] *n* hour, time; **bom hẹn giờ** *n* time bomb; **dặm trên giờ** *n* mph; **đồng hồ bấm giờ** *n* stopwatch; **đúng giờ** *adj* on time, punctual; **điểm giờ** *v* strike; **giờ ăn** *n* mealtime; **giờ ăn tối** *n* dinner time; **giờ ăn trưa** *n* lunchtime; **giờ đóng cửa** *n* closing time; **giờ đi ngủ** *n* bedtime; **giờ cao điểm** *n* peak hours, rush hour; **giờ giải lao** *n* half-time; **giờ làm thêm** *n* overtime; **giờ làm việc** *n* office hours; **giờ làm việc linh hoạt** *n* flexitime; **giờ mở cửa** *n* opening hours; **giờ ra chơi** *n* playtime; **hàng giờ** *adv* hourly; **nửa giờ** *n* half-hour; **ngoài giờ cao điểm** *adv* off-peak; **thời gian bù giờ** *n* injury time; **thiết bị bấm giờ** *n* timer; **Giờ vào thăm là khi nào?** When are visiting hours?

giới [zɤi] *n* scene, sphere; **người mặc đồ khác giới** *n* transvestite; **người môi giới** *n* broker

giới hạn [zɤi han] *n* limit ▹ *v* limit; **giới hạn tốc độ** *n* speed limit; **giới hạn tuổi** *n* age limit

giới nghiêm [zɤi ɲiem] **lệnh giới nghiêm** *n* curfew

giới thiệu [zɤi tieu] *v* introduce; **người giới thiệu chương trình** *n* compere; **sự giới thiệu** *n* introduction; **tờ giới thiệu** *n* brochure

giới tính [zɤi tiɲ] *n* gender, sex; **bản năng giới tính** *n* sexuality; **liên quan đến giới tính** *adj* sexual; **phân biệt đối xử theo giới tính** *adj* sexist; **sự phân biệt đối xử do giới tính** *n* sexism

giũ [zu] *v* rinse

giũa [zua:] *v* file *(smooth)*; **cái giũa** *n* file *(tool)*; **cái giũa móng tay** *n* nailfile

giun [zun] **con giun** *n* worm

giúp [zup] *v* help, aid; **đường dây điện thoại trợ giúp** *n* helpline; **giúp đỡ** *v* help; **không giúp ích** *adj* unhelpful; **người giúp việc** *n* au pair; **sự giúp đỡ** *n* help; **Anh có thể giúp tôi được không?** Can you help me?; **Anh dịch giúp tôi cái này được không?** Can you translate this for me?; **Anh làm ơn đẩy giúp** Can you give me a push?; **Anh làm ơn giúp tôi được không?** Can you help me, please?; **Mau đi tìm người giúp đi!** Fetch help quickly!; **Tôi cần trợ giúp** I need assistance

giữ [zɯ] *v* keep, protect; **bắt giữ** *v* capture; **giữ vị trí** *v* rank; **người giữ trẻ** *n* childminder; **Tôi giữ có được không?** May I keep it?

giữa [zɯa:] *adj* mid; **chỗ giữa** *n* middle; **ở giữa** *prep* between

giường [zɯɤŋ] *n* bed; **bộ đồ phủ giường** *n* bedclothes, bedding; **bàn để đầu giường** *n* bedside table; **cặp hai giường đơn** *n* twin beds;

giường đôi *n* double bed; **giường đơn** *n* single bed; **giường gấp nhẹ** *n* camp bed; **giường ngủ cỡ lớn** *n* king-size bed; **giường ngủ trên tàu** *n* berth, bunk; **giường tầng** *n* bunk beds; **giường trên tàu hoả** *n* couchette; **giường xôpha** *n* sofa bed; **khăn trải giường** *n* bedspread; **khăn trải giường và áo gối** *n* bed linen; **phòng có hai giường đơn** *n* twin room, twin-bedded room; **tấm trải giường** *n* sheet; **toa giường nằm** *n* sleeping car; **Có bộ đồ trải giường dự trữ nào không?** Is there any spare bedding?; **Cho tôi một giường trong phòng chung** I'd like a dorm bed; **Cho tôi một phòng có giường đôi** I'd like a room with a double bed; **Cho tôi một phòng có hai giường** I'd like a room with twin beds; **Giường nằm không thoải mái** The bed is uncomfortable; **Tôi có phải nằm trên giường không?** Do I have to stay in bed?

giữ trẻ [zɯ tʃɛ] *v* babysit; **người giữ trẻ** *n* babysitter

giữ vững [zɯ vɯŋ] *v* keep up with

glucose [ɣlukɔsɛ] **đường glucose** *n* glucose

gluten [ɣlutɛn] *n* gluten; **Anh có thể chuẩn bị một bữa ăn không có gluten không?** Could you prepare a meal without gluten?

gõ [ɣɔ] **cái gõ nhẹ** *n* tap; **nhảy gõ giầy** *n* tap-dancing; **sự gõ** *n* percussion

góa [ɣɔɑː] **bà góa** *n* widow; **người góa vợ** *n* widower

góc [ɣɔk] *n (hình học)* angle, *(phòng)* corner, fraction, piece; **góc vuông** *n* right angle; **Nó ở gần góc phố** It's round the corner; **Nó ở góc phố** It's on the corner

gói [ɣɔi] *n* parcel, sachet ▷ *v* wrap; **đóng gói** *v* pack; **gói đồ** *n* package; **gói chè** *n* tea bag; **gói lại** *v* do up; **gói nhỏ** *n* packet; **giấy gói quà** *n* wrapping paper; **mở gói** *v* unwrap; **sự đóng gói** *n* packaging; **Anh làm ơn gói lại cho tôi được không?** Could you wrap it up for me, please?

gọi [ɣɔi] *v* call, summon, name; **gọi điện** *v* ring up; **gọi điện lại** *v* phone back, ring back; **gọi điện thoại** *v* phone; **gọi báo thức** *n* alarm call; **gọi lại** *n* call back; **tiếng gọi** *n* call; **Ai gọi đó?** Who's calling?; **Gọi bác sĩ!** Call a doctor!; **Gọi thuyền cứu sinh đi!** Call out the lifeboat!; **Gọi xe cứu thương đi** Call an ambulance; **Làm ơn gọi đội cứu hoả** Please call the fire brigade; **Làm ơn gọi điện đánh thức tôi vào bẩy giờ sáng mai** I'd like an alarm call for tomorrow morning at seven o'clock; **Làm ơn gọi cho chúng tôi nếu anh về muộn** Please call us if you'll be late; **Làm ơn gọi lại cho tôi** Please call me back; **Ngày mai tôi sẽ gọi lại** I'll call back tomorrow; **Tôi cần gọi điện cho sứ quán nước tôi** I need to call my embassy; **Tôi cần gọi một cuộc điện thoại khẩn** I need to make an urgent telephone call; **Tôi có thể gọi điện thoại ở đâu?** Where can I make a phone call?; **Tôi có thể gọi điện thoại quốc tế ở đâu?** Where can I make an

international phone call?; **Tôi có thể gọi cho anh vào ngày mai không?** May I call you tomorrow?; **Tôi muốn gọi điện thoại** I want to make a phone call; **Tôi muốn gọi một cuộc điện thoại mà người nghe sẽ trả tiền** I'd like to make a reverse charge call; **Tôi muốn gọi ra ngoài, cho tôi xin đường dây** I want to make an outside call, can I have a line?; **Tôi phải gọi điện thoại** I must make a phone call; **Tôi sẽ gọi lại sau** I'll call back later
gọn [ɣɔn] *adj* tidy ▷ *v* be methodical
gọn gàng [ɣɔn ɣaŋ] *adj* neat; **không gọn gàng** *adj* untidy; **một cách gọn gàng** *adv* neatly; **sắp xếp gọn gàng** *v* tidy up
Google [ɣɔɔɣlɛ] **tìm trên mạng Google** *v* Google®
góp [ɣɔp] *v* contribute ▷ *n* contribution; **đóng góp** *v* contribute; **phần trả góp** *n* instalment; **sự đóng góp** *n* contribution
gót [ɣɔt] *n* heel *(of foot)*; **có gót cao** *adj* high-heeled; **gót chân** *n* heel; **giày cao gót** *n* high heels
gọt [ɣɔt] *v* peel, sharpen; **cái gọt bút chì** *n* pencil sharpener; **dao gọt khoai** *n* potato peeler
gỗ [ɣo] *n* wood *(material)*; **bộ gỗ** *n* woodwind; **gỗ dái ngựa** *n* mahogany; **gỗ dán** *n* plywood; **gỗ viền chân tường** *n* skirting board; **gỗ xây dựng** *n* timber; **khúc gỗ** *n* log; **làm bằng gỗ** *adj* wooden; **phiến gỗ ép** *n* hardboard; **thợ làm đồ gỗ** *n* joiner
gốc [ɣok] *adj* original; **nguồn gốc** *n* origin
gối [ɣoi] *n* pillow; **khăn trải giường và áo gối** *n* bed linen; **vỏ gối** *n* pillowcase; **Làm ơn mang cho tôi thêm một cái gối** Please bring me an extra pillow
gội [ɣoi] *v* wash *(hair)*; **dầu gội đầu** *n* shampoo; **Anh có bán dầu gội đầu không?** Do you sell shampoo?; **Anh làm ơn gội đầu cho tôi được không?** Can you wash my hair, please?
gôm [ɣom] *n* gel, gum; **gôm xịt tóc** *n* hair spray
gốm [ɣom] **bằng gốm** *adj* ceramic; **đồ gốm** *n* pottery
gồm [ɣom] *v* total, comprise; **bao gồm** *adj* include; **gồm ba phần** *adj* triple; **gồm có** *v* consist of; **Có bao gồm dịch vụ không?** Is service included?; **Có bao gồm thuế giá trị gia tăng không?** Is VAT included?; **Có gồm cả bữa sáng không?** Is breakfast included?; **Giá bao gồm những gì?** What is included in the price?; **Tiền điện có bao gồm trong đó không?** Is the cost of electricity included?
gôn [ɣon] *n* goal *(football)*; **câu lạc bộ chơi gôn** *n* golf club *(society)*; **gậy đánh gôn** *n* golf club *(game)*; **môn chơi gôn** *n* golf; **sân gôn** *n* golf course; **Gần đây có sân gôn công cộng nào không?** Is there a public golf course near here?; **Người ta có cho thuê gậy đánh gôn không?** Do they hire out golf clubs?; **Tôi có thể chơi gôn ở đâu?** Where can I play golf?
gời [ɣɤi] **Giá bao nhiêu tiền một**

giờ? How much is it per hour?
gợi tình [ɣɤi tiɲ] *adj* erotic, sexy
gợi ý [ɣɤi i] *n* hint, suggestion ▷ *v* hint, suggest
gớm [ɣɤm] **gớm ghiếc** *adj* hideous
gợn [ɣɤn] **gợn sóng** *adj* wavy
granit [ɣza:nitɛ] **đá granit** *n* granite
Greenland [ɣzɛɛnla:nz] **đảo Greenland** *n* Greenland
GTGT thuế GTGT *abbr* VAT
Guatemala [ɣuatɛma:la:] **nước Guatemala** *n* Guatemala
Guinea [ɣuinɛa:] **nước Guinea** *n* Guinea
guốc [ɣuok] **chiếc guốc** *n* clog
Guyana [ɣuiana:] **nước Guyana** *n* Guyana
gửi [ɣɯi] *v* forward, dispatch; **gửi bưu điện** *v* post; **gửi email** *v* email *(a person)*; **gửi fax** *v* fax; **gửi qua bưu điện** *v* mail; **gửi tin nhắn** *v* text; **hàng gửi** *n* shipment; **người gửi** *n* sender; **tiền gửi** *n* deposit; **Tôi có gửi email được không?** Can I send an email?; **Tôi có thể gửi fax từ đây không?** Can I send a fax from here?; **Tôi có thể gửi những bưu thiếp này ở đâu?** Where can I post these cards?; **Tôi muốn gửi bức thư này** I'd like to send this letter; **Tôi muốn gửi cái này bằng dịch vụ chuyển phát nhanh** I want to send this by courier
gửi đi [ɣɯi di] *v* send off
gửi lại [ɣɯi lai] *v* send back
gừng [ɣɯŋ] *n* ginger
gương [ɣɯɤŋ] *n* mirror; **gương chiếu hậu** *n* rear-view mirror, wing mirror
gượng ép [ɣɯɤŋ ɛp] *adj* strained

h

hạ [ha] *n* summer ▷ *v* land, defeat; **bán hạ giá** *v* sell off; **hạ đo ván** *v* knock out; **hạ cánh khẩn cấp** *n* emergency landing; **hạ thấp** *v* lower; **hạ thủy** *v* launch; **sự hạ cánh** *n* touchdown
hạc [hak] **đàn hạc** *n* harp
hách dịch [hatʃ zitʃ] *adj* bossy
hai [ha:i] *num* two; **cặp hai giường đơn** *n* twin beds; **hạng hai** *n* second class; **loại hai** *adj* second-class; **Rẽ vào đường thứ hai bên trái** Take the second turning on your left
hài [hai] *v* laugh at, be funny ▷ *n* slipper; **diễn viên hài** *n* comedian, comic; **hài kịch** *n* comedy
hải [hai] **Hồng Hải** *n* Red Sea
hại [hai] *v* harm, hurt, damage; **có hại** *adj* harmful; **làm hại** *v* harm; **làm hư hại** *v* damage; **thiệt hại** *n* damage; **vô hại** *adj* harmless
hải âu [hai əu] **chim hải âu** *n* seagull

hải cẩu [hai kəu] *n* seal *(animal)*
hải đăng [hai daŋ] **ngọn hải đăng** *n* lighthouse
hài hước [hai hɯɤk] *adj* humorous; **khiếu hài hước** *n* sense of humour; **sự hài hước** *n* humour
hai lần [ha:i lən] *adv* twice
hài lòng [hai lauŋ] *adj* pleased; **đáng hài lòng** *adj* satisfactory; **sự hài lòng** *n* satisfaction
hải ly [hai li] **con hải ly** *n* beaver
hải mã [hai ma] *n* walrus
hai mươi [ha:i mɯɤi] *number* twenty
hải quan [hai kuan] *n* customs, (customs) duty; **cán bộ hải quan** *n* customs officer
hải quân [hai kuən] *n* navy; **thuộc hải quân** *adj* naval
hải sản [hai san] *n* seafood; **Anh có thể chuẩn bị một bữa ăn không có hải sản không?** Could you prepare a meal without seafood?; **Anh có thích hải sản không?** Do you like seafood?
Haiti [ha:iti] **nước Haiti** *n* Haiti
hai tròng [ha:i tʃauŋ] **kính hai tròng** *n* bifocals
Hà Lan [ha la:n] **đàn ông Hà Lan** *n* Dutchman; **nước Hà Lan** *n* Holland, Netherlands; **phụ nữ Hà Lan** *n* Dutchwoman; **thuộc Hà Lan** *adj* Dutch; **tiếng Hà Lan** *n* Dutch
hàm [ham] **quai hàm** *n* jaw
hà mã [ha ma] **con hà mã** *n* hippo, hippopotamus
hạm đội [ham doi] *n* fleet
hàn [han] *v* weld, be cold; **Anh có thể hàn tạm thời không?** Can you do a temporary filling?; **Chỗ hàn bị rơi ra rồi** A filling has fallen out
hạn [han] *n* deadline, bad luck, drought; **đến hạn** *adj* due; **Khi nào đến hạn phải trả?** When is it due to be paid?
hạn chế [han tʃe] *v* restrict; **mặt hạn chế** *n* drawback; **sự hạn chế sinh đẻ** *n* birth control
handicap [ha:nzika:p] *n* handicap *(golf)*; **Mức handicap của tôi là...** My handicap is...; **Mức handicap của anh là bao nhiêu?** What's your handicap?
hang [ha:ŋ] *n* cave
hàng [haŋ] *n (dãy)* row *(line)*, *(xếp)* queue, merchandise ▷ *v* surrender; **dỡ hàng** *v* unload; **đại lý bán hàng** *n* sales rep; **đầu hàng** *v* give in; **đơn đặt hàng** *n* order form; **hàng gửi** *n* shipment; **hàng giờ** *adv* hourly; **hàng hóa** *n* goods; **hàng năm** *adv* yearly; **hàng ngày** *adv* daily; **hàng tạp hóa** *n* groceries; **hàng tồn kho** *n* stock; **hàng tháng** *adj* monthly; **loại hàng** *n* brand; **người đàn ông bán hàng** *n* salesman; **người bán hàng** *n* sales assistant, salesperson, shop assistant; **người phụ nữ bán hàng** *n* saleswoman; **nhà hàng** *n* restaurant; **toa chở hàng** *n* truck; **trữ hàng** *v* stock; **xe đẩy hàng mua sắm** *n* shopping trolley; **xe chở hàng nặng** *n* HGV; **Đây có phải là cuối hàng không?** Is this the end of the queue?
hãng [haŋ] *n* firm; **hãng hàng không** *n* airline
hạng [haŋ] *n* category, rank, class; **hạng hai** *n* second class; **hạng nhất** *adj* first-class; **hạng phổ**

thông *n* economy class; **hạng thương nhân** *n* business class; **một khoang hạng nhất** a first class cabin; **một khoang hạng thường** a standard class cabin; **một vé khứ hồi hạng nhất đi...** a first class return to...; **Tôi muốn đi hạng nhất** I would like to travel first class; **Tôi muốn nâng hạng vé** I want to upgrade my ticket

hàn gắn [han ɣan] *v* heal

hàng hải [haŋ hai] **thuộc về hàng hải** *adj* maritime

hàng hóa [haŋ hɔa:] *n* cargo; **hàng hóa chuyên chở** *n* freight

hàng không [haŋ χoŋ] **hãng hàng không** *n* airline; **nữ tiếp viên hàng không** *n* air hostess; **tiếp viên hàng không** *n* flight attendant

hàng năm [haŋ nam] *adj* annual ▷ *adv* annually

hàng rào [haŋ zaɔ] *n* barrier, fence, hedge; **hàng rào soát vé** *n* ticket barrier

hàng xóm [haŋ sɔm] *n* neighbour

hành [haɲ] *n* scallion ▷ *v* act, execute; **bạn đồng hành** *n* companion; **củ hành** *n* onion; **hành khách** *n* passenger; **hành lá** *n* spring onion; **hiện hành** *adj* current; **Khi nào chúng ta khởi hành?** When do we sail?

hạnh [haɲ] **sự bất hạnh** *n* misfortune

hạn hán [han han] *n* drought

hành chính [haɲ tʃiɲ] *adj* administrative; **chi phí hành chính** *n* overheads

hành đoàn [haɲ dɔan] **phi hành đoàn** *n* cabin crew

hành động [haɲ doŋ] *n* action ▷ *v* act; **hành động nhiều rủi ro** *n* gambling

hành hình [haɲ hiɲ] *v* execute

hành hương [haɲ hɯɤŋ] *n* pilgrimage; **đoàn hành hương** *n* pilgrimage; **người hành hương** *n* pilgrim

hạnh kiểm [haɲ kiem] **có hạnh kiểm tốt** *adj* well-behaved

hành lang [haɲ la:ŋ] *n* corridor

hành lý [haɲ li] *n* baggage, luggage; **giá để hành lý** *n* luggage rack; **hành lý để lại** *n* left-luggage; **hành lý quá cân** *n* excess baggage; **hành lý xách tay** *n* hand luggage; **lấy lại hành lý** *n* baggage reclaim; **tiêu chuẩn hành lý gửi** *n* baggage allowance; **xe đẩy hành lý** *n* luggage trolley; **Anh cho chuyển giúp hành lý lên phòng được không?** Could you have my luggage taken up?; **Anh làm ơn mang hành lý hộ tôi được không?** Can you help me with my luggage, please?; **Được gửi bao nhiêu hành lý?** What is the baggage allowance?; **Hành lý của tôi bị hư hỏng** My luggage has been damaged; **Hành lý của tôi vẫn chưa đến** My luggage hasn't arrived; **Hành lý cho chuyến bay từ... ở đâu?** Where is the luggage for the flight from...?; **Tôi đã chuyển hành lý đi trước rồi** I sent my luggage on in advance; **Tôi bị mất hành lý** My luggage has been lost

hành nghề [haɲ ŋe] *v* practise; **một người hành nghề** *n*

professional
hạnh phúc [haɲ fuk] *adj* happy ▷ *adv* happily; **niềm hạnh phúc** *n* happiness
hành tinh [haɲ tiɲ] *n* planet
hành trình [haɲ tʃiɲ] **cuộc hành trình** *n* journey; **hành trình khứ hồi** *n* round trip
hành vi [haɲ vi] *n* act
hàn lâm [han ləm] **viện hàn lâm** *n* academy
Hàn Quốc [han kuok] *n* South Korea
hào [haɔ] *n* moat
hao mòn [ha:ɔ mɔn] *adj* worn
hào nhoáng [haɔ ɲɔaŋ] *adj* glamorous
hào phóng [haɔ fauŋ] *adj* generous; **sự hào phóng** *n* generosity
hạ sỹ [ha si] *n* corporal
hát [hat] *v* sing, perform on stage; **bài hát** *n* song; **người hát rong** *n* busker; **rạp hát** *n* theatre; **tiếng hát** *n* singing
hạt [hat] *n (chuỗi)* bead, *(quả hạch)* nut *(food)*, pip, seed, province, jurisdiction; **hạt của một loại cây gia vị ở vùng Địa Trung Hải** *n* cumin; **hạt giống** *n* seed; **hạt ngũ cốc** *n* grain; **hạt nhục đậu khấu** *n* nutmeg; **sự dị ứng với hạt** *n* nut allergy; **Anh có thể chuẩn bị một bữa ăn không có các loại hạt không?** Could you prepare a meal without nuts?
hạ tầng [ha təŋ] **cơ sở hạ tầng** *n* infrastructure
hạt hồi [hat hoi] *n* aniseed
hạ thủy [ha tui] *v* launch
hạt nhân [hat ɲən] *adj* nuclear; **thuộc hạt nhân** *adj* nuclear
hạt tiêu [hat tieu] *n* pepper; **cối xay hạt tiêu** *n* peppermill
hàu [hau] *n* oyster; **con hàu** *n* oyster
hay [ha:i] *v* know, hear ▷ *conj* or ▷ *adj* interesting, good; **hay để ý** *adj* observant; **hay nói** *adj* talkative; **hay tin người** *adj* trusting; **rất hay** *adj* splendid; **Anh có thể gợi ý chỗ nào hay để đi không?** Can you suggest somewhere interesting to go?; **Gần đây có chỗ đi dạo nào hay không?** Are there any interesting walks nearby?
hăm-bơ-gơ [hambɤɣɤ] **bánh hăm-bơ-gơ** *n* hamburger
hằn học [han hɔk] *adj* spiteful
hắt hơi [hat hɤi] *v* sneeze
hâm [həm] *v* warm up, heat; **Anh làm ơn hâm món này lên được không?** Can you warm this up, please?
hầm [həm] **đường hầm** *n* tunnel; **hầm chứa** *n* cellar; **món hầm** *n* stew; **món thịt hầm** *n* casserole; **tầng hầm** *n* basement
hân hạnh [hən haɲ] *v* be honoured, have the honour; **Rất hân hạnh!** With pleasure!; **Rất hân hạnh được gặp anh** It was a pleasure to meet you; **Rất hân hạnh được làm việc với anh** It's been a pleasure working with you
hân hoan [hən hɔa:n] *v* exult; **niềm hân hoan** *n* triumph
hấp dẫn [həp zən] *adj* attractive, fascinating, gripping, tempting; **sự hấp dẫn** *n* attraction
hầu [həu] *v* wait upon, serve ▷ *adv*

almost; **người hầu** *n* servant, server *(person)*; **người hầu bàn nam** *n* waiter; **người hầu bàn nữ** *n* waitress; **người hầu gái** *n* maid

hậu [hau] **gương chiếu hậu** *n* rear-view mirror, wing mirror

hầu hết [hau het] *adj* most ▷ *pron* most *(majority)*; **hầu hết là** *adv* mostly

hậu quả [hau kua] *n* repercussions, consequence

hậu thuẫn [hau tuən] *v* backup

hè [hɛ] *n* summer, veranda, pavement; **kỳ nghỉ hè** *n* summer holidays; **mùa hè** *n* summer, summertime; **việc làm trong kỳ nghỉ hè** *n* holiday job

hẹ [hɛ] *n* chives

hecpet môi [hɛkpɛt moi] **bệnh hecpet môi** *n* cold sore

hen [hɛn] **bệnh hen** *n* asthma; **Tôi bị hen suyễn** I suffer from asthma

hẹn [hɛn] *v* promise ▷ *n* deadline; **cuộc hẹn** *n* appointment, rendezvous; **nhiều hứa hẹn** *adj* promising; **Anh có hẹn trước không?** Do you have an appointment?; **Tôi có hẹn với...** I have an appointment with...; **Tôi có thể hẹn gặp bác sĩ không?** Can I have an appointment with the doctor?; **Tôi muốn đặt hẹn** I'd like to make an appointment

hèn nhát [hɛn ɲat] *adj* cowardly

héo [hɛɔ] *v* wilt

hẹp [hɛp] *adj* narrow; **chật hẹp** *adj* narrow; **sợ không gian hẹp** *adj* claustrophobic

hét [hɛt] *v* shout; **hét lên** *v* scream; **tiếng hét** *n* scream, shout

hệ [he] *n* branch, generation, system; **hệ động vật** *n* fauna; **hệ mặt trời** *n* solar system; **hệ miễn dịch** *n* immune system; **theo hệ mét** *adj* metric

hêrôin [hezoin] *n* heroin

hết [het] *v* run out of, complete, end; **bán hết** *adj* sell out, sold out; **dùng hết** *v* use up; **hết sức** *adv* hard; **hết tiền** *adj* broke; **trước hết** *adv* first; **Tôi bị hết xăng** I've run out of petrol; **Tôi hết tiền rồi** I have run out of money

hết hạn [het han] *v* expire; **ngày hết hạn** *n* expiry date; **ngày hết hạn sử dụng** *n* best-before date; **ngày hàng hết hạn bán** *n* sell-by date

hệ thống [he toŋ] *n* system; **có hệ thống** *adj* systematic; **hệ thống chỉ đường bằng vệ tinh** *n* GPS; **hệ thống liên lạc nội bộ** *n* intercom; **phân tích viên hệ thống** *n* systems analyst

hiếm [hiem] *adj* scarce; **hiếm khi** *adv* hardly, rarely, seldom; **hiếm thấy** *adj* rare *(uncommon)*

hiểm [hiem] *adj* dangerous; **hiểm độc** *adj* malicious; **hiểm ác** *adj* malignant

hiên [hien] *n* patio

hiện [hien] **hiện hành** *adj* current

hiện đại [hien dai] *adj* modern, up-to-date; **hiện đại hoá** *v* modernize; **ngôn ngữ hiện đại** *n* modern languages; **tiện nghi hiện đại** *n* mod cons

hiện nay [hien na:i] *adv* currently

hiển nhiên [hien ɲien] *adj* apparent ▷ *adv* obviously; **một**

cách hiển nhiên *adv* apparently
hiến pháp [hien fap] *n* constitution
hiện tại [hien tai] *n* present *(time being)*
hiện trạng [hien tʃaŋ] *n* status quo
hiển vi [hien vi] **kính hiển vi** *n* microscope
hiếp [hiep] **Tôi đã bị hiếp** I've been raped
hiếp dâm [hiep zəm] *n* rape *(sexual attack)* ▷ *v* rape; **kẻ hiếp dâm** *n* rapist
hiệp hội [hiep hoi] *n* association
hiệp ước [hiep ɯɤk] *n* treaty
hiếu [hieu] **lòng hiếu khách** *n* hospitality
hiểu [hieu] *v* understand; **am hiểu** *adj* knowledgeable; **có thể hiểu được** *adj* understandable; **dễ hiểu** *adj* simple; **hiểu ra** *v* figure out; **sự hiểu** *n* comprehension; **sự hiểu biết** *n* knowledge; **sự hiểu lầm** *n* misunderstanding; **sự tìm hiểu** *n* enquiry; **tìm hiểu** *v* enquire, inquire; **Anh có hiểu không?** Do you understand?; **Tôi hiểu** I understand; **Tôi không hiểu** I don't understand
hiệu [hieu] *n* shop, pen name, signal; **hiệu giặt** *n* laundry; **hiệu làm tóc** *n* hairdresser's; **hiệu trưởng** *n* headteacher; **nhãn hiệu** *n* brand name; **Hiệu thuốc gần nhất ở đâu?** Where is the nearest chemist?
hiểu biết [hieu biet] **sự thiếu hiểu biết** *n* ignorance
hiếu chiến [hieu tʃien] *adj* belligerent; **hành vi hiếu chiến của lái xe** *n* road rage
hiểu lầm [hieu ləm] *v* misunderstand; **Đã có sự hiểu lầm** There's been a misunderstanding
hiệu quả [hieu kua] *adj* efficient; **không có hiệu quả** *adj* inefficient; **một cách hiệu quả** *adv* efficiently
hiệu trưởng [hieu tʃɯɤŋ] *n* principal
hifi [hifi] **dàn hifi** *n* hifi
Hindu [hinzu] **người theo đạo Hindu** *n* Hindu; **thuộc đạo Hindu** *adj* Hindu
hình [hiɲ] *n* form, figure; **có hình chữ nhật** *adj* rectangular; **có hình trái xoan** *adj* oval; **hình ảnh** *n* image; **hình bán nguyệt** *n* semicircle; **hình chữ nhật** *n* rectangle; **hình dạng** *n* format; **hình minh họa** *n* graphics; **hình nón** *n* cone; **hình tam giác** *n* triangle; **hình thức** *n* form; **hình trụ** *n* cylinder; **hình tròn** *n* circle, round; **hình vẽ hoặc chữ viết trên tường** *n* graffiti; **hình vuông** *n* square; **trò chơi xếp hình** *n* jigsaw; **vô hình** *adj* invisible
hình dung [hiɲ zuŋ] *v* visualize
hình phạt [hiɲ fat] *n* penalty; **hình phạt về thể xác** *n* corporal punishment
hình thù [hiɲ tu] *n* shape
híp-pi [hippi] **dân híp-pi** *n* hippie
hít [hit] *v* sniff; **hít vào** *v* breathe in
HIV [hiv] **HIV-âm tính** *adj* HIV-negative; **HIV-dương tính** *adj* HIV-positive; **Tôi bị HIV dương tính** I am HIV-positive
ho [hɔ] *v* cough; **chứng ho** *n* cough; **thuốc nước chống ho** *n* cough mixture; **Tôi bị ho** I have a cough

họ [hɔ] *n (tên)* surname ▹ *pron (những người đó)* them, they; **anh em họ** *nm* cousin; **tên họ viết tắt** *n* initials

hoa [hɔɑː] *n* blossom, flower; **bó hoa** *n* bouquet; **cây hoa cúc** *n* chrysanthemum; **cây hoa hồng** *n* rose; **cây hoa lan chuông** *n* lily of the valley; **ghim hoa cài áo** *n* brooch; **hoa anh túc** *n* poppy; **hoa anh thảo** *n* primrose; **hoa cúc** *n* daisy; **hoa giấy confetti** *n* confetti; **hoa hướng dương** *n* sunflower; **hoa loa kèn** *n* lily; **hoa tai** *n* earring; **hoa tử đinh hương** *n* lilac; **hoa thủy tiên** *n* daffodil; **người bán hoa** *n* florist; **nước hoa** *n* perfume; **phấn hoa** *n* pollen; **ra hoa** *v* flower

hoà [hɔɑ] *v (tỉ số)* draw *(equal with)*

hóa [hɔɑː] *v* mix, harmony ▹ *adj* peaceful; **hóa chất** *n* chemical; **ngành hóa học** *n* chemistry; **tư nhân hóa** *v* privatize; **toàn cầu hóa** *n* globalization

hòa [hɔɑː] **buổi hòa nhạc** *n* concert; **hòa tan được** *adj* soluble

hỏa [hɔɑː] *n* fire; **bình cứu hỏa** *n* fire extinguisher; **đội cứu hỏa** *n* fire brigade; **lính cứu hỏa** *n* fireman; **Làm ơn gọi đội cứu hỏa** Please call the fire brigade

họa [hɔɑː] *n* misfortune ▹ *adj* unusual ▹ *v* draw; **tai họa** *n* catastrophe; **tranh biếm họa** *n* cartoon

hoa cà [hɔɑː kɑ] **có màu hoa cà** *adj* mauve

hoa diên vĩ [hɔɑː zien vi] *n* iris

hoá đơn [hɔɑ dɤn] *n* bill *(account)*; **Cho tôi hoá đơn chi tiết được không?** Can I have an itemized bill?

hóa đơn [hɔɑː dɤn] *n* invoice; **hóa đơn điện thoại** *n* phone bill; **lập hóa đơn** *v* invoice; **thanh toán hóa đơn và rời khỏi khách sạn** *v* check out

hoả hoạn [hɔɑ hɔɑn] *n* fire; **sự cố ý gây hoả hoạn** *n* arson

hóa học [hɔɑː hɔk] **đường hóa học** *n* sweetener

hoa hồng [hɔɑː hoŋ] *n* commission; **Anh có tính hoa hồng không?** Do you charge commission?; **Hoa hồng là bao nhiêu?** What's the commission?

hòa khí [hɔɑː χi] **bộ chế hòa khí** *n* carburettor

Hoa Kỳ [hɔɑː ki] *n* United States; **Hợp chủng quốc Hoa Kỳ** *n* United States

hoàn [hɔɑn] **hoàn cảnh** *n* circumstances

hoãn [hɔɑn] *v* postpone, put off; **bị hoãn lại** *adj* delayed; **hoãn lại** *v* call off

hoàn cảnh [hɔɑn kɑɲ] *n* situation

hoàn chỉnh [hɔɑn tʃiɲ] *adj* finished

hoang [hɔɑːŋ] *adj* desolate; **đảo hoang** *n* desert island; **đồng hoang** *n* moor

hoàng [hɔɑŋ] **nữ hoàng** *n* queen; **thái độ đường hoàng** *n* dignity

hoang dã [hɔɑːŋ zɑ] *adj* wild; **thế giới động vật hoang dã** *n* wildlife

hoàng đạo [hɔɑŋ dɑɔ] *n* zodiac

hoàng đế [hɔɑŋ de] *n* emperor

hoàng gia [hɔɑŋ zɑː] *adj* royal; **thuộc hoàng gia** *adj* royal

hoàng hôn [hɔɑŋ hon] *n* dusk,

sunset
hoảng hốt [hɔaŋ hot] *v* panic; **sự hoảng hốt** *n* alarm
hoàng tử [hɔaŋ tɯ] *n* prince
hoàng yến [hɔaŋ ien] **chim hoàng yến** *n* canary
hoàn hảo [hɔan haɔ] **một cách hoàn hảo** *adv* perfectly
hoan hô [hɔa:n ho] *excl* hooray!
hoàn lại [hɔan lai] *v* refund; **hoàn lại tiền** *v* refund; **tiền hoàn lại** *n* rebate, refund
hoan nghênh [hɔa:n ŋeŋ] *excl* welcome!
hoàn tất [hɔan tət] *v* finalize
hoàn thành [hɔan taɲ] *v* fulfil
hoàn thiện [hɔan tien] *adj* perfect; **sự hoàn thiện** *n* perfection
hoàn toàn [hɔan tɔan] *adj* sheer, total ▹ *adv* absolutely, completely, dead, totally
hoa quả [hɔa: kua] *n* fruit; **hoa quả trộn** *n* fruit salad
hóa ra [hɔa: za:] *v* turn out
hoa sen [hɔa: sɛn] **tắm hoa sen** *n* shower; **Có vòi tắm hoa sen không?** Are there showers?; **Chỗ tắm hoa sen ở đâu?** Where are the showers?; **Nước ở vòi hoa sen lạnh** The showers are cold; **Vòi hoa sen bẩn** The shower is dirty; **Vòi hoa sen không hoạt động** The shower doesn't work
hoá sinh [hɔa siɲ] *n* biochemistry
hoạ sỹ [hɔa si] *n* painter
hoạt [hɔat] **chi phí sinh hoạt** *n* cost of living
hoạt dộng [hɔat zoŋ] *v* operate, work;**... hoạt động không tốt** The... doesn't work properly
hoạt động [hɔat doŋ] *n* activity, operation *(undertaking)* ▹ *v* be active; **đang hoạt động** *adv* on; **hoạt động thường xuyên** *n* routine; **ngừng hoạt động** *v* go off; **Anh có các hoạt động cho trẻ em không?** Do you have activities for children?
hóa trang [hɔa: tʃa:ŋ] *n* make-up; **đồ hóa trang** *n* make-up; **quần áo hóa trang** *n* fancy dress
hoà trộn [hɔa tʃon] *v* mix; **sự hoà trộn** *n* mix
hoặc [hɔak] *adv* either *(with negative)* ▹ *conj* either *(.. or)*, or; **hoặc... hoặc** *conj* either... or
học [hɔk] *v* learn, study ▹ *n* study; **báo cáo học tập** *n* report card; **bài học** *n* lesson; **có học thức** *adj* educated; **chương trình học** *n* curriculum, syllabus; **di truyền học** *n* genetics; **động vật học** *n* zoology; **điện tử học** *n* electronics; **học gạo** *v* swot; **học kỳ** *n* semester, term *(division of year)*; **học phí** *n* tuition fees; **học viên trường sỹ quan** *n* cadet; **khóa học** *n* course; **kinh tế học** *n* economics; **lớp học** *n* classroom; **năm học** *n* academic year; **ngành hóa học** *n* chemistry; **người học** *n* learner; **người học lái xe** *n* learner driver; **người mới học** *n* beginner; **nhà ngôn ngữ học** *n* linguist; **nhà tự nhiên học** *n* naturalist; **sinh thái học** *n* ecology; **thần học** *n* theology; **thần thoại học** *n* mythology; **thuộc sinh thái học** *adj* ecological; **thuộc toán học** *adj* mathematical; **toán học** *n* mathematics, maths; **trốn học** *v*

play truant; **trường học ban đêm** *n* night school; **triết học** *n* philosophy; **xã hội học** *n* sociology; **Tôi còn đang đi học** I'm still studying

hóc-môn [hɔkmon] *n* hormone

học sinh [hɔk siɲ] *n* pupil *(learner)*, schoolchildren; **đồng phục học sinh** *n* school uniform; **học sinh nam** *n* schoolboy; **học sinh nữ** *n* schoolgirl; **học sinh nội trú** *n* boarder

học thuật [hɔk tuət] **mang tính học thuật** *adj* academic

học việc [hɔk viek] **người học việc** *n* apprentice

học viện [hɔk vien] *n* institute

hoe đỏ [hɔɛ dɔ] **màu hoe đỏ** *adj* ginger

họ hàng [hɔ haŋ] *n* relative; **họ hàng nhà chồng** *npl* in-laws; **họ hàng ruột thịt** *n* next-of-kin

hỏi [hɔi] *v* ask, question; **câu hỏi** *n* question; **chào hỏi** *v* greet; **dấu chấm hỏi** *n* question mark; **đòi hỏi** *v* claim; **hỏi ý kiến** *v* consult; **sự đòi hỏi** *n* claim; **tự hỏi** *v* wonder

hói đầu [hɔi dəu] *adj* bald

hòm [hɔm] *n* chest *(storage)*

hóm hỉnh [hɔm hiɲ] *adj* witty; **sự hóm hỉnh** *n* wit

Honduras [hɔnzuza:s] **nước Honduras** *n* Honduras

hỏng [hauŋ] *v* break down; **hỏng bét** *n* flop; **hỏng hóc** *adj* broken down; **làm hỏng** *v* spoil, wreck; **sự hỏng hóc** *n* breakdown; **tàu xe bị hỏng** *n* wreck; **Nếu xe bị hỏng thì tôi phải làm gì?** What do I do if I break down?; **Ô tô của tôi hỏng rồi** My car has broken down

họng [hauŋ] **cổ họng** *n* throat

họp [hɔp] *v* meet; **họp báo** *n* press conference

họp lại [hɔp lai] *v* club together

hót [hɔt] **cái hót rác** *n* dustpan

hố [ho] *n* pit; **hố rác tự hoại** *n* septic tank

hồ [ho] *n* glue, lake; **hồ chứa nước** *n* reservoir; **hồ dán** *n* glue; **hồ nước** *n* lake

hổ [ho] **con hổ** *n* tiger

hộ chiếu [ho tʃieu] *n* passport; **sự kiểm tra hộ chiếu** *n* passport control; **Đây là hộ chiếu của tôi** Here is my passport; **Hộ chiếu của tôi đã bị lấy cắp** My passport has been stolen; **Làm ơn cho tôi xin lại hộ chiếu** Please give me my passport back; **Tôi mất hộ chiếu rồi** I've lost my passport; **Tôi quên hộ chiếu rồi** I've forgotten my passport; **Trẻ em đi theo hộ chiếu này** The children are on this passport

hô hấp [ho həp] **sự hô hấp** *n* breathing

hôi [hoi] **mùi hôi** *n* stink

hồi [hoi] *n (chương)* episode

hội [hoi] *v* meet ▷ *n* association, society; **cơ hội** *n* chance; **hội đồng** *n* council; **hội từ thiện** *n* charity; **Hội chữ thập đỏ** *n* Red Cross; **ngày hội** *n* carnival

Hồi [hoi] **đạo Hồi** *n* Islam; **thuộc đạo Hồi** *adj* Islamic

hội chứng Down [hoi tʃuŋ zɔwn] *n* Down's syndrome

hối đoái [hoi dɔai] **tỷ giá hối đoái** *n* rate of exchange

hội đồng [hoi doŋ] **thành viên hội đồng** *n* councillor
Hội Giám lý [hoi zam li] **theo Hội Giám lý** *adj* Methodist
Hồi giáo [hoi zaɔ] *n* Islam; **đền thờ Hồi giáo** *n* mosque; **tín đồ Hồi giáo** *n* Moslem, Muslim; **thuộc Hồi giáo** *adj* Moslem, Muslim; **Ở đâu có nhà thờ Hồi giáo?** Where is there a mosque?
hội họp [hoi hɔp] **sự hội họp** *n* assembly
hồi hộp [hoi hop] **sự hồi hộp** *n* suspense
hối lộ [hoi lo] *v* bribe; **sự hối lộ** *n* bribery
hội nghị [hoi ɲi] *n* conference; **Làm ơn cho tôi đến trung tâm hội nghị** Please take me to the conference centre
hồi phục [hoi fuk] *v* recover; **hồi phục lại** *v* renovate; **sự hồi phục** *n* recovery
hội viên [hoi vien] **số hội viên** *n* membership; **thẻ hội viên** *n* membership card
hộ lý [ho li] *n* paramedic
hôm [hom] **hôm trước** *n* eve
hôm kia [hom kia] *x* the day before yesterday
hôm nay [hom na:i] *adv* today; **Hôm nay là thứ mấy?** What day is it today?; **Hôm nay ngày bao nhiêu?** What is today's date?
hôm qua [hom kua] **ngày hôm qua** *adv* yesterday
hôn [hon] *v* kiss; **đã hứa hôn** *adj* engaged; **nụ hôn** *n* kiss; **nhẫn hứa hôn** *n* engagement ring; **sự hứa hôn** *n* engagement; **sự hôn mê** *n* coma
hỗn [hon] **cư xử hỗn** *v* misbehave
hỗn độn [hon don] **cảnh hỗn độn** *n* shambles; **tình trạng hỗn độn** *n* mix-up
hông [hoŋ] *n* hip
hồng [hoŋ] *adj* pink; **cây hoa hồng** *n* rose; **Hồng Hải** *n* Red Sea; **rượu hồng** *n* rosé
hồng hạc [hoŋ hak] **chim hồng hạc** *n* flamingo
hỗn loạn [hon lɔan] *adj* chaotic; **sự hỗn loạn** *n* chaos, turbulence
hôn nhân [hon ɲən] **tình trạng hôn nhân** *n* marital status
hộp [hop] *n* box, carton, can, tin; **cái hộp** *n* box; **cái mở hộp** *n* can-opener; **dụng cụ mở đồ hộp** *n* tin opener; **đóng hộp** *adj* tinned; **được đóng hộp** *adj* canned; **hộp bút** *n* pencil case; **hộp bìa các tông** *n* carton; **hộp cầu chì** *n* fuse box; **hộp đựng dụng cụ** *n* holdall; **hộp đêm** *n* nightclub; **hộp điện thoại** *n* phonebox; **hộp kim loại đựng đồ khô** *n* canister; **hộp số** *n* gear box; **hộp thư** *n* letterbox, mailbox, postbox; **hộp thư đến** *n* inbox; **Hộp cầu chì ở đâu?** Where is the fuse box?; **Hộp số bị hỏng** The gear box is broken
hổ phách [ho fatʃ] *n* amber
hồ sơ [ho sɤ] *n* record; **hồ sơ lưu trữ** *n* archive; **lưu hồ sơ** *v* file *(folder)*; **tập hồ sơ** *n* file *(folder)*
hộ tịch [ho titʃ] **phòng hộ tịch** *n* registry office
hộ tống [ho toŋ] *v* escort; **đoàn hộ tống** *n* convoy
hỗ trợ [ho tʃɤ] *v* back up; **người hỗ**

trợ *n* undertaker; **sự hỗ trợ** *n* assistance
hơi [hɤi] **hơi cay** *n* teargas; **hơi nước** *n* moisture, steam; **hơi thở** *n* breath; **tắm hơi** *n* sauna; **Tôi hơi mệt** I'm a little tired; **Trời hơi nóng quá** It's a bit too hot
hời hợt [hɤi hɤt] *adj* superficial
hơn [hɤn] *adv* more ▷ *conj* than; **sự thích hơn** *n* preference
hợp [hɤp] *v* unite, go together; **hợp nhau** *adj* matching; **hợp thời trang** *adj* trendy; **hợp thành** *adj* component; **hợp với** *v* suit; **không hợp thời trang** *adj* naff, unfashionable; **phù hợp** *adj* fit; **sự tập hợp** *n* composition; **trường hợp** *n* case
hợp đồng [hɤp doŋ] *n* contract; **hợp đồng cho thuê** *n* lease
hợp lý [hɤp li] *adj* fair *(reasonable)*, logical, rational
hợp nhất [hɤp ɲət] *v* unite
hợp pháp [hɤp fɑp] *adj* legal; **bất hợp pháp** *adj* illegal
hợp tác [hɤp tɑk] *v* cooperate; **sự hợp tác** *n* cooperation
hú [hu] *v* howl
huấn luyện [huən luien] *v* train, coach; **đã được huấn luyện** *adj* trained; **huấn luyện viên** *n* coach, instructor, trainer; **khóa huấn luyện** *n* training course; **sự huấn luyện** *n* training
huệ [hue] **ơn huệ** *n* favour
húi cua [hui kuɑ] **kiểu tóc húi cua** *n* crew cut
hun [hun] *adj* smoked *(food)*; **cá trích muối hun khói** *n* kipper; **hun khói** *adj* smoked
hùng [huŋ] **anh hùng** *n* hero; **nữ anh hùng** *n* heroine
Hungary [huŋɑ:zi] **người Hungary** *n* Hungarian; **nước Hungary** *n* Hungary; **thuộc Hungary** *adj* Hungarian
hung bạo [huŋ bɑɔ] *adj* outrageous
hung hăng [huŋ hɑŋ] *adj* aggressive
hung tợn [huŋ tɤn] *adj* violent
hùng vĩ [huŋ vi] *adj* grand
hút [hut] *v* suck, inhale, smoke; **cấm hút thuốc** *adj* non-smoking; **hút bụi** *v* hoover, vacuum; **máy hút bụi** *n* vacuum cleaner; **máy hút bụi Hoover®** *n* Hoover®; **người không hút thuốc** *n* non-smoker; **sự hút thuốc** *n* smoking
huỷ [hui] **Tôi muốn huỷ việc đặt phòng của tôi** I want to cancel my booking
hủy [hui] *v* undo, destroy, cancel; **có thể phân hủy vi sinh** *adj* biodegradable; **hủy bỏ** *v* abolish, cancel; **phá hủy** *v* demolish, destroy; **sự hủy bỏ** *n* abolition, cancellation; **sự phá hủy** *n* destruction
huy chương [hui tʃɯɤŋ] *n* medal
huyện [huien] *n* precinct
huyền bí [huien bi] *adj* mysterious; **điều huyền bí** *n* mystery
huyên náo [huien nɑɔ] **sự huyên náo** *n* racquet
huyết [huiet] **đầy nhiệt huyết** *adj* energetic; **huyết quản** *n* vein
huyết áp [huiet ɑp] *n* blood pressure
huy hiệu [hui hieu] *n* badge
huy hoàng [hui hɔɑŋ] *adj* glorious;

sự huy hoàng *n* glory
huỳnh quang [huiɲ kuaŋ] *adj* fluorescent; **bằng huỳnh quang** *adj* fluorescent
huýt sáo [huit saɔ] *v* whistle; **tiếng huýt sáo** *n* whistle
hư [hɯ] *adj* spoilt; **làm hư hại** *v* damage
hứa [hɯɑː] *v* promise; **đã hứa hôn** *adj* engaged; **lời hứa** *n* promise; **nhiều hứa hẹn** *adj* promising; **sự hứa hôn** *n* engagement
hương [hɯɤŋ] *n* incense; **hương thơm** *n* scent
hướng [hɯɤŋ] *n* direction ▷ *v* face; **hướng bắc** *n* north; **hướng đông** *adj* east; **phương hướng** *n* direction; **về hướng đông** *adj* eastbound; **về hướng tây** *adj* west, westbound
hướng dẫn [hɯɤŋ zən] *v* instruct, guide, lead; **chuyến du lịch có hướng dẫn** *n* guided tour; **phòng hướng dẫn** *n* inquiries office; **sách hướng dẫn** *n* guidebook, manual
hướng dẫn viên [hɯɤŋ zən vien] *n* guide; **hướng dẫn viên du lịch** *n* tour guide
hương liệu pháp [hɯɤŋ lieu fap] *n* aromatherapy
hướng nghiệp [hɯɤŋ ŋiep] *adj* vocational
hương thảo [hɯɤŋ taɔ] **cây hương thảo** *n* rosemary
hương thơm [hɯɤŋ tɤm] *n* aroma
hương vị [hɯɤŋ vi] *n* aroma, flavour; **Anh có những loại hương vị gì?** What flavours do you have?
hươu [hɯɤu] *n* deer; **con hươu** *n* deer; **hươu cao cổ** *n* giraffe; **thịt hươu** *n* venison
hưu [hɯu] **người già hưởng lương hưu** *n* old-age pensioner; **nghỉ hưu** *v* retire; **Tôi về hưu rồi** I'm retired
hữu cơ [hɯu kɤ] *adj* organic; **chất hữu cơ steroid** *n* steroid
hữu hình [hɯu hiɲ] *adj* visible
hữu hoá [hɯu hɔɑ] **quốc hữu hoá** *v* nationalize
hữu ích [hɯu itʃ] *adj* useful
hyđrat [hidzaːt] **hyđrat cácbon** *n* carbohydrate
hyđrô [hidzo] *n* hydrogen
Hy Lạp [hi lɑp] **người Hy Lạp** *n* Greek *(person)*; **nước Hy Lạp** *n* Greece; **thuộc Hy Lạp** *adj* Greek; **tiếng Hy Lạp** *n* Greek *(language)*
hy sinh [hi siɲ] *v* sacrifice; **sự hy sinh** *n* sacrifice
hy vọng [hi vauŋ] *v* hope; **đầy hy vọng** *adj* hopeful; **hy vọng rằng** *adv* hopefully; **niềm hy vọng** *n* hope

ích [itʃ] *v* use; **có ích** *adj* helpful; **lợi ích** *n* benefit

ích kỷ [itʃ ki] *adj* selfish

im lặng [im laŋ] *adj* silent; **sự im lặng** *n* silence

in [in] *v* print; **bản in** *n* edition, print, printout; **lỗi in** *n* misprint; **máy in** *n* printer *(machine)*; **In giá bao nhiêu tiền?** How much is printing?

inch [intʃ] *n* inch

Indonesia [inzɔnɛsiɑ] **người Indonesia** *n* Indonesian *(person)*; **nước Indonesia** *n* Indonesia

insulin [insulin] **chất insulin** *n* insulin

internet [intɛznɛt] **quán cà phê internet** *n* cybercafé, Internet café; **Có quán cà phê internet nào ở đây không?** Are there any Internet cafés here?; **Phòng có mạng internet không dây không?** Does the room have wireless Internet access?; **Trong phòng có nối mạng internet không?** Is there an Internet connection in the room?; **Vào internet bao nhiêu tiền một giờ?** How much is it to log on for an hour?

Internet [intɛznɛt] **mạng Internet** *n* Internet; **người dùng Internet** *n* Internet user; **nhà cung cấp dịch vụ Internet** *n* ISP

Iran [izɑ:n] **người Iran** *n* Iranian *(person)*; **nước Iran** *n* Iran; **thuộc Iran** *adj* Iranian

Iraq [izɑ:k] **người Iraq** *n* Iraqi *(person)*; **nước Iraq** *n* Iraq; **thuộc Iraq** *adj* Iraqi

Israel [iszɑ:ɛl] **người Israel** *n* Israeli *(person)*; **nước Israel** *n* Israel; **thuộc Israel** *adj* Israeli

ít [it] *adj (mức độ)* slight, *(số lượng)* few, little; **dạng số ít** *n* singular; **ít béo** *adj* low-fat; **ít cồn** *adj* low-alcohol; **ít khách** *adj* off-season; **ít quan trọng** *adj* trivial

ít hơn [it hɤn] *adj* fewer; **ở mức ít hơn** *adv* less

ít ra [it zɑ:] *adv* at least

Jamaica [ja:ma:ika:] **người Jamaica** *n* Jamaican *(person)*; **thuộc Jamaica** *adj* Jamaican
jazz [ja:zz] **nhạc jazz** *n* jazz
jeans [jɛa:ns] **quần jeans** *n* jeans
Jordan [jɔzza:n] **người Jordan** *n* Jordanian *(person)*; **nước Jordan** *n* Jordan; **thuộc Jordan** *adj* Jordanian
Judo [juzɔ] **môn võ Judo** *n* judo

kara [ka:za:] *n* carat
karaokê [ka:za:ɔke] *n* karaoke
karate [ka:za:tɛ] **võ karate** *n* karate
Kazakhstan [ka:za:χsta:n] **nước Kazakhstan** *n* Kazakhstan
kè [kɛ] *n* embankment
kẻ [kɛ] *n* individual, person ▷ *v* draw *(a line)*; **có kẻ ô vuông** *adj* tartan; **đường kẻ** *n* line; **kẻ nói dối** *n* liar; **kẻ thù** *n* enemy; **kẻ trộm** *n* burglar
kebab [kɛba:b] **món thịt nướng kebab** *n* kebab
kẻ lừa gạt [kɛ lɯa: ɣat] *n* crook *(swindler)*
kem [kɛm] *n (lanh)* ice cream, *(tươi, bôi)* cream; **kem ca-ra-men** *n* flan, caramel; **kem cạo râu** *n* shaving cream; **kem chống nắng** *n* sunblock, suncream, sunscreen, suntan lotion; **kem đánh răng** *n* toothpaste; **kem phủ trên bánh** *n* icing; **kem que** *n* ice lolly; **kem sữa trứng** *n* custard; **kem tươi** *n*

whipped cream; **món kem mút** *n* mousse; **màu kem** *adj* cream; **sữa không kem** *n* skimmed milk; **Tôi muốn ăn kem** I'd like an ice cream
kém [kɛm] *v* be bad at ▹ *adj* bad; **thua kém** *adj* inferior
kẽm [kɛm] *n* zinc
kèn [kɛn] *n* wind instrument; **kèn ácmônica** *n* mouth organ; **kèn cócnê** *n* cornet; **kèn clarinet** *n* clarinet; **kèn ô-boa** *n* oboe; **kèn tây** *n* French horn; **kèn trombon** *n* trombone; **kèn trompet** *n* trumpet; **kèn xắc-xô** *n* saxophone
kèn pha-gốt [kɛn fɑːɣot] *n* bassoon
kèn túi [kɛn tui] *n* bagpipes
Kenya [kɛniɑ] **người Kenya** *n* Kenyan *(person)*; **nước Kenya** *n* Kenya; **thuộc Kenya** *adj* Kenyan
keo [kɛɔ] *n* gum; **keo vuốt tóc** *n* hair gel
kéo [kɛɔ] *v* pull; **cái kéo** *n* scissors; **kéo cắt móng tay** *n* nail scissors; **kéo dài** *v* last; **kéo đi** *v* tow away; **kéo đổ** *v* pull down; **kéo lê** *v* drag; **kéo phéc-mơ-tuya** *v* zip (up); **kéo xén** *n* clippers; **lôi kéo** *v* rope in; **máy kéo** *n* tractor; **ngăn kéo** *n* drawer; **ngăn kéo để tiền** *n* till; **thang kéo người trượt tuyết** *n* ski lift
kẹo [kɛɔ] *n* lolly, sweet, candy ▹ *adj* stingy; **bánh kẹo** *n* sweets; **kẹo bơ cứng** *n* toffee; **kẹo cao su** *n* bubble gum, chewing gum; **kẹo mút** *n* lollipop; **que kẹo bông** *n* candyfloss
kéo co [kɛɔ kɔ] **trò kéo co** *n* tug-of-war
kéo dài [kɛɔ zɑi] *v* stretch
kẻ ô [kɛ o] **đường kẻ ô** *n* grid
kẹp [kɛp] *adj* jammed ▹ *v* squeeze, press; **cái kẹp giấy** *n* paperclip; **kẹp phơi quần áo** *n* clothes peg; **kẹp tài liệu có vòng kim loại có thể mở ra** *n* ring binder
két [kɛt] *n* safe, carton; **chim két** *n* blackbird; **Két nước bị rò** There is a leak in the radiator; **Làm ơn cất hộ vào két** Put that in the safe, please; **Tôi có đồ để trong két** I have some things in the safe; **Tôi muốn cất đồ có giá trị vào két** I'd like to put my valuables in the safe; **Tôi muốn cất đồ trang sức vào két** I would like to put my jewellery in the safe
kẹt [kɛt] *adj* stuck; **bị kẹt lại** *adj* stranded; **Bị kẹt rồi** It's stuck; **Máy ảnh của tôi bị kẹt** My camera is sticking
két sắt [kɛt sɑt] **cái két sắt** *n* safe
kê [ke] **kê thuốc** *v* prescribe
kể [ke] **người kể chuyện** *n* teller
kể cả [ke kɑ] *adj* included
kếch xù [ketʃ su] *adj* gigantic
kế hoạch [ke hɔɑtʃ] *n* plan, schedule, scheme; **vạch kế hoạch** *v* plan
kênh [keɲ] *n* channel; **con kênh** *n* canal
kết [ket] *v* be bound together, conclude; **kết luận** *n* conclusion; **kết nối** *v* link (up); **sự kết đôi** *n* match *(partnership)*; **trận chung kết** *n* final; **trận tứ kết** *n* quarter final
kết án [ket ɑn] *v* convict, sentence
kết chặt [ket tʃɑt] *adj* compact
kết cục [ket kuk] *n* ending

kết hôn [ket hon] *v* marry, get married; **đã kết hôn** *adj* married; **giấy đăng ký kết hôn** *n* marriage certificate; **sự kết hôn** *n* marriage
kết hợp [ket hɤp] *v* combine, merge; **sự kết hợp** *n* combination, conjunction
kế toán [ke tɔan] *n* accounts; **bản cân đối kế toán** *n* balance sheet
kết quả [ket kua] *n* outcome, result; **đem lại kết quả ngược với mong đợi** *v* backfire; **là kết quả của** *v* result in
kết thúc [ket tuk] *v* conclude, end, finish; **phần kết thúc** *n* finish; **Khi nào kết thúc?** When does it finish?
kêu [keu] *v* call, cry; **kêu leng keng** *v* ring; **kêu rên** *v* groan; **kêu than** *v* moan; **kêu vo ve** *v* hum
kế vị [ke vi] *v* succeed *(king)*; **người kế vị** *n* successor
khá [χa] *adv* fairly, pretty, quite, rather; **Khá xa đấy** It's quite far; **Tôi hy vọng thời tiết sẽ khá hơn** I hope the weather improves
khác [χak] *adj* another, other ▷ *adv* else; **khác nhau** *adj* different; **khác thường** *adj* exceptional, unusual; **mặt khác** *adv* otherwise; **một cách khác** *adv* alternatively; **ở nơi khác** *adv* elsewhere; **sự khác nhau** *n* difference; **Anh có chiếc này màu khác không?** Do you have this in another colour?; **Anh có phòng nào khác không?** Do you have any others?; **Anh có thứ gì khác không?** Have you anything else?; **Tôi muốn đổi phòng khác** I'd like another room
khác giới [χak zɤi] **có xu hướng tình dục khác giới** *adj* heterosexual
khách [χatʃ] *n* guest, visitor, client; **du khách ba lô** *n* backpacker; **hành khách** *n* passenger; **ít khách** *adj* off-season; **khách đến thăm** *n* visitor; **khách du lịch** *n* tourist, traveller; **khách hàng** *n* client, customer; **lòng hiếu khách** *n* hospitality; **mùa đông khách** *n* high season; **mùa vắng khách** *n* low season; **nhà khách** *n* guesthouse; **phòng khách** *n* living room, lounge, sitting room; **toa hành khách** *n* carriage; **vào mùa ít khách** *adv* off-season
khách hàng [χatʃ haŋ] *n* client, customer; **theo yêu cầu của khách hàng** *adj* customized; **trung tâm chăm sóc khách hàng** *n* call centre
khách sạn [χatʃ san] *n* hotel; **Anh ấy quản lý khách sạn** He runs the hotel; **Anh có thể đặt giúp tôi một khách sạn được không?** Can you book me into a hotel?; **Anh có thể giới thiệu một khách sạn được không?** Can you recommend a hotel?; **Chúng tôi đang tìm khách sạn** We're looking for a hotel; **Đến khách sạn này bằng cách nào là tốt nhất?** What's the best way to get to this hotel?; **Đi tắc xi đến khách sạn này mất bao nhiêu tiền?** How much is the taxi fare to this hotel?; **Khách sạn của anh có lối vào cho xe lăn không?** Is your hotel accessible to wheelchairs?; **Tôi đang ở khách sạn** I'm staying at a hotel

khác nhau [χak ɲa:u] *adj* varied, various
khai [χa:i] *v* declare, open; **lời khai ngoại phạm** *n* alibi; **sự khai man trước toà** *n* perjury; **sự khai mỏ** *n* mining; **Tôi có lượng rượu được phép mang cần khai** I have the allowed amount of alcohol to declare; **Tôi có một chai rượu cần khai** I have a bottle of spirits to declare; **Tôi không có gì cần khai** I have nothing to declare
khai hóa [χa:i hɔa:] *v* civilize; **chưa được khai hóa** *adj* uncivilized
khái quát [χai kuat] **khái quát hóa** *v* generalize
khai thác [χa:i tak] *v* exploit; **sự khai thác** *n* exploitation
khai vị [χa:i vi] *n* starter; **món khai vị** *n* starter
khám [χam] *v* examine; **phòng khám chữa bệnh** *n* clinic; **sự khám sức khoẻ** *n* medical
khả năng [χa naŋ] *n* ability, possibility; **có khả năng** *adj* able, competent; **thiếu khả năng** *adj* incompetent
khả nghi [χa ŋi] *adj* suspicious
khán giả [χan za] *n* audience, spectator
kháng sinh [χaŋ siɲ] **thuốc kháng sinh** *n* antibiotic
kháng thể [χaŋ te] *n* antibody
khan hiếm [χa:n hiem] *adj* scarce
khảo cổ học [χaɔ ko hɔk] *n* archaeology
khát [χat] *adj* thirsty ▷ *v* be thirsty; **cơn khát** *n* thirst; **quầy giải khát** *n* buffet; **Tôi khát** I'm thirsty
khả thi [χa ti] *adj* feasible
khay [χa:i] **cái khay** *n* tray
khắc [χak] *v (chạm)* engrave; **câu chữ khắc** *n* inscription; **chạm khắc** *v* carve; **khắc nghiệt** *adj* harsh
khắc khổ [χak χo] **sự khắc khổ** *n* austerity
khắc nghiệt [χak ŋiet] *adj* stark
khăn [χan] *n* towel, handerchief, turban; **khăn ăn** *n* napkin, serviette; **khăn choàng** *n* shawl; **khăn choàng cổ dày** *n* muffler; **khăn lau** *n* towel; **khăn lau bát** *n* dish towel, tea towel; **khăn mặt** *n* face cloth; **khăn mùi xoa** *n* handkerchief, hankie; **khăn quàng** *n* scarf; **khăn rửa bát** *n* dishcloth; **khăn tắm** *n* bath towel; **khăn trùm đầu** *n* headscarf; **Hết mất khăn rồi** The towels have run out; **Anh cho tôi mượn khăn tắm được không?** Could you lend me a towel?; **Làm ơn mang thêm khăn tắm cho tôi** Please bring me more towels
khẳng định [χaŋ diɲ] *adj* positive
khăng khăng [χaŋ χaŋ] *v* insist
khăn trải [χan tʃai] **khăn trải bàn** *n* tablecloth; **khăn trải giường** *n* bedspread; **khăn trải giường và áo gối** *n* bed linen; **Chúng tôi cần thêm khăn trải giường** We need more sheets; **Khăn trải giường bẩn** The sheets are dirty; **Khăn trải giường của tôi bẩn** My sheets are dirty
khắt khe [χat χɛ] **đòi hỏi khắt khe** *adj* demanding
khẩn cấp [χən kəp] *adj* urgent; **hạ cánh khẩn cấp** *n* emergency landing; **sự khẩn cấp** *n* urgency;

tình trạng khẩn cấp *n* emergency
khập khiễng [χəp χieŋ] **đi khập khiễng** *v* limp
khâu [χəu] *v* sew, stitch; **khâu lại** *v* sew up; **máy khâu** *n* sewing machine; **mũi khâu** *n* stitch
khe [χɛ] *n* slot; **khe núi** *n* ravine
khen [χɛn] *v* praise; **được khen nịnh** *adj* flattered; **khen ngợi** *adj* compliment, complimentary; **lời khen** *n* compliment
khéo léo [χɛɔ lɛɔ] *adj* skilled
khi [χi] *conj* as, when ▷ *v* berate, despise; **hiếm khi** *adv* hardly, rarely, seldom; **Bảo tàng mở cửa khi nào?** When is the museum open?; **Khi nào có chuyến tàu sau đi...?** When is the next train to...?; **Việc đó xảy ra khi nào?** When did it happen?
khí [χi] *n* gas; **bộ xúc tác lọc khí thải** *n* catalytic converter; **khí Ôxy** *n* oxygen; **khí Ozon** *n* ozone; **khí quyển** *n* atmosphere; **khí tự nhiên** *n* natural gas; **không khí** *n* air; **khoan khí động** *n* pneumatic drill; **túi khí** *n* airbag
khỉ [χi] *n* monkey; **con khỉ** *n* monkey; **khỉ đột** *n* gorilla
khía cạnh [χiaː kaɲ] *n* aspect
khích lệ [χitʃ le] *v* encourage; **đáng khích lệ** *adj* encouraging; **phần thưởng khích lệ** *n* incentive
khí CO2 [χi kɔ] *n* carbon dioxide; **khí CO2 thải ra** *n* carbon footprint
khiếm khuyết [χiem χuiet] *n* shortcoming
khiếm thị [χiem ti] **Tôi bị khiếm thị** I'm visually impaired
khiêm tốn [χiem ton] *adj* humble, modest
khiên [χien] **cái khiên** *n* shield
khiếp [χiep] **khủng khiếp** *adj* awfully; **làm cho khiếp sợ** *v* terrify
khiếp sợ [χiep sɤ] *adj* terrified
khiếu [χieu] **có khiếu** *adj* talented; **khiếu hài hước** *n* sense of humour
khiêu dâm [χieu zəm] *adj* pornographic; **mang tính khiêu dâm** *adj* pornographic; **tranh ảnh khiêu dâm** *n* porn, pornography
khiếu nại [χieu nai] *v* complain; **Tôi có thể khiếu nại với ai?** Who can I complain to?; **Tôi muốn khiếu nại** I'd like to make a complaint; **Tôi muốn khiếu nại về dịch vụ này** I want to complain about the service
khiêu vũ [χieu vu] *n* ballroom dancing; **buổi khiêu vũ** *n* ball *(dance)*
khí hậu [χi həu] *n* climate; **sự thay đổi khí hậu** *n* climate change
khi nào [χi naɔ] *adv* when; **Giờ vào thăm là khi nào?** When are visiting hours?; **Khi nào đóng cửa?** When does it close?; **Khi nào bắt đầu?** When does it begin?; **Khi nào có chuyến tàu đầu tiên đi...?** When is the first train to...?; **Khi nào có chuyến xe buýt tiếp theo đi...?** When is the next bus to...?; **Khi nào chợ mở?** When is the market on?; **Khi nào chúng ta dừng xe lần tới?** When do we stop next?; **Khi nào chúng ta quay lại?** When do we get back?; **Khi nào kết thúc?** When does it finish?; **Khi nào tôi phải trả tiền?** When do I pay?; **Khi nào thì tôi phải trả phòng?** When do I have to vacate the room?; **Làm**

ơn bảo tôi khi nào phải xuống Please tell me when to get off; **Theo lịch thì khi nào xe tới?** When is it due?; **Việc đó xảy ra khi nào?** When did it happen?

khinh [χiɲ] *v* despise; **khinh thường** *v* despise; **sự khinh miệt** *n* contempt

khí phách [χi fatʃ] *n* nerve *(boldness)*

kho [χɔ] *n* storage facility ▷ *v* cook *(in brine)*; **hàng tồn kho** *n* stock; **kho chứa đồ** *n* warehouse; **kho thóc** *n* barn; **kho vũ khí** *n* magazine *(ammunition)*; **lưu kho** *v* stock up on; **nhà kho** *n* shed

khó [χɔ] *adj* difficult, bad; **bệnh khó đọc** *n* dyslexia; **chứng khó tiêu** *n* indigestion; **khó đọc** *adj* illegible; **khó giải quyết** *adj* puzzling; **khó thấy** *adj* subtle; **mắc bệnh khó đọc** *adj* dyslexic; **người mắc bệnh khó đọc** *n* dyslexic; **tình thế khó xử** *n* dilemma; **vấn đề khó** *n* puzzle

khoa [χɔaː] *n* department; **khoa cấp cứu** *n* accident & emergency department; **... ở khoa nào?** Which ward is... in?

khóa [χɔaː] *v (ổ)* lock ▷ *n* academic year; **cái khóa móc** *n* padlock; **khóa bồi dưỡng** *n* refresher course; **khóa cửa** *n* lock *(door)*; **khóa cửa không cho vào** *v* lock out; **mở khóa** *v* unlock; **tủ có khóa** *n* locker; **thợ khóa** *n* locksmith; **Bánh xe bị khóa** The wheels lock; **Cửa ra vào không khóa được** The door won't lock; **Khoá bị hỏng** The lock is broken; **Tôi đã khoá cửa và bỏ quên chìa khoá trong phòng** I have locked myself out of my room

khoác [χɔak] *v* wear *(one one's shoulders)*; **áo khoác** *n* coat, jacket; **áo khoác chống thấm** *n* shell suit

khoa học [χɔaː hɔk] *n* science ▷ *adj* scientific; **có tính khoa học** *adj* scientific; **Cử nhân Khoa học Xã hội** *n* BA; **ngành khoa học** *n* science; **nhà khoa học** *n* scientist; **truyện khoa học viễn tưởng** *n* science fiction, sci-fi

khóa học [χɔaː hɔk] *n* course

khoai [χɔaːi] *n* tuber, potato; **dao gọt khoai** *n* potato peeler

khoai tây [χɔaːi tai] *n* potato; **khoai tây chiên giòn khô** *n* crisps; **khoai tây nướng** *n* baked potato; **khoai tây nướng cả vỏ** *n* jacket potato; **khoai tây nghiền** *n* mashed potatoes; **khoai tây rán** *n* chips

khoan [χɔaːn] *v* drill; **khoan khí động** *n* pneumatic drill; **máy khoan** *n* drill

khoản [χɔan] *n* item; **khoản phụ trội** *n* surcharge

khoan dung [χɔaːn zuŋ] **sự khoan dung** *n* mercy

khoang [χɔaːŋ] *n* hold *(of boat)*, cabin; **Khoang số năm ở đâu?** Where is cabin number five?; **một khoang hạng nhất** a first class cabin; **một khoang hạng thường** a standard class cabin

khoáng [χɔaŋ] *n* mineral ▷ *adj* broad **có tư tưởng khoáng đạt** *adj* broad-minded; **khoáng sản** *n* mineral; **nước khoáng** *n* mineral water; **thuộc khoáng sản** *adj* mineral

khoảng [χɔaŋ] *adv* about, around

▷ *n* interval, period of time; **khoảng thời gian** *n* while; **khoảng thời gian giữa hai sự kiện** *n* interval; **khoảng trống phía trên** *n* headroom

khoảng cách [χɔaŋ katʃ] *n* distance

khoảng chừng [χɔaŋ tʃɯŋ] *adv* approximately

khoảng trống [χɔaŋ tʃoŋ] *n* space

khỏa thân [χɔa: tən] *adj* nude; **người theo chủ nghĩa khỏa thân** *n* nudist; **tranh khỏa thân** *adj* nude

kho báu [χɔ bau] *n* treasure

khóc [χɔk] *v* cry, weep; **khóc nức nở** *v* sob; **sự khóc lóc** *n* cry

khó chịu [χɔ tʃiu] *adj* offensive, unpleasant; **gây khó chịu** *adj* annoying; **làm khó chịu** *v* annoy; **rất khó chịu** *adj* obnoxious

khỏe [χɔɛ] *adj* strong; **khỏe mạnh** *adj* healthy, well; **không khỏe** *adj* unwell; **Thằng bé không được khỏe** He's not well

khoe khoang [χɔɛ χɔa:ŋ] *v* boast, show off

khói [χɔi] *n* fumes, smoke; **bốc khói** *v* smoke; **hun khói** *adj* smoked; **khói từ ống xả** *n* exhaust fumes; **ống khói** *n* chimney; **Phòng của tôi có mùi khói thuốc** My room smells of smoke

khỏi [χɔi] *prep* off; **đi khỏi** *v* get away; **rút khỏi** *v* pull out; **sự rút khỏi** *n* withdrawal

khó khăn [χɔ χan] *adj* difficult, hard, tricky; **sự khó khăn** *n* difficulty

khô [χo] *adj* dry; **cỏ khô** *n* hay; **đã khô** *adj* dried; **mận khô** *n* prune; **nho khô** *n* currant, raisin, sultana; **sấy khô** *v* dry

khổ [χo] **khốn khổ** *adj* miserable; **sự khốn khổ** *n* misery

khối [χoi] *n (cục)* block *(solid piece)*; **khối NATO** *abbr* NATO

khối lượng [χoi lɯɤŋ] *n* mass *(amount)*

khối u [χoi u] *n* tumour

khôn [χon] **răng khôn** *n* wisdom tooth

không [χoŋ] *adv* not ▷ *n* nil; **không!** *excl* no!; **không đúng** *adj* incorrect; **không có** *prep* do without; **không có cồn** *adj* alcohol-free; **không nơi nào** *adv* nowhere; **không ngừng** *adv* non-stop; **không tham gia vào** *v* opt out; **không thực tế** *adj* impractical; **số không** *n* nought, zero; **Không xa đâu** It's not far; **Tôi không đi** I'm not coming; **Tôi không uống, xin cảm ơn** I'm not drinking, thank you; **Xin lỗi, tôi không thích** Sorry, I'm not interested

không ai [χoŋ a:i] *pron* no one, nobody, none

không bao giờ [χoŋ ba:ɔ zɤ] *adv* never; **Tôi không bao giờ uống rượu vang** I never drink wine

không chắc [χoŋ tʃak] *adv* unlikely; **không chắc sẽ xảy ra** *adj* unlikely

không chút nào [χoŋ tʃut naɔ] *adj* no

không có [χoŋ kɔ] *prep* without; **không có người ở** *adj* uninhabited

không dây Wifi [χoŋ zəi wifi] **mạng không dây Wifi** *n* WiFi

không đủ [χoŋ du] *adj* sufficient

không gian [χoŋ za:n] **không gian làm việc** *n* workspace

không giống [χoŋ zoŋ] *prep* unlike

khổng lồ [χoŋ lo] *adj* giant, mammoth; **người khổng lồ** *n* giant
không phải [χoŋ fai] *adv* not; **không phải cái này mà cũng không phải cái kia** *adv* neither
không phận [χoŋ fən] *n* airspace
Không quân [χoŋ kuən] **Lực lượng Không quân** *n* Air Force
không tặc [χoŋ tak] *n* hijacker
không thể [χoŋ te] *adj* impossible, unable to; **không thể chấp nhận được** *adj* unacceptable; **không thể thiếu được** *adj* indispensable
không trung thực [χoŋ tʃuŋ tɯk] *adj* bent *(dishonest)*
khôn ngoan [χon ŋɔa:n] *adj* wise
khô xác [χo sak] *adj* bone dry
khởi đầu [χɤi dəu] *v* initiate; **lúc khởi đầu** *n* beginning
khởi động [χɤi doŋ] *v* warm up
khởi hành [χɤi haŋ] *v* depart, set off, start off; **phòng khởi hành** *n* departure lounge
khớp [χɤp] *n* joint, articulation; **bệnh thấp khớp** *n* rheumatism; **chứng viêm khớp** *n* arthritis; **khớp ly hợp** *n* clutch; **khớp nối** *n* joint *(junction)*
khu [χu] *n* area, district, buttocks; **khu bảo tồn** *n* reserve *(land)*; **khu công nghiệp** *n* industrial estate; **khu liên hợp** *n* complex; **khu nghỉ** *n* resort; **khu tiếp tân** *n* reception; **thuộc khu dân cư** *adj* residential
khuân vác [χuən vak] **người khuân vác** *n* porter
khuấy [χuəi] *v* stir; **sinh tố khuấy sữa** *n* milkshake
khuây khỏa [χuəi χɔa:] *v* relieve; **sự khuây khỏa** *n* relief
khúc [χuk] *n* chunk; **khúc gỗ** *n* log
khúc côn cầu [χuk kon kəu] *n* hockey; **môn khúc côn cầu** *n* hockey; **môn khúc côn cầu trên băng** *n* ice hockey
khúc khích [χuk χitʃ] *v* giggle
khung [χuŋ] *n* frame; **khung thành** *n* goal; **khung tranh** *n* picture frame
khủng [χuŋ] **kinh khủng** *adj* appalling, awful
khủng bố [χuŋ bo] **kẻ khủng bố** *n* terrorist; **sự khủng bố** *n* terrorism; **vụ tấn công khủng bố** *n* terrorist attack
khủng hoảng [χuŋ hɔaŋ] **cuộc khủng hoảng** *n* crisis
khủng khiếp [χuŋ χiep] *adj* horrible, terrible
khủng long [χuŋ lauŋ] **con khủng long** *n* dinosaur
khung vòm [χuŋ vɔm] *n* arch
khu nhà [χu ɲa] *n* block *(buildings)*
khuôn [χuon] *n* mould *(shape)*
khuôn mẫu [χuon məu] *n* stereotype
khuôn viên [χuon vien] *n* premises
khu vực [χu vɯk] *n* area, region, sector; **khu vực bầu cử** *n* constituency; **khu vực Úc-Á** *n* Australasia; **khu vực dành cho người đi bộ** *n* pedestrian precinct; **khu vực xung quanh** *n* surroundings; **thuộc khu vực** *adj* regional
khuy [χui] **cái khuy** *n* button; **khuy măng sét** *n* cufflinks
khuyên [χuien] *v* advise; **lời khuyên** *n* advice

khuyến khích [χuien χitʃ] *v* encourage; **sự khuyến khích** *n* encouragement
khuyến mại [χuien mai] **khuyến mại đặc biệt** *n* special offer
khuyến nghị [χuien ŋi] *v* recommend; **sự khuyến nghị** *n* recommendation
khuyết [χuiet] *adj* vacant; **khiếm khuyết** *n* flaw; **khuyết điểm** *n* defect
khuỷu [χuiu] **khuỷu tay** *n* elbow
khử [χɯ] *v* eliminate; **chất khử mùi cơ thể** *n* deodorant; **được khử nước** *adj* dehydrated
khứ hồi [χɯ hoi] **hành trình khứ hồi** *n* round trip; **vé khứ hồi** *n* return ticket; **hai vé khứ hồi đi...** two return tickets to...; **Vé khứ hồi giá bao nhiêu?** How much is a return ticket?
khử trùng [χɯ tʃuŋ] *v* sterilize; **chất khử trùng** *n* antiseptic
kia [kia] *pron* that, there ▷ *adv* other, before; **trước kia** *adv* previously; **Nó ở đằng kia** It's over there
kích [kitʃ] **cái kích** *n* jack
kịch [kitʃ] *n (nói)* drama; **ca kịch** *n* musical; **hài kịch** *n* comedy; **hài kịch tình huống** *n* sitcom; **kịch tính** *adj* dramatic; **nhà viết kịch** *n* playwright; **vở kịch** *n* play; **vở kịch câm** *n* pantomime
kích động [kitʃ doŋ] *v* incite, work up; **dễ bị kích động** *adj* neurotic
kích thước [kitʃ tɯɤk] *n* dimension
kiếm [kiem] *v* search for; **kiếm được** *v* earn; **tìm kiếm** *v* look for; **thanh kiếm** *n* sword
kiểm [kiem] *v* restrain; **kiểm soát** *v* control; **sự kiểm dịch** *n* quarantine; **sự kiểm soát** *n* control; **Anh làm ơn kiểm tra nước hộ** Can you check the water, please?
kiểm chế [kiem tʃe] *v* control, restrain; **không thể kiểm chế** *adj* uncontrollable; **sự kiểm chế** *n* curb
kiểm kê [kiem ke] **bản kiểm kê** *n* inventory
kiểm soát [kiem sɔat] *v* control; **kiểm soát viên không lưu** *n* air-traffic controller
kiểm toán [kiem tɔan] *v* audit; **kiểm toán viên** *n* auditor; **sự kiểm toán** *n* audit
kiểm tra [kiem tʃa:] *v* check, examine; **bài kiểm tra** *n* test; **đã được kiểm tra** *adj* checked; **kiểm tra sức khỏe** *n* physical; **phần mềm kiểm tra lỗi chính tả** *n* spellchecker; **sự kiểm tra** *n* check; **sự kiểm tra hộ chiếu** *n* passport control; **sự kiểm tra sức khỏe** *n* check-up; **việc kiểm tra** *n* examination *(medical)*
kiên [kien] *adj* strong, patient
kiện [kien] *v (tụng)* sue ▷ *n* bale; **có điều kiện** *adj* conditional; **điều kiện** *n* condition
kiên định [kien diɲ] *adj* resolved; **sự kiên định** *n* resolution
kiêng [kieŋ] **ăn kiêng** *v* diet; **Tôi ăn kiêng** I'm on a diet
kiên nhẫn [kien ɲən] *adj* patient; **sự kiên nhẫn** *n* patience; **sự thiếu kiên nhẫn** *n* impatience; **thiếu kiên nhẫn** *adj* impatient
kiên quyết [kien kuiet] *adj* determined

kiến thức [kien tɯk] *n* knowledge; **kiến thức chung** *n* general knowledge
kiên trì [kien tʃi] *v* hang on, persevere
kiến trúc [kien tʃuk] *n* architecture
kiến trúc sư [kien tʃuk sɯ] *n* architect
kiệt [kiet] **keo kiệt** *adj* stingy; **người keo kiệt** *n* miser
kiệt sức [kiet sɯk] *adj* exhausted
kiệt tác [kiet tak] *n* masterpiece
kiểu [kieu] *n* style, fashion; **kiểu tóc** *n* hairdo; **Kiểu này ạ** This style, please; **Tôi muốn một kiểu hoàn toàn mới** I want a completely new style
kiệu [kieu] *n* carriage; **chạy nước kiệu** *v* trot
kiêu ngạo [kieu ŋaɔ] *adj* arrogant, bigheaded, vain
kì lạ [ki la] *adj* uncanny
ki-lô-gram [kiloɣza:m] *n* kilo
ki-lô-mét [kilomɛt] *n* kilometre
kim [kim] *n* needle, pin, hand *(on clock)*; **cái kim** *n* needle; **đan bằng kim móc** *(len, s i)* *v* crochet; **kim đan** *n* knitting needle; **kim cương** *n* diamond; **kim tự tháp** *n* pyramid; **ngược chiều kim đồng hồ** *adv* anticlockwise; **theo chiều kim đồng hồ** *adv* clockwise; **Anh có kim chỉ không?** Do you have a needle and thread?; **Tôi cần một cái kim băng** I need a safety pin
kìm [kim] **cái kìm** *n* pliers
kim-băng [kimbaŋ] *n* safety pin
kim hoàn [kim hɔan] **thợ kim hoàn** *n* jeweller
kim loại [kim lɔai] *n* metal; **dây kim loại** *n* wire; **hộp kim loại đựng đồ khô** *n* canister; **lá kim loại** *n* foil
kim ngân [kim ŋən] **cây kim ngân** *n* honeysuckle
kim tuyến [kim tuien] **dây kim tuyến** *n* tinsel
kín đáo [kin daɔ] *adj* reserved ▷ *adv* secretly
kinh [kiɲ] *n* sacred book, Viet nationality, capitol ▷ *adj* terrified; **kinh khủng** *adj* appalling, awful; **kinh Koran** *n* Koran; **kinh tởm** *adj* gruesome
kính [kiɲ] *n* eye glasses ▷ *v* honour; **đáng kính** *adj* respectable; **đường kính** *n* diameter; **kính đeo mắt** *n* glasses, specs, spectacles; **kính áp tròng** *n* contact lenses; **kính bảo hộ** *n* goggles; **kính chắn gió** *n* windscreen; **kính hai tròng** *n* bifocals; **kính lúp** *n* magnifying glass; **kính màu** *n* stained glass; **kính râm** *n* sunglasses; **kính viễn vọng** *n* telescope; **nhà kính** *n* greenhouse; **nhà kính trồng cây** *n* conservatory; **ống kính** *n* lens; **ống kính máy ảnh** *n* zoom lens; **tủ kính bày hàng** *n* shop window; **Anh có thể sửa kính cho tôi không?** Can you repair my glasses?; **Anh làm ơn lau sạch kính chắn gió hộ** Could you clean the windscreen?; **dung dịch rửa kính áp tròng** cleansing solution for contact lenses; **Kính chắn gió bị vỡ** The windscreen is broken; **Tôi đeo kính áp tròng** I wear contact lenses; **Tôi muốn thuê kính bảo vệ mắt** I want to hire goggles
kinh dị [kiɲ zi] **phim kinh dị** *n*

horror film
kinh doanh [kiɲ zɔɑːɲ] *n* business; **ngành kinh doanh giải trí** *n* show business; **việc kinh doanh** *n* business; **Tôi có công việc kinh doanh riêng** I run my own business
kinh điển [kiɲ dien] *adj* classic; **tác phẩm kinh điển** *n* classic
kinh độ [kiɲ do] *n* longitude
kinh giới [kiɲ zɤi] **cây kinh giới** *n* marjoram
kinh hãi [kiɲ hɑi] **làm kinh hãi** *v* scare
kinh hoàng [kiɲ hɔɑŋ] *adj* horrifying
kinh khủng [kiɲ χuŋ] *adj* horrendous
kinh ngạc [kiɲ ŋɑk] *adj* amazed, astonished; **đáng kinh ngạc** *adj* amazing, astonishing; **làm kinh ngạc** *v* amaze, astonish
kinh nghiệm [kiɲ ŋiem] *n* experience; **kinh nghiệm nghề nghiệp** *n* work experience; **nhiều kinh nghiệm** *adj* experienced; **thiếu kinh nghiệm** *adj* green, inexperienced
kinh nguyệt [kiɲ ŋuiet] *n* menstruation
kinh niên [kiɲ nien] *adj* chronic
kín hơi [kin hɤi] *adj* airtight
kinh tế [kiɲ te] **kinh tế học** *n* economics; **nền kinh tế** *n* economy; **nhà kinh tế học** *n* economist; **thuộc về kinh tế** *adj* economic
Kinh thánh [kiɲ tɑɲ] *n* Bible
kinh tởm [kiɲ tɤm] *adj* nasty, revolting, sickening; **cảm thấy kinh tởm** *adj* disgusted
kính trọng [kiɲ tʃauŋ] *v* respect; **sự kính trọng** *n* respect
ki-ốt [kiot] *n* kiosk
kịp [kip] **đuổi kịp** *v* catch up
kiwi [kiwi] **chim kiwi** *n* kiwi
km/giờ [kmzɤ] *abbr* km/h
Koran [kɔzɑːn] **kinh Koran** *n* Koran
kosher [kɔshɛz] **tuân thủ chế độ ăn kiêng kosher** *adj* kosher
Kosovo [kɔsɔvɔ] **nước Kosovo** *n* Kosovo
Kuwait [kuwɑːit] **người Kuwait** *n* Kuwaiti *(person)*; **nước Kuwait** *n* Kuwait; **thuộc Kuwait** *adj* Kuwaiti
ký [ki] *v* sign; **chữ ký** *n* signature; **ký tên** *v* sign; **Tôi ký ở đâu?** Where do I sign?
kỳ [ki] *n* period *(of time)*; **học kỳ** *n* semester, term *(division of year)*; **nghỉ giữa kỳ** *n* half-term; **truyện phát hành nhiều kỳ** *n* serial
kỷ [ki] **thiên niên kỷ** *n* millennium
kỹ [ki] *adj* careful; **kỹ lưỡng** *adv* thorough, thoroughly; **việc xem kỹ** *n* scan; **xem kỹ** *v* scan
kỳ cọ [ki kɔ] *v* scrub
kỳ cựu [ki kɯu] *adj* veteran
kỳ dị [ki zi] *adj* eccentric, weird
kỳ diệu [ki zieu] *adj* magical, marvellous, wonderful; **điều kỳ diệu** *n* miracle
ký hiệu [ki hieu] **Tôi không tìm được ký hiệu a còng** I can't find the at sign (@)
kỳ lạ [ki lɑ] *adj* quaint, strange
kỷ luật [ki luət] *n* discipline; **việc tự kỷ luật** *n* self-discipline
kỹ năng [ki nɑŋ] *n* skill
kỳ nghỉ [ki ŋi] *n* holiday; **kỳ nghỉ với các hoạt động giải trí** *n*

activity holiday
kỷ niệm [ki niem] *v* commemorate ▹ *n* souvenir; **đài kỷ niệm** *n* memorial, monument; **lễ kỷ niệm 100 năm** *n* centenary; **lễ kỷ niệm ngày cưới** *n* wedding anniversary; **ngày kỷ niệm** *n* anniversary; **sự tổ chức kỷ niệm** *n* celebration; **tổ chức kỷ niệm** *v* party; **vật kỷ niệm** *n* memento
kỳ quặc [ki kuak] *adj* odd
Kyrgyzstan [kizɣizsta:n] **nước Kyrgyzstan** *n* Kyrgyzstan
kỹ sư [ki sɯ] *n* engineer
ký tắt [ki tat] *v* initial
kỹ thuật [ki tuət] *adj* technical; **kỹ thuật số** *adj* digital; **kỹ thuật viên** *n* technician
ký túc xá [ki tuk sa] *n* dormitory
kỹ xảo [ki saɔ] *n* technique

l

la [la:] **con la** *n* mule
lá [la] **cây thuốc lá** *n* tobacco; **chiế** **lá** *n* leaf; **điếu thuốc lá** *n* cigarette; **hành lá** *n* spring onion; **những chiếc lá** *n* leaves
là [la] *v* *(ai, gì)* be, be equal to, *(quần áo)* iron; **cầu là** *n* ironing board; **hiệu giặt khô là hơi** *n* dry-cleaner's; **phòng giặt là quần áo** *n* utility room; **sự giặt khô là hơi** *n* dry-cleaning; **sự là ủi** *n* ironing; **thứ hai là** *adv* secondly; **C** **dịch vụ giặt là không?** Is there a laundry service?; **Tên tôi là...** My name is...; **Tôi cần bàn là** I need an iron; **Tôi có thể mang cái này đi l** **ở đâu?** Where can I get this ironed?
lạ [la] *adj* exotic; **lạ thường** *adj* extraordinary, peculiar; **người lạ** *n* stranger
la bàn [la: ban] *n* compass
lác [lak] **bị lác mắt** *v* squint
lạc [lak] *v* lose one's way ▹ *n* peanut; **bị lạc đường** *adj* lost; **để thất lạc** *v*

mislay; **gia súc bị lạc** *n* stray; **sai lạc** *adj* misleading; **Con gái tôi bị lạc** My daughter is lost; **Con trai tôi bị lạc** My son is lost; **Tôi bị lạc** I'm lost; **Tôi dị ứng với lạc** I'm allergic to peanuts; **Trong đó có lạc không?** Does that contain peanuts?

ạc đà [lak da] **con lạc đà** *n* camel

ách cách [latʃ katʃ] **kêu lách cách** *v* click; **tiếng lách cách** *n* click, rattle

ạc quan [lak kuan] *adj* optimistic; **người lạc quan** *n* optimist; **sự lạc quan** *n* optimism

a-de [la:zɛ] *n* laser

a hét [la: hɛt] *v* yell

ái [lai] *v* steer, drive; **bằng lái xe** *n* driving licence; **bài học lái xe** *n* driving lesson; **buồng lái máy bay** *n* cockpit; **hành vi hiếu chiến của lái xe** *n* road rage; **kỳ thi lái xe** *n* driving test; **lái xe** *v* drive; **lái xe tải** *n* truck driver; **người dạy lái xe** *n* driving instructor; **người học lái xe** *n* learner driver; **người lái xe** *n* chauffeur, driver; **người lái xe máy** *n* motorcyclist, motorist; **tay lái** *n* handlebars; **tay lái nghịch** *n* left-hand drive; **tay lái thuận** *n* right-hand drive; **thiết bị lái** *n* steering; **việc lái xe khi say rượu** *n* drink-driving; **Anh đã lái xe quá nhanh** You were driving too fast; **Đây là bằng lái xe của tôi** Here is my driving licence; **Số bằng lái của tôi là...** My driving licence number is...; **Tôi không mang bằng lái theo người** I don't have my driving licence on me

lãi [lai] **tiền lãi** *n* interest *(income)*

lại [lai] *adv* again ▷ *v* come, arrive; **bắt đầu lại** *v* renew; **bị hoãn lại** *adj* delayed; **gọi lại** *n* call back; **lấy lại** *v* regain; **lặp lại** *adv* repeatedly; **nhắc lại** *v* repeat; **sự nhắc lại** *n* repeat; **Khi nào chúng tôi cần quay lại xe?** When should we be back on board?

lãi suất [lai suət] **tỉ lệ lãi suất** *n* interest rate

lá kim [la kim] **cây lá kim** *n* conifer; **lá kim loại** *n* foil

làm [lam] *v* do, make; **giờ làm thêm** *n* overtime; **làm bằng tay** *adj* handmade; **nhà làm lấy** *adj* home-made; **việc làm** *n* employment; **việc tự làm** *n* DIY; **Anh có thể làm luôn được không?** Can you do it straightaway?; **Anh muốn làm gì vào ngày mai không?** Would you like to do something tomorrow?; **Buổi tối có gì làm không?** What is there to do in the evenings?; **Hôm nay anh muốn làm gì?** What would you like to do today?; **Ở đây có gì để làm không?** What is there to do here?; **Tối nay anh làm gì?** What are you doing this evening?; **Tôi phải làm gì?** What do I do?

La-mã [la:ma] **người theo Thiên Chúa giáo La-mã** *n* Roman Catholic; **thuộc La-mã** *adj* Roman; **thuộc Thiên Chúa giáo La-mã** *adj* Roman Catholic

làm cho chán [lam tʃɔ tʃan] *v* bore *(drill)*

lạm dụng [lam zuŋ] *adj* abusive ▷ *v* abuse; **sự lạm dụng** *n* abuse; **sự**

lạm dụng trẻ em *n* child abuse
làm lại [lam lai] *v* redo
làm ơn [lam ɤn] *v* do a favour; **Anh làm ơn nhắc lại được không?** Could you repeat that, please?; **Làm ơn** Please; **Làm ơn cho tôi xin bảng giờ được không?** Can I have a timetable, please?
lạm phát [lam fat] *n* inflation
làm phiền [lam fien] **Xin lỗi phải làm phiền anh** I'm sorry to trouble you
làm việc [lam viek] *v* work; **bí quyết làm việc** *n* know-how; **giấy phép làm việc** *n* work permit; **giờ làm việc** *n* office hours; **giờ làm việc linh hoạt** *n* flexitime; **không gian làm việc** *n* workspace; **nơi làm việc** *n* workplace; **trạm làm việc** *n* workstation; **Anh làm việc ở đâu?** Where do you work?; **Tôi đến đây làm việc** I'm here for work; **Tôi làm việc ở bệnh viện** I work in a hospital; **Tôi làm việc cho...** I work for...
lan [la:n] **cây phong lan** *n* orchid
làn [lan] *n* handbasket; **làn đỗ xe trên đường** *n* layby; **làn dừng xe khẩn cấp** *n* hard shoulder; **làn xe đạp** *n* cycle lane; **Anh đi sai làn đường rồi** You are in the wrong lane
lan chuông [la:n tʃuoŋ] **cây hoa lan chuông** *n* lily of the valley
làn đường [lan dɯɤŋ] *n* lane *(driving)*
làng [laŋ] *n* village
lãng mạn [laŋ man] *adj* romantic
lang thang [la:ŋ ta:ŋ] **đi lang thang** *v* wander; **kẻ lang thang** *n* tramp *(beggar)*
lá nguyệt quế [la ŋuiet kue] *n* bay leaf
lanh [la:ɲ] **vải lanh** *n* linen
lạnh [laɲ] *adj* cold; **đông lạnh** *adj* frozen; **lạnh giá** *adj* freezing; **lạnh lẽo** *adj* chilly; **làm lạnh** *v* chill; **sự lạnh lẽo** *n* cold; **tủ lạnh** *n* fridge, refrigerator; **Liệu tối nay có lạnh không?** Will it be cold tonight?; **Nước ở vòi hoa sen lạnh** The showers are cold; **Phòng lạnh quá** The room is too cold; **Tôi lạnh** I'm cold; **Tôi thấy lạnh** I feel cold
lạnh cóng [laɲ kauŋ] **Trời lạnh cóng** It's freezing cold
lãnh đạo [laɲ daɔ] *v* lead; **người lãnh đạo** *n* leader
lành lặn [laɲ lan] *adj* sound
lành nghề [laɲ ŋe] *adj* professional; **một cách lành nghề** *adv* professionally
lãnh sự [laɲ sɯ] *n* consul; **toà lãnh sự** *n* consulate
lãnh thổ [laɲ to] *n* territory
lan rộng [la:n zoŋ] *adj* widespread
lao [la:ɔ] **bệnh lao** *n* tuberculosis, TB; **cái lao** *n* javelin
Lào [laɔ] **nước Lào** *n* Laos
lao công [la:ɔ koŋ] **nữ lao công** *n* cleaning lady
lao đầu xuống nước [la:ɔ dəu suoŋ nɯɤk] *v* dive; **việc lao đầu xuống nước** *n* diving
lao động [la:ɔ doŋ] *n* labour; **lực lượng lao động** *n* workforce; **người lao động** *n* labourer
lão khoa [laɔ χɔa:] *adj* geriatric; **bệnh nhân lão khoa** *n* geriatric; **thuộc lão khoa** *adj* geriatric

ao tới [la:ɔ tɤi] *v* dash
ao xuống [la:ɔ suoŋ] *v* plunge
át [lat] *n* moment, slice; **cắt lát** *v* slice; **chốc lát** *n* moment; **lát mỏng** *n* slice; **trong giây lát** *adv* momentarily
.a tinh [la: tiɲ] **Châu Mỹ La tinh** *n* Latin America
.a-tinh [la:tiɲ] *n* Latin
.atvia [la:tvia] **người Latvia** *n* Latvian *(person)*; **nước Latvia** *n* Latvia; **thuộc Latvia** *adj* Latvian; **tiếng Latvia** *n* Latvian *(language)*
au [la:u] *v* mop, wipe; **cây lau nhà** *n* mop; **khăn lau** *n* towel; **lau chùi** *v* wipe; **lau nhà** *v* mop up; **lau sạch** *v* wipe up
ắc [lak] *v* shake; **Chuyến đi lắc quá** The crossing was rough
ắm [lam] *adv* much
ăn [lan] *v* roll; **sự lăn tròn** *n* roll; **trục lăn** *n* roller; **xe lăn** *n* wheelchair
ặn [lan] *v* be under water, dive; **bộ đồ lặn** *n* wetsuit; **môn lặn** *n* scuba diving; **ống thở khi lặn** *n* snorkel; **sự lặn** *n* dive; **thợ lặn** *n* diver; **Lặn ở chỗ nào là tốt nhất?** Where is the best place to dive?; **Tôi muốn đi lặn** I'd like to go diving
ăng mạ [laŋ ma] *v* insult; **sự lăng mạ** *n* insult
ắng xuống [laŋ suoŋ] *v* settle down
ắp [lap] **nói lắp** *v* stammer, stutter
ặp [lap] **lặp lại** *adv* repeatedly
ặp đi lặp lại [lap di lap lai] *adv* repetitive
ặt vặt [lat vat] **đồ lặt vặt** *n* trifle
ầm [ləm] *v* make a mistake, confuse; **hiểu lầm** *v* misunderstand; **một cách sai lầm** *adv* mistakenly, wrong; **sai lầm** *adj* mistaken; **sự hiểu lầm** *n* misunderstanding
lẩm bẩm [ləm bəm] *v* mutter
lần [lən] *n* turn, round; **một lần** *adv* once; **việc chỉ xảy ra một lần** *n* one-off
lẫn [lən] **gây nhầm lẫn** *adj* confusing; **lẫn nhau** *adj* mutual; **sự nhầm lẫn** *n* confusion; **trộn lẫn** *v* mix up
lân cận [lən kən] **vùng lân cận** *n* neighbourhood, vicinity
lần đầu tiên [lən dəu tien] **Đây là lần đầu tiên tôi đến...** This is my first trip to...
lập [ləp] *v* compile; **chưa lập gia đình** *adj* unmarried; **lập hóa đơn** *v* invoice; **lập trình viên** *n* programmer; **việc lập trình** *n* programming; **Tôi đã lập gia đình** I'm married
lập phương [ləp fuɯɤŋ] **có hình lập phương** *adj* cubic; **hình lập phương** *n* cube
lập tức [ləp tɯk] *adj* immediate ▷ *adv* instantly; **ngay lập tức** *adj* immediately, instant
lật úp [lət up] *v* capsize
lâu [ləu] *adv* long; **một cách lâu dài** *adv* permanently; **Có lâu không?** Will it be long?; **Chúng tôi đã chờ rất lâu rồi** We've been waiting for a very long time
lâu đài [ləu dai] *n* mansion; **lâu đài cát** *n* sandcastle; **tòa lâu đài** *n* castle
lâu hơn [ləu hɤn] **lâu hơn nữa** *adv*

longer
lây [ləi] **dễ lây** *adj* contagious; **lây nhiễm** *adj* infectious; **Có lây không?** Is it infectious?
lấy [ləi] *v (mang đi)* take, *(mang lại)* fetch, steal, marry; **giật lấy** *v* snatch; **lấy lại** *v* regain; **lấy lại hành lý** *n* baggage reclaim; **nắm lấy** *v* seize; **Tôi lấy cái này** I'll take it
lầy [ləi] **đầm lầy** *n* swamp
lấy lại [ləi lɑi] *v* take back
lẻ [lɛ] *adj* odd *(number)*; **bán lẻ** *v* retail; **giá bán lẻ** *n* retail price; **người bán lẻ** *n* retailer; **sự bán lẻ** *n* retail; **Anh có thể cho tôi ít tiền lẻ không?** Can you give me some change, please?; **Anh có tiền lẻ không?** Do you have any small change?; **Xin lỗi, tôi không có tiền lẻ** Sorry, I don't have any change
lẽ [lɛ] **lẽ thường** *n* common sense
len [lɛn] *n* wool; **áo len** *n* sweater; **áo len cổ lọ** *n* polo-necked sweater; **áo len chui đầu** *n* jumper; **áo nịt len** *n* jersey; **làm bằng len** *adj* woollen; **quần áo len** *n* woollens
len casơmia [lɛn kaːsɤmia] *n* cashmere
leng keng [lɛŋ kɛŋ] *v* tinkle; **kêu leng keng** *v* ring
leo [lɛɔ] *v* climb, creep; **môn leo núi đá** *n* rock climbing; **người leo núi** *n* climber, mountaineer; **sự leo trèo** *n* climbing; **trò leo núi** *n* mountaineering; **Tôi muốn đi leo núi** I'd like to go climbing; **Tôi muốn leo xuống núi** I'd like to go abseiling
lê [le] *n* pear tree; **lê bước** *v* shuffle; **quả lê** *n* pear
lề [le] **lề đường** *n* kerb
lễ [le] *n* festival; **lễ ban thánh thể** *n* mass *(church)*; **lễ kỷ niệm 100 năm** *n* centenary; **lễ Phục sinh** *n* Easter; **lễ trao giải** *n* prize-giving; **ngày nghỉ lễ** *n* public holiday; **vô lễ** *adj* cheeky
Lễ Giáng sinh [le zaŋ siɲ] *n* Xmas
lễ hội [le hoi] *n* festival
lên [len] *v* get on ▷ *adv* upward; **đi bộ lên đồi** *n* hill-walking; **đi lên** *v* go up; **lớn lên** *v* grow; **lên dốc** *adv* uphill; **nâng lên** *v* lift, raise; **nhìn lên** *v* look up; **sự tăng lên** *n* rise; **tiến lên** *v* forward; **Anh làm ơn giúp tôi lên được không?** Can you help me get on, please?
lễ nghi [le ŋi] *n* ritual; **theo lễ nghi** *adj* ritual
lệnh [leɲ] *n* order, command; **lệnh giới nghiêm** *n* curfew; **lệnh trả tiền** *n* standing order; **mệnh lệnh** *n* command; **ra lệnh** *v* order *(command)*
Lễ Nô-en [le noɛn] *n* Christmas
lệ phí [le fi] *n* fee
Lễ Phục sinh [le fuk siɲ] *n* Easter; **thứ Sáu trước Lễ Phục sinh** *n* Good Friday
Lễ Quá hải [le kua hai] **Lễ Quá hải của người Do Thái** *n* Passover
lễ rước [le zuɯɤk] *n* procession
lều [leu] *n* tent; **cọc trụ lều** *n* tent pole; **chốt lều** *n* tent peg; **túp lều** *n* hut; **Lều trại giá bao nhiêu tiền một đêm?** How much is it per night for a tent?; **Lều trại giá bao nhiêu tiền một tuần?** How much is it per week for a tent?
Li-băng [libaŋ] **người Li-băng** *n*

Lebanese *(person)*; **nước Li-băng** *n* Lebanon; **thuộc Li-băng** *adj* Lebanese
Liberia [libɛzia] **người Liberia** *n* Liberian *(person)*; **nước Liberia** *n* Liberia
Liberian [libɛzian] **thuộc Liberian** *adj* Liberian
Libya [libia] **người Libya** *n* Libyan *(person)*; **nước Libya** *n* Libya; **thuộc Libya** *adj* Libyan
lịch [litʃ] *n* calendar; **lịch trình** *n* timetable
lịch sử [litʃ sɯ] *n* history; **liên quan đến lịch sử** *adj* historical
lịch sự [litʃ sɯ] *adj* polite ▷ *adv* politely; **bất lịch sự** *adj* rude; **vẻ lịch sự** *n* politeness
lịch thiệp [litʃ tiep] *adj* tactful; **không lịch thiệp** *adj* tactless
lịch trình [litʃ tʃiɲ] **chuyến bay theo lịch trình** *n* scheduled flight
Liechtenstein [liɛtʃtɛnstɛin] **nước Liechtenstein** *n* Liechtenstein
liếc [liek] *v (nhìn)* glance; **cái liếc** *n* glance
liếm [liem] *v* lick
liên [lien] **liên đoàn** *n* league; **liên tiếp** *adj* consecutive
liên hệ [lien he] *v* contact; **sự liên hệ** *n* contact; **Nếu có vấn đề gì thì chúng tôi liên hệ với ai?** Who do we contact if there are problems?; **Tôi có thể liên hệ với anh ở đâu?** Where can I contact you?
liên hiệp [lien hiep] *n* union
Liên hiệp quốc [lien hiep kuok] **Tổ chức Liên hiệp quốc** *n* United Nations, UN
liên hoàn [lien hɔan] **tai nạn liên hoàn** *n* pile-up
liên hợp [lien hɤp] *adj* incorporated; **khu liên hợp** *n* complex
liền kề [lien ke] *adj* adjacent
liên kết [lien ket] *adj* associate; **đường dẫn liên kết URL** *n* URL; **sự liên kết** *n* merger
liên lạc [lien lak] **Tôi không thể liên lạc được** I can't get through
liên minh [lien miɲ] *n* alliance
Liên minh [lien miɲ] *n* union; **Liên minh châu Âu** *n* European Union
liên quan [lien kuan] *v* involve, be relevant; **có liên quan** *adj* relevant; **không liên quan** *adj* irrelevant; **sự liên quan** *n* relation
liên quan đến [lien kuan den] *prep* concerning
liên tục [lien tuk] *adj* constant, continuous, successive ▷ *adv* constantly
liệt [liet] *n* paralysis; **bệnh bại liệt** *n* polio; **bị liệt** *adj* paralysed
liệt kê [liet ke] *v* list
liều [lieu] *n (thuốc)* dose ▷ *v (lĩnh)* risk; **người đánh bom liều chết** *n* suicide bomber; **việc sử dụng quá liều** *n* overdose
liệu [lieu] *v* think about, estimate; **cơ sở dữ liệu** *n* database; **số liệu** *n* data
liệu pháp [lieu fap] *n* therapy; **tâm lý liệu pháp** *n* psychotherapy
Lilo® [lilɔs] *n* Lilo®
li-mu-zin [limuzin] **xe li-mu-zin** *n* limousine
lính [liɲ] *n* troops; **lính cứu hỏa** *n* fireman; **lính gác** *n* guard; **người lính** *n* soldier

linh dương [liɲ zɯɤŋ] *n* antelope
linh hoạt [liɲ hɔɑt] *adj* flexible
linh hồn [liɲ hon] *n* soul
linh mục [liɲ muk] *n* priest
linh sam [liɲ sɑ:m] **cây linh sam** *n* fir (tree)
linh tinh [liɲ tiɲ] *adj* miscellaneous
linh tính [liɲ tiɲ] *adj* foreboding; **linh tính báo trước** *n* premonition
lít [lit] *n* litre
Lithuania [lituɑniɑ] **người Lithuania** *n* Lithuanian *(person)*; **nước Lithuania** *n* Lithuania; **thuộc Lithuania** *adj* Lithuanian; **tiếng Lithuania** *n* Lithuanian *(language)*
lo [lɔ] **đáng lo ngại** *adj* grim
lò [lɔ] *n* oven, stove; **được nướng bằng lò** *adj* baked; **lò nướng** *n* toaster; **lò phản ứng** *n* reactor; **lò vi sóng** *n* microwave oven; **nướng bằng lò** *v* bake
lọ [lɔ] *n* jar; **lọ mứt** *n* jam jar
loa [lɔɑ:] **loa phóng thanh** *n* loudspeaker
loài [lɔɑi] *n* species; **thuộc loài người** *adj* human
loại [lɔɑi] *n (dạng)* kind, sort, type, *(nhóm)* category ▷ *v (bỏ)* disqualify; **loại hai** *adj* second-class; **loại hàng** *n* brand; **loại thường** *adj* second-rate; **nhân loại** *n* mankind
loại trừ [lɔɑi tʃɯ] *v* eliminate, exclude, rule out
loa kèn [lɔɑ: kɛn] **hoa loa kèn** *n* lily
loạn [lɔɑn] **nổi loạn** *v* riot; **sự náo loạn** *n* riot
loãng [lɔɑŋ] *n* diluted; **bùn loãng** *n* slush
loạng choạng [lɔɑŋ tʃɔɑŋ] **đi loạng choạng** *v* stagger
lọc [lɔk] *v* filter; **bộ xúc tác lọc khí thải** *n* catalytic converter; **cái lọc** *n* filter; **lọc phi-lê** *v* fillet; **nhà máy lọc** *n* refinery
lò cò [lɔ kɔ] **nhảy lò cò** *v* skip
lõi [lɔi] *n* core
lo lắng [lɔ lɑŋ] *adj* apprehensive, concerned, nervous, worried ▷ *v* worry; **gây lo lắng** *adj* worrying; **sự lo lắng** *n* anxiety, concern
lõm [lɔm] **làm lõm** *v* dent; **vết lõm** *n* dent
lóng [lɑuŋ] **tiếng lóng** *n* slang
lòng [lɑuŋ] *n (ngồi vào)* lap, *(ruột)* bowels; **làm nản lòng** *v* discourage; **lòng đỏ trứng** *n* egg yolk, yolk; **lòng tốt** *n* kindness; **lòng thương** *n* pity; **lòng tin** *n* trust; **lòng trắng trứng** *n* egg white; **lòng trung thành** *n* loyalty; **vui lòng** *adv* kindly
lỏng [lɑuŋ] *adj (chùng)* slack, *(rộng)* loose; **chất lỏng** *n* liquid
lò sưởi [lɔ sɯɤi] *n* fireplace, heater; **bệ lò sưởi** *n* mantelpiece
lót [lɔt] *n* lining ▷ *v* line *(garment)*; **áo lót** *n* vest; **đồ lót phụ nữ** *n* lingerie; **lớp vải lót** *n* lining; **quần áo lót** *n* underwear; **quần lót** *n* briefs, knickers; **Khu bán đồ lót phụ nữ ở đâu?** Where is the lingerie department?
lò xo [lɔ sɔ] *n* spring *(coil)*; **tấm bạt lò xo để nhào lộn** *n* trampoline
lỗ [lo] *n (hổng)* hole; **lỗ hổng** *n* aperture; **lỗ mũi** *n* nostril; **thủng lỗ** *adj* pierced
lố bịch [lo bitʃ] *adj* ridiculous
lốc [lok] *n (bão)* cyclone
lốc xoáy [lok sɔɑi] **cơn lốc xoáy** *n*

tornado
lôi [loi] **lôi kéo** *v* rope in
lối [loi] *n* path, style ▷ *adv* approximately; **chỗ ngồi cạnh lối đi** *n* aisle seat; **lối đi** *n* passage *(route)*; **lối đi ở giữa** *n* aisle; **lối qua đường có đèn giao thông** *n* pelican crossing; **lối qua đường cho người đi bộ** *n* zebra crossing; **lối qua đường dành cho người đi bộ** *n* pedestrian crossing; **lối sống** *n* lifestyle; **lối thoát hiểm** *n* fire escape; **Chỗ anh có lối đi dành cho người tàn tật không?** Do you provide access for the disabled?; **Đi theo lối mòn** Keep to the path; **Tôi muốn ngồi cạnh lối đi** I'd like an aisle seat
lỗi [loi] *n* blame, error, fault, mistake, slip-up; **bị lỗi** *adj* faulty; **đổ lỗi** *v* blame; **lỗi in** *n* misprint; **lỗi thời** *adj* obsolete, old-fashioned, out-of-date; **mắc lỗi** *v* slip up; **phần mềm kiểm tra lỗi chính tả** *n* spellchecker; **Không phải lỗi của tôi** It wasn't my fault
lôi cuốn [loi kuon] *v* attract
lối ra [loi zaː] *n* way out
lối vào [loi vaɔ] *n* access, entrance, way in; **Lối vào dành cho xe lăn ở đâu?** Where is the wheelchair-accessible entrance?
lốm đốm [lom dom] *adj* spotty
lông [loŋ] **áo lông thú** *n* fur coat; **chăn lông vịt** *n* duvet; **lông mao** *n* fur; **rậm lông** *adj* hairy
lồng [loŋ] *n (nhốt)* cage; **được lồng tiếng** *adj* dubbed
lông mày [loŋ mai] *n* eyebrow
lông mi [loŋ mi] *n* eyelash
lông vũ [loŋ vu] *n* feather
lộn ngược [lon ŋɯɤk] *adv* upside down
lộn xộn [lon son] *adj* messy; **sự lộn xộn** *n* clutter; **tình trạng lộn xộn** *n* muddle
lốp [lop] *n* rubber tyre; **lốp dự phòng** *n* spare tyre; **lốp xe** *n* tyre; **Anh làm ơn kiểm tra lốp hộ** Can you check the tyres, please?; **Anh làm ơn kiểm tra xem lốp đủ căng chưa?** Can you check the air, please?; **Áp suất lốp cần phải là bao nhiêu?** What should the tyre pressure be?; **Lốp bị nổ** The tyre has burst; **Tôi bị bẹp lốp** I have a flat tyre, I've a flat tyre
lộ ra [lo zaː] *v* show up
lỗ thủng [lo tuŋ] *n* puncture, leak
lộ trình [lo tʃiɲ] *n* itinerary
lờ [lɤ] **lờ đi** *v* ignore
lở [lɤ] **sự lở đất** *n* landslide; **sự lở tuyết** *n* avalanche
lỡ [lɤ] **bỏ lỡ** *v* miss
lời [lɤi] *n* statements, interest, profit; **bằng lời nói** *adj* oral; **không nói nên lời** *adj* speechless; **lời đề nghị** *n* offer; **lời bình luận** *n* comment, remark; **lời bài hát** *n* lyrics; **lời cảnh báo** *n* precaution, warning; **lời cầu nguyện** *n* prayer; **lời cáo buộc** *n* allegation; **lời chỉ dẫn** *n* instructions; **lời chú thích** *n* caption; **lời dạy của Chúa** *n* gospel; **lời giải** *n* solution; **lời giải thích** *n* explanation; **lời hứa** *n* promise; **lời khai ngoại phạm** *n* alibi; **lời khen** *n* compliment; **lời mời** *n* invitation; **lời nói đùa** *n* joke; **lời nói dối** *n* lie; **lời nhắn** *n* note

(message); **lời từ chối** *n* negative; **lời tuyên án** *n* verdict; **lời tuyên bố** *n* statement; **lời tuyên thệ** *n* oath; **lời xin lỗi** *n* apology; **những lời chúc mừng** *n* congratulations; **vâng lời** *v* obey

lợi [lɤi] *n* advantage, gums; **có lợi nhuận** *adj* profitable; **được lợi** *v* benefit; **lợi ích** *n* benefit; **lợi lộc** *n* gain; **lợi nhuận** *n* profit; **sự bất lợi** *n* disadvantage; **sinh lợi** *adj* lucrative; **Lợi của tôi đang chảy máu** My gums are bleeding; **Tôi bị đau lợi** My gums are sore

lời chào [lɤi tʃɑɔ] *n* greeting

lời khuyên [lɤi χuien] *n* tip *(suggestion)*

lợi thế [lɤi te] *n* advantage

lơ mơ [lɤ mɤ] **ngủ lơ mơ** *v* doze off

lớn [lɤn] *adj (già hơn)* senior; **lớn lên** *v* grow; **người lớn** *n* grown-up; **phần lớn** *n* majority; **rất lớn** *adj* tremendous; **rộng lớn** *adj* large; **to lớn** *adj* big, enormous, great, huge, massive

lợn [lɤn] *n* pig; **lợn tiết kiệm** *n* piggybank; **sườn lợn** *n* pork chop; **thịt lợn** *n* pork; **thịt lợn muối xông khói** *n* bacon

lớn hơn [lɤn hɤn] *adj* elder

lớp [lɤp] *n* class; **bạn cùng lớp** *n* classmate; **lớp cách ly** *n* insulation; **lớp trưởng** *n* monitor

lợp [lɤp] **được lợp bằng ngói** *adj* tiled

lớp học [lɤp hɔk] *n* classroom; **lớp học buổi tối** *n* evening class

lũ [lu] *n (lụt)* flooding

lụa [luɑː] *n* silk; **lụa tơ tằm** *n* silk

lúa mạch [luɑː matʃ] *n* barley; **lúa mạch đen** *n* rye

lúa mì [luɑː mi] *n* wheat

luận [luən] **kết luận** *n* conclusion

Luân Đôn [luən don] *n* London

luân phiên [luən fien] *adj* alternate

luật [luət] *n* law; **Luật Giao thông** *n* Highway Code; **trường luật** *n* law school; **văn bản luật** *n* legislation

luật sư [luət sɯ] *n* lawyer, solicitor

lúc [luk] *n* moment, instant; **cùng một lúc** *adv* simultaneously; **lúc đầu** *adv* initially, originally; **trong lúc đó** *adv* meantime, meanwhile

lục địa [luk diaː] *n* continent; **bữa sáng kiểu lục địa** *n* continental breakfast

lúc đó [luk dɔ] *adv* then

lục soát [luk sɔɑt] *v* search

lui [lui] **rút lui** *v* back out

lùi [lui] *v* back; **lùi lại** *v* move back

lũ lụt [lu lut] *n* flood

lùn [lun] **người lùn** *n* dwarf

lủng lẳng [luŋ laŋ] **treo lủng lẳng** *v* fling

luộc [luok] **nước luộc thịt** *n* broth; **trứng luộc** *n* boiled egg

luôn [luon] **Tôi chờ lấy luôn được không?** Can you do it while I wait?

luồng [luoŋ] *n* current *(flow)*

luôn luôn [luon luon] *adv* always

lúp [lup] **kính lúp** *n* magnifying glass

Luxembourg [lusɛmbɔuzɣ] **nước Luxembourg** *n* Luxembourg

luyện [luien] **phòng luyện nghe** *n* language laboratory

lừa [lɯɑː] **con lừa** *n* donkey; **đánh lừa** *v* fool; **kẻ lừa đảo** *n* cheat; **lừa đảo** *n* cheat, fraud; **lừa dối** *v* deceive; **lừa gạt** *v* trick

lửa [lɯɑː] *n* fire; **bộ phận đánh lửa** *n* ignition; **cái bật lửa** *n* cigarette lighter, lighter; **dầu lửa** *n* kerosene; **lửa trại** *n* bonfire; **núi lửa** *n* volcano; **ngọn lửa** *n* blaze, flame; **tên lửa** *n* missile; **tường lửa** *n* firewall; **tia lửa** *n* spark

lựa chọn [lɯɑː tʃɔn] *v* select; **có thể lựa chọn** *adj* alternative; **phương án lựa chọn** *n* alternative; **sự lựa chọn** *n* selection

lứa con [lɯɑː kɔn] *n* litter *(offspring)*

lừa đảo [lɯɑː dɑɔ] **hành động lừa đảo** *n* scam

lừa gạt [lɯɑː ɣɑt] *v* bluff; **sự lừa gạt** *n* bluff

lừa phỉnh [lɯɑː fiɲ] *v* kid

lực [lɯk] *n* force, power; **có năng lực** *adj* capable; **nguồn lực** *n* resource; **nhân lực** *n* manpower; **nhiều quyền lực** *adj* powerful

lực lượng [lɯk lɯɤŋ] *n* force, the forces; **lực lượng lao động** *n* workforce; **Lực lượng Không quân** *n* Air Force

lữ hành [lɯ hɑɲ] **khu vực dành cho caravan lữ hành** *n* caravan site

lưng [lɯŋ] *n* back; **sự đau lưng** *n* back pain, backache; **Lưng tôi đau** My back is sore; **Tôi đau lưng** I've hurt my back; **Tôi bị đau lưng** I've got a bad back

lửng [lɯŋ] **con lửng** *n* badger

lược [lɯɤk] *n* hairbrush; **cái lược** *n* comb

lưới [lɯɤi] *n* net; **mạng lưới** *n* network

lười [lɯɤi] *adj* idle; **lười biếng** *adj* lazy

lưỡi [lɯɤi] *n* blade; **cái đè lưỡi** *n* spatula; **cái lưỡi** *n* tongue; **lưỡi dao** *n* blade; **lưỡi dao cạo** *n* razor blade

lươn [lɯɤn] **con lươn** *n* eel

lượn [lɯɤn] **môn tàu lượn** *n* gliding; **tàu lượn** *n* glider

lương [lɯɤŋ] *n* salary; **được trả lương cao** *adj* well-paid; **được trả lương thấp** *adj* underpaid; **lương tâm** *n* conscience; **lương trả cho nhân viên nghỉ ốm** *n* sick pay; **tiền lương** *n* pay, wage

lượng [lɯɤŋ] *n* quantity ▷ *v* measure; **định lượng** *v* quantify; **lượng dư** *n* surplus; **lượng tối đa** *n* maximum; **lượng tối thiểu** *n* minimum; **lượng thiếu** *n* shortfall; **một lượng rất nhỏ** *n* ounce; **số lượng** *n* quantity

lương hưu [lɯɤŋ hɯu] *n* pension; **người hưởng lương hưu** *n* pensioner

lưỡng lự [lɯɤŋ lɯ] *adj* undecided

lương thiện [lɯɤŋ tien] *adj* straight; **có vẻ không lương thiện** *adj* shifty

lướt [lɯɤt] *v* glide, pass quickly

lượt [lɯɤt] *n* time, turn, layer, coat; **Chưa đến lượt anh đi** It wasn't your right of way; **Đến lượt ai?** Whose round is it?

lướt sóng [lɯɤt sauŋ] *v* surf, waterski; **môn lướt sóng** *n* surfing; **người lướt sóng** *n* surfer; **ván để lướt sóng** *n* surfboard; **Có thể chơi lướt sóng ở đâu?** Where can you go surfing?

lướt ván [lɯɤt van] **môn lướt ván buồm** *n* windsurfing; **môn lướt ván nước** *n* water-skiing; **Có thể**

chơi lướt ván nước ở đâu? Where can you go water-skiing?; **Có thể chơi lướt ván nước ở đây không?** Is it possible to go water-skiing here?
lưu [lɯu] **lưu hồ sơ** *v* file *(folder)*; **lưu kho** *v* stock up on; **sự lưu thông** *n* circulation
lựu [lɯu] *n* pomegranate
lưu niệm [lɯu niem] **đồ lưu niệm** *n* souvenir; **Anh có đồ lưu niệm không?** Do you have souvenirs?
lưu trữ [lɯu tʃɯ] *n* store; **hồ sơ lưu trữ** *n* archive
lưu vong [lɯu vauŋ] *n* exile
lưu ý [lɯu i] *n* NB *(notabene)*
ly [li] *n* glass, millimeter, smidgen; **Làm ơn cho một ly nước chanh** A glass of lemonade, please; **Làm ơn cho tôi xin một chiếc ly sạch được không?** Can I have a clean glass, please?
lý [li] **chuyện vô lý** *n* nonsense
lý chua [li tʃuɑ] **quả lý chua** *n* redcurrant
ly dị [li zi] **đã ly dị** *adj* divorced; **sự ly dị** *n* divorce; **Tôi đã ly dị** I'm divorced
lý do [li zɔ] *n* reason
lý gai [li ɣɑ:i] **cây lý gai** *n* gooseberry
ly hợp [li hɤp] **khớp ly hợp** *n* clutch
ly kỳ [li ki] *adj* thrilling; **truyện ly kỳ** *n* thriller
lý lịch [li litʃ] **sơ yếu lý lịch** *n* curriculum vitae, CV
lý thú [li tu] *adj* exciting
lý thuyết [li tuiet] *n* theory
lý tưởng [li tɯɤŋ] *adj* ideal ▷ *adv* ideally

m

ma [mɑ:] *n* ghost; **ma ám** *adj* haunted
má [mɑ] *n (trên mặt)* cheek; **xương gò má** *n* cheekbone
mã [mɑ] *n* code, effigy, appearance, horse; **mã bưu chính** *n* postcode; **mã vùng** *n* dialling code; **Mã gọi điện thoại của nước Anh là gì?** What is the dialling code for the UK?
mạ [mɑ] *n* rice seedling ▷ *v* plate; **mạ vàng** *adj* gold-plated
Mác [mɑk] **chủ nghĩa Mác** *n* Marxism
macaroni [mɑ:kɑ:zɔni] **mỳ ống macaroni** *n* macaroni
ma cà rồng [mɑ: kɑ zoŋ] *n* vampire
mạch [matʃ] *n* pulse
mạch nha [matʃ ɲɑ:] **whisky mạch nha** *n* malt whisky
Madagascar [mɑ:zɑ:ɣɑ:skɑ:z] **nước Madagascar** *n* Madagascar
mai [mɑ:i] **cái mai** *n* spade; **sáng mai** tomorrow morning
mái [mɑi] **có mái tranh** *adj*

thatched; **gà mái** *n* hen; **mái chèo** *n* oar, paddle; **mái nhà** *n* roof; **Mái nhà bị dột** The roof leaks
mài [mai] **sơn mài** *n* lacquer
mãi mãi [mai mai] *adv* forever
Malawi [ma:la:wi] **nước Malawi** *n* Malawi
Malaysia [ma:la:isia] **người Malaysia** *n* Malaysian; **nước Malaysia** *n* Malaysia; **thuộc Malaysia** *adj* Malaysian
Malta [ma:lta:] **người Malta** *n* Maltese *(person)*; **nước Malta** *n* Malta; **thuộc Malta** *adj* Maltese; **tiếng Malta** *n* Maltese *(language)*
mã Morse [ma mɔzsɛ] *n* Morse
mamút [ma:mut] **voi mamút** *n* mammoth
man [ma:n] **sự khai man trước toà** *n* perjury
màn [man] *n* curtain; **bảo vệ bằng màn** *v* screen (off)
mang [ma:ŋ] *v* carry; **mang đi** *v* take away; **mang lại** *v* bring
máng [maŋ] **máng ăn** *n* trough
màng [maŋ] **màng nhĩ** *n* eardrum; **màng thủy tinh thể** *n* cataract *(eye)*
mạng [maŋ] *n (dệt)* web, the Net; **cứu mạng** *adj* life-saving; **mạng che mặt** *n* veil; **mạng Internet** *n* Internet; **mạng không dây Wifi** *n* WiFi; **mạng lưới** *n* network; **mạng nội bộ** *n* intranet; **mạng nhện** *n* cobweb; **tội phạm mạng** *n* cybercrime; **viết nhật ký trên mạng** *v* blog
mảnh [maɲ] *n* bit, fragment ▷ *adj* frail; **mảnh đất** *n* plot *(piece of land)*; **mảnh nhỏ** *n* scrap; **mảnh vỡ** *n* chip *(small piece)*; **mảnh vụn** *n* splinter; **mảnh vụn của ruột bánh mỳ** *n* crumb
mạnh [maɲ] *adv* strongly; **khỏe mạnh** *adj* well; **khoẻ mạnh** *adj* athletic; **mạnh mẽ** *adj* drastic; **rất mạnh** *adj* terrific; **sự vặn mạnh** *n* wrench; **vặn mạnh** *v* wrench; **Tôi cần loại mạnh hơn** I need something stronger
mành cửa [maɲ kɯa:] *n* blind
mảnh dẻ [maɲ zɛ] *adj* slim
màn hình [man hiɲ] *n* screen; **chương trình bảo vệ màn hình** *n* screen-saver; **màn hình phẳng** *adj* flat-screen; **màn hình plasma** *n* plasma screen
mảnh mai [maɲ ma:i] *adj* slender
mãn kinh [man kiɲ] **sự mãn kinh** *n* menopause
mẩn ngứa [man ŋɯa:] **Tôi bị mẩn ngứa** I have a rash
man rợ [ma:n zɤ] *adj* barbaric
mạo hiểm [maɔ hiem] *adj* adventurous, risky
Maori [ma:ɔzi] **người Maori** *n* Maori *(person)*; **thuộc tộc người Maori** *adj* Maori; **tiếng Maori** *n* Maori *(language)*
ma quỷ [ma: kui] *n* devil; **như ma quỷ** *adj* spooky
maratông [ma:za:toŋ] **cuộc chạy đua maratông** *n* marathon
Marốc [ma:zok] **người Marốc** *n* Moroccan *(person)*; **nước Marốc** *n* Morocco; **thuộc Marốc** *adj* Moroccan
mát [mat] *adj* cool; **mát mẻ** *adj* cool *(cold)*
ma túy [ma: tui] *n* drugs; **kẻ buôn**

ma túy *n* drug dealer; **người nghiện ma túy** *n* drug addict
máu [mau] *n* blood, temper, character; **nhóm máu** *n* blood group; **nhiễm trùng máu** *n* blood poisoning; **sự chảy máu mũi** *n* nosebleed; **sự truyền máu** *n* transfusion; **thiếu máu** *adj* anaemic; **truyền máu** *n* blood transfusion; **xét nghiệm máu** *n* blood test; **Nhóm máu của tôi là O+** My blood group is O positive
màu [mau] *n* colour; **có màu da cam** *adj* orange; **có màu hoa cà** *adj* mauve; **có màu hoa tử đinh hương** *adj* lilac; **có màu ngọc lam** *adj* turquoise; **kính màu** *n* stained glass; **làm ố màu** *v* stain; **mù màu** *adj* colour-blind; **màu đỏ** *adj* red; **màu be** *adj* beige; **màu hoe đỏ** *adj* ginger; **màu kem** *adj* cream; **màu nâu** *n* brown; **màu nâu hoe đỏ** *adj* auburn; **màu xanh lá cây** *n* green; **sáng màu** *adj* fair *(light colour)*; **ti vi màu** *n* colour television; **tranh vẽ bằng màu nước** *n* watercolour; **Anh có chiếc này màu khác không?** Do you have this in another colour?; **Cho tôi màu này** This colour, please; **Làm ơn phôtô màu một bản này cho tôi** I'd like a colour photocopy of this, please; **Phôtô màu** in colour; **Tôi không thích màu này** I don't like the colour
màu mỡ [mau mɤ] *adj* fertile
Mauritania [ma:uzita:nia] **nước Mauritania** *n* Mauritania
Mauritius [ma:uzitius] **nước Mauritius** *n* Mauritius
màu sắc [mau sak] *n* colour
may [ma:i] *n* luck ▷ *adj* fortunate ▷ *v* sew; **đường may nối** *n* seam; **may là** *adv* fortunately; **may thay** *adv* luckily; **thợ may** *n* tailor; **vận may** *n* luck; **việc không may** *n* mishap
máy [mai] *n (móc)* machine, device ▷ *v* wink at; **bộ máy** *n* apparatus; **có thể giặt bằng máy** *adj* machine washable; **dập máy** *v* hang up; **đánh máy** *v* type; **máy ảnh** *n* camera; **máy ảnh kỹ thuật số** *n* digital camera; **máy đánh bạc điện tử** *n* fruit machine; **máy đào** *n* digger; **máy điện đài xách tay** *n* walkie-talkie; **máy đo** *n* gauge; **máy ép** *n* press; **máy bay phản lực** *n* jet; **máy bán hàng tự động** *n* vending machine; **máy bán vé tự động** *n* ticket machine; **máy cắt** *n* mower; **máy chế biến thực phẩm** *n* food processor; **máy chữ** *n* typewriter; **máy chủ** *n* server *(computer)*; **máy chiếu** *n* projector; **máy chiếu overhead** *n* overhead projector; **máy dùng đồng xu** *n* slot machine; **máy ghi** *n* recorder *(scribe)*; **máy giặt** *n* washing machine; **máy hút bụi** *n* vacuum cleaner; **máy hút bụi Hoover®** *n* Hoover®; **máy in** *n* printer *(machine)*; **máy kéo** *n* tractor; **máy khâu** *n* sewing machine; **máy khoan** *n* drill; **máy móc** *n* machinery; **máy nghe nhạc cá nhân** *n* personal stereo; **máy nghe nhạc iPod®** *n* iPod®; **máy nghe nhạc MP3** *n* MP3 player; **máy nghe nhạc MP4** *n* MP4 player; **máy nhắn tin** *n* pager; **máy phát** *n* generator;

máy phô tô copy *n* photocopier; **máy quay làm khô quần áo** *n* spin dryer; **máy quay phim** *n* video camera; **máy quay video** *n* camcorder; **máy quét** *n* scanner; **máy rửa bát đĩa** *n* dishwasher; **máy sấy** *n* dryer; **máy sấy quần áo** *n* tumble dryer; **máy sấy tóc** *n* hairdryer; **máy trộn** *n* mixer; **máy viễn thông cầm tay BlackBerry®** *n* BlackBerry®; **người máy** *n* robot; **nhà máy** *n* factory, plant *(site)*; **nhân viên đánh máy** *n* typist; **súng máy** *n* machine gun; **thang máy** *n* lift *(up/down)*; **thang máy chở người tàn tật** *n* chairlift; **thợ máy** *n* mechanic; **xe máy** *n* motorbike, motorcycle; **xe máy nhỏ** *n* moped; **xuồng máy** *n* motorboat; **Có máy fax nào tôi có thể sử dụng được không?** Is there a fax machine I can use?; **Máy bán vé ở đâu?** Where is the ticket machine?; **Máy bán vé hoạt động thế nào?** How does the ticket machine work?; **Máy bán vé không hoạt động** The ticket machine isn't working; **Máy giặt ở đâu?** Where are the washing machines?; **Máy rút tiền nuốt mất thẻ của tôi rồi** The cash machine swallowed my card; **Tôi có thể dùng thẻ của tôi ở máy rút tiền này không?** Can I use my card with this cash machine?

mày [mai] **nhíu mày** *v* frown

máy bay [mai ba:i] *n* aeroplane, aircraft; **cướp máy bay** *v* hijack; **máy bay phản lực cỡ lớn** *n* jumbo jet; **máy bay trực thăng** *n* helicopter; **thẻ lên máy bay** *n* boarding pass

may mắn [ma:i man] *adj* fortunate, lucky; **không may mắn** *adj* unlucky

mayonnaise [ma:iɔnna:isɛ] **sốt mayonnaise** *n* mayonnaise

máy thu [mai tu] *n* receiver *(electronic)*; **máy thu thanh kỹ thuật số** *n* digital radio; **máy thu tiền đỗ xe** *n* parking meter

máy tính [mai tiŋ] *n (làm tính)* calculator, *(vi tính)* computer; **đĩa máy tính** *n* disk; **khoa học máy tính** *n* computer science; **máy tính bỏ túi** *n* pocket calculator; **máy tính cá nhân** *n* PC; **máy tính xách tay** *n* laptop; **sự sử dụng máy tính** *n* computing; **tấm lót di chuột máy tính** *n* mouse mat; **Tôi có thể dùng máy tính của anh được không?** May I use your computer?

máy xay [mai sa:i] **máy xay sinh tố** *n* blender, liquidizer

mắc [mak] *n* peg; **cái mắc áo** *n* hanger; **mắc áo** *n* coathanger; **mắc lỗi** *v* slip up

mặc [mak] *v (quần áo)* wear; **đã mặc quần áo** *adj* dressed; **mặc quần áo** *v* dress; **người mặc đồ khác giới** *n* transvestite; **thử mặc** *v* try on; **Tôi nên mặc thế nào?** What should I wear?

mặc cả [mak ka] *v* haggle

mặc dù [mak zu] *conj* although, though ▷ *prep* despite

mặn [man] *adj* salty; **nước mặn** *adj* saltwater

mắng [maŋ] *v* tell off; **trách mắng** *v* scold

măng sét [maŋ sɛt] **khuy măng sét** *n* cufflinks
măng tây [maŋ tai] *n* asparagus
mắt [mat] *n* eye; **bị lác mắt** *v* squint; **buổi chiếu ra mắt** *n* premiere; **chì kẻ mắt** *n* eyeliner; **kính đeo mắt** *n* glasses, specs, spectacles; **mí mắt** *n* eyelid; **nước mắt** *n* tear *(from eye)*; **nháy mắt** *v* wink; **phấn mắt** *n* eye shadow; **thuốc nhỏ mắt** *n* eye drops; **Có cái gì trong mắt tôi** I have something in my eye; **Mắt tôi bị đau** My eyes are sore
mặt [mat] *n* face, surface, side; **có mặt** *adj* present; **chóng mặt** *adj* dizzy; **che mặt** *adj* masked; **đường nét khuôn mặt** *n* feature; **khăn mặt** *n* face cloth; **mạng che mặt** *n* veil; **mặt khác** *adv* otherwise; **mặt nạ** *n* mask; **mặt phẳng** *n* plane *(surface)*; **mặt tiền** *n* front; **mặt trong** *n* inside; **sự đỏ mặt** *n* flush; **sự có mặt** *n* presence; **sự làm đẹp cho mặt** *n* facial; **thuộc mặt** *adj* facial; **tiền mặt** *n* cash
mắt cá [mat ka] **mắt cá chân** *n* ankle
mặt đất [mat dət] **dưới mặt đất** *adv* underground
mặt hàng [mat haŋ] **mặt hàng chủ lực** *n* staple *(commodity)*
mặt trăng [mat tʃaŋ] *n* moon
mặt trời [mat tʃɤi] *n* sun; **ánh sáng mặt trời** *n* sunlight; **hệ mặt trời** *n* solar system; **năng lượng mặt trời** *n* solar power; **thuộc mặt trời** *adj* solar
mắt xích [mat sitʃ] *n* link
mầm [məm] *n* sprouts
mâm xôi [məm soi] **cây mâm xôi** *n* raspberry
mận [mən] **mận khô** *n* prune; **quả mận** *n* plum
mấp máy [məp mai] **hiểu lời nói qua cách mấp máy môi** *v* lip-read
mất [mət] *v (thất lạc)* lose, cost, spend; **biến mất** *v* disappear; **chứng mất ngủ** *n* insomnia; **mất tích** *adj* missing; **mất trí** *adj* insane; **sự biến mất** *n* disappearance; **sự mất giá** *n* devaluation; **Anh có thể làm mất vết bẩn này không?** Can you remove this stain?; **Tôi bị mất hành lý** My luggage has been lost
mật [mət] **mật đường** *n* treacle; **mật ong** *n* honey; **sỏi mật** *n* gallstone; **túi mật** *n* gall bladder
mất điện [mət dien] *n* power cut; **sự mất điện** *n* blackout
mật độ [mət do] *n* density
mật khẩu [mət χəu] *n* password; **Số mật khẩu** *n* PIN
mất mát [mət mat] *v* lose; **sự mất mát** *n* loss
mẩu [məu] *n* stub
mẫu [məu] *n (vật)* sample; **bản mẫu** *n* proof *(for checking)*; **mẫu đề nghị** *n* claim form; **mẫu hình** *n* pattern; **mẫu tóc** *n* hairstyle; **người tạo mẫu tóc** *n* stylist
mẫu Anh [məu aːɲ] *n* acre
mẫu đơn xin [məu dɤn sin] *n* application form
mẫu giáo [məu zaɔ] *n* kindergarten; **trường mẫu giáo** *n* infant school, nursery school
mẫu mực [məu mɯk] *adj* model
mâu thuẫn [məu tuən] *v* contradict; **sự mâu thuẫn** *n*

contradiction
mây [məi] *n* cloud; **có mây** *adj* cloudy
mấy [məi] *pronoun* how much ▷ *adj* some, few; **Làm ơn xem hộ mấy giờ rồi** What time is it, please?
mẹ [mɛ] *n* mother, mum, mummy *(mother)*; **bố mẹ** *n* parents; **chị em gái cùng mẹ** *(same mother, different father) npl* half sister; **đằng mẹ** *adj* maternal; **mẹ đỡ đầu** *n* godmother; **mẹ chồng** *n* mother-in-law; **người mẹ đẻ thay** *n* surrogate mother; **tiếng mẹ đẻ** *n* mother tongue
Mecca [mɛkkɑː] **thánh đường Mecca** *n* Mecca
mẹ kế [mɛ ke] *n* stepmother
men [mɛn] *n (gốm)* enamel; **men bia** *n* yeast
mèo [mɛɔ] **con mèo** *n* cat; **mèo con** *n* kitten
mét [mɛt] *n* metre; **theo hệ mét** *adj* metric
mê [me] *v* be numb, unconscious, infatuated; **gây mê toàn thể** *n* general anaesthetic; **sự hôn mê** *n* coma; **trạng thái mê ly** *n* ecstasy
mê cung [me kuŋ] *n* maze
mề đay [me dɑːi] *n* locket
Mêhicô [mehiko] **người Mêhicô** *n* Mexican *(person)*; **nước Mêhicô** *n* Mexico; **thuộc Mêhicô** *adj* Mexican
mềm [mem] *adj* soft, tender; **không mềm dẻo** *adj* inflexible; **phần mềm** *n* software
mê mẩn [me mən] *v* fall for
mệnh lệnh [meɲ leɲ] *n* command, order
mệt [met] *adj* tired; **Tôi mệt** I'm tired
mê tín [me tin] *adj* superstitious
mệt mỏi [met mɔi] *adj* tiring; **sự mệt mỏi sau một chuyến bay dài** *n* jet lag
mi [mi] **thuốc bôi mi mắt** *n* mascara
mí [mi] **mí mắt** *n* eyelid
mì [mi] **bột mì** *n* flour
mỉa mai [miɑ: mɑːi] *adj* ironic, sarcastic; **sự mỉa mai** *n* irony
micro [mikzɔ] **Có micro không?** Does it have a microphone?
micrô [mikzo] *n* microphone, mike
miễn [mien] *adj* exempt; **miễn phí** *adj* free *(no cost)*; **miễn thuế** *adj* duty-free; **sự miễn thuế** *n* duty-free
miễn cưỡng [mien kɯɤŋ] *adj* reluctant ▷ *adv* reluctantly
miễn dịch [mien zitʃ] *adj* immune; **hệ miễn dịch** *n* immune system
Miến Điện [mien dien] *n* Burma; **người Miến Điện** *n* Burmese *(person)*; **thuộc Miến Điện** *adj* Burmese; **tiếng Miến Điện** *n* Burmese *(language)*
miếng [mieŋ] *n* bit, piece, slice, plot *(of land)*; **miếng dán Velcro®** *n* Velcro®; **miếng giấy nhỏ** *n* slip *(paper)*; **miếng vá** *n* patch
miệng [mieŋ] *n* mouth; **dung dịch súc miệng** *n* mouthwash
miếng vá [mieŋ vɑ] *n* sewing
milimét [milimɛt] *n* millimetre
mình [miɲ] *pron* me, oneself; **của chính mình** *adj* own
minh họa [miɲ hɔɑː] *v* illustrate; **hình minh họa** *n* graphics; **sự minh họa** *n* illustration

mịn màng [min maŋ] *adj* delicate
mít-tinh [mittiɲ] **cuộc mít-tinh lớn** *n* rally
mỏ [mɔ] *n (khoáng sản)* mine; **mỏ đá** *n* quarry; **mỏ chim** *n* beak; **mỏ than** *n* colliery; **sự khai mỏ** *n* mining; **thợ mỏ** *n* miner
móc [mɔk] *n* clasp; **cái khoá móc** *n* padlock; **cái móc** *n* clasp, hook
mọc [mɔk] **mọc răng** *v* teethe
mọi [mɔi] *adj (tất cả)* every; **mọi nơi** *adv* everywhere
mọi người [mɔi ŋuɤi] *pron* everybody, everyone
mọi thứ [mɔi tɯ] *pron* everything
Moldova [mɔlzɔvaː] **nước Moldova** *n* Moldova; **thuộc Moldova** *adj* Moldovan
mò mẫm [mɔ məm] *v* grope
món [mɔn] *n* course *(meal)*, dish; **món chính** *n* main course; **món khai vị** *n* starter; **món spaghetti** *n* spaghetti; **món thịt nướng kebab** *n* kebab; **món tráng miệng** *n* afters, dessert; **Anh có món ăn chay nào không?** Do you have any vegetarian dishes?; **Anh có món ăn chay tuyệt đối nào không?** Do you have any vegan dishes?; **Anh có món ăn halal kiểu đạo Hồi nào không?** Do you have halal dishes?; **Anh có món ăn không có bơ sữa nào không?** Do you have dairy-free dishes?; **Anh có món ăn không có gluten nào không?** Do you have gluten-free dishes?; **Anh có món ăn kosher kiểu Do Thái nào không?** Do you have kosher dishes?; **Anh có những món cá gì?** What fish dishes do you have?; **Anh có thể giới thiệu một món ăn địa phương không?** Can you recommend a local dish?; **Có gì trong món này vậy?** What is in this dish?; **Món ăn của ngày hôm nay là món gì?** What is the dish of the day?; **Món nào không có thịt/cá?** Which dishes have no meat / fish?; **Món này nấu thế nào?** How do you cook this dish?; **Món này phục vụ thế nào?** How is this dish served?
Monaco [mɔnaːkɔ] **nước Monaco** *n* Monaco
mong [mauŋ] *v* expect; **trông mong** *v* expect
móng [mauŋ] *n* nail; **bàn chải móng tay** *n* nailbrush; **cắt sửa móng tay** *v* manicure; **cái giũa móng tay** *n* nailfile; **móng ngựa** *n* horseshoe; **móng tay** *n* fingernail; **sự cắt sửa móng tay** *n* manicure; **thuốc sơn móng tay** *n* nail polish, nail varnish
mỏng [mauŋ] *adj* thin
mọng [mauŋ] **quả mọng** *n* berry
mỏng manh [mauŋ maːɲ] *adj* fragile
mong muốn [mauŋ muon] *v* desire; **sự mong muốn** *n* desire
moóc phin [mɔɔk fin] *n* morphine
mô [mo] *n* tissue *(anatomy)*
mồ [mo] *n* tomb
mổ [mo] *v* operate *(perform surgery)*, kill *(animal for food)*; **phòng mổ** *n* operating theatre
mộ [mo] *n* grave; **bia mộ** *n* gravestone
mô-bi-lét [mobilɛt] *n* moped; **Tôi muốn thuê một xe mô-bi-lét** I

want to hire a moped
mốc [mok] *n (nấm)* mould *(fungus)*; **bị mốc** *adj* mouldy
mộc [mok] **nghề mộc** *n* woodwork; **nghề thợ mộc** *n* carpentry; **thợ mộc** *n* carpenter
mộc cầm [mok kəm] *n* xylophone
mồ côi [mo koi] *n* orphan; **trẻ mồ côi** *n* orphan
Môdămbích [mozambitʃ] **nước Môdămbích** *n* Mozambique
môđem [modɛm] *n* modem
mô đun [mo dun] *n* module
mô hình [mo hiɲ] *n* model; **làm mô hình** *v* model
mồ hôi [mo hoi] *n* perspiration, sweat; **đẫy mồ hôi** *adj* sweaty; **thuốc chống ra mồ hôi** *n* antiperspirant; **toát mồ hôi** *v* sweat
môi [moi] *n (miệng)* lip; **hiểu lời nói qua cách mấp máy môi** *v* lip-read; **người môi giới** *n* broker; **sáp môi** *n* lip salve; **son môi** *n* lipstick
mồi [moi] *n* prey
mỗi [moi] *adj* each
môi giới [moi zɤi] **người môi giới chứng khoán** *n* stockbroker
mỗi người [moi ŋɯɤi] *adj* each; **mỗi người** *pron* each
môi sinh [moi siɲ] *n* environment; **thân thiện với môi sinh** *adj* ecofriendly
môi trường [moi tʃɯɤŋ] *n* environment; **thân thiện với môi trường** *adj* environmentally friendly; **thuộc môi trường** *adj* environmental
mồm [mom] *n* mouth; **câm mồm** *v* shut up
môn [mon] *n* door, field of study; **cuộc thi điền kinh năm môn** *n* pentathlon; **môn bóng bầu dục** *n* rugby; **môn chơi gôn** *n* golf; **môn dù lượn** *n* hang-gliding; **môn khúc côn cầu** *n* hockey; **môn nhảy cao** *n* high jump; **môn thể dục** *n* gymnastics; **thủ môn** *n* goalkeeper
mông [moŋ] *n* backside, behind, buttocks; **mông đít** *n* bum, buttocks; **thịt mông bò** *n* rump steak
Mông Cổ [moŋ ko] **người Mông Cổ** *n* Mongolian *(person)*; **nước Mông Cổ** *n* Mongolia; **thuộc Mông Cổ** *adj* Mongolian; **tiếng Mông Cổ** *n* Mongolian *(language)*
mộng du [moŋ zu] *v* sleepwalk
mốt [mot] *adj* fashionable
một [mot] *n* one ▷ *art* a, an ▷ *pron* one
mô tả [mo ta] *v* describe; **sự mô tả** *n* description
một cái gì đó [mot kai zi: dɔ] *pron* something
một chiều [mot tʃieu] *adj* one-way; **một vé một chiều đi...** a single to...; **Vé một chiều giá bao nhiêu?** How much is a single ticket?
một lần [mot lən] *adv* once; **dùng một lần** *adj* disposable
một mình [mot miɲ] *adj* alone; **Tôi đang đi du lịch một mình** I'm travelling alone
mô tô [mo to] **động cơ mô tô** *n* motor
một phần ba [mot fən ba:] *n* third
một phần bảy [mot fən bai] *n* seventh
một phần chín [mot fən tʃin] *n*

ninth
một phần mười [mot fən mɯɤi] *n* tenth
một phần nghìn [mot fən ŋin] *n* thousandth
một phần tư [mot fən tɯ] *n* quarter
một trong hai [mot tʃauŋ ha:i] *pron* either
một vài [mot vai] *pron* few
một vài người [mot vai ŋɯɤi] **một vài người** *pron* some
mơ [mɤ] *v (ngủ)* dream; **quả mơ** *n* apricot
mớ [mɤ] **mớ tóc** *n* lock *(hair)*
mờ [mɤ] *adj* dim
mở [mɤ] *adj* open ▹ *v* open, start, turn on; **cái mở chai** *n* bottle-opener; **cái mở hộp** *n* can-opener; **cái mở nút chai** *n* corkscrew; **giờ mở cửa** *n* opening hours; **mở gói** *v* unwrap; **mở khóa** *v* unlock; **mở phéc-mơ-tuya** *v* unzip; **Anh có mở cửa không?** Are you open?; **Bảo tàng có mở cửa buổi chiều không?** Is the museum open in the afternoon?; **Cửa ra vào không mở được** The door won't open; **Hôm nay có mở cửa không?** Is it open today?; **Khi nào mở cửa?** When does it open?; **Khi nào ngân hàng mở cửa?** When does the bank open?; **Lâu đài có mở cửa cho mọi người vào không?** Is the castle open to the public?; **Ngày mai có mở cửa không?** Is it open tomorrow?; **Tôi không mở được cửa sổ** I can't open the window; **Tôi mở cửa sổ được không?** May I open the window?
mỡ [mɤ] *n* fat, grease; **rán ngập mỡ** *v* deep-fry; **thuốc mỡ** *n* ointment
mới [mɤi] *adj* new; **có thể thay mới** *adj* renewable; **mới đây** *adv* lately, recently; **mới sinh** *adj* newborn; **mới toanh** *adj* brand-new; **người mới đến** *n* newcomer; **Năm Mới** *n* New Year; **phiên bản mới** *n* remake
mời [mɤi] *v* invite; **lời mời** *n* invitation; **Rất cảm ơn anh đã mời chúng tôi** It's very kind of you to invite us; **Rất cảm ơn anh đã mời tôi** It's very kind of you to invite me
mở ra [mɤ za:] *v* unroll
MP3 [mp] **máy nghe nhạc MP3** *n* MP3 player
MP4 [mp] **máy nghe nhạc MP4** *n* MP4 player
mù [mu] *adj* blind; **mù chữ** *adj* illiterate; **mù màu** *adj* colour-blind; **Tôi bị mù** I'm blind
mủ [mu] *n* pus
mũ [mu] *n* hat, cap; **cái mũ** *n* hat; **mũ bảo hiểm** *n* helmet; **mũ bóng chày** *n* baseball cap; **mũ che tóc khi tắm** *n* shower cap; **mũ lưỡi trai** *n* cap; **mũ nồi** *n* beret; **mũ trùm đầu** *n* hood; **Tôi muốn có mũ bảo hiểm được không?** Can I have a helmet?
mua [mua] *v* buy, purchase; **được mua** *adj* bought; **người mua** *n* buyer; **sự thoả thuận mua bán** *n* bargain; **sự thu mua toàn bộ** *n* buyout; **Tôi có thể mua bản đồ của khu vực này ở đâu?** Where can I buy a map of the area?; **Tôi có thể mua báo ở đâu?** Where can I

buy a newspaper?; **Tôi có thể mua bưu thiếp ở đâu?:** Where can I buy some postcards?; **Tôi có thể mua tem ở đâu?** Where can I buy stamps?; **Tôi có thể mua thẻ điện thoại ở đâu?** Where can I buy a phonecard?; **Tôi có thể mua thẻ xe buýt ở đâu?** Where can I buy a bus card?; **Tôi mua vé ở đâu?** Where do I buy a ticket?

múa [muɑ:] *v* dance; **diễn viên múa** *n* dancer; **nhảy múa** *v* dance; **sự nhảy múa** *n* dance, dancing

mùa [muɑ:] *n* season; **gió mùa** *n* monsoon; **mùa đông** *n* winter; **mùa đông khách** *n* high season; **mùa vắng khách** *n* low season; **mùa vọng** *n* advent; **mùa xuân** *n* spring *(season)*, springtime; **vụ mùa** *n* crop; **vé mùa** *n* season ticket; **vào mùa ít khách** *adv* off-season

mùa hè [muɑ: hɛ] *n* summer, summertime; **sau mùa hè** after summer; **trước mùa hè** before summer; **trong mùa hè** during the summer; **vào mùa hè** in summer

mua sắm [muɑ sam] *n* shopping; **túi đựng đồ mua sắm** *n* shopping bag; **việc mua sắm** *n* shopping

mùa thu [muɑ: tu] *n* autumn

mục đích [muk ditʃ] *n* aim, purpose

mục lục [muk luk] *n* contents *(list)*

mục sư [muk sɯ] *n* minister *(clergy)*; **đoàn mục sư** *n* ministry *(religion)*

mục tiêu [muk tieu] *n* objective, target

mùi [mui] *n (ngửi thấy)* odour, smell, taste, flavour; **có mùi khó chịu** *v* stink; **chất khử mùi cơ thể** *n* deodorant; **chất tạo mùi vị** *n* flavouring; **khăn mùi xoa** *n* handkerchief; **mùi vị** *n* flavour; **nặng mùi** *adj* smelly; **rượu mùi** *n* liqueur; **Có mùi gì lạ** There's a funny smell; **Tôi ngửi thấy mùi ga** I can smell gas

mũi [mui] *n* nose; **lỗ mũi** *n* nostril; **mũi khâu** *n* stitch; **sự chảy máu mũi** *n* nosebleed

múi giờ [mui zɤ] *n* time zone

mùi tây [mui təi] **cây mùi tây** *n* parsley

mũi tên [mui ten] *n* arrow

mùi xoa [mui sɔɑ:] **khăn mùi xoa** *n* hankie

mũm mĩm [mum mim] *adj* chubby

mùn [mun] **mùn cưa** *n* sawdust

mụn [mun] *n* pimple, zit; **mụn cóc** *n* wart; **mụn trứng cá** *n* acne

muối [muoi] *n* salt; **Làm ơn đưa cho tôi muối** Pass the salt, please

muỗi [muoi] *n* mosquito; **con muỗi** *n* mosquito; **muỗi vằn** *n* midge

muốn [muon] *v* want; **muốn nói** *v* mean; **sự thèm muốn** *n* lust; **them muốn** *v* long; **Tôi muốn thứ gì rẻ hơn** I want something cheaper

muộn [muon] *adj* late *(delayed)* ▷ *adv* late ▷ *v* be late; **Chúng tôi muộn mười phút** We are ten minutes late; **Làm ơn gọi cho chúng tôi nếu anh về muộn** Please call us if you'll be late; **Muộn quá rồi** It's too late; **Xin lỗi chúng tôi đến muộn** Sorry we're late

muỗng [muoŋ] *n* ladle; **cái muỗng** *n* ladle

muộn hơn [muon hɤn] *adv* later

mút [mut] **kẹo mút** *n* lollipop; **món**

kem mút *n* mousse
mù tạc [mu tak] *n* mustard
mưa [mɯa] *n* rain ▷ *v* rain ▷ *adj* rainy; **áo khoác đi mưa có mũ** *n* cagoule; **áo mưa** *n* mac, raincoat; **có mưa** *adj* rainy; **chống mưa** *adj* showerproof; **mưa đá** *v* hail; **mưa phùn** *n* drizzle; **mưa tuyết** *v* sleet; **trận mưa to** *n* downpour; **Anh nghĩ sắp có mưa không?** Do you think it's going to rain?; **Trời đang mưa** It's raining
mưa axit [mɯa a:sit] *n* acid rain
mức [mɯk] *n* grade, level, standard; **mức sống** *n* standard of living; **mức trung bình** *n* average; **quá mức** *adj* excessive; **thay đổi giữa hai mức** *v* range
mực [mɯk] *n (viết)* ink; **mực ống** *n* squid; **mực nước biển** *n* sea level
mức độ [mɯk do] *n* level, scale *(measure)*, degree; **ở mức độ lớn** *adv* largely
mừng [mɯŋ] *adj* glad; **chúc mừng** *n* congratulate, toast *(tribute)*; **thiếp mừng Nô-en** *n* Christmas card; **vui mừng** *adj* cheerful, glad
mười [mɯɤi] *n* ten
mười ba [mɯɤi ba:] *number* thirteen
mười bảy [mɯɤi bai] *number* seventeen
mười bốn [mɯɤi bon] *number* fourteen
mười chín [mɯɤi tʃin] *number* nineteen
mười hai [mɯɤi ha:i] *number* twelve
mười lăm [mɯɤi lam] *number* fifteen
mười một [mɯɤi mot] *number* eleven
mười sáu [mɯɤi sau] *number* sixteen
mười tám [mɯɤi tam] *number* eighteen
mượn [mɯɤn] *v* borrow, hire, rent; **cho mượn** *v* lend; **Anh cho mượn chiếc bút được không?** Do you have a pen I could borrow?
mương [mɯɤŋ] *n* ditch
mứt [mɯt] *n* jam; **lọ mứt** *n* jam jar; **mứt cam** *n* marmalade
mưu [mɯu] **âm mưu** *v* conspiracy
mưu trí [mɯu tʃi] *adj* ingenious
mỳ [mi] **mỳ ống macaroni** *n* macaroni; **mỳ pasta** *n* pasta; **mỳ sợi** *n* noodles
Mỹ [mi] *n* America; **Bắc Mỹ** *n* North America; **cá sấu Mỹ** *n* alligator; **người Mỹ** *n* American; **người Nam Mỹ** *n* South American; **người thuộc khu vực Bắc Mỹ** *n* North American; **nước Mỹ** *n* America, US, USA; **Nam Mỹ** *n* South America; **thuộc khu vực Bắc Mỹ** *adj* North American; **thuộc Mỹ** *adj* American; **thuộc Nam Mỹ** *adj* South American; **vùng Trung Mỹ** *n* Central America
Myanmar [mianma:z] **nước Myanmar** *n* Myanmar
Mỹ La tinh [mi la: tiŋ] **thuộc Mỹ La tinh** *adj* Latin American
mỹ phẩm [mi fəm] *n* cosmetics; **phẫu thuật thẩm mỹ** *n* cosmetic surgery; **sữa mỹ phẩm** *n* lotion

n

nách [natʃ] *n* armpit
nam [na:m] **đi về phía nam** *adj* southbound; **giọng nam cao** *n* tenor; **học sinh nam** *n* schoolboy; **hướng đông nam** *n* southeast; **hướng tây nam** *n* southwest; **nam cảnh sát** *n* policeman; **người Nam Mỹ** *n* South American; **Nam Mỹ** *n* South America; **ở phía nam** *adj* south; **ở phương nam** *adj* southern; **phương nam** *n* south; **thuộc Nam Mỹ** *adj* South American; **về phía nam** *adv* south
nam châm [na:m tʃəm] *n* magnet
Nam Cực [na:m kɯk] *n* the Antarctic, Antarctica, South Pole
Nam Dương [na:m zɯɤŋ] **cung Nam Dương** *n* Capricorn
Nam Phi [na:m fi] *n* South Africa; **người Nam Phi gốc Âu** *n* Afrikaner, South African; **thuộc Nam Phi** *adj* South African; **tiếng Nam Phi** *n* Afrikaans
nản [nan] **làm nản lòng** *v* discourage
nạn [nan] *n* accident, disaster; **người xin tị nạn** *n* asylum seeker
nang [na:ŋ] *n* cyst
nạng [naŋ] **cái nạng** *n* crutch
nan hoa [na:n hɔa:] **cái nan hoa** *n* spoke
nạn nhân [nan ɲən] *n* victim
nào [naɔ] *adv* which, every, any ▷ *intj* come on!; **người nào** *pron* any; **Nói... như thế nào?** What is the word for...?; **Từ đó đánh vần như thế nào?** How do you spell it?; **Việc đó xảy ra khi nào?** When did it happen?
não [naɔ] *n* brain; **viêm màng não** *n* meningitis
nạo [naɔ] *v* grate
nào đó [naɔ dɔ] *adj* some
nạp [nap] *v* charge, load *(gun)*, pay; **nạp điện** *v* charge *(electricity)*; **nạp lại** *v* recharge; **Tôi có thể mua thẻ nạp tiền điện thoại ở đâu?** Where can I buy a top-up card?
nạt [nat] **bắt nạt** *v* bully; **kẻ hay bắt nạt** *n* bully
NATO [na:tɔ] **khối NATO** *abbr* NATO
natri bicacbonat [na:tʃi bika:kbɔna:t] *n* bicarbonate of soda
Na-uy [na:ui] **người Na-uy** *n* Norwegian *(person)*; **nước Na-uy** *n* Norway; **thuộc Na-uy** *adj* Norwegian; **tiếng Na-uy** *n* Norwegian *(language)*
này [nai] *adj* these, this; **Chìa khoá nào dùng cho cửa này?** Which is the key for this door?; **Gửi bưu kiện này mất bao nhiêu tiền?** How

much is it to send this parcel?; **Rượu này chưa ướp lạnh** This wine is not chilled; **Tôi có thể gửi những bưu thiếp này ở đâu?** Where can I post these cards?; **Tôi muốn gửi bưu kiện này** I'd like to send this parcel; **Tôi sẽ ăn món này** I'll have this

nảy lên [nai len] *v* bounce

năm [nam] *n (thời gian)* year ▷ *number (số)* five; **cuộc thi điền kinh năm môn** *n* pentathlon; **Đại Hội đồng Hàng năm** *n* AGM; **hàng năm** *adv* yearly; **năm học** *n* academic year; **năm nhuận** *n* leap year; **năm tài chính** *n* financial year, fiscal year; **năm nay** this year; **năm ngoái** last year; **năm sau** next year

nắm [nam] *v* clench ▷ *n* handful; **nắm đấm** *n* fist; **nắm chặt** *v* grasp, hold on; **nắm lấy** *v* seize; **tay nắm cửa** *n* door handle; **Tay nắm bị bung ra** The handle has come off; **Tay nắm cửa ra vào bị bung ra** The door handle has come off

nằm [nam] *v* lie down; **nằm ngang** *adj* horizontal; **Tôi có phải nằm trên giường không?** Do I have to stay in bed?

Năm mới [nam mɤi] *n* New Year; **Chúc mừng Năm Mới!** Happy New Year!

năm mươi [nam muɯɤi] *number* fifty

năm mươi-năm mươi [nam muɯɤinam muɯɤi] *adj* fifty-fifty ▷ *adv* fifty-fifty

năng [naŋ] *adv* often, frequently; **có năng lực** *adj* capable

nắng [naŋ] *adj* sunny; **ánh nắng** *n* sunshine; **bị cháy nắng** *adj* sunburnt; **dầu tắm nắng** *n* suntan oil; **ghế nằm phơi nắng** *n* sunbed; **kem chống nắng** *n* sunblock, suncream, sunscreen, suntan lotion; **màu rám nắng** *n* tan; **rám nắng** *adj* tanned; **sự cháy nắng** *n* sunburn; **sự rám nắng** *n* suntan; **sự say nắng** *n* sunstroke; **tắm nắng** *v* sunbathe; **Trời nắng** It's sunny

nặng [naŋ] *adj* heavy, serious, strong; **gánh nặng** *n* burden; **nặng nề** *adv* heavily; **vật nặng** *n* load; **Anh nặng bao nhiêu?** How much do you weigh?; **Cái này nặng quá** This is too heavy

năng động [naŋ doŋ] *adj* dynamic

năng khiếu [naŋ χieu] *n* talent

năng lượng [naŋ luɯɤŋ] *n* energy; **năng lượng mặt trời** *n* solar power

năng suất [naŋ suət] *n* productivity

nắp [nap] *n* cover; **nắp tròn đậy trục bánh xe** *n* hubcap

nấc [nək] **tiếng nấc** *n* hiccups

nấm [nəm] *n* mushroom; **nấm dù** *n* toadstool

nâng [nəŋ] *v* raise; **đào tạo nâng cao** *n* further education; **nâng lên** *v* lift, raise

nâu [nəu] *adj* brown; **bánh mỳ nâu** *n* brown bread; **màu nâu** *n* brown; **nâu sẫm** *adj* maroon; **rượu nâu đậm** *n* sherry

nấu [nəu] *v* cook; **công thức nấu ăn** *n* recipe; **nấu ăn** *v* cook; **nấu sẵn** *adj* ready-cooked; **sự nấu nướng** *n* cooking; **sách dạy nấu ăn** *n* cookbook, cookery book; **Cái này được nấu trong nước dùng thịt phải không?** Is this cooked in meat stock?; **Món này nấu thế nào?** How do you cook this dish?

né [nɛ] **né tránh** *v* dodge

ném [nɛm] *v* pitch, throw; **môn bóng ném** *n* handball; **trò ném phi tiêu** *n* darts

ném bom [nɛm bɔm] *v* bomb; **việc ném bom** *n* bombing

nén [nɛn] *v (ép)* squash

neo [nɛɔ] **bỏ neo** *v* moor; **mỏ neo** *n* anchor

Nepal [nɛpaːl] **nước Nepal** *n* Nepal

nét [nɛt] *n* feature; **đường nét khuôn mặt** *n* feature

New Zealand [nɛw zɛaːlaːnz] **người New Zealand** *n* New Zealander; **nước New Zealand** *n* New Zealand

nề [ne] **thợ nề** *n* bricklayer

nêm [nem] **có nêm gia vị** *adj* spicy

nếm [nem] *v* taste; **Tôi nếm được không?** Can I taste it?

nên [nen] **nên thơ** *adj* picturesque

nến [nen] *n* candle; **giá đỡ nến** *n* candlestick

nền [nen] *n* foundation; **nền tảng** *n* foundations

nên làm [nen lam] *adj* advisable

nền tảng [nen taŋ] *n* base

nê ông [ne oŋ] *n* neon

nếp [nep] **nếp nhăn** *n* crease

nêu [neu] *v* raise; **được nêu ra** *v* come up; **không được nêu** *adj* unlisted

nếu [neu] *conj* if

nếu không [neu χoŋ] *conj* otherwise

Nga [ŋaː] **người Nga** *n* Russian *(person)*; **nước Nga** *n* Russia; **thuộc Nga** *adj* Russian; **tiếng Nga** *n* Russian *(language)*

ngà [ŋa] *n* ivory

ngả [ŋa] **ngả ra ngoài** *v* lean out; **ngả về phía trước** *v* lean forward

ngã [ŋa] *v (xuống)* fall; **đánh ngã** *v* knock down; **Con bé bị ngã** She fell

ngạc nhiên [ŋak ɲien] *adj* surprised; **làm ngạc nhiên** *adj* surprising; **sự ngạc nhiên** *n* surprise; **thật ngạc nhiên** *adv* surprisingly

ngai [ŋaːi] **ngai vàng** *n* throne

ngài [ŋai] *n (quý ông)* sir

ngại [ŋai] **đáng lo ngại** *adj* grim; **đáng ngại** *adj* alarming

ngải giấm [ŋai zəm] **cây ngải giấm** *n* tarragon

ngang [ŋaːŋ] *v* be level with, act rudely; **con phố ngang** *n* side street; **nằm ngang** *adj* horizontal; **ngang bằng** *adj* level

ngành [ŋaɲ] **ngành du lịch** *n* tourism

ngáp [ŋap] *v* yawn

ngạt [ŋat] *adj* stuffy; **làm ngạt** *v* suffocate

ngã tư [ŋa tɯ] *n* crossroads

ngay [ŋaːi] **ngay đây** *adv* presently; **ngay lập tức** *adj* immediately, instant

ngáy [ŋai] *v* snore

ngày [ŋai] *n* day; **ban ngày** *n* daytime; **hàng ngày** *adv* daily; **ngày càng tăng** *adv* increasingly; **ngày cuối tuần** *n* weekend; **ngày hết hạn** *n* expiry date; **ngày hội** *n* carnival; **ngày sinh nhật** *n* birthday; **ngày tháng** *n* date; **ngày trong tuần** *n* weekday; **Bảo tàng có mở cửa hàng ngày không?** Is the museum open every day?; **Giá thuê theo ngày là bao nhiêu?** What are your rates per day?

ngay cả [ŋa:i ka] *adv* even

ngày kia [ŋai kia] *n* the day after tomorrow

ngày lễ [ŋai le] **Ngày lễ Tình nhân** *n* Valentine's Day

ngày mai [ŋai ma:i] **vào ngày mai** *adv* tomorrow; **Ngày mai tôi sẽ đi** I'm leaving tomorrow; **Thời tiết ngày mai thế nào?** What will the weather be like tomorrow?

ngày nay [ŋai na:i] *adv* nowadays

ngày nghỉ [ŋai ŋi] *n* holiday; **ngày nghỉ lễ** *n* public holiday; **ngày nghỉ khi các ngân hàng đóng cửa** *n* bank holiday

ngăn [ŋan] *n* compartment; **đập ngăn nước** *n* dam; **ngăn để găng tay** *n* glove compartment; **ngăn kéo để tiền** *n* till

ngắn [ŋan] *adj* short; **một cách ngắn gọn** *adv* briefly; **ngắn gọn** *adj* brief; **ngắn tay** *adj* short-sleeved; **truyện ngắn** *n* short story

ngăn cản [ŋan kan] **bị ngăn cản** *adj* blocked

ngăn kéo [ŋan kɛɔ] *n* drawer; **Ngăn kéo bị kẹt** The drawer is jammed

ngăn nắp [ŋan nap] *adj* tidy

ngăn ngừa [ŋan ŋɯa:] *v* prevent; **sự ngăn ngừa** *n* prevention

ngắt [ŋat] **ngắt ra** *v* disconnect; **Tôi bị ngắt cuộc gọi** I've been cut off

ngâm [ŋəm] *v* soak

ngầm [ŋəm] **đường ngầm** *n* subway; **đường ngầm cho người đi bộ** *n* underpass; **tàu điện ngầm** *n* underground; **tàu ngầm** *n* submarine

ngân [ŋən] *n* money ▷ *v* vibrate; **ngân quỹ** *n* funds; **ngân sách** *n* budget; **ngân séc bưu điện** *n* postal order

ngân hàng [ŋən haŋ] *n* bank (*finance*); **bản sao kê của ngân hàng** *n* bank statement; **chủ ngân hàng** *n* banker; **ngân hàng thương mại** *n* merchant bank; **phí ngân hàng** *n* bank charges; **số dư tài khoản ngân hàng** *n* bank balance; **tài khoản ngân hàng** *n* bank account; **Có ngân hàng nào ở đây không?** Is there a bank here?; **Hôm nay ngân hàng có mở cửa không?** Is the bank open today?; **Khi nào ngân hàng đóng cửa?** When does the bank close?; **Ngân hàng cách đây bao xa?** How far is the bank?; **Tôi muốn chuyển ít tiền từ ngân hàng của tôi ở...** I would like to transfer some money from my bank in...

ngập [ŋəp] *v* flood

ngất [ŋət] *v* faint, pass out; **Chị ấy bị ngất** She has fainted

ngẫu nhiên [ŋəu ɲien] *adj* random ▷ *adv* by accident; **trùng hợp ngẫu nhiên** *n* coincidence

ngây thơ [ŋəi tɤ] *adj* innocent, naive

nghe [ŋɛ] *v* hear, listen; **lắng nghe** *v* listen to; **máy nghe nhạc iPod®** *n* iPod®; **người nghe** *n* listener; **phòng luyện nghe** *n* language laboratory; **tai nghe** *n* earphones, headphones

nghén [ŋɛn] **ốm nghén** *n* morning sickness

nghèo [ŋɛɔ] *adj* poor; **sự nghèo đói** *n* poverty

nghẹt [ŋɛt] **bị nghẹt thở** *v* choke

nghề [ŋe] *n* profession; **người làm nghề xuất bản** *n* printer *(person)*; **nghề cơ khí** *n* engineering; **nghề kế toán** *n* accountancy; **nghề mộc** *n* woodwork; **nghề thợ mộc** *n* carpentry

nghệ [ŋe] **ong nghệ** *n* bumblebee

nghề nghiệp [ŋe ŋiep] *n* career, occupation; **kinh nghiệm nghề nghiệp** *n* work experience

nghệ sỹ [ŋe si] *n* artist; **nghệ sỹ độc tấu** *n* soloist; **nghệ sỹ pianô** *n* pianist

nghệ tây [ŋe tai] **cây nghệ tây** *n* saffron; **giống nghệ tây** *n* crocus

nghệ thuật [ŋe tuət] *n* art; **có tính nghệ thuật** *adj* artistic; **phòng trưng bày nghệ thuật** *n* art gallery, gallery; **tác phẩm nghệ thuật** *n* work of art; **trường nghệ thuật** *n* art school

nghêu [ŋeu] **con nghêu** *n* mussel

nghỉ [ŋi] *v* rest, have a holiday; **chiếu nghỉ** *n* landing; **giờ nghỉ trưa** *n* lunch break; **kỳ nghỉ hè** *n* summer holidays; **kỳ nghỉ trọn gói** *n* package holiday; **khu nghỉ** *n* resort; **ngày nghỉ** *n* holiday; **ngày nghỉ lễ** *n* public holiday; **nghỉ đẻ** *n* maternity leave; **nghỉ giữa kỳ** *n* half-term; **nghỉ hưu** *v* retire; **nghỉ ngơi** *v* rest; **nghỉ sinh con của nam giới** *n* paternity leave; **nhà nghỉ** *n* holiday home; **nhà nghỉ bên đường dành cho khách có ôtô** *n* motel; **phòng nghỉ và hai bữa ăn** *n* half board; **sự nghỉ giữa chuyến đi** *n* stopover; **sự nghỉ ngơi** *n* relaxation, rest; **thời gian nghỉ ốm** *n* sick leave; **thời gian nghỉ làm** *n* time off; **trạm nghỉ gần đường cao tốc** *n* service area; **Đi nghỉ vui vẻ nhé!** Enjoy your holiday!; **Tôi đang đi nghỉ ở đây** I'm on holiday here; **Tôi đi nghỉ ở đây** I'm here on holiday

nghĩ [ŋi] *v* think; **nghĩ là** *v* reckon; **nghĩ ra** *v* devise

nghĩa [ŋia:] *n* meaning, righteousness; **theo nghĩa đen** *adv* literally; **vô nghĩa** *adj* pointless; **Cái này nghĩa là gì?** What does this mean?

nghĩa trang [ŋia: tʃa:ŋ] *n* graveyard, cemetery

nghĩa vụ [ŋia: vu] *n* duty

nghịch [ŋitʃ] *v* mess around with; **cô gái tinh nghịch** *n* tomboy; **nghịch ngợm** *adj* naughty

nghiệm [ŋiem] *v* consider; **ống nghiệm** *n* test tube; **phòng thí nghiệm** *n* lab, laboratory; **thử nghiệm** *v* test

nghiêm chỉnh [ŋiem tʃiɲ] *adj* decent ▹ *adv* properly

nghiêm khắc [ŋiem χak] *adj* strict ▹ *adv* strictly

nghiêm trọng [ŋiem tʃauŋ] *adj* serious ▹ *adv* seriously; **Có nghiêm trọng không?** Is it serious?

nghiền [ŋien] **khoai tây nghiền** *n* mashed potatoes

nghiện [ŋien] *v* be addicted to ▹ *n* addiction; **bị nghiện** *adj* addicted;

nghiện rượu *adj* alcoholic; **người nghiện** *n* addict; **người nghiện ma túy** *n* drug addict; **người nghiện rượu** *n* alcoholic; **người nghiện thuốc lá** *n* smoker
nghiên cứu [ŋien kɯɯ] *n* research; **nghiên cứu thị trường** *n* market research
nghiêng [ŋieŋ] *v* tip *(incline)*
nghiệp [ŋiep] *n* profession; **đồng nghiệp** *n* colleague; **nghề nghiệp** *n* career; **sự nghiệp** *n* cause *(ideals)*
nghiệp dư [ŋiep zɯ] **người nghiệp dư** *n* amateur
nghiệt [ŋiet] **khắc nghiệt** *adj* harsh
nghi lễ [ŋi le] *n* ceremony
nghìn [ŋin] *number* thousand
nghi ngờ [ŋi ŋɤ] *adj* doubtful ▹ *n* doubt ▹ *v* suspect; **sự nghi ngờ** *n* doubt
nghị sự [ŋi sɯ] **chương trình nghị sự** *n* agenda
ngõ [ŋɔ] *n* alley
ngoài [ŋɔai] *prep (quá)* beyond, *(ra)* apart from; **bên ngoài** *n* external, outside; **bếp nướng ngoài trời** *n* barbecue; **người nước ngoài** *n* foreigner; **ngoài ra** *adv* besides, further; **ngoài trời** *adv* out-of-doors, outdoor; **nước ngoài** *adj* foreign; **ở ngoài** *prep* exterior, out, outside; **ở ngoài trời** *adv* outdoors; **ở nước ngoài** *adv* overseas
ngoại [ŋɔai] *adj* external; **ngoại cỡ** *adj* outsize; **tỉ giá ngoại hối** *n* exchange rate
ngoại giao [ŋɔai zaːɔ] *adj* diplomatic; **mang tính ngoại giao** *adj* diplomatic; **nhà ngoại giao** *n* diplomat
ngoại lệ [ŋɔai le] *n* exception
ngoại ô [ŋɔai o] *n* suburb; **thuộc ngoại ô** *adj* suburban; **vùng ngoại ô** *n* outskirts
ngoại trừ [ŋɔai tʃɯ] *prep* except
ngoan [ŋɔaːn] *v* behave; **ngoan ngoãn** *adj* obedient
ngoan cố [ŋɔaːn ko] *adj* obstinate
ngoạn mục [ŋɔan muk] *adj* spectacular
ngoặc [ŋɔak] **dấu ngoặc đơn** *n* brackets
ngoặc kép [ŋɔak kɛp] **dấu ngoặc kép** *n* inverted commas, quotation marks
ngoặt [ŋɔat] *v* swerve; **đoạn đường ngoặt** *n* turning
ngọc [ŋɔk] **ngọc trai** *n* pearl; **viên ngọc** *n* gem
ngọc bích [ŋɔk bitʃ] *n* sapphire
ngọc lam [ŋɔk laːm] **có màu ngọc lam** *adj* turquoise
ngõ cụt [ŋɔ kut] *n* dead end
ngói [ŋɔi] *n (lợp)* tile; **được lợp bằng ngói** *adj* tiled
ngon [ŋɔn] *adj* delicious, tasty; **cảm giác ngon miệng** *n* appetite; **cửa hàng bán các món ngon** *n* delicatessen; **Bữa ăn rất ngon** The meal was delicious; **Bữa tối rất ngon** The dinner was delicious; **Ngon quá** That was delicious
ngón [ŋɔn] **đầu ngón chân** *n* tiptoe; **ngón chân** *n* toe; **ngón tay** *n* finger; **ngón tay cái** *n* thumb; **ngón tay trỏ** *n* index finger
ngọn [ŋɔn] *n* top; **ngọn hải đăng** *n* lighthouse; **ngọn lửa** *n* flame; **ngọn tháp** *n* spire, steeple

ngọt [ŋɔt] *adj* sweet *(taste)*; **bánh ngọt** *n* cake, pastry; **cá nước ngọt** *n* freshwater fish; **ngô ngọt** *n* sweetcorn

ngô [ŋo] *n* maize, corn; **bỏng ngô** *n* popcorn; **bột ngô** *n* cornflour; **ngô ngọt** *n* sweetcorn; **ngũ cốc ăn sáng làm từ ngô nướng** *n* cornflakes

ngốc [ŋok] *adj* stupid; **đồ ngốc** *n* fool; **kẻ ngu ngốc** *n* twit; **ngốc nghếch** *adj* idiotic; **thằng ngốc** *n* idiot

ngồi [ŋoi] *v* sit; **chỗ ngồi cạnh cửa sổ** *n* window seat; **Có chỗ nào tôi có thể ngồi không?** Is there somewhere I can sit down?; **Tôi có thể ngồi đâu?** Where can I sit down?; **Tôi ngồi đây được không?** Can I sit here?

ngôi sao [ŋoi sɑːɔ] *n* star *(person)*, star *(sky)*; **ngôi sao điện ảnh** *n* film star

ngồi xuống [ŋoi suoŋ] *v* sit down

ngỗng [ŋoŋ] **con ngỗng** *n* goose

ngộ nghĩnh [ŋo ŋiŋ] *adj* cute

ngôn ngữ [ŋon ŋɯ] *n* language; **ngôn ngữ cử chỉ** *n* sign language; **ngôn ngữ hiện đại** *n* modern languages; **nhà ngôn ngữ học** *n* linguist; **thuộc ngôn ngữ** *adj* linguistic; **trường dạy ngôn ngữ** *n* language school

ngột ngạt [ŋot ŋat] *adj* stifling, stuffy

ngờ [ŋɤ] **đáng ngờ** *adj* dubious

ngợi [ŋɤi] **khen ngợi** *adj* compliment, complimentary

ngớ ngẩn [ŋɤ ŋən] *adj* absurd, daft, silly

ngu [ŋu] **kẻ ngu ngốc** *n* twit; **ngu xuẩn** *adj* stupid

ngủ [ŋu] *v* sleep; **áo ngủ choàng** *n* dressing gown; **buồn ngủ** *adj* asleep, drowsy, sleepy; **buồng ngủ dành cho khách** *n* spare room; **chứng mất ngủ** *n* insomnia; **giấc ngủ ngắn** *n* nap, snooze; **giờ đi ngủ** *n* bedtime; **giường ngủ trên tàu** *n* bunk; **ngủ gà ngủ gật** *v* doze; **ngủ lơ mơ** *v* doze off; **ngủ một giấc ngắn** *v* snooze; **ngủ quá giấc** *v* oversleep; **ngủ thêm** *v* sleep in; **phòng ngủ** *n* bedroom; **quần áo ngủ** *n* pyjamas; **sự ngủ nướng** *n* have a lie-in; **túi ngủ** *n* sleeping bag; **thuốc ngủ** *n* sleeping pill; **trạng thái ngủ** *n* sleep; **váy ngủ** *n* nightdress, nightie; **Anh ngủ có ngon không?** Did you sleep well?; **Tôi không ngủ được** I can't sleep; **Tôi không thể ngủ được vì nóng quá** I can't sleep for the heat; **Tôi không thể ngủ được vì tiếng ồn** I can't sleep for the noise

ngục [ŋuk] **ngục tối** *n* dungeon

ngũ cốc [ŋu kok] *n* cereal; **cây ngũ cốc** *n* corn; **hạt ngũ cốc** *n* grain

nguội [ŋuoi] *v* cool off, be lost; **Đồ ăn nguội quá** The food is too cold; **Thịt nguội quá** The meat is cold

nguồn [ŋuon] **nguồn gốc** *n* origin; **nguồn lực** *n* resource

nguy [ŋui] *adj* dangerous; **Có nguy cơ tuyết lở không?** Is there a danger of avalanches?

nguyên [ŋuien] **nguyên do** *n* cause *(reason)*

nguyện [ŋuien] **nhà nguyện** *n* chapel

nguyên âm [ŋuien əm] *n* vowel
nguyên chất [ŋuien tʃət] *adj* pure; **Sô cô la nguyên chất** *n* plain chocolate
nguyên tắc [ŋuien tak] *n* principle
nguyên thể [ŋuien te] *n* infinitive
nguyên tử [ŋuien tɯ] *n* atom; **bom nguyên tử** *n* atom bomb; **thuộc nguyên tử** *adj* atomic
nguyên vẹn [ŋuien vɛn] **còn nguyên vẹn** *adj* intact
nguy hiểm [ŋui hiem] *adj* dangerous; **cảnh biểu diễn nguy hiểm** *n* stunt; **gây nguy hiểm** *v* endanger; **sự nguy hiểm** *n* danger
ngữ [ŋɯ] **người bản ngữ** *n* native speaker; **song ngữ** *adj* bilingual
ngứa [ŋɯɑː] *v* itch; **ngứa ngáy** *adj* itchy
ngửa [ŋɯɑː] **có thể ngửa ra sau** *adj* reclining
ngựa [ŋɯɑː] *n* horse; **cưỡi ngựa** *n* horse riding; **chuồng ngựa** *n* stable; **con ngựa** *n* horse; **đua ngựa** *n* horse racing; **móng ngựa** *n* horseshoe; **môn đua ngựa** *n* show jumping; **môn cưỡi ngựa** *n* riding; **môn cưỡi ngựa nhỏ** *n* pony trekking; **ngựa đua** *n* racehorse; **ngựa cái** *n* mare; **ngựa con** *n* foal; **ngựa gỗ bập bênh** *n* rocking horse; **ngựa nhỏ** *n* pony; **ngựa vằn** *n* zebra; **người cưỡi ngựa** *n* rider; **người cưỡi ngựa đua** *n* jockey; **người chăn ngựa** *n* groom; **tóc đuôi ngựa** *n* ponytail; **trường đua ngựa** *n* racecourse; **xe ngựa** *n* cart; **Chúng mình đi cưỡi ngựa đi** Let's go horse riding; **Chúng tôi có đi cưỡi ngựa được không?** Can we go horse riding?; **Tôi muốn xem đua ngựa** I'd like to see a horse race
ngực [ŋɯk] *n* breast, chest *(body part)*; **đau thắt ngực** *n* angina; **ngực phụ nữ** *n* bust; **Tôi bị đau ngực** I have a pain in my chest
ngư dân [ŋɯ zən] *n* fisherman
ngửi [ŋɯi] *v* smell
ngừng [ŋɯŋ] *n* stop; **không ngừng** *adv* non-stop; **ngừng hoạt động** *v* go off; **sự ngừng bắn** *n* ceasefire; **sự tạm ngừng** *n* pause; **thỏa ước ngừng bắn** *n* truce
ngưng tụ [ŋɯŋ tu] **sự ngưng tụ** *n* condensation
ngược [ŋɯɤk] *adj* opposite, upside down; **đảo ngược** *v* reverse; **đem lại kết quả ngược với mong đợi** *v* backfire; **điều trái ngược** *n* contrary, reverse; **ngược chiều kim đồng hồ** *adv* anticlockwise; **ngược nhau** *adj* opposite; **sự vòng ngược** *n* U-turn; **trái ngược** *adj* opposing
ngược đãi [ŋɯɤk dɑi] *v* persecute
ngược lại [ŋɯɤk lɑi] *adv* vice versa
người [ŋɯɤi] *n* people, person; **chết người** *adj* fatal; **chỉ dành cho người đi bộ** *adj* pedestrianized; **con người** *n* human being; **không có người ở** *adj* uninhabited; **người ở trọ** *n* lodger; **người ăn xin** *n* beggar; **người đứng đầu** *n* head *(principal)*; **người đi bộ** *n* pedestrian; **người đi săn** *n* hunter; **người đi xe đạp** *n* cyclist; **người điên** *n* lunatic, madman; **người bản ngữ** *n* native speaker; **người buôn bán** *n* dealer; **người chế tạo** *n* maker; **người chủ** *n* employer;

người chơi bạc *n* gambler; **người chiêu đãi** *n* host *(entertains)*; **người gửi** *n* sender; **người gác cửa** *n* doorman; **người già** *n* senior citizen; **người già hưởng lương hưu** *n* old-age pensioner; **người hầu** *n* servant, server; **người hót rác** *n* dustman; **người hành hương** *n* pilgrim; **người hưởng lương hưu** *n* pensioner; **người lao động** *n* labourer; **người lạ** *n* stranger; **người lớn** *n* grown-up; **người lái xe** *n* driver; **người lãnh đạo** *n* leader; **người lùn** *n* dwarf; **người làm trò giải trí** *n* entertainer; **người làm vườn** *n* gardener; **người mắc bệnh tiểu đường** *n* diabetic; **người mới học** *n* beginner; **người máy** *n* robot; **người mua** *n* buyer; **người nộm ma nơ canh** *n* dummy; **người nộp đơn** *n* applicant; **người nào** *pron* any; **người nước ngoài** *n* alien, foreigner; **người nghe** *n* listener; **người nghiệp dư** *n* amateur; **người nhận** *n* recipient; **người nhút nhát** *n* coward; **người phá đám** *n* spoilsport; **người phiên dịch** *n* interpreter; **người quản lý** *n* manager; **người say rượu** *n* drunk; **người sản xuất** *n* producer; **người soát vé trên xe buýt** *n* bus conductor; **người sưu tầm** *n* collector; **người tặng** *n* donor; **người tị nạn** *n* refugee; **người tàn tật** *n* disabled; **người thừa kế nam** *n* heir; **người thừa kế nữ** *n* heiress; **người thua cuộc** *n* loser; **người trúng giải** *n* prizewinner; **người trông coi** *n* caretaker; **người trưởng thành** *n* adult; **người tự cho rằng mình biết mọi thứ** *n* know-all; **người tuyết** *n* snowman; **người vô thần** *n* atheist; **người xem** *n* onlooker; **người xin tị nạn** *n* asylum seeker; **người yêu** *n* lover; **người yêu dấu** *n* darling; **thuê người** *v* employ; **thuộc loài người** *adj* human; **Bao nhiêu tiền một người?** How much is it per person?; **Làm ơn cho một bàn bốn người** A table for four people, please

người đi cắm trại [ŋɯɤi di kam tʃai] *n* camper

người Moldova [ŋɯɤi mɔlzɔva:] *n* Moldovan *(person)*

người nào [ŋɯɤi nɑɔ] *pron* whom

người nào đó [ŋɯɤi nɑɔ dɔ] *pron* somebody, someone

ngưỡng [ŋɯɤŋ] **ngưỡng cửa** *n* doorstep

ngưỡng mộ [ŋɯɤŋ mo] *v* admire; **sự ngưỡng mộ** *n* admiration

ngượng ngập [ŋɯɤŋ ŋəp] *adj* self-conscious

ngữ pháp [ŋɯ fap] *n* grammar; **thuộc ngữ pháp** *adj* grammatical

nhà [ɲɑ] *n (ở)* home, family, spouse; **bài tập về nhà** *n* homework; **căn nhà xây tách riêng** *n* detached house; **dọn vào nhà mới** *v* move in; **dãy nhà** *n* terrace; **địa chỉ nhà** *n* home address; **ngôi nhà** *n* house; **người thuê nhà** *n* tenant; **nhà cao tầng** *n* high-rise; **nhà cổ** *n* stately home; **nhà chế tạo** *n* manufacturer; **nhà chọc trời** *n* skyscraper; **nhà chung tường** *n* semi, semi-detached house; **nhà**

cung cấp *n* supplier; **nhà dưỡng lão** *n* nursing home; **nhà di động** *n* mobile home; **nhà gỗ một tầng** *n* bungalow; **nhà hộ sinh** *n* maternity hospital; **nhà kính** *n* greenhouse; **nhà khách** *n* guesthouse; **nhà kho** *n* shed; **nhà khoa học** *n* scientist; **nhà kinh tế học** *n* economist; **nhà làm lấy** *adj* home-made; **nhà máy bia** *n* brewery; **nhà máy lọc dầu** *n* oil refinery; **nhà máy rượu** *n* distillery; **nhà nghỉ** *n* holiday home; **nhà nghỉ bên đường dành cho khách có ôtô** *n* motel; **nhà ngoại giao** *n* diplomat; **nhà nguyện** *n* chapel; **nhà nhỏ ở nông thôn** *n* cottage; **nhà ở do chính quyền địa phương cấp** *n* council house; **nhà quay phim** *n* cameraman; **nhà tang lễ** *n* funeral parlour; **nhà tù** *n* prison; **nhà tài trợ** *n* sponsor; **nhà tư vấn** *n* consultant *(adviser)*; **nhà thầu** *n* contractor; **nhà thơ** *n* poet; **nhà thương điên** *n* mental hospital; **nhà trẻ** *n* crêche, nursery; **nhà vật lý** *n* physicist; **nhà vệ sinh** *n* lavatory, toilet; **nhà vệ sinh nam** *n* gents'; **nhà văn** *n* writer; **nhà viết kịch** *n* playwright; **nhà xác** *n* morgue; **nhà xuất bản** *n* publisher; **nhớ nhà** *adj* homesick; **ở dưới nhà** *adv* downstairs; **ở nhà** *adv* home; **ở trong nhà** *adv* indoors; **rượu nhà làm lấy** *n* house wine; **toà nhà** *n* building; **trong nhà** *adj* indoor; **việc nhà** *n* housework; **Anh có muốn gọi điện về nhà không?** Would you like to phone home?; **Khi nào anh về nhà?** When do you go home?; **Về nhà muộn nhất là mười một giờ tối nhé** Please come home by 11p.m.

nhạc [ɲak] *n* music; **âm nhạc** *n* music; **ban nhạc** *n* band *(musical group)*; **ban nhạc dùng nhạc khí bằng đồng và bộ gõ** *n* brass band; **buổi hòa nhạc** *n* concert; **đoạn nhạc** *n* passage *(musical)*; **máy nghe nhạc cá nhân** *n* personal stereo; **máy nghe nhạc iPod®** *n* iPod®; **nốt nhạc** *n* note *(music)*; **người chơi nhạc** *n* player *(music)*; **nhạc công** *n* musician; **nhạc dân gian** *n* folk music; **nhạc giao hưởng** *n* symphony; **nhạc jazz** *n* jazz; **nhạc phim** *n* soundtrack; **nhạc techno** *n* techno; **nhạc trưởng** *n* conductor; **nhà soạn nhạc** *n* composer; **thuộc âm nhạc** *adj* musical; **Có buổi hoà nhạc nào hay không?** Are there any good concerts on?; **Chúng tôi có thể nghe nhạc công địa phương chơi nhạc ở đâu?** Where can we hear local musicians play?; **Chúng tôi có thể nghe nhạc sống ở đâu?** Where can we hear live music?; **Tối nay ở phòng hoà nhạc có chương trình gì?** What's on tonight at the concert hall?; **Tôi có thể mua vé xem hoà nhạc ở đâu?** Where can I buy tickets for the concert?

nhạc cụ [ɲak ku] *n* musical instrument

nhà hàng [ɲa haŋ] *n* restaurant; **Có nhà hàng ăn chay nào ở đây không?** Are there any vegetarian restaurants here?

nhà hát [ɲa hat] **nhà hát biểu**

diễn kịch mục *n* rep
nhai [ɲa:i] *v* chew
nhà khảo cổ [ɲa χaɔ ko] *n* archaeologist
nha khoa [ɲa: χɔa:] **Tôi không biết là tôi có bảo hiểm nha khoa hay không** I don't know if I have dental insurance
nhà máy [ɲa mai] *n* factory; **nhà máy lọc** *n* refinery
nham hiểm [ɲa:m hiem] *adj* sinister
nham thạch [ɲa:m tatʃ] *n* lava
nhãn [ɲan] *n (hàng)* tag; **nhãn dính** *n* sticker
nhanh [ɲa:ɲ] *adj* fast, quick ▷ *adv* fast, quickly; **nhanh chóng** *adv* prompt, promptly; **nhanh lên** *v* hurry up; **sự nhanh nhẹn** *n* speed; **Anh ấy đã lái xe quá nhanh** He was driving too fast; **Tôi muốn gửi cái này bằng dịch vụ chuyển phát nhanh** I want to send this by courier; **Tôi nghĩ đồng hồ của tôi nhanh** I think my watch is fast
nhãn hiệu [ɲan hieu] *n* make
nhãn mác [ɲan mak] *n* label
nhàn rỗi [ɲan zoi] *adj* idle
nhào [ɲaɔ] **bột nhào làm bánh** *n* dough
nhão [ɲaɔ] **bột nhão** *n* paste
nhào lộn [ɲaɔ lon] **tấm bạt lò xo để nhào lộn** *n* trampoline
nha sĩ [ɲa: si] *n* dentist; **Tôi cần một nha sĩ** I need a dentist
nhà thờ [ɲa tɤ] *n* church, place of worship; **nhà thờ lớn** *n* cathedral; **Chúng tôi có thể đi thăm nhà thờ không?** Can we visit the church?; **Nhà thờ lớn mở cửa khi nào?** When is the cathedral open?; **Ở đâu có nhà thờ Hồi giáo?** Where is there a mosque?
nhà tôi [ɲa toi] **Nhà tôi mất rồi** I'm widowed
nhà trọ [ɲa tʃɔ] *n* hostel; **nhà trọ bao gồm cả bữa sáng** *n* bed and breakfast, B&B; **nhà trọ thanh niên** *n* youth hostel; **Có nhà trọ dành cho du khách trẻ ở gần đây không?** Is there a youth hostel nearby?
nhau [ɲa:u] *n* each other; **hợp nhau** *adj* matching; **lẫn nhau** *adj* mutual; **qua đêm với nhau** *v* sleep together
nháy [ɲai] **nháy mắt** *v* wink; **nháy sáng** *v* flash
nhảy [ɲai] *v* jump, leap; **chuột nhảy** *n* gerbil; **điệu nhảy disco** *n* disco; **điệu nhảy van-xơ** *n* waltz; **môn nhảy bungee** *n* bungee jumping; **môn nhảy cao** *n* high jump; **môn nhảy sào** *n* pole vault; **nhảy gõ giầy** *n* tap-dancing; **nhảy lò cò** *v* skip; **nhảy múa** *v* dance; **nhảy van-xơ** *v* waltz; **sự nhảy múa** *n* dance, dancing; **Tôi có thể đi nhảy bungee ở đâu?** Where can I go bungee jumping?; **Tôi thấy muốn nhảy** I feel like dancing
nhảy xa [ɲai sa:] *n* jump, long jump
nhắc [ɲak] **nhắc đến** *v* refer; **sự nhắc đến** *n* reference
nhắc lại [ɲak lai] *v* repeat; **sự nhắc lại** *n* repeat; **Anh làm ơn nhắc lại được không?** Could you repeat that, please?
nhắc nhở [ɲak ɲɤ] *v* remind
nhắm [ɲam] **nhắm vào** *v* aim
nhăn [ɲan] **bị nhăn** *adj* creased;

nếp nhăn *n* crease; **nhăn nheo** *adj* wrinkled; **vết nhăn** *n* wrinkle
nhắn [ɲan] *n* message; **lời nhắn** *n* note *(message)*; **nhắn tin** *v* page; **tin nhắn thoại** *n* voicemail; **Có tin nhắn nào cho tôi không?** Are there any messages for me?; **Tôi có thể nhắn lại được không?** Can I leave a message?
nhẵn [ɲan] *adj* smooth
nhặt [ɲat] *v* pick
nhấc [ɲək] **Thằng bé không nhấc chân được** He can't move his leg
nhầm [ɲəm] *v* mistake; **gây nhầm lẫn** *adj* confusing; **nhầm lẫn** *adj* confuse, confused; **sự nhầm lẫn** *n* confusion
nhân [ɲən] *v* multiply ▷ *n* person, benevolence, cause; **bệnh nhân** *n* patient; **nhân đạo** *adj* humanitarian; **nhân lực** *n* manpower; **nhân loại** *n* mankind; **nhân quyền** *n* human rights; **nhân tạo** *adj* man-made; **phạm nhân** *n* prisoner; **sự nhân** *n* multiplication; **tình nhân** *n* mistress
nhẫn [ɲən] **nhẫn cưới** *n* wedding ring; **nhẫn hứa hôn** *n* engagement ring
nhận [ɲən] *v* receive, admit; **dễ nhận thấy** *adj* noticeable; **được nhận làm con nuôi** *adj* adopted; **người nhận** *n* recipient; **nhận làm con nuôi** *v* adopt; **sự xác nhận** *n* confirmation; **việc nhận làm con nuôi** *n* adoption; **xác nhận** *v* confirm; **Anh có nhận được e-mail của tôi không?** Did you get my email?
nhân bản [ɲən ban] *v* clone
nhận biết [ɲən biet] *v* identify; **không nhận biết được** *adj* unidentified
nhân chủng học [ɲən tʃuŋ hɔk] *n* anthropology
nhân chứng [ɲən tʃɯŋ] *n* witness; **Nhân chứng Giê-hô-va** *n* Jehovah's Witness
nhận dạng [ɲən zaŋ] *v* identify; **sự nhận dạng** *n* identification
nhấn mạnh [ɲən maɲ] *v* emphasize, stress
nhận ra [ɲən zaː] *v* realize, recognize; **có thể nhận ra** *adj* recognizable
nhân sự [ɲən sɯ] *n* personnel
nhân tạo [ɲən taɔ] *adj* artificial
nhẫn tâm [ɲən təm] *adj* ruthless
nhân thọ [ɲən tɔ] **bảo hiểm nhân thọ** *n* life insurance
nhận thức [ɲən tɯk] *v* be aware of; **nhận thức được** *adj* aware
nhấn tin [ɲən tin] **Anh có thể nhấn tin cho...không?** Can you page...?
nhân viên [ɲən vien] *n* employee, staff *(workers)*; **nhân viên đánh máy** *n* typist; **nhân viên đưa thư** *n* postman; **nhân viên cứu hộ** *n* lifeguard; **nhân viên du lịch** *n* travel agent; **nhân viên DJ** *n* disc jockey, DJ; **nhân viên tạm thời** *n* temp; **nhân viên tiếp tân** *n* receptionist; **nữ nhân viên đưa thư** *n* postwoman; **phòng nhân viên** *n* staffroom
nhận xét [ɲən sɛt] *v* remark; **bài nhận xét** *n* review
nhập [ɲəp] *v* enter, join; **người nhập cư** *n* immigrant; **sự nhập cư** *n*

immigration; **Tôi không đăng nhập được** I can't log on; **Xe ô tô của tôi đã bị đột nhập** My car has been broken into

nhập khẩu [ɲəp χəu] *v* import; **sự nhập khẩu** *n* import

nhất [ɲət] *adv* most *(superlative)*; **hạng nhất** *adj* first-class; **sản phẩm bán chạy nhất** *n* bestseller

Nhật [ɲət] **chó Nhật** *n* Pekinese; **người Nhật** *n* Japanese *(person)*; **nước Nhật** *n* Japan; **thuộc Nhật** *adj* Japanese; **tiếng Nhật** *n* Japanese *(language)*

nhật ký [ɲət ki] *n* diary; **nhật ký điện tử** *n* blog; **sổ nhật ký cá nhân** *n* personal organizer; **viết nhật ký trên mạng** *v* blog

nhất quán [ɲət kuan] *adj* consistent

nhất thiết [ɲət tiet] *adv* necessarily

nhất trí [ɲət tʃi] *adj* unanimous

nhậy [ɲəi] **con nhậy** *n* moth

nhẹ [ɲɛ] *adj* light *(not heavy)*, mild

nhẹ nhàng [ɲɛ ɲaŋ] *adv* mildly; **một cách nhẹ nhàng** *adv* gently

nhẽo nhèo [ɲɛɔ ɲɛɔ] *adj* flabby

nhện [ɲen] *n* spider; **con nhện** *n* spider; **mạng nhện** *n* cobweb

nhì [ɲi] **người về nhì** *n* runner-up

nhĩ [ɲi] **màng nhĩ** *n* eardrum

nhiễm [ɲiem] *v* contract *(disease)*; **lây nhiễm** *adj* infectious; **nhiễm trùng** *n* infection; **sự viêm nhiễm** *n* inflammation; **truyền nhiễm** *adj* catching

nhiệm vụ [ɲiem vu] *n* assignment, task

nhiên liệu [ɲien lieu] *n* fuel; **tiếp nhiên liệu** *v* refuel

nhiệt [ɲiet] *n* heat; **cách nhiệt** *adj* ovenproof; **đầy nhiệt huyết** *adj* energetic; **găng tay cách nhiệt** *n* oven glove; **thiết bị ổn nhiệt** *n* thermostat

nhiệt độ [ɲiet do] *n* temperature; **Nhiệt độ là bao nhiêu?** What is the temperature?

nhiệt đới [ɲiet dɤi] *adj* tropical; **rừng nhiệt đới** *n* jungle; **rừng rậm nhiệt đới** *n* rainforest

nhiệt kế [ɲiet ke] *n* thermometer

nhiệt tình [ɲiet tiɲ] *adj* enthusiastic; **sự nhiệt tình** *n* enthusiasm

nhiều [ɲieu] *adj* many, much, numerous, plenty ▷ *n* host *(multitude)* ▷ *pron* many; **số nhiều** *n* plural; **Có nhiều... quá** There's too much... in it

nhiều hơn [ɲieu hɤn] *adj* more

nhiều lắm [ɲieu lam] *pron* much

nhím [ɲim] **con nhím** *n* hedgehog

nhìn [ɲin] *v* look; **bù nhìn** *n* scarecrow; **cách nhìn nhận** *n* perspective; **cái nhìn** *n* look; **nhìn chằm chằm** *v* gaze, stare; **nhìn lên** *v* look up; **nhìn trừng trừng** *v* glare

nhịn ăn [ɲin an] **Tháng nhịn ăn ban ngày** *n* Ramadan

nhìn thấy [ɲin tai] *v* see

nhíp [ɲip] **cái nhíp** *n* tweezers

nhịp [ɲip] *n* rhythm; **máy điều hoà nhịp tim** *n* pacemaker; **nhịp điệu** *n* rhythm

nhíu [ɲiu] **nhíu mày** *v* frown

nho [ɲɔ] *n* grapes; **cây nho** *n* vine; **nho khô** *n* currant, raisin, sultana; **quả nho** *n* grape; **vườn nho** *n* vineyard

nhỏ [ɲɔ] *adj* little, minute ▹ *adv* slightly ▹ *v* drop; **một lượng rất nhỏ** *n* ounce; **nhỏ bé** *adj* small; **nhỏ xíu** *adj* tiny; **quảng cáo nhỏ** *n* small ads; **thuốc nhỏ mắt** *n* eye drops
nhóm [ɲɔm] *n* group ▹ *v* light, gather; **băng nhóm** *n* gang; **nhóm chơi cho trẻ em** *n* playgroup; **nhóm tứ tấu** *n* quartet
nhổ [ɲo] *v* spit; **nhổ nước bọt** *v* spit
nhồi [ɲoi] *v* stuff; **gấu nhồi bông** *n* teddy bear
nhồi nhét [ɲoi ɲɛt] *adj* crammed
nhôm [ɲom] *n* aluminium
nhớ [ɲɤ] *v* remember; **ghi nhớ** *v* memorize; **nhớ nhà** *adj* homesick; **thẻ nhớ** *n* memory card; **trí nhớ** *n* memory; **vật làm nhớ lại** *n* reminder
nhờ [ɲɤ] *prep* thanks to; **người xin đi nhờ xe** *n* hitchhiker; **sự đi nhờ xe** *n* lift *(free ride)*; **việc xin đi nhờ xe** *n* hitchhiking; **xin đi nhờ xe** *v* hitchhike
nhờ có [ɲɤ kɔ] *prep* owing to
nhờn [ɲɤn] *adj (mỡ)* greasy
nhuận [ɲuən] **năm nhuận** *n* leap year
nhục [ɲuk] **ô nhục** *adj* disgraceful
nhục đậu khấu [ɲuk dəu ɣəu] **hạt nhục đậu khấu** *n* nutmeg
nhún [ɲun] *v* shrug; **nhún vai** *v* shrug; **ván nhún ở bể bơi** *n* diving board
nhung [ɲuŋ] **vải nhung** *n* velvet
nhúng [ɲuŋ] *v* dip; **nhúng nước xốt** *v* marinade
nhũng [ɲuŋ] **sự tham nhũng** *n* corruption; **tham nhũng** *adj* corrupt
nhung kẻ [ɲuŋ kɛ] **vải nhung kẻ** *n* corduroy
nhuộm [ɲuom] *v* dye; **được nhuộm** *adj* tinted; **thuốc nhuộm** *n* dye; **Anh làm ơn nhuộm chân tóc cho tôi được không?** Can you dye my roots, please?; **Anh làm ơn nhuộm tóc cho tôi được không?** Can you dye my hair, please?
nhút nhát [ɲut ɲɑt] *adj* nervous; **người nhút nhát** *n* coward
nhu yếu [ɲu ieu] **nhu yếu phẩm** *n* supplies
như [ɲɯ] *prep* as ▹ *conj* in case; **coi như** *adj* regard; **gần như** *adv* nearly; **Phát âm từ này như thế nào?** How do you pronounce it?; **Tô cũng gọi như vậy** I'll have the sam
nhừ [ɲɯ] **quá nhừ** *adj* overdone
nhựa [ɲɯɑː] *n (tổng hợp)* plastic; **bằng nhựa** *adj* plastic; **cây nhựa ruồi** *n* holly; **nhựa cây** *n* resin
nhức [ɲɯk] **chứng nhức đầu** *n* headache
như loại đó [ɲɯ lɔɑi dɔ] *adj* such
nhưng [ɲɯŋ] *conj* but
những cái đó [ɲɯŋ kai dɔ] *pron* those
những cái này [ɲɯŋ kai nai] *pron* these
những thứ mà [ɲɯŋ tɯ mɑ] *pron* what
nhượng [ɲɯɤŋ] **sự nhượng quyề** *n* concession
nhường đường [ɲɯɤŋ dɯɤŋ] *v* give way; **Chị ấy không nhường đường** She didn't give way
nỉ [ni] *n (vải)* felt
Nicaragua [nikɑːzɑːɣuɑ] **người Nicaragua** *n* Nicaraguan; **nước**

Nicaragua *n* Nicaragua; **thuộc Nicaragua** *adj* Nicaraguan
nhích đẩy [nitʃ dəi] *v* cram
nicôtin [nikotin] *n* nicotine
niềm hạnh phúc [niem haɲ fuk] *n* bliss
niên [nien] **trung niên** *adj* middle-aged
Niger [niɣɛz] **nước Niger** *n* Niger
Nigeria [niɣɛzia] **người Nigeria** *n* Nigerian *(person)*; **nước Nigeria** *n* Nigeria; **thuộc Nigeria** *adj* Nigerian
ni lông [ni loŋ] *n* nylon; **túi ni lông** *n* plastic bag
ninh [niɲ] *adj* poached *(simmered gently)*; **ninh nhỏ lửa** *v* simmer
nịnh [niɲ] **được khen nịnh** *adj* flattered
nịnh nọt [niɲ nɔt] *v* flatter
nịt [nit] **dây nịt móc bít tất** *n* suspenders; **quần nịt** *n* tights
Nitơ [nitɤ] *n* nitrogen
no [nɔ] **Tôi no rồi** I'm full
nó [nɔ] *pron* it
nóc [nɔk] **cửa nóc ô tô** *n* sunroof; **khung gắn trên nóc ô tô để chở hành lý** *n* roof rack
nói [nɔi] *v* say, speak; **bằng lời nói** *adj* oral; **giọng nói** *n* voice; **hay nói** *adj* talkative; **khả năng nói** *n* speech; **muốn nói** *v* mean; **nói chung** *adj (khái quát)* generally, *(nói trống)* impersonal; **nói dông dài** *v* waffle; **nói đùa** *v* joke; **nói lắp** *v* stammer, stutter; **nói thẳng ý kiến của mình** *v* speak up; **nói thầm** *v* whisper; **Anh có nói được tiếng Anh không?** Do you speak English?; **Anh làm ơn nói chậm lại được không?** Could you speak more slowly, please?; **Anh làm ơn nói to lên được không?** Could you speak louder, please?; **Anh nói những thứ tiếng gì?** What languages do you speak?; **Có ai ở đây nói tiếng... không?** Does anyone here speak...?; **Có ai nói được tiếng Anh không?** Does anyone speak English?; **Tôi không nói được tiếng Anh** I don't speak English; **Tôi nói được rất ít tiếng Anh** I speak very little English; **Tôi nói tiếng...** I speak...
nòi [nɔi] **có nòi** *adj* pedigree
nói chuyện [nɔi tʃuien] *v* talk; **bài nói chuyện** *n* talk; **cuộc nói chuyện** *n* conversation; **Làm ơn cho tôi nói chuyện với...** Can I speak to...?
nói dối [nɔi zoi] *v* lie; **kẻ nói dối** *n* liar; **lời nói dối** *n* lie
nom [nɔm] **sự trông nom** *n* custody
non [nɔn] *adj (thiếu)* premature; **non nớt** *adj* immature
nón [nɔn] **hình nón** *n* cone
nóng [nauŋ] *adj (nhiệt độ)* hot, hot-tempered; **chứng ợ nóng** *n* heartburn; **đốt nóng** *v* heat; **nổi nóng** *v* heat up; **sự đốt nóng** *n* heating; **Đồ ăn nóng quá** The food is too hot; **Phòng nóng quá** The room is too hot; **Tôi nóng quá** I'm too hot; **Tôi thấy nóng** I feel hot; **Trời hơi nóng quá** It's a bit too hot; **Trời nóng quá** It's very hot
nòng nọc [nauŋ nɔk] **con nòng nọc** *n* tadpole
nổ [no] *v* burst, explode; **chất nổ** *n*

explosive; **nổ tung** *v* blow up; **sự nổ** *n* blast; **vụ nổ** *n* explosion
Nô-en [noɛn] **Đêm Nô-en** *n* Christmas Eve
nôi [noi] *n* cradle; **cái nôi** *n* cradle; **xe nôi** *n* pram
nối [noi] *v* join, connect; **dây nối dài** *n* extension cable; **đoạn đường nối** *n* slip road; **đường may nối** *n* seam; **gạch nối** *n* hyphen; **kết nối** *v* link (up); **khớp nối** *n* joint *(junction)*; **Tôi không kịp nối chuyến** I've missed my connection
nổi [noi] *v* float; **người nổi tiếng** *n* celebrity; **nổi nóng** *v* heat up
nổi bật [noi bət] *adj* outstanding ▷ *v* stand out; **phần nổi bật** *n* highlight
nội bộ [noi bo] *adj* internal; **hệ thống liên lạc nội bộ** *n* intercom; **mạng nội bộ** *n* intranet; **thư nội bộ** *n* memo
nổi cáu [noi kau] **dễ nổi cáu** *adj* bad-tempered
nội dung [noi zuŋ] *n* content
nội địa [noi dia:] *adj* domestic
nồi hơi [noi hɤi] *n* boiler
nổi loạn [noi lɔan] *adj* rebellious
nội thất [noi tət] *n* interior; **nhà thiết kế nội thất** *n* interior designer
nổi tiếng [noi tieŋ] *adj* famous, renowned, well-known; **sự nổi tiếng** *n* fame, publicity
nội trợ [noi tʃɤ] **bà nội trợ** *n* housewife
nội trú [noi tʃu] **học sinh nội trú** *n* boarder; **trường nội trú** *n* boarding school
nô lệ [no le] *n* slave; **làm việc như nô lệ** *v* slave
nổ lớn [no lɤn] *v* bang; **tiếng nổ lớn** *n* bang
nỗ lực [no luɯk] *n* effort
nôn [non] *v* throw up, vomit; **buồn nôn** *adj* sick; **sự buồn nôn** *n* nausea
nông [noŋ] *adj* shallow
nông nghiệp [noŋ ŋiep] *n* agriculture; **thuộc nông nghiệp** *adj* agricultural
nông thôn [noŋ ton] *adj* rural; **nhà nhỏ ở nông thôn** *n* cottage
nôn nóng [non nauŋ] *adv* impatiently
nộp [nop] *v* pay; **Tôi nộp phí ở đâu được?** Where can I pay the toll?
nốt [not] **nốt nhạc** *n* note *(music)*
nốt ruồi [not zuoi] *n* mole *(skin)*
nơ [nɤ] **nơ con bướm** *n* bow tie
nợ [nɤ] *v* owe; **ghi nợ** *v* debit; **món nợ** *n* debt; **sự ghi nợ** *n* debit; **thẻ ghi nợ** *n* debit card; **tiền còn nợ** *n* arrears; **Anh nợ tôi...** You owe me...; **Tôi nợ anh bao nhiêu?** What do I owe you?
nơi [nɤi] *n* spot *(place)*; **không nơi nào** *adv* nowhere; **mọi nơi** *adv* everywhere; **nơi ẩn náu** *n* asylum; **nơi đến** *n* destination; **nơi làm việc** *n* workplace; **nơi sinh** *n* birthplace, place of birth; **ở nơi khác** *adv* elsewhere; **thuộc nơi sinh** *adj* native
nới lỏng [nɤi lauŋ] *v* unscrew
núi [nui] *n* mountain; **có núi** *adj* mountainous; **dãy núi An-pơ** *n* Alps; **khe núi** *n* ravine; **môn leo núi đá** *n* rock climbing; **núi băng trôi** *n* iceberg; **núi lửa** *n* volcano; **người leo núi** *n* climber, mountaineer; **trò leo núi** *n* mountaineering; **Cho tôi**

một phòng nhìn lên núi I'd like a room with a view of the mountains

nuôi [nuoi] *v* bring up, support; **người nuôi con một mình** *n* single parent; **nuôi dưỡng** *v* bring up, foster; **trẻ được nhận nuôi** *n* foster child; **vật nuôi làm cảnh** *n* pet

nuôi dưỡng [nuoi zuɯɤŋ] *v* raise *(child)*; **sự nuôi dưỡng** *n* nutrition

nuốt [nuot] *v* swallow; **nuốt nước bọt** *v* swallow; **sự nuốt** *n* swallow; **Máy rút tiền nuốt mất thẻ của tôi rồi** The cash machine swallowed my card

nút [nut] *n* cork, cap, stopper; **cái mở nút chai** *n* corkscrew; **cái nút** *n* plug; **nút bịt tai** *npl* earplugs; **nút thắt** *n* knot; **Các nút điều khiển bị tắc** The controls have jammed; **Tôi phải ấn nút nào?** Which button do I press?

nữ [nɯ] *n* woman; **giọng nữ cao** *n* soprano; **học sinh nữ** *n* schoolgirl; **ngực phụ nữ** *n* bust; **người bênh vực phụ nữ** *n* feminist; **nữ cảnh sát** *n* policewoman; **nữ doanh nhân** *n* businesswoman; **nữ hoàng** *n* queen; **nữ lao công** *n* cleaning lady; **nữ tiếp viên hàng không** *n* air hostess; **nữ tu sỹ** *n* nun; **nữ tu viện** *n* convent; **thiếu nữ** *n* lass; **Nhà vệ sinh cho phụ nữ ở đâu?** Where is the ladies?; **Tôi là nữ doanh nhân** I'm a businesswoman

nửa [nɯɑ:] **một nửa** *n* half; **nửa đêm** *n* midnight; **nửa đường** *adv* halfway; **nửa giờ** *n* half-hour; **nửa giá** *adv* half-price; **nửa tháng** *n* fortnight; **tới một nửa** *adv* half; **vào nửa đêm** at midnight

nữa [nɯɑ:] **một tháng nữa** in a month's time; **một tuần nữa** in a week's time

nức nở [nɯk nɤ] **khóc nức nở** *v* sob

nước [nɯɤk] *n (chất lỏng)* water, *(quốc gia)* country; **bụi nước** *n* spray; **bể nước nhỏ cho trẻ em** *n* paddling pool; **bình đựng nước nóng** *n* hot-water bottle; **cần gạt nước** *n* windscreen wiper; **cá nước ngọt** *n* freshwater fish; **chạy nước kiệu** *v* trot; **đập ngăn nước** *n* dam; **được khử nước** *adj* dehydrated; **đường ống nước** *n* plumbing; **hơi nước** *n* moisture, steam; **không thấm nước** *adj* waterproof; **lỗ thoát nước** *n* plughole; **làm ráo nước** *v* drain; **mực nước biển** *n* sea level; **môn lướt ván nước** *n* water-skiing; **nước bọt** *n* saliva, spit; **nước biển** *n* sea water; **nước cam** *n* orange juice; **nước có ga** *n* sparkling water; **nước chanh** *n* lemonade; **nước chấm** *n* dip *(food/sauce)*; **nước đại** *n* gallop; **nước đang phát triển** *n* developing country; **nước đồng minh** *n* ally; **nước mặn** *adj* saltwater; **nước mắt** *n* tear *(eye)*; **nước quả** *n* fruit juice; **nước quả ép** *n* juice; **nước quả ướp lạnh** *n* sorbet; **nước rửa bát** *n* washing-up liquid; **nước thịt** *n* gravy; **nước tiểu** *n* urine; **nước trộn sa-lát Vi-ni-grết** *n* vinaigrette; **nước uống** *n* drinking water; **nước xốt** *n* marinade, sauce; **ống phun nước** *n* hosepipe; **ở dưới nước** *adv* underwater; **ở**

nước ngoài *adv* overseas; **phi nước đại** *v* gallop; **que đo mực nước** *n* dipstick; **sũng nước** *adj* soggy; **tưới nước** *v* water; **thợ ống nước** *n* plumber; **thác nước lớn** *n* cataract *(waterfall)*; **tháp nước** *n* fountain; **tranh vẽ bằng màu nước** *n* watercolour; **vũng nước** *n* puddle; **xả nước** *v* flush; **yêu nước** *adj* patriotic; **Anh làm ơn kiểm tra nước hộ** Can you check the water, please?; **Không có nước nóng** There is no hot water; **Làm ơn mang thêm nước** Please bring more water; **Nước sâu bao nhiêu?** How deep is the water?

nước Bahrain [nɯɤk ba:hza:in] *n* Bahrain

nước hoa [nɯɤk hɔa:] *n* perfume; **nước hoa dùng sau khi cạo râu** *n* aftershave

nước khoáng [nɯɤk χɔaŋ] *n* mineral water; **suối nước khoáng** *n* spa; **một chai nước khoáng** a bottle of mineral water

nước ngoài [nɯɤk ŋɔai] *adj* foreign; **người nước ngoài** *n* alien; **ở nước ngoài** *adv* abroad

nướng [nɯɤŋ] *v* grill; **bếp nướng ngoài trời** *n* barbecue; **bánh mỳ nướng** *n* toast; **đã nướng** *adj* grilled; **được nướng bằng lò** *adj* baked; **lò nướng** *n* toaster; **ngũ cốc ăn sáng làm từ ngô nướng** *n* cornflakes; **nướng bằng lò** *v* bake; **sự nấu nướng** *n* cooking; **sự nướng bánh mỳ** *n* baking

nường [nɯɤŋ] *v* roast, barbecue; **Khu nướng đồ ăn ngoài trời ở đâu?** Where is the barbecue area?

nứt [nɯt] **làm rạn nứt** *v* crack; **rạn nứt** *adj* cracked; **vết nứt** *n* crack *(fracture)*

nữ tính [nɯ tiɲ] *adj* feminine

O

oải hương [ɔai hɯɤŋ] **cây oải hương** *n* lavender
oán [ɔɑn] **sự oán giận** *n* grudge
óc [ɔk] *n* brain, mind; **có óc thẩm mỹ** *adj* tasteful; **có óc thực tế** *adj* realistic; **có óc xét đoán** *adj* sensible; **thuộc trí óc** *adj* intellectual
óc chó [ɔk tʃɔ] *n* walnut tree; **quả óc chó** *n* walnut
oi ả [ɔi ɑ] *adj* sweltering
oi bức [ɔi bɯk] *adj* muggy; **Trời oi bức** It's muggy
Oman [ɔmɑ:n] **nước Oman** *n* Oman
om sòm [ɔm sɔm] *adj* fussy; **sự om sòm** *n* fuss
ong [ɑuŋ] *n* bee; **con ong** *n* bee; **mật ong** *n* honey; **ong bắp cày** *n* wasp; **ong nghệ** *n* bumblebee; **sáp ong** *n* wax
oóc [ɔɔk] **đàn oóc** *n* organ *(music)*
opera [ɔpɛzɑ:] *n* opera; **Tối nay ở nhà hát opera có chương trình gì?** What's on tonight at the opera?
Ozon [ɔzɔn] **khí Ozon** *n* ozone; **tầng Ozon** *n* ozone layer

ô [o] *n* box, black ▷ *intj* oh!, hey!; **cái ô** *n* umbrella; **có kẻ ô vuông** *adj* tartan; **vùng ngoại ô** *n* outskirts
ố [o] **làm ố màu** *v* stain
ổ [o] *n* nest, hole, loaf; **nhà ổ chuột** *n* slum; **ổ đĩa** *n* disk drive; **ổ bánh mỳ** *n* loaf; **ổ cắm điện** *n* socket; **ổ cứng** *n* hard disk
ô-boa [obɔɑ:] **kèn ô-boa** *n* oboe
ổ cắm [o kɑm] *n* power socket; **Ổ cắm cho máy cạo râu điện ở đâu?** Where is the socket for my electric razor?
ốc đảo [ok dɑɔ] *n* oasis
ô chữ [o tʃɯ] **trò chơi ô chữ** *n* crossword
ốc sên [ok sen] *n* snail; **con ốc sên** *n* snail
ổ gà [o ɣɑ] *n* pothole
ôi thiu [oi tiu] *adj* stale
ôliu [oliu] **cây ôliu** *n* olive tree; **dầu ôliu** *n* olive oil; **quả ôliu** *n* olive
ôm [om] *v* hug; **cái ôm** *n* hug; **ôm ấp** *v* cuddle; **sự ôm ấp** *n* cuddle
ốm [om] *adj* ill, poorly; **giấy cho nghỉ ốm** *n* sick note; **lương trả cho nhân viên nghỉ ốm** *n* sick pay; **ốm nghén** *n* morning sickness; **ốm yếu** *adj* unhealthy; **sự đau ốm** *n* illness; **thời gian nghỉ ốm** *n* sick leave; **Con tôi bị ốm** My child is ill; **Tôi thấy ốm** I feel ill
ồn [on] **ồn ào** *adj* noisy; **tiếng ồn** *n* noise; **Ồn quá** It's noisy; **Tôi không thể ngủ được vì tiếng ồn** I can't sleep for the noise
ổn [on] **bất ổn** *adj* restless; **thiết bị ổn nhiệt** *n* thermostat
ổn định [on diɲ] *adj* stable; **không ổn định** *adj* unstable; **sự ổn định** *n* stability; **tính không ổn định** *n* instability
ông [oŋ] *n* granddad, grandfather, grandpa; **cụ ông** *n* great-grandfather; **ông bà** *npl* grandparents
Ông [oŋ] *n* Mr
ống [oŋ] *n* pipe, reel, tube, piggy bank; **đường ống** *n* pipeline; **đường ống nước** *n* plumbing; **mỳ ống macaroni** *n* macaroni; **ống kính** *n* lens; **ống khói** *n* chimney; **ống nghiệm** *n* test tube; **ống phun nước** *n* hosepipe; **ống thở khi lặn** *n* snorkel; **ống thoát nước** *n* drainpipe; **ống tiêm** *n* syringe; **ống vòi** *n* hose; **ống xịt thuốc** *n* inhaler; **thợ ống nước** *n* plumber
ông chủ [oŋ tʃu] *n* boss; **ông chủ nhà** *n* landlord
ống nhòm [oŋ ɲɔm] *n* binoculars
ống tiêu [oŋ tieu] *n* recorder *(music)*
ống xả [oŋ sɑ] *n* exhaust pipe; **khói từ ống xả** *n* exhaust fumes

ô nhiễm [o ɲiem] *v* pollute ▷ *n* pollution; **bị ô nhiễm** *adj* polluted; **làm ô nhiễm** *v* pollute; **sự ô nhiễm** *n* pollution

ôpêra [opezaː] *n* opera

ô tô [o to] *n* car; **bảo hiểm xe ô tô** *n* car insurance; **bãi đỗ xe ô tô** *n* car park; **chứng say ô tô** *n* travel sickness; **chìa khóa xe ô tô** *n* car keys; **cuộc đua ô tô** *n* motor racing; **ô tô cho thuê** *n* rental car; **ô tô con** *n* saloon; **ô tô con mui kín hai hoặc bốn cửa** *n* saloon car; **ô tô đi thuê** *n* hired car; **ô tô mui trần** *n* convertible; **ô tô năm cửa** *n* hatchback; **ô tô rộng năm cửa** *n* estate car; **sự cho thuê xe ô tô** *n* car hire; **sự thuê xe ô tô** *n* car rental; **thuê ô tô** *n* hire car; **xe ô tô** *n* car; **Anh có thể chở tôi bằng ô tô được không?** Can you take me by car?; **Có người bị ô tô đâm** Someone has been knocked down by a car; **Làm thế nào để lên được tầng chở ô tô?** How do I get to the car deck?; **Một ô tô con với hai người thì bao nhiêu tiền?** How much is it for a car with two people?; **Ô tô của tôi bị va chạm** I've crashed my car; **Ô tô của tôi hỏng rồi** My car has broken down; **Tôi có cần mua vé đỗ ô tô không?** Do I need to buy a car-parking ticket?; **Tôi có thể đỗ ô tô ở đâu?** Where can I park the car?; **Tôi muốn thuê một ô tô** I want to hire a car; **Xe ô tô của tôi đã bị đột nhập** My car has been broken into

Ôxy [osi] **khí Ôxy** *n* oxygen

Ơ

ở [ɤ] *v* be located, live, behave; **không có người ở** *adj* uninhabited; **ở dưới** *adv* underneath; **ở ngoài** *prep* exterior; **ở nhà** *adv* home; **ở tại** *prep* at; **ở trên** *adv* up; **ở trong nhà** *adv* indoors; **thời gian ở** *n* stay; **Anh người ở đâu?** Where are you from?; **Anh ở vùng nào của...** What part of... are you from?; **Tôi đang ở...** My location is...; **Tôi đang ở khách sạn** I'm staying at a hotel; **Tôi có phải ở qua đêm không?** Do I have to stay overnight?; **Tôi muốn ở hai đêm** I'd like to stay for two nights; **Tôi muốn ở từ thứ Hai đến thứ Tư** I want to stay from Monday till Wednesday; **Tôi muốn ở thêm một đêm nữa** I want to stay an extra night

ợ [ɤ] *v* burp; **chứng ợ nóng** *n* heartburn; **sự ợ** *n* burp

ở đâu [ɤ dəu] *adv* where; **Chúng ta đang ở đâu?** Where are we?;

Chúng ta gặp nhau ở đâu? Where can we meet?; **Có thể đi... ở đâu?** Where can you go...?; **Cửa hàng bán tem gần nhất ở đâu?** Where is the nearest shop which sells stamps?; **Nhà vệ sinh cho đàn ông ở đâu?** Where is the gents?; **Nhà vệ sinh cho phụ nữ ở đâu?** Where is the ladies?;**... ở đâu?** Where is...?; **Thang máy ở đâu?** Where is the lift?; **Tôi có thể gọi điện thoại ở đâu?** Where can I make a phone call?; **Tôi có thể mua vé ở đâu?** Where can I get tickets?; **Tôi trả tiền ở đâu?** Where do I pay?; **Trạm xe buýt ở đâu?** Where is the bus station?
ở đây [ɤ dəi] *adv* here; **Tôi ở đây một mình** I'm here on my own; **Tôi ở đây với bạn bè** I'm here with my friends; **Tôi đi nghỉ ở đây** I'm here on holiday
ở đó [ɤ dɔ] *adv* there
ở gần [ɤ ɣən] *prep* near
ở lại [ɤ lai] *v* stay
ở một nơi nào đó [ɤ mot nɤi naɔ dɔ] *adv* someplace, somewhere
ơn [ɤn] **biết ơn** *adj* grateful; **ơn huệ** *n* favour
ở ngoài [ɤ ŋɔai] *prep* outside
ở nơi mà [ɤ nɤi ma] *conj* where
ở phía sau [ɤ fiaː saːu] *adj* back
ơ-rô [ɤzo] **đồng ơ-rô** *n* euro
ớt [ɤt] *n* chilli; **ớt bột** *n* paprika
ở trên [ɤ tʃen] *prep* above, on

P

Pakistan [paːkistaːn] **người Pakistan** *n* Pakistani *(person)*; **nước Pakistan** *n* Pakistan; **thuộc Pakistan** *adj* Pakistani
Palestine [paːlɛstinɛ] **người Palestine** *n* Palestinian *(person)*; **nước Palestine** *n* Palestine; **thuộc Palestine** *adj* Palestinian
Panama [paːnaːmaː] **nước Panama** *n* Panama
paracetamol [paːzaːkɛtaːmɔl] **Tôi muốn mua một ít paracetamol** I'd like some paracetamol
Paraguay [paːzaːɣuai] **người Paraguay** *n* Paraguayan *(person)*; **nước Paraguay** *n* Paraguay; **thuộc Paraguay** *adj* Paraguayan
pasta [paːstaː] *n* pasta; **Tôi muốn ăn món khai vị là mỳ pasta** I'd like pasta as a starter
patanh [paːtaːɲ] *n* roller skate; **sự trượt patanh** *n* rollerskating; **Chúng tôi có thể đi trượt patanh**

ở đâu? Where can we go roller skating?; **Chúng tôi có thể thuê patanh ở đâu?** Where can we hire skates?

PDF *n* PDF

Peru [pɛzu] **người Peru** *n* Peruvian; **nước Peru** *n* Peru; **thuộc Peru** *adj* Peruvian

pênixilin [penisilin] *n* penicillin

pha [fɑ:] *v* mix ▷ *n* phase, headlight; **đèn pha** *n* headlamp, headlight, spotlight; **pha loãng** *v* dilute; **pha trộn** *adj* mixed; **sự pha trộn** *n* mixture

phá [fɑ] *v* destroy; **kẻ phá rối** *n* troublemaker; **phá hủy** *v* demolish, destroy; **sự phá hủy** *n* destruction; **sự phá thai** *n* abortion

phà [fɑ] *n* ferry; **Có phà chở ô tô đi... không?** Is there a car ferry to...?; **Có phà đi... không?** Is there a ferry to...?; **Chúng tôi có thể đón phà đi... ở đâu?** Where do we catch the ferry to...?

phác họa [fɑk hɔɑ:] *v* sketch; **bức phác họa** *n* sketch

phá đám [fɑ dɑm] *v* spoil; **người phá đám** *n* spoilsport

phá hoại [fɑ hɔɑi] *v* sabotage; **cố ý phá hoại** *v* vandalize; **hành động cố ý phá hoại** *n* vandalism; **kẻ cố ý phá hoại** *n* vandal; **sự phá hoại** *n* sabotage

phai [fɑ:i] *v* fade

phải [fɑi] *adj (bên)* right *(not left)* ▷ *v (bắt buộc)* have to, must; **ở bên tay phải** *adj* right-hand; **thuận tay phải** *adj* right-handed; **Anh phải quay lại** You have to turn round; **Đến ngã rẽ tới thì rẽ phải** Go right at the next junction; **Nếu gặp tai nạn thì tôi phải làm gì?** What do I do if I have an accident?; **Rẽ phải** Turn right; **Rẽ vào đường đầu tiên bên phải** Take the first turning on your right; **Tôi phải gọi điện thoại** I must make a phone call

pha lê [fɑ: le] *n* crystal

phạm [fɑm] *v* commit *(crime)*; **kẻ phạm tội** *n* criminal; **liên quan đến tội phạm** *adj* criminal; **phạm nhân** *n* prisoner; **phạm phải** *v* commit; **sự vi phạm** *n* offence; **tội phạm** *n* crime; **thủ phạm** *n* culprit

phạm vi [fɑm vi] *n* extent, range *(limits)*

phản [fɑn] **phản chiếu** *v* reflect; **sự phản chiếu** *n* reflection

phản bội [fɑn boi] *v* betray

phản đối [fɑn doi] *v* oppose, protest; **sự phản đối** *n* objection, protest

phanh [fɑ:ɲ] *v* brake; **cái phanh** *n* brake; **đèn phanh** *n* brake light; **phanh tay** *n* handbrake; **Phanh không ăn** The brakes don't work; **Phanh không hoạt động** The brakes are not working; **Xe có phanh được khi đạp ngược lại không?** Does the bike have back-pedal brakes?

phản hồi [fɑn hoi] *n* feedback

phàn nàn [fɑn nɑn] *v* complain; **lời phàn nàn** *n* complaint

phản ứng [fɑn ɯŋ] *v* react; **lò phản ứng** *n* reactor; **sự phản ứng** *n* reaction

phản xạ [fɑn sɑ] *n* reflex

phán xét [fɑn sɛt] *v* judge

phao [fɑ:ɔ] *n* buoy, float; **áo phao** *n*

life jacket
pháo hoa [faɔ hɔaː] *n* fireworks
Pháp [fap] **đàn ông Pháp** *n* Frenchman; **nước Pháp** *n* France; **phụ nữ Pháp** *n* Frenchwoman; **thuộc Pháp** *adj* French; **tiếng Pháp** *n* French
phá sản [fa san] *adj* bankrupt
phát [fat] *v* deliver, smack; **cú phát bóng** *n* kick-off; **chương trình phát sóng** *n* broadcast; **đài phát thanh** *n* radio station; **máy phát** *n* generator; **phát bắn** *n* shot; **phát bóng** *v* kick off; **phát ra** *v* give out; **phát sóng** *v* broadcast; **phát thanh viên** *n* newsreader; **phát vào người** *v* spank; **sự chuyển phát** *n* delivery; **Tôi muốn gửi cái này bằng dịch vụ chuyển phát nhanh** I want to send this by courier
phạt [fat] *v* penalize, punish; **tiền phạt** *n* fine; **vé phạt đỗ xe** *n* parking ticket
phát âm [fat əm] *v* pronounce; **sự phát âm** *n* pronunciation; **Phát âm từ này như thế nào?** How do you pronounce it?
phát ban [fat baːn] **chứng phát ban** *n* rash
phát cáu [fat kau] **làm phát cáu** *adj* irritating
phát hành [fat haɲ] *v* issue
phát hiện [fat hien] *v* discover; **phát hiện ra** *v* spot
phát minh [fat miɲ] *v* invent; **người phát minh** *n* inventor; **sự phát minh** *n* invention
phát ngôn [fat ŋon] **người phát ngôn** *n* spokesperson; **người phát ngôn nam** *n* spokesman; **người phát ngôn nữ** *n* spokeswoman
phát triển [fat tʃien] *v* develop; **nước đang phát triển** *n* developing country; **sự phát triển** *n* development
phẳng [faŋ] *adj* flat; **bằng phẳng** *adj* even, plain; **màn hình phẳng** *adj* flat-screen; **mặt phẳng** *n* plane (*surface*)
phẳng lặng [faŋ laŋ] *adj* still
phẩm [fəm] **mỹ phẩm** *n* cosmetics
phẩm chất [fəm tʃət] *n* quality
phân [fən] **sự phân vai** *n* cast
phấn [fən] *n* powder, chalk, pollen; **phấn hoa** *n* pollen; **phấn mắt** *n* eye shadow; **phấn rôm** *n* talcum powder; **phấn viết** *n* chalk
phần [fən] *n* part, portion, section, share; **gồm ba phần** *adj* triple; **một phần** *adj* partial; **phần cứng** *n* hardware; **phần lớn** *n* majority; **phần mềm** *n* software; **phần nào** *adv* partly; **phần sót lại** *n* leftovers; **phần trăm** *adv* per cent; **thành phần** *n* component; **tỷ lệ phần trăm** *n* percentage
phân biệt [fən biet] *v* distinguish; **dễ phân biệt** *adj* distinctive; **người phân biệt chủng tộc** *n* racist; **phân biệt chủng tộc** *adj* racist; **sự phân biệt** *n* distinction; **sự phân biệt chủng tộc** *n* racism; **sự phân biệt đối xử** *n* discrimination
phân bón [fən bɔn] *n* fertilizer, manure
phần đầu [fən dəu] *n* start
phấn hồng [fən hoŋ] *n* blusher
phấn khích [fən χitʃ] *adj* excited
Phần Lan [fən laːn] **người Phần Lan** *n* Finn; **nước Phần Lan** *n*

Finland; **thuộc Phần Lan** *adj* Finnish; **tiếng Phần Lan** *n* Finnish
phân liệt [fən liet] **bị bệnh tâm thần phân liệt** *adj* schizophrenic
phân loại [fən lɔai] *v* sort; **sự phân loại** *n* assortment
phân phát [fən fat] *v* send out; **thiết bị phân phát** *n* dispenser
phân phối [fən foi] *v* distribute; **nhà phân phối** *n* distributor
phần thưởng [fən tuɯɤŋ] *n* award, reward
phân tích [fən titʃ] *v* analyse; **phân tích viên hệ thống** *n* systems analyst; **sự phân tích** *n* analysis
phân tử [fən tɯ] *n* molecule
phật [fət] **đạo Phật** *n* Buddhism; **Đức phật** *n* Buddha; **theo đạo Phật** *adj* Buddhist; **tín đồ đạo Phật** *n* Buddhist
phẫu thuật [fəu tuət] *n* surgery *(operation)*; **bác sỹ phẫu thuật** *n* surgeon; **khoa phẫu thuật** *n* surgery *(doctor's)*; **phẫu thuật thẩm mỹ** *n* cosmetic surgery, plastic surgery; **sự phẫu thuật** *n* operation *(surgery)*
phẩy [fəi] **dấu phẩy** *n* comma
phéc-mơ-tuya [fɛkmɤtuia] *n* zip; **kéo phéc-mơ-tuya** *v* zip (up); **mở phéc-mơ-tuya** *v* unzip
phe hữu [fɛ huɯ] **thuộc phe hữu** *adj* right-wing
phép [fɛp] *n* permission; **cho phép** *v* allow; **sự cho phép** *n* leave; **Có cần có giấy phép câu cá không?** Do you need a fishing permit?
phép thuật [fɛp tuət] *n* spell *(magic)*
phê bình [fe biŋ] *v* talk to; **nhà phê bình** *n* critic
phê phán [fe fan] *v* criticize; **sự phê phán** *n* criticism
phế quản [fe kuan] **bệnh viêm phế quản** *n* bronchitis
phễu [feu] **cái phễu** *n* funnel
phi [fi] **phi hành đoàn** *n* cabin crew
phí [fi] *v* waste, squander; **chi phí** *n* cost; **học phí** *n* tuition fees; **hoang phí** *adj* extravagant; **lãng phí** *v* squander; **miễn phí** *adj* free *(no cost)*; **phí bưu điện** *n* postage; **phí dịch vụ** *n* service charge; **phí ngân hàng** *n* bank charges; **phí vào cửa** *n* entrance fee; **phung phí** *v* waste; **sự phung phí** *n* waste; **Có phải trả phí đặt chỗ không?** Is there a booking fee to pay?; **Có phí đặt chỗ không?** Is there a booking fee?; **Có phí chuyển tiền không?** Is there a transfer charge?; **Có phí tính theo quãng đường không?** Is there a mileage charge?; **Đi đường cao tốc này có phải nộp phí không?** Is there a toll on this motorway?; **Tôi nộp phí ở đâu được?** Where can I pay the toll?
phỉ [fi] **quả phỉ** *n* hazelnut
Phi [fi] **Bắc Phi** *n* North Africa; **Nam Phi** *n* South Africa; **người Nam Phi** *n* South African *(person)*; **người thuộc khu vực Bắc Phi** *n* North African *(person)*; **nước Cộng hòa Trung Phi** *n* Central African Republic; **thuộc khu vực Bắc Phi** *adj* North African; **thuộc Nam Phi** *adj* South African
phía [fiaː] *n* direction, side; **đi về phía nam** *adj* southbound; **ở phía bắc** *adj* north, northern; **ở phía**

nam *adj* south; **ở phía trước** *adv* ahead; **phía đông** *adj* east, eastern; **phía sau** *n* rear; **phía tây** *n* west; **phía trái** *n* left; **theo phía tây** *adj* west; **về phía bắc** *adj* northbound; **về phía nam** *adv* south; **về phía trái** *adv* left; **về phía trên** *adv* upwards

phía dưới [fiɑ: zuɯɤi] *prep* under

phích [fitʃ] *n (nước)* flask; **phích Thermos®** *n* Thermos®; **tháo phích cắm** *v* unplug

phi công [fi koŋ] *n* pilot

phiếm [fiem] **chuyện phiếm** *n* gossip

phiên [fien] **phiên tòa** *n* trial

phiến [fien] **đá phiến** *n* slate

phiền [fien] *v* annoy, be worried; **mối phiền toái** *n* nuisance; **thấy phiền** *v* mind; **Anh có phiền nếu tôi hút thuốc không?** Do you mind if I smoke?; **Có phiền anh không?** Do you mind?; **Tôi không phiền đâu** I don't mind

phiên bản [fien bɑn] *n* reproduction *(copy)*; **phiên bản mới** *n* remake

phiên dịch [fien zitʃ] *v* interpret; **người phiên dịch** *n* interpreter; **Anh làm ơn làm phiên dịch cho chúng tôi được không?** Could you act as an interpreter for us, please?; **Tôi cần một phiên dịch** I need an interpreter

phiên tòa [fien tɔɑ:] *n* trial

phiếu [fieu] *n* voucher; **phiếu điều tra** *n* questionnaire; **phiếu quà tặng** *n* gift voucher

phiêu lưu [fieu luɯu] **cuộc phiêu lưu** *n* adventure

phi-lê [file] *n* fillet; **lọc phi-lê** *v* fillet

Philippin [filippin] **người Philippin** *n* Filipino *(person)*; **thuộc Philippin** *adj* Filipino

phim [fim] *n* film, movie; **máy quay phim** *n* video camera; **nhạc phim** *n* soundtrack; **phim cao bồi Mỹ** *n* western; **phim kinh dị** *n* horror film; **phim tài liệu** *n* documentary; **rạp chiếu phim** *n* cinema; **Anh làm ơn rửa cuốn phim này được không?** Can you develop this film, please?; **Có phim gì bằng tiếng Anh không?** Are there any films in English?; **Chúng tôi có thể đi xem phim ở đâu?** Where can we go to see a film?; **Làm ơn bán cho một cuộn phim màu** A colour film, please; **Mấy giờ phim bắt đầu chiếu?** When does the film start?; **Ở rạp đang chiếu phim gì?** Which film is on at the cinema?; **Phim bị kẹt** The film has jammed

phím [fim] *n* key *(music/computer)*; **bàn phím** *n* keyboard

phi tiêu [fi tieu] *n* dart; **trò ném phi tiêu** *n* darts

phó [fɔ] *n* deputy head

pho mát [fɔ mɑt] *n* cheese; **pho mát làm từ sữa đã gạn kem** *n* cottage cheese; **Loại pho mát nào?** What sort of cheese?

phóng [fɑuŋ] *v* launch; **sự phóng to** *n* enlargement

phòng [fɑuŋ] *n (ban)* department, *(không gian)* room, chamber ▷ *v* prevent; **bạn chung phòng** *n* roommate; **dãy phòng** *n* suite; **dịch vụ ăn uống trong phòng khách sạn** *n* room service; **nữ phục**

vụ phòng *n* chambermaid; **phòng ăn** *n* dining room; **phòng bệnh** *n* ward *(hospital room)*; **phòng bán vé** *n* booking office; **phòng có hai giường đơn** *n* twin room, twin-bedded room; **phòng cơi nới** *n* extension; **phòng chờ** *n* waiting room; **phòng chờ quá cảnh** *n* transit lounge; **phòng để mũ áo** *n* cloakroom; **phòng đôi** *n* double room; **phòng đơn** *n* single, single room; **phòng hộ tịch** *n* registry office; **phòng hướng dẫn** *n* inquiries office; **phòng khách** *n* living room, lounge, sitting room; **phòng khám chữa bệnh** *n* clinic; **phòng khởi hành** *n* departure lounge; **phòng mổ** *n* operating theatre; **phòng máy chơi điện tử** *n* amusement arcade; **phòng nghỉ và hai bữa ăn** *n* half board; **phòng ngủ** *n* bedroom; **phòng nhân viên** *n* staffroom; **phòng tắm** *n* bathroom; **phòng tán gẫu** *n* chatroom; **phòng tập** *n* gym; **phòng thay quần áo** *n* changing room; **phòng thí nghiệm** *n* lab, laboratory; **phòng trưng bày nghệ thuật** *n* art gallery, gallery; **phòng vé** *n* ticket office; **số phòng** *n* room number; **thiết bị phòng băng** *n* de-icer; **Anh có một phòng cho tối nay không?** Do you have a room for tonight?; **Cho tôi đặt một phòng đôi** I'd like to book a double room; **Cho tôi một phòng có giường đôi** I'd like a room with a double bed; **Cho tôi một phòng có hai giường** I'd like a room with twin beds; **Cho tôi một phòng được hút thuốc** I'd like a smoking room; **Cho tôi một phòng không hút thuốc** I'd like a no smoking room; **Cho tôi một phòng nhìn lên núi** I'd like a room with a view of the mountains; **Cho tôi một phòng nhìn ra biển** I'd like a room with a view of the sea; **Có dịch vụ dọn phòng không?** Is there room service?; **Đây là phòng của anh** This is your room; **Khi nào thì tôi phải trả phòng?** When do I have to vacate the room?; **Làm ơn tính tiền vào phòng của tôi** Please charge it to my room; **Phòng giá bao nhiêu?** How much is the room?; **Phòng máy tính ở đâu?** Where is the computer room?; **Phòng thay đồ ở đâu?** Where are the changing rooms?; **Tôi ăn sáng trong phòng có được không?** Can I have breakfast in my room?; **Tôi có thể đổi phòng không?** Can I switch rooms?; **Tôi đã đặt một phòng với tên...** I booked a room in the name of...; **Tôi đã khoá cửa và bỏ quên chìa khoá trong phòng** I have locked myself out of my room; **Tôi muốn đổi phòng khác** I'd like another room; **Tôi muốn xem phòng được không?** Can I see the room?

phong bì [fauŋ bi] *n* envelope

phong cảnh [fauŋ kaŋ] *n* landscape, scenery

phóng đại [fauŋ dai] *v* exaggerate; **sự phóng đại** *n* exaggeration

phong lữ [fauŋ lɯ] **cây phong lữ** *n* geranium

phong nhã [fauŋ ɲa] **người đàn**

ông phong nhã *n* gentleman
phóng thích [fauŋ titʃ] *v* release; **sự phóng thích** *n* release
phòng thủ [fauŋ tu] *adj* defensive; **sự phòng thủ** *n* defence
phong tục [fauŋ tuk] *n* custom
phỏng vấn [fauŋ vən] *v* interview; **chương trình phỏng vấn khách mời** *n* chat show; **cuộc phỏng vấn** *n* interview; **người phỏng vấn** *n* interviewer
phóng viên [fauŋ vien] *n* journalist, reporter
phóng xạ [fauŋ sa] *n* radiation; **phát ra tia phóng xạ** *adj* radioactive
phó từ [fɔ tɯ] *n* adverb
phố [fo] *n* street, flat; **con phố ngang** *n* side street; **thành phố** *n* city; **Tôi muốn bản đồ đường phố của thành phố** I want a street map of the city
phổi [foi] *n* lung; **bệnh viêm phổi** *n* pneumonia
phồng [foŋ] **có thể bơm phồng** *adj* inflatable
phồng da [foŋ zaː] **chỗ phồng da** *n* blister
phổ thông [fo toŋ] **giáo viên phổ thông** *n* schoolteacher; **hạng phổ thông** *n* economy class; **trường phổ thông cơ sở** *n* primary school
phôtô [foto] *n* photocopy; **Anh có thể phôtô cái này hộ tôi được không?** Can you copy this for me?; **Làm ơn phôtô cho tôi một bản này** I'd like a photocopy of this, please; **Tôi có thể mang đi phôtô ở đâu?** Where can I get some photocopying done?; **Tôi muốn phôtô tài liệu này** I want to copy this document
phô trương [fo tʃɯɤŋ] *v* set out; **kẻ phô trương** *n* show-off
phơi [fɤi] **dây phơi quần áo** *n* clothes line, washing line; **kẹp phơi quần áo** *n* clothes peg
phù [fu] **phù dâu** *n* bridesmaid
phủ [fu] *n* cover; **che phủ** *v* cover
phụ [fu] **phụ âm** *n* consonant; **tác dụng phụ** *n* side effect
phục hồi [fuk hoi] *v* bring back; **phục hồi lại** *v* restore
phục kích [fuk kitʃ] *v* ambush; **sự phục kích** *n* ambush
Phục sinh [fuk siɲ] **lễ Phục sinh** *n* Easter; **trứng Phục sinh** *n* Easter egg
phục vụ [fuk vu] *v* serve, service; **nữ phục vụ phòng** *n* chambermaid; **sự phục vụ** *n* service; **tự phục vụ** *adj* self-catering, self-service; **tiền phục vụ** *n* cover charge; **Chúng tôi vẫn đang chờ được phục vụ** We are still waiting to be served
phụ đạo [fu daɔ] **buổi phụ đạo** *n* tutorial; **giáo viên phụ đạo** *n* tutor
phụ đề [fu de] *n* subtitles; **có phụ đề** *adj* subtitled
phủ định [fu diɲ] *adj* negative
phụ gia [fu zaː] *n* additive
phù hộ [fu ho] *v* bless
phù hợp [fu hɤp] *adj* suitable; **không phù hợp** *adj* unfit, unsuitable
phủi [fui] **phủi bụi** *v* dust
phụ khoa [fu χɔaː] **bác sĩ phụ khoa** *n* gynaecologist
phụ kiện [fu kien] *n* accessory

phun [fun] *v* spray; **bình phun** *n* sprinkler; **phun bụi nước** *v* spray
phủ nhận [fu ɲən] *v* deny; **không thể phủ nhận** *adj* undeniable
phủ quyết [fu kuiet] *v* veto; **quyền phủ quyết** *n* veto
phù rể [fu ze] *n* best man
phút [fut] *n* minute; **Chúng tôi muộn mười phút** We are ten minutes late
phụ tá [fu ta] **người phụ tá** *n* assistant
phụ thuộc [fu tuok] *v* depend
phù thủy [fu tui] *n* sorcerer; **mụ phù thủy** *n* witch
phụ trội [fu tʃoi] **khoản phụ trội** *n* surcharge
phức tạp [fɯk tap] *adj* complex, complicated; **sự phức tạp** *n* complication
phương [fɯɤŋ] **ở phương nam** *adj* southern; **Phương Đông** *n* Orient; **phương hướng** *n* direction; **phương nam** *n* south; **phương tây** *adj* western; **thuộc phương Đông** *adj* oriental
phường [fɯɤŋ] *n* ward *(area)*
phương pháp [fɯɤŋ fap] *n* method
phương thuốc [fɯɤŋ tuok] *n* remedy
phương tiện [fɯɤŋ tien] *n* facilities, means; **phương tiện truyền thông** *n* media
phương trình [fɯɤŋ tʃiɲ] *n* equation
pianô [piano] *n* piano; **đàn pianô** *n* piano; **nghệ sỹ pianô** *n* pianist
píc níc [pik nik] *n* picnic
pin [pin] *n* battery; **đèn pin** *n* torch; **Anh có pin không?** Do you have any batteries?
pít tông [pit toŋ] *n* piston
piza [piza:] **bánh piza** *n* pizza
podcast [pɔzka:st] **tệp tin podcast** *n* podcast
Polynesia [pɔlinɛsia] **người Polynesia** *n* Polynesian *(person)*; **tiếng Polynesia** *n* Polynesian *(language)*
pony [pɔni] **Tôi muốn đi cưỡi ngựa nhỏ pony** I'd like to go pony trekking
pôlite [politɛ] **túi pôlite** *n* polythene bag
Pớt tơ Ríc Cô [pɤt tɤ zik ko] **nước Pớt tơ Ríc Cô** *n* Puerto Rico
prô tê in [pzo te in] *n* protein
pút đinh [put diɲ] **bánh pút đinh** *n* pudding

q

Qatar [kaːtaːz] **tiểu vương quốc Qatar** *n* Qatar
qua [kua] *prep (sang)* across, *(theo đường)* via, *(vượt)* past ▷ *v* past, cross ▷ *adv* carelessly; **đã qua** *adj* gone, past; **đã qua sử dụng** *adj* used; **đi qua** *v* cross, go past, pass; **thông qua** *v* pass; **trải qua** *v* go through
quá [kua] *adv* excessively; **quá chậm** *adj* overdue; **quá mức** *adj* excessive; **quá nhừ** *adj* overdone; **việc sử dụng quá liều** *n* overdose; **Muộn quá rồi** It's too late; **Tôi nóng quá** I'm too hot
quà [kua] *n* gift, present, snacks; **cửa hàng quà tặng** *n* gift shop; **phiếu quà tặng** *n* gift voucher; **Anh làm ơn gói món quà hộ** Please can you gift-wrap it?; **Tôi đang tìm một món quà cho chồng tôi** I'm looking for a present for my husband; **Tôi có thể mua quà tặng ở đâu?** Where can I buy gifts?; **Xin tặng anh món quà này** This is a gift for you
quả [kua] *n* fruit *(botany)*, fruit *(collectively)*; **hậu quả** *n* consequence; **nước quả** *n* fruit juice; **nước quả ép** *n* juice; **nước quả ướp lạnh** *n* sorbet; **quả địa cầu** *n* globe; **quả óc chó** *n* walnut; **quả ôliu** *n* olive; **quả bưởi** *n* grapefruit; **quả cam** *n* orange; **quả cầu tuyết** *n* snowball; **quả dâu tây** *n* strawberry; **quả dưa chuột** *n* cucumber; **quả lý chua** *n* redcurrant; **quả mận** *n* plum; **quả mọng** *n* berry; **quả nho** *n* grape; **quả phỉ** *n* hazelnut; **quả vả** *n* fig; **quả xuân đào** *n* nectarine
quạ [kua] **con quạ** *n* crow, raven
quả bí [kua bi] **quả bí xanh** *n* zucchini
quả bơ [kua bɤ] *n* avocado
quá cảnh [kua kaɲ] **phòng chờ quá cảnh** *n* transit lounge; **sự quá cảnh** *n* transit
quá cố [kua ko] *adj* late *(dead)*
quả dừa [kua zɯaː] *n* coconut
quá độ [kua do] **sự quá độ** *n* transition
quả hạnh [kua haɲ] *n* almond
quai bị [kuai bi] **bệnh quai bị** *n* mumps
quái vật [kuai vət] *n* monster
quá khứ [kua χɯ] *n* past
quả lý chua [kua li tʃua] **quả lý chua đen** *n* blackcurrant
quả mâm xôi [kua məm soi] *n* blackberry
quán [kuan] *n* place; **chủ quán rượu** *n* publican; **đại sứ quán** *n* embassy; **nữ phục vụ của quán**

rượu *n* barmaid; **người phục vụ ở quán rượu** *n* barman; **quán ăn tự phục vụ** *n* cafeteria; **quán bán đồ ăn nhẹ** *n* snack bar; **quán cà phê** *n* café; **quán cà phê internet** *n* cybercafé, Internet café; **quán rượu** *n* bar, pub; **quán trọ** *n* inn

quản [kuan] **huyết quản** *n* vein

quan điểm [kuan diem] *n* outlook, standpoint, viewpoint

quàng [kuaŋ] **khăn quàng** *n* scarf

quảng bá [kuaŋ ba] **sự quảng bá** *n* propaganda

quang cảnh [kuaŋ kaɲ] *n* scene

quảng cáo [kuaŋ kaɔ] *n* ad, advert, advertisement ▷ *v* advertise; **quảng cáo nhỏ** *n* small ads; **quảng cáo trên truyền hình** *n* commercial; **quảng cáo xen giữa các chương trình truyền thông** *n* commercial break; **việc quảng cáo** *n* advertising

quang học [kuaŋ hɔk] **người làm và bán đồ quang học** *n* optician

quản giáo [kuan zaɔ] *n* prison officer

quanh [kuaɲ] **đường vòng quanh** *n* circuit

quan hệ [kuan he] *n* relationship; **có quan hệ** *adj* related; **mối quan hệ** *n* connection, relationship; **quan hệ công cộng** *n* public relations

quan lại [kuan lai] *n* mandarin *(official)*

quan liêu [kuan lieu] **bộ máy quan liêu** *n* bureaucracy

quản lý [kuan li] *v* manage, administer; **ban quản lý** *n* management; **người quản lý** *n* manager; **người quản lý tài sản** *n* receiver *(person)*; **sự quản lý** *n* administration; **Anh ấy quản lý khách sạn** He runs the hotel; **Làm ơn cho tôi nói chuyện với người quản lý** I'd like to speak to the manager, please

quan sát [kuan sat] *v* observe; **người quan sát** *n* viewer; **quan sát chim** *n* birdwatching; **quan sát viên** *n* observer

quan tài [kuan tai] *n* coffin

quan tâm [kuan təm] *adj* thoughtful ▷ *v* care; **quan tâm đến** *adj* interested; **sự quan tâm** *n* care, interest *(curiosity)*

quan toà [kuan tɔa] *n* magistrate

quản trị [kuan tʃi] **quản trị web** *n* webmaster

quan trọng [kuan tʃauŋ] *adj* important, momentous; **ít quan trọng** *adj* trivial; **có tầm quan trọng** *v* matter; **rất quan trọng** *adj* crucial, significant; **tầm quan trọng** *n* importance, significance

quan trọng nhất [kuan tʃauŋ ɲət] *adj* primary

quạt [kuat] *n* fan; **dây đai quạt** *n* fan belt; **Phòng có quạt không?** Does the room have a fan?

quả thực [kua tɯk] *adv* indeed

quá trình [kua tʃiɲ] *n* process

quả việt quất [kua viet kuət] *n* blueberry

quay [kuai] *adj (thức ăn)* roast ▷ *v* twist, grill; **cửa quay** *n* turnstile; **máy quay làm khô quần áo** *n* spin dryer; **máy quay phim** *n* video camera; **máy quay video** *n* camcorder; **nhà quay phim** *n* cameraman; **quay đi** *v* turn; **quay số** *v* dial; **quay trở lại** *v* turn back; **quay tròn** *v* turn round, turn around; **sự quay** *n* turn; **vòng đu quay** *n* merry-go-round; **Làm ơn bán cho tôi một cuốn băng cho máy quay video này** Can I have a tape for this video camera, please?; **Quay phim ở đây có được không?** Can I film here?

quay lại [kuɑi lɑi] *n* go back; **Anh phải quay lại** You have to turn round; **Khi nào chúng tôi cần quay lại xe?** When should we be back on board?; **Tôi sẽ quay lại sau được không?** Shall I come back later?

quăn [kuɑn] *adj* curly; **kiểu tóc uốn quăn gợn sóng** *n* perm; **sự uốn quăn tóc** *n* curl

quân [kuən] *n* troops, army, card; **nam quân nhân** *n* serviceman; **nữ quân nhân** *n* servicewoman; **quân bài** *n* playing card

quần [kuən] *n* pants, trousers; **quần đùi** *n* underpants; **quần bơi của đàn ông** *n* trunks; **quần bơi nam** *n* swimming trunks; **quần jeans** *n* jeans; **quần jeans may bằng vải bông chéo** *n* denims; **quần lót** *n* briefs, knickers; **quần nịt** *n* tights; **quần soóc** *n* shorts; **quần soóc nam ống rộng** *n* boxer shorts; **quần tất** *n* leggings; **quần xi líp** *n* slip *(underwear)*, panties; **quần yếm** *n* dungarees; **Tôi thử cái quần này được không?** Can I try on these trousers?

quận [kuən] *n* district, prefect

quần áo [kuən ɑɔ] *n* clothes, clothing, garment, outfit; **bộ quần áo thể thao** *n* tracksuit; **cởi quần áo** *v* undress; **dây phơi quần áo** *n* washing line; **phòng giặt là quần áo** *n* utility room; **quần áo bơi** *n* swimming costume, swimsuit; **quần áo giặt** *n* washing; **quần áo hóa trang** *n* fancy dress; **quần áo lót** *n* underwear; **quần áo len** *n* woollens; **quần áo nịt** *n* leotard; **quần áo ngủ** *n* pyjamas; **quần áo thể thao** *n* sportswear; **tủ quần áo** *n* wardrobe

quân chủ [kuən tʃu] **chế độ quân chủ** *n* monarchy

quần chúng [kuən tʃuŋ] *n* public

Quần đảo Faroe [kuən dɑɔ fɑːzɔɛ] *n* Faroe Islands

Quần đảo Fiji [kuən dɑɔ fiji] *n* Fiji

Quần đảo Polynesia [kuən dɑɔ pɔlinɛsiɑ] *n* Polynesia; **thuộc Quần đảo Polynesia** *adj* Polynesian

quân đội [kuən doi] *n* army; **thuộc quân đội** *adj* military

quần vợt [kuən vɤt] *n* tennis; **người chơi quần vợt** *n* tennis player; **sân quần vợt** *n* tennis court; **vợt quần vợt** *n* tennis racket

quấy [kuəi] *v* cause trouble, annoy; **sự quấy rối** *n* harassment

quầy [kuəi] *n* counter, stall; **các quầy hàng** *npl* stands; **quầy đổi tiền** *n* bureau de change; **quầy bar nhỏ** *n* minibar; **quầy bán hàng** *n* stall; **quầy giải khát** *n* buffet; **toa có quầy giải khát** *n* buffet car

Quây-cơ [kuəikɤ] **tín đồ phái Quây-cơ** *n* Quaker

quấy rầy [kuəi zəi] *v* bother, disturb, pester; **kẻ quấy rầy** *n* pest
que [kuɛ] **kem que** *n* ice lolly
què [kuɛ] *adj* lame
quen [kuɛn] *adj* familiar; **quen thuộc** *adj* familiar
quen biết [kuɛn biet] **không quen biết** *adj* unfamiliar
quét [kuɛt] *v* sweep; **máy quét** *n* scanner; **quét sơn** *v* paint; **quét vôi** *v* whitewash
quê [kue] *n* countryside, village; **miền quê** *n* countryside
quế [kue] *n* cinnamon
quên [kuen] *v* forget; **bị lãng quên** *adj* forgotten; **không thể quên được** *adj* unforgettable
quốc [kuok] *n* country; **quốc ca** *n* national anthem; **quốc hữu hoá** *v* nationalize; **Tôi có thể mua bản đồ toàn quốc ở đâu?** Where can I buy a map of the country?
quốc gia [kuok zaː] *n* nation ▹ *adj* national; **công ty đa quốc gia** *n* multinational; **đa quốc gia** *adj* multinational; **vườn quốc gia** *n* national park
quốc hội [kuok hoi] *n* parliament
quốc tế [kuok te] *adj* international
quốc tịch [kuok titʃ] *n* citizenship, nationality
quốc vương [kuok vɯɤŋ] *n* monarch
quý [kui] *adj (giá trị)* precious; **đồ quý giá** *n* valuables; **đá quý** *n* jewel; **quý bà** *n* madam
quỳ [kui] *v* kneel; **quỳ xuống** *v* kneel down
quỹ [kui] *n* fund; **ngân quỹ** *n* funds
quy định [kui diɲ] *n* regulation; **thấp hơn tuổi quy định** *adj* underage
quyền [kuien] *adj (chưa chính thức)* acting ▹ *n (được làm)* right, power, authority; **nhân quyền** *n* human rights; **nhiều quyền lực** *adj* powerful; **quyền được đi trước** *n* right of way; **quyền được vào** *n* admittance; **quyền công dân** *n* civil rights; **quyền tác giả** *n* copyright; **quyền thừa kế** *n* inheritance; **sự nhượng quyền** *n* concession
quyền Anh [kuien ɑːɲ] *n* boxing; **võ sỹ quyền Anh** *n* boxer
quyến rũ [kuien zu] *v* seduce; **có sức quyến rũ** *adj* charming; **sức quyến rũ** *n* charm
quyết định [kuiet diɲ] *v* decide; **mang tính quyết định** *adj* decisive; **sự quyết định** *n* decision
quy hoạch [kui hɔatʃ] *n* planning; **sự quy hoạch thị trấn** *n* town planning
quýt [kuit] **quả quýt** *n* mandarin, tangerine; **quýt nhỏ** *n* clementine
quy tắc [kui tak] *n* rule; **bất quy tắc** *adj* irregular; **quy tắc đạo đức** *n* morals
quý trọng [kui tʃauŋ] *v* respect; **sự quý trọng** *n* regard
quy ước [kui ɯɤk] **không theo quy ước** *adj* unconventional

r

ra [zaː] *v* exit ▷ *adv* outside; **bỏ ra ngoài** *v* leave out; **buổi chiếu ra mắt** *n* premiere; **có thể ngửa ra sau** *adj* reclining; **cửa ra** *n* exit; **đi ra** *v* come out; **được nêu ra** *v* come up; **ra đi** *v* go away; **riêng ra** *adv* apart; **sự ra đi** *n* departure; **thở ra** *v* breathe out; **Cửa ra ở đâu?** Where is the exit?; **Chúng tôi có thể ra boong tàu không?** Can we go out on deck?; **Đi cửa nào để ra...?** Which exit for...?; **Khi nào tôi được ra viện?** When will I be discharged?
rá [za] **cái rá** *n* colander
rác [zak] *n* refuse, rubbish, trash; **bãi rác** *n* dump; **cái hót rác** *n* dustpan; **chỗ đổ rác** *n* rubbish dump; **hố rác tự hoại** *n* septic tank; **người hót rác** *n* dustman; **rác rưởi** *n* litter *(rubbish)*; **rác thải** *n* garbage; **sọt đựng giấy rác** *n* wastepaper basket; **thùng rác** *n* dustbin, litter bin; **thư rác** *n* junk mail, spam; **Chúng tôi để rác ở đâu?** Where do we leave the rubbish?
rách [zatʃ] *v* rip; **chỗ rách** *n* tear *(split)*; **giẻ rách** *n* rag; **làm rách** *v* tear; **xé rách** *v* rip up
ra-đa [zaːdaː] *n* radar; **hệ thống ra-đa** *n* radar
rađiô [zaːdio] *n* radio; **được điều khiển bằng rađiô** *adj* radio-controlled
ra hiệu [zaː hieu] *v* signal
ra hoa [zaː hɔaː] *v* blossom
rái cá [zai ka] **con rái cá** *n* otter
ra lệnh [zaː leɲ] *v* order *(request)*
rám nắng [zam naŋ] *adj* brown; **màu rám nắng** *n* tan; **rám nắng** *adj* tanned; **sự rám nắng** *n* suntan
rán [zan] *adj* fried ▷ *v* fry; **bánh rán** *n* doughnut; **rán ngập mỡ** *v* deep-fry
rạn [zan] **làm rạn nứt** *v* crack; **rạn nứt** *adj* cracked; **vết rạn** *n* fracture
ra ngoài [zaː ŋɔai] **không ra ngoài** *v* stay in
ranh [zaːɲ] *adj* sly; **ranh mãnh** *adj* sly; **trẻ ranh** *n* brat
rãnh [zaɲ] *n* trench
ranh giới [zaːɲ zɤi] *n* boundary
ráo [zaɔ] *adj* dry; **làm ráo nước** *v* drain
rào [zaɔ] *n* hurdle; **rào chắn đường** *n* roadblock
rào cản [zaɔ kan] *n* hurdle
rào chắn [zaɔ tʃan] *n* railings
ráp [zap] *adj (thô)* rough; **giấy ráp** *n* sandpaper
rạp [zap] *n* shed, cinema; **rạp hát** *n* theatre; **rạp xiếc** *n* circus; **Ở rạp tối nay có gì?** What's on tonight at the cinema?
rau [zaːu] *n* vegetables, greens; **cửa hàng rau quả** *n* greengrocer's; **rau**

củ *n* vegetable; **rau diếp** *n* lettuce; **Có rau trong đó không?** Are the vegetables included?; **Rau tươi hay rau đông lạnh?** Are the vegetables fresh or frozen?

rau cải [zaːu kai] **rau cải xoong** *n* cress, watercress

rau húng quế [zaːu huŋ kue] *n* basil

rau mùi [zaːu mui] *n* coriander

rắc rối [zak zoi] **Tôi đang gặp rắc rối** I am in trouble

rắn [zan] *adj (thể)* solid; **con rắn** *n* snake; **rắn chuông** *n* rattlesnake

răng [zaŋ] *n* tooth; **bộ răng giả** *n* dentures; **bàn chải đánh răng** *n* toothbrush; **chứng đau răng** *n* toothache; **chỉ tơ vệ sinh răng** *n* dental floss; **kem đánh răng** *n* toothpaste; **mọc răng** *v* teethe; **răng khôn** *n* wisdom tooth; **thuộc răng** *adj* dental; **Cái răng này đau** This tooth hurts; **Tôi bị gãy răng** I've broken a tooth

rằng [zaŋ] *conj* that

râm [zəm] **chỗ râm** *n* shade; **kính râm** *n* sunglasses

rậm [zəm] *adj* bushy; **bụi rậm** *n* bush *(thicket)*

rận [zən] *n* louse; **con rận** *n* flea

rất [zət] *adv* very; **rất căng** *adj* intense; **rất quan trọng** *adj* crucial; **Rất cảm ơn anh đã mời tôi** It's very kind of you to invite me; **Tôi rất thích anh** I like you very much

râu [zəu] *n* beard; **cạo râu** *v* shave; **có râu** *adj* bearded; **không cạo râu** *adj* unshaven; **râu mèo** *n* whiskers

rây [zəi] **cái rây** *n* sieve

rẻ [zɛ] *adj* cheap; **Anh có thứ nào rẻ hơn không?** Do you have anything cheaper?; **Tôi muốn cách rẻ nhất** I'd like the cheapest option

rẽ [zɛ] *v* turn, divide; **Đến ngã rẽ tới thì rẽ phải** Go right at the next junction; **Đến ngã rẽ tới thì rẽ trái** Go left at the next junction; **Đây có phải đường rẽ vào... không?** Is this the turning for...?; **Rẽ phải** Turn right; **Rẽ trái** Turn left; **Rẽ vào đường đầu tiên bên phải** Take the first turning on your right; **Rẽ vào đường thứ hai bên trái** Take the second turning on your left

rèm [zɛm] *n* fringe; **rèm cửa** *n* curtain

rể [ze] **chú rể** *n* bridegroom; **con rể** *n* son-in-law

rễ [ze] **rễ cây** *n* root

rên gừ gừ [zen ɣɯ ɣɯ] *v* purr

rêu [zeu] *n* moss

rỉ [zi] **han rỉ** *adj* rusty; **thép không rỉ** *n* stainless steel

ria [zia] *n* moustache

rìa [ziaː] *n* edge

riêng [zieŋ] *adj* special, private; **riêng ra** *adv* apart; **riêng rẽ** *adv* separately; **tài sản riêng** *n* private property; **trợ lý riêng** *n* personal assistant; **Có phòng riêng cho nam không?** Do you have any single sex dorms?; **Tôi có thể nói chuyện riêng với anh được không?** Can I speak to you in private?

riêng biệt [zieŋ biet] *adj* particular, separate

riêng tư [zieŋ tɯ] *adj* personal, private; **sự riêng tư** *n* privacy

rít [zit] **rít lên** *v* squeak

rìu [ziu] **cái rìu** *n* axe
rò [zɔ] *v* leak; **Bình xăng bị rò** The petrol tank is leaking
rõ [zɔ] **ghi rõ** *v* specify; **làm rõ** *v* clarify
roi [zɔi] **roi da** *n* whip
rong [zauŋ] **người hát rong** *n* busker
rõ ràng [zɔ zaŋ] *adj* blatant, clear, definite, glaring, obvious; **không rõ ràng** *adj* unclear, vague; **một cách rõ ràng** *adv* clearly
rò rỉ [zɔ zi] *v* leak
rót [zɔt] *v* pour
rổ [zo] **bóng rổ nữ** *n* netball; **cái rổ** *n* basket
rồi [zoi] *adv* already
rỗi [zoi] *adj* free, unoccupied; **thời gian rỗi** *n* leisure, spare time; **Sáng mai tôi rỗi** I'm free tomorrow morning
rôman [zomaːn] **có kiểu kiến trúc rôman** *adj* Romanesque
rốn [zon] *n* belly button, navel
rồng [zoŋ] **con rồng** *n* dragon
rỗng [zoŋ] **trống rỗng** *adj* hollow
rộng [zoŋ] *adj* broad, wide; **băng rộng** *n* broadband; **chiều rộng** *n* width; **rộng lớn** *adj* large; **rộng lùng phùng** *adj* baggy
rộng rãi [zoŋ zai] *adj* extensive ▷ *adv* wide; **một cách rộng rãi** *adv* extensively
rơi [zɤi] *v* fall; **rơi ra** *v* fall out; **sự rơi** *n* fall; **tuyết rơi** *v* snow; **Anh có tờ rơi bằng tiếng Anh không?** Do you have a leaflet in English?; **Chỗ hàn bị rơi ra rồi** A filling has fallen out
rời [zɤi] *v* leave; **sắp rời đi** *adj* outgoing; **thanh toán hóa đơn và rời khỏi khách sạn** *v* check out
rơm [zɤm] *n* straw
ru [zu] **bài hát ru** *n* lullaby
rủ [zu] **rủ xuống** *v* hang
rùa [zuaː] **con bọ rùa** *n* ladybird; **con rùa** *n* tortoise, turtle
rubella [zubɛllaː] **bệnh rubella** *n* German measles
rủi ro [zui zɔ] *n* risk; **hành động nhiều rủi ro** *n* gambling
rulet [zulɛt] **môn chơi rulet** *n* roulette
rum [zum] **rượu rum** *n* rum
Rumani [zumaːni] **người Rumani** *n* Romanian *(person)*; **nước Rumani** *n* Romania; **thuộc Rumani** *adj* Romanian; **tiếng Rumani** *n* Romanian *(language)*
run [zun] *v* shiver, tremble; **run bắn lên** *v* shudder; **run lên vì sướng** *adj* thrilled; **sự run lên** *n* thrill
rung [zuŋ] *v* shake; **sự rung chuông** *n* toll
rụng [zuŋ] **rụng xuống** *v* fall down
run rẩy [zun zəi] *adj* shaky
ruồi [zuoi] **con ruồi** *n* fly
ruột [zuot] *n* gut; **anh chị em ruột** *n* siblings; **chứng sa ruột** *n* hernia; **họ hàng ruột thịt** *n* next-of-kin; **ruột bánh mỳ** *n* breadcrumbs
ruột thừa [zuot tɯaː] **bệnh viêm ruột thừa** *n* appendicitis
rút [zut] *v* withdraw; **máy rút tiền** *n* cash dispenser; **rút khỏi** *v* pull out; **rút lui** *v* back out; **sự rút khỏi** *n* withdrawal
rút khỏi [zut χɔi] *v* pull out
rửa [zɯaː] *v* wash; **bồn rửa** *n* sink; **công việc rửa bát** *n* washing-up;

chậu rửa *n* washbasin; **điểm rửa xe** *n* car wash; **lễ rửa tội** *n* christening; **máy rửa bát đĩa** *n* dishwasher; **nước rửa bát** *n* washing-up liquid; **rửa bát đĩa** *v* wash up; **sự rửa** *n* rinse; **Dùng máy rửa xe thế nào ạ?** How do I use the car wash?; **Khu rửa bát ở đâu?** Where is the washing up area?; **Tôi có thể rửa tay ở đâu?** Where can I wash my hands?; **Tôi muốn rửa xe** I would like to wash the car

rừng [zɯɪŋ] *n* forest; **rừng cây** *n* wood; **rừng nhiệt đới** *n* jungle; **rừng rậm nhiệt đới** *n* rainforest; **thỏ rừng** *n* hare

rưỡi [zɯɤi] **Bây giờ là hai rưỡi** It's half past two; **Gần hai rưỡi rồi** It's almost half past two

rượu [zɯɤu] *n* alcohol, drink; **cửa hàng rượu** *n* off-licence; **chủ quán rượu** *n* publican; **Đồ uống nóng có rượu** *n* punch *(hot drink)*; **không uống rượu** *adj* teetotal; **nữ phục vụ của quán rượu** *n* barmaid; **người nghiện rượu** *n* alcoholic; **người phục vụ ở quầy rượu** *n* bartender; **người phục vụ ở quán rượu** *n* barman; **nghiện rượu** *adj* alcoholic; **nhà máy rượu** *n* distillery; **quán rượu** *n* bar, pub; **rượu cồn** *n* alcohol; **rượu gin** *n* gin; **rượu hồng** *n* rosé; **rượu khai vị** *n* aperitif; **rượu mạnh** *n* brandy; **rượu mùi** *n* liqueur; **rượu nâu đậm** *n* sherry; **rượu nhà làm lấy** *n* house wine; **rượu rum** *n* rum; **rượu sâm panh** *n* champagne; **rượu táo** *n* cider; **rượu uýt-xki** *n* whisky; **rượu vang ngọt** *n* port *(wine)*; **rượu vốt-ca** *n* vodka; **say rượu** *adj* drunk; **sự khó chịu sau khi uống rượu** *n* hangover; **Thiết bị thử nồng độ rượu qua hơi thở Breathalyser®** *n* Breathalyser®; **việc lái xe khi say rượu** *n* drink-driving; **Anh có những loại rượu mùi nào?** What liqueurs do you have?; **Chúng tôi muốn uống rượu khai vị** We'd like an aperitif; **Làm ơn cho xem danh mục rượu** The wine list, please; **Tôi không uống rượu** I don't drink alcohol; **Trong đó có rượu không?** Does that contain alcohol?

rượu vang [zɯɤu vaːŋ] *n* wine; **cốc uống rượu vang** *n* wineglass; **danh sách rượu vang** *n* wine list; **rượu vang đỏ** *n* red wine; **rượu vang thường** *n* table wine

S

sa [sa:] **chứng sa ruột** *n* hernia

sạc [sak] **bộ sạc** *n* charger

sách [satʃ] *n* book; **cặp sách** *n* schoolbag; **cuốn sách nhỏ** *n* pamphlet; **danh sách** *n* list; **danh sách đợi** *n* waiting list; **danh sách nhận thư** *n* mailing list; **giá sách** *n* bookshelf; **hiệu sách** *n* bookshop; **ngân sách** *n* budget; **sổ sách** *n* register; **sách điện tử** *n* e-book; **sách bìa mềm** *n* paperback; **sách dạy nấu ăn** *n* cookbook, cookery book; **sách giáo khoa** *n* schoolbook, textbook; **sách hướng dẫn** *n* guidebook, manual; **tủ sách** *n* bookcase

sạch [satʃ] *adj* clean; **dọn sạch** *v* clean; **nước tẩy sạch** *n* cleanser; **sạch sẽ** *adj* clean, spotless; **Phòng không sạch** The room isn't clean; **Tôi có thể mang cái này đi tẩy sạch ở đâu?** Where can I get this cleaned?; **Tôi muốn làm sạch những thứ này** I'd like to get these things cleaned

sa giông [sa: zoŋ] **con sa giông** *n* newt

Sahara [sa:ha:za:] **sa mạc Sahara** *n* Sahara

sai [sa:i] *adj (không đúng)* wrong ▷ *v* order, command, to be prolific; **đánh giá sai** *v* misjudge; **một cách sai lầm** *adv* mistakenly, wrong; **sai lạc** *adj* misleading; **sai lầm** *adj* mistaken; **số sai** *n* wrong number; **Hoá đơn tính sai** The bill is wrong

sai lầm [sa:i ləm] **điều sai lầm** *n* blunder

salad [sa:la:z] **salad cải bắp** *n* coleslaw

sà lan [sa la:n] *n* barge

sa lát [sa: lat] **sa lát thập cẩm** *n* mixed salad

sa mạc [sa: mak] *n* desert; **sa mạc Sahara** *n* Sahara

sàn [san] *n* floor; **vải sơn lót sàn** *n* lino

sạn [san] *n* grit

sang [sa:ŋ] *v* come over, transfer, be noble ▷ *adj* noble; **chuyển sang** *v* bring forward; **sang một bên** *adv* sideways; **sự sang số** *n* gearshift; **trưởng giả học làm sang** *n* snob

sáng [saŋ] *adj (chói)* bright, *(màu)* light *(not dark)* ▷ *adv (buổi)* a.m.; **ánh sáng** *n* light; **bữa ăn sáng** *n* breakfast; **buổi sáng** *n* morning; **chiếu sáng** *v* shine; **nháy sáng** *v* flash; **sự sáng tạo** *n* creation; **sự thắp sáng** *n* lighting; **sáng bóng** *adj* shiny; **sáng chói** *adj* brilliant; **sáng màu** *adj* fair *(light colour)*; **sáng tạo** *adj* creative; **thắp sáng** *v* light; **Tôi có thể mang ra chỗ**

sáng được không? May I take it over to the light?
sáng kiến [saŋ kien] *n* initiative
sang trọng [sa:ŋ tʃauŋ] *adj* luxurious
sảnh [saɲ] **Chúng tôi uống cà phê trong sảnh được không?** Could we have coffee in the lounge?; **Tôi sẽ gặp anh ở sảnh** I'll meet you in the lobby
sành điệu [saɲ dieu] *adj* cool (*stylish*), sophisticated
sảnh đường [saɲ duɯɤŋ] *n* pavilion
san hô [sa:n ho] *n* coral
San Marino [sa:n ma:zinɔ] *n* San Marino
sản phẩm [san fəm] *n* product; **sản phẩm bán chạy nhất** *n* bestseller
sản xuất [san suət] *v* yield; **người sản xuất** *n* producer; **việc sản xuất** *n* production
sao [sa:ɔ] *n* star ▷ *adv* how, why ▷ *v* roast, copy; **bản sao** *n* copy; **dù sao đi nữa** *adv* anyhow, anyway; **sao chổi** *n* comet; **sao chép** *v* copy; **Anh có sao không?** Are you alright?; **Bị làm sao?** What's wrong?; **Không sao** It doesn't matter
sáo [saɔ] *n* blackbird; **ống sáo** *n* flute
sào [saɔ] *n* pole; **môn nhảy sào** *n* pole vault
sao lãng [sa:ɔ laŋ] *v* neglect; **bị sao lãng** *adj* neglected; **làm sao lãng** *v* distract; **sự sao lãng** *n* neglect
sáp [sap] *n* ointment, wax; **sáp môi** *n* lip salve; **sáp ong** *n* wax
sa thạch [sa: tatʃ] *n* sandstone
sa thải [sa: tai] *v* dismiss, sack; **sự sa thải** *n* sack
sau [sa:u] *prep* after ▷ *adv* behind, back; **có thể ngửa ra sau** *adj* reclining; **ở đằng sau** *adj* behind, rear; **phía sau** *n* rear; **sau đây** *adj* following; **sau cùng** *adv* last; **sau khi** *conj* after; **tiếp sau** *adv* next; **sau tám giờ** after eight o'clock; **tuần sau nữa** the week after next
sáu [sau] *number* six
Saudi [sa:uzi] **người Saudi** *n* Saudi; **thuộc Saudi** *adj* Saudi
sau đó [sa:u dɔ] *conj* then, afterwards
sáu mươi [sau muɯɤi] *number* sixty
say [sa:i] *adj* drunken; **bị say sóng** *adj* seasick; **chứng say ô tô** *n* travel sickness; **ngà ngà say** *adj* tipsy; **người say rượu** *n* drunk; **say máy bay** *adj* airsick; **say rượu** *adj* drunk; **sự say nắng** *n* sunstroke; **Tôi bị say tàu xe** I get travel-sick
sảy [sai] **sự sảy thai** *n* miscarriage
say mê [sa:i me] *adj* keen; **sự say mê** *n* zest (*excitement*)
say sưa [sa:i sɯa] *adj* drunken; **cuộc chè chén say sưa** *n* binge drinking
sắc [sak] *adj* (*nhọn*) sharp; **thuộc sắc tộc** *adj* ethnic
sặc sỡ [sak sɤ] *adj* colourful
săm [sam] **săm xe** *n* inner tube; **Anh có săm mới không?** Do you have a new tube?
săn [san] *v* hunt; **bị săn trộm** *adj* poached (*caught illegally*); **cuộc đi săn** *n* safari; **người đi săn** *n* hunter; **sự đi săn** *n* hunting; **súng săn** *n* shotgun
sẵn [san] *adj* ready; **nấu sẵn** *adj* ready-cooked; **thực đơn sẵn** *n* set

menu
săn bắn [san ban] *v* hunt
sẵn có [san kɔ] *adj* available; **sự sẵn có** *n* availability
sẵn lòng [san lauŋ] *adj* willing
sẵn sàng [san saŋ] *adj* prepared, ready ▷ *adv* readily, willingly; **Anh sẵn sàng chưa?** Are you ready?; **Tôi chưa sẵn sàng** I'm not ready; **Tôi sẵn sàng rồi** I'm ready
sắp [sap] *adv* nearly, soon; **sắp tới** *adj* coming
sắp xếp [sap sep] **sắp xếp gọn gàng** *v* tidy up
sắt [sat] *n* iron; **cửa hàng bán đồ sắt** *n* ironmonger's; **đường sắt** *n* railway
sấm [səm] *n* thunder; **Tôi nghĩ sắp có sấm** I think it's going to thunder
sầm [səm] **đóng sầm** *v* slam
sẫm [səm] *adj* dark *(colour)*; **nâu sẫm** *adj* maroon
sâm panh [səm paːɲ] **rượu sâm panh** *n* champagne
sân [sən] *n* yard *(enclosure)*; **cuộc đấu ở sân đối phương** *n* away match; **sân bay** *n* airport; **sân băng** *n* ice rink, rink, skating rink; **sân chơi** *n* playground, playing field; **sân gôn** *n* golf course; **sân nhỏ** *n* courtyard; **sân quần vợt** *n* tennis court; **sân vận động** *n* stadium; **xe buýt sân bay** *n* airport bus
sâu [səu] *adj (nông)* deep; **chiều sâu** *n* depth; **một cách sâu sắc** *adv* deeply; **sâu bướm** *n* caterpillar; **thuốc trừ sâu** *n* pesticide
sâu que [səu kuɛ] *n* stick insect
sấy [səi] *v* dry; **máy sấy** *n* dryer; **máy sấy quần áo** *n* tumble dryer; **máy sấy tóc** *n* hairdryer; **sấy khô** *v* dry; **sự sấy tóc** *n* blow-dry; **Có nơi nào sấy quần áo không?** Is there somewhere to dry clothes?
sậy [səi] **cây sậy** *n* reed
Scandinavia [skaːnzinaːvia] *n* Scandinavia; **thuộc Scandinavia** *adj* Scandinavian
Scotland [skɔtlaːnz] **đàn ông Scotland** *n* Scotsman; **người Scotland** *n* Scot; **nước Scotland** *n* Scotland; **phụ nữ Scotland** *n* Scotswoman; **thuộc Scotland** *adj* Scots, Scottish; **váy Scotland** *n* kilt
sẻ [sɛ] **chim sẻ** *n* sparrow
séc [sɛk] *n* cheque; **séc du lịch** *n* traveller's cheque; **sổ séc** *n* chequebook; **Anh có chấp nhận séc du lịch không?** Do you accept traveller's cheques?; **Có người đã lấy cắp séc du lịch của tôi** Someone's stolen my traveller's cheques; **Tôi có thể đổi séc du lịch ở đây không?** Can I change my traveller's cheques here?; **Tôi có thể đổi séc ra tiền mặt không?** Can I cash a cheque?; **Tôi muốn đổi những tấm séc du lịch này** I want to change these traveller's cheques; **Tôi trả bằng séc có được không?** Can I pay by cheque?
Séc [sɛk] **người Séc** *n* Czech *(person)*; **nước Cộng hòa Séc** *n* Czech Republic; **thuộc Séc** *adj* Czech; **tiếng Séc** *n* Czech *(language)*
Senegal [sɛnɛɣaːl] **người Senegal** *n* Senegalese; **nước Senegal** *n* Senegal; **thuộc Senegal** *adj* Senegalese

sẹo [sɛɔ] *n* scar; **vết sẹo** *n* scar
Serbia [sɛzbia] **người Serbia** *n* Serbian *(person)*; **nước Serbia** *n* Serbia; **thuộc Serbia** *adj* Serbian; **tiếng Serbia** *n* Serbian *(language)*
sét [sɛt] **đất sét** *n* clay
sên [sen] *n* slug; **con sên không vỏ** *n* slug
sếu [seu] **con sếu** *n* crane *(bird)*
Shiite [shiitɛ] **thuộc dòng Shiite** *adj* Shiite
Sibêri [sibezi] *n* Siberia
SIDA [siza:] **bệnh SIDA** *n* AIDS
siết [siet] **siết chặt** *v* squeeze
siêu [sieu] *adj* super; **siêu tự nhiên** *adj* supernatural
siêu âm [sieu əm] **sóng siêu âm** *n* ultrasound
siêu thị [sieu ti] *n* supermarket; **cửa hàng siêu thị** *n* hypermarket; **Tôi cần tìm một siêu thị** I need to find a supermarket
Sikh [siχ] **liên quan đến đạo Sikh** *adj* Sikh; **người theo đạo Sikh** *n* Sikh
silic [silik] *n* silicon; **vi mạch làm bằng silic** *n* silicon chip
sinh [siɲ] *v* be born ▷ *n* birth; **bẩm sinh** *adj* born; **chi phí sinh hoạt** *n* cost of living; **con sinh ba** *n* triplets; **giấy khai sinh** *n* birth certificate; **hướng đạo sinh** *n* scout; **mới sinh** *adj* newborn; **nơi sinh** *n* birthplace, place of birth; **nghỉ sinh con của nam giới** *n* paternity leave; **nhà hộ sinh** *n* maternity hospital; **sự hạn chế sinh đẻ** *n* birth control; **sự sinh đẻ** *n* birth; **thuộc nơi sinh** *adj* native; **5 tháng nữa tôi sẽ sinh** I'm due in five months
sinh đôi [siɲ doi] **con sinh đôi** *n* twin
sinh hoạt [siɲ hɔat] *n* living
sinh nhật [siɲ ɲət] *n* birthday; **ngày sinh nhật** *n* birthday; **Chúc mừng sinh nhật!** Happy birthday!
sinh sản [siɲ san] *v* breed; **sự sinh sản** *n* reproduction
sinh thái [siɲ tai] **sinh thái học** *n* ecology; **thuộc sinh thái học** *adj* ecological
sinh trắc học [siɲ tʃak hɔk] **thuộc sinh trắc học** *adj* biometric
sinh vật [siɲ vət] *n* creature, organism
sinh vật học [siɲ vət hɔk] *n* biology; **thuộc sinh vật học** *adj* biological
sinh viên [siɲ vien] *n* student; **sinh viên đại học** *n* undergraduate; **sinh viên đã tốt nghiệp** *n* graduate; **sinh viên lớn tuổi** *n* mature student; **sinh viên sau đại học** *n* postgraduate; **sự giảm giá cho sinh viên** *n* student discount; **Có giảm giá cho sinh viên không?** Are there any reductions for students?; **Tôi là sinh viên** I'm a student
Síp [sip] **đảo Síp** *n* Cyprus; **người Síp** *n* Cypriot *(person)*; **thuộc Síp** *adj* Cypriot
Slovakia [slɔva:kia] **người Slovakia** *n* Slovak *(person)*; **nước Slovakia** *n* Slovakia; **thuộc Slovakia** *adj* Slovak; **tiếng Slovakia** *n* Slovak *(language)*
Slovenia [slɔvɛnia] **người Slovenia** *n* Slovenian *(person)*; **nước**

Slovenia *n* Slovenia; **thuộc Slovenia** *adj* Slovenian; **tiếng Slovenia** *n* Slovenian *(language)*
SMS [sms] **tin nhắn SMS** *n* SMS
sọ [sɔ] *n* skull
soạn [sɔɑn] *v* compose *(music)*; **nhà soạn nhạc** *n* composer
soát [sɔɑt] **kiểm soát** *v* control; **sự kiểm soát** *n* control
sóc [sɔk] **con sóc** *n* squirrel
sọc [sɔk] *n* stripe; **có sọc** *adj* striped, stripy
sói [sɔi] **chó sói** *n* wolf
sỏi [sɔi] *n* gravel, pebble; **sỏi mật** *n* gallstone
Somali [sɔmɑ:li] **người Somali** *n* Somali *(person)*; **nước Somali** *n* Somalia; **thuộc Somali** *adj* Somali; **tiếng Somali** *n* Somali *(language)*
son [sɔn] **son môi** *n* lipstick
sóng [sɑuŋ] *n* wave; **bị say sóng** *adj* seasick; **bọt sóng** *n* surf; **bước sóng** *n* wavelength; **chương trình phát sóng** *n* broadcast; **gợn sóng** *adj* wavy; **lướt sóng** *v* surf; **môn lướt sóng** *n* surfing; **người lướt sóng** *n* surfer; **phát sóng** *v* broadcast; **sóng siêu âm** *n* ultrasound; **sóng thần** *n* tsunami
sòng bạc [sɑuŋ bɑk] *n* casino
Song sinh [sɑuŋ siɲ] **cung Song sinh** *n* Gemini
song song [sɑuŋ sɑuŋ] *adj* parallel
soóc [sɔɔk] **quần soóc** *n* shorts
so sánh [sɔ saɲ] *v* compare; **sự so sánh** *n* comparison
sọt [sɔt] **sọt đựng giấy rác** *n* wastepaper basket
sót lại [sɔt lɑi] **phần sót lại** *n* leftovers
số [so] *n* number, fate, destiny; **bộ số** *n* gear *(mechanism)*; **biển số xe** *n* number plate; **cần số** *n* gear lever, gear stick; **con số** *n* figure; **cuộc điều tra dân số** *n* census; **dạng số ít** *n* singular; **dân số** *n* population; **hộp số** *n* gear box; **kỹ thuật số** *adj* digital; **quay số** *v* dial; **số điện thoại** *n* phone number; **số điện thoại di động** *n* mobile number; **số hội viên** *n* membership; **số không** *n* nought, zero; **số lượng** *n* quantity; **số liệu** *n* data; **số nhiều** *n* plural; **số phòng** *n* room number; **số sai** *n* wrong number; **số tài khoản** *n* account number; **số tham chiếu** *n* reference number; **Số mật khẩu** *n* PIN; **sự sang số** *n* gearshift; **Anh nhầm số rồi** You have the wrong number; **Cho tôi xin số điện thoại của anh được không?** Can I have your phone number?; **Số để gọi hỏi tổng đài là gì?** What is the number for directory enquiries?; **Số điện thoại di động của tôi là...** My mobile number is...; **Số điện thoại di động của anh là bao nhiêu?** What is the number of your mobile?; **Số điện thoại là gì?** What's the telephone number?; **Số fax là gì?** What is the fax number?
sổ [so] *n* notebook ▹ *v* slip away; **sổ địa chỉ** *n* address book; **sổ ghi chép** *n* notebook; **sổ sách** *n* register; **sổ séc** *n* chequebook; **sổ tay ghi chép** *n* jotter; **sổ tay hướng dẫn** *n* handbook; **sổ tay thành ngữ** *n* phrasebook
sốc [sok] *n* shock; **cú sốc** *n* shock; **gây sốc** *v* shock

sô cô la [so ko la:] *n* chocolate; **Sô cô la nguyên chất** *n* plain chocolate; **sô cô la sữa** *n* milk chocolate
sôi [soi] *v* boil; **đang sôi** *adj* boiling; **đã sôi** *adj* boiled
sồi [soi] *n* oak tree; **cây sồi** *n* oak; **quả sồi** *n* acorn
sôi tràn [soi tʃan] *v* boil over
số liệu [so lieu] **số liệu thống kê** *n* statistics
số lượng [so luɯɤŋ] *n* amount
số mũ [so mu] *n* index *(numerical scale)*
sông [soŋ] *n* stream, river; **dòng sông** *n* river; **tôm sông** *n* crayfish; **Có bơi được ở sông không?** Can one swim in the river?; **Có chuyến tham quan bằng thuyền trên sông không?** Are there any boat trips on the river?
sống [soŋ] *adj (chưa chín)* raw ▷ *v (tồn tại)* live; **cột sống** *n* spine; **còn sống** *adj* alive; **cuộc sống** *n* life; **lối sống** *n* lifestyle; **mức sống** *n* standard of living; **sống động** *adj* lively; **sống bằng** *v* live on; **sống chung** *v* live together; **tủy sống** *n* spinal cord; **Anh sống ở đâu?** Where do you live?; **Chúng tôi có thể nghe nhạc sống ở đâu?** Where can we hear live music?; **Tôi sống ở...** I live in...
sống còn [soŋ kɔn] *adj* vital
sống lại [soŋ lai] **làm sống lại** *v* revive
sống sót [soŋ sɔt] *v* survive; **người sống sót** *n* survivor; **sự sống sót** *n* survival
số phận [so fən] *n* a lot, fate
sốt [sot] *adj* hot, feverish; **cơn sốt** *n* fever; **nước sốt cà chua** *n* ketchup; **sốt mayonnaise** *n* mayonnaise; **Con bé bị sốt** She has a temperature; **Tôi muốn mua thuốc hạ sốt** I'd like something for a temperature; **Thằng bé bị sốt** He has a fever
sốt rét [sot zɛt] **bệnh sốt rét** *n* malaria
sô vanh [so va:ɲ] *n* chauvinist; **người theo chủ nghĩa sô vanh** *n* chauvinist
sổ xố [so so] *n* lottery
sở [sɤ] *n* office; **trụ sở chính** *n* head office, HQ
sợ [sɤ] *adj* afraid ▷ *v* fear; **dễ sợ** *adj* dreadful; **đáng sợ** *adj* frightening, scary; **hoảng sợ** *v* panic; **làm cho khiếp sợ** *v* terrify; **làm sợ hãi** *v* frighten; **nỗi sợ hãi** *n* phobia; **nỗi sợ** *n* fear; **sợ hãi** *adj* frightened; **sợ không gian hẹp** *adj* claustrophobic; **sự hoảng sợ** *n* panic; **sự sợ hãi** *n* fright
sơ-cua [sɤkua] **đồ sơ-cua** *n* spare part
sơ cứu [sɤ kɯu] *n* first aid; **bộ đồ sơ cứu** *n* first-aid kit
sơ đồ [sɤ do] *n* plan; **sơ đồ đường phố** *n* street plan
sợ hãi [sɤ hai] *adj* scared; **sự sợ hãi** *n* scare
sở hữu [sɤ hɯu] *v* own
sởi [sɤi] **bệnh sởi** *n* measles; **Gần đây tôi bị bệnh sởi** I had measles recently
sợi [sɤi] *n* fibre, thread; **sợi dây** *n* string; **thủy tinh sợi** *n* fibreglass
sơ khai [sɤ χa:i] *adj* primitive

sớm [sɤm] *adj* early ▷ *adv* early, shortly, soon; **càng sớm càng tốt** as soon as possible
sớm hơn [sɤm hɤn] *adv* beforehand, earlier, sooner
sơmi [sɤmi] **áo sơmi** *n* shirt
sơ mi nữ [sɤ mi nɯ] *n* blouse
sơn [sɤn] *n* paint; **quét sơn** *v* paint; **sơn mài** *n* lacquer; **thuốc sơn móng tay** *n* nail polish, nail varnish; **thuốc tẩy sơn móng tay** *n* nail polish remover; **vải sơn lót sàn** *n* lino
sởn gai ốc [sɤn ɣɑ:i ok] **sự sởn gai ốc** *n* goose pimples
sơ suất [sɤ suət] *n* slip *(mistake)*; **sự sơ suất** *n* oversight *(mistake)*
sơ tán [sɤ tɑn] *v* evacuate
sở thích [sɤ titʃ] *n* hobby
sơ tuyển [sɤ tuien] **danh sách sơ tuyển** *n* shortlist
spaghetti [spɑ:ɣɛtti] **món spaghetti** *n* spaghetti
Sri Lanka [szi lɑ:nkɑ:] **nước Sri Lanka** *n* Sri Lanka
steroid [stɛzɔiz] **chất hữu cơ steroid** *n* steroid
studio [stuziɔ] *n* studio
sủa [suɑ:] *v* bark
súc [suk] *v* rinse, wash; **dung dịch súc miệng** *n* mouthwash
Sudan [suzɑ:n] *n* Sudan; **người Sudan** *n* Sudanese; **thuộc Sudan** *adj* Sudanese
súng [suŋ] *n* gun; **súng cối** *n* mortar *(military)*; **súng lục** *n* pistol, revolver; **súng máy** *n* machine gun; **súng săn** *n* shotgun; **súng trường** *n* rifle
sũng [suŋ] **sũng nước** *adj* soggy
sung túc [suŋ tuk] *adj* well-off
suối [suoi] *n* stream; **dòng suối** *n* stream; **suối nước khoáng** *n* spa
suốt [suot] *prep* through; **trong suốt** *adj* see-through
suốt từ lúc [suot tɯ luk] *conj* since
súp [sup] *n* soup; **Món súp của ngày hôm nay là súp gì?** What is the soup of the day?
súp lơ [sup lɤ] *n* cauliflower
suy [sui] **suy dinh dưỡng** *n* malnutrition
suy đoán [sui dɔɑn] *v* speculate; **theo suy đoán** *adv* presumably
suy ngẫm [sui ŋəm] *v* contemplate; **sự suy ngẫm** *n* meditation
suy nghĩ [sui ŋi] *v* think; **sự suy nghĩ** *n* thought
suy nhược [sui ɲɯɤk] *v* break down; **suy nhược thần kinh** *n* nervous breakdown
suy sụp [sui sup] *v* decay
suy thoái [sui tɔɑi] **tình trạng suy thoái** *n* recession
suy xét [sui sɛt] *v* speculate
sứ [sɯ] **cha sứ** *n* vicar
sự [sɯ] **sự nghiệp** *n* cause *(ideals)*; **sự việc** *n* incident
sứa [sɯɑ:] *n* jellyfish; **con sứa** *n* jellyfish; **Ở đây có sứa không?** Are there jellyfish here?
sửa [sɯɑ:] *v* repair, fix; **cắt sửa móng tay** *v* manicure; **công việc sửa đường** *n* roadworks; **sự cắt sửa móng tay** *n* manicure; **sự sửa lại** *n* revision; **sự sửa lại toàn bộ** *n* makeover; **sửa lại** *v* rectify, revise; **Anh có bộ đồ sửa xe không?** Do you have a repair kit?; **Anh có thể**

cho tôi đi nhờ đến chỗ sửa xe không? Can you give me a lift to the garage?; **Anh có thể kéo giúp tôi đến chỗ sửa xe không?** Can you tow me to a garage?; **Anh có thể sửa đồng hồ cho tôi không?** Can you repair my watch?; **Anh có thể sửa kính cho tôi không?** Can you repair my glasses?; **Cửa hàng sửa xe đạp gần nhất ở đâu?** Where is the nearest bike repair shop?; **Có đáng sửa không?** Is it worth repairing?; **Gần đây có chỗ sửa xe không?** Is there a garage near here?; **Sửa mất bao lâu?** How long will it take to repair?; **Sửa sẽ mất bao nhiêu tiền?** How much will the repairs cost?; **Tôi muốn có bộ đồ sửa xe được không?** Can I have a repair kit?

sữa [sɯɑː] *n* milk; **bình sữa trẻ em** *n* baby's bottle; **cửa hàng bơ sữa** *n* dairy; **kem sữa trứng** *n* custard; **nuôi con bằng sữa mẹ** *v* breast-feed; **pho mát làm từ sữa đã gạn kem** *n* cottage cheese; **sản phẩm từ sữa** *n* dairy produce, dairy products; **sữa đã được gạn một phần kem** *n* semi-skimmed milk; **sữa chua** *n* yoghurt; **sữa không kem** *n* skimmed milk; **sữa mỹ phẩm** *n* lotion; **sữa tắm** *n* shower gel; **sữa thoa sau khi đi nắng** *n* aftersun lotion; **sữa trẻ em** *n* baby milk; **sữa UHT** *n* UHT milk; **sôcôla sữa** *n* milk chocolate; **sinh tố khuấy sữa** *n* milkshake; **vắt sữa** *v* milk; **Anh có sữa nguyên chất không?** Have you got real milk?; **Anh có uống sữa không?** Do you drink milk?; **cho sữa riêng** with the milk separate; **Nó được làm bằng sữa chưa tiệt trùng phải không?** Is it made with unpasteurised milk?

sửa chữa [sɯɑː tʃɯɑː] *v* fix, repair, correct, mend; **bộ đồ sửa chữa** *n* repair kit; **sự sửa chữa** *n* repair; **sự sửa chữa** *n* correction; **thợ sửa chữa xe môtô** *n* motor mechanic; **Cửa hàng sửa chữa xe lăn gần nhất ở đâu?** Where is the nearest repair shop for wheelchairs?

sửa đổi [sɯɑː doi] *v* modify; **sự sửa đổi** *n* modification

sự buồn tẻ [sɯ buon tɛ] *n* boredom

sức [sɯk] **bài tập giữ sức khỏe** *n* keep-fit; **hết sức** *adv* hard; **sức chứa** *n* capacity

sự cho phép [sɯ tʃɔ fɛp] *n* leave

sự chuyển giao [sɯ tʃuien zaːɔ] *n* transfer

sức khoẻ [sɯk χɔɛ] **giấy chứng nhận sức khoẻ** *n* medical certificate; **sự khám sức khoẻ** *n* medical

sức khỏe [sɯk χɔɛ] *n* health; **kiểm tra sức khỏe** *n* physical; **sự kiểm tra sức khỏe** *n* check-up

sức lực [sɯk lɯk] *n* strength

sức mạnh [sɯk maɲ] *n* strength; **sức mạnh ý chí** *n* willpower

sử dụng [sɯ zuŋ] *v* use; **dễ sử dụng** *adj* user-friendly; **đã qua sử dụng** *adj* used; **ngày hết hạn sử dụng** *n* best-before date; **người sử dụng** *n* user; **tái sử dụng** *v* reuse; **tiện sử dụng** *adj* handy; **việc chia phiên sử dụng** *n* timeshare; **việc sử dụng** *n* use

sử gia [sɯ zaː] *n* historian
sự kiện [sɯ kien] *n* event, fact; **có nhiều sự kiện** *adj* eventful; **trình tự sự kiện** *n* proceedings
sự ly dị [sɯ li zi] *n* divorce
sưng [sɯŋ] **bị sưng** *adj* swollen
sừng [sɯŋ] *n* horn
sự nghỉ ngơi [sɯ ŋi ŋɤi] *n* the rest
sự ngủ nướng [sɯ ŋu nɯɤŋ] *n* lie in
sưởi [sɯɤi] *v* heat up; **hệ thống sưởi** *n* radiator; **sưởi trung tâm** *n* central heating
sườn [sɯɤn] *n* flank; **sườn lợn** *n* pork chop; **xương sườn** *n* rib
sướng [sɯɤŋ] *n* delight; **run lên vì sướng** *adj* thrilled; **sự vui sướng** *n* delight; **vui sướng** *adj* delighted
sương giá [sɯɤŋ za] *n* frost; **đầy sương giá** *adj* frosty
sương mù [sɯɤŋ mu] *adj* foggy ▷ *n* fog, mist; **đầy sương mù** *adj* misty; **đèn sương mù** *n* fog light; **Trời có sương mù** It's foggy
sứ quán [sɯ kuan] *n* embassy; **Tôi cần gọi điện cho sứ quán nước tôi** I need to call my embassy; **Tôi muốn gọi điện cho sứ quán nước tôi** I'd like to phone my embassy
sự rút thăm [sɯ zut tɑm] *n* draw *(tie)*
sự say tuý luý [sɯ saːi tui lui] *n* booze
sự thật [sɯ tɤt] *n* truth
sư tử [sɯ tɯ] **con sư tử** *n* lion; **sư tử cái** *n* lioness
sưu tầm [sɯu tɤm] *v* collect; **người sưu tầm** *n* collector
Swaziland [swaːzilaːnz] **nước Swaziland** *n* Swaziland
sỹ quan [si kuan] *n* officer
Syria [sizia] **người Syria** *n* Syrian; **nước Syria** *n* Syria; **thuộc Syria** *adj* Syrian

t

á [ta] *n* dozen

ã [ta] *n* nappy ▷ *v* be worn out; **Tôi có thể thay tã cho em bé ở đâu?** Where can I change the baby?

ác [tak] *v* work; **Tôi đến đây công tác** I'm here on business

ác dụng [tak zuŋ] *n* action, effect; **có tác dụng** *adj* effective; **một cách có tác dụng** *adv* effectively; **tác dụng phụ** *n* side effect

ác động [tak doŋ] *n* effect ▷ *v* affect

ác giả [tak za] *n* author; **quyền tác giả** *n* copyright

ách [tatʃ] **chia tách** *v* divide; **sự chia tách** *n* division; **tách ra** *v* separate

ác phẩm [tak fəm] **tác phẩm nghệ thuật** *n* work of art

ahiti [taːhiti] *n* Tahiti

ai [taːi] *n* ear; **đau tai** *n* earache; **hoa tai** *n* earring; **làm điếc tai** *adj* deafening; **nút bịt tai** *npl* earplugs; **tai họa** *n* catastrophe; **tai nghe** *n* earphones, headphones

tái [tai] *adj* rare *(undercooked)*

tài [tai] **có tài** *adj* gifted; **phân xử trọng tài** *n* arbitration

tải [tai] **băng tải** *n* conveyor belt; **xe tải** *n* lorry, van; **xe tải chuyên dùng để di dời** *n* removal van; **Tôi có thể tải ảnh về đây không?** Can I download photos to here?

tại [tai] *prep* at; **đặt tại** *adj* situated; **ở tại** *prep* at

tái chế [tai tʃe] *v* recycle; **sự tái chế** *n* recycling

tài chính [tai tʃiɲ] *adj* financial, fiscal ▷ *n* finance; **năm tài chính** *n* financial year, fiscal year

tái diễn [tai zien] *adj* recurring

tài giỏi [tai zɔi] *adj* skilful

tái hôn [tai hon] *v* remarry

tài khoản [tai χɔan] *n* account *(in bank)*; **số dư tài khoản ngân hàng** *n* bank balance; **số tài khoản** *n* account number; **tài khoản chung** *n* joint account; **tài khoản ngân hàng** *n* bank account; **tài khoản vãng lai** *n* current account; **Tôi muốn chuyển ít tiền từ tài khoản của tôi** I would like to transfer some money from my account

tài liệu [tai lieu] *n* document, documents; **bộ tài liệu** *n* documentation; **cặp tài liệu** *n* portfolio; **kẹp tài liệu có vòng kim loại có thể mở ra** *n* ring binder; **phim tài liệu** *n* documentary; **tài liệu tải về** *n* download

tai nạn [taːi nan] *n* accident, disaster, calamity; **bảo hiểm tai nạn** *n* accident insurance; **tai nạn liên hoàn** *n* pile-up; **Có tai nạn!** There's been an accident!; **Nếu gặp**

tai nạn thì tôi phải làm gì? What do I do if I have an accident?; **Tôi đã bị tai nạn** I've been in an accident; **Tôi bị tai nạn** I've had an accident; **Tôi muốn mua bảo hiểm tai nạn cá nhân** I'd like to arrange personal accident insurance

tài nguyên [tai ŋuien] *n* resources; **tài nguyên thiên nhiên** *n* natural resources

tái nhợt [tai ɲɤt] *adj* pale

tái phát [tai fat] **sự tái phát** *n* relapse

tài sản [tai san] *n* asset, assets, property, real estate; **người quản lý tài sản** *n* receiver *(person)*; **tài sản riêng** *n* private property; **tài sản to lớn** *n* fortune

tại sao [tai sa:ɔ] *adv* why

tái thiết [tai tiet] *v* rebuild

tài trợ [tai tʃɤ] *v* finance, sponsor; **nhà tài trợ** *n* sponsor; **sự tài trợ** *n* sponsorship

tải về [tai ve] *v* download; **tài liệu tải về** *n* download

tài xế [tai se] **tài xế xe tải** *n* lorry driver

Tajikistan [ta:jikista:n] **nước Tajikistan** *n* Tajikistan

tã lót [ta lɔt] *n* nappy

tám [tam] *number* eight

tạm [tam] **sự tạm ngừng** *n* pause

tạm biệt [tam biet] *excl* farewell!, goodbye!; **chào tạm biệt!** *excl* bye!, bye-bye!, cheerio!

tam giác [ta:m zak] **hình tam giác** *n* triangle

tám mươi [tam mɯɤi] *number* eighty

tàm tạm [tam tam] *adv* so-so

tạm thời [tam tɤi] *adj* momentary, provisional, temporary; **nhân viên tạm thời** *n* temp

tan [ta:n] *v* dissolve, melt; **đạp tan ra từng mảnh** *v* smash; **hòa tan** *v* dissolve; **hòa tan được** *adj* soluble; **làm tan chảy** *v* melt; **tan chảy** *v* melt; **Tuyết đang tan** It's thawing

tán [tan] **đinh tán** *n* stud; **phòng tán gẫu** *n* chatroom; **tán gẫu** *v* chat

tàn [tan] *n* ashes ▷ *v* fade; **cái gạt tàn thuốc lá** *n* ashtray; **tàn bạo** *adj* brutal; **Làm ơn cho tôi một chiếc gạt tàn được không?** May I have an ashtray?

tản [tan] **tản ra** *v* spread out

tan biến [ta:n bien] *v* vanish

tang lễ [ta:ŋ le] **nhà tang lễ** *n* funeral parlour

tạng phủ [taŋ fu] **thuộc tạng phủ** *adj* coeliac

tàn nhang [tan ɲa:ŋ] *n* freckles

tàn nhẫn [tan ɲən] *adj* cruel; **sự tàn nhẫn** *n* cruelty

tàn phá [tan fa] *adj* devastating ▷ *v* ruin; **bị tàn phá** *adj* devastated

tàn sát [tan sat] *n* massacre; **cuộc tàn sát** *n* massacre

tàn tật [tan tət] *adj* disabled, handicapped; **người tàn tật** *n* disabled; **sự tàn tật** *n* disability; **Anh có những tiện nghi gì dành cho người tàn tật?** What facilities do you have for disabled people?; **Có giảm giá cho người tàn tật không?** Is there a reduction for disabled people?; **Có nhà vệ sinh nào dành cho người tàn tật không?** Are there any toilets for the disabled?; **Chỗ anh có lối đi dành cho người tàn tật không?** Do you provide access for the disabled?

tán tỉnh [tan tiŋ] *v* flirt; **sự tán tỉnh** *n* flirt

Tanzania [ta:nza:nia] *n* Tanzania; **người Tanzania** *n* Tanzanian; **thuộc Tanzania** *adj* Tanzanian

táo [taɔ] **bánh táo** *n* apple pie, tart; **cây táo gai** *n* hawthorn; **quả táo** *n* apple; **rượu táo** *n* cider; **sự tỉnh táo** *n* consciousness; **tỉnh táo** *adj* conscious

tảo [taɔ] **tảo biển** *n* seaweed

tạo [taɔ] *v* create; **nhân tạo** *adj* man-made; **sự sáng tạo** *n* creation; **sáng tạo** *adj* creative; **tạo ra** *v* create, produce

táo bón [taɔ bɔn] *n* constipation; **bị táo bón** *adj* constipated; **Tôi bị táo bón** I'm constipated

tào lao [taɔ la:ɔ] **làm việc tào lao** *v* mess about

tạp chí [tap tʃi] *n* magazine *(periodical)*; **tạp chí web** *n* webzine; **Tôi có thể mua tạp chí ở đâu?** Where can I buy a magazine?

tạp dề [tap ze] *n* apron, pinafore

tạp hóa [tap hɔa:] **cửa hàng tạp hóa** *n* grocer's; **hàng tạp hóa** *n* groceries; **người bán tạp hóa** *n* grocer

tarmac [ta:zma:k] *n* tarmac

Tasmania [ta:sma:nia] **bang Tasmania** *n* Tasmania

tát [tat] *v* slap

tàu [tau] *n* ship, boat, stable; **bến tàu** *n* dock, quay; **bị đắm tàu** *adj* shipwrecked; **boong tàu** *n* deck; **cầu tàu** *n* jetty; **chỗ chắn tàu** *n* level crossing; **con tàu** *n* ship; **cuộc đi chơi biển bằng tàu thủy** *n* cruise; **giường ngủ trên tàu** *n* berth; **môn tàu lượn** *n* gliding; **ngành đóng tàu** *n* shipbuilding; **tàu điện** *n* tram; **tàu cánh ngầm** *n* hovercraft; **tàu chở dầu** *n* tanker; **tàu du hành vũ trụ** *n* spacecraft; **tàu lộn vòng siêu tốc** *n* rollercoaster; **tàu ngầm** *n* submarine; **tàu siêu tốc** *n* speedboat; **tàu thủy lớn** *n* liner; **tàu xe bị hỏng** *n* wreck; **thẻ giảm giá đi tàu** *n* railcard; **thẻ lên tàu** *n* boarding card; **thân tàu** *n* hull; **toa tàu hỏa** *n* compartment; **vụ đắm tàu** *n* shipwreck; **xưởng đóng tàu** *n* shipyard; **Bao lâu thì có một chuyến tàu đến..?** How frequent are the trains to...?; **Các tàu đi... chạy lúc mấy giờ?** What times are the trains to...?; **Có thể chơi dù do tàu kéo ở đâu?** Where can you go parasailing?; **Đây có phải là tàu đi... không?** Is this the train for...?; **Khi nào có chuyến tàu đầu tiên đi...?** When is the first train to...?; **Khi nào có chuyến tàu cuối cùng đi...?** When is the last train to...?; **Khi nào có chuyến tàu sau đi...?** When is the next train to...?; **Tàu có dừng ở... không?** Does the train stop at...?; **Tôi bị lỡ chuyến tàu** I've missed my train; **Theo lịch thì mấy giờ tàu đến?** When is the train due?

tàu điện ngầm [tau dien ŋəm] *n* underground; **ga tàu điện ngầm** *n* metro station, tube station; **Bến tàu điện ngầm gần nhất ở đâu?**

Where is the nearest tube station?; **Ga tàu điện ngầm gần nhất ở đâu?** Where is the nearest tube station?; **Làm ơn cho tôi xin bản đồ tàu điện ngầm** Could I have a map of the tube, please?; **Xin chỉ cho tôi cách đến ga tàu điện ngầm gần nhất** How do I get to the nearest tube station?

tàu hỏa [tau hɔa:] *n* train; **Tôi có thể bắt tàu hỏa đi... ở đâu?** Where can I get a train to...?

tàu lượn [tau lɯɤn] *n* glider; **Tôi muốn đi tàu lượn** I'd like to go hang-gliding

taxi [ta:si] *n* cab, taxi; **bến xe taxi** *n* taxi rank; **người lái xe taxi** *n* taxi driver; **xe taxi** *n* minicab

tay [ta:i] *n* hand, arm, handle; **bằng tay trái** *adj* left-hand; **bộ đồ không cần dùng tay** *n* hands-free kit; **bàn tay** *n* hand; **cắt sửa móng tay** *v* manicure; **cổ tay** *n* wrist; **cái còng tay** *n* handcuffs; **cái tay cầm** *n* handle; **cánh tay** *n* arm; **chia tay** *v* break up; **đồng hồ đeo tay** *n* watch; **đàn áp thẳng tay** *n* crack down on; **găng tay** *n* glove; **hành lý xách tay** *n* hand luggage; **không cần dùng tay** *adj* hands-free; **không tay** *(áo) adj* sleeveless; **khuỷu tay** *n* elbow; **làm bằng tay** *adj* handmade; **lòng bàn tay** *n* palm *(part of hand)*; **máy viễn thông cầm tay BlackBerry®** *n* BlackBerry®; **móng tay** *n* fingernail; **ngắn tay** *adj* short-sleeved; **ngón tay** *n* finger; **ở bên tay phải** *adj* right-hand; **phanh tay** *n* handbrake; **sổ tay hướng dẫn** *n* handbook; **sự cắt sửa móng tay** *n* manicure; **sự chia tay** *n* parting; **tay đua** *n* racing driver; **tay áo** *n* sleeve; **tay lái** *n* handlebars; **tay lái nghịch** *n* left-hand drive; **thuận tay trái** *adj* left-handed; **trao tay** *v* hand; **vẫy tay** *v* wave; **vỗ tay** *v* clap; **vòng tay** *n* bracelet; **xách tay** *adj* portable; **Cái này làm bằng tay phải không?** Is this handmade?; **Tay nắm bị bung ra** The handle has come off; **Tay nắm cửa ra vào bị bung ra** The door handle has come off; **Tay tôi không cử động được** I can't move my arm; **Tôi có thể dùng máy xách tay của tôi ở đây không?** Can I use my own laptop here?; **Tôi có thể rửa tay ở đâu?** Where can I wash my hands?

tay vịn [ta:i vin] *n* banister

tắc [tak] *adj* obstructed ▷ *v* click; **bị tắc** *adj* stuck; **sự tắc nghẽn giao thông** *n* traffic jam; **Đường cao tốc có tắc lắm không?** Is the traffic heavy on the motorway?; **Các nút điều khiển bị tắc** The controls have jammed; **Sao lại bị tắc ở đây thế?** What is causing this hold-up?

tắc nghẽn [tak ŋɛn] **sự tắc nghẽn** *n* congestion

tắc xi [tak si] *n* taxi, cab; **Bãi đỗ tắc xi ở đâu?** Where is the taxi stand?; **Chúng ta có thể đi chung một tắc xi** We could share a taxi; **Đi tắc xi đến khách sạn này mất bao nhiêu tiền?** How much is the taxi fare to this hotel?; **Đi tắc xi vào thành phố mất bao nhiêu tiền?** How much is the taxi fare into town?; **Làm ơn mang giúp hành lý của tôi ra tắc xi** Please take my luggage to a taxi; **Tôi để túi trong tắc xi** I left my bags in the taxi; **Tôi cần một tắc xi** I need a taxi; **Tôi có thể bắt tắc xi ở đâu?** Where can I get a taxi?; **Xin gọi giúp tôi một tắc xi** Please order me a taxi; **Xin gọi giúp tôi một tắc xi vào lúc tám giờ** Please order me a taxi for 8 o'clock

ăm [tɑm] *n* toothpick; **cái tăm** *n* toothpick; **tăm bông** *n* cotton bud

ắm [tɑm] *v* bathe; **áo choàng tắm** *n* bathrobe; **áo tắm** *n* bathing suit; **bồn tắm** *n* bath, bathtub; **khăn tắm** *n* bath towel; **mũ che tóc khi tắm** *n* shower cap; **phòng tắm** *n* bathroom; **sữa tắm** *n* shower gel; **tắm hoa sen** *n* shower; **tắm hơi** *n* sauna; **tắm nắng** *v* sunbathe

ăng [tɑŋ] *n* Buddhist monk, tank ▹ *v* increase; **ngày càng tăng** *adv* increasingly; **sự tăng lên** *n* increase, rise; **tăng cường** *v* strengthen; **tăng gấp ba** *v* treble; **tăng tốc** *v* speed up; **tăng thêm** *v* increase

ặng [tɑŋ] *v* donate; **người tặng** *n* donor

ăng cường [tɑŋ kɯɤŋ] **phòng điều trị tăng cường** *n* intensive care unit

ăng lên [tɑŋ len] *v* increase; **sự tăng lên đột ngột** *n* surge

ăng tốc [tɑŋ tok] *v* accelerate; **sự tăng tốc** *n* acceleration

ắt [tɑt] *adv* off ▹ *v* switch off, turn off, extinguish ▹ *adj* shortened; **đường tắt** *n* shortcut; **là chữ viết tắt của** *v* stand for; **tên họ viết tắt** *n* initials; **Nó không tắt đi được** It won't turn off; **Tắt đi bằng cách ngắt nguồn điện chính** Turn it off at the mains; **Tôi có thể tắt đài được không?** Can I switch the radio off?; **Tôi có thể tắt đèn được không?** Can I switch the light off?; **Tôi không tắt lò sưởi được** I can't turn the heating off

tâm [təm] **bận tâm** *adj* preoccupied; **lương tâm** *n* conscience; **tận tâm** *adj* conscientious; **tâm trí** *n* mind; **trung tâm** *n* centre

tấm [təm] **tấm biển** *n* plaque; **tấm thoát nước** *n* draining board

tầm gửi [təm ɣɯi] **cây tầm gửi** *n* mistletoe

tâm lý [təm li] *n* mentality; **nhà tâm lý học** *n* psychologist; **tâm lý học** *n* psychology; **tâm lý liệu pháp** *n* psychotherapy; **thuộc về tâm lý** *adj* psychological

tầm ma [təm maː] **cây tầm ma** *n* nettle

tầm nhìn [təm ɲin] *n* visibility

tâm thần [təm tən] **bị bệnh tâm thần phân liệt** *adj* schizophrenic; **bác sỹ tâm thần** *n* psychiatrist; **thuộc về tâm thần học** *adj* psychiatric

tầm thường [təm tɯɤŋ] **người/vật tầm thường** *n* nothing

tâm trạng [təm tʃaŋ] *n* mood, spirits

tấm ván [təm van] *n* board (*go aboard*), board (*wood*)

tấn [tən] **một tấn Anh** *n* ton

tận [tən] **tận tâm** *adj* conscientious;

vô tận *adj* endless
tấn công [tən koŋ] *v* attack; **sự tấn công** *n* attack; **tấn công bất ngờ** *v* raid; **vụ tấn công khủng bố** *n* terrorist attack; **Tôi đã bị tấn công** I've been attacked
tầng [təŋ] *n* layer; **giường tầng** *n* bunk beds; **tầng hầm** *n* basement; **tầng Ozon** *n* ozone layer; **tầng trệt** *n* ground floor
tầng lớp [təŋ lɤp] *n* tier; **thuộc tầng lớp trung lưu** *adj* middle-class
tần số [tən so] *n* frequency
tận tâm [tən təm] *adj* dedicated; **sự tận tâm** *n* dedication
tận tụy [tən tui] *adj* devoted
tập [təp] *v* practise, drill; **bài tập giữ sức khỏe** *n* keep-fit; **chương trình truyền hình nhiều tập** *n* soap opera; **phòng tập** *n* gym; **tập hồ sơ** *n* file *(folder)*; **Phòng tập thể dục ở đâu?** Where is the gym?
tập hợp [təp hɤp] *v* gather; **sự tập hợp** *n* composition
tập thể [təp te] *n* collective
tập trung [təp tʃuŋ] *v* concentrate; **sự tập trung** *n* concentration
tất [tət] *n* sock; **quần tất** *n* leggings
tất cả [tət ka] *n* whole ▷ *pron* all
tây [təi] *adj* west, western; **hướng tây nam** *n* southwest; **phía tây** *n* west; **phương tây** *adj* western; **tỏi tây** *n* leek; **tây bắc** *n* northwest; **theo phía tây** *adj* west; **về hướng tây** *adj* west, westbound
tẩy [təi] *v* remove; **được tẩy** *adj* bleached; **nước tẩy sạch** *n* cleanser; **tẩy xóa** *v* erase; **thuốc tẩy** *n* bleach, stain remover; **thuốc tẩy sơn móng tay** *n* nail polish remover
Tây Ấn [təi un] *n* West Indies; **người Tây Ấn** *n* West Indian; **thuộc Tây Ấn** *adj* West Indian
Tây Ban Nha [təi ba:n ɲa:] **người Tây Ban Nha** *n* Spaniard; **nước Tây Ban Nha** *n* Spain; **thuộc Tây Ban Nha** *adj* Spanish; **tiếng Tây Ban Nha** *n* Spanish
tấy ở kẽ [təi ɤ kɛ] **nốt viêm tấy ở kẽ ngón chân cái** *n* bunion
tẩy sạch [təi satʃ] **sữa tẩy sạch** *n* cleansing lotion
Tây Tạng [təi taŋ] *n* Tibet; **người Tây Tạng** *n* Tibetan *(person)*; **thuộc Tây Tạng** *adj* Tibetan; **tiếng Tây Tạng** *n* Tibetan *(language)*
tẩy uế [təi ue] **chất tẩy uế** *n* disinfectant
tẻ [tɛ] **buồn tẻ** *adj* dull
tem [tɛm] *n* stamp, postage stamp; **Anh có bán tem không?** Do you sell stamps?; **Cửa hàng bán tem gần nhất ở đâu?** Where is the nearest shop which sells stamps?; **Tôi có thể mua tem ở đâu?** Where can I buy stamps?; **Tôi muốn mua tem để gửi bốn bưu thiếp đi...** Can I have stamps for four postcards to...
tẻ nhạt [tɛ ɲat] *adj* boring
ten-nít [tɛnnit] *n* tennis; **Chúng tôi muốn chơi ten-nít** We'd like to play tennis; **Tôi có thể chơi ten-nít ở đâu?** Where can I play tennis?; **Thuê sân ten-nít mất bao nhiêu tiền?** How much is it to hire a tennis court?
tê [te] *adj* numb; **gây tê cục bộ** *n*

local anaesthetic
tệ [te] *adj* rotten, worn out, currency; **rất tệ** *adv* terribly; **tồi tệ** *adj* damn; **tiền tệ** *n* currency; **Thời tiết tệ quá!** What awful weather!
tế bào [te bɑɔ] *n* cell
tên [ten] *n* first name, name; **tên giả** *n* pseudonym; **tên họ viết tắt** *n* initials; **tên lửa** *n* missile; **tên thời con gái** *n* maiden name; **tên thánh** *n* Christian name; **Anh tên gì ạ?** What's your name?; **Tên tôi là...** My name is...
tế nhị [te ɲi] *adj* tactful; **sự tế nhị** *n* tact
tên lửa [ten lɯɑ:] *n* rocket
tệp [tep] *n* file; **tệp tin podcast** *n* podcast
tha [tɑ:] *v (cho ai)* spare
thả [tɑ] *v* free; **thả tự do** *v* free
thác [tɑk] **thác nước** *n* waterfall; **thác nước lớn** *n* cataract *(waterfall)*
thạch [tɑtʃ] *n* jelly
thạch nam [tɑtʃ nɑ:m] **cây thạch nam** *n* heather
thách thức [tɑtʃ tɯk] *v* challenge; **đầy thách thức** *adj* challenging; **sự thách thức** *n* challenge
thai [tɑ:i] *n* embryo; **bào thai** *n* foetus; **có thai** *adj* pregnant; **dụng cụ tránh thai** *n* contraceptive; **phương pháp tránh thai** *n* contraception; **sự có thai** *n* pregnancy; **sự phá thai** *n* abortion; **sự sảy thai** *n* miscarriage; **Tôi đang có thai** I'm pregnant
Thái Bình Dương [tɑi biɲ zɯɤŋ] *n* Pacific
thái độ [tɑi do] *n* attitude
Thái Lan [tɑi lɑ:n] **người Thái Lan** *n* Thai *(person)*; **nước Thái Lan** *n* Thailand; **thuộc Thái Lan** *adj* Thai; **tiếng Thái Lan** *n* Thai *(language)*
thải ra [tɑi zɑ:] *v* scrap
tha lỗi [tɑ: loi] *v* excuse
tham [tɑ:m] **sự tham nhũng** *n* corruption; **tham nhũng** *adj* corrupt
thảm [tɑm] *n* carpet; **thảm gắn cố định** *n* fitted carpet; **thảm nhỏ** *n* rug
tham chiếu [tɑ:m tʃieu] **số tham chiếu** *n* reference number
tham gia [tɑ:m zɑ:] *v* join, participate; **không tham gia vào** *v* opt out
thám hiểm [tɑm hiem] *v* explore; **cuộc thám hiểm** *n* expedition; **nhà thám hiểm** *n* explorer
thảm họa [tɑm hɔɑ:] *n* disaster
thảm khốc [tɑm χok] *adj* disastrous
thảm kịch [tɑm kitʃ] **tấn thảm kịch** *n* tragedy
tham lam [tɑ:m lɑ:m] *adj* greedy
tham quan [tɑ:m kuɑn] *v* go sightseeing; **Anh có tổ chức chuyến tham quan trong ngày đến... không?** Do you run day trips to...?; **Có chuyến tham quan bằng thuyền trên sông không?** Are there any boat trips on the river?; **Có tua nào để tham quan thành phố không?** Are there any sightseeing tours of the town?; **Chúng tôi có thể tham quan gì ở khu vực này?** What can we visit in the area?; **Chuyến tham quan có hướng dẫn bắt đầu lúc mấy giờ?** What time does the guided tour begin?; **Chuyến tham quan mất**

bao lâu? How long does the tour take?
thám tử [tam tɯ] *n* detective
tham vọng [ta:m vauŋ] *n* ambition; **nhiều tham vọng** *adj* ambitious
than [ta:n] *n (đá)* coal ▷ *v* complain; **kêu than** *v* moan; **mỏ than** *n* colliery; **than bùn** *n* peat; **than củi** *n* charcoal
thang [ta:ŋ] *n* ladder, staircase; **cái thang** *n* ladder; **thang cuốn** *n* escalator; **thang kéo người trượt tuyết** *n* ski lift; **thang máy** *n* lift *(up/down)*; **thang máy chở người tàn tật** *n* chairlift; **thang xếp** *n* stepladder; **Có thang máy không?** Is there a lift?; **Chỗ anh có thang máy cho xe lăn không?** Do you have a lift for wheelchairs?; **Thang máy ở đâu?** Where is the lift?; **Trong tòa nhà có thang máy không?** Is there a lift in the building?
tháng [taŋ] *n* month; **hàng tháng** *adj* monthly; **nửa tháng** *n* fortnight; **ngày tháng** *n* date; **Tháng nhịn ăn ban ngày** *n* Ramadan; **một tháng nữa** in a month's time; **một tháng trước** a month ago
tháng Ba [taŋ ba:] *n* March
tháng Bảy [taŋ bai] *n* July
tháng Chín [taŋ tʃin] *n* September
tháng Hai [taŋ ha:i] *n* February
tháng Một [taŋ mot] *n* January
tháng Mười [taŋ mɯɤi] *n* October; **Chủ nhật ngày ba tháng Mười** It's Sunday the third of October
tháng Mười Hai [taŋ mɯɤi ha:i] *n* December; **vào thứ Sáu ngày ba mươi mốt tháng Mười Hai** on Friday the thirty first of December
tháng Mười Một [taŋ mɯɤi mot] *n* November
tháng Năm [taŋ nam] *n* May
tháng Sáu [taŋ sau] *n* June; **trong cả tháng Sáu** for the whole of June; **Thứ Hai ngày mười lăm tháng Sáu** It's Monday the fifteeth of June; **vào đầu tháng Sáu** at the beginning of June; **vào cuối tháng Sáu** at the end of June
tháng Tám [taŋ tam] *n* August
tháng Tư [taŋ tɯ] *n* April; **Ngày Cá tháng Tư** *n* April Fools' Day
thanh [ta:ɲ] *n (hình chữ nhật)* bar *(metal)*; **thiết bị giảm thanh** *n* silencer
thánh [taɲ] *adj* holy, sacred, saint; **bài hát thánh ca** *n* carol; **bài thánh ca** *n* hymn; **hình Chúa Giê-su trên cây thánh giá** *n* crucifix; **lễ ban thánh thể** *n* mass *(church)*; **tên thánh** *n* Christian name; **vị thánh** *n* saint; **Khi nào làm Thánh Lễ?** When is mass?
thành [taɲ] *n* fort; **hợp thành** *adj* component; **khung thành** *n* goal; **thành phần** *n* component; **thành trì** *n* fort
thánh A-la [taɲ a:la:] *n* Allah
thành công [taɲ koŋ] *adj* successful ▷ *adv* successfully ▷ *v* succeed; **không thành công** *adj* unsuccessful; **sự thành công** *n* success
thanh nẹp [ta:ɲ nɛp] *n* splint
thành ngữ [taɲ ŋɯ] **sổ tay thành ngữ** *n* phrasebook

thanh nhã [ta:ɲ ɲa] *adj* elegant
thanh niên [ta:ɲ nien] **câu lạc bộ thanh niên** *n* youth club; **nhà trọ thanh niên** *n* youth hostel
thành niên [taɲ nien] **vị thành niên** *n* minor
thành phần [taɲ fən] *n* element, ingredient
thành phố [taɲ fo] *n* city, town; **trung tâm thành phố** *n* city centre, downtown, town centre; **Có xe buýt vào thành phố không?** Is there a bus to the city?; **Làm ơn cho tôi đến trung tâm thành phố** Please take me to the city centre; **Tôi có thể mua bản đồ thành phố ở đâu?** Where can I buy a map of the city?
thanh quản [ta:ɲ kuan] **chứng viêm thanh quản** *n* laryngitis
thành thực [taɲ tɯk] **không thành thực** *adj* insincere
thành tích [taɲ titʃ] *n* achievement
thành tiếng [taɲ tieŋ] *adv* aloud
thanh toán [ta:ɲ tɔan] *v* pay; **chưa thanh toán** *adj* unpaid; **đã được thanh toán** *adj* paid; **sự thanh toán** *n* payment
thanh tra [ta:ɲ tʃa:] *v* inspect; **thanh tra soát vé** *n* ticket inspector; **thanh tra viên** *n* inspector
thanh viên [ta:ɲ vien] **phát thanh viên** *n* newsreader
thành viên [taɲ vien] *n* member; **thành viên hội đồng** *n* councillor; **Có cần phải là thành viên không?** Do you have to be a member?; **Tôi có cần phải là thành viên không?** Do I have to be a member?
tháo [taɔ] **tháo phích cắm** *v* unplug; **tháo ra** *v* take apart
thao diễn [ta:ɔ zien] **người thao diễn** *n* demonstrator
thảo dược [taɔ zɯɤk] **chè thảo dược** *n* herbal tea
thảo luận [taɔ luən] *v* discuss; **sự thảo luận** *n* discussion
thảo mộc [taɔ mok] *n* herbs
tháo ra [taɔ za:] *v* unwind
thao tác [ta:ɔ tak] *v* manipulate
tháp [tap] *n* tower; **kim tự tháp** *n* pyramid; **ngọn tháp** *n* spire, steeple; **tháp nước** *n* fountain
tha thiết [ta: tiet] **yêu tha thiết** *v* adore
tha thứ [ta: tɯ] *v* forgive; **sự tha thứ** *n* pardon
thay [ta:i] *v* change *(clothes)*, replace ▹ *intj* how!; **có thể thay mới** *adj* renewable; **dễ thay đổi** *adj* changeable; **giáo viên dạy thay** *n* supply teacher; **làm thay đổi** *v* change; **người mẹ đẻ thay** *n* surrogate mother; **phòng thay quần áo** *n* changing room; **thay đổi** *v* change; **Anh có thể thay... được không?** Can you replace...?; **Phòng thay đồ ở đâu?** Where are the changing rooms?; **Tôi thay đồ ở đâu được?** Where do I change?
thay đổi [ta:i doi] *v* vary; **có thể thay đổi** *adj* variable; **không thay đổi** *adj* unchanged; **sự thay đổi khí hậu** *n* climate change; **thay đổi giữa hai mức** *v* range
thay mặt [ta:i mat] *n* on behalf of
thay thế [ta:i te] *v* replace, substitute; **cái thay thế** *n* substitute; **sự thay thế** *n*

replacement
thay vì [taːi vi] *adv* instead ▷ *prep* instead of
thắc mắc [tak mak] *n* query ▷ *v* query
thăm [tam] *v* visit; **đi thăm** *v* visit; **khách đến thăm** *n* visitor; **thời gian thăm viếng** *n* visiting hours; **thăm viếng** *n* visit; **trung tâm thăm viếng** *n* visitor centre; **Có đi thăm... bằng xe lăn được không?** Can you visit... in a wheelchair?; **Chúng tôi có đủ thời gian đi thăm thành phố không?** Do we have time to visit the town?; **Chúng tôi có thể đi thăm lâu đài không?** Can we visit the castle?; **Chúng tôi muốn đi thăm...** We'd like to visit...; **Giờ vào thăm là khi nào?** When are visiting hours?; **Tôi đến đây thăm bạn bè** I'm here visiting friends
thăm dò [tam zɔ] *v* explore; **cuộc thăm dò dư luận** *n* opinion poll
thăm quan [tam kuan] **cuộc thăm quan** *n* sightseeing
thắng [taŋ] *v* win; **chiến thắng** *v* triumph, victory, win; **người chiến thắng** *n* winner; **sự chiến thắng** *n* winning
thằng [taŋ] **thằng cha** *n* chap
thẳng [taŋ] *adj* straight ▷ *adv* straight on; **nói thẳng ý kiến của mình** *v* speak up; **thẳng thắn** *adj* outspoken; **thẳng đứng** *adj* upright, vertical; **Đi thẳng** Go straight on
thắng cảnh [taŋ kaɲ] *n* beauty spot
thẳng thắn [taŋ tan] *adj* straightforward; **một cách thẳng thắn** *adv* frankly
thằn lằn [tan lan] **con thằn lằn** *n* lizard
thắp [tap] *n* light; **sự thắp sáng** *n* lighting; **thắp sáng** *v* light
thắt [tat] *v* tie; **nút thắt** *n* knot; **thắt chặt** *v* tighten
thắt lưng [tat lɯŋ] *n* belt
thấm [təm] *v* soak up; **không thấm nước** *adj* waterproof
thầm [təm] **cười thầm** *v* snigger; **nói thầm** *v* whisper
thẩm đoàn [təm dɔan] *v* estimate; **bồi thẩm đoàn** *n* jury
thâm hụt [təm hut] *n* deficit; **sự thâm hụt** *n* deficit
thẩm mỹ [təm mi] *adj* aesthetic; **có óc thẩm mỹ** *adj* tasteful; **phẫu thuật thẩm mỹ** *n* plastic surgery; **thẩm mỹ viện** *n* beauty salon
thẩm phán [təm fan] *n* judge
thân [tən] **thân cây** *n* trunk *(tree)*; **thân tàu** *n* hull; **thân yêu** *adj* dear *(loved)*
thần [tən] *n* God; **sóng thần** *n* tsunami; **thần học** *n* theology; **thiên thần** *n* angel
thận [tən] *n* kidney; **quả thận** *n* kidney
thần kinh [tən kiɲ] **dây thần kinh** *n* nerve *(to/from brain)*; **suy nhược thần kinh** *n* nervous breakdown
thần kỳ [tən ki] *adj* magic; **sự thần kỳ** *n* magic
thân mật [tən mət] *adj* informal, intimate
thân thể [tən te] *n* body; **thuộc về thân thể** *adj* physical
thân thiện [tən tien] *adj* friendly;

không thân thiện *adj* unfriendly; **thân thiện với môi sinh** *adj* ecofriendly; **thân thiện với môi trường** *adj* environmentally friendly
thần thoại [tən tɔai] *n* myth; **thần thoại học** *n* mythology
thận trọng [tən tʃauŋ] *n* caution ▷ *adj* cautious; **một cách thận trọng** *adv* cautiously; **sự thận trọng** *n* discretion
thấp [təp] *adj (vị trí)* low; **cấp thấp** *adj* junior; **dưới thấp** *adv* low; **đánh giá thấp** *v* underestimate; **được trả lương thấp** *adj* underpaid; **hạ thấp** *v* lower
thập [təp] **chữ thập** *n* cross
thấp hơn [təp hɤn] *adj* lower
thấp khớp [təp χɤp] **Tôi bị thấp khớp** I suffer from arthritis
thấp nhất [təp ɲət] *adj* bottom
thập niên [təp nien] *n* decade
thập phân [təp fən] *adj* decimal
thất [tət] **để thất lạc** *v* mislay; **sự thất bại** *n* defeat; **thất tình** *adj* heartbroken
thật [tət] *adj* true; **không có thật** *adj* imaginary; **không thật** *adj* unreal
thất bại [tət bai] *v* fail; **sự thất bại** *n* failure
thất lạc [tət lak] **nơi để đồ thất lạc** *n* lost-and-found; **phòng giữ đồ thất lạc** *n* lost-property office
thất nghiệp [tət ŋiep] *adj* jobless, unemployed; **đăng ký tại phòng trợ cấp thất nghiệp** *v* sign on; **tình trạng thất nghiệp** *n* unemployment; **tiền trợ cấp thất nghiệp** *n* dole
thất vọng [tət vauŋ] *adj* disappointed; **làm thất vọng** *v* disappoint, disappointing, let down; **sự thất vọng** *n* disappointment
thầu [təu] **nhà thầu** *n* contractor
thấy [təi] **dễ nhận thấy** *adj* noticeable; **hiếm thấy** *adj* rare *(uncommon)*; **khó thấy** *adj* subtle; **thấy phiền** *v* mind; **thấy trước** *v* foresee; **Tôi thấy ốm** I feel ill; **Tôi thấy lạnh** I feel cold; **Tôi thấy nóng** I feel hot
thầy [təi] **thầy tu** *n* monk
thẻ [tɛ] *n* card, badge, ID; **điện thoại thẻ** *n* cardphone; **thẻ đánh dấu trang** *n* bookmark; **thẻ điện thoại** *n* phonecard; **thẻ căn cước** *n* identity card, ID card; **thẻ ghi nợ** *n* debit card; **thẻ giảm giá đi tàu** *n* railcard; **thẻ hội viên** *n* membership card; **thẻ lên máy bay** *n* boarding pass; **thẻ lên tàu** *n* boarding card; **thẻ nạp tiền điện thoại** *n* top-up card; **thẻ nhớ** *n* memory card; **thẻ tín dụng** *n* credit card; **Anh có bán thẻ điện thoại quốc tế không?** Do you sell international phone cards?; **Anh có chấp nhận thẻ debit không?** Do you take debit cards?; **Anh có nhận thẻ tín dụng không?** Do you take credit cards?; **Đây là thẻ của tôi** Here is my card; **Làm ơn bán cho một thẻ điện thoại quốc tế** An international phone card, please; **Thẻ của tôi bị lấy cắp rồi** My card has been stolen; **Tôi có thể dùng thẻ của tôi ở máy rút tiền này không?** Can I use my card with this

cash machine?; **Tôi có thể dùng thẻ của tôi để rút tiền mặt không?** Can I use my card to get cash?; **Tôi có thể mua thẻ nạp tiền điện thoại ở đâu?** Where can I buy a top-up card?; **Tôi muốn huỷ thẻ của tôi** I need to cancel my card
them [tɛm] **them muốn** *v* long
thèm [tɛm] *v* crave; **sự thèm muốn** *n* lust
then chốt [tɛn tʃot] *adj* critical
then cửa [tɛn kɯɑː] *n* bolt
theo [tɛɔ] *prep* according to; **đi theo** *v* follow, go after; **dọc theo** *prep* along; **theo đó** *adv* accordingly
theo dãy [tɛɔ zai] *adj* terraced
theo dõi [tɛɔ zɔi] *v* spy, watch; **sự bí mật theo dõi** *n* spying
theo đuổi [tɛɔ duoi] *v* pursue, chase; **sự theo đuổi** *n* pursuit, chase
thép [tɛp] *n* steel; **thép không rỉ** *n* stainless steel
thét [tɛt] *v* shriek
thể [te] **gây mê toàn thể** *n* general anaesthetic; **Có thẻ này có được giảm giá không?** Is there a reduction with this pass?; **Cho tôi mua một thẻ nhớ cho máy ảnh kỹ thuật số này** A memory card for this digital camera, please; **Tôi có thể mua thẻ xe buýt ở đâu?** Where can I buy a bus card?
thế bí [te bi] *n* stalemate
thế chấp [te tʃəp] *n* mortgage ▷ *v* mortgage
thể dục [te zuk] *n* gymnastics; **huấn luyện viên thể dục** *n* gymnast; **môn thể dục** *n* gymnastics; **thể dục nhịp điệu** *n* aerobics; **Phòng tập thể dục ở đâu?** Where is the gym?
thể dục thể hình [te zuk te hiŋ] *n* bodybuilding
thế giới [te zɤi] *n* world; **Giải Vô địch Bóng đá Thế giới** *n* World Cup; **Thế giới Thứ ba** *n* Third World
thế hệ [te he] *n* generation
thế kỷ [te ki] *n* century
thêm [tem] *adj* extra ▷ *adv* extra ▷ *v* add; **giờ làm thêm** *n* overtime; **ngủ thêm** *v* sleep in; **Làm ơn cho tôi món đó có thêm...** I'd like it with extra..., please
thêm nữa [tem nɯɑː] *pron* more
thết đãi [tet dai] **sự thết đãi** *n* treat
thể thao [te tɑːɔ] *n* sports; **bộ quần áo thể thao** *n* tracksuit; **các môn thể thao mùa đông** *n* winter sports; **giày thể thao** *n* trainers; **ham mê thể thao** *adj* sporty; **môn thể thao** *n* sport; **quần áo thể thao** *n* sportswear; **Có những phương tiện gì để chơi thể thao?** What sports facilities are there?
thể tích [te titʃ] *n* volume
thêu [teu] *v* embroider; **đồ thêu** *n* embroidery
thể xác [te sɑk] *adj* physical; **hình phạt về thể xác** *n* corporal punishment
thi [ti] *v* take an exam ▷ *n* poetry; **cuộc thi** *n* contest; **cuộc thi đố** *n* quiz; **kỳ thi** *n* exam; **kỳ thi lái xe** *n* driving test; **kỳ thi vấn đáp** *n* oral; **người dự thi** *n* contestant; **sự thi đỗ** *n* pass *(meets standard)*; **thi đỗ** *v* pass *(an exam)*; **thi lại** *v* resit
thì [ti] **cuối cùng thì** *adv* ultimately

thìa [tia:] *n* spoon; **cái thìa** *n* spoon; **dao thìa dĩa** *n* cutlery; **thìa ăn món tráng miệng** *n* dessert spoon; **thìa đầy** *n* spoonful; **thìa cà phê** *n* teaspoon; **thìa to** *n* tablespoon; **Làm ơn cho tôi một chiếc thìa sạch được không?** Could I have a clean spoon, please?
thích [titʃ] *v* fancy, like, be fond of; **cây thích** *n* maple; **không thích** *v* dislike; **sự thích hơn** *n* preference; **vui thích** *v* enjoy; **Cái này tôi cũng không thích** I don't like it either; **Tôi không thích...** I don't like...; **Tôi rất thích anh** I like you very much; **Tôi thích...** I like...
thích hơn [titʃ hɤn] *v* prefer
thích hợp [titʃ hɤp] *adj* appropriate
thị chính [ti tʃiɲ] **tòa thị chính** *n* town hall
thích nghi [titʃ ŋi] *v* adapt
thi đấu [ti dəu] **cuộc thi đấu** *n* match *(sport)*
thiếc [tiek] *n* tin; **giấy thiếc** *n* tinfoil; **hợp kim thiếc** *n* pewter
thiên [tien] *n* heaven; **thiên đường** *n* heaven
thiển cận [tien kən] *adj* narrow-minded
Thiên chúa [tien tʃuɑ:] **đạo Thiên chúa** *n* Christianity; **người theo đạo Thiên chúa** *n* Christian; **theo đạo Thiên chúa** *adj* Christian
Thiên Chúa giáo [tien tʃuɑ: zɑɔ] *adj* Catholic; **người theo Thiên Chúa giáo La-mã** *n* Roman Catholic; **thuộc Thiên Chúa giáo La-mã** *adj* Roman Catholic
thiên đường [tien dɯɤŋ] *n* paradise
thiêng [tieŋ] **linh thiêng** *adj* holy, sacred
thiên nga [tien ŋɑ:] **con thiên nga** *n* swan
thiên nhiên [tien ɲien] *adj* natural; **tài nguyên thiên nhiên** *n* natural resources
thiên niên [tien nien] **thiên niên kỷ** *n* millennium
thiên tài [tien tɑi] *n* genius
thiên thạch [tien tɑtʃ] *n* meteorite
thiên văn [tien vɑn] **đài thiên văn** *n* observatory
thiên văn học [tien vɑn hɔk] *n* astronomy
thiên vị [tien vi] *adj* biased; **không thiên vị** *adj* impartial
thiếp [tiep] *n* card; **thiếp mừng Nô-en** *n* Christmas card
thiệt [tiet] **thiệt hại** *n* damage
thiết bị [tiet bi] *n* appliance, device, equipment, gear *(equipment)*; **thiết bị phát ra tiếng bíp bíp** *n* bleeper
thiết kế [tiet ke] *v* design; **bản thiết kế** *n* design; **nhà thiết kế** *n* designer; **nhà thiết kế nội thất** *n* interior designer
thiết yếu [tiet ieu] *adj* essential
thiêu [tieu] **thiêu trụi** *v* burn down
thiếu [tieu] **không thể thiếu được** *adj* indispensable; **lượng thiếu** *n* shortfall; **sự thiếu** *n* lack, shortage; **thiếu nữ** *n* lass; **thiếu tự tin** *adj* unsure
thiểu [tieu] **giảm thiểu** *v* minimize
thiếu niên [tieu nien] *n* adolescent, teenager; **tuổi thiếu niên** *n* adolescence, teens
thiểu số [tieu so] *n* minority
thiếu thốn [tieu ton] *adj* skimpy

thiêu trụi [tieu tʃui] *v* burn down
thị giác [ti zak] **thuộc thị giác** *adj* visual
thi hành [ti haɲ] **sự thi hành** *n* execution
thì hơn [ti hɤn] *adv* preferably
thì là tây [ti la tai] **cây thì là tây** *n* fennel
thị lực [ti lɯk] *n* eyesight, sight
thí nghiệm [ti ŋiem] *n* experiment; **vật thí nghiệm** *n* guinea pig *(for experiment)*
thính [tiɲ] **dụng cụ trợ thính** *n* hearing aid; **thính giác** *n* hearing; **Tôi có máy trợ thính** I have a hearing aid
thỉnh cầu [tiɲ kəu] *v* appeal; **sự thỉnh cầu** *n* appeal
thịnh nộ [tiɲ no] **cơn thịnh nộ** *n* rage
thỉnh thoảng [tiɲ tɔaŋ] *adj* occasional ▷ *adv* sometimes
thịnh vượng [tiɲ vɯɤŋ] *v* thrive; **sự thịnh vượng** *n* prosperity
thịt [tit] *n* meat, flesh ▷ *v* kill; **bánh mì tròn kẹp thịt băm viên** *n* burger; **cửa hàng thịt** *n* butcher's; **món thịt hầm** *n* casserole; **miếng thịt bò nạc** *n* steak; **người bán thịt** *n* butcher; **nước luộc thịt** *n* broth; **nước thịt** *n* gravy; **súc thịt** *n* joint *(meat)*; **thịt đỏ** *n* red meat; **thịt băm viên** *n* meatball; **thịt bê** *n* veal; **thịt bò** *n* beef; **thịt bò băm viên** *n* beefburger; **thịt cừu** *n* lamb, mutton; **thịt cốtlet** *n* cutlet; **thịt giăm-bông** *n* ham; **thịt hươu** *n* venison; **thịt lợn** *n* pork; **thịt lợn muối xông khói** *n* bacon; **thịt mông bò** *n* rump steak; **Anh có ăn thịt không?** Do you eat meat?; **Cái này được nấu trong nước dùng thịt phải không?** Is this cooked in meat stock?; **Tôi không ăn thịt** I don't eat meat; **Tôi không ăn thịt đỏ** I don't eat red meat; **Tôi không thích thịt** I don't like meat; **Thịt này thiu rồi** This meat is off; **Thịt nguội quá** The meat is cold
thị thực [ti tɯk] *n* visa; **Đây là thị thực của tôi** Here is my visa; **Tôi có thị thực nhập cảnh** I have an entry visa
thị trấn [ti tʃən] *n* town; **sự quy hoạch thị trấn** *n* town planning
thị trường [ti tʃɯɤŋ] **nghiên cứu thị trường** *n* market research; **thị trường chứng khoán** *n* stock exchange, stock market
thị trưởng [ti tʃɯɤŋ] *n* mayor
thò [tɔ] **thò ra** *v* stick out
thỏ [tɔ] *n* rabbit; **con thỏ** *n* rabbit; **thỏ rừng** *n* hare
thỏa hiệp [tɔa: hiep] *v* compromise; **sự thỏa hiệp** *n* compromise
thoái lui [tɔai lui] *v* retrace
thoải mái [tɔai mai] *adj* comfortable, laid-back, relaxed; **không thoải mái** *adj* uncomfortable; **làm cho thoải mái** *adj* relaxing
thỏa mãn [tɔa: man] *adj* rewarding, satisfied
thoát [tɔat] *v* escape (from); **lỗ thoát nước** *n* plughole; **ống thoát nước** *n* drainpipe; **sự trốn thoát** *n* escape; **tấm thoát nước** *n* draining board; **trốn thoát** *v* escape

thoát hiểm [tɔat hiem] **cửa thoát hiểm** *n* emergency exit; **lối thoát hiểm** *n* fire escape
thỏa thuận [tɔa: tuən] **sự thỏa thuận** *n* deal, bargain
thoát ra [tɔat za:] *v* log off
thoát y [tɔat i] *v* strip; **người biểu diễn thoát y** *n* stripper; **sự thoát y** *n* strip
thỏa ước [tɔa: ɯɤk] **thỏa ước ngừng bắn** *n* truce
thóc mách [tɔk matʃ] *adj* nosy ▷ *v* pry
thoi [tɔi] **xe con thoi** *n* shuttle
thói quen [tɔi kuɛn] *n* habit
thô [to] *adj* coarse, crude
thôi [toi] *adj* no longer; **bị cho thôi việc** *adj* redundant; **cho thôi việc** *v* lay off
thổi [toi] *v* blow
thối rữa [toi zɯa:] *v* rot; **bị thối rữa** *adj* rotten
thông [toŋ] *n* pine tree; **cây thông** *n* pine; **cây thông Nô-en** *n* Christmas tree; **sự lưu thông** *n* circulation; **sự thông gió** *n* ventilation; **sự thông thái** *n* wisdom; **sự truyền thông** *n* communication; **thông qua** *v* pass
thông báo [toŋ bao] *n* announcement, notice *(termination)* ▷ *v* announce, inform, notify; **bảng thông báo** *n* notice board
thông cảm [toŋ kam] *adj* sympathetic, understanding ▷ *v* sympathize; **sự thông cảm** *n* sympathy
thông điệp [toŋ diep] *n* message; **thông điệp bật lên** *n* pop-up
thống kê [toŋ ke] **số liệu thống kê** *n* statistics
thống khổ [toŋ χo] **nỗi thống khổ** *n* agony
thông minh [toŋ miɲ] *adj* brainy, clever, intelligent; **Chỉ số Thông minh IQ** *n* IQ; **điện thoại thông minh** *n* smart phone; **trí thông minh** *n* intelligence
thống nhất [toŋ ɲət] **không thống nhất** *adj* inconsistent
thông thường [toŋ tɯɤŋ] *adj* usual; **theo tập quán thông thường** *adj* conventional
thông tin [toŋ tin] *n* information ▷ *v* inform; **bàn thông tin** *n* enquiry desk; **cung cấp thông tin bổ ích** *adj* informative; **văn phòng cung cấp thông tin** *n* information office; **Đây là một số thông tin về công ty tôi** Here's some information about my company; **Tôi muốn một số thông tin về...** I'd like some information about...
Thổ Nhĩ Kỳ [to ɲi ki] *n* Turkey; **người Thổ Nhĩ Kỳ** *n* Turk; **thuộc Thổ Nhĩ Kỳ** *adj* Turkish; **tiếng Thổ Nhĩ Kỳ** *n* Turkish
thơ [tɤ] *n* verse; **bài thơ** *n* poem; **nên thơ** *adj* picturesque; **nhà thơ** *n* poet; **thơ ca** *n* poetry
thờ [tɤ] *v* worship; **nhà thờ** *n* church; **nhà thờ lớn** *n* cathedral; **thờ phụng** *v* worship
thở [tɤ] *v* breathe; **bị nghẹt thở** *v* choke; **hơi thở** *n* breath; **ống thở khi lặn** *n* snorkel; **thở dài** *v* sigh; **thở ra** *v* breathe out; **tiếng thở dài** *n* sigh; **Anh ấy không thở được** He can't breathe
thợ [tɤ] *n* artisan, craftsman,

tradesman; **người thợ** *n* workman; **thợ điện** *n* electrician; **thợ khóa** *n* locksmith; **thợ kim hoàn** *n* jeweller; **thợ lặn** *n* diver; **thợ làm đồ gỗ** *n* joiner; **thợ làm tóc** *n* hairdresser; **thợ may** *n* tailor; **thợ mỏ** *n* miner; **thợ mộc** *n* carpenter; **thợ máy** *n* mechanic; **thợ nề** *n* bricklayer; **thợ xây** *n* builder; **Anh có thể cử thợ máy đến được không?** Can you send a mechanic?

thơ ấu [tɤ əu] *adj* young; **thời thơ ấu** *n* childhood

thợ cắt tóc [tɤ kat tɔk] *n* barber

thời [tɤi] *n* time; **đồng thời** *adj* simultaneous; **đương thời** *adj* contemporary; **lỗi thời** *adj* obsolete, old-fashioned, out-of-date; **tên thời con gái** *n* maiden name; **thời của động từ** *n* tense; **thuộc thời Trung cổ** *adj* mediaeval

thời gian [tɤi zaːn] *n* time; **bán thời gian** *adv* part-time; **khoảng thời gian** *n* duration, while; **khoảng thời gian giữa hai sự kiện** *n* interval; **thời gian nghỉ làm** *n* time off; **thời gian rỗi** *n* leisure, spare time; **thời gian thử nghiệm** *n* trial period; **thời gian thăm viếng** *n* visiting hours; **toàn bộ thời gian** *adv* full-time; **Tôi đã có một khoảng thời gian tuyệt vời** I've had a great time; **Thời gian tối thiểu là bao nhiêu?** What's the minimum amount of time?

thời hạn [tɤi han] **thời hạn cuối cùng** *n* deadline

thời kỳ [tɤi ki] *n* period

thời sự [tɤi sɯ] *n* current events; **các vấn đề thời sự** *n* current affairs; **có tính thời sự** *adj* topical; **Mấy giờ thì có thời sự?** When is the news?

thời tiết [tɤi tiet] *n* weather, climate; **dự báo thời tiết** *n* weather forecast; **Dự báo thời tiết thế nào?** What's the weather forecast?; **Tôi hy vọng thời tiết sẽ khá hơn** I hope the weather improves; **Tôi hy vọng thời tiết sẽ vẫn như thế này** I hope the weather stays like this; **Thời tiết có sắp thay đổi không?** Is the weather going to change?; **Thời tiết ngày mai thế nào?** What will the weather be like tomorrow?; **Thời tiết tệ quá!** What awful weather!

thời trang [tɤi tʃaːŋ] *n* fashion; **hợp thời trang** *adj* trendy; **không hợp thời trang** *adj* naff, unfashionable

thời vụ [tɤi vu] **theo thời vụ** *adj* seasonal

thơm [tɤm] *adj* fragrant; **hương thơm** *n* scent

thu [tu] *n* autumn ▷ *v* collect; **người thu vé** *n* ticket collector; **quầy thu tiền hóa đơn khách sạn** *n* checkout; **sự thu mua toàn bộ** *n* buyout

thú [tu] *n* beast; **vườn thú** *n* zoo

thù [tu] **gây thù địch** *v* antagonize; **kẻ thù** *n* enemy; **lòng căm thù** *n* hatred; **thù địch** *adj* hostile

thủ [tu] **thủ môn** *n* goalkeeper; **thủ phạm** *n* culprit

thua [tua] *v* lose; **chịu thua** *v* give up; **người thua cuộc** *n* loser; **thua**

kém *adj* inferior
thuần [tuən] *adj* tame
thuận [tuən] *v* agree, be favourable; **sự đồng thuận** *n* consensus; **tay lái thuận** *n* right-hand drive; **thuận tay phải** *adj* right-handed; **thuận tiện** *adj* convenient
thuật [tuət] **ảo thuật gia** *n* conjurer; **nghệ thuật ẩm thực** *n* cookery; **tiểu sử tự thuật** *n* autobiography
thuật ngữ [tuət ŋɯ] *n* term *(description)*
thúc đẩy [tuk dəi] *v* motivate; **sự thúc đẩy** *n* motivation
thúc giục [tuk zuk] *v* hurry
thủ công [tu koŋ] **nghề thủ công** *n* craft; **thợ thủ công** *n* craftsman
thủ đoàn [tu dɔɑn] **thuỷ thủ đoàn** *n* crew
thủ đô [tu do] *n* capital
thuê [tue] *v* hire, rent, charter; **cho thuê** *v* lease, rent; **hợp đồng cho thuê** *n* lease; **người thuê nhà** *n* tenant; **ô tô cho thuê** *n* rental car; **ô tô đi thuê** *n* hired car; **sự cho thuê xe ô tô** *n* car hire; **sự thuê xe ô tô** *n* car rental; **thuê ô tô** *n* hire car; **thuê người** *v* employ; **tiền thuê** *n* rent, rental; **việc thuê** *n* hire; **Chúng tôi có thể thuê thiết bị không?** Can we hire the equipment?; **Họ có cho thuê vợt không?** Do they hire out racquets?; **Tôi có thể thuê giường nằm tắm nắng ở đâu?** Where can I hire a sun lounger?; **Tôi có thể thuê mô tô trượt nước ở đâu?** Where can I hire a jet-ski?; **Tôi có thể thuê ô che nắng ở đâu?** Where can I hire a sunshade?; **Tôi có thể thuê vợt ở đâu?** Where can I hire a racket?; **Tôi muốn thuê một chiếc xe đạp** I want to hire a bike; **Tôi muốn thuê một ô tô** I want to hire a car; **Tôi muốn thuê một xe máy** I want to hire a motorbike
thuế [tue] *n* tax; **bản khai thuế** *n* tax return; **miễn thuế** *adj* duty-free; **người đóng thuế** *n* tax payer; **sự miễn thuế** *n* duty-free; **thuế cầu đường** *n* road tax; **thuế GTGT** *abbr* VAT; **thuế thu nhập** *n* income tax
thuế quan [tue kuɑn] *n* tariff
thu hoạch [tu hɔɑtʃ] *v* harvest; **vụ thu hoạch** *n* harvest
thùng [tuŋ] *n* bin; **thùng rác** *n* dustbin, litter bin; **thùng tròn** *n* barrel
thủng [tuŋ] **lỗ thủng** *n* leak; **sự đâm thủng** *n* piercing; **thủng lỗ** *adj* pierced
thung lũng [tuŋ luŋ] *n* valley
thú nhận [tu ɲən] *v* admit, confess, own up; **sự thú nhận** *n* confession
thu nhập [tu ɲəp] *n* income, return *(yield)* ▷ *npl* earnings; **thuế thu nhập** *n* income tax
thu nhỏ [tu ɲɔ] *adj* miniature; **vật thu nhỏ** *n* miniature
thuốc [tuok] *n (chữa bệnh)* drug, medicine; **đơn thuốc** *n* prescription; **kê thuốc** *v* prescribe; **người không hút thuốc** *n* non-smoker; **người nghiện thuốc lá** *n* smoker; **ống xịt thuốc** *n* inhaler; **sự hút thuốc** *n* smoking; **sự tiêm thuốc** *n* injection; **thuốc an thần** *n* sedative, tranquillizer;

thuốc aspirin *n* aspirin; **thuốc bổ** *n* tonic; **thuốc bôi mi mắt** *n* mascara; **thuốc chữa dị ứng** *n* antihistamine; **thuốc chống ra mồ hôi** *n* antiperspirant; **thuốc chống trầm cảm** *n* antidepressant; **thuốc con nhộng** *n* capsule; **thuốc diệt cỏ dại** *n* weedkiller; **thuốc diệt côn trùng** *n* insect repellent; **thuốc độc** *n* poison; **thuốc giải độc** *n* antidote; **thuốc giảm đau** *n* painkiller; **thuốc kháng sinh** *n* antibiotic; **thuốc mỡ** *n* ointment; **thuốc nước chống ho** *n* cough mixture; **thuốc ngủ** *n* sleeping pill; **thuốc nhuận tràng** *n* laxative; **thuốc nhuộm** *n* dye; **thuốc tẩy** *n* bleach, stain remover; **thuốc trừ sâu** *n* pesticide; **thuốc uống** *n* medicine; **viên thuốc** *n* pill, tablet

thuộc [tuok] **quen thuộc** *adj* familiar; **thuộc cấp** *n* inferior

thuộc Indonesia [tuok inzɔnɛsiɑ] *adj* Indonesian

thuốc lá [tuok lɑ] *n* cigarette; **cửa hàng bán thuốc lá** *n* tobacconist's; **cái gạt tàn thuốc lá** *n* ashtray; **cây thuốc lá** *n* tobacco; **điếu thuốc lá** *n* cigarette

thuốc phiện [tuok fien] **cây thuốc phiện** *n* cannabis

thuốc tê [tuok te] *n* anaesthetic

thuộc về [tuok ve] *v* belong, belong to

thủ quỹ [tu kui] *n* cashier, treasurer

thu thanh [tu tɑ:ɲ] **máy thu thanh kỹ thuật số** *n* digital radio

thu thập [tu təp] *v* collect; **sự thu thập** *n* collection

thủ thư [tu tɯ] *n* librarian

thủ tục [tu tuk] *n* formality

thủ tướng [tu tɯɤŋ] *n* prime minister

thú vị [tu vi] *adj* enjoyable, interesting

thú vui [tu vui] *n* pleasure

thu xếp [tu sep] *v* arrange; **sự thu xếp** *n* arrangement; **Tôi muốn thu xếp một cuộc gặp với...** I'd like to arrange a meeting with...

thuỷ [tui] **thuỷ thủ đoàn** *n* crew

thú y [tu i] **bác sỹ thú y** *n* vet

thủy [tui] **hạ thủy** *v* launch; **tàu thủy lớn** *n* liner; **thủy triều** *n* tide

thủy đậu [tui dəu] **bệnh thủy đậu** *n* chickenpox

Thụy Điển [tui dien] **người Thụy Điển** *n* Swede; **nước Thụy Điển** *n* Sweden; **thuộc Thụy Điển** *adj* Swedish; **tiếng Thụy Điển** *n* Swedish

thuyền [tuien] *n* boat; **bến du thuyền** *n* marina; **chèo thuyền** *v* row *(in boat)*; **đi thuyền** *v* sail; **sự đi thuyền** *n* sailing; **sự chèo thuyền** *n* rowing; **thuyền đánh cá** *n* fishing boat; **thuyền buồm** *n* sailing boat, yacht; **thuyền có mái chèo** *n* rowing boat; **thuyền trưởng** *n* captain; **Có chuyến tham quan bằng thuyền trên sông không?** Are there any boat trips on the river?; **Khi nào thì có chuyến thuyền đầu tiên?** When is the first boat?; **Khi nào thì có chuyến thuyền cuối cùng?** When is the last boat?; **Thuyền đi từ đâu?** Where does the boat leave from?

thuyết giáo [tuiet zɑɔ] *v* preach; **bài thuyết giáo** *n* sermon

thuyết phục [tuiet fuk] *v* convince, persuade; **có sức thuyết phục** *adj* convincing, persuasive

thuyết trình [tuiet tʃiŋ] **bản thuyết trình** *n* presentation; **người thuyết trình** *n* presenter

thuỷ ngân [tui ŋən] *n* mercury

Thụy Sỹ [tui si] *n* Switzerland; **người Thụy Sỹ** *n* Swiss; **thuộc Thụy Sỹ** *adj* Swiss

thủy thủ [tui tu] *n* sailor, seaman

thủy tiên [tui tien] **hoa thủy tiên** *n* daffodil

thủy tinh [tui tiŋ] *n* glass, crystal; **màng thủy tinh thể** *n* cataract *(eye)*; **thủy tinh sợi** *n* fibreglass

thuỷ triều [tui tʃieu] *n* tide; **Lúc nào thì thuỷ triều lên?** When is high tide?

thư [tɯ] *n* letter *(message)*, book; **bạn qua thư** *n* penfriend; **dịch vụ thư bảo đảm** *n* recorded delivery; **giấy viết thư** *n* notepaper; **hộp thư** *n* letterbox, mailbox, postbox; **hộp thư đến** *n* inbox; **nữ nhân viên đưa thư** *n* postwoman; **người trao đổi thư từ** *n* correspondent; **nhân viên đưa thư** *n* postman; **thư máy bay** *n* airmail; **thư nội bộ** *n* memo; **thư rác** *n* junk mail, spam; **thư từ trao đổi** *n* correspondence; **Tôi muốn gửi bức thư này** I'd like to send this letter

thử [tɯ] *v* try out; **buồng thử quần áo** *n* fitting room; **sự thử** *n* try; **sự thử giọng** *n* audition; **thời gian thử nghiệm** *n* trial period; **thử mặc** *v* try on; **thử nghiệm** *v* test

thừa [tɯɑ:] *adj* spare, surplus; **đồ thừa** *n* remains; **tình trạng dư thừa** *n* redundancy

thừa kế [tɯɑ: ke] *v* inherit; **người thừa kế nam** *n* heir; **người thừa kế nữ** *n* heiress; **quyền thừa kế** *n* inheritance

thứ ba [tɯ bɑ:] *adj* third ▷ *adv* thirdly; **Thế giới Thứ ba** *n* Third World

Thứ ba [tɯ bɑ:] *n* Tuesday; **ngày thứ Ba trước tuần chay** *n* Shrove Tuesday; **vào thứ Ba** on Tuesday

thứ bảy [tɯ bai] *adj* seventh

thứ Bảy [tɯ bai] *n* Saturday; **mỗi thứ Bảy** every Saturday; **thứ Bảy tuần này** this Saturday; **thứ Bảy tuần tới** next Saturday; **thứ Bảy tuần trước** last Saturday; **vào các thứ Bảy** on Saturdays; **vào thứ Bảy** on Saturday

thức [tɯk] *adj* awake ▷ *v* stay up; **đồng hồ báo thức** *n* alarm clock; **có học thức** *adj* educated; **gọi báo thức** *n* alarm call; **người trí thức** *n* intellectual; **thức đợi** *v* wait up

thực [tɯk] *adj* genuine; **có thực** *adj* real; **nghệ thuật ẩm thực** *n* cookery

thức ăn [tɯk ɑn] *n* food, grub; **cửa hàng bán thức ăn mang về** *n* takeaway; **ngộ độc thức ăn** *n* food poisoning; **tủ đựng thức ăn** *n* larder; **Thức ăn cay quá** The food is too spicy; **Thức ăn mặn quá** The food is too salty

thực đơn [tɯk dɤn] *n* menu; **thực đơn sẵn** *n* set menu; **Anh có thực đơn dành cho trẻ em không?** Do you have a children's menu?; **Anh có thực đơn với giá định sẵn không?** Do you have a set-price menu?; **Chúng tôi sẽ chọn thực đơn đã định sẵn** We'll take the set menu; **Làm ơn cho xem thực đơn** The menu, please; **Làm ơn cho xem thực đơn đồ tráng miệng** The dessert menu, please; **Thực đơn định sẵn thì giá bao nhiêu?** How much is the set menu?

thức giấc [tɯk zək] *v* wake up

thực hiện [tɯk hien] *v* carry out, conduct, perform; **sự thực hiện** *n* performance *(functioning)*

thứ chín [tɯ tʃin] *adj* ninth

thực phẩm [tɯk fəm] **máy chế biến thực phẩm** *n* food processor; **việc cung cấp thực phẩm** *n* catering

thực sự [tɯk sɯ] *adj* actual, proper ▷ *adv* really

thực tập [tɯk təp] **thực tập sinh** *n* trainee

thực tế [tɯk te] *adj* practical ▷ *n* reality; **có óc thực tế** *adj* realistic; **chương trình ti-vi thực tế** *n* reality TV; **không thực tế** *adj* impractical, unrealistic; **một cách thực tế** *adv* practically; **thực tế ảo** *n* virtual reality; **trên thực tế** *adv* actually

thực tiễn [tɯk tien] *n* practice

thứ của anh ấy [tɯ kua: a:ɲ əi] *n* his

thứ của cô ấy [tɯ kua: ko əi] *pron* hers

thực vật [tɯk vət] *n* vegetation; **bơ thực vật** *n* margarine; **hệ thực vật** *n* flora

thư giãn [tɯ zan] *v* relax

thứ hai [tɯ ha:i] *adj* second ▷ *n* second; **thứ hai là** *adv* secondly

thứ Hai [tɯ ha:i] *n* Monday; **Thứ Hai ngày mười lăm tháng Sáu** It's Monday the fifteeth of June; **vào thứ Hai** on Monday

thứ hai mươi [tɯ ha:i mɯɤi] *adj* twentieth

thư ký [tɯ ki] *n* secretary

thứ một nghìn [tɯ mot ŋin] *adj* thousandth

thứ mười [tɯ mɯɤi] *adj* tenth

thứ mười ba [tɯ mɯɤi ba:] *adj* thirteenth

thứ mười bảy [tɯ mɯɤi bai] *adj* seventeenth

thứ mười bốn [tɯ mɯɤi bon] *adj* fourteenth

thứ mười chín [tɯ mɯɤi tʃin] *adj* nineteenth

thứ mười hai [tɯ mɯɤi ha:i] *adj* twelfth

thứ mười lăm [tɯ mɯɤi lam] *adj* fifteenth

thứ mười một [tɯ mɯɤi mot] *adj* eleventh

thứ mười sáu [tɯ mɯɤi sau] *adj* sixteenth

thứ mười tám [tɯ mɯɤi tam] *adj* eighteenth

thứ năm [tɯ nam] *adj* fifth

thứ Năm [tɯ nam] *n* Thursday; **vào thứ Năm** on Thursday

thước [tɯɤk] **cái thước kẻ** *n* ruler *(measure)*; **thước dây** *n* tape measure

thương [tɯɤŋ] *adj* wounded ▷ *n* trade, commerce; **bị thương** *adj* injured; **làm tổn thương** *v* injure; **lòng thương** *n* pity; **thương hại** *v* pity; **thương vong** *n* casualty; **vết thương** *n* injury, sore; **Có một số**

người bị thương There are some people injured; **Có người bị thương** Someone is injured; **Chị ấy bị thương nặng** She is seriously injured; **Tôi muốn mua một ít băng dính vết thương** I'd like some plasters

thường [tɯɤŋ] *adv (xuyên)* usually ▷ *adj* ordinary ▷ *v* compensate; **bình thường** *adj* normal; **coi thường** *v* mock; **khác thường** *adj* exceptional, unusual; **lạ thường** *adj* extraordinary; **lẽ thường** *n* common sense; **loại thường** *adj* second-rate; **như thường lệ** *adv* normally; **Những Câu hỏi Thường gặp** *n* FAQ; **tầm thường** *adj* unimportant; **thông thường** *adj* common, regular; **thường dân** *n* civilian; **theo tập quán thông thường** *adj* conventional; **thuộc thường dân** *adj* civilian

thưởng [tɯɤŋ] *n* reward; **giải thưởng** *n* prize; **tiền thưởng** *n* bonus

thượng cấp [tɯɤŋ kəp] *n* superior

thượng đế [tɯɤŋ de] *n* god

thương hàn [tɯɤŋ han] **bệnh thương hàn** *n* typhoid

thương hiệu [tɯɤŋ hieu] *n* trademark

thương lượng [tɯɤŋ lɯɤŋ] *v* negotiate; **sự thương lượng** *n* negotiations

thương mại [tɯɤŋ mai] *n* trade; **ngân hàng thương mại** *n* merchant bank; **thương mại điện tử** *n* e-commerce; **trung tâm thương mại** *n* shopping centre

thương nhân [tɯɤŋ ɲən] *n* merchant; **hạng thương nhân** *n* business class

thương thuyết [tɯɤŋ tuiet] **người thương thuyết** *n* negotiator

thương tiếc [tɯɤŋ tiek] *v* mourn; **sự thương tiếc** *n* mourning

thương trường [tɯɤŋ tʃɯɤŋ] *n* marketplace

thường xuân [tɯɤŋ suən] *n* ivy; **cây thường xuân** *n* ivy

thường xuyên [tɯɤŋ suien] *adj* continual, frequent ▷ *adv* continually, often; **hoạt động thường xuyên** *n* routine

thứ sáu [tɯ sau] *adj* sixth

thứ Sáu [tɯ sau] *n* Friday; **thứ Sáu trước Lễ Phục sinh** *n* Good Friday; **vào thứ Sáu** on Friday; **vào thứ Sáu ngày ba mươi mốt tháng Mười Hai** on Friday the thirty first of December

thứ tám [tɯ tam] *adj* eighth ▷ *n* eighth

thử thách [tɯ tatʃ] **sự thử thách** *n* ordeal

thư thái [tɯ tai] *adj* restful

thư từ [tɯ tɯ] *n* mail

thứ tư [tɯ tɯ] *adj* fourth

thứ tự [tɯ tɯ] **theo thứ tự** *adv* respectively

thứ Tư [tɯ tɯ] *n* Wednesday; **vào thứ Tư** on Wednesday

thư viện [tɯ vien] *n* library

thứ yếu [tɯ ieu] *adj* minor

tia [tia] **tia lửa** *n* spark

tỉa [tia:] *v* trim

tích [titʃ] **mất tích** *adj* missing; **Con tôi bị mất tích** My child is missing

tích cực [titʃ kɯk] *adj* active

tịch thu [titʃ tu] *v* confiscate
tích trữ [titʃ tʃɯ] *v* store; **sự tích trữ** *n* storage
tiếc [tiek] *v* regret; **đáng tiếc** *adv* unfortunately
tiệc [tiek] *n* party; **bữa tiệc** *n* party *(social gathering)*; **tiệc tiễn thời độc thân của một cô gái** *n* hen night
tiêm [tiem] *v* inject; **ống tiêm** *n* syringe; **sự tiêm thuốc** *n* injection
tiêm chủng [tiem tʃuŋ] *v* vaccinate; **sự tiêm chủng** *n* vaccination
tiềm năng [tiem naŋ] *n* potential
tiềm tàng [tiem taŋ] *adj* potential
tiên [tien] *n* fairy; **nàng tiên cá** *n* mermaid
tiến [tien] **tiến hành** *v* go ahead; **tiến lên** *v* forward, move forward
tiền [tien] *n* money ▷ *adj* front; **giá tiền** *n* charge *(price)*; **hết tiền** *adj* broke; **hoàn lại tiền** *v* refund; **khoản tiền trả lại** *n* repayment; **lệnh trả tiền** *n* standing order; **mặt tiền** *n* front; **máy rút tiền** *n* cash dispenser; **máy tính tiền** *n* cash register; **ngăn kéo để tiền** *n* till; **quầy đổi tiền** *n* bureau de change; **quầy thu tiền hóa đơn khách sạn** *n* checkout; **số tiền chi trội** *n* overdraft; **tiền bảo lãnh** *n* bail; **tiền bán hàng** *n* takings; **tiền boa** *n* tip *(reward)*; **tiền còn nợ** *n* arrears; **tiền cho vay** *n* loan; **tiền chuộc** *n* ransom; **tiền đặt báo dài hạn** *n* subscription; **tiền được cấp** *n* grant; **tiền gửi** *n* deposit; **tiền hoàn lại** *n* rebate, refund; **tiền lãi** *n* interest *(income)*; **tiền lương** *n* pay, wage; **tiền mặt** *n* cash; **tiền phạt** *n* fine; **tiền phục vụ** *n* cover charge; **tiền thưởng** *n* bonus; **tiền thuê** *n* rent, rental; **tiền tiết kiệm** *n* savings; **tiền tiêu vặt** *n* pocket money; **tiền trợ cấp** *n* subsidy; **tiền vé** *n* fare; **tiền vào cửa** *n* admission charge; **tiền xu** *n* coin; **trả lại tiền** *v* repay; **xưởng đúc tiền** *n* mint *(coins)*; **Anh có thể cho tôi vay ít tiền không?** Could you lend me some money?; **Anh có thể thu xếp gửi tiền qua gấp không?** Can you arrange to have some money sent over urgently?; **Tôi có thể đổi tiền ở đâu?** Where can I change some money?; **Tôi hết tiền rồi** I have run out of money; **Tôi không có tiền** I have no money; **Tôi lấy lại tiền có được không?** Can I have my money back?; **Tôi muốn chuyển ít tiền từ tài khoản của tôi** I would like to transfer some money from my account; **Tôi muốn lấy lại tiền** I want my money back
tiện [tien] **bất tiện** *adj* inconvenient; **sự bất tiện** *n* inconvenience; **thuận tiện** *adj* convenient; **tiện sử dụng** *adj* handy
tiến bộ [tien bo] *n* progress; **sự tiến bộ** *n* improvement
tiến độ [tien do] *n* progress; **Chúng tôi đúng tiến độ** We are on schedule; **Chúng tôi hơi chậm so với tiến độ** We are slightly behind schedule
tiếng [tieŋ] *n* sound, voice; **được lồng tiếng** *adj* dubbed; **người nổi tiếng** *n* celebrity; **thiết bị phát ra tiếng bíp bíp** *n* bleeper; **tiếng ầm ĩ**

n din; **tiếng địa phương** *n* dialect; **tiếng cười** *n* laugh, laughter; **tiếng chuông** *n* ring; **tiếng gọi** *n* call; **tiếng huýt sáo** *n* whistle; **tiếng lạch cạch** *n* rattle; **tiếng lóng** *n* slang; **tiếng mẹ đẻ** *n* mother tongue; **tiếng ồn** *n* noise; **tiếng quay số điện thoại** *n* dialling tone; **tiếng thở dài** *n* sigh; **tiếng vọng** *n* echo; **Anh có nói được tiếng Anh không?** Do you speak English?; **Anh nói những thứ tiếng gì?** What languages do you speak?; **Có ai nói được tiếng Anh không?** Does anyone speak English?

tiến hóa [tien hɔaː] **sự tiến hóa** *n* evolution

tiền lệ [tien le] **chưa có tiền lệ** *adj* unprecedented

tiến lên [tien len] *v* advance; **sự tiến lên** *n* advance

tiện nghi [tien ŋi] *n* amenities; **tiện nghi hiện đại** *n* mod cons

tiền nhiệm [tien ɲiem] **người tiền nhiệm** *n* predecessor

tiền sản [tien san] *adj* antenatal

tiền sảnh [tien saɲ] *n* hallway

Tiến sĩ [tien si] *n* PhD

tiền sử [tien sɯ] *adj* prehistoric

tiền tệ [tien te] *n* currency; **thuộc tiền tệ** *adj* monetary

tiên tiến [tien tien] *adj* advanced

tiền tuyến [tien tuien] *n* frontier

tiếp [tiep] **cuốn tiếp theo** *n* sequel; **liên tiếp** *adj* consecutive; **người chạy tiếp sức** *n* relay; **sự đón tiếp** *n* welcome; **tiếp diễn** *v* continue; **tiếp đón** *v* welcome; **tiếp nhiên liệu** *v* refuel; **tiếp sau** *adv* next

tiếp cận [tiep kən] *v* access; **có thể tiếp cận** *adj* accessible

tiếp quản [tiep kuan] *v* take over; **sự tiếp quản** *n* takeover

tiếp tân [tiep tən] **khu tiếp tân** *n* reception; **nhân viên tiếp tân** *n* receptionist

tiếp thị [tiep ti] **sự tiếp thị** *n* marketing

tiếp tục [tiep tuk] *v* carry on, continue, go on; **tiếp tục lại** *v* resume

tiếp viên [tiep vien] *n* steward; **tiếp viên hàng không** *n* flight attendant

tiết kiệm [tiet kiem] *adj* economical, thrifty ▷ *v* economize, put aside, put away, save up; **lợn tiết kiệm** *n* piggybank; **tiền tiết kiệm** *n* savings

tiết lộ [tiet lo] *n* disclose ▷ *v* reveal

tiệt trùng [tiet tʃuŋ] **đã được tiệt trùng** *adj* pasteurized

tiêu [tieu] *v (sử dụng)* spend; **chứng khó tiêu** *n* indigestion; **chỉ tiêu** *n* quota; **người tiêu dùng** *n* consumer; **tiền tiêu vặt** *n* pocket money

tiểu [tieu] **nước tiểu** *n* urine

tiêu chảy [tieu tʃai] **bệnh tiêu chảy** *n* diarrhoea; **Tôi bị tiêu chảy** I have diarrhoea

tiêu chí [tieu tʃi] *n* criterion

tiêu chuẩn [tieu tʃuən] *n* standard; **tiêu chuẩn hành lý gửi** *n* baggage allowance

tiêu đề [tieu de] *n* headline

tiểu đường [tieu dɯɤŋ] **bệnh tiểu đường** *n* diabetes; **mắc bệnh tiểu đường** *adj* diabetic; **người mắc bệnh tiểu đường** *n* diabetic

tiêu hóa [tieu hɔa:] *v* digest; **sự tiêu hóa** *n* digestion
tiểu học [tieu hɔk] **trường tiểu học** *n* elementary school
tiểu sử [tieu sɯ] *n* biography
tiểu thuyết [tieu tuiet] *n* novel; **người viết tiểu thuyết** *n* novelist; **truyện tiểu thuyết** *n* fiction
tiều tụy [tieu tui] *adj* shabby
tỉ giá [ti za] **tỉ giá ngoại hối** *n* exchange rate
tỉ lệ [ti le] *n* rate; **tỉ lệ lãi suất** *n* interest rate
tim [tim] *n* heart; **cơn đau tim** *n* heart attack; **máy điều hoà nhịp tim** *n* pacemaker; **trái tim** *n* heart; **Tôi bị bệnh tim** I have a heart condition
tím [tim] *adj* purple; **vết thâm tím** *n* bruise
tìm [tim] *v* look for; **sự tìm hiểu** *n* enquiry; **tìm hiểu** *v* enquire, inquire; **tìm kiếm** *v* look for; **tìm ra** *v* find out, track down; **tìm thấy** *v* find; **trò chơi trốn tìm** *n* hide-and-seek; **Chúng tôi đang tìm...** We're looking for...; **Tôi đang tìm một món quà cho vợ tôi** I'm looking for a present for my wife; **Tôi cần tìm một siêu thị** I need to find a supermarket
tỉ mỉ [ti mi] *adj* detailed
tìm kiếm [tim kiem] *v* seek; **công cụ tìm kiếm** *n* search engine; **đoàn người đi tìm kiếm** *n* search party; **sự tìm kiếm** *n* search
tin [tin] *v* trust, believe ▷ *n* news, information; **đáng tin** *adj* reputable; **đáng tin cậy** *adj* credible; **hay tin người** *adj* trusting; **không thể tin được** *adj* incredible, unbelievable; **lòng tin** *n* belief, trust; **máy nhắn tin** *n* pager; **người đưa tin** *n* messenger; **nhắn tin** *v* page; **niềm tin** *n* faith; **sự tự tin** *n* confidence *(self-assurance)*; **sự tin tưởng** *n* confidence *(trust)*; **tự tin** *adj* confident, self-assured; **thiếu tự tin** *adj* unsure; **tin đồn** *n* rumour; **tin nhắn thoại** *n* voicemail
tị nạn [ti nan] **người tị nạn** *n* refugee
tin cậy [tin kəi] **đáng tin cậy** *adj* reliable; **không đáng tin cậy** *adj* unreliable
tín dụng [tin zuŋ] *n* credit; **thẻ tín dụng** *n* credit card; **Anh có nhận thẻ tín dụng không?** Do you take credit cards?; **Tôi trả bằng thẻ tín dụng có được không?** Can I pay by credit card?
tín đồ [tin do] **tín đồ Hồi giáo** *n* Moslem
tính [tiɲ] *n* personal character, nature ▷ *v* calculate; **dễ tính** *adj* easy-going; **giới tính** *n* gender; **hệ vô tính** *n* clone; **kịch tính** *adj* dramatic; **máy tính** *n (làm tính)* calculator, *(vi tính)* computer; **máy tính tiền** *n* cash register; **sự ước tính** *n* estimate; **sự tính toán** *n* calculation; **tốt tính** *adj* good-natured; **tính giá** *v* charge *(price)*; **tính toán** *v* calculate, work out; **ước tính** *v* estimate; **Anh tính bao nhiêu?** How much do you charge?; **Có phí tính theo quãng đường không?** Is there a mileage charge?; **Làm ơn tính tiền vào**

phòng của tôi Please charge it to my room; **Sao anh tính tôi đắt thế?** Why are you charging me so much?; **Tôi bị tính giá quá đắt** I've been overcharged

tình [tiɲ] *n* love, sentiment; **bạn tình** *n* partner; **cố tình** *adj* deliberate; **có xu hướng tình dục khác giới** *adj* heterosexual; **mối tình** *n* romance; **một cách cố tình** *adv* deliberately; **tình nhân** *n* mistress; **tình yêu** *n* love; **thất tình** *adj* heartbroken; **vô tình** *adv* inadvertently

tỉnh [tiɲ] *adj* sober; **bất tỉnh** *adj* unconscious; **sự tỉnh táo** *n* consciousness; **tỉnh dậy** *v* awake; **tỉnh lại** *v* come round; **tỉnh táo** *adj* conscious

tình báo [tiɲ bɑɔ] **cục tình báo** *n* secret service

tinh bột [tiɲ bot] *n* starch

tình cờ [tiɲ kɤ] *n* accidental; **một cách tình cờ** *adv* accidentally, by chance, by accident

tính đến [tiɲ den] *prep* considering

tinh hoàn [tiɲ hɔɑn] *n* testicle

tình huống [tiɲ huoŋ] **hài kịch tình huống** *n* sitcom

tín hiệu [tin hieu] *n* signal; **tín hiệu bận** *adj* busy signal, engaged tone; **tín hiệu cấp cứu SOS** *n* SOS

tinh khiết [tiɲ χiet] *adj* pure

tình nghi [tiɲ ŋi] *v* suspect; **người bị tình nghi** *n* suspect

tình nguyện [tiɲ ŋuien] *adj* voluntary ▷ *adv* voluntarily ▷ *v* volunteer; **tình nguyện viên** *n* volunteer

tình nhân [tiɲ ɲən] *n* mistress; **Ngày lễ Tình nhân** *n* Valentine's Day

tinh quái [tiɲ kuɑi] *adj* mischievous; **trò tinh quái** *n* mischief

tỉnh táo [tiɲ tɑɔ] *adj* alert; **làm tỉnh táo** *adj* refreshing

tinh thần [tiɲ tən] *n* spirit; **thuộc tinh thần** *adj* spiritual; **thuộc về tinh thần** *adj* mental

tinh tinh [tiɲ tiɲ] *n* chimpanzee; **con tinh tinh** *n* chimpanzee

tính toán [tiɲ tɔɑn] *v* calculate ▷ *n* calculation; **bảng tính toán** *n* spreadsheet

tính tổng [tiɲ toŋ] *v* add up

tình trạng [tiɲ tʃɑŋ] **tình trạng căng thẳng** *n* tension; **tình trạng hôn nhân** *n* marital status; **tình trạng khẩn cấp** *n* emergency

tinh trùng [tiɲ tʃuŋ] *n* sperm

tính từ [tiɲ tɯ] *n* adjective

Tin lành [tin lɑɲ] **Tín đồ Đạo Tin lành** *n* Protestant; **Tín đồ Đạo Trưởng lão Tin lành** *n* Presbyterian; **Thuộc Đạo Tin lành** *adj* Protestant; **Thuộc Đạo Trưởng lão Tin lành** *adj* Presbyterian

tin nhắn [tin ɲɑn] *n* text message; **gửi tin nhắn** *v* text; **tin nhắn SMS** *n* SMS

tin tặc [tin tɑk] *n* hacker

tin tức [tin tɯk] *n* lead (*position*), news

tin tưởng [tin tɯɤŋ] *vi* believe

tít [tit] **cái tít** *n* title

ti vi [ti vi] *n* television, telly; **chương trình ti vi thực tế** *n* reality TV; **ti vi màu** *n* colour television; **Ti vi plasma** *n* plasma TV; **Ti vi ở đâu?**

Where is the television?

to [tɔ] *adj* loud; **đọc to** *v* read out; **sự phóng to** *n* enlargement; **to lớn** *adj* big, enormous, great, huge, massive; **Anh làm ơn nói to lên được không?** Could you speak louder, please?

toa [tɔɑː] *n* coach (*of train*), prescription; **toa ăn trên tàu** *n* dining car; **toa có quầy giải khát** *n* buffet car; **toa chở hàng** *n* truck; **toa giường nằm** *n* sleeping car; **toa hành khách** *n* carriage; **toa tàu hỏa** *n* compartment; **Tôi muốn đặt một ghế ở toa không hút thuốc** I want to book a seat in a non-smoking compartment; **Toa ăn ở đâu?** Where is the buffet car?; **Toa số 30 ở đâu?** Where is carriage number thirty?; **Trên tàu có toa ăn không?** Is there a buffet car on the train?

toà [tɔɑ] **toà nhà** *n* building

tòa [tɔɑː] *n* tribunal; **phiên tòa** *n* trial; **tòa thị chính** *n* town hall

tòa án [tɔɑː ɑn] *n* court

toán [tɔɑn] *n* group, mathematics; **kế toán viên** *n* accountant; **nghề kế toán** *n* accountancy; **sự tính toán** *n* calculation; **tính toán** *v* calculate, work out; **thuộc toán học** *adj* mathematical; **toán học** *n* mathematics, maths

toàn [tɔɑn] **gây mê toàn thể** *n* general anaesthetic

toàn bộ [tɔɑn bo] *adj* all, entire, whole ▹ *adv* entirely, overall

toàn cầu [tɔɑn kəu] *adj* global; **sự ấm lên toàn cầu** *n* global warming; **toàn cầu hóa** *n* globalization

toàn diện [tɔɑn zien] *adj* comprehensive

toàn thư [tɔɑn tɯ] **bách khoa toàn thư** *n* encyclopaedia

toát [tɔɑt] **toát mồ hôi** *v* sweat

tóc [tɔk] *n* hair; **bộ tóc giả** *n* wig; **bím tóc** *n* pigtail, plait; **bờm tóc** *n* hairband; **cái duỗi tóc** *n* straighteners; **cắt tóc** *n* haircut; **có tóc đỏ** *adj* red-haired; **dụng cụ uốn xoăn tóc** *n* curler; **gôm xịt tóc** *n* hair spray; **hiệu làm tóc** *n* hairdresser's; **keo vuốt tóc** *n* hair gel; **kiểu tóc** *n* hairdo; **kiểu tóc húi cua** *n* crew cut; **kiểu tóc uốn quăn gợn sóng** *n* perm; **mẫu tóc** *n* hairstyle; **mớ tóc** *n* lock (*hair*); **máy sấy tóc** *n* hairdryer; **người có tóc đỏ** *n* redhead; **người tạo mẫu tóc** *n* stylist; **sự sấy tóc** *n* blow-dry; **sự uốn quăn tóc** *n* curl; **tóc đuôi ngựa** *n* ponytail; **tóc bạc** *adj* grey-haired; **tóc giả** *n* toupee; **thợ làm tóc** *n* hairdresser; **xả dưỡng tóc** *n* conditioner; **Anh có thể duỗi thẳng tóc cho tôi được không?** Can you straighten my hair?; **Anh đã cắt loại tóc của tôi bao giờ chưa?** Have you cut my type of hair before?; **Anh làm ơn nhuộm tóc cho tôi được không?** Can you dye my hair, please?; **Anh nghĩ tóc của tôi nên làm thế nào?** What do you recommend for my hair?; **Tóc của tôi có highlight** My hair is highlighted; **Tóc của tôi uốn quăn** My hair is permed; **Tóc tôi màu vàng tự nhiên** My hair is naturally blonde; **Tóc tôi thẳng tự nhiên** My hair is naturally straight; **Tóc**

tôi xoăn tự nhiên My hair is naturally curly; **Tôi cần máy sấy tóc** I need a hair dryer; **Tôi có tóc dầu** I have greasy hair; **Tôi có tóc khô** I have dry hair
tóe [tɔɛ] **bắn tóe ra** *v* splash
Togo [tɔɣɔ] **nước Togo** *n* Togo
to hơn [tɔ hɤn] *n* bigger
tỏi [tɔi] *n* garlic; **tỏi tây** *n* leek; **Có tỏi trong đó không?** Is there any garlic in it?
tóm [tɔm] *v* grab
tò mò [tɔ mɔ] *adj* curious, inquisitive
tóm tắt [tɔm tat] *n* summary ▷ *v* sum up, summarize
Tonga [tauŋaː] **Vương quốc Tonga** *n* Tonga
tòng phạm [tauŋ fam] *n* accomplice
touchpad [tɔutʃpaːz] **chuột touchpad** *n* touchpad
tổ [to] *n* *(chim)* nest
tốc [tok] *v* lift up; **đường cao tốc phân làn** *n* dual carriageway; **tăng tốc** *v* speed up; **tàu siêu tốc** *n* speedboat; **Làm thế nào để ra được đường cao tốc?** How do I get to the motorway?
tộc [tok] *n* race, ethnicity; **thuộc sắc tộc** *adj* ethnic; **thuộc tộc người Maori** *adj* Maori
tốc độ [tok do] *n* rate, velocity; **chạy quá tốc độ cho phép** *n* speeding; **đồng hồ tốc độ** *n* speedometer; **giới hạn tốc độ** *n* speed limit
tổ chức [to tʃɯk] *n* organization ▷ *v* organize; **sự tổ chức kỷ niệm** *n* celebration; **tổ chức kỷ niệm** *v* celebrate, party; **tổ chức lại** *v* reorganize; **Tổ chức Liên hiệp quốc** *n* United Nations
tốc ký [tok ki] **phép tốc ký** *n* shorthand
tôi [toi] *pron* I, me; **Tôi bị lạc** I'm lost; **Tôi không biết** I don't know; **Tôi không hiểu** I don't understand; **Tôi là...** It's... *(calling)*; **Tôi mệt** I'm tired; **Tôi ngồi đây được không?** Can I sit here?; **Tôi rất thích...** I love...; **Tôi sống ở...** I live in...; **Tôi thích...** I like...; **Tôi xin lỗi** I'm sorry
tối [toi] *adj* dark; **bóng tối** *n* dark, darkness; **bữa tối** *n* dinner, supper; **buổi tối** *n* evening; **chiều tối** *adv* p.m.; **lớp học buổi tối** *n* evening class; **tối tăm** *n* dark; **Bàn được đặt trước cho chín giờ tối nay** The table is booked for nine o'clock this evening; **Buổi tối có gì làm không?** What is there to do in the evenings?; **Mấy giờ sẽ có bữa tối?:** What time is dinner?; **Tối nay anh làm gì?** What are you doing this evening?; **Tối nay anh muốn đi đâu?** Where would you like to go tonight?; **Trời tối** It's dark; **vào buổi tối** in the evening
tồi [toi] *adj* bad; **rất tồi** *adj* shocking; **tồi tệ** *adj* damn, lousy
tội [toi] *n* guilt; **buộc tội** *v* accuse, charge; **có tội** *adj* guilty; **kẻ phạm tội** *n* criminal; **lễ rửa tội** *n* christening; **liên quan đến tội phạm** *adj* criminal; **sự buộc tội** *n* accusation; **tội bị cáo buộc** *n* charge *(accusation)*; **tội giết người** *n* murder; **tội phạm** *n* crime; **tội phạm mạng** *n* cybercrime
tối đa [toi daː] *adj* maximum; **lượng tối đa** *n* maximum

tối hậu [toi həu] **tối hậu thư** *n* ultimatum
tội lỗi [toi loi] *n* sin
tối mật [toi mət] *adj* top-secret
tồi tệ [toi te] *adj* rotten; **một cách tồi tệ** *adv* badly
tối thiểu [toi tieu] *adj* least, minimal, minimum; **lượng tối thiểu** *n* minimum
tôm [tom] **con tôm** *n* prawn, shrimp; **tôm càng** *n* scampi; **tôm sông** *n* crayfish
tô màu [to mau] **việc tô màu** *n* colouring
tôm hùm [tom hum] *n* lobster
tổng [toŋ] **tổng tuyển cử** *n* general election
tổng cộng [toŋ koŋ] *n* grand total; **Tổng cộng là bao nhiêu?** How much does that come to?
tổng đài [toŋ dai] *n* switchboard; **hỏi tổng đài** *n* directory enquiries; **tổng đài điện thoại** *n* switchboard; **Số để gọi hỏi tổng đài là gì?** What is the number for directory enquiries?
tổng giám mục [toŋ zam muk] *n* archbishop
tôn giáo [ton zaɔ] *n* religion; **thuộc tôn giáo** *adj* religious
tổng số [toŋ so] *n* sum, total; **tổng số dặm đã đi được** *n* mileage
tống tiền [toŋ tien] *v* blackmail; **sự tống tiền** *n* blackmail
tồn tại [ton tai] *v* exist
tổn thương [ton tɯɤŋ] *v* wound; **dễ bị tổn thương** *adj* sensitive, vulnerable; **gây tổn thương** *v* wound
tôn trọng [ton tʃauŋ] *v* respect
tổ quốc [to kuok] *n* homeland
tốt [tot] *adj* good ▷ *adv* all right, fine, well; **có hạnh kiểm tốt** *adj* well-behaved; **lòng tốt** *n* kindness; **rất tốt!** *excl* well done!; **tốt!** *excl* okay!; **tốt bụng** *adj* kind; **tốt tính** *adj* good-natured
tốt đẹp [tot dɛp] *adj* beautiful; **không tốt đẹp** *adj* unsatisfactory
tốt hơn [tot hɤn] *adj* better, superior ▷ *adv* better
tổ tiên [to tien] *n* ancestor
tốt nghiệp [tot ŋiep] *v* qualify; **sự tốt nghiệp** *n* graduation; **sinh viên đã tốt nghiệp** *n* graduate
tốt nhất [tot ɲət] *adj* best ▷ *adv* best
tơ [tɤ] *n* silk; **lụa tơ tằm** *n* silk
tờ [tɤ] *n* piece of paper; **Anh có tiền lẻ đổi tờ này không?** Do you have change for this note?
tới [tɤi] *prep* to ▷ *v* reach; **sắp tới** *adj* coming
tởm [tɤm] *v* disgust; **kinh tởm** *adj* gruesome
tờ rơi [tɤ zɤi] *n* leaflet
tờ séc khống [tɤ sɛk χoŋ] *n* blank cheque
trà [tʃa] *n* tea; **ấm pha trà** *n* teapot; **chén uống trà** *n* teacup; **Làm ơn cho chúng tôi thêm một tách trà được không?** Could we have another cup of tea, please?; **Làm ơn cho một trà** A tea, please
trả [tʃa] *v* return, pay; **hoàn trả** *v* pay back; **khoản tiền trả lại** *n* repayment; **lệnh trả tiền** *n* standing order; **mang trả lại** *v* bring back; **phải trả** *adj* cost, payable; **phần trả góp** *n* instalment; **trả lại tiền** *v* repay; **trả**

trước *adj* prepaid; **Bảo hiểm có trả cho cái đó không?** Will the insurance pay for it?; **Có phải trả thêm khoản nào không?** Is there a supplement to pay?; **Không cần trả lại** Keep the change; **Khi nào đến hạn phải trả?** When is it due to be paid?; **Khi nào tôi phải trả tiền?** When do I pay?; **Khi nào thì tôi phải trả phòng?** When do I have to vacate the room?; **Tôi có phải trả ngay không?** Do I have to pay it straightaway?; **Tôi có phải trả thuế cho cái này không?** Do I have to pay duty on this?; **Tôi có phải trả tiền không?** Will I have to pay?; **Tôi có phải trả tiền trước không?** Do I pay in advance?; **Tôi muốn trả lại cái này** I'd like to return this; **Tôi nghĩ anh trả lại nhầm tiền cho tôi rồi** I think you've given me the wrong change; **Tôi trả bằng séc có được không?** Can I pay by cheque?; **Tôi trả bây giờ hay trả sau?** Do I pay now or later?; **Tôi trả tiền ở đâu?** Where do I pay?; **Tôi trả tiền phạt ở đâu?** Where do I pay the fine?

trách nhiệm [tʃatʃ ɲiem] *n* responsibility; **chịu trách nhiệm** *adj* accountable, responsible; **trốn tránh trách nhiệm** *v* skive; **vô trách nhiệm** *adj* irresponsible

trả giá [tʃa za] *v* bid *(at auction)*

trai [tʃa:i] *n* son, boy, oyster; **cháu trai** *n* grandson, nephew; **chàng trai** *n* lad; **con trai** *(nam) n* boy; **đẹp trai** *adj* handsome; **em trai** *(younger) n* brother; **Con trai tôi bị mất tích** My son is missing

trái [tʃai] **bằng tay trái** *adj* left-hand; **bên trái** *adj* left; **điều trái ngược** *n* contrary, reverse; **phía trái** *n* left; **thuận tay trái** *adj* left-handed; **trái ngược** *adj* opposing; **về phía trái** *adv* left; **Đến ngã rẽ tới thì rẽ trái** Go left at the next junction; **Rẽ trái** Turn left; **Rẽ vào đường thứ hai bên trái** Take the second turning on your left

trải [tʃai] *v* spread; **ga trải đệm góc có chun** *n* fitted sheet; **sự trải ra** *n* spread; **tấm trải giường** *n* sheet; **trải qua** *v* go through; **trải ra** *v* spread; **Có bộ đồ trải giường dự trữ nào không?** Is there any spare bedding?; **Khăn trải giường của tôi bẩn** My sheets are dirty

trại [tʃai] *n* camp; **cắm trại** *v* camp; **nơi cắm trại** *n* campsite; **người đi cắm trại** *n* camper; **việc đi cắm trại** *n* camping

trải qua [tʃai kua] *v* undergo

trai sò [tʃa:i sɔ] *n* shellfish

trái xoan [tʃai sɔa:n] **có hình trái xoan** *adj* oval

trả lại [tʃa lai] *v* return

trả lời [tʃa lɤi] *v* answer, respond; **câu trả lời** *n* answer, reply, response; **Anh có thể nhắn câu trả lời cho tôi không?** Can you text me your answer?

trạm [tʃam] *n* station, stop; **trạm làm việc** *n* work station, workstation; **trạm nghỉ gần đường cao tốc** *n* service area; **trạm xăng** *n* petrol station, service station; **Gần đây có trạm xăng không?** Is there a petrol station near here?

trán [tʃan] *n* forehead
trang [tʃɑ:ŋ] *n* page; **đồ nữ trang** *n* jewellery; **nghĩa trang** *n* cemetery; **Những Trang Vàng Yellow Pages®** *n* Yellow Pages®; **thẻ đánh dấu trang** *n* bookmark; **trang web** *n* website; **Xem Trang Bên** *v* PTO
tràng [tʃaŋ] **thuốc nhuận tràng** *n* laxative
trạng [tʃaŋ] **trạng thái mê ly** *n* ecstasy
trang bị [tʃɑ:ŋ bi] **đã trang bị đồ đạc** *adj* furnished; **được trang bị** *adj* equipped
trang chủ [tʃɑ:ŋ tʃu] *n* farmer, *(trang web)* home page
trang điểm [tʃɑ:ŋ diem] **bàn trang điểm** *n* dressing table
tráng lệ [tʃaŋ le] *adj* magnificent
tráng miệng [tʃaŋ mieŋ] *n* dessert, afters; **Chúng tôi muốn ăn tráng miệng** We'd like a dessert
trang phục [tʃɑ:ŋ fuk] *n* costume
trang sức [tʃɑ:ŋ sɯk] *v* adorn, embellish; **cửa hàng đồ trang sức** *n* jeweller's; **Tôi muốn cất đồ trang sức vào két** I would like to put my jewellery in the safe
trạng thái [tʃaŋ tai] *n* state
trang trại [tʃɑ:ŋ tʃai] *n* farm; **nhà ở trang trại** *n* farmhouse
trang trí [tʃɑ:ŋ tʃi] *v* decorate; **đồ trang trí** *n* ornament; **người trang trí** *n* decorator; **trang trí lại** *v* redecorate
tranh [tʃɑ:ɲ] *n* straw, picture, painting; **bức tranh** *n* picture; **có mái tranh** *adj* thatched; **chuyện tranh vui** *n* comic strip; **chuyện tranh vui trẻ em** *n* comic book; **gây tranh cãi** *adj* controversial; **khung tranh** *n* picture frame; **tranh biếm họa** *n* cartoon; **tranh khoả thân** *n* nude
tránh [tʃaɲ] *v* avoid; **dụng cụ tránh thai** *n* contraceptive; **không thể tránh được** *adj* inevitable, unavoidable; **né tránh** *v* dodge; **phương pháp tránh thai** *n* contraception; **tránh xa** *v* keep out
tranh cãi [tʃɑ:ɲ kai] *v* quarrel; **không tranh cãi** *adj* undisputed; **sự tranh cãi** *n* quarrel
tranh luận [tʃɑ:ɲ luən] *v* argue, debate; **cuộc tranh luận** *n* debate; **sự tranh luận** *n* argument
tránh thai [tʃaɲ tɑ:i] **Tôi đang dùng thuốc tránh thai** I'm on the pill; **Tôi không dùng thuốc tránh thai** I'm not on the pill; **Tôi muốn tránh thai** I need contraception
tràn ngập [tʃan ŋəp] *v* flood
trao [tʃɑ:ɔ] **trao tay** *v* hand
trao đổi [tʃɑ:ɔ doi] *v* exchange, swap; **người trao đổi thư từ** *n* correspondent; **quá trình trao đổi chất** *n* metabolism; **thư từ trao đổi** *n* correspondence
tra tấn [tʃɑ: tən] *v* torture
trả thù [tʃɑ tu] **sự trả thù** *n* revenge
trăm [tʃam] *number* hundred; **phần trăm** *adv* per cent; **tỷ lệ phần trăm** *n* percentage
trăng [tʃaŋ] *n* moon; **trăng tròn** *n* full moon
trắng [tʃaŋ] *adj* white; **bảng trắng** *n* whiteboard; **lòng trắng trứng** *n* egg white; **vôi bột trắng** *n* whiting; **phôtô đen trắng** in black

and white

trăng mật [tʃaŋ mət] **tuần trăng mật** *n* honeymoon; **Chúng tôi đi trăng mật** We are on our honeymoon

trắng trợn [tʃaŋ tʃɤn] *adj* gross *(fat)*, gross *(income etc.)*; **một cách trắng trợn** *adv* grossly

trầm cảm [tʃəm kam] **thuốc chống trầm cảm** *n* antidepressant

trần [tʃən] *adj (trần trụi)* bare; **trần nhà** *n* ceiling

trận [tʃən] *n* battle, game; **trận bán kết** *n* semifinal; **trận chung kết** *n* final; **trận đánh** *n* battle; **trận tứ kết** *n* quarter final

trận đấu [tʃən dəu] *n* match; **trận đấu tay đôi** *n* singles; **trận đấu trên sân nhà** *n* home match

trần truồng [tʃən tʃuoŋ] *adj* naked

trật [tʃət] **sự trật đĩa đệm** *n* slipped disc

trâu [tʃəu] **con trâu** *n* buffalo

tre [tʃɛ] *n* bamboo; **cây tre** *n* bamboo

trẻ [tʃɛ] *adj* young; **đứa trẻ** *n* child, kid; **đứa trẻ mới biết đi** *n* toddler; **người giữ trẻ** *n* childminder; **nhà trẻ** *n* crêche, nursery; **như trẻ con** *adj* childish; **sự trông trẻ** *n* childcare; **trẻ được nhận nuôi** *n* foster child; **trẻ mồ côi** *n* orphan; **trẻ ranh** *n* brat; **tuổi trẻ** *n* youth; **xe đẩy trẻ con** *n* carrycot

trẻ em [tʃɛ ɛm] *n* child, kid; **ghế ăn trẻ em** *n* highchair; **sự lạm dụng trẻ em** *n* child abuse; **xe đẩy trẻ em** *n* buggy, pushchair; **Có an toàn cho trẻ em không?** Is it safe for children?

trẻ hơn [tʃɛ hɤn] *adj* younger

trẻ nhất [tʃɛ ɲət] *adj* youngest

treo [tʃɛɔ] *v* hang; **cầu treo** *n* suspension bridge; **treo lên** *v* suspend; **treo lủng lẳng** *v* fling

trèo [tʃɛɔ] *v* climb; **trèo lên** *v* mount

trên [tʃen] *prep* on, up; **khoảng trống phía trên** *n* headroom; **ở trên** *adv* up; **về phía trên** *adv* upwards

trên gác [tʃen ɣak] *adv* upstairs; **ở trên gác** *adv* upstairs

trệt [tʃet] **tầng trệt** *n* ground floor

trêu [tʃeu] **trêu chọc** *v* pick on, tease

trí [tʃi] **mất trí** *adj* insane; **người trí thức** *n* intellectual; **tâm trí** *n* mind; **thuộc trí óc** *adj* intellectual; **trí nhớ** *n* memory; **trí tưởng tượng** *n* imagination; **trí thông minh** *n* intelligence

trĩ [tʃi] **bệnh trĩ** *n* haemorrhoids, piles; **chim trĩ** *n* pheasant

trích [tʃitʃ] *v* extract, set aside *(amount)*; **chỉ trích** *n* condemn; **đoạn trích dẫn** *n* quotation, quote; **trích dẫn** *v* quote

triển lãm [tʃien lam] *n* exhibition

triển vọng [tʃien vauŋ] *n* prospect

triết [tʃiet] **triết học** *n* philosophy

triều [tʃieu] **thủy triều** *n* tide

triệu [tʃieu] *n* million; **nhà triệu phú** *n* millionaire

triệu chứng [tʃieu tʃɯŋ] *n* symptom

Triều Tiên [tʃieu tien] **Bắc Triều Tiên** *n* North Korea; **người Triều Tiên** *n* Korean *(person)*; **nước Triều Tiên** *n* Korea; **thuộc Triều Tiên** *adj* Korean; **tiếng Triều Tiên** *n* Korean

(language)
trì hoãn [tʃi hɔan] *v* delay, hold up; **sự trì hoãn** *n* delay
trị liệu [tʃi lieu] *adj* therapeutic; **vật lý trị liệu** *n* physiotherapy
trình [tʃiɲ] *v* report; **lập trình viên** *n* programmer; **trình bày ngắn gọn** *n* briefing; **trình tự sự kiện** *n* proceedings; **việc lập trình** *n* programming
trình diễn [tʃiɲ zien] *n* perform; **buổi trình diễn** *n* showing
trình duyệt [tʃiɲ zuiet] *n* browser; **trình duyệt web** *n* web browser
trình độ [tʃiɲ do] *n* qualification; **có đủ trình độ** *v* qualify; **đủ trình độ** *adj* qualified
trinh nữ [tʃiɲ nɯ] *n* virgin
trịnh trọng [tʃiɲ tʃauŋ] *adj* formal
Trinidad và Tobago [tʃiniza:z va tɔba:ɣɔ] *n* Trinidad and Tobago
trò [tʃɔ] **trò bịp bợm** *n* trick; **trò chơi trên máy tính** *n* computer game; **trò kéo co** *n* tug-of-war
trỏ [tʃɔ] **con trỏ trên màn hình** *n* cursor; **ngón tay trỏ** *n* index finger
trọ [tʃɔ] **người ở trọ** *n* lodger; **nhà trọ** *n* hostel; **quán trọ** *n* inn
trọc [tʃɔk] *adj* hairless; **đầu trọc** *n* skinhead
trò chơi [tʃɔ tʃɤi] *n* game; **trò chơi bi-da** *n* snooker; **trò chơi trốn tìm** *n* hide-and-seek
trò đùa [tʃɔ dua:] *n* prank
trombon [tʃɔmbɔn] **kèn trombon** *n* trombone
trompet [tʃɔmpɛt] **kèn trompet** *n* trumpet
tròn [tʃɔn] *adj* circular, round; **biểu đồ tròn** *n* pie chart; **chấm tròn nhỏ** *n* dot; **hình tròn** *n* circle, round; **quay tròn** *v* turn round, turn around; **sự lăn tròn** *n* roll; **trăng tròn** *n* full moon
trong [tʃauŋ] **bên trong** *prep* inner; **mặt trong** *n* inside; **ở trong** *adv* inside; **phần bên trong** *n* interior; **trong lúc đó** *adv* meantime, meanwhile; **trong nhà** *adj* indoor; **trong số** *prep* among; **Nó ở bên trong** It's inside
trọng [tʃauŋ] **một cách thận trọng** *adv* cautiously; **sự thận trọng** *n* caution; **thận trọng** *adj* cautious
trong khi [tʃauŋ χi] *conj* while ▷ *prep* during
trọng lượng [tʃauŋ lɯɤŋ] *n* weight
trọn gói [tʃɔn ɣɔi] **chuyến du lịch trọn gói** *n* package tour; **kỳ nghỉ trọn gói** *n* package holiday
trong suốt [tʃauŋ suot] *adj* transparent, see-through
trọng tài [tʃauŋ tai] *n* referee, umpire
trọng tâm [tʃauŋ təm] *n* focus
trong vòng [tʃauŋ vauŋ] *prep* within *(space)*, within *(term)*
trôi [tʃoi] **trôi đi** *v* go by; **trôi chảy** *adj* fluent
trôi dạt [tʃoi zat] *v* drift; **sự trôi dạt** *n* drift
trộm [tʃom] *v* steal ▷ *n* burglary; **ăn trộm** *v* burgle; **ăn trộm danh tính** *n* identity theft; **bị săn trộm** *adj* poached *(caught illegally)*; **chuông báo trộm** *n* burglar alarm; **kẻ trộm** *n* burglar, thief; **trộm cắp** *n* burglary; **trộm móc túi** *n* pickpocket; **Tôi muốn báo mất**

trộm I want to report a theft
trốn [tʃon] *v* hide; **chạy trốn** *v* flee; **sự trốn thoát** *n* escape; **trốn học** *v* play truant; **trốn thoát** *v* escape; **trốn tránh trách nhiệm** *v* skive; **trò chơi trốn tìm** *n* hide-and-seek
trộn [tʃon] *v* mix; **dầu trộn xa-lát** *n* salad dressing; **hoa quả trộn** *n* fruit salad; **máy trộn** *n* mixer; **nước trộn sa-lát Vi-ni-grết** *n* vinaigrette; **pha trộn** *adj* mixed; **sự pha trộn** *n* mixture; **trộn lẫn** *v* mix up
trông [tʃoŋ] *v* expect; **người trông coi** *n* caretaker; **sự trông nom** *n* custody; **sự trông trẻ** *n* childcare; **trông mong** *v* expect; **Anh làm ơn trông hộ tôi cái túi một phút được không?** Could you watch my bag for a minute, please?; **Tôi cần người trông bọn trẻ tối nay** I need someone to look after the children tonight
trống [tʃoŋ] *adj* free ▷ *n* drum; **bỏ trống** *v* vacate; **cái trống** *n* drum; **chỗ trống** *n* blank, gap; **để trống** *adj* blank; **người đánh trống** *n* drummer; **trống không** *adj* vacant; **trống rỗng** *adj* empty, hollow; **vị trí còn trống** *n* vacancy
trồng [tʃoŋ] *v* grow, plant; **nhà kính trồng cây** *n* conservatory
trống bass [tʃoŋ bɑːss] *n* bass drum
trông cậy [tʃoŋ kəi] *v* count on
trông coi [tʃoŋ kɔi] **người trông coi** *n* janitor
trống rỗng [tʃoŋ zoŋ] *adj* bare; **cảm giác trống rỗng** *n* void
trông trẻ [tʃoŋ tʃɛ] **việc trông trẻ** *n* babysitting
trợ cấp [tʃɤ kəp] *v* provide for; **tiền trợ cấp** *n* subsidy; **tiền trợ cấp thất nghiệp** *n* dole
trợ giảng [tʃɤ zɑŋ] *n* classroom assistant
trời [tʃɤi] *n* sky, heavens; **chân trời** *n* horizon; **ngoài trời** *adv* out-of-doors, outdoor; **nhà chọc trời** *n* skyscraper; **ở ngoài trời** *adv* outdoors; **Có những hoạt động gì ngoài trời?** What outdoor activities are there?; **Trời đẹp quá!** What a lovely day!; **Trời tối** It's dark
trở lại [tʃɤ lɑi] *v* get back; **quay trở lại** *v* turn back
trợ lý riêng [tʃɤ li zieŋ] *n* PA, personal assistant
trơn [tʃɤn] *adj* slippery
trở nên [tʃɤ nen] *v* become
trở ngại [tʃɤ ŋɑi] **gây trở ngại** *v* block; **sự trở ngại** *n* block, obstacle
trơ trụi [tʃɤ tʃui] *adj* bleak
trở về [tʃɤ ve] *v* return; **sự trở về** *n* return *(coming back)*
trụ [tʃu] **hình trụ** *n* cylinder
trú ẩn [tʃu ən] **nơi trú ẩn** *n* refuge, shelter
trục [tʃuk] *n* hub; **nắp tròn đậy trục bánh xe** *n* hubcap; **trục cán** *n* rolling pin; **trục lăn** *n* roller
trục xe [tʃuk sɛ] *n* axle
trục xuất [tʃuk suət] *v* deport
trụi [tʃui] **thiêu trụi** *v* burn down
trung [tʃuŋ] *adj* average; **trường trung học** *n* secondary school; **trung dung** *adj* medium *(between extremes)*; **trung niên** *adj* middle-aged; **vùng Trung Mỹ** *n* Central America
trùng [tʃuŋ] **côn trùng** *n* bug;

nhiễm trùng *n* infection; **Anh có thuốc chống côn trùng không?** Do you have insect repellent?
trung bình [tʃuŋ biŋ] *adj* average; **cỡ trung bình** *adj* medium-sized; **mức trung bình** *n* average
Trung cổ [tʃuŋ ko] **thời Trung cổ** *n* Middle Ages; **thuộc thời Trung cổ** *adj* mediaeval
trung đoàn [tʃuŋ dɔan] *n* regiment
Trung Đông [tʃuŋ doŋ] **vùng Trung Đông** *n* Middle East
trúng giải [tʃuŋ zai] **người trúng giải** *n* prizewinner
trung gian [tʃuŋ zaːn] *adj* intermediate
trùng lặp [tʃuŋ lap] *n* coincide
trung lập [tʃuŋ ləp] *adj* neutral; **người trung lập** *n* neutral
trung lưu [tʃuŋ lɯu] **thuộc tầng lớp trung lưu** *adj* middle-class
Trung Quốc [tʃuŋ kuok] *n* China; **người Trung Quốc** *n* Chinese *(person)*; **thuộc Trung Quốc** *adj* Chinese; **tiếng Trung Quốc** *n* Chinese *(language)*
trung sỹ [tʃuŋ si] *n* sergeant
trung tâm [tʃuŋ təm] *n* centre; **ở trung tâm** *adj* central; **tự coi mình là trung tâm** *adj* self-centred; **trung tâm chăm sóc khách hàng** *n* call centre; **trung tâm giải trí** *n* leisure centre; **trung tâm thăm viếng** *n* visitor centre; **trung tâm thành phố** *n* city centre, downtown, town centre; **trung tâm thương mại** *n* shopping centre; **Đến trung tâm thành phố bằng cách nào là tốt nhất?** What's the best way to get to the city centre?; **Chúng ta còn cách trung tâm thành phố bao xa?** How far are we from the town centre?; **Xin chỉ cho tôi cách đến trung tâm của...** How do I get to the centre of...?
trung thành [tʃuŋ taŋ] *adj* faithful; **lòng trung thành** *n* loyalty; **một cách trung thành** *adv* faithfully
trung thực [tʃuŋ tɯk] *adj* honest, truthful ▷ *adv* honestly; **không trung thực** *adj* dishonest; **lòng trung thực** *n* honesty
trung úy [tʃuŋ ui] *n* lieutenant
truy cập [tʃui kəp] *v* log on
truyền [tʃuien] *v* transmit, hand over; **người truyền giáo** *n* missionary; **sự truyền máu** *n* transfusion; **sự truyền thông** *n* communication; **truyền đạt** *v* communicate; **truyền máu** *n* blood transfusion; **truyền nhiễm** *adj* catching; **Đường truyền chậm quá** The connection seems very slow
truyện [tʃuien] *n* story; **truyện ly kỳ** *n* thriller; **truyện ngắn** *n* short story; **truyện phát hành nhiều kỳ** *n* serial; **truyện tiểu thuyết** *n* fiction
truyền hình [tʃuien hiŋ] *v* transmit an image, broadcast; **chương trình truyền hình nhiều tập** *n* soap opera; **truyền hình cáp** *n* cable television; **truyền hình kỹ thuật số** *n* digital television
truyền thông [tʃuien toŋ] **phương tiện truyền thông** *n* media
truyền thống [tʃuien toŋ] *adj*

traditional ▷ *n* tradition
truyền thuyết [tʃuien tuiet] *n* legend
truy nhập [tʃui ɲəp] *v* log in
truy tố [tʃui to] *v* prosecute
truy xuất [tʃui suət] *v* log out
trừ [tʃɯ] *prep* excluding, minus ▷ *pron* less ▷ *v* deduct, subtract
trữ [tʃɯ] **trữ hàng** *v* stock
trưa [tʃɯɑ] *n* midday; **bữa trưa** *n* lunch; **bữa trưa mang từ nhà** *n* packed lunch; **buổi trưa** *n* midday, noon; **giờ ăn trưa** *n* lunchtime; **giờ nghỉ trưa** *n* lunch break; **Bây giờ là mười hai giờ trưa** It's twelve midday; **Chúng ta dừng ăn trưa ở đâu?** Where do we stop for lunch?; **Chúng ta gặp nhau ăn trưa được không?** Can we meet for lunch?; **Mấy giờ sẽ có bữa trưa?** When will lunch be ready?; **Tôi rảnh đi ăn trưa được** I'm free for lunch; **vào giữa trưa** at midday
trực giác [tʃɯk zak] *n* intuition
trực tiếp [tʃɯk tiep] *adj* direct, live; **một cách trực tiếp** *adv* directly
trực tuyến [tʃɯk tuien] *adj* online ▷ *adv* online
trừ khi [tʃɯ χi] *conj* unless
trứng [tʃɯŋ] *n* egg; **bánh trứng đường** *n* meringue; **buồng trứng** *n* ovary; **cốc chẩn trứng** *n* eggcup; **kem sữa trứng** *n* custard; **lòng đỏ trứng** *n* yolk; **lòng trắng trứng** *n* egg white; **món trứng bác** *n* scrambled eggs; **trứng ốp lết** *n* omelette; **trứng luộc** *n* boiled egg; **trứng Phục sinh** *n* Easter egg; **Anh có thể chuẩn bị một bữa ăn không có trứng không?** Could you prepare a meal without eggs?; **Tôi không ăn được trứng sống** I can't eat raw eggs
trưng bày [tʃɯŋ bai] *v* display; **sự trưng bày** *n* display
trừng phạt [tʃɯŋ fat] *v* punish; **sự trừng phạt** *n* punishment
trừng trừng [tʃɯŋ tʃɯŋ] **nhìn trừng trừng** *v* glare
trước [tʃɯɤk] *adj* former, preceding, previous ▷ *adv* before ▷ *prep* before; **có thể đoán trước** *adj* predictable; **đằng trước** *adj* front; **đoán trước** *v* predict; **hôm trước** *n* eve; **lên trước** *adv* forward; **linh tính báo trước** *n* premonition; **ở phía trước** *adv* ahead; **quyền được đi trước** *n* right of way; **thấy trước** *v* foresee; **trả trước** *adj* prepaid; **trước đây** *adv* formerly; **trước hết** *adv* first; **trước kia** *adv* previously; **trước năm giờ** before five o'clock; **tuần trước nữa** the week before last
trước CN [tʃɯɤk kn] *abbr* BC
trước khi [tʃɯɤk χi] *conj* before
trước tiên [tʃɯɤk tien] *adv* firstly
trường [tʃɯɤŋ] *n* intestines, school, field; **công trường** *n* building site; **trường cao đẳng** *n* college; **trường công** *n* public school; **trường dạy ngôn ngữ** *n* language school; **trường đại học** *n* uni; **trường hợp** *n* case; **trường học** *n* school; **trường học ban đêm** *n* night school; **trường luật** *n* law school; **trường mẫu giáo** *n* infant school, nursery school; **trường nội trú** *n* boarding school; **trường nghệ thuật** *n* art school; **trường phổ thông cơ sở** *n* primary school;

trường tiểu học *n* elementary school; **trường trung học** *n* secondary school

trưởng [tʃɯɤŋ] *n* patriarch, chief; **hiệu trưởng** *n* headteacher; **lớp trưởng** *n* monitor; **nhạc trưởng** *n* conductor; **sự tăng trưởng** *n* growth; **thuyền trưởng** *n* captain; **Anh có thấy trưởng tàu đâu không?** Have you seen the guard?

trưởng giả [tʃɯɤŋ za] **trưởng giả học làm sang** *n* snob

trường sở [tʃɯɤŋ sɤ] **khu trường sở** *n* campus

trưởng thành [tʃɯɤŋ taɲ] *adj* mature ▷ *v* grow up; **người trưởng thành** *n* adult

trượt [tʃɯɤt] *v* *(lệch đường)* skid, *(trôi)* slide, *(trơn)* slip; **dốc dành cho những người mới tập trượt tuyết** *n* nursery slope; **giày trượt băng** *n* skates; **giày trượt patanh** *n* rollerskates; **môn trượt băng** *n* ice-skating, skating; **môn trượt tuyết** *n* skiing; **môn trượt ván** *n* skateboarding; **người đi trượt tuyết** *n* skier; **sự đi xe trượt toboggan** *n* tobogganing; **sự trượt** *n* slide; **sự trượt patanh** *n* rollerskating; **trượt băng** *v* skate; **trượt tuyết** *v* ski; **ván trượt** *n* skateboard; **ván trượt tuyết** *n* ski; **vé trượt tuyết** *n* ski pass; **việc đi bằng xe trượt tuyết** *n* sledging; **xe trượt toboggan** *n* toboggan; **xe trượt tuyết** *n* sledge; **Anh có bản đồ các đường trượt tuyết không?** Do you have a map of the ski runs?; **Chúng tôi có thể đi xe trượt tuyết ở đâu?** Where can we go sledging?; **Chúng tôi có thể thuê ván trượt ở đây không?** Can we hire skis here?; **Một thẻ trượt tuyết giá bao nhiêu tiền?** How much is a ski pass?; **Tôi có thể mua thẻ trượt tuyết ở đâu?** Where can I buy a ski pass?; **Tôi có thể thuê thiết bị trượt tuyết ở đâu?** Where can I hire skiing equipment?; **Tôi muốn đi trượt tuyết** I'd like to go skiing; **Tôi muốn chơi trượt ván** I'd like to go skateboarding

trừu tượng [tʃɯu tɯɤŋ] *adj* abstract

tu [tu] **nữ tu viện** *n* convent; **thầy tu** *n* monk

tù [tu] **bạn tù** *n* inmate; **bỏ tù** *v* jail; **nhà tù** *n* jail, prison

tủ [tu] *n* cabinet, wardrobe; **tủ đựng chén bát** *n* cupboard; **tủ đựng thức ăn** *n* larder; **tủ đá** *n* freezer, icebox; **tủ bếp** *n* sideboard; **tủ có khóa** *n* locker; **tủ có nhiều ngăn** *n* cabinet; **tủ có nhiều ngăn kéo** *n* chest of drawers; **tủ giữ đồ vật để lại** *n* left-luggage locker; **tủ kính bày hàng** *n* shop window; **tủ lạnh** *n* fridge, refrigerator; **tủ quần áo** *n* wardrobe; **tủ sách** *n* bookcase; **Có tủ khóa để giữ đồ không?** Are there any luggage lockers?; **Ngăn tủ để quần áo ở đâu?** Where are the clothes lockers?; **Ngăn tủ khoá nào là của tôi?** Which locker is mine?

tua [tuɑ] *n* tour, ride; **Có chuyến tua nào được hướng dẫn bằng tiếng Anh không?** Is there a guided tour in English?; **Có tua nào để tham quan thành phố không?** Are there any sightseeing tours of the town?; **Tôi thích tua này** I enjoyed the tour; **Tua tham quan bắt đầu vào khoảng...** The tour starts at about...; **Tua tham quan thành phố bằng xe buýt đi lúc nào?** When is the bus tour of the town?

ua lại [tua lai] *v* rewind

uần [tuən] *n (thời gian)* week; **ngày cuối tuần** *n* weekend; **ngày trong tuần** *n* weekday; **Bao nhiêu tiền một tuần?** How much is it per week?; **Giá thuê theo tuần là bao nhiêu?** What are your rates per week?; **một tuần nữa** in a week's time; **một tuần trước** a week ago; **Một tuần thì giá bao nhiêu?** How much is it for a week?; **tuần sau nữa** the week after next; **tuần tới** next week; **tuần trước** last week; **tuần trước nữa** the week before last

uần ăn chay [tuən an tʃa:i] *n* Lent

'uần Chay [tuən tʃa:i] **ngày đầu tiên của Tuần Chay** *n* Ash Wednesday

uần lộc [tuən lok] **con tuần lộc** *n* reindeer

uân thủ [tuən tu] **không tuân thủ** *v* disobey

uần tra [tuən tʃa:] **việc đi tuần tra** *n* patrol; **xe tuần tra** *n* patrol car

ục [tuk] **tiếp tục** *v* carry on

ục ngữ [tuk ŋɯ] *n* proverb, saying

ục tĩu [tuk tiu] *adj* obscene, vulgar

úi [tui] *n* bag, pocket; **cháy túi** *adj* hard up; **chuột túi kangaru** *n* kangaroo; **máy tính bỏ túi** *n* pocket calculator; **túi bao tử** *n* bum bag, money belt; **túi đeo vai** *n* satchel; **túi đựng đồ mua sắm** *n* shopping bag; **túi đựng đồ ngủ qua đêm** *n* overnight bag; **túi đựng đồ vệ sinh cá nhân** *n* toilet bag; **túi đựng hàng** *n* carrier bag; **túi khí** *n* airbag; **túi không thấm nước** *n* sponge bag; **túi mật** *n* gall bladder; **túi ngủ** *n* sleeping bag; **túi ni lông** *n* plastic bag; **túi pôlite** *n* polythene bag; **túi xách** *n* handbag; **túi yên** *n* saddlebag; **trộm móc túi** *n* pickpocket; **Anh làm ơn trông hộ tôi cái túi một phút được không?** Could you watch my bag for a minute, please?; **Có người đã lấy cắp túi của tôi** Someone's stolen my bag; **Cho tôi một cái túi được không?** Can I have a bag, please?; **Làm ơn cho tôi xin thêm một chiếc túi được không?** Can I have an extra bag, please?; **Tôi không cần túi, cảm ơn** I don't need a bag, thanks

tung [tuŋ] *v* toss

tung hứng [tuŋ hɯŋ] *v* juggle; **nghệ sĩ tung hứng** *n* juggler

Tunisia [tunisia] *n* Tunisia; **người Tunisia** *n* Tunisian; **thuộc Tunisia** *adj* Tunisian

tuốc-nơ-vít [tuoknɤvit] *n* screwdriver

tuổi [tuoi] *n* age; **cao tuổi** *adj* elderly; **có tuổi** *adj* aged; **giới hạn tuổi** *n* age limit; **thấp hơn tuổi quy định** *adj* underage; **tuổi thiếu niên** *n* teens; **tuổi trẻ** *n* youth

tu sỹ [tu si] **nữ tu sỹ** *n* nun

tụt hậu [tut həu] *v* lag behind

tu viện [tu vien] *n* abbey, monastery; **Tu viện có mở cửa cho mọi người vào không?** Is the monastery open to the public?
tuxedo [tusɛzɔ] **áo tuxedo** *n* tuxedo
tuỳ [tui] **tuỳ chọn** *adj* optional
tuỷ [tui] *n* marrow
tủy [tui] **tủy sống** *n* spinal cord
tuyến [tuien] *n* gland; **tuyến đường** *n* route
tuyên bố [tuien bo] *v* declare, state; **lời tuyên bố** *n* statement
tuyển mộ [tuien mo] *v* recruit; **sự tuyển mộ** *n* recruitment
tuyên thệ [tuien te] **lời tuyên thệ** *n* oath
tuyết [tuiet] *n* snow; **bông tuyết** *n* snowflake; **cái ủi tuyết** *n* snowplough; **cơn bão tuyết** *n* snowstorm; **môn trượt tuyết** *n* skiing; **mưa tuyết** *v* sleet; **người đi trượt tuyết** *n* skier; **người tuyết** *n* snowman; **quả cầu tuyết** *n* snowball; **sự lở tuyết** *n* avalanche; **trận bão tuyết** *n* blizzard; **trượt tuyết** *v* ski; **tuyết rơi** *v* snow; **việc đi bằng xe trượt tuyết** *n* sledging; **Anh nghĩ sẽ có tuyết không?** Do you think it will snow?; **Đang có tuyết** It's snowing; **Đường đến... có bị tuyết phủ không?** Is the road to... snowed up?; **Tình trạng tuyết ra sao?** What are the snow conditions?; **Tôi có cần xích đi trên tuyết không?** Do I need snow chains?; **Tuyết như thế nào?** What is the snow like?; **Tuyết nhiều quá** The snow is very heavy
tuyệt [tuiet] *adv* extremely, perfectly; **sự tuyệt vọng** *n* despair
tuyệt đẹp *adj* gorgeous; **Tôi đã có một khoảng thời gian tuyệt vời** I've had a great time
tuyệt chủng [tuiet tʃuŋ] *adj* extinc
tuyệt vời [tuiet vɤi] *adj* fabulous, fantastic, stunning, super
tuy nhiên [tui ɲien] *adv* however, nevertheless
tuy thế [tui te] *adv* though
tùy tiện [tui tien] *adj* casual; **một cách tùy tiện** *adv* casually
tứ [tɯ] **trận tứ kết** *n* quarter final
từ [tɯ] *n (ngôn ngữ)* word ▷ *prep (khoảng cách)* from, *(thời gian)* since ▷ *v* renounce, abandon; **đến từ** *v* come from; **sự chia động từ** *r* conjugation; **từ đó** *adv* since; **từ viết tắt** *n* acronym; **Phát âm từ này như thế nào?** How do you pronounce it?; **tất cả là một từ** all one word; **Từ đó đánh vần như thế nào?** How do you spell it?; **Tôi bị ốm từ thứ Hai** I've been sick since Monday
tử [tɯ] **người tử vì đạo** *n* martyr
tự [tɯ] *n* letter ▷ *pronoun* self ▷ *adv* from; **kim tự tháp** *n* pyramid; **sự tự tin** *n* confidence *(self-assurance)*, **tự coi mình là trung tâm** *adj* self-centred; **tự hỏi** *v* wonder; **tự làm chủ** *adj* self-employed; **tự phục vụ** *adj* self-catering, self-service; **tự tin** *adj* confident, self-assured; **thiếu tự tin** *adj* unsure; **tiểu sử tự thuật** *n* autobiography; **việc tự kỷ luật** *n* self-discipline; **việc tự làm** *n* DIY; **Cho tôi xe tự động** An automatic please; **Con bé tự làm mình đau**

She has hurt herself; **Tôi tự làm chủ** I'm self-employed; **Xe này có phải xe tự động không?** Is it an automatic car?
tự anh ấy [tɯ ɑːɲ əi] *pron* himself
tư bản [tɯ ban] **chủ nghĩa tư bản** *n* capitalism
từ bỏ [tɯ bɔ] *v* abandon, part with, waive
tức [tɯk] **bực tức** *adj* frustrated; **chọc tức** *v* spite
từ chối [tɯ tʃoi] *v* refuse; **lời từ chối** *n* negative; **sự từ chối** *n* refusal
tự chủ [tɯ tʃu] *adj* calm; **sự tự chủ** *n* self-control
từ chức [tɯ tʃɯk] *v* resign
tức là [tɯk la] *conj* i.e.
tự cô ấy [tɯ ko əi] *pron* herself
tự do [tɯ zɔ] *adj* free *(no restraint)*, liberal ▷ *n* freedom; **đá tự do** *n* free kick; **làm tự do** *adv* freelance; **thả tự do** *v* free
từ điển [tɯ dien] *n* dictionary
tử đinh hương [tɯ diɲ hɯɤŋ] **hoa tử đinh hương** *n* lilac
tự động [tɯ doŋ] *adj* automatic; **điện thoại có máy trả lời tự động** *n* answerphone; **Hàng giặt tự động Launderette®** *n* Launderette®; **một cách tự động** *adv* automatically; **máy bán hàng tự động** *n* vending machine; **máy bán vé tự động** *n* ticket machine; **máy trả lời điện thoại tự động** *n* answering machine
tự hào [tɯ haɔ] *adj* proud; **sự tự hào** *n* pride
tử hình [tɯ hiɲ] **án tử hình** *n* capital punishment
tự họ [tɯ hɔ] *pron* themselves
tự mãn [tɯ man] *adj* smug
tư nhân [tɯ ɲən] **tư nhân hóa** *v* privatize
tự nhiên [tɯ ɲien] *n* nature; **khí tự nhiên** *n* natural gas; **nhà tự nhiên học** *n* naturalist; **siêu tự nhiên** *adj* supernatural; **thuộc tự nhiên** *adj* natural; **Xin cứ tự nhiên!** Help yourself!
tự nó [tɯ nɔ] *pron* itself
tươi [tɯɤi] *adj* fresh; **tươi tốt** *adj* lush
tưới [tɯɤi] *n* irrigation, watering; **bình tưới nước** *n* watering can; **tưới nước** *v* water
tương [tɯɤŋ] *n* soy sauce
tướng [tɯɤŋ] *n* general
tường [tɯɤŋ] *n* wall; **bức tường** *n* wall; **giấy dán tường** *n* wallpaper; **hình vẽ hoặc chữ viết trên tường** *n* graffiti; **nhà chung tường** *n* semi, semi-detached house; **tường lửa** *n* firewall
tưởng [tɯɤŋ] **ảo tưởng** *n* illusion; **sự tin tưởng** *n* confidence *(trust)*
tượng [tɯɤŋ] **biểu tượng** *(máy tính)* *n* icon
tương đối [tɯɤŋ doi] *adv* comparatively, relatively
tương đương [tɯɤŋ dɯɤŋ] *adj* comparable ▷ *n* equivalent
tương lai [tɯɤŋ laːi] *n* future; **trong tương lai** *adj* future
tương phản [tɯɤŋ fan] **sự tương phản** *n* contrast
tương thích [tɯɤŋ titʃ] *adj* compatible
tương tự [tɯɤŋ tɯ] *adj* similar; **sự tương tự** *n* similarity

tưởng tượng [tɯɤŋ tɯɤŋ] *v* imagine; **trí tưởng tượng** *n* imagination
tự phát [tɯ fɑt] *adj* spontaneous
tứ tấu [tɯ təu] **nhóm tứ tấu** *n* quartet
từ thiện [tɯ tien] *adj* charitable; **cửa hàng từ thiện** *n* charity shop; **hội từ thiện** *n* charity
từ tính [tɯ tiɲ] **có từ tính** *adj* magnetic
tự trị [tɯ tʃi] *adj* autonomous; **quyền tự trị** *n* autonomy
từ từ [tɯ tɯ] **Từ từ thôi!** Slow down!
tư tưởng [tɯ tɯɤŋ] **hệ tư tưởng** *n* ideology
tư vấn [tɯ vən] **nhà tư vấn** *n* consultant *(adviser)*
tự vẫn [tɯ vən] **sự tự vẫn** *n* suicide
tự vệ [tɯ ve] *v* defend oneself; **sự tự vệ** *n* self-defence
tử vi [tɯ vi] **lá số tử vi** *n* horoscope
từ vựng [tɯ vɯŋ] *n* vocabulary
tỷ [ti] *n* billion
tỷ giá [ti zɑ] *n* rate; **tỷ giá hối đoái** *n* rate of exchange; **Tỷ giá là bao nhiêu?** What's the exchange rate?; **Tỷ giá từ... sang... là bao nhiêu?** What is the rate for... to...?
tỷ lệ [ti le] *n* proportion, ratio; **theo tỷ lệ** *adj* proportional
tỷ số [ti so] *n* score *(game/match)*

U

u ám [u ɑm] *adj* gloomy, overcast
uất kim hương [uət kim hɯɤŋ] **cây uất kim hương** *n* tulip
Úc [uk] **người Úc** *n* Australian; **nước Úc** *n* Australia; **thuộc Úc** *adj* Australian
Úc-Á [ukɑ] **khu vực Úc-Á** *n* Australasia
Ucraina [ukzɑ:inɑ:] **người Ucraina** *n* Ukrainian *(person)*; **nước Ucraina** *n* Ukraine; **thuộc Ucraina** *adj* Ukrainian; **tiếng Ucraina** *n* Ukrainian *(language)*
U-gan-đa [uɣɑ:ndɑ:] **người U-gan-đa** *n* Ugandan; **nước U-gan-đa** *n* Uganda; **thuộc U-gan-đa** *adj* Ugandan
UHT sữa UHT *n* UHT milk
ủi [ui] *v* press; **cái ủi tuyết** *n* snowplough; **xe ủi** *n* bulldozer
ủng [uŋ] *n* boots; **ủng cao su** *n* wellies; **ủng cao su Wellington** *n* wellingtons; **Giá có bao gồm cả ủng không?** Does the price include

boots?; **Tôi muốn thuê ủng** I want to hire boots
ủng hộ [uŋ ho] *v* support; **người ủng hộ** *n* supporter; **sự ủng hộ** *n* backing
ung nhọt [uŋ ɲɔt] *n* ulcer
ung thư [uŋ tɯ] *n* cancer; **bệnh ung thư** *n* cancer *(illness)*
uốn [uon] *v* bend, curl; **dụng cụ uốn xoăn tóc** *n* curler; **uốn cong** *v* bend
uống [uoŋ] *v* drink, take medicine; **đồ uống** *n* drink; **không uống rượu** *adj* teetotal; **nước uống** *n* drinking water; **sự khó chịu sau khi uống rượu** *n* hangover; **thuốc uống** *n* medicine; **Anh có muốn uống gì không?** Would you like a drink?; **Anh có những loại đồ uống không cồn gì?** What non-alcoholic drinks do you have?; **Anh có uống sữa không?** Do you drink milk?; **Anh muốn uống gì không?** Would you like a drink?; **Anh muốn uống gì?** What would you like to drink?; **Cho phép tôi mời anh uống gì nhé?** Can I get you a drink?; **Để tôi trả tiền đồ uống** The drinks are on me; **Tôi không bao giờ uống rượu vang** I never drink wine; **Tôi không uống** I'm not drinking; **Tôi không uống, xin cảm ơn** I'm not drinking, thank you
uốn lượn [uon lɯɤn] *v* wind *(coil around)*, wind *(with a blow etc.)*
uốn ván [uon van] **bệnh uốn ván** *n* tetanus
u-ra-nium [uza:nium] *n* uranium
URL đường dẫn liên kết URL *n* URL
U-ru-goay [uzuɣɔa:i] **người U-ru-goay** *n* Uruguayan; **nước U-ru-goay** *n* Uruguay; **thuộc U-ru-goay** *adj* Uruguayan
ủy ban [ui ba:n] *n* committee
uyên bác [uien bak] *adj* scholarly; **sự uyên bác** *n* scholarship
ủy mị [ui mi] *adj* sentimental, soppy
uy nghi [ui ŋi] **vẻ uy nghi** *n* majesty
ủy nhiệm [ui ɲiem] *v* authorize ▷ *n* authority; **ủy nhiệm chi** *n* direct debit
uỷ quyền [ui kuien] *v* authorize; **người được uỷ quyền** *n* attorney
ủy quyền [ui kuien] *v* delegate
uy tín [ui tin] *n* credentials, prestige; **có uy tín** *adj* prestigious
uýt-xki [uitski] **rượu uýt-xki** *n* whisky
Uzbekistan [uzbɛkista:n] **nước Uzbekistan** *n* Uzbekistan

Ư

V

ưa chuộng [ɯa tʃuoŋ] **được ưa chuộng** *adj* popular; **không được ưa chuộng** *adj* unpopular; **sự được ưa chuộng** *n* popularity
ưa thích [ɯa titʃ] *adj* favourite; **người ưa thích** *n* favourite
ức chế [ɯk tʃe] *adj* inhibited; **sự ức chế** *n* inhibition
ước [ɯɤk] *v* desire, guess; **điều ước** *n* wish; **sự ước tính** *n* estimate; **ước đoán** *n* guess; **ước tính** *v* estimate
ướp [ɯɤp] **xác ướp** *n* mummy *(body)*
ướt [ɯɤt] *adj* wet; **ẩm ướt** *adj* damp, humid, moist; **làm ướt sũng** *v* drench; **ướt đẫm** *adj* soaked
ưu tiên [ɯu tien] *v* prioritize; **sự ưu tiên** *n* priority

va [va:] *v* collide against; **sự va mạnh** *n* bump; **va chạm** *v* clash
vá [va] **bị vá** *adj* patched; **miếng vá** *n* patch
và [va] *conj (từ nối)* and
vả [va] **quả vả** *n* fig
vạch [vatʃ] **vạch kế hoạch** *v* plan
va chạm [va: tʃam] *v* collide; **sự va chạm** *n* collision; **va chạm mạnh** *n* crash
vách đá [vatʃ da] *n* cliff
vai [va:i] *n* shoulder; **đóng vai chính** *v* star; **nhún vai** *v* shrug; **sự phân vai** *n* cast; **túi đeo vai** *n* satchel; **vai chính** *n* lead *(in play/ film)*; **xương vai** *n* shoulder blade; **Tôi đau vai** I've hurt my shoulder
vài [vai] *adj* several ▷ *pron* several
vải [vai] *n (vóc)* cloth, *(vóc)* fabric, litchi *(fruit)*; **giày vải** *n* sneakers; **lớp vải lót** *n* lining; **vải bạt** *n* canvas; **vải bịt mắt** *n* blindfold; **vải bông chéo** *n* denim; **vải dầu** *n* tarpaulin; **vải dệt** *n* textile; **vải**

flannel *n* flannel; **vải fleece** *n* fleece; **vải lanh** *n* linen; **vải nhung** *n* velvet
vại [vɑi] *n (bia)* pint
vai trò [vɑ:i tʃɔ] *n* role
va-li [vɑ:li] *n* suitcase
ván [vɑn] *n* board, game; **môn lướt ván buồm** *n* windsurfing; **môn lướt ván nước** *n* water-skiing; **môn trượt ván** *n* skateboarding; **ván để lướt sóng** *n* surfboard; **ván nhún ở bể bơi** *n* diving board; **ván trượt** *n* skateboard; **ván trượt tuyết** *n* ski; **Chúng tôi có thể thuê ván trượt ở đây không?** Can we hire skis here?; **Tôi muốn chơi trượt ván** I'd like to go skateboarding; **Tôi muốn thuê ván trượt** I want to hire skis; **Tôi muốn thuê ván trượt lao dốc** I want to hire downhill skis; **Tôi muốn thuê ván trượt việt dã** I want to hire cross-country skis
vàng [vɑŋ] *adj (màu)* yellow ▷ *n (khoáng sản)* gold; **bằng vàng** *adj* golden; **bệnh vàng da** *n* jaundice; **cá vàng** *n* goldfish; **mạ vàng** *adj* gold-plated; **Những Trang Vàng Yellow Pages®** *n* Yellow Pages®
vàng hoe [vɑŋ hɔɛ] *adj* blonde
vành [vɑɲ] *n* rim; **đường vành đai** *n* ring road
vani [vɑ:ni] *n* vanilla
van-xơ [vɑ:nsɤ] **điệu nhảy van-xơ** *n* waltz; **nhảy van-xơ** *v* waltz
vào [vɑɔ] *v* enter; **cửa ra vào** *n* door; **cửa vào** *n* entry; **cho vào** *v* let in; **dựa vào** *v* lean on; **đâm vào** *v* ram; **đi vào** *v* come in, enter, get into, go in; **đường lái xe vào nhà** *n* driveway; **hít vào** *v* breathe in; **lối vào** *n* entrance; **phí vào cửa** *n* entrance fee; **quyền được vào** *n* admittance; **Mời vào!** Come in!
vào lúc nào đó [vɑɔ luk nɑɔ dɔ] *adv* sometime
vào trong [vɑɔ tʃɑuŋ] *prep* into
Va-ti-căng [vɑ:tikɑŋ] **Tòa thánh Va-ti-căng** *n* Vatican
vay [vɑ:i] *v* borrow; **cho vay** *v* loan; **tiền cho vay** *n* loan; **Anh có thể cho tôi vay ít tiền không?** Could you lend me some money?
váy [vɑi] *n* skirt; **váy dạ hội** *n* evening dress; **váy mặc trong** *n* underskirt; **váy ngắn** *n* skirt; **váy ngủ** *n* nightdress, nightie; **váy rất ngắn** *n* miniskirt; **Tôi thử chiếc váy này được không?** Can I try on this dress?
váy dài [vɑi zɑi] *n* dress
văn [vɑn] **bài văn** *n* text; **nhà văn** *n* writer
vằn [vɑn] **ngựa vằn** *n* zebra
vặn [vɑn] *v* twist, screw, turn; **sự vặn mạnh** *n* wrench; **vặn mạnh** *v* wrench; **Làm ơn vặn nhỏ đi** Please could you lower the volume?; **Tôi vặn to lên có được không?** May I turn the volume up?
vắng [vɑŋ] **mùa vắng khách** *n* low season
vắng mặt [vɑŋ mɑt] *adj* absent; **sự vắng mặt** *n* absence
văn hóa [vɑn hɔɑ:] *n* culture; **thuộc văn hóa** *adj* cultural; **văn hóa dân gian** *n* folklore
văn học [vɑn hɔk] *n* literature
văn minh [vɑn miɲ] *n* civilization; **nền văn minh** *n* civilization

văn phòng [van fauŋ] *n* office; **cửa hàng văn phòng phẩm** *n* stationer's; **văn phòng cung cấp thông tin** *n* information office; **văn phòng du lịch** *n* tourist office; **văn phòng giữ đồ vật để lại** *n* left-luggage office; **văn phòng phẩm** *n* stationery; **Tôi làm việc văn phòng** I work in an office; **Tôi tới văn phòng của anh bằng cách nào?** How do I get to your office?; **Văn phòng du lịch ở đâu?** Where is the tourist office?

vắt [vat] **vắt sữa** *v* milk

vẫn [vən] *adv* still

vận chuyển [vən tʃuien] *v* transport

vấn đáp [vən dap] **kỳ thi vấn đáp** *n* oral

vấn đề [vən de] *n* affair, issue, problem, trouble; **các vấn đề thời sự** *n* current affairs; **vấn đề khó** *n* puzzle; **Không có vấn đề gì** No problem; **Nếu có vấn đề gì thì chúng tôi liên hệ với ai?** Who do we contact if there are problems?

vận động [vən doŋ] *v* exercise, campaign; **sân vận động** *n* stadium; **vận động bầu cử** *v* canvass; **Chúng tôi đi đến sân vận động bằng cách nào được?** How do we get to the stadium?

vận động viên [vən doŋ vien] *n* athlete; **nam vận động viên** *n* sportsman; **nữ vận động viên** *n* sportswoman; **vận động viên cử tạ** *n* weightlifter; **vận động viên đua** *n* racer

vâng [vəŋ] *excl* yes; **không vâng lời** *adj* disobedient; **vâng lời** *v* obey

vận hành [vən haɲ] *v* operate *(to function)*

vận mệnh [vən meɲ] *n* destiny

vân tay [vən taːi] *n* fingerprint

vấp [vəp] *v* stumble, trip (up)

vật [vət] *n* thing, wrestling; **đồ vật** *n* thing; **động vật** *n* animal; **môn đấu vật** *n* wrestling; **vật dự trữ** *n* reserve *(retention)*; **vật làm nhớ lại** *n* reminder; **vật nặng** *n* load; **vật nuôi làm cảnh** *n* pet; **vật thể** *n* object

vật liệu [vət lieu] *n* material

vật lý [vət li] *n* physics; **bác sỹ vật lý trị liệu** *n* physiotherapist; **nhà vật lý** *n* physicist; **vật lý trị liệu** *n* physiotherapy

vất vả [vət va] *adj* strenuous; **chuyến đi vất vả** *n* trek; **đi bộ vất vả** *v* trek

vây [vəi] **vây quanh** *v* surround

vẩy [vəi] *n (cá)* scale *(tiny piece)*

vẫy [vəi] *v* wag; **cái vẫy nhẹ** *n* whisk; **vẫy tay** *v* wave

vd *abbr* e.g.

vé [vɛ] *n* ticket, coupon; **chỗ bán vé** *n* box office; **hàng rào soát vé** *n* ticket barrier; **máy bán vé tự động** *n* ticket machine; **người soát vé trên xe buýt** *n* bus conductor; **người thu vé** *n* ticket collector; **phòng bán vé** *n* booking office; **phòng vé** *n* ticket office; **thanh tra soát vé** *n* ticket inspector; **tiền vé** *n* fare; **vé dự phòng** *n* stand-by ticket; **vé điện tử** *n* e-ticket; **vé hai chiều đi về trong ngày** *n* day return; **vé khứ hồi** *n* return ticket; **vé một chiều** *n* one-way ticket, single ticket; **vé mùa** *n* season ticket; **vé trượt tuyết** *n* ski pass; **vé xe buýt** *n* bus ticket; **Anh có thể đặt vé cho chúng tôi không?** Can you book the tickets for us?; **Anh có vé đi nhiều chuyến không?** Do you have multi-journey tickets?; **Cho tôi mua một vé** A ticket, please; **Chúng tôi có thể mua vé ở đâu?** Where can we get tickets?; **hai vé khứ hồi đi...** two return tickets to...; **Làm ơn bán cho hai vé xem tối nay** Two tickets for tonight, please; **Làm ơn cho tôi mua hai vé** I'd like two tickets, please; **một vé trẻ em** a child's ticket; **Máy bán vé hoạt động thế nào?** How does the ticket machine work?; **Máy bán vé không hoạt động** The ticket machine isn't working; **Máy bán vé ở đâu?** Where is the ticket machine?; **Những vé này giá bao nhiêu?** How much are the tickets?; **Tôi có cần mua vé đỗ ô tô không?** Do I need to buy a car-parking ticket?; **Tôi có thể mua vé ở đâu?** Where can I get tickets?; **Tôi có thể mua vé ở đây không?** Can I buy the tickets here?; **Tôi có thể mua vé xem hoà nhạc ở đâu?** Where can I buy tickets for the concert?; **Tôi mất vé rồi** I've lost my ticket; **Tôi mua vé ở đâu?** Where do I buy a ticket?; **Tôi muốn đổi vé** I want to change my ticket; **Tôi muốn mua hai vé cho thứ Sáu tới** I'd like two tickets for next Friday; **Tôi muốn mua hai vé cho tối nay** I'd like two tickets for tonight; **Tôi muốn nâng hạng vé** I want to upgrade my ticket; **Vé khứ hồi giá bao nhiêu?** How much is a return ticket?; **Vé một chiều giá bao nhiêu?** How much is a single ticket?; **Xin cho một tập vé** A book of tickets, please

vẽ [vɛ] *v* draw *(sketch)*; **bản vẽ** *n* drawing; **bút vẽ** *n* paintbrush

véc-ni [vɛkni] *n* varnish; **đánh véc-ni** *v* varnish

Velcro® [vɛlkzɔs] **miếng dán Velcro®** *n* Velcro®

vestong [vɛstauŋ] **áo vestong mặc đi dự tiệc** *n* dinner jacket

vẹt [vɛt] *n* parrot ▷ *v* level, scrape; **chim vẹt đuôi dài ở Úc** *n* budgerigar, budgie; **con vẹt** *n* parrot

về [ve] *prep (liên quan đến)* about

vệ [ve] *n* edge, side; **Nhà vệ sinh ở đâu?** Where are the toilets?

về hưu [ve hɯu] **đã về hưu** *adj* retired; **sự về hưu** *n* retirement

Vê-nê-duê-la [venezuela:] **người Vê-nê-duê-la** *n* Venezuelan; **nước Vê-nê-duê-la** *n* Venezuela; **thuộc Vê-nê-duê-la** *adj* Venezuelan

vênh vác [veɲ vak] *adj* stuck-up

về phía [ve fia:] *prep* towards

về phía sau [ve fia: sa:u] *adv* back, backwards

vệ sĩ [ve si] *n* bodyguard; **vệ sĩ gác cửa** *n* bouncer

vệ sinh [ve siɲ] *n* hygiene; **băng vệ sinh** *n* sanitary towel; **băng vệ sinh dạng nút** *n* tampon; **đồ vệ sinh cá nhân** *n* toiletries; **giấy vệ sinh** *n* toilet paper; **nhà vệ sinh** *n* lavatory, loo, toilet; **nhà vệ sinh nam** *n* gents'; **phòng vệ sinh nữ** *n*

ladies'; **túi đựng đồ vệ sinh cá nhân** *n* toilet bag
vệ sỹ [ve si] *n* bodyguard
vết [vet] *n* spot, stain; **dấu vết** *n* trace; **vết bẩn** *n* stain; **vết cháy** *n* burn; **vết dầu loang** *n* oil slick; **vết nứt** *n* crack *(fracture)*; **vết rạn** *n* fracture; **vết thâm tím** *n* bruise; **vết thương** *n* injury, sore; **Anh có thể làm mất vết bẩn này không?** Can you remove this stain?; **Đây là vết cà phê** This stain is coffee; **Đây là vết dầu** This stain is oil; **Đây là vết máu** This stain is blood; **Đây là vết rượu** This stain is wine
vệ tinh [ve tiŋ] *n* satellite; **chảo vệ tinh** *n* satellite dish; **hệ thống chỉ đường bằng vệ tinh** *n* GPS; **hệ thống định vị bằng vệ tinh** *n* sat nav
vết thương [vet tɯɤŋ] *n* wound
về việc [ve viek] *prep* regarding
ví [vi] *n (đựng tiền)* purse, wallet; **Tôi mất ví rồi** I've lost my wallet; **Ví của tôi đã bị lấy cắp** My wallet has been stolen
vì [vi] *conj* because
vị [vi] *n (nếm)* taste; **chất tạo mùi vị** *n* flavouring; **mùi vị** *n* flavour
vỉa hè [viaː hɛ] *n* pavement
ví dụ [vi zu] *n* example, instance
viđiô [vidio] *n* video; **điện thoại viđiô** *n* videophone
vĩ độ [vi do] *n* latitude
việc [viek] *n* work, business, affair; **bị cho thôi việc** *adj* redundant; **cho thôi việc** *v* lay off; **sự việc** *n* incident; **việc nhà** *n* housework; **việc nhàm chán** *n* fag; **Anh có thích việc đó không?** Do you enjoy it?; **Khi nào anh xong việc?** When will you have finished?; **Việc đó xảy ra khi nào?** When did it happen?
việc kiểm tra [viek kiem tʃaː] *n* examination *(school)*
việc làm [viek lɑm] *n* job, work, employment; **trung tâm giới thiệu việc làm** *n* job centre; **việc làm trong kỳ nghỉ hè** *n* holiday job
viêm [viem] *n* inflammation; **bệnh viêm gan** *n* hepatitis; **bệnh viêm phế quản** *n* bronchitis; **bệnh viêm phổi** *n* pneumonia; **bệnh viêm ruột thừa** *n* appendicitis; **bị viêm** *adj* inflamed; **chứng viêm khớp** *n* arthritis; **chứng viêm thanh quản** *n* laryngitis; **nốt viêm tấy ở kẽ ngón chân cái** *n* bunion; **sự viêm nhiễm** *n* inflammation; **viêm amiđan** *n* tonsillitis; **viêm bàng quang** *n* cystitis; **viêm màng não** *n* meningitis
viên [vien] *n* pellet, pill; **biên tập viên** *n* editor; **giảng viên** *n* lecturer; **học viên trường sỹ quan** *n* cadet; **huấn luyện viên** *n* coach, trainer, instructor; **huấn luyện viên thể dục** *n* gymnast; **hướng dẫn viên** *n* guide; **hướng dẫn viên du lịch** *n* courier; **quan sát viên** *n* observer; **thanh tra viên** *n* inspector; **ứng cử viên** *n* candidate; **vận động viên** *n* athlete; **viên cảnh sát** *n* police officer; **viên đá** *n* ice cube; **viên đạn** *n* bullet; **viên thuốc** *n* pill, tablet; **viên xúp** *n* stock cube
viền [vien] **gỗ viền chân tường** *n* skirting board
viện [vien] **phải viện đến** *v* resort to; **thẩm mỹ viện** *n* beauty salon;

Khi nào tôi được ra viện? When will I be discharged?
viện bảo tàng [vien baɔ taŋ] *n* museum
Viễn Đông [vien doŋ] *n* Far East
viếng [vieŋ] **thăm viếng** *n* visit
viễn thị [vien ti] **Tôi bị viễn thị** I'm long-sighted
viễn thông [vien toŋ] *n* telecommunications
viện trợ [vien tʃɤ] **sự viện trợ** *n* aid
viễn tưởng [vien tɯɤŋ] **truyện khoa học viễn tưởng** *n* science fiction, scifi
viễn vọng [vien vauŋ] **kính viễn vọng** *n* telescope
viết [viet] *v* write; **bài viết** *n* writing; **bản viết tay** *n* manuscript; **chữ viết tắt** *n* abbreviation; **chữ viết tay** *n* handwriting; **giấy viết thư** *n* writing paper; **phấn viết** *n* chalk; **từ viết tắt** *n* acronym; **viết cẩu thả** *v* scribble; **viết nhật ký trên mạng** *v* blog; **Anh làm ơn viết ra được không?** Could you write it down, please?, Could you write that down, please?; **Làm ơn viết ra giá tiền** Please write down the price
việt dã [viet za] **cuộc đua việt dã** *n* cross-country
Việt Nam [viet na:m] **người Việt Nam** *n* Vietnamese *(person)*; **nước Việt Nam** *n* Vietnam; **thuộc Việt Nam** *adj* Vietnamese; **tiếng Việt Nam** *n* Vietnamese *(language)*
việt vị [viet vi] *adj* offside
vi khuẩn [vi χuən] *n* bacteria
vi lượng [vi lɯɤŋ] **phép chữa vi lượng đồng căn** *n* homeopathy; **thuộc phép chữa vi lượng đồng căn** *adj* homeopathic
vi mạch [vi matʃ] *n* chip *(electronic)*, microchip; **vi mạch làm bằng silic** *n* silicon chip
vịnh [viɲ] *n (biển)* bay
vĩnh cửu [viɲ kɯu] *adj* permanent
vĩnh viễn [viɲ vien] *adj* eternal; **sự vĩnh viễn** *n* eternity
vỉ nướng [vi nɯɤŋ] *n* grill
vi-ô-la [viola:] **đàn vi-ô-la** *n* viola
vi-ô-lông [violoŋ] **đàn vi-ô-lông** *n* violin; **người chơi đàn vi-ô-lông** *n* violinist
viôlôngxen [violoŋsɛn] **đàn viôlôngxen** *n* cello
vi-rút [vizut] *n* virus
vi sinh [vi siɲ] *n* bacteria; **có thể phân hủy vi sinh** *adj* biodegradable
vịt [vit] *n* duck; **chân vịt** *n* flippers; **con vịt** *n* duck
vitamin [vita:min] *n* vitamin
vị trí [vi tʃi] *n* placement, position, post *(position)*, rank *(status)*; **giữ vị trí** *v* rank; **vị trí còn trống** *n* vacancy
vi trùng [vi tʃuŋ] *n* germ
vì vậy [vi vəi] *adv* therefore ▷ *conj* so (that)
vizon [vizɔn] **chồn vizon** *n* mink
vỏ [vɔ] *n (ốc)* shell, *(quả)* peel; **bóc vỏ** *v* peel; **con sên không vỏ** *n* slug; **vỏ chanh** *n* zest *(lemon-peel)*; **vỏ đạn** *n* cartridge; **vỏ gối** *n* pillowcase
võ [vɔ] **môn võ Judo** *n* judo; **võ karate** *n* karate
voi [vɔi] *n* elephant; **con voi** *n* elephant; **voi mamút** *n* mammoth
vòi [vɔi] *n* tap; **ống vòi** *n* hose
vòm [vɔm] *n* arch; **cổng vòm** *n*

porch

vong [vauŋ] **thương vong** *n* casualty

vòng [vauŋ] *n* round *(series)*; **đường vòng** *n* bypass, detour, diversion; **đường vòng quanh** *n* circuit; **sự vòng ngược** *n* U-turn; **vòng đeo chìa khóa** *n* keyring; **vòng đu quay** *n* merry-go-round; **vòng tay** *n* bracelet

võng [vauŋ] *n* hammock; **cái võng** *n* hammock; **ghế võng** *n* deckchair

vọng [vauŋ] **sự tuyệt vọng** *n* despair; **tiếng vọng** *n* echo; **vô vọng** *adj* hopeless

Vòng [vauŋ] **Vòng Bắc Cực** *n* Arctic Circle

vòng quanh [vauŋ kuaŋ] *prep* round

vỏn vẹn [vɔn vɛn] *adv* scarcely

vo ve [vɔ vɛ] **kêu vo ve** *v* hum

vô [vo] **chức vô địch** *n* championship; **chuyện vô lý** *n* nonsense; **hệ vô tính** *n* clone; **nhà vô địch** *n* champion; **vô gia cư** *adj* homeless; **vô hại** *adj* harmless; **vô hình** *adj* invisible; **vô lễ** *adj* cheeky; **vô nghĩa** *adj* pointless; **vô tận** *adj* endless; **vô tình** *adv* inadvertently; **vô vọng** *adj* hopeless; **vô ý** *adj* insensitive

vô cùng [vo kuŋ] *adv* extremely, such

vô dụng [vo zuŋ] *adj* useless; **người vô dụng** *n* punk

vôi [voi] *n* lime *(compound)*; **đá vôi** *n* limestone; **quét vôi** *v* whitewash; **vôi bột trắng** *n* whiting

vội [voi] *n* rush; **sự vội vã** *n* rush; **sự vội vàng** *n* hurry; **vội vã** *v* rush; **vội vàng** *adv* hastily; **Tôi đang vội** I'm in a hurry

vô lăng [vo laŋ] *n* steering wheel

vô lý [vo li] *adj* unreasonable

vôn [von] *n* volt

vốn [von] **vốn góp chung** *n* pool *(resources)*

vô nghĩa [vo ŋiaː] *adj* senseless

vô ơn [vo ɤn] *adj* ungrateful

vô phương [vo fuɤŋ] **vô phương cứu chữa** *adv* terminally

vỗ tay [vo taːi] *v* clap; **tiếng vỗ tay tán thưởng** *n* applause; **vỗ tay tán thưởng** *v* applaud

vô tâm [vo təm] *adj* thoughtless

vốt-ca [votkaː] *n* vodka; **rượu vốt-ca** *n* vodka

vô thần [vo tən] **người vô thần** *n* atheist

vô trùng [vo tʃuŋ] *adj* sterile

vô vị [vo vi] *adj* tasteless

vở [vɤ] **quyển vở** *n* notepad; **vở nháp** *n* scrapbook

vỡ [vɤ] *v* split; **bị vỡ** *adj* broken; **làm vỡ** *v* break; **mảnh vỡ** *n* chip *(small piece)*; **sự vỡ** *n* break

vợ [vɤ] *n* wife; **chị em vợ** *(wife's sister) npl* sister-in-law; **người góa vợ** *n* widower; **vợ cũ** *n* ex-wife; **vợ sắp cưới** *n* fiancée; **Đây là vợ tôi** This is my wife

với [vɤi] *prep (cùng)* with

với điều kiện [vɤi dieu kien] *conj* provided, providing

vợt [vɤt] *n* racquet; **cái vợt** *n* racquet; **vợt quần vợt** *n* tennis racquet; **Họ có cho thuê vợt không?** Do they hire out racquets?

vớ vẩn [vɤ vən] *adj* rubbish

vú [vu] *n* breast; **động vật có vú** *n*

mammal
vụ [vu] *n* case; **vụ mùa** *n* crop
vua [vuɑ] *n* king
vú em [vu ɛm] *n* nanny
vui [vui] *adj* joyful, happy; **hay vui đùa** *adj* playful; **sự vui mừng** *n* joy; **sự vui sướng** *n* delight; **sự vui vẻ** *n* fun; **vui lòng** *adv* kindly; **vui mừng** *adj* cheerful, glad; **vui nhộn** *adj* hilarious; **vui sướng** *adj* delighted; **vui thích** *v* enjoy; **Anh có thấy vui không?** Did you enjoy yourself?; **Rất vui được gặp anh** Pleased to meet you
vui chơi [vui tʃɤi] *n* pleasure; **công viên vui chơi theo chủ đề** *n* theme park
vui thú [vui tu] *adj* entertaining
vui vẻ [vui vɛ] *adj* fun, glad, pleasant; **Chúng tôi đang rất vui vẻ** We are having a nice time; **Đi nghỉ vui vẻ nhé!** Enjoy your holiday!; **Đi vui vẻ nhé!** Have a good trip!
vũ khí [vu χi] *n* weapon; **có vũ khí** *adj* armed; **kho vũ khí** *n* magazine *(ammunition)*
vụ mùa [vu muɑ:] *n* crop
vụn [vun] **mảnh vụn** *n* splinter
vung [vuŋ] **cái vung** *n* lid
vùng [vuŋ] *n* zone; **mã vùng** *n* dialling code; **vùng lân cận** *n* neighbourhood, vicinity
vũng [vuŋ] *n* pool; **vũng nước** *n* puddle
vũng lầy [vuŋ ləi] *n* bog
vụng về [vuŋ ve] *adj* awkward, clumsy
Vùng Vịnh [vuŋ viɲ] **các nước Vùng Vịnh** *npl* Gulf States
vuông [vuoŋ] *adj* square; **có kẻ ô vuông** *adj* tartan; **góc vuông** *n* right angle; **hình vuông** *n* square
vuốt [vuot] *n* claw
vuốt ve [vuot vɛ] *v* stroke; **cái vuốt ve** *n* stroke *(hit)*
vũ trang [vu tʃɑ:ŋ] **vụ cướp có vũ trang** *n* hold-up
vũ trụ [vu tʃu] *n* universe; **nhà du hành vũ trụ** *n* astronaut; **tàu du hành vũ trụ** *n* spacecraft
vừa [vɯɑ:] *adj* reasonable ▷ *v* fit, suit ▷ *adv* just, recently; **Nó không vừa với tôi** It doesn't fit me; **Tôi vừa mới đến** I've just arrived
vữa [vɯɑ:] *n (trát ngoài)* plaster *(for wall)*, *(xây gạch)* mortar *(plaster)*
vừa phải [vɯɑ: fɑi] *adj* moderate ▷ *adv* reasonably
vừa vặn [vɯɑ: vɑn] **sự vừa vặn** *n* fit
vững [vɯŋ] *adj* steady; **giữ vững** *v* keep up
vững chắc [vɯŋ tʃɑk] *adj* solid; **không vững chắc** *adj* unsteady
vườn [vɯɤn] *n* garden; **người làm vườn** *n* gardener; **trung tâm cây cảnh và dụng cụ làm vườn** *n* garden centre; **việc làm vườn** *n* gardening; **vườn cây ăn quả** *n* orchard; **vườn nho** *n* vineyard; **vườn quốc gia** *n* national park; **vườn thú** *n* zoo; **Chúng tôi có thể đi thăm vườn không?** Can we visit the gardens?
vương miện [vɯɤŋ mien] *n* crown
vương quốc [vɯɤŋ kuok] *n* kingdom; **Vương quốc Anh** *n* UK, United Kingdom
vượt [vɯɤt] *v* overtake

vượt qua [vɯɤt kuɑ] *v* overcome, get over; **không thể vượt qua** *adj* unbeatable

vứt [vɯt] *v* throw away; **nơi vứt vỏ chai để tái chế** *n* bottle bank; **vứt bỏ** *v* dump; **vứt đi** *v* throw away

vv *abbr* etc

Wales [wɑ:lɛs] **người xứ Wales** *n* Welsh; **thuộc xứ Wales** *adj* Welsh; **xứ Wales** *n* Wales

web [wɛb] **địa chỉ web** *n* web address; **quản trị web** *n* webmaster; **tạp chí web** *n* webzine; **trang web** *n* website; **trình duyệt web** *n* web browser

webcam [wɛbkɑ:m] *n* webcam

whisky [whiski] **whisky mạch nha** *n* malt whisky; **một whisky và soda** a whisky and soda; **Tôi sẽ uống whisky** I'll have a whisky

xa [sa:] *adj* distant, far ▷ *adv* far ▷ *n* car, vehicle; **điều khiển từ xa** *n* remote control; **người thường xuyên phải đi xa từ nhà đến nơi làm việc** *n* commuter; **nhảy xa** *n* long jump; **rất xa** *adv* remotely; **ra xa** *adv* away; **tránh xa** *v* keep out; **xa xôi** *adj* remote; **Cách bao xa?** How far is it?; **Chúng ta còn cách trạm xe buýt bao xa?** How far are we from the bus station?; **Chúng ta còn cách trung tâm thành phố bao xa?** How far are we from the town centre?; **Có xa không?** Is it far?; **Khá xa đấy** It's quite far; **Không xa đâu** It's not far

xà [sa] **đẩy xà** *n* push-up

xả [sa] **xả nước** *v* flush

xa-ba [sa:ba:] **ngày xa-ba** *n* Sabbath

xác [sak] *n* corpse, dead body; **nhà xác** *n* morgue; **sự xác nhận** *n* confirmation; **xác chết** *n* corpse; **xác nhận** *v* confirm; **xác ướp** *n* mummy *(body)*

xạc [sak] **Anh có cái xạc bật lửa ga không?** Do you have a refill for my gas lighter?; **Không xạc được pin** It's not charging; **Tôi có thể xạc điện thoại di động ở đâu?** Where can I charge my mobile phone?; **Xạc xong lại hết ngay** It's not holding its charge

xách [satʃ] *v* carry; **túi xách** *n* handbag; **xách tay** *adj* portable

xác nhận [sak ɲən] *v* support, confirm; **Tôi đã xác nhận việc đặt phòng của tôi qua thư** I confirmed my booking by letter

xác suất [sak suət] *n* probability

xác thực [sak tɯk] *adj* authentic

xả dưỡng [sa zɯɤŋ] **xả dưỡng tóc** *n* conditioner

xã hội [sa hoi] *n* society; **an sinh xã hội** *n* social security; **chủ nghĩa xã hội** *n* socialism; **dịch vụ xã hội** *n* social services; **liên quan đến chủ nghĩa xã hội** *adj* socialist; **người làm công tác xã hội** *n* social worker; **người theo chủ nghĩa xã hội** *n* socialist; **xã hội học** *n* sociology

Xã hội [sa hoi] **Cử nhân Khoa học Xã hội** *n* BA

xa hơn [sa: hɤn] *adj* further

xa lát [sa: lat] *n* salad; **xa lát rau xanh** *n* green salad

xám [sam] *adj* grey

xám xịt [sam sit] *adj* drab

xanh [sa:ɲ] *adj* blue, green, unripe; **màu xanh lá cây** *n* green; **quả bí xanh** *n* courgette, zucchini; **xanh lá cây** *adj* green *(colour)*; **xanh nước biển** *adj* navy-blue

xanh da trời [sa:ɲ za: tʃɤi] *adj* blue
xảo quyệt [saɔ kuiet] *adj* cunning
xà phòng [sa fauŋ] *n* soap; **chỗ để xà phòng** *n* soap dish; **Không có xà phòng** There is no soap
xả vải [sa vai] **Anh có nước xả vải không?** Do you have softener?
xa xỉ [sa: si] **sự xa xỉ** *n* luxury
xay [sa:i] *v* grind; **cối xay gió** *n* windmill; **cối xay hạt tiêu** *n* peppermill; **máy xay sinh tố** *n* liquidizer; **xưởng xay bột** *n* mill
xảy ra [sai za:] *v* happen, occur; **chuyện xảy ra** *n* occurrence; **có thể xảy ra** *adj* likely; **việc chỉ xảy ra một lần** *n* one-off; **Việc đó xảy ra khi nào?** When did it happen?
xắc-xô [sakso] **kèn xắc-xô** *n* saxophone
xăm [sam] **hình xăm trên da** *n* tattoo
xăng [saŋ] *n* petrol; **bể chứa xăng** *n* petrol tank; **trạm xăng** *n* petrol station, service station; **xăng không pha chì** *n* unleaded petrol; **Gần đây có trạm xăng không?** Is there a petrol station near here?; **Hết xăng rồi** The petrol has run out; **Máy bán xăng số ba ạ** Pump number three, please; **Tôi bị hết xăng** I've run out of petrol
xăng-uýt [saŋuit] **bánh xăng-uýt** *n* sandwich
xâm lược [səm luɪɤk] *v* invade
xâm nhập [səm ɲəp] *v* intrude; **người xâm nhập** *n* intruder
xấp xỉ [səp si] *adj* approximate
xấu [səu] *adj* bad; **điểm xấu** *n* vice; **sự chơi xấu** *n* foul; **xấu xa** *adj* foul, wicked; **xấu xí** *adj* ugly
xấu đi [səu di] *adv* worse; **trở nên xấu đi** *v* worsen
xấu hổ [səu ho] *adj* ashamed, embarrassed; **đáng xấu hổ** *adj* embarrassing; **sự xấu hổ** *n* shame
xấu hơn [səu hɤn] *adj* worse
xấu nhất [səu ɲət] *adj* worst
xấu xa [səu sa:] *adj* vicious
xây [səi] *v* build; **thợ xây** *n* builder
xây dựng [səi zuɪŋ] *v* build, put up, construct; **gỗ xây dựng** *n* timber; **mang tính xây dựng** *adj* constructive
xe [sɛ] *n* vehicle, carriage; **bảng đồng hồ xe ô tô** *n* dashboard; **bánh xe** *n* wheel; **biển số xe** *n* number plate; **chuyến đi chơi bằng xe** *n* drive; **đạp xe** *v* cycle; **điểm rửa xe** *n* car wash; **đỗ xe** *v* park; **kiểm định xe của Bộ Giao thông** *n* MOT; **lái xe** *v* drive; **lái xe tải** *n* truck driver; **lốp xe** *n* tyre; **người lái xe** *n* chauffeur; **người xin đi nhờ xe** *n* hitchhiker; **phà chở xe** *n* car-ferry; **sự đi nhờ xe** *n* lift *(free ride)*; **sự đi xe trượt toboggan** *n* tobogganing; **sự đỗ xe** *n* parking; **săm xe** *n* inner tube; **tài xế xe tải** *n* lorry driver; **tàu xe bị hỏng** *n* wreck; **thợ sửa chữa xe môtô** *n* motor mechanic; **việc đi bằng xe trượt tuyết** *n* sledging; **việc xin đi nhờ xe** *n* hitchhiking; **xe đẩy** *n* trolley; **xe đẩy hai bánh của trẻ con** *n* scooter; **xe đẩy hàng mua sắm** *n* shopping trolley; **xe đẩy hành lý** *n* luggage trolley; **xe đẩy trẻ con** *n* carrycot; **xe đẩy trẻ em** *n* buggy, pushchair; **xe đua** *n* racing car; **xe cứu thương** *n*

ambulance; **xe cộ** *n* vehicle; **xe cáp treo** *n* cable car; **xe chở hàng nặng** *n* HGV; **xe công ty** *n* company car; **xe con thoi** *n* shuttle; **xe cút kít** *n* wheelbarrow; **xe hai cầu** *n* four-wheel drive; **xe lăn** *n* wheelchair; **xe li-mu-zin** *n* limousine; **xe moóc** *n* trailer; **xe moóc caravan** *n* caravan; **xe ngựa** *n* cart; **xe nôi** *n* pram; **xe ô tô** *n* car; **xe tải** *n* lorry, van; **xe tải chuyên dùng để di dời** *n* removal van; **xe tải cứu hộ** *n* breakdown truck; **xe trượt toboggan** *n* toboggan; **xe trượt tuyết** *n* sledge; **xe tuần tra** *n* patrol car; **xe ủi** *n* bulldozer; **xe van cứu hộ** *n* breakdown van; **xin đi nhờ xe** *v* hitchhike; **Anh có thể cho xe cứu hộ đến được không?** Can you send a breakdown van?; **Anh đã lái xe quá nhanh** You were driving too fast; **Anh làm ơn dời xe được không?** Could you move your car, please?; **Chúng tôi có thể đi xe trượt tuyết ở đâu?** Where can we go sledging?; **Có xe đẩy để chở đồ không?** Are there any luggage trolleys?; **Dùng máy rửa xe thế nào ạ?** How do I use the car wash?; **Đây là bằng lái xe của tôi** Here is my driving licence; **Đây là giấy tờ xe của tôi** Here are my vehicle documents; **Khi nào thì xe sửa xong?** When will the car be ready?; **Tôi bị say tàu xe** I get travel-sick; **Tôi có phải trả xe lại đây không?** Do I have to return the car here?; **Tôi dùng xe lăn** I use a wheelchair; **Tôi muốn rửa xe** I would like to wash the car; **Trong xe có đài không?** Is there a stereo in the car?; **Xe bị trượt** The car skidded; **Xe đang ở gần ngã rẽ số...** The car is near junction number...; **Xe khách đi mất rồi mà không chờ tôi** The coach has left without me; **Xe không nổ máy được** The car won't start; **Xe vẫn còn trong thời hạn bảo hành** The car is still under warranty; **Xin làm ơn dừng xe** Please stop the bus

xé [sɛ] **xé rách** *v* rip up; **xé toạc** *v* rip, tear up

xe buýt [sɛ buit] *n* bus; **xe buýt đường dài** *n* coach (*vehicle*); **xe buýt nhỏ** *n* minibus; **Bến xe buýt cách đây bao xa?** How far is the bus stop?; **Chúng ta còn cách trạm xe buýt bao xa?** How far are we from the bus station?; **Tôi có thể bắt xe buýt đi... ở đâu?** Where can I get a bus to...?; **Tôi có thể mua thẻ xe buýt ở đâu?** Where can I buy a bus card?; **Trạm xe buýt ở đâu?** Where is the bus station?

xe đạp [sɛ dɑp] *n* bicycle; **bơm xe đạp** *n* bicycle pump; **đường dành cho xe đạp** *n* cycle path; **làn xe đạp** *n* cycle lane; **người đi xe đạp** *n* cyclist; **sự đi xe đạp** *n* cycling; **xe đạp địa hình** *n* mountain bike; **xe đạp đôi** *n* tandem; **xe đạp ba bánh** *n* tricycle; **Cửa hàng sửa xe đạp gần nhất ở đâu?** Where is the nearest bike repair shop?; **Chúng mình đi xe đạp đi** Let's go cycling; **Chúng tôi muốn đi xe đạp** We would like to go cycling; **Khi nào phải trả xe?** When is the bike due back?; **Tôi có thể thuê xe đạp ở**

đâu? Where can I hire a bike?; **Tôi để xe đạp ở đây có được không?** Can I keep my bike here?
xe lửa [sɛ lɯaː] **ga xe lửa** *n* railway station
xem [sɛm] *v* look at, watch; **người xem** *n* onlooker; **việc xem kỹ** *n* scan; **xem kỹ** *v* scan; **xem lướt qua** *v* browse; **Xem Trang Bên** *v* PTO; **Anh cho tôi xem được không?** Could you show me please?; **Anh có thể dẫn chúng tôi đi xem được không?** Could you show us around?; **Anh có thể dẫn chúng tôi xem quanh căn hộ không?** Could you show us around the apartment?; **Anh làm ơn kiểm tra xem lốp đủ căng chưa?** Can you check the air, please?; **Có phòng xem ti vi không?** Is there a television lounge?; **Chúng tôi có thể đi xem kịch ở đâu?** Where can we go to see a play?; **Chúng tôi có thể đi xem phim ở đâu?** Where can we go to see a film?; **Chúng tôi muốn xem cây cỏ địa phương** We'd like to see local plants and trees; **Chúng tôi muốn xem những khung cảnh đặc biệt** We'd like to see spectacular views; **Làm ơn bán cho hai vé xem tối nay** Two tickets for tonight, please; **Ở đây có gì để xem không?** What is there to see here?; **Tôi chỉ xem thôi** I'm just looking; **Tôi muốn xem một trận bóng đá** I'd like to see a football match; **Tôi muốn xem phòng được không?** Can I see the room?
xe máy [sɛ mai] *n* motorbike, motorcycle; **người lái xe máy** *n* motorcyclist, motorist; **xe máy nhỏ** *n* moped; **Tôi muốn thuê một xe máy** I want to hire a motorbike
xem xét [sɛm sɛt] *v* look at, look round, consider
xẻng [sɛŋ] *n* shovel; **cái xẻng** *n* shovel; **cái xẻng bứng cây** *n* trowel
xentimét [sɛntimɛt] *n* centimetre
xe taxi [sɛ taːsi] *n* taxi, minicab
xe tăng [sɛ taŋ] *n* tank *(combat vehicle)*
xét đoán [sɛt ɗɔan] *v* judge; **có óc xét đoán** *adj* sensible
xét nghiệm [sɛt ɲiem] *n* test; **xét nghiệm phết tế bào cổ tử cung** *n* smear test
xếp [sep] **thang xếp** *n* stepladder; **trò chơi xếp hình** *n* jigsaw
xếp hàng [sep haŋ] *v* queue
xi [si] **xi đánh giày** *n* shoe polish
xích [sitʃ] *n* chain; **Tôi có cần xích đi trên tuyết không?** Do I need snow chains?
xích đạo [sitʃ ɗaɔ] *n* equator; **đường xích đạo** *n* equator
xiếc [siek] *n* circus; **rạp xiếc** *n* circus
xiên [sien] **cái xiên** *n* skewer
xì gà [si ɣa] *n* cigar; **điếu xì gà** *n* cigar
xi líp [si lip] **quần xi líp** *n* slip *(underwear)*
xi măng [si maŋ] *n* cement
xin [sin] *v* ask for, beg
xin chào [sin tʃaɔ] *excl* hello!, hi!
xinh [siɲ] *adj* pretty
xi nhan [si ɲaːn] *v* indicate; **đèn xi nhan** *n* sidelight
xin lỗi [sin loi] *v* apologize; **lời xin lỗi** *n* apology; **xin lỗi!** *excl* sorry!;

Tôi rất xin lỗi, tôi không biết quy định I'm very sorry, I didn't know the regulations; **Tôi xin lỗi** I'm sorry; **Xin cho tôi xuống** Please let me off; **Xin lỗi** Excuse me; **Xin lỗi, đấy là ghế của tôi** Excuse me, that's my seat; **Xin lỗi, tôi bận** Sorry, I'm busy; **Xin lỗi, tôi không thích** Sorry, I'm not interested

xi-rô [sizo] *n* syrup; **nước xi-rô** *n* syrup

xịt [sit] **ống xịt thuốc** *n* inhaler

xíu [siu] **nhỏ xíu** *adj* tiny

xóa [sɔɑː] *v* delete; **tẩy xóa** *v* erase; **xóa đi** *v* cross out

xoa bóp [sɔɑː bɔp] **sự xoa bóp** *n* massage

xoài [sɔɑi] *n* mango; **quả xoài** *n* mango

xoang [sɔɑːŋ] *n* sinus

xoay xở [sɔɑːi sɤ] *v* manage; **có thể xoay xở được** *adj* manageable

xoắn [sɔɑn] *v* twist

xóc [sɔk] *adj (đường)* bumpy

xong [sauŋ] *v* finish; **đã xong** *adj* done, over; **Khi nào anh xong việc?** When will you have finished?; **Khi nào thì xong?** When will it be ready?

xô [so] *n* bucket; **cái xô** *n* pail

xốp [sop] *adj* porous; **bánh xốp** *n* sponge *(cake)*, wafer; **bánh xốp nhiều bơ** *n* puff pastry

xôpha [sofaː] **ghế xôpha** *n* sofa; **giường xôpha** *n* sofa bed

xổ số [so so] *n* raffle; **xổ số có giải bằng hiện vật** *n* raffle

xốt [sot] **nhúng nước xốt** *v* marinade; **nước xốt** *n* marinade, sauce; **nước xốt cà chua** *n* tomato sauce

X-quang [skuɑŋ] *n* X-ray; **chụp X-quang** *v* X-ray

xu [su] *n* cent; **tiền xu** *n* coin

xuân [suən] **mùa xuân** *n* spring *(season)*, springtime

xuân đào [suən dɑɔ] **quả xuân đào** *n* nectarine

xuất bản [suət bɑn] *n* publication, publish; **người làm nghề xuất bản** *n* printer *(person)*; **nhà xuất bản** *n* publisher

xuất hiện [suət hien] *v* appear, turn up; **sự xuất hiện** *n* appearance

xuất khẩu [suət χəu] *v* export; **sự xuất khẩu** *n* export

xuất sắc [suət sɑk] *adj* excellent, smashing

xúc động [suk doŋ] *adj* emotional, touched; **gây ra sự xúc động mạnh** *adj* sensational; **gây xúc động** *adj* touching

xu chiêng [su tʃieŋ] *n* bra

xúc phạm [suk fɑm] *v* offend

xúc tiến [suk tien] *v* promote; **sự xúc tiến** *n* promotion

xúc xắc [suk sɑk] *n* dice

xúc-xích [suksitʃ] *n* sausage; **bánh mỳ kẹp xúc-xích** *n* hot dog; **xúc-xích Ý** *n* salami

xu hướng [su hɯɤŋ] *n* tendency, trend; **có xu hướng** *v* tend

xúi giục [sui zuk] *v* tempt; **sự xúi giục** *n* temptation

xung đột [suŋ dot] **sự xung đột** *n* conflict

xung quanh [suŋ kuɑŋ] *prep* around; **khu vực xung quanh** *n* surroundings

xuống [suoŋ] *adv (dưới)* down ▷ *v*

(tàu xe) get off; **cúi xuống** *v* crouch down; **đi xuống** *v* come down, descend, go down; **quỳ xuống** *v* kneel down; **rụng xuống** *v* fall down; **rủ xuống** *v* hang; **Làm ơn bảo tôi khi nào phải xuống** Please tell me when to get off

xuồng [suoŋ] *n* dinghy; **chèo xuồng** *v* paddle; **việc bơi xuồng** *n* canoeing; **xuồng cứu hộ** *n* lifeboat; **xuồng máy** *n* motorboat

xúp [sup] *n* soup; **viên xúp** *n* stock cube

xúp lơ [sup lɤ] **xúp lơ xanh** *n* broccoli

xuyên qua [suien kua] *prep* through

xuyên suốt [suien suot] *prep* throughout

xuyên thủng [suien tuŋ] *v* pierce

xử [sɯ] *v* decide, judge; **phân xử trọng tài** *n* arbitration; **tình thế khó xử** *n* dilemma

xử lý [sɯ li] *v* deal with, tackle

xứng đáng [sɯŋ daŋ] *v* deserve

xước [sɯɤk] *v* scratch; **làm xước** *v* scratch; **vết xước** *n* scratch

xương [sɯɤŋ] *n* bone; **bộ xương** *n* skeleton; **xương bánh chè** *n* kneecap; **xương đòn** *n* collarbone; **xương gò má** *n* cheekbone; **xương sườn** *n* rib; **xương vai** *n* shoulder blade

xưởng [sɯɤŋ] *n* factory, plant; **phân xưởng** *n* workshop; **xưởng đóng tàu** *n* shipyard

xương chậu [sɯɤŋ tʃəu] **khung xương chậu** *n* pelvis

xương rồng [sɯɤŋ zoŋ] *n* cactus; **cây xương rồng** *n* cactus

xương sống [sɯɤŋ soŋ] *n* backbone

Y

ý [i] *n* idea; **hỏi ý kiến** *v* consult; **sự ác ý** *n* spite; **vô ý** *adj* insensitive
Ý [i] **người Ý** *n* Italian *(person)*; **nước Ý** *n* Italy; **thuộc Ý** *adj* Italian; **tiếng Ý** *n* Italian *(language)*
ý chí [i tʃi] *n* will *(motivation)*; **sức mạnh ý chí** *n* willpower
ý định [i diɲ] *n* intention; **có ý định** *v* intend to
yếm [iem] **cái yếm** *n* bib
Y-ê-men [iemɛn] **Nước Y-ê-men** *n* Yemen
yên [ien] *adj* peaceful ▷ *n* saddle; **Để cho tôi yên!** Leave me alone!; **Yên này ngồi khó chịu** The seat is uncomfy; **Yên xe cao quá** The seat is too high; **Yên xe thấp quá** The seat is too low
yên lặng [ien laŋ] *adj* quiet ▷ *adv* quietly
yên lòng [ien lauŋ] **làm yên lòng** *adj* reassure, reassuring
yến mạch [ien matʃ] *n* oats; **bột yến mạch** *n* oatmeal; **yến mạch ép trộn hạt và quả khô** *n* muesli
yên ngựa [ien ŋɯa:] *n* saddle
yên tĩnh [ien tiɲ] *adj* peaceful; **sự yên tĩnh** *n* peace
yêu [ieu] *v* love, be in love with; **đáng yêu** *adj* lovely; **người yêu** *n* lover; **người yêu dấu** *n* darling; **tình yêu** *n* love; **thân yêu** *adj* dear; **yêu nước** *adj* patriotic; **yêu tha thiết** *v* adore; **Anh yêu em** I love you
yếu [ieu] *adj* weak; **điểm yếu** *n* weakness; **ốm yếu** *adj* unhealthy; **yếu ớt** *adj* faint, frail
yêu cầu [ieu kəu] *n* inquiry, requirement ▷ *v* call for, demand; **đơn yêu cầu** *n* petition; **sự yêu cầu** *n* demand
y học [i hɔk] *n* medicine; **thuộc y học** *adj* medical
ý kiến [i kien] *n* idea, opinion
ý nghĩa [i ŋia:] *n* meaning
Y-ô-ga [ioɣa:] **môn Y-ô-ga** *n* yoga
y tá [i ta] *n* nurse; **Tôi muốn nói chuyện với y tá** I'd like to speak to a nurse

Z

Zim-ba-buê [zimba:bue] **thuộc Zim-ba-buê** *adj* Zimbabwean

ENGLISH–VIETNAMESE
ANH–VIỆT

a

a [eɪ] *art* một
abandon [ə'bændən] *v* từ bỏ
abbey ['æbɪ] *n* tu viện
abbreviation [əˌbriːvɪ'eɪʃən] *n* chữ viết tắt
abdomen ['æbdəmən] *n* bụng
abduct [æb'dʌkt] *v* bắt cóc
ability [ə'bɪlɪtɪ] *n* khả năng
able ['eɪbᵊl] *adj* có khả năng
abnormal [æb'nɔːməl] *adj* không bình thường
abolish [ə'bɒlɪʃ] *v* hủy bỏ
abolition [ˌæbə'lɪʃən] *n* sự hủy bỏ
abortion [ə'bɔːʃən] *n* sự phá thai
about [ə'baʊt] *adv* khoảng ▷ *prep* về *(liên quan đến)*; **Do you have any leaflets about...?** Anh có tờ quảng cáo nào về... không?; **I want to complain about the service** Tôi muốn khiếu nại về dịch vụ này; **The tour starts at about...** Tua tham quan bắt đầu vào khoảng...
above [ə'bʌv] *prep* ở trên
abroad [ə'brɔːd] *adv* ở nước ngoài
abrupt [ə'brʌpt] *adj* đột ngột
abruptly [ə'brʌptlɪ] *adv* một cách đột ngột
abscess ['æbsɛs] *n* áp xe; **I have an abscess** Tôi bị áp xe
absence ['æbsəns] *n* sự vắng mặt
absent ['æbsənt] *adj* vắng mặt
absent-minded [ˌæbsən't'maɪndɪd] *adj* đãng trí
absolutely [ˌæbsə'luːtlɪ] *adv* hoàn toàn
abstract ['æbstrækt] *adj* trừu tượng
absurd [əb'sɜːd] *adj* ngớ ngẩn
Abu Dhabi ['æbuː 'dɑːbɪ] *n* Abu Dhabi
abuse *n* [ə'bjuːs] sự lạm dụng ▷ *v* [ə'bjuːz] lạm dụng; **child abuse** *n* sự lạm dụng trẻ em
abusive [ə'bjuːsɪv] *adj* lạm dụng
academic [ˌækə'dɛmɪk] *adj* mang tính học thuật; **academic year** *n* năm học
academy [ə'kædəmɪ] *n* viện hàn lâm
accelerate [æk'sɛləˌreɪt] *v* tăng tốc
acceleration [ækˌsɛlə'reɪʃən] *n* sự tăng tốc
accelerator [æk'sɛləˌreɪtə] *n* chân ga
accept [ək'sɛpt] *v* chấp nhận; **Do you accept traveller's cheques?** Anh có chấp nhận séc du lịch không?
acceptable [ək'sɛptəbᵊl] *adj* chấp nhận được
access ['æksɛs] *n* lối vào ▷ *v* tiếp cận
accessible [ək'sɛsəbᵊl] *adj* có thể tiếp cận
accessory [ək'sɛsərɪ] *n* phụ kiện

accident ['æksɪdənt] *n* tai nạn; **accident & emergency department** *n* khoa cấp cứu; **accident insurance** *n* bảo hiểm tai nạn; **by accident** *adv* một cách tình cờ; **I'd like to arrange personal accident insurance** Tôi muốn mua bảo hiểm tai nạn cá nhân; **I've had an accident** Tôi bị tai nạn; **There's been an accident!** Có tai nạn!; **What do I do if I have an accident?** Nếu gặp tai nạn thì tôi phải làm gì?

accidental [ˌæksɪ'dɛntᵊl] *adj* tình cờ

accidentally [ˌæksɪ'dɛntəlɪ] *adv* một cách tình cờ

accommodate [ə'kɒməˌdeɪt] *v* cung cấp chỗ ở

accommodation [əˌkɒmə'deɪʃən] *n* chỗ ở

accompany [ə'kʌmpənɪ; ə'kʌmpnɪ] *v* đi cùng

accomplice [ə'kɒmplɪs; ə'kʌm-] *n* tòng phạm

according [ə'kɔːdɪŋ] *prep* **according to** *prep* theo

accordingly [ə'kɔːdɪŋlɪ] *adv* theo đó

accordion [ə'kɔːdɪən] *n* đàn ắccoócđêông

account [ə'kaʊnt] *n (in bank)* tài khoản, *(report)* bản báo cáo; **account number** *n* số tài khoản; **bank account** *n* tài khoản ngân hàng; **current account** *n* tài khoản vãng lai; **joint account** *n* tài khoản chung

accountable [ə'kaʊntəbᵊl] *adj* chịu trách nhiệm

accountancy [ə'kaʊntənsɪ] *n* nghề kế toán

accountant [ə'kaʊntənt] *n* kế toán viên

account for [ə'kaʊnt fɔː] *v* giải thích

accuracy ['ækjʊrəsɪ] *n* sự chính xác

accurate ['ækjərɪt] *adj* chính xác

accurately ['ækjərɪtlɪ] *adv* một cách chính xác

accusation [ˌækjʊ'zeɪʃən] *n* sự buộc tội

accuse [ə'kjuːz] *v* buộc tội

accused [ə'kjuːzd] *n* bị cáo

ace [eɪs] *n* quân át

ache [eɪk] *n* sự đau nhức ▷ *v* đau

achieve [ə'tʃiːv] *v* đạt được

achievement [ə'tʃiːvmənt] *n* thành tích

acid ['æsɪd] *n* axit; **acid rain** *n* mưa axit

acknowledgement [ək'nɒlɪdʒmənt] *n* sự công nhận

acne ['æknɪ] *n* mụn trứng cá

acorn ['eɪkɔːn] *n* quả sồi

acoustic [ə'kuːstɪk] *adj* thuộc âm thanh

acre ['eɪkə] *n* mẫu Anh

acrobat ['ækrəˌbæt] *n* diễn viên nhào lộn

acronym ['ækrənɪm] *n* từ viết tắt

across [ə'krɒs] *prep* qua *(sang)*

act [ækt] *n* hành vi ▷ *v* hành động

acting ['æktɪŋ] *adj* quyền *(chưa chính thức)* ▷ *n* sự diễn xuất

action ['ækʃən] *n* hành động

active ['æktɪv] *adj* tích cực *(hoạt động)*

activity [æk'tɪvɪtɪ] *n* hoạt động; **activity holiday** *n* kỳ nghỉ với các hoạt động giải trí; **Do you have**

activities for children? Anh có các hoạt động cho trẻ em không?
actor ['æktə] *n* diễn viên
actress ['æktrɪs] *n* nữ diễn viên
actual ['æktʃʊəl] *adj* thực sự
actually ['æktʃʊəlɪ] *adv* trên thực tế
acupuncture ['ækjʊˌpʌŋktʃə] *n* châm cứu
ad [æd] *abbr* quảng cáo; **small ads** *npl* quảng cáo nhỏ
AD [eɪ diː] *abbr* sau CN
adapt [ə'dæpt] *v* thích nghi
adaptor [ə'dæptə] *n* bộ nắn dòng
add [æd] *v* thêm
addict ['ædɪkt] *n* người nghiện; **drug addict** *n* người nghiện ma túy
addicted [ə'dɪktɪd] *adj* bị nghiện
additional [ə'dɪʃənəl] *adj* bổ sung
additive ['ædɪtɪv] *n* phụ gia
address [ə'drɛs] *n (location)* địa chỉ, *(speech)* bài diễn văn; **address book** *n* sổ địa chỉ; **home address** *n* địa chỉ nhà; **web address** *n* địa chỉ web; **Please send my mail on to this address** Làm ơn gửi thư từ của tôi đến địa chỉ này; **Will you write down the address, please?** Anh vui lòng ghi lại địa chỉ được không?
add up [æd ʌp] *v* tính tổng
adjacent [ə'dʒeɪsənt] *adj* liền kề
adjective ['ædʒɪktɪv] *n* tính từ
adjust [ə'dʒʌst] *v* điều chỉnh; **Can you adjust my bindings, please?** Anh làm ơn điều chỉnh đế kẹp của tôi được không?
adjustable [ə'dʒʌstəbəl] *adj* điều chỉnh được
adjustment [ə'dʒʌstmənt] *n* sự điều chỉnh
administration [ədˌmɪnɪ'streɪʃən] *n* sự quản lý
administrative [əd'mɪnɪˌstrətɪv] *adj* hành chính
admiration [ˌædmə'reɪʃən] *n* sự ngưỡng mộ
admire [əd'maɪə] *v* ngưỡng mộ
admission [əd'mɪʃən] *n* sự cho vào; **admission charge** *n* tiền vào cửa
admit [əd'mɪt] *v (allow in)* cho vào, *(confess)* thú nhận
admittance [əd'mɪtəns] *n* quyền được vào
adolescence [ˌædə'lɛsəns] *n* tuổi thiếu niên
adolescent [ˌædə'lɛsənt] *n* thiếu niên
adopt [ə'dɒpt] *v* nhận làm con nuôi
adopted [ə'dɒptɪd] *adj* được nhận làm con nuôi
adoption [ə'dɒpʃən] *n* việc nhận làm con nuôi
adore [ə'dɔː] *v* yêu tha thiết
Adriatic [ˌeɪdrɪ'ætɪk] *adj* thuộc Adriatic
Adriatic Sea [ˌeɪdrɪ'ætɪk siː] *n* Biển Adriatic
adult ['ædʌlt; ə'dʌlt] *n* người trưởng thành; **adult education** *n* giáo dục dành cho người trưởng thành
advance [əd'vɑːns] *n* sự tiến lên ▷ *v* tiến lên; **advance booking** *n* đặt chỗ trước
advanced [əd'vɑːnst] *adj* tiên tiến
advantage [əd'vɑːntɪdʒ] *n* lợi thế
advent ['ædvɛnt; -vənt] *n* mùa vọng
adventure [əd'vɛntʃə] *n* cuộc phiêu lưu

adventurous [əd'vɛntʃərəs] *adj* mạo hiểm
adverb ['æd,vɜ:b] *n* phó từ
adversary ['ædvəsərɪ] *n* đối thủ
advert ['ædvɜ:t] *n* quảng cáo
advertise ['ædvə,taɪz] *v* quảng cáo
advertisement [əd'vɜ:tɪsmənt] *n* quảng cáo
advertising ['ædvə,taɪzɪŋ] *n* việc quảng cáo
advice [əd'vaɪs] *n* lời khuyên
advisable [əd'vaɪzəbᵊl] *adj* nên làm
advise [əd'vaɪz] *v* khuyên
aerial ['ɛərɪəl] *n* cột ăng ten
aerobics [ɛə'rəʊbɪks] *npl* thể dục nhịp điệu
aerosol ['ɛərə,sɒl] *n* bình phun
affair [ə'fɛə] *n* vấn đề *(công việc)*
affect [ə'fɛkt] *v* tác động
affectionate [ə'fɛkʃənɪt] *adj* âu yếm
afford [ə'fɔ:d] *v* đủ tiềm lực
affordable [ə'fɔ:dəbᵊl] *adj* có giá dễ chịu
Afghan ['æfgæn] *adj* thuộc Afghanistan ▷ *n* người Afghanistan
Afghanistan [æf'gænɪ,stɑ:n; -,stæn] *n* nước Afghanistan
afraid [ə'freɪd] *adj* sợ
Africa ['æfrɪkə] *n* Châu Phi; **North Africa** *n* Bắc Phi; **South Africa** *n* Nam Phi
African ['æfrɪkən] *adj* thuộc Châu Phi ▷ *n* người Châu Phi; **Central African Republic** *n* nước Cộng hòa Trung Phi; **North African** *n* người thuộc khu vực Bắc Phi, thuộc khu vực Bắc Phi; **South African** *n* người Nam Phi, thuộc Nam Phi
Afrikaans [,æfrɪ'kɑ:ns; -'kɑ:nz] *n* tiếng Nam Phi
Afrikaner [afri'ka:nə; ,æfrɪ'kɑ:nə] *n* người Nam Phi gốc Âu
after ['ɑ:ftə] *conj* sau khi ▷ *prep* sau; **after eight o'clock** sau tám giờ; **the week after next** tuần sau nữa
afternoon [,ɑ:ftə'nu:n] *n* buổi chiều; **in the afternoon** vào buổi chiều
afters ['ɑ:ftəz] *npl* món tráng miệng
aftershave ['ɑ:ftə,ʃeɪv] *n* nước hoa dùng sau khi cạo râu
afterwards ['ɑ:ftəwədz] *adv* sau đó
again [ə'gɛn; ə'geɪn] *adv* lại; **Can you try again later?** Anh có thể gọi lại sau không?
against [ə'gɛnst; ə'geɪnst] *prep* dựa vào
age [eɪdʒ] *n* tuổi; **age limit** *n* giới hạn tuổi; **Middle Ages** *npl* thời Trung cổ
aged ['eɪdʒɪd] *adj* có tuổi
agency ['eɪdʒənsɪ] *n* cơ quan; **travel agency** *n* đại lý du lịch
agenda [ə'dʒɛndə] *n* chương trình nghị sự
agent ['eɪdʒənt] *n* đại lý; **estate agent** *n* đại lý bất động sản; **travel agent** *n* nhân viên du lịch
aggressive [ə'grɛsɪv] *adj* hung hăng
AGM [eɪ dʒi: ɛm] *abbr* Đại Hội đồng Hàng năm
ago [ə'gəʊ] *adv* **a month ago** một tháng trước; **a week ago** một tuần trước
agony ['ægənɪ] *n* nỗi thống khổ
agree [ə'gri:] *v* đồng ý
agreed [ə'gri:d] *adj* được đồng ý
agreement [ə'gri:mənt] *n* sự đồng ý

agricultural ['ægrɪˌkʌltʃərəl] *adj* thuộc nông nghiệp

agriculture ['ægrɪˌkʌltʃə] *n* nông nghiệp

ahead [ə'hɛd] *adv* ở phía trước

aid [eɪd] *n* sự viện trợ; **first aid** *n* sơ cứu; **first-aid kit** *n* bộ đồ sơ cứu; **hearing aid** *n* dụng cụ trợ thính

AIDS [eɪdz] *n* bệnh SIDA

aim [eɪm] *n* mục đích ▹ *v* nhắm vào

air [ɛə] *n* không khí; **air hostess** *n* nữ tiếp viên hàng không; **air-traffic controller** *n* kiểm soát viên không lưu; **Air Force** *n* Lực lượng Không quân

airbag [ɛəbæg] *n* túi khí

air-conditioned [ɛəkən'dɪʃənd] *adj* có điều hoà nhiệt độ

air conditioning [ɛə kən'dɪʃənɪŋ] *n* hệ thống điều hoà nhiệt độ

aircraft ['ɛəˌkrɑːft] *n* máy bay

airline ['ɛəˌlaɪn] *n* hãng hàng không

airmail ['ɛəˌmeɪl] *n* thư máy bay

airport ['ɛəˌpɔːt] *n* sân bay; **airport bus** *n* xe buýt sân bay; **How do I get to the airport?** Xin chỉ cho tôi cách ra sân bay; **How much is the taxi to the airport?** Đi tắc xi ra sân bay mất bao nhiêu tiền?; **Is there a bus to the airport?** Có xe buýt ra sân bay không?

airsick ['ɛəˌsɪk] *adj* say máy bay

airspace ['ɛəˌspeɪs] *n* không phận

airtight ['ɛəˌtaɪt] *adj* kín hơi

aisle [aɪl] *n* lối đi ở giữa

alarm [ə'lɑːm] *n* sự hoảng hốt; **alarm call** *n* gọi báo thức; **alarm clock** *n* đồng hồ báo thức; **false alarm** *n* báo động giả; **fire alarm** *n* thiết bị báo cháy; **smoke alarm** *n* thiết bị báo cháy

alarming [ə'lɑːmɪŋ] *adj* đáng ngại

Albania [æl'beɪnɪə] *n* nước Albania

Albanian [æl'beɪnɪən] *adj* thuộc Albania ▹ *n (language)* tiếng Albania, *(person)* người Albania

album ['ælbəm] *n* quyển anbom; **photo album** *n* anbom ảnh

alcohol ['ælkəˌhɒl] *n* rượu cồn

alcohol-free ['ælkəˌhɒlfriː] *adj* không có cồn

alcoholic [ˌælkə'hɒlɪk] *adj* nghiện rượu ▹ *n* người nghiện rượu

alert [ə'lɜːt] *adj* cảnh giác ▹ *v* báo động

Algeria [æl'dʒɪərɪə] *n* nước Algeria

Algerian [æl'dʒɪərɪən] *adj* thuộc Algeria ▹ *n* người Algeria

alias ['eɪlɪəs] *adv* biệt hiệu ▹ *prep* biệt hiệu là

alibi ['ælɪˌbaɪ] *n* lời khai ngoại phạm

alien ['eɪljən; 'eɪlɪən] *n* người nước ngoài

alive [ə'laɪv] *adj* còn sống

all [ɔːl] *adj* toàn bộ ▹ *pron* tất cả

Allah ['ælə] *n* thánh A-la

allegation [ˌælɪ'geɪʃən] *n* lời cáo buộc

alleged [ə'lɛdʒd] *adj* bị cáo buộc

allergic [ə'lɜːdʒɪk] *adj* dị ứng; **I'm allergic to penicillin** Tôi bị dị ứng với thuốc penicillin

allergy ['ælədʒɪ] *n* sự dị ứng; **peanut allergy** *n* dị ứng đậu phộng

alley ['ælɪ] *n* ngõ

alliance [ə'laɪəns] *n* liên minh

alligator ['ælɪˌgeɪtə] *n* cá sấu Mỹ

allow [ə'laʊ] *v* cho phép

all right [ɔːl raɪt] *adv* tốt *(tốt đẹp)*

ally ['ælaɪ; ə'laɪ] *n* nước đồng minh

almond ['ɑːmənd] *n* quả hạnh
almost ['ɔːlməʊst] *adv* gần như
alone [ə'ləʊn] *adj* một mình; **I'm travelling alone** Tôi đang đi du lịch một mình
along [ə'lɒŋ] *prep* dọc theo
aloud [ə'laʊd] *adv* thành tiếng
alphabet ['ælfəˌbɛt] *n* bảng chữ cái
Alps [ælps] *npl* dãy núi An-pơ
already [ɔːl'rɛdɪ] *adv* rồi
alright [ɔːl'raɪt] *adv* **Are you alright?** Anh có sao không?
also ['ɔːlsəʊ] *adv* cũng
altar ['ɔːltə] *n* bàn thờ
alter ['ɔːltə] *v* sửa đổi
alternate [ɔːl'tɜːnɪt] *adj* luân phiên
alternative [ɔːl'tɜːnətɪv] *adj* có thể lựa chọn ▷ *n* phương án lựa chọn
alternatively [ɔːl'tɜːnətɪvlɪ] *adv* một cách khác
although [ɔːl'ðəʊ] *conj* mặc dù
altitude ['æltɪˌtjuːd] *n* cao độ
altogether [ˌɔːltə'gɛðə; 'ɔːltəˌgɛðə] *adv* cả thảy
aluminium [ˌæljʊ'mɪnɪəm] *n* nhôm
always ['ɔːlweɪz; -wɪz] *adv* luôn luôn
a.m. [eɪɛm] *abbr* sáng *(buổi)*; **I will be leaving tomorrow morning at ten a.m.** Sáng mai tôi sẽ đi lúc mười giờ sáng
amateur ['æmətə; -tʃə; -ˌtjʊə; ˌæmə'tɜː] *n* người nghiệp dư
amaze [ə'meɪz] *v* làm kinh ngạc
amazed [ə'meɪzd] *adj* kinh ngạc
amazing [ə'meɪzɪŋ] *adj* đáng kinh ngạc
ambassador [æm'bæsədə] *n* đại sứ
amber ['æmbə] *n* hổ phách
ambition [æm'bɪʃən] *n* tham vọng
ambitious [æm'bɪʃəs] *adj* nhiều tham vọng
ambulance ['æmbjʊləns] *n* xe cứu thương; **Call an ambulance** Gọi xe cứu thương đi
ambush ['æmbʊʃ] *n* sự phục kích
amenities [ə'miːnɪtɪz] *npl* tiện nghi
America [ə'mɛrɪkə] *n* nước Mỹ; **Central America** *n* vùng Trung Mỹ **North America** *n* Bắc Mỹ; **South America** *n* Nam Mỹ
American [ə'mɛrɪkən] *adj* thuộc Mỹ ▷ *n* người Mỹ; **American football** *n* bóng bầu dục kiểu Mỹ; **North American** *n* người thuộc khu vực Bắc Mỹ, thuộc khu vực Bắc Mỹ; **South American** *n* người Nam Mỹ, thuộc Nam Mỹ
ammunition [ˌæmjʊ'nɪʃən] *n* đạn dược
among [ə'mʌŋ] *prep* trong số
amount [ə'maʊnt] *n* số lượng
amp [æmp] *n* ampe
amplifier ['æmplɪˌfaɪə] *n* bộ khuếch đại
amuse [ə'mjuːz] *v* làm buồn cười; **amusement arcade** *n* phòng máy chơi điện tử
an [ɑːn] *art* một
anaemic [ə'niːmɪk] *adj* thiếu máu
anaesthetic [ˌænɪs'θɛtɪk] *n* thuốc tê; **general anaesthetic** *n* gây mê toàn thể; **local anaesthetic** *n* gây tê cục bộ
analyse ['ænᵊˌlaɪz] *v* phân tích
analysis [ə'nælɪsɪs] *n* sự phân tích
ancestor ['ænsɛstə] *n* tổ tiên
anchor ['æŋkə] *n* mỏ neo
anchovy ['æntʃəvɪ] *n* cá trồng
ancient ['eɪnʃənt] *adj* cổ xưa

and [ænd; ənd; ən] *conj* và *(từ nối)*; **a whisky and soda** một whisky và soda
Andes ['ændi:z] *npl* Dãy núi Andes
Andorra [æn'dɔ:rə] *n* nước Andorra
angel ['eɪndʒəl] *n* thiên thần
anger ['æŋgə] *n* sự giận dữ
angina [æn'dʒaɪnə] *n* đau thắt ngực
angle ['æŋgᵊl] *n* góc *(hình học)*; **right angle** *n* góc vuông
angler ['æŋglə] *n* người câu cá
angling ['æŋglɪŋ] *n* sự câu cá
Angola [æŋ'gəʊlə] *n* nước Angola
Angolan [æŋ'gəʊlən] *adj* thuộc Angola ▷ *n* người Angola
angry ['æŋgrɪ] *adj* tức giận
animal ['ænɪməl] *n* động vật
aniseed ['ænɪˌsi:d] *n* hạt hồi
ankle ['æŋkᵊl] *n* mắt cá chân
anniversary [ˌænɪ'vɜ:sərɪ] *n* ngày kỷ niệm; **wedding anniversary** *n* lễ kỷ niệm ngày cưới
announce [ə'naʊns] *v* thông báo
announcement [ə'naʊnsmənt] *n* thông báo
annoy [ə'nɔɪ] *v* làm khó chịu
annoying [ə'nɔɪɪŋ; an'noying] *adj* gây khó chịu
annual ['ænjʊəl] *adj* hàng năm
annually ['ænjʊəlɪ] *adv* hàng năm
anonymous [ə'nɒnɪməs] *adj* giấu tên
anorak ['ænəˌræk] *n* áo khoác chống thấm có mũ
anorexia [ˌænɒ'rɛksɪə] *n* chứng biếng ăn
anorexic [ˌænɒ'rɛksɪk] *adj* biếng ăn
another [ə'nʌðə] *adj* khác; **I'd like another room** Tôi muốn đổi phòng khác
answer ['ɑ:nsə] *n* câu trả lời ▷ *v* trả lời
answerphone ['ɑ:nsəfəʊn] *n* điện thoại có máy trả lời tự động
ant [ænt] *n* con kiến
antagonize [æn'tægəˌnaɪz] *v* gây thù địch
Antarctic [ænt'ɑ:ktɪk] *adj* châu Nam Cực; **the Antarctic** *n* Nam Cực
Antarctica [ænt'ɑ:ktɪkə] *n* Nam Cực
antelope ['æntɪˌləʊp] *n* linh dương
antenatal [ˌæntɪ'neɪtᵊl] *adj* tiền sản
anthem ['ænθəm] *n* bài hát ca ngợi
anthropology [ˌænθrə'pɒlədʒɪ] *n* nhân chủng học
antibiotic [ˌæntɪbaɪ'ɒtɪk] *n* thuốc kháng sinh
antibody ['æntɪˌbɒdɪ] *n* kháng thể
anticlockwise [ˌæntɪ'klɒkˌwaɪz] *adv* ngược chiều kim đồng hồ
antidepressant [ˌæntɪdɪ'prɛsᵊnt] *n* thuốc chống trầm cảm
antidote ['æntɪˌdəʊt] *n* thuốc giải độc
antifreeze ['æntɪˌfri:z] *n* chất chống đông
antihistamine [ˌæntɪ'hɪstəˌmi:n; -mɪn] *n* thuốc chữa dị ứng
antiperspirant [ˌæntɪ'pɜ:spərənt] *n* thuốc chống ra mồ hôi
antique [æn'ti:k] *n* đồ cổ; **antique shop** *n* cửa hàng đồ cổ
antiseptic [ˌæntɪ'sɛptɪk] *n* chất khử trùng
antivirus ['æntɪˌvaɪrəs] *n* chống vi rút
anxiety [æŋ'zaɪɪtɪ] *n* sự lo lắng
any ['ɛnɪ] *pron* bất kỳ, người nào

anybody ['ɛnɪˌbɒdɪ; -bədɪ] *pron* bất cứ ai
anyhow ['ɛnɪˌhaʊ] *adv* dù sao đi nữa
anyone ['ɛnɪˌwʌn; -wən] *pron* bất cứ ai
anything ['ɛnɪˌθɪŋ] *pron* bất cứ cái gì; **Do you need anything?** Anh có cần gì không?
anyway ['ɛnɪˌweɪ] *adv* dù sao đi nữa
anywhere ['ɛnɪˌwɛə] *adv* ở bất cứ đâu
apart [ə'pɑːt] *adv* riêng ra
apart from [ə'pɑːt frɒm] *prep* ngoài *(ra)*
apartment [ə'pɑːtmənt] *n* căn hộ; **We're looking for an apartment** Chúng tôi đang tìm một căn hộ; **We've booked an apartment in the name of...** Chúng tôi đã đặt một căn hộ với tên...
aperitif [ɑːˌpɛrɪ'tiːf] *n* rượu khai vị; **We'd like an aperitif** Chúng tôi muốn uống rượu khai vị
aperture ['æpətʃə] *n* lỗ hổng
apologize [ə'pɒləˌdʒaɪz] *v* xin lỗi
apology [ə'pɒlədʒɪ] *n* lời xin lỗi
apostrophe [ə'pɒstrəfɪ] *n* dấu móc lửng
appalling [ə'pɔːlɪŋ] *adj* kinh khủng
apparatus [ˌæpə'reɪtəs] *n* bộ máy
apparent [ə'pærənt; ə'pɛər-] *adj* hiển nhiên
apparently [ə'pærəntlɪ; ə'pɛər-] *adv* một cách hiển nhiên
appeal [ə'piːl] *n* sự thỉnh cầu ▷ *v* thỉnh cầu
appear [ə'pɪə] *v* xuất hiện
appearance [ə'pɪərəns] *n* sự xuất hiện
appendicitis [əˌpɛndɪ'saɪtɪs] *n* bệnh viêm ruột thừa
appetite ['æpɪˌtaɪt] *n* cảm giác ngon miệng
applaud [ə'plɔːd] *v* vỗ tay tán thưởng
applause [ə'plɔːz] *n* tiếng vỗ tay tán thưởng
apple ['æpᵊl] *n* quả táo; **apple pie** *n* bánh táo
appliance [ə'plaɪəns] *n* thiết bị
applicant ['æplɪkənt] *n* người nộp đơn
application [ˌæplɪ'keɪʃən] *n* đơn xin; **application form** *n* mẫu đơn xin
apply [ə'plaɪ] *v* làm đơn xin
appoint [ə'pɔɪnt] *v* bổ nhiệm
appointment [ə'pɔɪntmənt] *n* cuộc hẹn
appreciate [ə'priːʃɪˌeɪt; -sɪ-] *v* đánh giá cao
apprehensive [ˌæprɪ'hɛnsɪv] *adj* lo lắng
apprentice [ə'prɛntɪs] *n* người học việc
approach [ə'prəʊtʃ] *v* đến gần
appropriate [ə'prəʊprɪɪt] *adj* thích hợp
approval [ə'pruːvᵊl] *n* sự chấp thuận
approve [ə'pruːv] *v* chấp thuận
approximate [ə'prɒksɪmɪt] *adj* xấp xỉ
approximately [ə'prɒksɪmɪtlɪ] *adv* khoảng chừng
apricot ['eɪprɪˌkɒt] *n* quả mơ
April ['eɪprəl] *n* tháng Tư; **April Fools' Day** *n* Ngày Cá tháng Tư
apron ['eɪprən] *n* tạp dề

aquarium [ə'kwɛərɪəm] *n* bể nuôi cá
Aquarius [ə'kwɛərɪəs] *n* cung Bảo Bình
Arab ['ærəb] *adj* thuộc Ả-rập ▷ *n* người Ả-rập; **United Arab Emirates** *npl* Các Tiểu vương quốc A-rập Thống nhất
Arabic ['ærəbɪk] *adj* thuộc Ả-rập ▷ *n* tiếng Ả-rập
arbitration [ˌɑːbɪ'treɪʃən] *n* phân xử trọng tài
arch [ɑːtʃ] *n* khung vòm
archaeologist [ˌɑːkɪ'ɒlədʒɪst] *n* nhà khảo cổ
archaeology [ˌɑːkɪ'ɒlədʒɪ] *n* khảo cổ học
archbishop ['ɑːtʃ'bɪʃəp] *n* tổng giám mục
architect ['ɑːkɪˌtɛkt] *n* kiến trúc sư
architecture ['ɑːkɪˌtɛktʃə] *n* kiến trúc
archive ['ɑːkaɪv] *n* hồ sơ lưu trữ
Arctic ['ɑːktɪk] *adj* Bắc Cực; **Arctic Circle** *n* Vòng Bắc Cực; **Arctic Ocean** *n* Bắc Băng Dương; **the Arctic** *n* Bắc Cực
area ['ɛərɪə] *n* khu vực; **service area** *n* trạm nghỉ gần đường cao tốc; **I'd like a seat in the smoking area** Tôi muốn một chỗ ở khu vực hút thuốc; **Is there a non-smoking area?** Có khu vực không hút thuốc không?
Argentina [ˌɑːdʒən'tiːnə] *n* nước Argentina
Argentinian [ˌɑːdʒən'tɪnɪən] *adj* thuộc Argentina ▷ *n (person)* người Argentina
argue ['ɑːgjuː] *v* tranh luận
argument ['ɑːgjʊmənt] *n* sự tranh luận
Aries ['ɛəriːz] *n* Cung Bạch Dương
arm [ɑːm] *n* cánh tay
armchair ['ɑːmˌtʃɛə] *n* ghế bành
armed [ɑːmd] *adj* có vũ khí
Armenia [ɑː'miːnɪə] *n* nước Armenia
Armenian [ɑː'miːnɪən] *adj* thuộc Armenia ▷ *n (language)* tiếng Armenia, *(person)* người Armenia
armour ['ɑːmə] *n* áo giáp
armpit ['ɑːmˌpɪt] *n* nách
army ['ɑːmɪ] *n* quân đội
aroma [ə'rəʊmə] *n* hương thơm
aromatherapy [əˌrəʊmə'θɛrəpɪ] *n* hương liệu pháp
around [ə'raʊnd] *adv* khoảng ▷ *prep* xung quanh
arrange [ə'reɪndʒ] *v* thu xếp; **I'd like to arrange a meeting with...** Tôi muốn thu xếp một cuộc gặp với...
arrangement [ə'reɪndʒmənt] *n* sự thu xếp
arrears [ə'rɪəz] *npl* tiền còn nợ
arrest [ə'rɛst] *n* sự bắt giữ ▷ *v* bắt giữ
arrival [ə'raɪvᵊl] *n* sự đến
arrive [ə'raɪv] *v* đến *(nơi)*; **I've just arrived** Tôi vừa mới đến; **My suitcase has arrived damaged** Va ly của tôi lúc đến nơi đã bị hỏng; **Our luggage has not arrived** Hành lý của chúng tôi vẫn chưa đến; **We arrived early/late** Chúng tôi đến sớm/muộn; **When does it arrive in...?** Khi nào thì đến...?
arrogant ['ærəgənt] *adj* kiêu ngạo
arrow ['ærəʊ] *n* mũi tên
arson ['ɑːsᵊn] *n* sự cố ý gây hoả

hoạn
art [ɑ:t] *n* nghệ thuật; **art gallery** *n* phòng trưng bày nghệ thuật; **art school** *n* trường nghệ thuật; **work of art** *n* tác phẩm nghệ thuật
artery ['ɑ:tərɪ] *n* động mạch
arthritis [ɑ:'θraɪtɪs] *n* chứng viêm khớp
artichoke ['ɑ:tɪˌtʃəʊk] *n* atisô
article ['ɑ:tɪkᵊl] *n* bài báo
artificial [ˌɑ:tɪ'fɪʃəl] *adj* nhân tạo
artist ['ɑ:tɪst] *n* nghệ sỹ
artistic [ɑ:'tɪstɪk; ar'tistic] *adj* có tính nghệ thuật
as [əz] *adv* bằng *(như)* ▷ *conj* khi ▷ *prep* như
asap [eɪsæp] *abbr* (= as soon as possible) càng sớm càng tốt
ashamed [ə'ʃeɪmd] *adj* xấu hổ
ashore [ə'ʃɔ:] *adv* **Can we go ashore now?** Chúng tôi có thể lên bờ bây giờ không?
ashtray ['æʃˌtreɪ] *n* cái gạt tàn thuốc lá
Asia ['eɪʃə; 'eɪʒə] *n* châu Á
Asian ['eɪʃən; 'eɪʒən] *adj* thuộc châu Á ▷ *n* người châu Á
Asiatic [ˌeɪʃɪ'ætɪk; -zɪ-] *adj* thuộc châu Á
ask [ɑ:sk] *v* hỏi
ask for [ɑ:sk fɔ:] *v* đòi hỏi
asleep [ə'sli:p] *adj* buồn ngủ
asparagus [ə'spærəgəs] *n* măng tây
aspect ['æspɛkt] *n* khía cạnh
aspirin ['æsprɪn] *n* thuốc aspirin
assembly [ə'sɛmblɪ] *n* sự hội họp
asset ['æsɛt] *n* tài sản; **assets** *npl* tài sản
assignment [ə'saɪnmənt] *n* nhiệm vụ
assistance [ə'sɪstəns] *n* sự hỗ trợ
assistant [ə'sɪstənt] *n* người phụ tá; **personal assistant** *n* trợ lý riêng; **sales assistant** *n* người bán hàng; **shop assistant** *n* người bán hàng
associate *adj* [ə'səʊʃɪɪt] liên kết ▷ *n* [ə'səʊʃɪɪt] cộng sự
association [əˌsəʊsɪ'eɪʃən; -ʃɪ-] *n* hiệp hội
assortment [ə'sɔ:tmənt] *n* sự phân loại
assume [ə'sju:m] *v* giả thiết
assure [ə'ʃʊə] *v* cam đoan
asthma ['æsmə] *n* bệnh hen
astonish [ə'stɒnɪʃ] *v* làm kinh ngạc
astonished [ə'stɒnɪʃt] *adj* kinh ngạc
astonishing [ə'stɒnɪʃɪŋ] *adj* đáng kinh ngạc
astrology [ə'strɒlədʒɪ] *n* chiêm tinh học
astronaut ['æstrəˌnɔ:t] *n* nhà du hành vũ trụ
astronomy [ə'strɒnəmɪ] *n* thiên văn học
asylum [ə'saɪləm] *n* nơi ẩn náu; **asylum seeker** *n* người xin tị nạn
at [æt] *prep* ở tại; **at least** *adv* ít ra
atheist ['eɪθɪˌɪst] *n* người vô thần
athlete ['æθli:t] *n* vận động viên
athletic [æθ'lɛtɪk] *adj* khoẻ mạnh
athletics [æθ'lɛtɪks] *npl* điền kinh
Atlantic [ət'læntɪk] *n* Đại Tây Dương
atlas ['ætləs] *n* tập bản đồ
atmosphere ['ætməsˌfɪə] *n* khí quyển
atom ['ætəm] *n* nguyên tử; **atom bomb** *n* bom nguyên tử

atomic [ə'tɒmɪk] *adj* thuộc nguyên tử
attach [ə'tætʃ] *v* gắn
attached [ə'tætʃt] *adj* gắn bó
attachment [ə'tætʃmənt] *n* sự gắn bó
attack [ə'tæk] *n* sự tấn công ▷ *v* tấn công; **heart attack** *n* cơn đau tim; **terrorist attack** *n* vụ tấn công khủng bố; **I've been attacked** Tôi đã bị tấn công
attempt [ə'tɛmpt] *n* sự cố gắng ▷ *v* cố gắng
attend [ə'tɛnd] *v* tham dự
attendance [ə'tɛndəns] *n* sự tham dự
attendant [ə'tɛndənt] *n* **flight attendant** *n* tiếp viên hàng không
attention [ə'tɛnʃən] *n* sự chú ý
attic ['ætɪk] *n* gác mái
attitude ['ætɪˌtju:d] *n* thái độ
attorney [ə'tɜ:nɪ] *n* người được uỷ quyền
attract [ə'trækt] *v* lôi cuốn
attraction [ə'trækʃən] *n* sự hấp dẫn
attractive [ə'træktɪv] *adj* hấp dẫn
aubergine ['əʊbəˌʒi:n] *n* cà tím
auburn ['ɔ:bᵊn] *adj* màu nâu hoe đỏ
auction ['ɔ:kʃən] *n* cuộc bán đấu giá
audience ['ɔ:dɪəns] *n* khán giả
audit ['ɔ:dɪt] *n* sự kiểm toán ▷ *v* kiểm toán
audition [ɔ:'dɪʃən] *n* sự thử giọng
auditor ['ɔ:dɪtə] *n* kiểm toán viên
August ['ɔ:gəst] *n* tháng Tám
aunt [ɑ:nt] *n* bác *(older than one's parents)*
auntie ['ɑ:ntɪ] *n* bác *(older than one's parents)*
au pair [əʊ 'pɛə; o pɛr] *n* người giúp việc
austerity [ɒ'stɛrɪtɪ] *n* sự khắc khổ
Australasia [ˌɒstrə'leɪzɪə] *n* khu vực Úc-Á
Australia [ɒ'streɪlɪə] *n* nước Úc
Australian [ɒ'streɪlɪən] *adj* thuộc Úc ▷ *n* người Úc
Austria ['ɒstrɪə] *n* nước Áo
Austrian ['ɒstrɪən] *adj* thuộc Áo ▷ *n* người Áo
authentic [ɔ:'θɛntɪk] *adj* xác thực
author, authoress ['ɔ:θə, 'ɔ:θəˌrɛs] *n* tác giả
authorize ['ɔ:θəˌraɪz] *v* uỷ quyền
autobiography [ˌɔ:təʊbaɪ'ɒgrəfɪ] *n* tiểu sử tự thuật
autograph ['ɔ:təˌgrɑ:f] *n* bút tích
automatic [ˌɔ:tə'mætɪk] *adj* tự động; **An automatic, please** Cho tôi xe tự động; **Is it an automatic car?** Xe này có phải xe tự động không?
automatically [ˌɔ:tə'mætɪklɪ] *adv* một cách tự động
autonomous [ɔ:'tɒnəməs] *adj* tự trị
autonomy [ɔ:'tɒnəmɪ] *n* quyền tự trị
autumn ['ɔ:təm] *n* mùa thu
availability [ə'veɪləbɪlɪtɪ] *n* sự sẵn có
available [ə'veɪləbᵊl] *adj* sẵn có
avalanche ['ævəˌlɑ:ntʃ] *n* sự lở tuyết
avenue ['ævɪˌnju:] *n* đại lộ
average ['ævərɪdʒ; 'ævrɪdʒ] *adj* trung bình ▷ *n* mức trung bình
avocado, avocados [ˌævə'kɑ:dəʊ, ˌævə'kɑ:dəʊs] *n* quả bơ
avoid [ə'vɔɪd] *v* tránh

awake [ə'weɪk] *adj* thức ▷ *v* tỉnh dậy
award [ə'wɔːd] *n* phần thưởng
aware [ə'wɛə] *adj* nhận thức được
away [ə'weɪ] *adv* ra xa; **away match** *n* cuộc đấu ở sân đối phương
awful ['ɔːfʊl] *adj* kinh khủng
awfully ['ɔːfəlɪ; 'ɔːflɪ] *adv* khủng khiếp
awkward ['ɔːkwəd] *adj* vụng về
axe [æks] *n* cái rìu
axle ['æksəl] *n* trục xe
Azerbaijan [ˌæzəbaɪ'dʒɑːn] *n* nước Azerbaijan
Azerbaijani [ˌæzəbaɪ'dʒɑːnɪ] *adj* thuộc Azerbaijan ▷ *n* người Azerbaijan

B&B [biː ænd biː] *n* nhà trọ bao gồm cả bữa sáng
BA [bɑː] *abbr* Cử nhân Khoa học Xã hội
baby ['beɪbɪ] *n* em bé; **baby milk** *n* sữa trẻ em; **baby wipe** *n* giấy lau cho em bé; **baby's bottle** *n* bình sữa trẻ em
babysit ['beɪbɪsɪt] *v* giữ trẻ
babysitter ['beɪbɪsɪtə] *n* người giữ trẻ
babysitting ['beɪbɪsɪtɪŋ] *n* việc trông trẻ
bachelor ['bætʃələ] *n* người đàn ông độc thân
back [bæk] *adj* ở phía sau ▷ *adv* về phía sau ▷ *n* lưng ▷ *v* lùi; **back pain** *n* sự đau lưng; **I've got a bad back** Tôi bị đau lưng; **I've hurt my back** Tôi đau lưng
backache ['bækˌeɪk] *n* sự đau lưng
backbone ['bækˌbəʊn] *n* xương sống

backfire [ˌbæk'faɪə] *v* đem lại kết quả ngược với mong đợi
background ['bækˌgraʊnd] *n* bối cảnh
backing ['bækɪŋ] *n* sự ủng hộ
back out [bæk aʊt] *v* rút lui
backpack ['bækˌpæk] *n* ba lô
backpacker ['bækˌpækə] *n* du khách ba lô
backpacking ['bækˌpækɪŋ] *n* việc đi du lịch bằng ba lô
backside [ˌbæk'saɪd] *n* mông
backslash ['bækˌslæʃ] *n* giật ngược
backstroke ['bækˌstrəʊk] *n* kiểu bơi ngửa
back up [bæk ʌp] *v* hỗ trợ
backup [bækˌʌp] *n* hậu thuẫn
backwards ['bækwədz] *adv* về phía sau
bacon ['beɪkən] *n* thịt lợn muối xông khói
bacteria [bæk'tɪərɪə] *npl* vi khuẩn
bad [bæd] *adj* tồi
badge [bædʒ] *n* huy hiệu
badger ['bædʒə] *n* con lửng
badly ['bædlɪ] *adv* một cách tồi tệ
badminton ['bædmɪntən] *n* cầu lông
bad-tempered [bæd'tɛmpəd] *adj* dễ nổi cáu
baffled ['bæfᵊld] *adj* bối rối
bag [bæg] *n* túi; **bum bag** *n* túi bao tử; **carrier bag** *n* túi đựng hàng; **overnight bag** *n* túi đựng đồ ngủ qua đêm; **plastic bag** *n* túi ni lông; **polythene bag** *n* túi pôlite; **shopping bag** *n* túi đựng đồ mua sắm; **sleeping bag** *n* túi ngủ; **tea bag** *n* gói chè; **toilet bag** *n* túi đựng đồ vệ sinh cá nhân; **Can I have a bag, please?** Cho tôi một cái túi được không?; **Could you watch my bag for a minute, please?** Anh làm ơn trông hộ tôi cái túi một phút được không?; **I don't need a bag, thanks** Tôi không cần túi, cảm ơn; **Someone's stolen my bag** Có người đã lấy cắp túi của tôi
baggage ['bægɪdʒ] *n* hành lý; **baggage allowance** *n* tiêu chuẩn hành lý gửi; **baggage reclaim** *n* lấy lại hành lý; **excess baggage** *n* hành lý quá cân; **What is the baggage allowance?** Được gửi bao nhiêu hành lý?
baggy ['bægɪ] *adj* rộng lùng phùng
bagpipes ['bægˌpaɪps] *npl* kèn túi
Bahamas [bə'hɑːməz] *npl* nước Bahamas
Bahrain [bɑː'reɪn] *n* nước Bahrain
bail [beɪl] *n* tiền bảo lãnh
bake [beɪk] *v* nướng bằng lò
baked [beɪkt] *adj* được nướng bằng lò; **baked potato** *n* khoai tây nướng
baker ['beɪkə] *n* người làm bánh mỳ
bakery ['beɪkərɪ] *n* hiệu bánh mỳ
baking ['beɪkɪŋ] *n* sự nướng bánh mỳ; **baking powder** *n* bột nở
balance ['bæləns] *n* sự cân bằng; **balance sheet** *n* bản cân đối kế toán; **bank balance** *n* số dư tài khoản ngân hàng
balanced ['bælənst] *adj* cân bằng
balcony ['bælkənɪ] *n* ban công; **Do you have a room with a balcony?** Anh có phòng có ban công không?
bald [bɔːld] *adj* hói đầu
Balkan ['bɔːlkən] *adj* thuộc Bán đảo Balkan

ball [bɔ:l] *n (dance)* buổi khiêu vũ, *(toy)* quả bóng
ballerina [ˌbæləˈri:nə] *n* nữ diễn viên ba lê
ballet [ˈbæleɪ; bæˈleɪ] *n* ba lê; **ballet dancer** *n* diễn viên ba lê; **ballet shoes** *npl* giầy múa ba lê
balloon [bəˈlu:n] *n* bóng bay
bamboo [bæmˈbu:] *n* cây tre
ban [bæn] *n* lệnh cấm ▷ *v* cấm
banana [bəˈnɑ:nə] *n* quả chuối
band [bænd] *n (musical group)* ban nhạc, *(strip)* dải băng; **brass band** *n* ban nhạc dùng nhạc khí bằng đồng và bộ gõ; **elastic band** *n* dây chun; **rubber band** *n* dây chun vòng
bandage [ˈbændɪdʒ] *n* băng dán cứu thương ▷ *v* băng bó; **I'd like a bandage** Tôi muốn băng bó
Band-Aid® [bændeɪd] *n* Băng dán cứu thương cá nhân
bang [bæŋ] *n* tiếng nổ lớn ▷ *v* nổ lớn
Bangladesh [ˌbɑ:ŋgləˈdɛʃ; ˌbæŋ-] *n* nước Bangladesh
Bangladeshi [ˌbɑ:ŋgləˈdɛʃɪ; ˌbæŋ-] *adj* thuộc Bangladesh ▷ *n* người Bangladesh
banister [ˈbænɪstə] *n* tay vịn
banjo [ˈbændʒəʊ] *n* đàn banjô
bank [bæŋk] *n (finance)* ngân hàng, *(ridge)* bờ; **bank account** *n* tài khoản ngân hàng; **bank balance** *n* số dư tài khoản ngân hàng; **bank charges** *npl* phí ngân hàng; **bank holiday** *n* ngày nghỉ khi các ngân hàng đóng cửa; **bank statement** *n* bản sao kê của ngân hàng; **bottle bank** *n* nơi vứt vỏ chai để tái chế; **merchant bank** *n* ngân hàng thương mại; **How far is the bank?** Ngân hàng cách đây bao xa?; **I would like to transfer some money from my bank in...** Tôi muốn chuyển ít tiền từ ngân hàng của tôi ở...; **Is the bank open today?** Hôm nay ngân hàng có mở cửa không?; **Is there a bank here?** Có ngân hàng nào ở đây không?; **When does the bank close?** Khi nào ngân hàng đóng cửa?
banker [ˈbæŋkə] *n* chủ ngân hàng
banknote [ˈbæŋkˌnəʊt] *n* giấy bạc
bankrupt [ˈbæŋkrʌpt] *adj* phá sản
banned [bænd] *adj* bị cấm
Baptist [ˈbæptɪst] *n* người theo giáo phái Baptist
bar [bɑ:] *n (alcohol)* quán rượu, *(strip)* thanh *(hình chữ nhật)*; **snack bar** *n* quán bán đồ ăn nhẹ
Barbados [bɑ:ˈbeɪdəʊs; -dəʊz; -dɒs] *n* nước Barbados
barbaric [bɑ:ˈbærɪk] *adj* man rợ
barbecue [ˈbɑ:bɪˌkju:] *n* bếp nướng ngoài trời
barber [ˈbɑ:bə] *n* thợ cắt tóc
bare [bɛə] *adj* trần *(trần trụi)* ▷ *v* cởi bỏ
barefoot [ˈbɛəˌfʊt] *adj* chân trần ▷ *adv* đi chân không
barely [ˈbɛəlɪ] *adv* chỉ vừa vặn
bargain [ˈbɑ:gɪn] *n* sự thoả thuận mua bán
barge [bɑ:dʒ] *n* sà lan
bark [bɑ:k] *v* sủa
barley [ˈbɑ:lɪ] *n* lúa mạch
barmaid [ˈbɑ:ˌmeɪd] *n* nữ phục vụ của quán rượu
barman, barmen [ˈbɑ:mən, ˈbɑ:mɛn] *n* người phục vụ ở quán rượu

barn [ba:n] *n* kho thóc
barrel ['bærəl] *n* thùng tròn
barrier ['bærɪə] *n* hàng rào; **ticket barrier** *n* hàng rào soát vé
bartender ['ba:,tɛndə] *n* người phục vụ ở quầy rượu
base [beɪs] *n* nền tảng
baseball ['beɪs,bɔ:l] *n* bóng chày; **baseball cap** *n* mũ bóng chày
based [beɪst] *adj* dựa trên
basement ['beɪsmənt] *n* tầng hầm
bash [bæʃ] *n* cú đập mạnh ▷ *v* đập mạnh
basic ['beɪsɪk] *adj* căn bản
basically ['beɪsɪklɪ] *adv* về cơ bản
basics ['beɪsɪks] *npl* những vấn đề cơ bản
basil ['bæzᵊl] *n* rau húng quế
basin ['beɪsᵊn] *n* cái chậu
basis ['beɪsɪs] *n* cơ sở *(nền tảng)*
basket ['ba:skɪt] *n* cái rổ; **wastepaper basket** *n* sọt đựng giấy rác
basketball ['ba:skɪt,bɔ:l] *n* bóng rổ
Basque [bæsk; ba:sk] *adj* thuộc tộc người Basque ▷ *n (language)* tiếng Basque, *(person)* người Basque
bass [beɪs] *n* giọng nam trầm; **bass drum** *n* trống bass; **double bass** *n* đàn công tơ bát
bassoon [bə'su:n] *n* kèn pha-gốt
bat [bæt] *n (mammal)* con dơi, *(with ball)* gậy đánh bóng
bath [ba:θ] *n* **bath towel** *n* khăn tắm; **bubble bath** *n* chất làm cho nước tắm sủi bọt và thơm
bath [ba:θ] *n* bồn tắm
bathe [beɪð] *v* tắm
bathrobe ['ba:θ,rəʊb] *n* áo choàng tắm
bathroom ['ba:θ,ru:m; -,rʊm] *n* phòng tắm
baths [ba:θz] *npl* bể bơi công cộng
bathtub ['ba:θ,tʌb] *n* bồn tắm
batter ['bætə] *n* bột nhão làm bánh
battery ['bætərɪ] *n* pin; **Do you have any batteries?** Anh có pin không?; **Do you have batteries for this camera?** Anh có pin cho máy ảnh này không?
battle ['bætᵊl] *n* trận đánh
battleship ['bætᵊl,ʃɪp] *n* chiến hạm
bay [beɪ] *n* vịnh *(biển)*; **bay leaf** *n* lá nguyệt quế
BC [bi: si:] *abbr* trước CN
be [bi:; bɪ] *v* là *(ai, gì)*; **How much will it be?** Sẽ là bao nhiêu?; **I'm going to...** Tôi đi đến...; **I've been in an accident** Tôi đã bị tai nạn; **Is... there?** Có... ở đấy không?; **Is there a bus to...?** Có xe buýt đi đến... không?; **The flash is not working** Đèn flash bị hỏng; **We are on schedule** Chúng tôi đúng tiến độ
beach [bi:tʃ] *n* bãi biển; **Are there any good beaches near here?** Có bãi biển nào hay gần đây không?
bead [bi:d] *n* hạt *(chuỗi)*
beak [bi:k] *n* mỏ chim
beam [bi:m] *n* nụ cười rạng rỡ
bean [bi:n] **broad bean** *n* đậu tằm; **coffee bean** *n* hạt cà phê; **French beans** *npl* đỗ tây; **runner bean** *n* cây đậu tây
beansprout ['bi:nspraʊt] *n* **beansprouts** *npl* giá đỗ
bear [bɛə] *n* con gấu ▷ *v* chịu đựng; **polar bear** *n* gấu bắc cực; **teddy bear** *n* gấu nhồi bông

beard [bɪəd] *n* râu
bearded [bɪədɪd] *adj* có râu
bear up [bɛə ʌp] *v* chống đỡ
beat [biːt] *n* cú đánh ▷ *v (outdo)* đánh bại, *(strike)* đánh đập
beautiful ['bjuːtɪfʊl] *adj* đẹp
beautifully ['bjuːtɪflɪ] *adv* một cách tốt đẹp
beauty ['bjuːtɪ] *n* vẻ đẹp; **beauty salon** *n* thẩm mỹ viện; **beauty spot** *n* thắng cảnh
beaver ['biːvə] *n* con hải ly
because [bɪ'kɒz; -'kəz] *conj* vì; **because of a strike** vì có đình công
become [bɪ'kʌm] *v* trở nên
bed [bɛd] *n* giường; **bed and breakfast** *n* nhà trọ bao gồm cả bữa sáng; **bunk beds** *npl* giường tầng; **camp bed** *n* giường gấp nhẹ; **double bed** *n* giường đôi; **king-size bed** *n* giường ngủ cỡ lớn; **single bed** *n* giường đơn; **sofa bed** *n* giường xôpha; **twin beds** *npl* cặp hai giường đơn; **Do I have to stay in bed?** Tôi có phải nằm trên giường không?; **I'd like a dorm bed** Cho tôi một giường trong phòng chung; **The bed is uncomfortable** Giường nằm không thoải mái
bedclothes ['bɛd,kləʊðz] *npl* bộ đồ phủ giường
bedding ['bɛdɪŋ] *n* bộ đồ phủ giường
bedroom ['bɛd,ruːm; -,rʊm] *n* phòng ngủ; **Do you have any bedrooms on the ground floor?** Anh có phòng ngủ ở tầng trệt không?
bedsit ['bɛd,sɪt] *n* buồng vừa để ngủ vừa để tiếp khách
bedspread ['bɛd,sprɛd] *n* khăn trải giường
bedtime ['bɛd,taɪm] *n* giờ đi ngủ
bee [biː] *n* con ong
beech [biːtʃ] *n* **beech (tree)** *n* cây sồi
beef [biːf] *n* thịt bò
beefburger ['biːf,bɜːgə] *n* thịt bò băm viên
beer [bɪə] *n* bia *(đồ uống)*; **another beer** một bia nữa; **A draught beer, please** Làm ơn cho một bia hơi
beetle ['biːtᵊl] *n* bọ cánh cứng
beetroot ['biːt,ruːt] *n* củ cải đường
before [bɪ'fɔː] *adv* trước ▷ *conj* trước khi ▷ *prep* trước; **before five o'clock** trước năm giờ; **Do we have to clean the house before we leave?** Chúng tôi có phải dọn sạch nhà trước khi rời đi không?; **the week before last** tuần trước nữa
beforehand [bɪ'fɔː,hænd] *adv* sớm hơn
beg [bɛg] *v* ăn xin
beggar ['bɛgə] *n* người ăn xin
begin [bɪ'gɪn] *v* bắt đầu; **When does it begin?** Khi nào bắt đầu?
beginner [bɪ'gɪnə] *n* người mới học
beginning [bɪ'gɪnɪŋ] *n* lúc khởi đầu
behave [bɪ'heɪv] *v* cư xử
behaviour [bɪ'heɪvjə] *n* cách cư xử
behind [bɪ'haɪnd] *adv* ở đằng sau ▷ *n* mông ▷ *prep* ở đằng sau; **lag behind** *v* tụt hậu
beige [beɪʒ] *adj* màu be
Beijing ['beɪ'dʒɪŋ] *n* Bắc Kinh
Belarus ['bɛlə,rʌs; -,rʊs] *n* nước Belarus
Belarussian [,bɛləʊ'rʌʃən; ,bjɛl-] *adj* thuộc Belarus ▷ *n (language)*

tiếng Belarus, *(person)* người Belarus
Belgian [ˈbɛldʒən] *adj* thuộc Bỉ ▷ *n* người Bỉ
Belgium [ˈbɛldʒəm] *n* nước Bỉ
belief [bɪˈliːf] *n* lòng tin
believe [bɪˈliːv] *vi* tin tưởng ▷ *vt* tin
bell [bɛl] *n* cái chuông
belly [ˈbɛlɪ] *n* bụng; **belly button** *n* rốn
belong [bɪˈlɒŋ] *v* thuộc về; **belong to** *v* thuộc về
belongings [bɪˈlɒŋɪŋz] *npl* đồ đạc
below [bɪˈləʊ] *adv* ở dưới ▷ *prep* ở dưới
belt [bɛlt] *n* thắt lưng; **conveyor belt** *n* băng tải; **money belt** *n* túi bao tử; **safety belt** *n* dây an toàn
bench [bɛntʃ] *n* ghế dài
bend [bɛnd] *n* chỗ cong ▷ *v* uốn cong; **bend down** *v* cúi xuống; **bend over** *v* cúi xuống
beneath [bɪˈniːθ] *prep* ở dưới
benefit [ˈbɛnɪfɪt] *n* lợi ích ▷ *v* được lợi
bent [bɛnt] *adj (dishonest)* không trung thực, *(not straight)* cong
beret [ˈbɛreɪ] *n* mũ nồi
berry [ˈbɛrɪ] *n* quả mọng
berth [bɜːθ] *n* giường ngủ trên tàu
beside [bɪˈsaɪd] *prep* bên cạnh
besides [bɪˈsaɪdz] *adv* ngoài ra
best [bɛst] *adj* tốt nhất ▷ *adv* tốt nhất; **best man** *n* phù rể; **What's the best way to get to the city centre?** Đến trung tâm thành phố bằng cách nào là tốt nhất?
bestseller [ˌbɛstˈsɛlə] *n* sản phẩm bán chạy nhất
bet [bɛt] *n* sự đánh cược ▷ *v* đánh cược
betray [bɪˈtreɪ] *v* phản bội
better [ˈbɛtə] *adj* tốt hơn ▷ *adv* tốt hơn
betting [bɛtɪŋ] *n* sự cá cược; **betting shop** *n* cửa hàng cá cược
between [bɪˈtwiːn] *prep* ở giữa
bewildered [bɪˈwɪldəd] *adj* bối rối
beyond [bɪˈjɒnd] *prep* ngoài *(quá)*
biased [ˈbaɪəst] *adj* thiên vị
bib [bɪb] *n* cái yếm
Bible [ˈbaɪbᵊl] *n* Kinh thánh
bicarbonate [baɪˈkɑːbənɪt; -ˌneɪt] *n* **bicarbonate of soda** *n* natri bicacbonat
bicycle [ˈbaɪsɪkᵊl] *n* xe đạp; **bicycle pump** *n* bơm xe đạp
bid [bɪd] *n* sự đấu thầu ▷ *v (at auction)* trả giá
bifocals [baɪˈfəʊkᵊlz] *npl* kính hai tròng
big [bɪg] *adj* to lớn
bigger [bɪgə] *adj* to hơn
bigheaded [ˈbɪgˌhɛdɪd] *adj* kiêu ngạo
bike [baɪk] *n* xe đạp; **mountain bike** *n* xe đạp địa hình; **Can I keep my bike here?** Tôi để xe đạp ở đây có được không?; **I want to hire a bike** Tôi muốn thuê một chiếc xe đạp; **Where can I hire a bike?** Tôi có thể thuê xe đạp ở đâu?; **Where is the nearest bike repair shop?** Cửa hàng sửa xe đạp gần nhất ở đâu?
bikini [bɪˈkiːnɪ] *n* áo tắm hai mảnh
bilingual [baɪˈlɪŋgwəl] *adj* song ngữ
bill [bɪl] *n (account)* hoá đơn, *(legislation)* dự luật; **phone bill** *n* hóa đơn điện thoại; **Can I have an itemized bill?** Cho tôi hoá đơn chi

tiết được không?; **Separate bills, please** Làm ơn cho các hoá đơn riêng; **The bill is wrong** Hoá đơn tính sai

billiards ['bɪljədz] *npl* trò chơi bida

billion ['bɪljən] *n* tỷ

bin [bɪn] *n* thùng; **litter bin** *n* thùng rác

binding ['baɪndɪŋ] *n* **Can you adjust my bindings, please?** Anh làm ơn điều chỉnh để kẹp của tôi được không?; **Can you tighten my bindings, please?** Anh làm ơn đóng chặt đế kẹp của tôi được không?

bingo ['bɪŋgəʊ] *n* trò chơi bingo

binoculars [bɪ'nɒkjʊləz; baɪ-] *npl* ống nhòm

biochemistry [ˌbaɪəʊ'kɛmɪstrɪ] *n* hoá sinh

biodegradable [ˌbaɪəʊdɪ'greɪdəbᵊl] *adj* có thể phân hủy vi sinh

biography [baɪ'ɒgrəfɪ] *n* tiểu sử

biological [ˌbaɪə'lɒdʒɪkᵊl] *adj* thuộc sinh vật học

biology [baɪ'ɒlədʒɪ] *n* sinh vật học

biometric [ˌbaɪəʊ'mɛtrɪk] *adj* thuộc sinh trắc học

birch [bɜːtʃ] *n* cây bulô

bird [bɜːd] *n* chim; **bird flu** *n* cúm gà; **bird of prey** *n* chim săn mồi

birdwatching [bɜːdwɒtʃɪŋ] *n* quan sát chim

Biro® ['baɪrəʊ] *n* bút Biro®

birth [bɜːθ] *n* sự sinh đẻ; **birth certificate** *n* giấy khai sinh; **birth control** *n* sự hạn chế sinh đẻ; **place of birth** *n* nơi sinh

birthday ['bɜːθˌdeɪ] *n* ngày sinh nhật

birthplace ['bɜːθˌpleɪs] *n* nơi sinh

biscuit ['bɪskɪt] *n* bánh quy

bishop ['bɪʃəp] *n* giám mục

bit [bɪt] *n* miếng

bitch [bɪtʃ] *n* chó cái

bite [baɪt] *n* miếng cắn ▹ *v* cắn; **I have been bitten** Tôi bị cắn; **This bite is infected** Vết cắn này bị nhiễm trùng

bitter ['bɪtə] *adj* đắng

black [blæk] *adj* đen *(màu)*; **black ice** *n* lớp băng phủ mặt đường; **in black and white** phôtô đen trắng

blackberry ['blækbərɪ] *n* quả mâm xôi

blackbird ['blækˌbɜːd] *n* chim két

blackboard ['blækˌbɔːd] *n* bảng đen

blackcurrant [ˌblæk'kʌrənt] *n* quả lý chua đen

blackmail ['blækˌmeɪl] *n* sự tống tiền ▹ *v* tống tiền

blackout ['blækaʊt] *n* sự mất điện

bladder ['blædə] *n* bàng quang; **gall bladder** *n* túi mật

blade [bleɪd] *n* lưỡi dao; **razor blade** *n* lưỡi dao cạo; **shoulder blade** *n* xương vai

blame [bleɪm] *n* lỗi ▹ *v* đổ lỗi

blank [blæŋk] *adj* để trống ▹ *n* chỗ trống; **blank cheque** *n* tờ séc khống

blanket ['blæŋkɪt] *n* chăn; **electric blanket** *n* chăn điện; **Please bring me an extra blanket** Làm ơn mang cho tôi thêm một cái chăn; **We need more blankets** Chúng tôi cần thêm chăn

blast [blɑːst] *n* sự nổ

blatant ['bleɪtᵊnt] *adj* rõ ràng

blaze [bleɪz] *n* ngọn lửa

blazer ['bleɪzə] *n* áo khoác mỏng

bleach [bli:tʃ] *n* thuốc tẩy
bleached [bli:tʃt] *adj* được tẩy
bleak [bli:k] *adj* trơ trụi
bleed [bli:d] *v* chảy máu; **My gums are bleeding** Lợi của tôi đang chảy máu
bleeper ['bli:pə] *n* thiết bị phát ra tiếng bíp bíp
blender ['blɛndə] *n* máy xay sinh tố
bless [blɛs] *v* phù hộ
blind [blaɪnd] *adj* mù ▷ *n* mành cửa; **Venetian blind** *n* cửa chớp lật; **I'm blind** Tôi bị mù
blindfold ['blaɪnd,fəʊld] *n* vải bịt mắt ▷ *v* bịt mắt
blink [blɪŋk] *v* chớp mắt
bliss [blɪs] *n* niềm hạnh phúc
blister ['blɪstə] *n* chỗ phồng da
blizzard ['blɪzəd] *n* trận bão tuyết
block [blɒk] *n (buildings)* khu nhà, *(obstruction)* sự trở ngại, *(solid piece)* khối *(cục)* ▷ *v* gây trở ngại
blockage ['blɒkɪdʒ] *n* chướng ngại vật
blocked [blɒkt] *adj* bị ngăn cản
blog [blɒg] *n* nhật ký điện tử ▷ *v* viết nhật ký trên mạng
bloke [bləʊk] *n* gã
blonde [blɒnd] *adj* vàng hoe
blood [blʌd] *n* máu; **blood group** *n* nhóm máu; **blood poisoning** *n* nhiễm trùng máu; **blood pressure** *n* huyết áp; **blood sports** *n* trò bắn giết thú vật; **blood test** *n* xét nghiệm máu; **blood transfusion** *n* truyền máu; **My blood group is O positive** Nhóm máu của tôi là O+; **This stain is blood** Đây là vết máu
bloody ['blʌdɪ] *adj* đẫm máu
blossom ['blɒsəm] *n* hoa ▷ *v* ra hoa
blouse [blaʊz] *n* sơ mi nữ
blow [bləʊ] *n* đòn đánh ▷ *v* thổi
blow-dry [bləʊdraɪ] *n* sự sấy tóc
blow up [bləʊ ʌp] *v* nổ tung
blue [blu:] *adj* xanh da trời
blueberry ['blu:bərɪ; -brɪ] *n* quả việt quất
blues [blu:z] *npl* cảm giác buồn bã
bluff [blʌf] *n* sự lừa gạt ▷ *v* lừa gạt
blunder ['blʌndə] *n* điều sai lầm
blunt [blʌnt] *adj* cùn
blush [blʌʃ] *v* đỏ mặt
blusher ['blʌʃə] *n* phấn hồng
board [bɔ:d] *n (meeting)* ban *(hội đồng)*, *(wood)* tấm ván ▷ *v (go aboard)* tấm ván; **board game** *n* trò đánh cờ; **bulletin board** *n* bảng thông báo; **diving board** *n* ván nhún ở bể bơi; **draining board** *n* tấm thoát nước; **half board** *n* phòng nghỉ và hai bữa ăn; **ironing board** *n* cầu là; **notice board** *n* bảng thông báo; **skirting board** *n* gỗ viền chân tường; **When should we be back on board?** Khi nào chúng tôi cần quay lại xe?
boarder ['bɔ:də] *n* học sinh nội trú
boarding ['bɔ:dɪŋ] *n* **boarding card** *n* thẻ lên tàu; **boarding pass** *n* thẻ lên máy bay; **boarding school** *n* trường nội trú; **Here is my boarding card** Đây là thẻ lên máy bay của tôi; **When does boarding begin?** Khi nào thì bắt đầu lên máy bay?
boast [bəʊst] *v* khoe khoang
boat [bəʊt] *n* thuyền; **fishing boat** *n* thuyền đánh cá; **rowing boat** *n* thuyền có mái chèo; **sailing boat** *n* thuyền buồm; **Are there any boat**

trips on the river? Có chuyến tham quan bằng thuyền trên sông không?; **Where does the boat leave from?** Thuyền đi từ đâu?
body ['bɒdɪ] *n* thân thể
bodybuilding ['bɒdɪ,bɪldɪŋ] *n* thể dục thể hình
bodyguard ['bɒdɪ,gɑ:d] *n* vệ sỹ
bog [bɒg] *n* vũng lầy
boil [bɔɪl] *vi* sôi ▷ *vt* đun sôi
boiled [bɔɪld] *adj* đã sôi; **boiled egg** *n* trứng luộc
boiler ['bɔɪlə] *n* nồi hơi
boiling ['bɔɪlɪŋ] *adj* đang sôi
boil over [bɔɪl 'əʊvə] *v* sôi tràn
Bolivia [bə'lɪvɪə] *n* nước Bolivia
Bolivian [bə'lɪvɪən] *adj* thuộc Bolivia ▷ *n* người Bolivia
bolt [bəʊlt] *n* then cửa
bomb [bɒm] *n* quả bom ▷ *v* ném bom; **atom bomb** *n* bom nguyên tử
bombing [bɒmɪŋ] *n* việc ném bom
bond [bɒnd] *n* giao kèo
bone [bəʊn] *n* xương; **bone dry** *adj* khô xác
bonfire ['bɒn,faɪə] *n* lửa trại
bonnet ['bɒnɪt] *n (car)* cốp xe ôtô
bonus ['bəʊnəs] *n* tiền thưởng
book [bʊk] *n* sách ▷ *v* đặt chỗ; **address book** *n* sổ địa chỉ
bookcase ['bʊk,keɪs] *n* tủ sách
booking ['bʊkɪŋ] *n* sự đặt chỗ; **advance booking** *n* đặt chỗ trước; **booking office** *n* phòng bán vé
booklet ['bʊklɪt] *n* cuốn sổ nhỏ
bookmark ['bʊk,mɑ:k] *n* thẻ đánh dấu trang
bookshelf ['bʊk,ʃɛlf] *n* giá sách
bookshop ['bʊk,ʃɒp] *n* hiệu sách
boost [bu:st] *v* đẩy mạnh
boot [bu:t] *n* giày ống
booze [bu:z] *n* sự say tuý luý
border ['bɔ:də] *n* biên giới
bore [bɔ:] *v (be dull)* làm cho chán, *(drill)* làm cho chán
bored [bɔ:d] *adj* chán
boredom ['bɔ:dəm] *n* sự buồn tẻ
boring ['bɔ:rɪŋ] *adj* tẻ nhạt
born [bɔ:n] *adj* bẩm sinh
borrow ['bɒrəʊ] *v* mượn; **Do you have a pen I could borrow?** Anh cho mượn chiếc bút được không?
Bosnia ['bɒznɪə] *n* Bosnia; **Bosnia and Herzegovina** *n* Bosnia và Herzegovina
Bosnian ['bɒznɪən] *adj* thuộc Bosnia ▷ *n (person)* người Bosnia
boss [bɒs] *n* ông chủ
boss around [bɒs ə'raʊnd] *v* chỉ tay năm ngón
bossy ['bɒsɪ] *adj* hách dịch
both [bəʊθ] *adj* cả hai ▷ *pron* cả hai
bother ['bɒðə] *v* quấy rầy
Botswana [bʊ'tʃwɑ:nə] *n* nước Botswana
bottle ['bɒtᵊl] *n* chai *(nước)*; **baby's bottle** *n* bình sữa trẻ em; **bottle bank** *n* nơi vứt vỏ chai để tái chế; **hot-water bottle** *n* bình đựng nước nóng; **a bottle of mineral water** một chai nước khoáng; **a bottle of red wine** một chai rượu vang đỏ; **Please bring another bottle** Làm ơn mang thêm một chai nữa
bottle-opener ['bɒtᵊl'əʊpənə] *n* cái mở chai
bottom ['bɒtəm] *adj* thấp nhất ▷ *n* đáy
bought [bɔ:t] *adj* được mua

bounce [baʊns] *v* nảy lên
bouncer ['baʊnsə] *n* vệ sĩ gác cửa
boundary ['baʊndərɪ; -drɪ] *n* ranh giới
bouquet ['bu:keɪ] *n* bó hoa
bow *n* [bəʊ] *(weapon)* cái cung ▷ *v* [baʊ] cúi chào
bowels ['baʊəlz] *npl* lòng *(ruột)*
bowl [bəʊl] *n* cái bát
bowling ['bəʊlɪŋ] *n* trò chơi bowling; **bowling alley** *n* nơi chơi bowling; **tenpin bowling** *n* trò chơi bowling mười con ky
bow tie [bəʊ] *n* **bow tie** *n* nơ con bướm
box [bɒks] *n* cái hộp; **box office** *n* chỗ bán vé; **call box** *n* buồng điện thoại; **fuse box** *n* hộp cầu chì; **gear box** *n* hộp số
boxer ['bɒksə] *n* võ sỹ quyền Anh; **boxer shorts** *npl* quần soóc nam ống rộng
boxing ['bɒksɪŋ] *n* quyền Anh
boy [bɔɪ] *n* con trai *(nam)*
boyfriend ['bɔɪˌfrɛnd] *n* bạn trai; **I have a boyfriend** Tôi có bạn trai
bra [brɑ:] *n* xu chiêng
bracelet ['breɪslɪt] *n* vòng tay
braces ['breɪsɪz] *npl* dây đeo quần
brackets ['brækɪts] *npl* dấu ngoặc đơn
brain [breɪn] *n* não
brainy ['breɪnɪ] *adj* thông minh
brake [breɪk] *n* cái phanh ▷ *v* phanh; **brake light** *n* đèn phanh; **Does the bike have back-pedal brakes?** Xe có phanh được khi đạp ngược lại không?; **The brakes don't work** Phanh không ăn
bran [bræn] *n* cám
branch [brɑ:ntʃ] *n* cành cây
brand [brænd] *n* loại hàng; **brand name** *n* nhãn hiệu
brand-new [brænd'nju:] *adj* mới toanh
brandy ['brændɪ] *n* rượu mạnh
brass [brɑ:s] *n* đồng *(thau)*; **brass band** *n* ban nhạc dùng nhạc khí bằng đồng và bộ gõ
brat [bræt] *n* trẻ ranh
brave [breɪv] *adj* can đảm
bravery ['breɪvərɪ] *n* sự can đảm
Brazil [brə'zɪl] *n* nước Brazil
Brazilian [brə'zɪljən] *adj* thuộc Brazil ▷ *n* người Brazil
bread [brɛd] *n* bánh mỳ; **bread roll** *n* ổ bánh mỳ; **brown bread** *n* bánh mỳ nâu; **Please bring more bread** Làm ơn mang thêm bánh mỳ; **Would you like some bread?** Anh có muốn ít bánh mỳ không?
bread bin [brɛdbɪn] *n* thùng đựng bánh mỳ
breadcrumbs ['brɛdˌkrʌmz] *npl* ruột bánh mỳ
break [breɪk] *n* sự vỡ ▷ *v* làm vỡ; **lunch break** *n* giờ nghỉ trưa; **I've broken the window** Tôi đã làm vỡ cửa sổ
break down [breɪk daʊn] *v* hỏng; **My car has broken down** Ô tô của tôi hỏng rồi; **What do I do if I break down?** Nếu xe bị hỏng thì tôi phải làm gì?
breakdown ['breɪkdaʊn] *n* sự hỏng hóc; **breakdown truck** *n* xe tải cứu hộ; **breakdown van** *n* xe van cứu hộ; **nervous breakdown** *n* suy nhược thần kinh
breakfast ['brɛkfəst] *n* bữa ăn sáng;

bed and breakfast *n* nhà trọ bao gồm cả bữa sáng; **continental breakfast** *n* bữa sáng kiểu lục địa
break in [breɪk ɪn] *v* đột nhập vào; **break in (on)** *v* đột nhập vào
break-in [breɪkɪn] *n* sự đột nhập
break up [breɪk ʌp] *v* chia tay
breast [brɛst] *n* ngực
breast-feed ['brɛst,fiːd] *v* nuôi con bằng sữa mẹ
breaststroke ['brɛst,strəʊk] *n* kiểu bơi ếch
breath [brɛθ] *n* hơi thở
Breathalyser® ['brɛθə,laɪzə] *n* Thiết bị thử nồng độ rượu qua hơi thở Breathalyser®
breathe [briːð] *v* thở; **He can't breathe** Anh ấy không thở được
breathe in [briːð ɪn] *v* hít vào
breathe out [briːð aʊt] *v* thở ra
breathing ['briːðɪŋ] *n* sự hô hấp
breed [briːd] *n* giống *(loài)* ▷ *v* sinh sản
breeze [briːz] *n* gió nhẹ
brewery ['brʊərɪ] *n* nhà máy bia
bribe [braɪb] *v* hối lộ
bribery ['braɪbərɪ; 'bribery] *n* sự hối lộ
brick [brɪk] *n* gạch
bricklayer ['brɪk,leɪə] *n* thợ nề
bride [braɪd] *n* cô dâu
bridegroom ['braɪd,gruːm] *n* chú rể
bridesmaid ['braɪdz,meɪd] *n* phù dâu
bridge [brɪdʒ] *n* cầu *(qua sông)*; **suspension bridge** *n* cầu treo
brief [briːf] *adj* ngắn gọn
briefcase ['briːf,keɪs] *n* cặp tài liệu
briefing ['briːfɪŋ] *n* trình bày ngắn gọn
briefly ['briːflɪ] *adv* một cách ngắn gọn
briefs [briːfs] *npl* quần lót
bright [braɪt] *adj* sáng *(chói)*
brilliant ['brɪljənt] *adj* sáng chói
bring [brɪŋ] *v* mang lại
bring back [brɪŋ bæk] *v* mang trả lại
bring forward [brɪŋ 'fɔːwəd] *v* chuyển sang
bring up [brɪŋ ʌp] *v* nuôi dưỡng
Britain ['brɪtᵊn] *n* nước Anh
British ['brɪtɪʃ] *adj* thuộc Anh ▷ *n* người Anh
broad [brɔːd] *adj* rộng
broadband ['brɔːd,bænd] *n* băng rộng
broadcast ['brɔːd,kɑːst] *n* chương trình phát sóng ▷ *v* phát sóng
broad-minded [brɔːd'maɪndɪd] *adj* có tư tưởng khoáng đạt
broccoli ['brɒkəlɪ] *n* xúp lơ xanh
brochure ['brəʊʃjʊə; -ʃə] *n* tờ giới thiệu
broke [brəʊk] *adj* hết tiền
broken ['brəʊkən] *adj* bị vỡ; **broken down** *adj* hỏng hóc
broker ['brəʊkə] *n* người môi giới
bronchitis [brɒŋ'kaɪtɪs] *n* bệnh viêm phế quản
bronze [brɒnz] *n* đồng thiếc
brooch [brəʊtʃ] *n* ghim hoa cài áo
broom [bruːm; brʊm] *n* cái chổi
broth [brɒθ] *n* nước luộc thịt
brother ['brʌðə] *n* em trai *(younger)*
brother-in-law ['brʌðə ɪn lɔː] *n* anh em chồng *(husband's brother)*
brown [braʊn] *adj* màu nâu; **brown bread** *n* bánh mỳ nâu; **brown rice** *n* gạo lứt
browse [braʊz] *v* xem lướt qua

browser ['braʊzə] *n* trình duyệt *(phần mềm)*
bruise [bru:z] *n* vết thâm tím
brush [brʌʃ] *n* bàn chải ▹ *v* chải
brutal ['bru:tᵊl] *adj* tàn bạo
bubble ['bʌbᵊl] *n* bong bóng; **bubble bath** *n* chất làm cho nước tắm sủi bọt và thơm; **bubble gum** *n* kẹo cao su
bucket ['bʌkɪt] *n* cái xô
buckle ['bʌkᵊl] *n* cái khoá
Buddha ['bʊdə] *n* Đức phật
Buddhism ['bʊdɪzəm] *n* đạo Phật
Buddhist ['bʊdɪst] *adj* theo đạo Phật ▹ *n* tín đồ đạo Phật
budgerigar ['bʌdʒərɪ,gɑ:] *n* chim vẹt đuôi dài ở Úc
budget ['bʌdʒɪt] *n* ngân sách
budgie ['bʌdʒɪ] *n* chim vẹt đuôi dài ở Úc
buffalo ['bʌfə,ləʊ] *n* con trâu
buffet ['bʊfeɪ] *n* quầy giải khát; **buffet car** *n* toa có quầy giải khát
bug [bʌg] *n* côn trùng; **There are bugs in my room** Có côn trùng trong phòng tôi
bugged ['bʌgd] *adj* bực mình
buggy ['bʌgɪ] *n* xe đẩy trẻ em
build [bɪld] *v* xây dựng
builder ['bɪldə] *n* thợ xây
building ['bɪldɪŋ] *n* toà nhà; **building site** *n* công trường
bulb [bʌlb] *n (electricity)* bóng đèn, *(plant)* củ
Bulgaria [bʌl'gɛərɪə; bʊl-] *n* nước Bulgaria
Bulgarian [bʌl'gɛərɪən; bʊl-] *adj* thuộc Bulgaria ▹ *n (language)* tiếng Bulgaria, *(person)* người Bulgaria
bulimia [bju:'lɪmɪə] *n* chứng cuồng ăn vô độ
bull [bʊl] *n* bò đực
bulldozer ['bʊl,dəʊzə] *n* xe ủi
bullet ['bʊlɪt] *n* viên đạn
bully ['bʊlɪ] *n* kẻ hay bắt nạt ▹ *v* bắt nạt
bum [bʌm] *n* mông đít; **bum bag** *n* túi bao tử
bumblebee ['bʌmbᵊl,bi:] *n* ong nghệ
bump [bʌmp] *n* sự va mạnh; **bump into** *v* tình cờ gặp
bumper ['bʌmpə] *n* cái ba đờ sốc
bumpy ['bʌmpɪ] *adj* xóc *(đường)*
bun [bʌn] *n* bánh bao
bunch [bʌntʃ] *n* búi
bungalow ['bʌŋgə,ləʊ] *n* nhà gỗ một tầng
bungee jumping ['bʌndʒɪ] *n* môn nhảy bungee
bunion ['bʌnjən] *n* nốt viêm tấy ở kẽ ngón chân cái
bunk [bʌŋk] *n* giường ngủ trên tàu; **bunk beds** *npl* giường tầng
buoy [bɔɪ; 'bu:ɪ] *n* phao
burden ['bɜ:dᵊn] *n* gánh nặng
bureaucracy [bjʊə'rɒkrəsɪ] *n* bộ máy quan liêu
bureau de change ['bjʊərəʊ də 'ʃɒnʒ] *n* **bureau de change** *n* quầy đổi tiền; **I need to find a bureau de change** Tôi cần tìm quầy đổi tiền; **Is there a bureau de change here?** Ở đây có quầy đổi tiền không?; **When is the bureau de change open?** Khi nào thì quầy đổi tiền mở cửa?
burger ['bɜ:gə] *n* bánh mì tròn kẹp thịt băm viên
burglar ['bɜ:glə] *n* kẻ trộm; **burglar**

alarm *n* chuông báo trộm
burglary ['bɜːglərɪ] *n* trộm cắp
burgle ['bɜːgᵊl] *v* ăn trộm
Burma ['bɜːmə] *n* Miến Điện
Burmese [bɜː'miːz] *adj* thuộc Miến Điện ▷ *n (language)* tiếng Miến Điện, *(person)* người Miến Điện
burn [bɜːn] *n* vết cháy ▷ *v* đốt cháy
burn down [bɜːn daʊn] *v* thiêu trụi
burp [bɜːp] *n* sự ợ ▷ *v* ợ
burst [bɜːst] *v* nổ
bury ['bɛrɪ] *v* chôn
bus [bʌs] *n* xe buýt; **airport bus** *n* xe buýt sân bay; **bus station** *n* ga xe buýt; **bus stop** *n* bến xe buýt; **bus ticket** *n* vé xe buýt; **Does this bus go to...?** Xe buýt này có đi... không?; **Excuse me, which bus goes to...?** Xin cho hỏi, xe buýt nào đi đến...?; **How often are the buses to...?** Bao lâu thì có một chuyến xe buýt tới...?; **Is there a bus to the airport?** Có xe buýt ra sân bay không?; **What time does the bus leave?** Mấy giờ xe buýt đi?; **What time is the last bus?** Mấy giờ có chuyến xe buýt cuối?; **When is the next bus to...?** Khi nào có chuyến xe buýt tiếp theo đi...?; **Where can I buy a bus card?** Tôi có thể mua thẻ xe buýt ở đâu?; **Where can I get a bus to...?** Tôi có thể bắt xe buýt đi... ở đâu?; **Where is the bus station?** Trạm xe buýt ở đâu?
bush [bʊʃ] *n (shrub)* cây bụi, *(thicket)* bụi rậm
business ['bɪznɪs] *n* việc kinh doanh; **business class** *n* hạng thương nhân; **business trip** *n* chuyến công tác; **show business** *n* ngành kinh doanh giải trí; **I run my own business** Tôi có công việc kinh doanh riêng
businessman, businessmen ['bɪznɪs,mæn; 'bɪznɪs,mɛn] *n* doanh nhân; **I'm a businessman** Tôi là doanh nhân
businesswoman, businesswomen ['bɪznɪs,wʊmən, 'bɪznɪs,wɪmɪn] *n* nữ doanh nhân; **I'm a businesswoman** Tôi là nữ doanh nhân
busker ['bʌskə] *n* người hát rong
bust [bʌst] *n* ngực phụ nữ
busy ['bɪzɪ] *adj* bận rộn; **busy signal** *n* tín hiệu bận
but [bʌt] *conj* nhưng
butcher ['bʊtʃə] *n* người bán thịt
butcher's ['bʊtʃəz] *n* cửa hàng thịt
butter ['bʌtə] *n* bơ *(sữa)*; **peanut butter** *n* bơ làm từ đậu phộng
buttercup ['bʌtə,kʌp] *n* cây mao lương hoa vàng
butterfly ['bʌtə,flaɪ] *n* con bướm
buttocks ['bʌtəkz] *npl* mông đít
button ['bʌtᵊn] *n* cái khuy; **belly button** *n* rốn
buy [baɪ] *v* mua; **Where can I buy a map of the area?** Tôi có thể mua bản đồ của khu vực này ở đâu?; **Where can I buy stamps?** Tôi có thể mua tem ở đâu?; **Where do I buy a ticket?** Tôi mua vé ở đâu?
buyer ['baɪə] *n* người mua
buyout ['baɪ,aʊt] *n* sự thu mua toàn bộ
by [baɪ] *prep* bởi
bye [baɪ] *excl* chào tạm biệt
bye-bye [baɪbaɪ] *excl* chào tạm biệt!
bypass ['baɪ,pɑːs] *n* đường vòng

C

cab [kæb] *n* taxi
cabbage ['kæbɪdʒ] *n* cải bắp
cabin ['kæbɪn] *n* ca bin; **cabin crew** *n* phi hành đoàn
cabinet ['kæbɪnɪt] *n* tủ có nhiều ngăn
cable ['keɪbᵊl] *n* cáp; **cable car** *n* xe cáp treo; **cable television** *n* truyền hình cáp
cactus ['kæktəs] *n* cây xương rồng
cadet [kə'dɛt] *n* học viên trường sỹ quan
café ['kæfeɪ; 'kæfɪ] *n* quán cà phê; **Internet café** *n* quán cà phê internet; **Are there any Internet cafés here?** Có quán cà phê internet nào ở đây không?
cafeteria [ˌkæfɪ'tɪərɪə] *n* quán ăn tự phục vụ
caffeine ['kæfiːn; 'kæfɪˌiːn] *n* cafêin
cage [keɪdʒ] *n* lồng *(nhốt)*
cagoule [kə'guːl] *n* áo khoác đi mưa có mũ
cake [keɪk] *n* bánh ngọt
calcium ['kælsɪəm] *n* canxi
calculate ['kælkjʊˌleɪt] *v* tính toán
calculation [ˌkælkjʊ'leɪʃən] *n* sự tính toán
calculator ['kælkjʊˌleɪtə] *n* máy tính *(làm tính)*; **pocket calculator** *n* máy tính bỏ túi
calendar ['kælɪndə] *n* lịch
calf, calves [kɑːf, kɑːvz] *n* con bê
call [kɔːl] *n* tiếng gọi ▷ *v* gọi; **alarm call** *n* gọi báo thức; **call box** *n* buồng điện thoại; **call centre** *n* trung tâm chăm sóc khách hàng; **roll call** *n* điểm danh; **Call a doctor!** Gọi bác sĩ!; **Call the police** Gọi công an đi; **I must make a phone call** Tôi phải gọi điện thoại; **I need to call my embassy** Tôi cần gọi điện cho sứ quán nước tôi; **I'd like an alarm call for tomorrow morning at seven o'clock** Làm ơn gọi điện đánh thức tôi vào bẩy giờ sáng mai; **I'd like to make a reverse charge call** Tôi muốn gọi một cuộc điện thoại mà người nghe sẽ trả tiền; **May I call you tomorrow?** Tôi có thể gọi cho anh vào ngày mai không?; **Who's calling?** Ai gọi đó?
call back [kɔːl bæk] *v* gọi lại; **I'll call back later** Tôi sẽ gọi lại sau; **I'll call back tomorrow** Ngày mai tôi sẽ gọi lại; **Please call me back** Làm ơn gọi lại cho tôi
call for [kɔːl fɔː] *v* yêu cầu
call off [kɔːl ɒf] *v* hoãn lại
calm [kɑːm] *adj* bình tĩnh
calm down [kɑːm daʊn] *v* bình tĩnh lại

calorie ['kælərɪ] *n* calo
Cambodia [kæm'bəʊdɪə] *n* nước Campuchia
Cambodian [kæm'bəʊdɪən] *adj* thuộc Campuchia ▷ *n (person)* người Campuchia
camcorder ['kæm,kɔːdə] *n* máy quay video
camel ['kæməl] *n* con lạc đà
camera ['kæmərə; 'kæmrə] *n* máy ảnh; **camera phone** *n* điện thoại chụp ảnh; **digital camera** *n* máy ảnh kỹ thuật số; **video camera** *n* máy quay phim
cameraman, cameramen ['kæmərə,mæn; 'kæmərə,mɛn] *n* nhà quay phim
Cameroon [,kæmə'ruːn; 'kæmə,ruːn] *n* nước Cameroon
camp [kæmp] *n* trại ▷ *v* cắm trại; **camp bed** *n* giường gấp nhẹ; **Can we camp here overnight?** Chúng tôi cắm trại ở đây qua đêm có được không?
campaign [kæm'peɪn] *n* chiến dịch
camper ['kæmpə] *n* người đi cắm trại
camping ['kæmpɪŋ] *n* việc đi cắm trại; **camping gas** *n* ga du lịch
campsite ['kæmp,saɪt] *n* nơi cắm trại
campus ['kæmpəs] *n* khu trường sở
can [kæn] *v* đóng hộp; **watering can** *n* bình tưới nước
Canada ['kænədə] *n* nước Canađa
Canadian [kə'neɪdɪən] *adj* thuộc Canađa ▷ *n* người Canađa
canal [kə'næl] *n* con kênh
Canaries [kə'nɛəriːz] *npl* quần đảo Canary
canary [kə'nɛərɪ] *n* chim hoàng yến
cancel ['kænsᵊl] *v* hủy bỏ
cancellation [,kænsɪ'leɪʃən] *n* sự hủy bỏ
cancer ['kænsə] *n (illness)* bệnh ung thư
Cancer ['kænsə] *n (horoscope)* cung Bắc giải
candidate ['kændɪ,deɪt; -dɪt] *n* ứng cử viên
candle ['kændᵊl] *n* nến
candlestick ['kændᵊl,stɪk] *n* giá đỡ nến
candyfloss ['kændɪ,flɒs] *n* que kẹo bông
canister ['kænɪstə] *n* hộp kim loại đựng đồ khô
cannabis ['kænəbɪs] *n* cây thuốc phiện
canned [kænd] *adj* được đóng hộp
canoe [kə'nuː] *n* canô
canoeing [kə'nuːɪŋ] *n* việc bơi xuồng
can-opener ['kæn'əʊpənə] *n* cái mở hộp
canteen [kæn'tiːn] *n* căng tin
canter ['kæntə] *v* chạy nước kiệu
canvas ['kænvəs] *n* vải bạt
canvass ['kænvəs] *v* vận động bầu cử
cap [kæp] *n* mũ lưỡi trai; **baseball cap** *n* mũ bóng chày
capable ['keɪpəbᵊl] *adj* có năng lực
capacity [kə'pæsɪtɪ] *n* sức chứa
capital ['kæpɪtᵊl] *n* thủ đô
capitalism ['kæpɪtə,lɪzəm] *n* chủ nghĩa tư bản
Capricorn ['kæprɪ,kɔːn] *n* cung Nam Dương
capsize [kæp'saɪz] *v* lật úp

capsule ['kæpsju:l] *n* thuốc con nhộng
captain ['kæptın] *n* thuyền trưởng
caption ['kæpʃən] *n* lời chú thích
capture ['kæptʃə] *v* bắt giữ
car [kɑ:] *n* xe ô tô; **buffet car** *n* toa có quầy giải khát; **cable car** *n* xe cáp treo; **car hire** *n* sự cho thuê xe ô tô; **car park** *n* bãi đỗ xe ô tô; **car rental** *n* sự thuê xe ô tô; **car wash** *n* điểm rửa xe; **company car** *n* xe công ty; **dining car** *n* toa ăn trên tàu; **estate car** *n* ô tô rộng năm cửa; **hired car** *n* ô tô đi thuê; **patrol car** *n* xe tuần tra; **racing car** *n* xe đua; **rental car** *n* ô tô cho thuê; **saloon car** *n* ô tô con mui kín hai hoặc bốn cửa; **sleeping car** *n* toa giường nằm; **My car has been broken into** Xe ô tô của tôi đã bị đột nhập; **When will the car be ready?** Khi nào thì xe sửa xong?; **Where can I park the car?** Tôi có thể đỗ ô tô ở đâu?
carafe [kə'ræf; -'rɑ:f] *n* bình miệng rộng
caramel ['kærəməl; -ˌmɛl] *n* kem ca-ra-men
carat ['kærət] *n* kara
caravan ['kærəˌvæn] *n* xe moóc caravan; **caravan site** *n* khu vực dành cho caravan lữ hành
carbohydrate [ˌkɑ:bəʊ'haıdreıt] *n* hyđrat cácbon
carbon ['kɑ:bᵊn] *n* cácbon; **carbon footprint** *n* khí CO2 thải ra
carburettor [ˌkɑ:bjʊ'rɛtə; 'kɑ:bjʊˌrɛtə; -bə-] *n* bộ chế hòa khí
card [kɑ:d] *n* thẻ; **boarding card** *n* thẻ lên tàu; **credit card** *n* thẻ tín dụng; **debit card** *n* thẻ ghi nợ; **greetings card** *n* bưu thiếp; **ID card** *abbr* thẻ căn cước; **membership card** *n* thẻ hội viên; **playing card** *n* quân bài; **report card** *n* báo cáo học tập; **top-up card** *n* thẻ nạp tiền điện thoại; **A memory card for this digital camera, please** Cho tôi mua một thẻ nhớ cho máy ảnh kỹ thuật số này; **Can I use my card to get cash?** Tôi có thể dùng thẻ của tôi để rút tiền mặt không?; **Do you sell phone cards?** Anh có bán thẻ điện thoại không?; **Do you take credit cards?** Anh có nhận thẻ tín dụng không?; **Do you take debit cards?** Anh có chấp nhận thẻ debit không?; **I need to cancel my card** Tôi muốn huỷ thẻ của tôi; **My card has been stolen** Thẻ của tôi bị lấy cắp rồi
cardboard ['kɑ:dˌbɔ:d] *n* bìa các tông
cardigan ['kɑ:dıgən] *n* áo len
cardphone ['kɑ:dfəʊn] *n* điện thoại thẻ
care [kɛə] *n* sự quan tâm ▷ *v* quan tâm; **intensive care unit** *n* phòng điều trị tăng cường
career [kə'rıə] *n* nghề nghiệp
careful ['kɛəfʊl] *adj* cẩn thận
carefully ['kɛəfʊlı] *adv* một cách cẩn thận
careless ['kɛəlıs] *adj* cẩu thả
caretaker ['kɛəˌteıkə] *n* người trông coi
car-ferry ['kɑ:fɛrı] *n* phà chở xe
cargo ['kɑ:gəʊ] *n* hàng hóa
Caribbean [ˌkærı'bi:ən; kə'rıbıən]

adj thuộc vùng biển Caribê ▷ *n* người vùng Caribê
caring ['kɛərɪŋ] *adj* chu đáo
carnation [kɑː'neɪʃən] *n* cây cẩm chướng
carnival ['kɑːnɪvᵊl] *n* ngày hội
carol ['kærəl] *n* bài hát thánh ca
carpenter ['kɑːpɪntə] *n* thợ mộc
carpentry ['kɑːpɪntrɪ] *n* nghề thợ mộc
carpet ['kɑːpɪt] *n* thảm; **fitted carpet** *n* thảm gắn cố định
carriage ['kærɪdʒ] *n* toa hành khách
carriageway ['kærɪdʒˌweɪ] *n* **dual carriageway** *n* đường cao tốc phân làn
carrot ['kærət] *n* củ cà rốt
carry ['kærɪ] *v* mang
carrycot ['kærɪˌkɒt] *n* xe đẩy trẻ con
carry on ['kærɪ ɒn] *v* tiếp tục
carry out ['kærɪ aʊt] *v* thực hiện
cart [kɑːt] *n* xe ngựa
carton ['kɑːtᵊn] *n* hộp bìa các tông
cartoon [kɑː'tuːn] *n* tranh biếm họa
cartridge ['kɑːtrɪdʒ] *n* vỏ đạn
carve [kɑːv] *v* chạm khắc
case [keɪs] *n* trường hợp; **pencil case** *n* hộp bút
cash [kæʃ] *n* tiền mặt; **cash dispenser** *n* máy rút tiền; **cash register** *n* máy tính tiền; **Can I get a cash advance with my credit card?** Tôi có thể dùng thẻ tín dụng để ứng tiền mặt không?; **Do you offer a discount for cash?** Trả bằng tiền mặt có được giảm giá không?; **I don't have any cash** Tôi không có tiền mặt; **I want to cash a cheque, please** Tôi muốn đổi một tấm séc ra tiền mặt
cashew ['kæʃuː; kæ'ʃuː] *n* cây điều
cashier [kæ'ʃɪə] *n* thủ quỹ
cashmere ['kæʃmɪə] *n* len casơmia
casino [kə'siːnəʊ] *n* sòng bạc
casserole ['kæsəˌrəʊl] *n* món thịt hầm
cassette [kæ'sɛt] *n* băng cátxét
cast [kɑːst] *n* sự phân vai
castle ['kɑːsᵊl] *n* tòa lâu đài
casual ['kæʒjʊəl] *adj* tùy tiện
casually ['kæʒjʊəlɪ] *adv* một cách tùy tiện
casualty ['kæʒjʊəltɪ] *n* thương vong
cat [kæt] *n* con mèo
catalogue ['kætəˌlɒg] *n* cuốn catơlô; **I'd like a catalogue** Tôi muốn một cuốn catơlô
cataract ['kætəˌrækt] *n (eye)* màng thủy tinh thể, *(waterfall)* thác nước lớn
catarrh [kə'tɑː] *n* đờm dãi
catastrophe [kə'tæstrəfɪ] *n* tai họa
catch [kætʃ] *v* bắt; **Where do I catch the bus to...?** Tôi bắt xe buýt đi... ở đâu?
catching ['kætʃɪŋ] *adj* truyền nhiễm
catch up [kætʃ ʌp] *v* đuổi kịp
category ['kætɪgərɪ] *n* loại *(nhóm)*
catering ['keɪtərɪŋ] *n* việc cung cấp thực phẩm
caterpillar ['kætəˌpɪlə] *n* sâu bướm
cathedral [kə'θiːdrəl] *n* nhà thờ lớn; **When is the cathedral open?** Nhà thờ lớn mở cửa khi nào?
Catholic ['kæθəlɪk; 'kæθlɪk] *adj* theo Công giáo ▷ *n* tín đồ Công giáo; **Roman Catholic** *n* người theo Thiên Chúa giáo La-mã, thuộc

Thiên Chúa giáo La-mã
cattle ['kætᵊl] *npl* gia súc
Caucasus ['kɔːkəsəs] *n* vùng Caucasus
cauliflower ['kɒlɪˌflaʊə] *n* súp lơ
cause [kɔːz] *n (ideals)* sự nghiệp, *(reason)* nguyên do ▷ *v* gây ra
caution ['kɔːʃən] *n* sự thận trọng
cautious ['kɔːʃəs] *adj* thận trọng
cautiously ['kɔːʃəslɪ] *adv* một cách thận trọng
cave [keɪv] *n* hang
CCTV [siː siː tiː viː] *abbr* hệ thống camera an ninh
CD [siː diː] *n* đĩa CD; **CD burner** *n* thiết bị ghi đĩa CD; **CD player** *n* máy chạy đĩa CD; **Can I make CDs at this computer?** Tôi có thể làm đĩa CD ở máy tính này không?
CD-ROM [-'rɒm] *n* CD-ROM
ceasefire ['siːs'faɪə] *n* sự ngừng bắn
ceiling ['siːlɪŋ] *n* trần nhà
celebrate ['sɛlɪˌbreɪt] *v* tổ chức kỷ niệm
celebration ['sɛlɪˌbreɪʃən] *n* sự tổ chức kỷ niệm
celebrity [sɪ'lɛbrɪtɪ] *n* người nổi tiếng
celery ['sɛlərɪ] *n* cần tây
cell [sɛl] *n* tế bào
cellar ['sɛlə] *n* hầm chứa
cello ['tʃɛləʊ] *n* đàn viôlôngxen
cement [sɪ'mɛnt] *n* xi măng
cemetery ['sɛmɪtrɪ] *n* nghĩa trang
census ['sɛnsəs] *n* cuộc điều tra dân số
cent [sɛnt] *n* xu
centenary [sɛn'tiːnərɪ] *n* lễ kỷ niệm 100 năm
centimetre ['sɛntɪˌmiːtə] *n* xentimét
central ['sɛntrəl] *adj* ở trung tâm; **central heating** *n* sưởi trung tâm; **Central America** *n* vùng Trung Mỹ
centre ['sɛntə] *n* trung tâm; **call centre** *n* trung tâm chăm sóc khách hàng; **city centre** *n* trung tâm thành phố; **job centre** *n* trung tâm giới thiệu việc làm; **leisure centre** *n* trung tâm giải trí; **shopping centre** *n* trung tâm thương mại; **town centre** *n* trung tâm thành phố; **visitor centre** *n* trung tâm thăm viếng; **How do I get to the centre of...?** Xin chỉ cho tôi cách đến trung tâm của...
century ['sɛntʃərɪ] *n* thế kỷ
CEO [siː iː əʊ] *abbr* Tổng Giám đốc Điều hành
ceramic [sɪ'ræmɪk] *adj* bằng gốm
cereal ['sɪərɪəl] *n* ngũ cốc
ceremony ['sɛrɪmənɪ] *n* nghi lễ
certain ['sɜːtᵊn] *adj* chắc chắn
certainly ['sɜːtᵊnlɪ] *adv* chắc chắn
certainty ['sɜːtᵊntɪ] *n* điều chắc chắn
certificate [sə'tɪfɪkɪt] *n* giấy chứng nhận; **birth certificate** *n* giấy khai sinh; **marriage certificate** *n* giấy đăng ký kết hôn; **medical certificate** *n* giấy chứng nhận sức khoẻ; **I need a 'fit to fly' certificate** Tôi cần một giấy chứng nhận "đủ sức khoẻ để bay"
Chad [tʃæd] *n* nước Chad
chain [tʃeɪn] *n* xích; **Do I need snow chains?** Tôi có cần xích đi trên tuyết không?
chair [tʃɛə] *n (furniture)* cái ghế; **easy chair** *n* ghế bành; **rocking**

chair *n* ghế bập bênh
chairlift ['tʃɛəˌlɪft] *n* thang máy chở người tàn tật
chairman, chairmen ['tʃɛəmən, 'tʃɛəmɛn] *n* chủ tịch
chalk [tʃɔːk] *n* phấn viết
challenge ['tʃælɪndʒ] *n* sự thách thức ▷ *v* thách thức
challenging ['tʃælɪndʒɪŋ] *adj* đầy thách thức
chambermaid ['tʃeɪmbəˌmeɪd] *n* nữ phục vụ phòng
champagne [ʃæm'peɪn] *n* rượu sâm panh
champion ['tʃæmpɪən] *n* nhà vô địch
championship ['tʃæmpɪənˌʃɪp] *n* chức vô địch
chance [tʃɑːns] *n* cơ hội; **by chance** *adv* một cách tình cờ
change [tʃeɪndʒ] *n* thay đổi ▷ *vi* thay đổi ▷ *vt* làm thay đổi; **changing room** *n* phòng thay quần áo
changeable ['tʃeɪndʒəbᵊl] *adj* dễ thay đổi
channel ['tʃænᵊl] *n* kênh
chaos ['keɪɒs] *n* sự hỗn loạn
chaotic ['keɪ'ɒtɪk] *adj* hỗn loạn
chap [tʃæp] *n* thằng cha
chapel ['tʃæpᵊl] *n* nhà nguyện
chapter ['tʃæptə] *n* chương
character ['kærɪktə] *n* đặc điểm
characteristic [ˌkærɪktə'rɪstɪk] *n* đặc trưng
charcoal ['tʃɑːˌkəʊl] *n* than củi
charge [tʃɑːdʒ] *n (accusation)* tội bị cáo buộc, *(electricity)* sự nạp điện, *(price)* giá tiền ▷ *v (accuse)* buộc tội, *(electricity)* nạp điện, *(price)* tính giá; **admission charge** *n* tiền vào cửa; **cover charge** *n* tiền phục vụ; **service charge** *n* phí dịch vụ
charger ['tʃɑːdʒə] *n* bộ sạc
charity ['tʃærɪtɪ] *n* hội từ thiện; **charity shop** *n* cửa hàng từ thiện
charm [tʃɑːm] *n* sức quyến rũ
charming ['tʃɑːmɪŋ] *adj* có sức quyến rũ
chart [tʃɑːt] *n* đồ thị; **pie chart** *n* biểu đồ tròn
chase [tʃeɪs] *n* sự theo đuổi ▷ *v* theo đuổi
chat [tʃæt] *n* chuyện phiếm ▷ *v* tán gẫu; **chat show** *n* chương trình phỏng vấn khách mời
chatroom ['tʃætˌruːm] *n* phòng tán gẫu
chauffeur ['ʃəʊfə; ʃəʊ'fɜː] *n* người lái xe
chauvinist ['ʃəʊvɪˌnɪst] *n* người theo chủ nghĩa sô vanh
cheap [tʃiːp] *adj* rẻ; **Do you have anything cheaper?** Anh có thứ nào rẻ hơn không?; **I'd like the cheapest option** Tôi muốn cách rẻ nhất
cheat [tʃiːt] *n* kẻ lừa đảo ▷ *v* lừa đảo
Chechnya ['tʃɛtʃnjə] *n* nước Chechnya
check [tʃɛk] *n* sự kiểm tra ▷ *v* kiểm tra; **Can you check the water, please?** Anh làm ơn kiểm tra nước hộ
checked [tʃɛkt] *adj* đã được kiểm tra
check in [tʃɛk ɪn] *v* đăng ký khi đến khách sạn hoặc sân bay
check-in [tʃɛkɪn] *n* quầy đăng ký khi đến khách sạn hoặc sân bay
check out [tʃɛk aʊt] *v* thanh toán hóa đơn và rời khỏi khách sạn

checkout ['tʃɛkaʊt] *n* quầy thu tiền hóa đơn khách sạn
check-up [tʃɛkʌp] *n* sự kiểm tra sức khỏe
cheek [tʃi:k] *n* má *(trên mặt)*
cheekbone ['tʃi:k,bəʊn] *n* xương gò má
cheeky ['tʃi:kɪ] *adj* vô lễ
cheer [tʃɪə] *n* sự cổ vũ ▷ *v* cổ vũ
cheerful ['tʃɪəfʊl] *adj* vui mừng
cheerio [,tʃɪərɪ'əʊ] *excl* chào tạm biệt!
cheers [tʃɪəz] *excl* chúc mừng!
cheese [tʃi:z] *n* pho mát; **cottage cheese** *n* pho mát làm từ sữa đã gạn kem; **What sort of cheese?** Loại pho mát nào?
chef [ʃɛf] *n* đầu bếp
chemical ['kɛmɪkᵊl] *n* hóa chất
chemist ['kɛmɪst] **chemist(s)** *n* cửa hàng dược phẩm; **Where is the nearest chemist?** Hiệu thuốc gần nhất ở đâu?
chemistry ['kɛmɪstrɪ] *n* ngành hóa học
cheque [tʃɛk] *n* séc; **blank cheque** *n* tờ séc khống; **traveller's cheque** *n* séc du lịch; **Can I cash a cheque?** Tôi có thể đổi séc ra tiền mặt không?; **Can I change my traveller's cheques here?** Tôi có thể đổi séc du lịch ở đây không?; **Can I pay by cheque?** Tôi trả bằng séc có được không?; **I want to change these traveller's cheques** Tôi muốn đổi những tấm séc du lịch này; **Someone's stolen my traveller's cheques** Có người đã lấy cắp séc du lịch của tôi
chequebook ['tʃɛk,bʊk] *n* sổ séc
cherry ['tʃɛrɪ] *n* quả anh đào
chess [tʃɛs] *n* cờ *(trò chơi)*
chest [tʃɛst] *n (body part)* ngực, *(storage)* hòm; **chest of drawers** *n* tủ có nhiều ngăn kéo; **I have a pain in my chest** Tôi bị đau ngực
chestnut ['tʃɛs,nʌt] *n* hạt dẻ
chew [tʃu:] *v* nhai; **chewing gum** *n* kẹo cao su
chick [tʃɪk] *n* gà con
chicken ['tʃɪkɪn] *n* con gà
chickenpox ['tʃɪkɪn,pɒks] *n* bệnh thủy đậu
chickpea ['tʃɪk,pi:] *n* hạt đậu gà
chief [tʃi:f] *adj* chính ▷ *n* người đứng đầu
child, children [tʃaɪld, 'tʃɪldrən] *n* đứa trẻ; **child abuse** *n* sự lạm dụng trẻ em
childcare ['tʃaɪld,kɛə] *n* sự trông trẻ
childhood ['tʃaɪldhʊd] *n* thời thơ ấu
childish ['tʃaɪldɪʃ] *adj* như trẻ con
childminder ['tʃaɪld,maɪndə] *n* người giữ trẻ
Chile ['tʃɪlɪ] *n* nước Chilê
Chilean ['tʃɪlɪən] *adj* thuộc Chilê ▷ *n* người Chilê
chill [tʃɪl] *v* làm lạnh
chilli ['tʃɪlɪ] *n* ớt
chilly ['tʃɪlɪ] *adj* lạnh lẽo
chimney ['tʃɪmnɪ] *n* ống khói
chimpanzee [,tʃɪmpæn'zi:] *n* con tinh tinh
chin [tʃɪn] *n* cằm
china ['tʃaɪnə] *n* đồ sứ
China ['tʃaɪnə] *n* Trung Quốc
Chinese [tʃaɪ'ni:z] *adj* thuộc Trung Quốc ▷ *n (language)* tiếng Trung Quốc, *(person)* người Trung Quốc

chip [tʃɪp] *n (electronic)* vi mạch, *(small piece)* mảnh vỡ; **silicon chip** *n* vi mạch làm bằng silic
chips [tʃɪps] *npl* khoai tây rán
chiropodist [kɪ'rɒpədɪst] *n* người chữa các bệnh về chân
chisel ['tʃɪzᵊl] *n* cái đục
chives [tʃaɪvz] *npl* hẹ
chlorine ['klɔːriːn] *n* clo
chocolate ['tʃɒkəlɪt; 'tʃɒklɪt; -lət] *n* sô cô la; **milk chocolate** *n* sôcôla sữa; **plain chocolate** *n* Sô cô la nguyên chất
choice [tʃɔɪs] *n* sự lựa chọn
choir [kwaɪə] *n* dàn đồng ca
choke [tʃəʊk] *v* bị nghẹt thở
cholesterol [kə'lɛstəˌrɒl] *n* chất cholestorol
choose [tʃuːz] *v* lựa chọn
chop [tʃɒp] *n* nhát chặt ▷ *v* chặt; **pork chop** *n* sườn lợn
chopsticks ['tʃɒpstɪks] *npl* đũa ăn
chosen ['tʃəʊzᵊn] *adj* được lựa chọn
Christ [kraɪst] *n* Chúa Giê-su
christening ['krɪsᵊnɪŋ] *n* lễ rửa tội
Christian ['krɪstʃən] *adj* theo đạo Thiên chúa ▷ *n* người theo đạo Thiên chúa; **Christian name** *n* tên thánh
Christianity [ˌkrɪstɪ'ænɪtɪ] *n* đạo Thiên chúa
Christmas ['krɪsməs] *n* Lễ Nô-en; **Christmas card** *n* thiếp mừng Nô-en; **Christmas Eve** *n* Đêm Nô-en; **Christmas tree** *n* cây thông Nô-en
chrome [krəʊm] *n* crôm
chronic ['krɒnɪk] *adj* kinh niên
chrysanthemum [krɪ'sænθəməm] *n* cây hoa cúc
chubby ['tʃʌbɪ] *adj* mũm mĩm
chunk [tʃʌŋk] *n* khúc
church [tʃɜːtʃ] *n* nhà thờ; **Can we visit the church?** Chúng tôi có thể đi thăm nhà thờ không?
cider ['saɪdə] *n* rượu táo
cigar [sɪ'gɑː] *n* điếu xì gà
cigarette [ˌsɪgə'rɛt] *n* điếu thuốc lá; **cigarette lighter** *n* cái bật lửa
cinema ['sɪnɪmə] *n* rạp chiếu phim
cinnamon ['sɪnəmən] *n* quế
circle ['sɜːkᵊl] *n* hình tròn; **Arctic Circle** *n* Vòng Bắc Cực
circuit ['sɜːkɪt] *n* đường vòng quanh
circular ['sɜːkjʊlə] *adj* tròn
circulation [ˌsɜːkjʊ'leɪʃən] *n* sự lưu thông
circumstances ['sɜːkəmstənsɪz] *npl* hoàn cảnh
circus ['sɜːkəs] *n* rạp xiếc
citizen ['sɪtɪzᵊn] *n* công dân; **senior citizen** *n* người già
citizenship ['sɪtɪzənˌʃɪp] *n* quốc tịch
city ['sɪtɪ] *n* thành phố; **city centre** *n* trung tâm thành phố; **Is there a bus to the city?** Có xe buýt vào thành phố không?; **Please take me to the city centre** Làm ơn cho tôi đến trung tâm thành phố; **Where can I buy a map of the city?** Tôi có thể mua bản đồ thành phố ở đâu?
civilian [sɪ'vɪljən] *adj* thuộc thường dân ▷ *n* thường dân
civilization [ˌsɪvɪlaɪ'zeɪʃən] *n* nền văn minh
claim [kleɪm] *n* sự đòi hỏi ▷ *v* đòi hỏi; **claim form** *n* mẫu đề nghị
clap [klæp] *v* vỗ tay
clarify ['klærɪˌfaɪ] *v* làm rõ

clarinet [ˌklærɪˈnɛt] *n* kèn clarinet

clash [klæʃ] *v* va chạm

clasp [klɑːsp] *n* cái móc

class [klɑːs] *n* giai cấp; **business class** *n* hạng thương nhân; **economy class** *n* hạng phổ thông; **second class** *n* hạng hai

classic [ˈklæsɪk] *adj* kinh điển ▷ *n* tác phẩm kinh điển

classical [ˈklæsɪkᵊl] *adj* cổ điển

classmate [ˈklɑːsˌmeɪt] *n* bạn cùng lớp

classroom [ˈklɑːsˌruːm] *n* lớp học; **classroom assistant** *n* trợ giảng

clause [klɔːz] *n* điều khoản

claustrophobic [ˌklɔːstrəˈfəʊbɪk; ˌklɒs-] *adj* sợ không gian hẹp

claw [klɔː] *n* vuốt

clay [kleɪ] *n* đất sét

clean [kliːn] *adj* sạch sẽ ▷ *v* dọn sạch

cleaner [ˈkliːnə] *n* người quét dọn; **When does the cleaner come?** Khi nào thì người quét dọn đến?

cleaning [ˈkliːnɪŋ] *n* sự quét dọn; **cleaning lady** *n* nữ lao công

cleanser [ˈklɛnzə] *n* nước tẩy sạch

clear [klɪə] *adj* rõ ràng

clearly [ˈklɪəlɪ] *adv* một cách rõ ràng

clear off [klɪə ɒf] *v* cút xéo

clear up [klɪə ʌp] *v* dọn dẹp

clementine [ˈklɛmənˌtiːn; -ˌtaɪn] *n* quýt nhỏ

clever [ˈklɛvə] *adj* thông minh

click [klɪk] *n* tiếng lách cách ▷ *v* kêu lách cách

client [ˈklaɪənt] *n* khách hàng

cliff [klɪf] *n* vách đá

climate [ˈklaɪmɪt] *n* khí hậu; **climate change** *n* sự thay đổi khí hậu

climb [klaɪm] *v* trèo

climber [ˈklaɪmə] *n* người leo núi

climbing [ˈklaɪmɪŋ] *n* sự leo trèo

clinic [ˈklɪnɪk] *n* phòng khám chữa bệnh

clip [klɪp] *n* cái ghim

clippers [ˈklɪpəz] *npl* kéo xén

cloakroom [ˈkləʊkˌruːm] *n* phòng để mũ áo

clock [klɒk] *n* đồng hồ; **alarm clock** *n* đồng hồ báo thức

clockwise [ˈklɒkˌwaɪz] *adv* theo chiều kim đồng hồ

clog [klɒg] *n* chiếc guốc

clone [kləʊn] *n* hệ vô tính ▷ *v* nhân bản

close *adj* [kləʊs] gần ▷ *adv* [kləʊs] gần ▷ *v* [kləʊz] đóng; **close by** *adj* gần; **closing time** *n* giờ đóng cửa; **May I close the window?** Tôi đóng cửa sổ được không?; **The door won't close** Cửa ra vào không đóng được; **What time do you close?** Anh đóng cửa lúc mấy giờ?; **When does it close?** Khi nào đóng cửa?; **When does the bank close?** Khi nào ngân hàng đóng cửa?

closed [kləʊzd] *adj* đóng kín

closely [kləʊslɪ] *adv* chặt chẽ

closure [ˈkləʊʒə] *n* sự đóng kín

cloth [klɒθ] *n* vải *(vóc)*

clothes [kləʊðz] *npl* quần áo; **clothes line** *n* dây phơi quần áo; **clothes peg** *n* kẹp phơi quần áo; **Is there somewhere to dry clothes?** Có nơi nào sấy quần áo không?; **My clothes are damp** Quần áo của tôi bị ẩm

clothing [ˈkləʊðɪŋ] *n* quần áo

cloud [klaʊd] *n* mây
cloudy ['klaʊdɪ] *adj* có mây
clove [kləʊv] *n* đinh hương
clown [klaʊn] *n* anh hề
club [klʌb] *n (group)* câu lạc bộ, *(weapon)* dùi cui; **golf club** *n (game)* gậy đánh gôn, *(society)* câu lạc bộ chơi gôn; **Where is there a good club?** Ở đâu có câu lạc bộ hay?
club together [klʌb tə'gɛðə] *v* họp lại
clue [klu:] *n* đầu mối
clumsy ['klʌmzɪ] *adj* vụng về
clutch [klʌtʃ] *n* khớp ly hợp
clutter ['klʌtə] *n* sự lộn xộn
coach [kəʊtʃ] *n (trainer)* huấn luyện viên, *(vehicle)* xe buýt đường dài
coal [kəʊl] *n* than *(đá)*
coarse [kɔ:s] *adj* thô
coast [kəʊst] *n* bờ biển
coastguard ['kəʊst,gɑ:d] *n* biên phòng bờ biển
coat [kəʊt] *n* áo khoác; **fur coat** *n* áo lông thú
coathanger ['kəʊt,hæŋə] *n* mắc áo
cobweb ['kɒb,wɛb] *n* mạng nhện
cocaine [kə'keɪn] *n* côcain
cock [kɒk] *n* gà trống
cockerel ['kɒkərəl; 'kɒkrəl] *n* gà giò
cockpit ['kɒk,pɪt] *n* buồng lái máy bay
cockroach ['kɒk,rəʊtʃ] *n* con gián
cocktail ['kɒk,teɪl] *n* cốc tai
cocoa ['kəʊkəʊ] *n* ca cao
coconut ['kəʊkə,nʌt] *n* quả dừa
cod [kɒd] *n* cá tuyết
code [kəʊd] *n* mã; **dialling code** *n* mã vùng; **Highway Code** *n* Luật Giao thông; **What is the dialling code for the UK?** Mã gọi điện thoại của nước Anh là gì?
coeliac ['si:lɪ,æk] *adj* thuộc tạng phủ
coffee ['kɒfɪ] *n* cà phê; **black coffee** *n* cà phê đen; **coffee bean** *n* hạt cà phê; **decaffeinated coffee** *n* cà phê đã được khử chất cafein; **A white coffee, please** Làm ơn cho một cà phê sữa; **Could we have another cup of coffee, please?** Làm ơn cho chúng tôi thêm một tách cà phê được không?; **Have you got fresh coffee?** Anh có cà phê tươi không?
coffeepot ['kɒfɪ,pɒt] *n* bình cà phê
coffin ['kɒfɪn] *n* quan tài
coin [kɔɪn] *n* tiền xu; **I'd like some coins for the phone, please** Tôi muốn một ít tiền xu để gọi điện thoại
coincide [,kəʊɪn'saɪd] *v* trùng lặp
coincidence [kəʊ'ɪnsɪdəns] *n* trùng hợp ngẫu nhiên
Coke® [kəʊk] *n* Côca Côla
colander ['kɒləndə] *n* cái rá
cold [kəʊld] *adj* lạnh ▷ *n* sự lạnh lẽo; **cold sore** *n* bệnh hecpet môi; **I have a cold** Tôi bị cảm lạnh; **I'm cold** Tôi lạnh; **It's freezing cold** Trời lạnh cóng; **The room is too cold** Phòng lạnh quá; **Will it be cold tonight?** Liệu tối nay có lạnh không?
coleslaw ['kəʊl,slɔ:] *n* salad cải bắp
collaborate [kə'læbə,reɪt] *v* cộng tác
collapse [kə'læps] *v* đổ sập
collar ['kɒlə] *n* cổ áo
collarbone ['kɒlə,bəʊn] *n* xương

đòn
colleague ['kɒli:g] *n* đồng nghiệp
collect [kə'lɛkt] *v* thu thập
collection [kə'lɛkʃən] *n* sự thu thập
collective [kə'lɛktɪv] *adj* chung *(tập thể)* ▷ *n* tập thể
collector [kə'lɛktə] *n* người sưu tầm; **ticket collector** *n* người thu vé
college ['kɒlɪdʒ] *n* trường cao đẳng
collide [kə'laɪd] *v* va chạm
collie ['kɒlɪ] *n* giống chó côli
colliery ['kɒljərɪ] *n* mỏ than
collision [kə'lɪʒən] *n* sự va chạm
Colombia [kə'lɒmbɪə] *n* nước Colombia
Colombian [kə'lɒmbɪən] *adj* thuộc Colombia ▷ *n (person)* người Colombia
colon ['kəʊlən] *n* dấu hai chấm
colonel ['kɜ:nᵊl] *n* đại tá
colour ['kʌlə] *n* màu sắc
colour-blind ['kʌlə'blaɪnd] *adj* mù màu
colourful ['kʌləfʊl] *adj* sặc sỡ
colouring ['kʌlərɪŋ] *n* việc tô màu
column ['kɒləm] *n* cột *(báo)*
coma ['kəʊmə] *n* sự hôn mê
comb [kəʊm] *n* cái lược ▷ *v* chải
combination [ˌkɒmbɪ'neɪʃən] *n* sự kết hợp
combine [kəm'baɪn] *v* kết hợp
come [kʌm] *v* đến *(nơi)*
come back [kʌm bæk] *v* quay trở lại
comedian [kə'mi:dɪən] *n* diễn viên hài
come down [kʌm daʊn] *v* đi xuống
comedy ['kɒmɪdɪ] *n* hài kịch
come from [kʌm frəm] *v* đến từ
come in [kʌm ɪn] *v* đi vào
come out [kʌm aʊt] *v* đi ra
come round [kʌm raʊnd] *v* tỉnh lại
comet ['kɒmɪt] *n* sao chổi
come up [kʌm ʌp] *v* được nêu ra
comfortable ['kʌmftəbᵊl] *adj* thoải mái
comic ['kɒmɪk] *n* diễn viên hài; **comic book** *n* chuyện tranh vui trẻ em; **comic strip** *n* chuyện tranh vui
coming ['kʌmɪŋ] *adj* sắp tới
comma ['kɒmə] *n* dấu phẩy; **inverted commas** *npl* dấu ngoặc kép
command [kə'ma:nd] *n* mệnh lệnh
comment ['kɒmɛnt] *n* lời bình luận ▷ *v* bình luận
commentary ['kɒməntərɪ; -trɪ] *n* bài bình luận
commentator ['kɒmənˌteɪtə] *n* nhà bình luận
commercial [kə'mɜ:ʃəl] *n* quảng cáo trên truyền hình; **commercial break** *n* quảng cáo xen giữa các chương trình truyền thông
commission [kə'mɪʃən] *n* chỉ thị
commit [kə'mɪt] *v* phạm phải
committee [kə'mɪtɪ] *n* ủy ban
common ['kɒmən] *adj* thông thường; **common sense** *n* lẽ thường
communicate [kə'mju:nɪˌkeɪt] *v* truyền đạt
communication [kəˌmju:nɪ'keɪʃən] *n* sự truyền thông
communion [kə'mju:njən] *n* sự đồng cảm
communism ['kɒmjʊˌnɪzəm] *n* chủ nghĩa cộng sản
communist ['kɒmjʊnɪst] *adj* theo

chủ nghĩa cộng sản ▹ *n* người cộng sản

community [kə'mju:nɪtɪ] *n* cộng đồng

commute [kə'mju:t] *v* đi lại đều đặn

commuter [kə'mju:tə] *n* người thường xuyên phải đi xa từ nhà đến nơi làm việc

compact ['kəm'pækt] *adj* kết chặt; **compact disc** *n* đĩa CD

companion [kəm'pænjən] *n* bạn đồng hành

company ['kʌmpənɪ] *n* công ty; **company car** *n* xe công ty; **I would like some information about the company** Tôi muốn có một số thông tin về công ty

comparable ['kɒmpərəbᵊl] *adj* tương đương

comparatively [kəm'pærətɪvlɪ] *adv* tương đối

compare [kəm'pɛə] *v* so sánh

comparison [kəm'pærɪsᵊn] *n* sự so sánh

compartment [kəm'pɑ:tmənt] *n* toa tàu hỏa

compass ['kʌmpəs] *n* la bàn

compatible [kəm'pætəbᵊl] *adj* tương thích

compensate ['kɒmpɛn,seɪt] *v* đền bù

compensation [,kɒmpɛn'seɪʃən] *n* sự đền bù

compere ['kɒmpɛə] *n* người giới thiệu chương trình

compete [kəm'pi:t] *v* cạnh tranh

competent ['kɒmpɪtənt] *adj* có khả năng

competition [,kɒmpɪ'tɪʃən] *n* sự cạnh tranh

competitive [kəm'pɛtɪtɪv] *adj* mang tính cạnh tranh

competitor [kəm'pɛtɪtə] *n* đối thủ cạnh tranh

complain [kəm'pleɪn] *v* phàn nàn

complaint [kəm'pleɪnt] *n* lời phàn nàn

complementary [,kɒmplɪ'mɛntərɪ; -trɪ] *adj* bổ sung

complete [kəm'pli:t] *adj* đầy đủ

completely [kəm'pli:tlɪ] *adv* hoàn toàn; **I want a completely new style** Tôi muốn một kiểu hoàn toàn mới

complex ['kɒmplɛks] *adj* phức tạp ▹ *n* khu liên hợp

complexion [kəm'plɛkʃən] *n* nước da

complicated ['kɒmplɪ,keɪtɪd] *adj* phức tạp

complication [,kɒmplɪ'keɪʃən] *n* sự phức tạp

compliment *n* ['kɒmplɪmənt] lời khen ▹ *v* ['kɒmplɪ,mɛnt] khen ngợi

complimentary [,kɒmplɪ'mɛntərɪ; -trɪ] *adj* khen ngợi

component [kəm'pəʊnənt] *adj* hợp thành ▹ *n* thành phần

composer [kəm'pəʊzə] *n* nhà soạn nhạc

composition [,kɒmpə'zɪʃən] *n* sự tập hợp

comprehension [,kɒmprɪ'hɛnʃən] *n* sự hiểu

comprehensive [,kɒmprɪ'hɛnsɪv] *adj* toàn diện

compromise ['kɒmprə,maɪz] *n* sự thỏa hiệp ▹ *v* thỏa hiệp

compulsory [kəm'pʌlsərɪ] *adj* bắt buộc
computer [kəm'pju:tə] *n* máy tính *(vi tính)*; **computer game** *n* trò chơi trên máy tính; **computer science** *n* khoa học máy tính; **May I use your computer?** Tôi có thể dùng máy tính của anh được không?; **Where is the computer room?** Phòng máy tính ở đâu?
computing [kəm'pju:tɪŋ] *n* sự sử dụng máy tính
concentrate ['kɒnsən,treɪt] *v* tập trung
concentration [,kɒnsən'treɪʃən] *n* sự tập trung
concern [kən'sɜ:n] *n* sự lo lắng
concerned [kən'sɜ:nd] *adj* lo lắng
concerning [kən'sɜ:nɪŋ] *prep* liên quan đến
concert ['kɒnsɜ:t; -sət] *n* buổi hòa nhạc
concerto, concerti [kən'tʃɛətəʊ, kən'tʃɛətɪ] *n* bản côngxéctô
concession [kən'sɛʃən] *n* sự nhượng quyền
concise [kən'saɪs] *adj* cô đọng
conclude [kən'klu:d] *v* kết thúc
conclusion [kən'klu:ʒən] *n* kết luận
concrete ['kɒnkri:t] *n* bê tông
concussion [kən'kʌʃən] *n* sự chấn động
condemn [kən'dɛm] *v* chỉ trích
condensation [,kɒndɛn'seɪʃən] *n* sự ngưng tụ
condition [kən'dɪʃən] *n* điều kiện
conditional [kən'dɪʃənᵊl] *adj* có điều kiện
conditioner [kən'dɪʃənə] *n* xả dưỡng tóc; **Do you sell conditioner?** Anh có bán dầu xả không?
condom ['kɒndɒm] *n* bao cao su
conduct [kən'dʌkt] *v* thực hiện
conductor [kən'dʌktə] *n* nhạc trưởng; **bus conductor** *n* người soát vé trên xe buýt
cone [kəʊn] *n* hình nón
conference ['kɒnfərəns; -frəns] *n* hội nghị; **press conference** *n* họp báo; **Please take me to the conference centre** Làm ơn cho tôi đến trung tâm hội nghị
confess [kən'fɛs] *v* thú nhận
confession [kən'fɛʃən] *n* sự thú nhận
confetti [kən'fɛtɪ] *npl* hoa giấy confetti
confidence ['kɒnfɪdəns] *n (secret)* chuyện bí mật, *(self-assurance)* sự tự tin, *(trust)* sự tin tưởng
confident ['kɒnfɪdənt] *adj* tự tin
confidential [,kɒnfɪ'dɛnʃəl] *adj* bí mật
confirm [kən'fɜ:m] *v* xác nhận; **I confirmed my booking by letter** Tôi đã xác nhận việc đặt phòng của tôi qua thư
confirmation [,kɒnfə'meɪʃən] *n* sự xác nhận
confiscate ['kɒnfɪ,skeɪt] *v* tịch thu
conflict ['kɒnflɪkt] *n* sự xung đột
confuse [kən'fju:z] *v* nhầm lẫn
confused [kən'fju:zd] *adj* nhầm lẫn
confusing [kən'fju:zɪŋ] *adj* gây nhầm lẫn
confusion [kən'fju:ʒən] *n* sự nhầm lẫn
congestion [kən'dʒɛstʃən] *n* sự tắc nghẽn

Congo ['kɒŋgəʊ] *n* nước Congo
congratulate [kən'grætjʊˌleɪt] *v* chúc mừng
congratulations [kənˌgrætjʊ'leɪʃənz] *npl* những lời chúc mừng
conifer ['kəʊnɪfə; 'kɒn-] *n* cây lá kim
conjugation [ˌkɒndʒʊ'geɪʃən] *n* sự chia động từ
conjunction [kən'dʒʌŋkʃən] *n* sự kết hợp
conjurer ['kʌndʒərə] *n* ảo thuật gia
connection [kə'nɛkʃən] *n* mối quan hệ
conquer ['kɒŋkə] *v* chinh phục
conscience ['kɒnʃəns] *n* lương tâm
conscientious [ˌkɒnʃɪ'ɛnʃəs] *adj* tận tâm
conscious ['kɒnʃəs] *adj* tỉnh táo
consciousness ['kɒnʃəsnɪs] *n* sự tỉnh táo
consecutive [kən'sɛkjʊtɪv] *adj* liên tiếp
consensus [kən'sɛnsəs] *n* sự đồng thuận
consequence ['kɒnsɪkwəns] *n* hậu quả
consequently ['kɒnsɪkwəntlɪ] *adv* do vậy
conservation [ˌkɒnsə'veɪʃən] *n* sự bảo tồn
conservative [kən'sɜːvətɪv] *adj* bảo thủ
conservatory [kən'sɜːvətrɪ] *n* nhà kính trồng cây
consider [kən'sɪdə] *v* xem xét
considerate [kən'sɪdərɪt] *adj* chu đáo
considering [kən'sɪdərɪŋ] *prep* tính đến
consist [kən'sɪst] *v* **consist of** *v* gồm có
consistent [kən'sɪstənt] *adj* nhất quán
consonant ['kɒnsənənt] *n* phụ âm
conspiracy [kən'spɪrəsɪ] *n* âm mưu
constant ['kɒnstənt] *adj* liên tục
constantly ['kɒnstəntlɪ] *adv* liên tục
constipated ['kɒnstɪˌpeɪtɪd] *adj* bị táo bón; **I'm constipated** Tôi bị táo bón
constituency [kən'stɪtjʊənsɪ] *n* khu vực bầu cử
constitution [ˌkɒnstɪ'tjuːʃən] *n* hiến pháp
construct [kən'strʌkt] *v* xây dựng
construction [kən'strʌkʃən] *n* xây dựng
constructive [kən'strʌktɪv] *adj* mang tính xây dựng
consul ['kɒnsᵊl] *n* lãnh sự
consulate ['kɒnsjʊlɪt] *n* toà lãnh sự
consult [kən'sʌlt] *v* hỏi ý kiến
consultant [kən'sʌltᵊnt] *n (adviser)* nhà tư vấn
consumer [kən'sjuːmə] *n* người tiêu dùng
contact *n* ['kɒntækt] sự liên hệ ▷ *v* [kən'tækt] liên hệ; **contact lenses** *npl* kính áp tròng; **Where can I contact you?** Tôi có thể liên hệ với anh ở đâu?; **Who do we contact if there are problems?** Nếu có vấn đề gì thì chúng tôi liên hệ với ai?
contagious [kən'teɪdʒəs] *adj* dễ lây
contain [kən'teɪn] *v* chứa đựng
container [kən'teɪnə] *n* cái đựng
contemporary [kən'tɛmprərɪ] *adj*

đương thời
contempt [kən'tɛmpt] *n* sự khinh miệt
content ['kɒntɛnt] *n* nội dung; **contents** *(list) npl* mục lục
contest ['kɒntɛst] *n* cuộc thi
contestant [kən'tɛstənt] *n* người dự thi
context ['kɒntɛkst] *n* bối cảnh
continent ['kɒntɪnənt] *n* lục địa
continual [kən'tɪnjʊəl] *adj* thường xuyên
continually [kən'tɪnjʊəlɪ] *adv* thường xuyên
continue [kən'tɪnju:] *vi* tiếp diễn ▷ *vt* tiếp tục
continuous [kən'tɪnjʊəs] *adj* liên tục
contraception [ˌkɒntrə'sɛpʃən] *n* phương pháp tránh thai
contraceptive [ˌkɒntrə'sɛptɪv] *n* dụng cụ tránh thai
contract ['kɒntrækt] *n* hợp đồng
contractor ['kɒntræktə; kən'træk-] *n* nhà thầu
contradict [ˌkɒntrə'dɪkt] *v* mâu thuẫn
contradiction [ˌkɒntrə'dɪkʃən] *n* sự mâu thuẫn
contrary ['kɒntrərɪ] *n* điều trái ngược
contrast ['kɒntrɑ:st] *n* sự tương phản
contribute [kən'trɪbju:t] *v* đóng góp
contribution [ˌkɒntrɪ'bju:ʃən] *n* sự đóng góp
control [kən'trəʊl] *n* sự kiểm soát ▷ *v* kiểm soát; **birth control** *n* sự hạn chế sinh đẻ; **passport control** *n* sự kiểm tra hộ chiếu; **remote control** *n* điều khiển từ xa
controller [kən'trəʊlə] *n* **air-traffic controller** *n* kiểm soát viên không lưu
controversial ['kɒntrə'vɜ:ʃəl] *adj* gây tranh cãi
convenient [kən'vi:nɪənt] *adj* thuận tiện
convent ['kɒnvənt] *n* nữ tu viện
conventional [kən'vɛnʃənᵊl] *adj* theo tập quán thông thường
conversation [ˌkɒnvə'seɪʃən] *n* cuộc nói chuyện
convert [kən'vɜ:t] *v* chuyển đổi; **catalytic converter** *n* bộ xúc tác lọc khí thải
convertible [kən'vɜ:təbᵊl] *adj* có thể đổi được ▷ *n* ô tô mui trần
convict [kən'vɪkt] *v* kết án
convince [kən'vɪns] *v* thuyết phục
convincing [kən'vɪnsɪŋ] *adj* có sức thuyết phục
convoy ['kɒnvɔɪ] *n* đoàn hộ tống
cook [kʊk] *n* đầu bếp ▷ *v* nấu ăn
cookbook ['kʊkˌbʊk] *n* sách dạy nấu ăn
cooker ['kʊkə] *n* bếp *(nấu)*; **gas cooker** *n* bếp ga
cookery ['kʊkərɪ] *n* nghệ thuật ẩm thực; **cookery book** *n* sách dạy nấu ăn
cooking ['kʊkɪŋ] *n* sự nấu nướng
cool [ku:l] *adj* *(cold)* mát mẻ, *(stylish)* sành điệu
cooperation [kəʊˌɒpə'reɪʃən] *n* sự hợp tác
cop [kɒp] *n* cảnh sát
cope [kəʊp] *v* **cope (with)** *v* đối phó
copper ['kɒpə] *n* đồng đỏ

copy ['kɒpɪ] *n (reproduction)* bản sao, *(written text)* văn bản ▹ *v* sao chép
copyright ['kɒpɪ,raɪt] *n* quyền tác giả
coral ['kɒrəl] *n* san hô
cord [kɔ:d] *n* **spinal cord** *n* tủy sống
cordless ['kɔ:dlɪs] *adj* không dây
corduroy ['kɔ:də,rɔɪ; ,kɔ:də'rɔɪ] *n* vải nhung kẻ
core [kɔ:] *n* lõi
coriander [,kɒrɪ'ændə] *n* rau mùi
cork [kɔ:k] *n* vỏ dày xốp của cây sồi vùng Địa Trung Hải
corkscrew ['kɔ:k,skru:] *n* cái mở nút chai
corn [kɔ:n] *n* cây ngũ cốc
corner ['kɔ:nə] *n* góc *(phòng)*; **It's on the corner** Nó ở góc phố; **It's round the corner** Nó ở gần góc phố
cornet ['kɔ:nɪt] *n* kèn cócnê
cornflakes ['kɔ:n,fleɪks] *npl* ngũ cốc ăn sáng làm từ ngô nướng
cornflour ['kɔ:n,flaʊə] *n* bột ngô
corporal ['kɔ:pərəl; -prəl] *n* hạ sỹ
corpse [kɔ:ps] *n* xác chết
correct [kə'rɛkt] *adj* đúng ▹ *v* sửa chữa
correction [kə'rɛkʃən] *n* sự sửa chữa
correctly [kə'rɛktlɪ] *adv* một cách đúng đắn
correspondence [,kɒrɪ'spɒndəns] *n* thư từ trao đổi
correspondent [,kɒrɪ'spɒndənt] *n* người trao đổi thư từ
corridor ['kɒrɪ,dɔ:] *n* hành lang
corrupt [kə'rʌpt] *adj* tham nhũng
corruption [kə'rʌpʃən] *n* sự tham nhũng
cosmetics [kɒz'mɛtɪks] *npl* mỹ phẩm
cost [kɒst] *n* chi phí ▹ *v* phải trả; **cost of living** *n* chi phí sinh hoạt; **How much will the repairs cost?** Sửa sẽ mất bao nhiêu tiền?
Costa Rica ['kɒstə 'ri:kə] *n* nước Costa Rica
costume ['kɒstju:m] *n* trang phục; **swimming costume** *n* quần áo bơi
cosy ['kəʊzɪ] *adj* ấm cúng
cot [kɒt] *n* cũi; **Do you have a cot?** Anh có cũi không?
cottage ['kɒtɪdʒ] *n* nhà nhỏ ở nông thôn; **cottage cheese** *n* pho mát làm từ sữa đã gạn kem
cotton ['kɒtᵊn] *n* bông *(vải)*; **cotton bud** *n* tăm bông; **cotton wool** *n* bông mềm
couch [kaʊtʃ] *n* đi văng
couchette [ku:'ʃɛt] *n* giường trên tàu hoả
cough [kɒf] *n* chứng ho ▹ *v* ho; **cough mixture** *n* thuốc nước chống ho; **I have a cough** Tôi bị ho
council ['kaʊnsəl] *n* hội đồng; **council house** *n* nhà ở do chính quyền địa phương cấp
councillor ['kaʊnsələ] *n* thành viên hội đồng
count [kaʊnt] *v* đếm
counter ['kaʊntə] *n* quầy
count on [kaʊnt ɒn] *v* trông cậy
country ['kʌntrɪ] *n* nước *(quốc gia)*; **developing country** *n* nước đang phát triển
countryside ['kʌntrɪ,saɪd] *n* miền quê
couple ['kʌpᵊl] *n* cặp đôi
courage ['kʌrɪdʒ] *n* sự can đảm

courageous [kə'reɪdʒəs] *adj* can đảm
courgette [kʊə'ʒɛt] *n* quả bí xanh
courier ['kʊərɪə] *n* hướng dẫn viên du lịch; **I want to send this by courier** Tôi muốn gửi cái này bằng dịch vụ chuyển phát nhanh
course [kɔːs] *n* khóa học; **golf course** *n* sân gôn; **main course** *n* món chính; **refresher course** *n* khóa bồi dưỡng; **training course** *n* khóa huấn luyện
court [kɔːt] *n* tòa án; **tennis court** *n* sân quần vợt
courtyard ['kɔːt,jɑːd] *n* sân nhỏ
cousin ['kʌzᵊn] *n* anh em họ
cover ['kʌvə] *n* nắp ▷ *v* che phủ; **cover charge** *n* tiền phục vụ
ow [kaʊ] *n* con bò cái
oward ['kaʊəd] *n* người nhút nhát
cowardly ['kaʊədlɪ] *adj* hèn nhát
cowboy ['kaʊ,bɔɪ] *n* cao bồi
crab [kræb] *n* con cua
rack [kræk] *n (cocaine)* cô-ca-in crack, *(fracture)* vết nứt ▷ *v* làm rạn nứt; **crack down on** *v* đàn áp thẳng tay
cracked [krækt] *adj* rạn nứt
racker ['krækə] *n* bánh quy giòn
radle ['kreɪdᵊl] *n* cái nôi
craft [krɑːft] *n* nghề thủ công
raftsman ['krɑːftsmən] *n* thợ thủ công
ram [kræm] *v* nhích đẩy
rammed [kræmd] *adj* nhồi nhét
ranberry ['krænbərɪ; -brɪ] *n* cây nam việt quất
rane [kreɪn] *n (bird)* con sếu, *(for lifting)* cần cẩu
rash [kræʃ] *n* va chạm mạnh ▷ *vi* đâm mạnh
crawl [krɔːl] *v* bò *(dưới đất)*
crayfish ['kreɪ,fɪʃ] *n* tôm sông
crayon ['kreɪən; -ɒn] *n* bút chì màu
crazy ['kreɪzɪ] *adj* điên
cream [kriːm] *adj* màu kem ▷ *n* kem *(tươi, bôi)*; **ice cream** *n* kem *(lạnh)*; **shaving cream** *n* kem cạo râu; **whipped cream** *n* kem tươi
crease [kriːs] *n* nếp nhăn
creased [kriːst] *adj* bị nhăn
create [kriː'eɪt] *v* tạo ra
creation [kriː'eɪʃən] *n* sự sáng tạo
creative [kriː'eɪtɪv] *adj* sáng tạo
creature ['kriːtʃə] *n* sinh vật
crêche [krɛʃ] *n* nhà trẻ
credentials [krɪ'dɛnʃəlz] *npl* uy tín
credible ['krɛdɪbᵊl] *adj* đáng tin cậy
credit ['krɛdɪt] *n* tín dụng; **credit card** *n* thẻ tín dụng; **Can I pay by credit card?** Tôi trả bằng thẻ tín dụng có được không?; **Do you take credit cards?** Anh có nhận thẻ tín dụng không?
crematorium, crematoria [,krɛmə'tɔːrɪəm, ,krɛmə'tɔːrɪə] *n* đài hỏa táng
cress [krɛs] *n* rau cải xoong
crew [kruː] *n* thuỷ thủ đoàn; **crew cut** *n* kiểu tóc húi cua
cricket ['krɪkɪt] *n (game)* môn crickê, *(insect)* con dế
crime [kraɪm] *n* tội phạm
criminal ['krɪmɪnᵊl] *adj* liên quan đến tội phạm ▷ *n* kẻ phạm tội
crisis ['kraɪsɪs] *n* cuộc khủng hoảng
crisp [krɪsp] *adj* giòn
crisps [krɪsps] *npl* khoai tây chiên giòn khô
crispy ['krɪspɪ] *adj* giòn

criterion, criteria [kraɪ'tɪərɪən, kraɪ'tɪərɪə] *n* tiêu chí
critic ['krɪtɪk] *n* nhà phê bình
critical ['krɪtɪkᵊl] *adj* then chốt
criticism ['krɪtɪ,sɪzəm] *n* sự phê phán
criticize ['krɪtɪ,saɪz] *v* phê phán
Croatia [krəʊ'eɪʃə] *n* nước Croatia
Croatian [krəʊ'eɪʃən] *adj* thuộc Croatia ▹ *n (language)* tiếng Croatia, *(person)* người Croatia
crochet ['krəʊʃeɪ; -ʃɪ] *v* đan bằng kim móc *(len, sợi)*
crockery ['krɒkərɪ] *n* **We need more crockery** Chúng tôi cần thêm bát đĩa
crocodile ['krɒkə,daɪl] *n* cá sấu
crocus ['krəʊkəs] *n* giống nghệ tây
crook [krʊk] *n (swindler)* kẻ lừa gạt
crop [krɒp] *n* vụ mùa
cross [krɒs] *adj* cáu ▹ *n* chữ thập ▹ *v* đi qua; **Red Cross** *n* Hội chữ thập đỏ
cross-country ['krɒs'kʌntrɪ] *n* cuộc đua việt dã
crossing ['krɒsɪŋ] *n* chỗ giao nhau; **level crossing** *n* chỗ chắn tàu; **pedestrian crossing** *n* lối qua đường dành cho người đi bộ; **pelican crossing** *n* lối qua đường có đèn giao thông; **zebra crossing** *n* lối qua đường cho người đi bộ; **The crossing was rough** Chuyến đi lắc quá
cross out [krɒs aʊt] *v* xóa đi
crossroads ['krɒs,rəʊdz] *n* ngã tư
crossword ['krɒs,wɜːd] *n* trò chơi ô chữ
crouch down [kraʊtʃ daʊn] *v* cúi xuống
crow [krəʊ] *n* con quạ
crowd [kraʊd] *n* đám đông
crowded [kraʊdɪd] *adj* đông đúc
crown [kraʊn] *n* vương miện
crucial ['kruːʃəl] *adj* rất quan trọng
crucifix ['kruːsɪfɪks] *n* hình Chúa Giê-su trên cây thánh giá
crude [kruːd] *adj* thô
cruel ['kruːəl] *adj* tàn nhẫn
cruelty ['kruːəltɪ] *n* sự tàn nhẫn
cruise [kruːz] *n* cuộc đi chơi biển bằng tàu thủy
crumb [krʌm] *n* mảnh vụn của ruột bánh mỳ
crush [krʌʃ] *v* ép
crutch [krʌtʃ] *n* cái nạng
cry [kraɪ] *n* sự khóc lóc ▹ *v* khóc
crystal ['krɪstᵊl] *n* pha lê
cub [kʌb] *n* con thú con
Cuba ['kjuːbə] *n* nước Cuba
Cuban ['kjuːbən] *adj* thuộc Cuba ▹ *n* người Cuba
cube [kjuːb] *n* hình lập phương; **ice cube** *n* viên đá; **stock cube** *n* viên xúp
cubic ['kjuːbɪk] *adj* có hình lập phương
cuckoo ['kʊkuː] *n* chim cu
cucumber ['kjuː,kʌmbə] *n* quả dưa chuột
cuddle ['kʌdᵊl] *n* sự ôm ấp ▹ *v* ôm ấp
cufflinks ['kʌflɪŋks] *npl* khuy măng sét
culprit ['kʌlprɪt] *n* thủ phạm
cultural ['kʌltʃərəl] *adj* thuộc văn hóa
culture ['kʌltʃə] *n* văn hóa
cumin ['kʌmɪn] *n* hạt của một loại cây gia vị ở vùng Địa Trung Hải
cunning ['kʌnɪŋ] *adj* xảo quyệt
cup [kʌp] *n* chén *(uống)*; **World Cup**

n Giải Vô địch Bóng đá Thế giới
cupboard ['kʌbəd] *n* tủ đựng chén bát
curb [kɜːb] *n* sự kiềm chế
cure [kjʊə] *n* sự chữa bệnh ▷ *v* chữa bệnh
curfew ['kɜːfjuː] *n* lệnh giới nghiêm
curious ['kjʊərɪəs] *adj* tò mò
curl [kɜːl] *n* sự uốn quăn tóc
curler ['kɜːlə] *n* dụng cụ uốn xoăn tóc
curly ['kɜːlɪ] *adj* quăn
currant ['kʌrənt] *n* nho khô
currency ['kʌrənsɪ] *n* tiền tệ
current ['kʌrənt] *adj* hiện hành ▷ *n* *(electricity)* dòng, *(flow)* luồng; **current account** *n* tài khoản vãng lai; **current affairs** *npl* các vấn đề thời sự; **Are there currents?** Có các dòng hải lưu không?
currently ['kʌrəntlɪ] *adv* hiện nay
curriculum [kə'rɪkjʊləm] *n* chương trình học; **curriculum vitae** *n* sơ yếu lý lịch
curry ['kʌrɪ] *n* món ca ri; **curry powder** *n* bột ca ri
cursor ['kɜːsə] *n* con trỏ trên màn hình
curtain ['kɜːtᵊn] *n* rèm cửa
cushion ['kʊʃən] *n* cái đệm
custard ['kʌstəd] *n* kem sữa trứng
custody ['kʌstədɪ] *n* sự trông nom
custom ['kʌstəm] *n* phong tục
customer ['kʌstəmə] *n* khách hàng
customized ['kʌstə,maɪzd] *adj* theo yêu cầu của khách hàng
customs ['kʌstəmz] *npl* hải quan; **customs officer** *n* cán bộ hải quan
cut [kʌt] *n* sự cắt ▷ *v* cắt; **crew cut** *n* kiểu tóc húi cua; **power cut** *n* mất điện; **A cut and blow-dry, please** Làm ơn cắt và sấy khô tóc; **Don't cut too much off** Đừng cắt đi nhiều quá; **Have you cut my type of hair before?** Anh đã cắt loại tóc của tôi bao giờ chưa?
cutback ['kʌt,bæk] *n* sự cắt giảm
cut down [kʌt daʊn] *v* giảm bớt
cute [kjuːt] *adj* ngộ nghĩnh
cutlery ['kʌtlərɪ] *n* dao thìa dĩa
cutlet ['kʌtlɪt] *n* thịt cốtlet
cut off [kʌt ɒf] *v* cắt đứt
cutting ['kʌtɪŋ] *n* bài báo cắt ra
cut up [kʌt ʌp] *v* cắt ra từng mảnh
CV [siː viː] *abbr* sơ yếu lý lịch
cybercafé ['saɪbə,kæfeɪ; -,kæfɪ] *n* quán cà phê internet
cybercrime ['saɪbə,kraɪm] *n* tội phạm mạng
cycle ['saɪkᵊl] *n* *(bike)* xe đạp, *(recurring period)* chu kỳ ▷ *v* đạp xe; **cycle lane** *n* làn xe đạp; **cycle path** *n* đường dành cho xe đạp; **Where is the cycle path to...?** Đường dành cho xe đạp đến... ở đâu?
cycling ['saɪklɪŋ] *n* sự đi xe đạp
cyclist ['saɪklɪst] *n* người đi xe đạp
cyclone ['saɪkləʊn] *n* lốc *(bão)*
cylinder ['sɪlɪndə] *n* hình trụ
cymbals ['sɪmbᵊlz] *npl* cái chũm chọe
Cypriot ['sɪprɪət] *adj* thuộc Síp ▷ *n* *(person)* người Síp
Cyprus ['saɪprəs] *n* đảo Síp
cyst [sɪst] *n* nang
cystitis [sɪ'staɪtɪs] *n* viêm bàng quang
Czech [tʃɛk] *adj* thuộc Séc ▷ *n* *(language)* tiếng Séc, *(person)* người Séc; **Czech Republic** *n* nước Cộng hòa Séc

d

dad [dæd] *n* bố
daddy ['dædɪ] *n* bố
daffodil ['dæfədɪl] *n* hoa thủy tiên
daft [dɑːft] *adj* ngớ ngẩn
daily ['deɪlɪ] *adj* hàng ngày ▷ *adv* hàng ngày
dairy ['dɛərɪ] *n* cửa hàng bơ sữa; **dairy produce** *n* sản phẩm từ sữa; **dairy products** *npl* sản phẩm từ sữa
daisy ['deɪzɪ] *n* hoa cúc
dam [dæm] *n* đập ngăn nước
damage ['dæmɪdʒ] *n* thiệt hại ▷ *v* làm hư hại; **I'd like to arrange a collision damage waiver** Tôi muốn mua bảo hiểm để không phải bồi thường thiệt hại va chạm
damaged ['dæmɪdʒd] *adj* **My luggage has been damaged** Hành lý của tôi bị hư hỏng
damn [dæm] *adj* tồi tệ
damp [dæmp] *adj* ẩm ướt
dance [dɑːns] *n* sự nhảy múa ▷ *v* nhảy múa; **I feel like dancing** Tôi thấy muốn nhảy; **Would you like to dance?** Cho phép tôi mời anh nhảy nhé?
dancer ['dɑːnsə] *n* diễn viên múa
dancing ['dɑːnsɪŋ] *n* sự nhảy múa; **ballroom dancing** *n* khiêu vũ
dandelion ['dændɪˌlaɪən] *n* cây bồ công anh
dandruff ['dændrəf] *n* gàu bám da đầu
Dane [deɪn] *n* người Đan Mạch
danger ['deɪndʒə] *n* sự nguy hiểm
dangerous ['deɪndʒərəs] *adj* nguy hiểm
Danish ['deɪnɪʃ] *adj* thuộc Đan Mạch ▷ *n (language)* tiếng Đan Mạch
dare [dɛə] *v* dám
daring ['dɛərɪŋ] *adj* cả gan
dark [dɑːk] *adj* tối tăm ▷ *n* bóng tối
darkness ['dɑːknɪs] *n* bóng tối
darling ['dɑːlɪŋ] *n* người yêu dấu
dart [dɑːt] *n* phi tiêu
darts [dɑːts] *npl* trò ném phi tiêu
dash [dæʃ] *v* lao tới
dashboard ['dæʃˌbɔːd] *n* bảng đồng hồ xe ô tô
data ['deɪtə; 'dɑːtə] *npl* số liệu
database ['deɪtəˌbeɪs] *n* cơ sở dữ liệu
date [deɪt] *n* ngày tháng; **best-before date** *n* ngày hết hạn sử dụng; **expiry date** *n* ngày hết hạn; **sell-by date** *n* ngày hàng hết hạn bán
daughter ['dɔːtə] *n* con gái *(con đẻ)*; **My daughter is lost** Con gái tôi bị lạc; **My daughter is missing** Con gái tôi bị mất tích

daughter-in-law ['dɔːtə ɪn lɔː] **(daughters-in-law)** *n* con dâu
dawn [dɔːn] *n* bình minh
day [deɪ] *n* ngày; **day return** *n* vé hai chiều đi về trong ngày; **Valentine's Day** *n* Ngày lễ Tình nhân; **Do you run day trips to...?** Anh có tổ chức chuyến tham quan trong ngày đến... không?; **I want to hire a car for five days** Tôi muốn thuê một ô tô trong năm ngày; **Is the museum open every day?** Bảo tàng có mở cửa hàng ngày không?; **the day after tomorrow** ngày kia; **What are your rates per day?** Giá thuê theo ngày là bao nhiêu?; **What is the dish of the day?** Món ăn của ngày hôm nay là món gì?
daytime ['deɪˌtaɪm] *n* ban ngày
dead [dɛd] *adj* chết ▹ *adv* hoàn toàn; **dead end** *n* ngõ cụt
deadline ['dɛdˌlaɪn] *n* thời hạn cuối cùng
deaf [dɛf] *adj* điếc; **I'm deaf** Tôi bị điếc
deafening ['dɛfᵊnɪŋ] *adj* làm điếc tai
deal [diːl] *n* sự thỏa thuận
dealer ['diːlə] *n* người buôn bán; **drug dealer** *n* kẻ buôn ma túy
deal with [diːl wɪð] *v* xử lý
dear [dɪə] *adj (expensive)* đắt đỏ, *(loved)* thân yêu
death [dɛθ] *n* cái chết
debate [dɪ'beɪt] *n* cuộc tranh luận ▹ *v* tranh luận
debit ['dɛbɪt] *n* sự ghi nợ ▹ *v* ghi nợ; **debit card** *n* thẻ ghi nợ; **direct debit** *n* ủy nhiệm chi
debt [dɛt] *n* món nợ
decade ['dɛkeɪd; dɪ'keɪd] *n* thập niên
decaffeinated [dɪ'kæfɪˌneɪtɪd] *adj* được khử chất cafein; **decaffeinated coffee** *n* cà phê đã được khử chất cafein
decay [dɪ'keɪ] *v* suy sụp
deceive [dɪ'siːv] *v* lừa dối
December [dɪ'sɛmbə] *n* tháng Mười Hai; **on Friday the thirty first of December** vào thứ Sáu ngày ba mươi mốt tháng Mười Hai
decent ['diːsᵊnt] *adj* nghiêm chỉnh
decide [dɪ'saɪd] *v* quyết định
decimal ['dɛsɪməl] *adj* thập phân
decision [dɪ'sɪʒən] *n* sự quyết định
decisive [dɪ'saɪsɪv] *adj* mang tính quyết định
deck [dɛk] *n* boong tàu; **Can we go out on deck?** Chúng tôi có thể ra boong tàu không?
deckchair ['dɛkˌtʃɛə] *n* ghế võng
declare [dɪ'klɛə] *v* tuyên bố; **I have nothing to declare** Tôi không có gì cần khai; **I have the allowed amount of alcohol to declare** Tôi có lượng rượu được phép mang cần khai
decorate ['dɛkəˌreɪt] *v* trang trí
decorator ['dɛkəˌreɪtə] *n* người trang trí
decrease *n* ['diːkriːs] sự giảm đi ▹ *v* [dɪ'kriːs] giảm bớt
dedicated ['dɛdɪˌkeɪtɪd] *adj* tận tâm
dedication [ˌdɛdɪ'keɪʃən] *n* sự tận tâm
deduct [dɪ'dʌkt] *v* trừ
deep [diːp] *adj* sâu *(nông)*
deep-fry [diːpfraɪ] *v* rán ngập mỡ
deeply ['diːplɪ] *adv* một cách sâu sắc

deer [dɪə] **(deer)** *n* con hươu
defeat [dɪ'fi:t] *n* sự thất bại ▷ *v* đánh bại
defect [dɪ'fɛkt] *n* khuyết điểm
defence [dɪ'fɛns] *n* sự phòng thủ
defend [dɪ'fɛnd] *v* bảo vệ
defendant [dɪ'fɛndənt] *n* bị đơn
defender [dɪ'fɛndə] *n* người bảo vệ
deficit ['dɛfɪsɪt; dɪ'fɪsɪt] *n* sự thâm hụt
define [dɪ'faɪn] *v* định nghĩa
definite ['dɛfɪnɪt] *adj* rõ ràng
definitely ['dɛfɪnɪtlɪ] *adv* dứt khoát
definition [ˌdɛfɪ'nɪʃən] *n* định nghĩa
degree [dɪ'gri:] *n* mức độ; **degree centigrade** *n* độ bách phân; **degree Celsius** *n* độ C; **degree Fahrenheit** *n* độ Fahrenheit
dehydrated [di:'haɪdreɪtɪd] *adj* được khử nước
de-icer [di:'aɪsə] *n* thiết bị phòng băng
delay [dɪ'leɪ] *n* sự trì hoãn ▷ *v* trì hoãn
delayed [dɪ'leɪd] *adj* bị hoãn lại
delegate *n* ['dɛlɪˌgeɪt] đại biểu ▷ *v* ['dɛlɪˌgeɪt] ủy quyền
delete [dɪ'li:t] *v* xóa
deliberate [dɪ'lɪbərɪt] *adj* cố tình
deliberately [dɪ'lɪbərətlɪ] *adv* một cách cố tình
delicate ['dɛlɪkɪt] *adj* mịn màng
delicatessen [ˌdɛlɪkə'tɛsᵊn] *n* cửa hàng bán các món ngon
delicious [dɪ'lɪʃəs] *adj* ngon; **That was delicious** Ngon quá; **The meal was delicious** Bữa ăn rất ngon
delight [dɪ'laɪt] *n* sự vui sướng
delighted [dɪ'laɪtɪd] *adj* vui sướng
delightful [dɪ'laɪtfʊl] *adj* vui vẻ
deliver [dɪ'lɪvə] *v* phát
delivery [dɪ'lɪvərɪ] *n* sự chuyển phát; **recorded delivery** *n* dịch vụ thư bảo đảm
demand [dɪ'mɑ:nd] *n* sự yêu cầu ▷ *v* yêu cầu
demanding [dɪ'mɑ:ndɪŋ] *adj* đòi hỏi khắt khe
demo, demos ['dɛməʊ, 'di:mɒs] *n* cuộc biểu tình
democracy [dɪ'mɒkrəsɪ] *n* sự dân chủ
democratic [ˌdɛmə'krætɪk] *adj* dân chủ
demolish [dɪ'mɒlɪʃ] *v* phá hủy
demonstrate ['dɛmənˌstreɪt] *v* chứng minh
demonstration [ˌdɛmən'streɪʃən] *n* cuộc biểu tình
demonstrator ['dɛmənˌstreɪtə] *n* người thao diễn
denim ['dɛnɪm] *n* vải bông chéo
denims ['dɛnɪmz] *npl* quần jeans may bằng vải bông chéo
Denmark ['dɛnmɑ:k] *n* nước Đan Mạch
dense [dɛns] *adj* đậm đặc
density ['dɛnsɪtɪ] *n* mật độ
dent [dɛnt] *n* vết lõm ▷ *v* làm lõm
dental ['dɛntᵊl] *adj* thuộc răng; **dental floss** *n* chỉ tơ vệ sinh răng
dentist ['dɛntɪst] *n* nha sỹ
dentures ['dɛntʃəz] *npl* bộ răng giả; **Can you repair my dentures?** Anh có thể sửa cho tôi bộ răng giả không?
deny [dɪ'naɪ] *v* phủ nhận
deodorant [di:'əʊdərənt] *n* chất khử mùi cơ thể

depart [dɪ'pɑ:t] *v* khởi hành
department [dɪ'pɑ:tmənt] *n* phòng *(ban)*; **accident & emergency department** *n* khoa cấp cứu; **department store** *n* cửa hàng bách hóa
departure [dɪ'pɑ:tʃə] *n* sự ra đi; **departure lounge** *n* phòng khởi hành
depend [dɪ'pɛnd] *v* phụ thuộc
deport [dɪ'pɔ:t] *v* trục xuất
deposit [dɪ'pɒzɪt] *n* tiền gửi; **Can I have my deposit back, please?** Làm ơn cho tôi lấy lại tiền đặt cọc được không?; **How much is the deposit?** Phải đặt cọc bao nhiêu?
depressed [dɪ'prɛst] *adj* chán nản
depressing [dɪ'prɛsɪŋ] *adj* gây chán nản
depression [dɪ'prɛʃən] *n* sự chán nản
depth [dɛpθ] *n* chiều sâu
descend [dɪ'sɛnd] *v* đi xuống
describe [dɪ'skraɪb] *v* mô tả
description [dɪ'skrɪpʃən] *n* sự mô tả
desert ['dɛzət] *n* sa mạc; **desert island** *n* đảo hoang
deserve [dɪ'zɜ:v] *v* xứng đáng
design [dɪ'zaɪn] *n* bản thiết kế ▷ *v* thiết kế
designer [dɪ'zaɪnə] *n* nhà thiết kế; **interior designer** *n* nhà thiết kế nội thất
desire [dɪ'zaɪə] *n* sự mong muốn ▷ *v* mong muốn
desk [dɛsk] *n* bàn giấy; **enquiry desk** *n* bàn thông tin
despair [dɪ'spɛə] *n* sự tuyệt vọng
desperate ['dɛspərɪt; -prɪt] *adj* vô cùng bức bách
desperately ['dɛspərɪtlɪ] *adv* một cách bức bách
despise [dɪ'spaɪz] *v* khinh thường
despite [dɪ'spaɪt] *prep* mặc dù
dessert [dɪ'zɜ:t] *n* món tráng miệng; **dessert spoon** *n* thìa ăn món tráng miệng
destination [ˌdɛstɪ'neɪʃən] *n* nơi đến
destiny ['dɛstɪnɪ] *n* vận mệnh
destroy [dɪ'strɔɪ] *v* phá hủy
destruction [dɪ'strʌkʃən] *n* sự phá hủy
detail ['di:teɪl] *n* chi tiết; **Here are my insurance details** Đây là chi tiết bảo hiểm của tôi
detailed ['di:teɪld] *adj* tỉ mỉ
detective [dɪ'tɛktɪv] *n* thám tử
detention [dɪ'tɛnʃən] *n* sự giam cầm
detergent [dɪ'tɜ:dʒənt] *n* bột giặt
deteriorate [dɪ'tɪərɪəˌreɪt] *v* xấu đi
determined [dɪ'tɜ:mɪnd] *adj* kiên quyết
detour ['di:tʊə] *n* đường vòng
devaluation [di:ˌvælju:'eɪʃən] *n* sự mất giá
devastated ['dɛvəˌsteɪtɪd] *adj* bị tàn phá
devastating ['dɛvəˌsteɪtɪŋ] *adj* tàn phá
develop [dɪ'vɛləp] *vi* phát triển; **developing country** *n* nước đang phát triển
development [dɪ'vɛləpmənt] *n* sự phát triển
device [dɪ'vaɪs] *n* thiết bị
devil ['dɛvᵊl] *n* ma quỷ
devise [dɪ'vaɪz] *v* nghĩ ra

devoted [dɪ'vəʊtɪd] *adj* tận tụy
diabetes [ˌdaɪə'bi:tɪs; -ti:z] *n* bệnh tiểu đường
diabetic [ˌdaɪə'bɛtɪk] *adj* mắc bệnh tiểu đường ▷ *n* người mắc bệnh tiểu đường
diagnosis [ˌdaɪəg'nəʊsɪs] *n* sự chẩn đoán
diagonal [daɪ'ægən°l] *adj* chéo
diagram ['daɪəˌgræm] *n* biểu đồ
dial ['daɪəl; daɪl] *v* quay số; **dialling code** *n* mã vùng; **dialling tone** *n* tiếng quay số điện thoại
dialect ['daɪəˌlɛkt] *n* tiếng địa phương
dialogue ['daɪəˌlɒg] *n* cuộc đối thoại
diameter [daɪ'æmɪtə] *n* đường kính
diamond ['daɪəmənd] *n* kim cương
diarrhoea [ˌdaɪə'rɪə] *n* bệnh tiêu chảy
diary ['daɪərɪ] *n* nhật ký
dice, die [daɪs, daɪ] *npl* xúc xắc
dictation [dɪk'teɪʃən] *n* sự đọc chính tả
dictator [dɪk'teɪtə] *n* nhà độc tài
dictionary ['dɪkʃənərɪ; -ʃənrɪ] *n* từ điển
die [daɪ] *v* chết
diesel ['di:z°l] *n* dầu điêzen
diet ['daɪət] *n* chế độ ăn uống ▷ *v* ăn kiêng; **I'm on a diet** Tôi ăn kiêng, Tôi đang ăn kiêng
difference ['dɪfərəns; 'dɪfrəns] *n* sự khác nhau
different ['dɪfərənt; 'dɪfrənt] *adj* khác nhau
difficult ['dɪfɪk°lt] *adj* khó khăn
difficulty ['dɪfɪk°ltɪ] *n* sự khó khăn
dig [dɪg] *v* đào *(bới)*
digest [dɪ'dʒɛst; daɪ-] *v* tiêu hóa
digestion [dɪ'dʒɛstʃən; daɪ-] *n* sự tiêu hóa
digger ['dɪgə] *n* máy đào
digital ['dɪdʒɪt°l] *adj* kỹ thuật số; **digital camera** *n* máy ảnh kỹ thuật số; **digital radio** *n* máy thu thanh kỹ thuật số; **digital television** *n* truyền hình kỹ thuật số; **digital watch** *n* đồng hồ kỹ thuật số
dignity ['dɪgnɪtɪ] *n* thái độ đường hoàng
dilemma [dɪ'lɛmə; daɪ-] *n* tình thế khó xử
dilute [daɪ'lu:t] *v* pha loãng
diluted [daɪ'lu:tɪd] *adj* loãng
dim [dɪm] *adj* mờ
dimension [dɪ'mɛnʃən] *n* kích thước
diminish [dɪ'mɪnɪʃ] *v* giảm bớt
din [dɪn] *n* tiếng ầm ĩ
dinghy ['dɪŋɪ] *n* xuồng
dinner ['dɪnə] *n* bữa tối; **dinner jacket** *n* áo vestong mặc đi dự tiệc; **dinner party** *n* bữa ăn liên hoan; **dinner time** *n* giờ ăn tối; **The dinner was delicious** Bữa tối rất ngon; **What time is dinner?** Mấy giờ sẽ có bữa tối?; **Would you like to go out for dinner?** Cho phép tôi mời anh đi ăn tối nhé?
dinosaur ['daɪnəˌsɔ:] *n* con khủng long
dip [dɪp] *n (food/sauce)* nước chấm ▷ *v* nhúng
diploma [dɪ'pləʊmə] *n* văn bằng
diplomat ['dɪpləˌmæt] *n* nhà ngoại giao
diplomatic [ˌdɪplə'mætɪk] *adj* mang tính ngoại giao
dipstick ['dɪpˌstɪk] *n* que đo mực

nước

direct [dɪ'rɛkt; daɪ-] *adj* trực tiếp ▷ *v* chỉ đạo; **direct debit** *n* ủy nhiệm chi

direction [dɪ'rɛkʃən; daɪ-] *n* phương hướng

directions [dɪ'rɛkʃənz; daɪ-] *npl* chỉ thị

directly [dɪ'rɛktlɪ; daɪ-] *adv* một cách trực tiếp

director [dɪ'rɛktə; daɪ-] *n* giám đốc; **managing director** *n* giám đốc điều hành; **What is the name of the managing director?** Giám đốc điều hành tên là gì?

directory [dɪ'rɛktərɪ; -trɪ; daɪ-] *n* cuốn danh bạ; **directory enquiries** *npl* hỏi tổng đài; **telephone directory** *n* danh bạ điện thoại

dirt [dɜːt] *n* chất bẩn

dirty ['dɜːtɪ] *adj* bẩn; **It's dirty** Bẩn quá; **My sheets are dirty** Khăn trải giường của tôi bẩn

disability [ˌdɪsə'bɪlɪtɪ] *n* sự tàn tật

disabled [dɪ'seɪbᵊld] *adj* tàn tật ▷ *npl* người tàn tật; **Are there any toilets for the disabled?** Có nhà vệ sinh nào dành cho người tàn tật không?; **Do you provide access for the disabled?** Chỗ anh có lối đi dành cho người tàn tật không?; **Is there a reduction for disabled people?** Có giảm giá cho người tàn tật không?; **What facilities do you have for disabled people?** Anh có những tiện nghi gì dành cho người tàn tật?

disadvantage [ˌdɪsəd'vaːntɪdʒ] *n* sự bất lợi

disagree [ˌdɪsə'griː] *v* bất đồng

disagreement [ˌdɪsə'griːmənt] *n* sự bất đồng

disappear [ˌdɪsə'pɪə] *v* biến mất

disappearance [ˌdɪsə'pɪərəns] *n* sự biến mất

disappoint [ˌdɪsə'pɔɪnt] *v* làm thất vọng

disappointed [ˌdɪsə'pɔɪntɪd] *adj* thất vọng

disappointing [ˌdɪsə'pɔɪntɪŋ] *adj* làm thất vọng

disappointment [ˌdɪsə'pɔɪntmənt] *n* sự thất vọng

disaster [dɪ'zaːstə] *n* thảm họa

disastrous [dɪ'zaːstrəs] *adj* thảm khốc

disc [dɪsk] *n* vật hình đĩa; **compact disc** *n* đĩa CD; **disc jockey** *n* nhân viên DJ; **slipped disc** *n* sự trật đĩa đệm

discharge [dɪs'tʃaːdʒ] *v* **When will I be discharged?** Khi nào tôi được ra viện?

discipline ['dɪsɪplɪn] *n* kỷ luật

disclose [dɪs'kləʊz] *v* tiết lộ

disco ['dɪskəʊ] *n* điệu nhảy disco

disconnect [ˌdɪskə'nɛkt] *v* ngắt ra

discount ['dɪskaʊnt] *n* sự giảm giá; **student discount** *n* sự giảm giá cho sinh viên

discourage [dɪs'kʌrɪdʒ] *v* làm nản lòng

discover [dɪ'skʌvə] *v* phát hiện

discretion [dɪ'skrɛʃən] *n* sự thận trọng

discrimination [dɪˌskrɪmɪ'neɪʃən] *n* sự phân biệt đối xử

discuss [dɪ'skʌs] *v* thảo luận

discussion [dɪ'skʌʃən] *n* sự thảo luận

disease [dɪ'zi:z] *n* bệnh; **Alzheimer's disease** *n* bệnh Alzheimer
disgraceful [dɪs'greɪsfʊl] *adj* ô nhục
disguise [dɪs'gaɪz] *v* cải trang
disgusted [dɪs'gʌstɪd] *adj* cảm thấy kinh tởm
disgusting [dɪs'gʌstɪŋ] *adj* ghê tởm
dish [dɪʃ] *n (plate)* đĩa *(đựng thức ăn)*; **dish towel** *n* khăn lau bát; **satellite dish** *n* chảo vệ tinh; **soap dish** *n* chỗ để xà phòng
dishcloth ['dɪʃˌklɒθ] *n* khăn rửa bát
dishonest [dɪs'ɒnɪst] *adj* không trung thực
dishwasher ['dɪʃˌwɒʃə] *n* máy rửa bát đĩa
disinfectant [ˌdɪsɪn'fɛktənt] *n* chất tẩy uế
disk [dɪsk] *n* đĩa máy tính; **disk drive** *n* ổ đĩa
diskette [dɪs'kɛt] *n* đĩa mềm
dislike [dɪs'laɪk] *v* không thích
dismal ['dɪzməl] *adj* ảm đạm
dismiss [dɪs'mɪs] *v* sa thải
disobedient [ˌdɪsə'bi:dɪənt] *adj* không vâng lời
disobey [ˌdɪsə'beɪ] *v* không tuân thủ
dispenser [dɪ'spɛnsə] *n* thiết bị phân phát; **cash dispenser** *n* máy rút tiền
display [dɪ'spleɪ] *n* sự trưng bày ▹ *v* trưng bày
disposable [dɪ'spəʊzəbᵊl] *adj* dùng một lần
disqualify [dɪs'kwɒlɪˌfaɪ] *v* loại *(bỏ)*
disrupt [dɪs'rʌpt] *v* làm gián đoạn
dissatisfied [dɪs'sætɪsˌfaɪd] *adj* bất mãn
dissolve [dɪ'zɒlv] *v* hòa tan
distance ['dɪstəns] *n* khoảng cách
distant ['dɪstənt] *adj* xa
distillery [dɪ'stɪlərɪ] *n* nhà máy rượu
distinction [dɪ'stɪŋkʃən] *n* sự phân biệt
distinctive [dɪ'stɪŋktɪv] *adj* dễ phân biệt
distinguish [dɪ'stɪŋgwɪʃ] *v* phân biệt
distract [dɪ'strækt] *v* làm sao lãng
distribute [dɪ'strɪbju:t] *v* phân phối
distributor [dɪ'strɪbjʊtə] *n* nhà phân phối
district ['dɪstrɪkt] *n* quận
disturb [dɪ'stɜ:b] *v* quấy rầy
ditch [dɪtʃ] *n* mương ▹ *v* bỏ
dive [daɪv] *n* sự lặn ▹ *v* lao đầu xuống nước
diver ['daɪvə] *n* thợ lặn
diversion [daɪ'vɜ:ʃən] *n* đường vòng
divide [dɪ'vaɪd] *v* chia tách
diving ['daɪvɪŋ] *n* việc lao đầu xuống nước; **diving board** *n* ván nhún ở bể bơi; **scuba diving** *n* môn lặn
division [dɪ'vɪʒən] *n* sự chia tách
divorce [dɪ'vɔ:s] *n* sự ly dị ▹ *v* sự ly dị
divorced [dɪ'vɔ:st] *adj* đã ly dị; **I'm divorced** Tôi đã ly dị
DIY [di: aɪ waɪ] *abbr* việc tự làm
dizzy ['dɪzɪ] *adj* chóng mặt; **I feel dizzy** Tôi thấy chóng mặt; **I keep having dizzy spells** Tôi liên tục bị nhiều đợt chóng mặt
DJ [di: dʒeɪ] *abbr* nhân viên DJ
DNA [di: ɛn eɪ] *n* DNA
do [dʊ] *v* làm; **Can you do it straightaway?** Anh có thể làm luôn được không?; **What are you**

doing this evening? Tối nay anh làm gì?; **What do I do?** Tôi phải làm gì?; **What do you do?** Anh làm nghề gì?; **What is there for children to do?** Có gì cho trẻ em làm không?; **What is there to do here?** Ở đây có gì để làm không?; **What would you like to do today?** Hôm nay anh muốn làm gì?
dock [dɒk] *n* bến tàu
doctor ['dɒktə] *n* bác sỹ; **Please call the emergency doctor** Làm ơn mời bác sỹ cấp cứu
document ['dɒkjʊmənt] *n* tài liệu; **I want to copy this document** Tôi muốn phôtô tài liệu này
documentary [ˌdɒkjʊ'mɛntərɪ; -trɪ] *n* phim tài liệu
documentation [ˌdɒkjʊmɛn'teɪʃən] *n* bộ tài liệu
documents [ˌdɒkjʊmɛnts] *npl* tài liệu
dodge [dɒdʒ] *v* né tránh
dog [dɒg] *n* con chó; **guide dog** *n* chó dẫn đường; **hot dog** *n* bánh mỳ kẹp xúc xích
dole [dəʊl] *n* tiền trợ cấp thất nghiệp
doll [dɒl] *n* búp bê
dollar ['dɒlə] *n* đô la; **Do you take dollars?** Anh có lấy tiền đô la không?
dolphin ['dɒlfɪn] *n* cá heo
domestic [də'mɛstɪk] *adj* nội địa
Dominican Republic [də'mɪnɪkən rɪ'pʌblɪk] *n* nước Cộng hòa Dominica
domino ['dɒmɪˌnəʊ] *n* quân cờ đôminô
dominoes ['dɒmɪˌnəʊz] *npl* cờ đôminô
donate [dəʊ'neɪt] *v* tặng
done [dʌn] *adj* đã xong
donkey ['dɒŋkɪ] *n* con lừa
donor ['dəʊnə] *n* người tặng
door [dɔː] *n* cửa ra vào; **door handle** *n* tay nắm cửa; **The door handle has come off** Tay nắm cửa ra vào bị bung ra; **The door won't close** Cửa ra vào không đóng được; **The door won't lock** Cửa ra vào không khóa được; **The door won't open** Cửa ra vào không mở được
doorbell ['dɔːˌbɛl] *n* chuông cửa
doorman, doormen ['dɔːˌmæn; 'dɔːˌmɛn] *n* người gác cửa
doorstep ['dɔːˌstɛp] *n* ngưỡng cửa
dormitory ['dɔːmɪtərɪ; -trɪ] *n* ký túc xá
dose [dəʊs] *n* liều *(thuốc)*
dot [dɒt] *n* chấm tròn nhỏ
double ['dʌbᵊl] *adj* gấp đôi ▷ *v* tăng gấp đôi; **double bass** *n* đàn công tơ bát; **double bed** *n* giường đôi; **double glazing** *n* cửa sổ lắp hai lớp kính cách nhiệt; **double room** *n* phòng đôi
doubt [daʊt] *n* sự nghi ngờ ▷ *v* nghi ngờ
doubtful ['daʊtfʊl] *adj* nghi ngờ
dough [dəʊ] *n* bột nhào làm bánh
doughnut ['dəʊnʌt] *n* bánh rán
do up [dʊ ʌp] *v* gói lại
dove [dʌv] *n* chim bồ câu
do without [dʊ wɪ'ðaʊt] *v* không có
down [daʊn] *adv* xuống *(dưới)*
download ['daʊnˌləʊd] *n* tài liệu tải về ▷ *v* tải về
downpour ['daʊnˌpɔː] *n* trận mưa

to
downstairs ['daʊn'stɛəz] *adj* ở dưới nhà ▷ *adv* ở dưới nhà
downtown ['daʊn'taʊn] *adv* trung tâm thành phố
doze [dəʊz] *v* ngủ gà ngủ gật
dozen ['dʌzᵊn] *n* tá
doze off [dəʊz ɒf] *v* ngủ lơ mơ
drab [dræb] *adj* xám xịt
draft [drɑːft] *n* dự thảo
drag [dræg] *v* kéo lê
dragon ['drægən] *n* con rồng
dragonfly ['drægən,flaɪ] *n* con chuồn chuồn
drain [dreɪn] *n* cống ▷ *v* làm ráo nước; **draining board** *n* tấm thoát nước; **The drain is blocked** Cống bị tắc
drainpipe ['dreɪn,paɪp] *n* ống thoát nước
drama ['drɑːmə] *n* kịch *(nói)*
dramatic [drə'mætɪk] *adj* kịch tính
drastic ['dræstɪk] *adj* mạnh mẽ
draught [drɑːft] *n* gió lùa
draughts [drɑːfts] *npl* cờ đam
draw [drɔː] *n (tie)* sự rút thăm ▷ *v (equal with)* hoà *(tỉ số)*, *(sketch)* vẽ
drawback ['drɔː,bæk] *n* mặt hạn chế
drawer ['drɔːə] *n* ngăn kéo; **The drawer is jammed** Ngăn kéo bị kẹt
drawers [drɔːz] *n* **chest of drawers** *n* tủ có nhiều ngăn kéo
drawing ['drɔːɪŋ] *n* bản vẽ
drawing pin ['drɔːɪŋ pɪn] *n* đinh ghim
dreadful ['drɛdfʊl] *adj* dễ sợ
dream [driːm] *n* giấc mơ ▷ *v* mơ *(ngủ)*
drench [drɛntʃ] *v* làm ướt sũng
dress [drɛs] *n* váy dài ▷ *v* mặc quần áo; **evening dress** *n* váy dạ hội; **wedding dress** *n* địa chỉ tổ chức đám cưới
dressed [drɛst] *adj* đã mặc quần áo
dresser ['drɛsə] *n* chạn bát đĩa
dressing ['drɛsɪŋ] *n* **salad dressing** *n* dầu trộn xa-lát
dressing gown ['drɛsɪŋ gaʊn] *n* áo ngủ choàng
dressing table ['drɛsɪŋ 'teɪbᵊl] *n* bàn trang điểm
dress up [drɛs ʌp] *v* ăn diện
dried [draɪd] *adj* đã khô
drift [drɪft] *n* sự trôi dạt ▷ *v* trôi dạt
drill [drɪl] *n* máy khoan ▷ *v* khoan; **pneumatic drill** *n* khoan khí động
drink [drɪŋk] *n* đồ uống ▷ *v* uống; **binge drinking** *n* cuộc chè chén say sưa; **drinking water** *n* nước uống; **soft drink** *n* đồ uống không có cồn; **Can I get you a drink?** Cho phép tôi mời anh uống gì nhé?; **Do you drink milk?** Anh có uống sữa không?; **I don't drink alcohol** Tôi không uống rượu; **I never drink wine** Tôi không bao giờ uống rượu vang; **I'm not drinking, thank you** Tôi không uống, xin cảm ơn; **The drinks are on me** Để tôi trả tiền đồ uống; **What is your favourite drink?** Anh thích loại đồ uống gì nhất?; **What non-alcoholic drinks do you have?** Anh có những loại đồ uống không cồn gì?; **What would you like to drink?** Anh muốn uống gì?; **Would you like a drink?** Anh có muốn uống gì không?, Anh muốn uống gì không?
drink-driving ['drɪŋk'draɪvɪŋ] *n*

việc lái xe khi say rượu
drip [drɪp] *n* nhỏ giọt ▷ *v* chảy nhỏ giọt
drive [draɪv] *n* chuyến đi chơi bằng xe ▷ *v* lái xe; **driving instructor** *n* người dạy lái xe; **four-wheel drive** *n* xe hai cầu; **left-hand drive** *n* tay lái nghịch; **right-hand drive** *n* tay lái thuận; **You were driving too fast** Anh đã lái xe quá nhanh
driver ['draɪvə] *n* người lái xe; **learner driver** *n* người học lái xe; **lorry driver** *n* tài xế xe tải; **racing driver** *n* tay đua; **truck driver** *n* lái xe tải
driveway ['draɪv,weɪ] *n* đường lái xe vào nhà
driving lesson ['draɪvɪŋ 'lɛsᵊn] *n* bài học lái xe
driving licence ['draɪvɪŋ 'laɪsəns] *n* bằng lái xe; **Here is my driving licence** Đây là bằng lái xe của tôi; **I don't have my driving licence on me** Tôi không mang bằng lái theo người; **My driving licence number is...** Số bằng lái của tôi là...
driving test ['draɪvɪŋ 'tɛst] *n* **driving test** *n* kỳ thi lái xe
drizzle ['drɪzᵊl] *n* mưa phùn
drop [drɒp] *n* giọt; **eye drops** *npl* thuốc nhỏ mắt
drought [draʊt] *n* hạn hán
drown [draʊn] *v* chết đuối; **Someone is drowning!** Có người chết đuối!
drowsy ['draʊzɪ] *adj* buồn ngủ
drug [drʌg] *n* thuốc *(chữa bệnh)*; **drug addict** *n* người nghiện ma túy; **drug dealer** *n* kẻ buôn ma túy
drum [drʌm] *n* cái trống
drummer ['drʌmə] *n* người đánh trống
drunk [drʌŋk] *adj* say rượu ▷ *n* người say rượu
dry [draɪ] *adj* khô ▷ *v* sấy khô; **bone dry** *adj* khô xác; **I have dry hair** Tôi có tóc khô
dry-cleaner's ['draɪ'kli:nəz] *n* hiệu giặt khô là hơi
dry-cleaning ['draɪ'kli:nɪŋ] *n* sự giặt khô là hơi
dryer ['draɪə] *n* máy sấy; **spin dryer** *n* máy quay làm khô quần áo; **tumble dryer** *n* máy sấy quần áo
dual ['dju:əl] *adj* **dual carriageway** *n* đường cao tốc phân làn
dubbed [dʌbt] *adj* được lồng tiếng
dubious ['dju:bɪəs] *adj* đáng ngờ
duck [dʌk] *n* con vịt
due [dju:] *adj* đến hạn; **When is it due to be paid?** Khi nào đến hạn phải trả?
due to [dju: tʊ] *prep* do
dull [dʌl] *adj* buồn tẻ
dumb [dʌm] *adj* câm
dummy ['dʌmɪ] *n* người nộm ma nơ canh
dump [dʌmp] *n* bãi rác ▷ *v* vứt bỏ; **rubbish dump** *n* chỗ đổ rác
dumpling ['dʌmplɪŋ] *n* bánh bao
dune [dju:n] *n* **sand dune** *n* cồn cát
dungarees [,dʌŋgə'ri:z] *npl* quần yếm
dungeon ['dʌndʒən] *n* ngục tối
duration [djʊ'reɪʃən] *n* khoảng thời gian
during ['djʊərɪŋ] *prep* trong khi
dusk [dʌsk] *n* hoàng hôn
dust [dʌst] *n* bụi ▷ *v* phủi bụi
dustbin ['dʌst,bɪn] *n* thùng rác

dustman, dustmen ['dʌstmən, 'dʌstmɛn] *n* người hót rác
dustpan ['dʌst,pæn] *n* cái hót rác
dusty ['dʌstɪ] *adj* đầy bụi
Dutch [dʌtʃ] *adj* thuộc Hà Lan ▷ *n* tiếng Hà Lan
Dutchman, Dutchmen ['dʌtʃmən, 'dʌtʃmɛn] *n* đàn ông Hà Lan
Dutchwoman, Dutchwomen [ˌdʌtʃwʊmən, 'dʌtʃˌwɪmɪn] *n* phụ nữ Hà Lan
duty ['dju:tɪ] *n* nghĩa vụ; **(customs) duty** *n* hải quan
duty-free ['dju:tɪ'fri:] *adj* miễn thuế ▷ *n* sự miễn thuế
duvet ['du:veɪ] *n* chăn lông vịt
DVD [di: vi: di:] *n* đĩa DVD; **DVD burner** *n* đầu ghi đĩa DVD; **DVD player** *n* đầu đĩa DVD
dwarf, dwarves [dwɔ:f, dwɔ:vz] *n* người lùn
dye [daɪ] *n* thuốc nhuộm ▷ *v* nhuộm; **Can you dye my hair, please?** Anh làm ơn nhuộm tóc cho tôi được không?
dynamic [daɪ'næmɪk] *adj* năng động
dyslexia [dɪs'lɛksɪə] *n* bệnh khó đọc
dyslexic [dɪs'lɛksɪk] *adj* mắc bệnh khó đọc ▷ *n* người mắc bệnh khó đọc

e

each [i:tʃ] *adj* mỗi ▷ *pron* mỗi người
eagle ['i:gᵊl] *n* đại bàng
ear [ɪə] *n* tai
earache ['ɪərˌeɪk] *n* đau tai
eardrum ['ɪəˌdrʌm] *n* màng nhĩ
earlier ['ɜ:lɪə] *adv* sớm hơn; **I would prefer an earlier flight** Tôi muốn bay chuyến sớm hơn
early ['ɜ:lɪ] *adj* sớm ▷ *adv* sớm; **We arrived early/late** Chúng tôi đến sớm/muộn
earn [ɜ:n] *v* kiếm được
earnings ['ɜ:nɪŋz] *npl* thu nhập
earphones ['ɪəˌfəʊnz] *npl* tai nghe
earplugs ['ɪəˌplʌgz] *npl* nút bịt tai
earring ['ɪəˌrɪŋ] *n* hoa tai
earth [ɜ:θ] *n* trái đất
earthquake ['ɜ:θˌkweɪk] *n* động đất
easily ['i:zɪlɪ] *adv* dễ dàng
east [i:st] *adj* hướng đông ▷ *adv* phía đông ▷ *n* đông *(hướng)*; **Far East** *n* Viễn Đông; **Middle East** *n* vùng Trung Đông

eastbound [ˈiːstˌbaʊnd] *adj* về hướng đông
Easter [ˈiːstə] *n* lễ Phục sinh; **Easter egg** *n* trứng Phục sinh
eastern [ˈiːstən] *adj* phía đông
easy [ˈiːzɪ] *adj* dễ; **easy chair** *n* ghế bành
easy-going [ˈiːzɪˈgəʊɪŋ] *adj* dễ tính
eat [iːt] *v* ăn; **Can I eat on the terrace?** Tôi có thể ăn trên sân trời không?; **Do you eat meat?** Anh có ăn thịt không?; **Have you eaten?** Anh ăn chưa?; **I can't eat liver** Tôi không ăn được gan; **I can't eat raw eggs** Tôi không ăn được trứng sống; **I don't eat fish** Tôi không ăn cá; **I don't eat meat** Tôi không ăn thịt; **I don't eat pork** Tôi không ăn thịt lợn; **Is there somewhere to eat on the boat?** Trên thuyền có chỗ ăn không?; **What would you like to eat?** Anh muốn ăn gì?; **Would you like something to eat?** Anh có muốn ăn gì không?
e-book [ˈiːˈbʊk] *n* sách điện tử
eccentric [ɪkˈsɛntrɪk] *adj* kỳ dị
echo [ˈɛkəʊ] *n* tiếng vọng
ecofriendly [ˈiːkəʊˌfrɛndlɪ] *adj* thân thiện với môi sinh
ecological [ˌiːkəˈlɒdʒɪkᵊl] *adj* thuộc sinh thái học
ecology [ɪˈkɒlədʒɪ] *n* sinh thái học
e-commerce [ˈiːkɒmɜːs] *n* thương mại điện tử
economic [ˌiːkəˈnɒmɪk; ˌɛkə-] *adj* thuộc về kinh tế
economical [ˌiːkəˈnɒmɪkᵊl; ˌɛkə-] *adj* tiết kiệm
economics [ˌiːkəˈnɒmɪks; ˌɛkə-] *npl* kinh tế học
economist [ɪˈkɒnəmɪst] *n* nhà kinh tế học
economize [ɪˈkɒnəˌmaɪz] *v* tiết kiệm
economy [ɪˈkɒnəmɪ] *n* nền kinh tế; **economy class** *n* hạng phổ thông
ecstasy [ˈɛkstəsɪ] *n* trạng thái mê ly
Ecuador [ˈɛkwəˌdɔː] *n* nước Ê-cu-a-đo
eczema [ˈɛksɪmə; ɪgˈziːmə] *n* bệnh ec-ze-ma
edge [ɛdʒ] *n* rìa
edgy [ˈɛdʒɪ] *adj* bồn chồn
edible [ˈɛdɪbᵊl] *adj* ăn được
edition [ɪˈdɪʃən] *n* bản in
editor [ˈɛdɪtə] *n* biên tập viên
educated [ˈɛdjʊˌkeɪtɪd] *adj* có học thức
education [ˌɛdjʊˈkeɪʃən] *n* giáo dục; **adult education** *n* giáo dục dành cho người trưởng thành; **higher education** *n* giáo dục đại học
educational [ˌɛdjʊˈkeɪʃənᵊl] *adj* có tính giáo dục
eel [iːl] *n* con lươn *(con vật)*
effect [ɪˈfɛkt] *n* tác động; **side effect** *n* tác dụng phụ
effective [ɪˈfɛktɪv] *adj* có tác dụng
effectively [ɪˈfɛktɪvlɪ] *adv* một cách có tác dụng
efficient [ɪˈfɪʃənt] *adj* hiệu quả
efficiently [ɪˈfɪʃəntlɪ] *adv* một cách hiệu quả
effort [ˈɛfət] *n* nỗ lực
e.g. [iː dʒiː] *abbr* vd
egg [ɛg] *n* trứng; **boiled egg** *n* trứng luộc; **egg white** *n* lòng trắng trứng; **egg yolk** *n* lòng đỏ trứng; **Easter egg** *n* trứng Phục sinh; **scrambled eggs** *npl* món trứng bác; **Could**

you prepare a meal without eggs? Anh có thể chuẩn bị một bữa ăn không có trứng không?; **I can't eat raw eggs** Tôi không ăn được trứng sống
eggcup ['ɛg,kʌp] *n* cốc chần trứng
Egypt ['i:dʒɪpt] *n* Ai Cập
Egyptian [ɪ'dʒɪpʃən] *adj* thuộc Ai Cập ▹ *n* người Ai Cập
eight [eɪt] *number* tám; **two for the eight o'clock showing** hai vé cho buổi diễn lúc tám giờ
eighteen ['eɪ'ti:n] *number* mười tám
eighteenth ['eɪ'ti:nθ] *adj* thứ mười tám
eighth [eɪtθ] *adj* thứ tám ▹ *n* thứ tám
eighty ['eɪtɪ] *number* tám mươi
Eire ['ɛərə] *n* nước Ai-len
either ['aɪðə; 'i:ðə] *adv (with negative)* hoặc ▹ *conj (.. or)* hoặc ▹ *pron* một trong hai; **either... or** *conj* hoặc... hoặc
elastic [ɪ'læstɪk] *n* chun; **elastic band** *n* dây chun
Elastoplast® [ɪ'læstə,plɑ:st] *n* băng dính y tế Elastoplast®
elbow ['ɛlbəʊ] *n* khuỷu tay
elder ['ɛldə] *adj* lớn hơn
elderly ['ɛldəlɪ] *adj* cao tuổi
eldest ['ɛldɪst] *adj* cả *(lớn nhất)*
elect [ɪ'lɛkt] *v* bầu *(cử)*
election [ɪ'lɛkʃən] *n* sự bầu cử; **general election** *n* tổng tuyển cử
electorate [ɪ'lɛktərɪt] *n* đoàn cử tri
electric [ɪ'lɛktrɪk] *adj* điện; **electric blanket** *n* chăn điện; **electric shock** *n* điện giật; **There is something wrong with the electrics** Hệ thống điện bị hỏng cái gì đó
electrical [ɪ'lɛktrɪkᵊl] *adj* điện
electrician [ɪlɛk'trɪʃən; ,i:lɛk-] *n* thợ điện
electricity [ɪlɛk'trɪsɪtɪ; ,i:lɛk-] *n* điện; **Do we have to pay extra for electricity?** Chúng tôi có phải trả thêm tiền điện không?; **Is the cost of electricity included?** Tiền điện có bao gồm trong đó không?; **There is no electricity** Không có điện; **Where is the electricity meter?** Đồng hồ đo điện ở đâu?
electronic [ɪlɛk'trɒnɪk; ,i:lɛk-] *adj* điện tử
electronics [ɪlɛk'trɒnɪks; ,i:lɛk-] *npl* điện tử học
elegant ['ɛlɪgənt] *adj* thanh nhã
element ['ɛlɪmənt] *n* thành phần
elephant ['ɛlɪfənt] *n* con voi
eleven [ɪ'lɛvᵊn] *number* mười một
eleventh [ɪ'lɛvᵊnθ] *adj* thứ mười một
eliminate [ɪ'lɪmɪ,neɪt] *v* loại trừ *(xóa bỏ)*
elm [ɛlm] *n* cây du
else [ɛls] *adj* khác; **Have you anything else?** Anh có thứ gì khác không?
elsewhere [,ɛls'wɛə] *adv* ở nơi khác
email ['i:meɪl] *n* email ▹ *vt (a person)* gửi email; **email address** *n* địa chỉ email; **Can I have your email?** Cho tôi xin email của anh được không?; **Did you get my email?** Anh có nhận được email của tôi không?; **Do you have an email?** Anh có email không?; **My email address is...** Địa chỉ email của tôi là...; **What is your email**

address? Địa chỉ email của anh là gì?
embankment [ɪm'bæŋkmənt] *n* kè
embarrassed [ˌɪm'bærəst] *adj* xấu hổ
embarrassing [ɪm'bærəsɪŋ] *adj* đáng xấu hổ
embassy ['ɛmbəsɪ] *n* đại sứ quán
embroider [ɪm'brɔɪdə] *v* thêu
embroidery [ɪm'brɔɪdərɪ] *n* đồ thêu
emergency [ɪ'mɜːdʒənsɪ] *n* tình trạng khẩn cấp; **accident & emergency department** *n* khoa cấp cứu; **emergency exit** *n* cửa thoát hiểm; **emergency landing** *n* hạ cánh khẩn cấp
emigrate ['ɛmɪˌgreɪt] *v* di cư
emotion [ɪ'məʊʃən] *n* cảm xúc
emotional [ɪ'məʊʃənᵊl] *adj* xúc động
emperor, empress ['ɛmpərə, 'ɛmprɪs] *n* hoàng đế
emphasize ['ɛmfəˌsaɪz] *v* nhấn mạnh
empire ['ɛmpaɪə] *n* đế chế
employ [ɪm'plɔɪ] *v* thuê người
employee [ɛm'plɔɪiː; ˌɛmplɔɪ'iː] *n* nhân viên
employer [ɪm'plɔɪə] *n* người chủ
employment [ɪm'plɔɪmənt] *n* việc làm
empty ['ɛmptɪ] *adj* trống rỗng ▷ *v* dốc ra
enamel [ɪ'næməl] *n* men *(gốm)*
encourage [ɪn'kʌrɪdʒ] *v* khuyến khích
encouragement [ɪn'kʌrɪdʒmənt] *n* sự khuyến khích
encouraging [ɪn'kʌrɪdʒɪŋ] *adj* đáng khích lệ
encyclopaedia [ɛnˌsaɪkləʊ'piːdɪə] *n* bách khoa toàn thư
end [ɛnd] *n* điểm cuối ▷ *v* kết thúc; **dead end** *n* ngõ cụt
endanger [ɪn'deɪndʒə] *v* gây nguy hiểm
ending ['ɛndɪŋ] *n* kết cục
endless ['ɛndlɪs] *adj* vô tận
enemy ['ɛnəmɪ] *n* kẻ thù
energetic [ˌɛnə'dʒɛtɪk] *adj* đầy nhiệt huyết
energy ['ɛnədʒɪ] *n* năng lượng
engaged [ɪn'geɪdʒd] *adj* đã hứa hôn; **engaged tone** *n* tín hiệu bận
engagement [ɪn'geɪdʒmənt] *n* sự hứa hôn; **engagement ring** *n* nhẫn hứa hôn
engine ['ɛndʒɪn] *n* động cơ; **search engine** *n* công cụ tìm kiếm
engineer [ˌɛndʒɪ'nɪə] *n* kỹ sư
engineering [ˌɛndʒɪ'nɪərɪŋ] *n* nghề cơ khí
England ['ɪŋglənd] *n* nước Anh
English ['ɪŋglɪʃ] *adj* thuộc Anh ▷ *n* tiếng Anh; **Do you speak English?** Anh có nói được tiếng Anh không?; **Does anyone speak English?** Có ai nói được tiếng Anh không?; **I don't speak English** Tôi không nói được tiếng Anh; **I speak very little English** Tôi nói được rất ít tiếng Anh
Englishman, Englishmen ['ɪŋglɪʃmən, 'ɪŋglɪʃmɛn] *n* đàn ông Anh
Englishwoman, Englishwomen ['ɪŋglɪʃˌwʊmən, 'ɪŋglɪʃˌwɪmɪn] *n* phụ nữ Anh

engrave [ɪn'greɪv] *v* khắc *(chạm)*
enjoy [ɪn'dʒɔɪ] *v* vui thích
enjoyable [ɪn'dʒɔɪəbᵊl] *adj* thú vị
enlargement [ɪn'lɑ:dʒmənt] *n* sự phóng to
enormous [ɪ'nɔ:məs] *adj* to lớn
enough [ɪ'nʌf] *adj* đủ ▹ *pron* đủ; **That's enough, thank you** Thế đủ rồi, cám ơn
enquire [ɪn'kwaɪə] *v* tìm hiểu
enquiry [ɪn'kwaɪərɪ] *n* sự tìm hiểu; **enquiry desk** *n* bàn thông tin
ensure [ɛn'ʃʊə; -'ʃɔ:] *v* bảo đảm
enter ['ɛntə] *v* đi vào
entertain [,ɛntə'teɪn] *v* giải trí
entertainer [,ɛntə'teɪnə] *n* người làm trò giải trí
entertaining [,ɛntə'teɪnɪŋ] *adj* vui thú
entertainment [,ɛntə'teɪnmənt] *n* **What entertainment is there?** Có hoạt động giải trí gì?
enthusiasm [ɪn'θju:zɪ,æzəm] *n* sự nhiệt tình
enthusiastic [ɪn,θju:zɪ'æstɪk] *adj* nhiệt tình
entire [ɪn'taɪə] *adj* toàn bộ
entirely [ɪn'taɪəlɪ] *adv* toàn bộ
entrance ['ɛntrəns] *n* lối vào; **entrance fee** *n* phí vào cửa; **Where is the wheelchair-accessible entrance?** Lối vào dành cho xe lăn ở đâu?
entry ['ɛntrɪ] *n* cửa vào; **entry phone** *n* điện thoại ở cửa vào
envelope ['ɛnvə,ləʊp; 'ɒn-] *n* phong bì
envious ['ɛnvɪəs] *adj* ghen tị
environment [ɪn'vaɪrənmənt] *n* môi trường
environmental [ɪn,vaɪrən'mɛntə,l] *adj* thuộc môi trường; **environmentally friendly** *adj* thân thiện với môi trường
envy ['ɛnvɪ] *n* sự ghen tị ▹ *v* ghen tị
epidemic [,ɛpɪ'dɛmɪk] *n* bệnh dịch
epileptic [,ɛpɪ'lɛptɪk] *n* bệnh động kinh; **epileptic fit** *n* cơn động kinh
episode ['ɛpɪ,səʊd] *n* hồi *(chương)*
equal ['i:kwəl] *adj* bằng nhau ▹ *v* bằng với
equality [ɪ'kwɒlɪtɪ] *n* sự bình đẳng
equalize ['i:kwə,laɪz] *v* làm bằng nhau
equation [ɪ'kweɪʒən; -ʃən] *n* phương trình
equator [ɪ'kweɪtə] *n* đường xích đạo
Equatorial Guinea [,ɛkwə'tɔ:rɪəl 'gɪnɪ] *n* Ghi-nê Xích đạo
equipment [ɪ'kwɪpmənt] *n* thiết bị; **Can we hire the equipment?** Chúng tôi có thể thuê thiết bị không?
equipped [ɪ'kwɪpt] *adj* được trang bị
equivalent [ɪ'kwɪvələnt] *n* tương đương
erase [ɪ'reɪz] *v* tẩy xóa
Eritrea [,ɛrɪ'treɪə] *n* nước Eritrea
erotic [ɪ'rɒtɪk] *adj* gợi tình
error ['ɛrə] *n* lỗi
escalator ['ɛskə,leɪtə] *n* thang cuốn
escape [ɪ'skeɪp] *n* sự trốn thoát ▹ *v* trốn thoát; **fire escape** *n* lối thoát hiểm
escort [ɪs'kɔ:t] *v* hộ tống
especially [ɪ'spɛʃəlɪ] *adv* đặc biệt là
espionage ['ɛspɪə,nɑ:ʒ; ,ɛspɪə'nɑ:ʒ; 'ɛspɪənɪdʒ] *n* hoạt

động gián điệp
essay ['ɛseɪ] *n* bài luận
essential [ɪ'sɛnʃəl] *adj* thiết yếu
estate [ɪ'steɪt] *n* bất động sản; **estate agent** *n* đại lý bất động sản; **estate car** *n* ô tô rộng năm cửa
estimate *n* ['ɛstɪmɪt] sự ước tính ▹ *v* ['ɛstɪˌmeɪt] ước tính
Estonia [ɛ'stəʊnɪə] *n* nước Estonia
Estonian [ɛ'stəʊnɪən] *adj* thuộc Estonia ▹ *n (language)* tiếng Estonia, *(person)* người Estonia
etc [ɪt 'sɛtrə] *abbr* vv
eternal [ɪ'tɜːnᵊl] *adj* vĩnh viễn
eternity [ɪ'tɜːnɪtɪ] *n* sự vĩnh viễn
ethical ['ɛθɪkᵊl] *adj* có đạo đức
Ethiopia [ˌiːθɪ'əʊpɪə] *n* nước Ethiopia
Ethiopian [ˌiːθɪ'əʊpɪən] *adj* thuộc Ethiopia ▹ *n (person)* người Ethiopia
ethnic ['ɛθnɪk] *adj* thuộc sắc tộc
e-ticket ['iː'tɪkɪt] *n* vé điện tử
EU [iː juː] *abbr* EU
euro ['jʊərəʊ] *n* đồng ơ-rô
Europe ['jʊərəp] *n* châu Âu
European [ˌjʊərə'pɪən] *adj* thuộc châu Âu ▹ *n (person)* người châu Âu; **European Union** *n* Liên minh châu Âu
evacuate [ɪ'vækjʊˌeɪt] *v* sơ tán
eve [iːv] *n* hôm trước
even ['iːvᵊn] *adj* bằng phẳng ▹ *adv* ngay cả
evening ['iːvnɪŋ] *n* buổi tối; **evening class** *n* lớp học buổi tối; **evening dress** *n* váy dạ hội; **in the evening** vào buổi tối; **What is there to do in the evenings?** Buổi tối có gì làm không?
event [ɪ'vɛnt] *n* sự kiện; **Which sporting events can we go to?** Chúng tôi có thể đi xem các sự kiện thể thao gì?
eventful [ɪ'vɛntfʊl] *adj* có nhiều sự kiện
eventually [ɪ'vɛntʃʊəlɪ] *adv* cuối cùng
ever ['ɛvə] *adv* bao giờ *(chưa)*; **Have you ever been to...?** Anh đã bao giờ đến... chưa?
every ['ɛvrɪ] *adj* mọi *(tất cả)*
everybody ['ɛvrɪˌbɒdɪ] *pron* mọi người
everyone ['ɛvrɪˌwʌn; -wən] *pron* mọi người
everything ['ɛvrɪθɪŋ] *pron* mọi thứ
everywhere ['ɛvrɪˌwɛə] *adv* mọi nơi
evidence ['ɛvɪdəns] *n* bằng chứng
evil ['iːvᵊl] *adj* ác
evolution [ˌiːvə'luːʃən] *n* sự tiến hóa
ewe [juː] *n* cừu cái
exact [ɪg'zækt] *adj* chính xác
exactly [ɪg'zæktlɪ] *adv* một cách chính xác
exaggerate [ɪg'zædʒəˌreɪt] *v* phóng đại
exaggeration [ɪg'zædʒəˌreɪʃən] *n* sự phóng đại
exam [ɪg'zæm] *n* kỳ thi
examination [ɪgˌzæmɪ'neɪʃən] *n (medical)* việc kiểm tra, *(school)* việc kiểm tra
examine [ɪg'zæmɪn] *v* kiểm tra
examiner [ɪg'zæmɪnə] *n* giám khảo
example [ɪg'zɑːmpᵊl] *n* ví dụ
excellent ['ɛksələnt] *adj* xuất sắc
except [ɪk'sɛpt] *prep* ngoại trừ
exception [ɪk'sɛpʃən] *n* ngoại lệ
exceptional [ɪk'sɛpʃənᵊl] *adj* khác

thường

excessive [ɪk'sɛsɪv] *adj* quá mức

exchange [ɪks'tʃeɪndʒ] *v* trao đổi; **exchange rate** *n* tỉ giá ngoại hối; **rate of exchange** *n* tỷ giá hối đoái; **stock exchange** *n* thị trường chứng khoán; **I'd like to exchange this** Tôi muốn đổi cái này; **What's the exchange rate?** Tỷ giá là bao nhiêu?

excited [ɪk'saɪtɪd] *adj* phấn khích

exciting [ɪk'saɪtɪŋ] *adj* lý thú

exclude [ɪk'sklu:d] *v* loại trừ *(trừ ra)*

excluding [ɪk'sklu:dɪŋ] *prep* trừ

exclusively [ɪk'sklu:sɪvlɪ] *adv* dành riêng

excuse *n* [ɪk'skju:s] lý do bào chữa ▷ *v* [ɪk'skju:z] tha lỗi

execute ['ɛksɪˌkju:t] *v* hành hình

execution [ˌɛksɪ'kju:ʃən] *n* sự thi hành

executive [ɪg'zɛkjʊtɪv] *n* người điều hành

exercise ['ɛksəˌsaɪz] *n* bài tập

exhaust [ɪg'zɔ:st] *n* **The exhaust is broken** Ống xả bị vỡ

exhausted [ɪg'zɔ:stɪd] *adj* kiệt sức

exhibition [ˌɛksɪ'bɪʃən] *n* triển lãm

ex-husband [ɛks'hʌzbənd] *n* chồng trước

exile ['ɛgzaɪl; 'ɛksaɪl] *n* lưu vong

exist [ɪg'zɪst] *v* tồn tại

exit ['ɛgzɪt; 'ɛksɪt] *n* cửa ra; **emergency exit** *n* cửa thoát hiểm; **Where is the exit?** Cửa ra ở đâu?

exotic [ɪg'zɒtɪk] *adj* lạ

expect [ɪk'spɛkt] *v* trông mong

expedition [ˌɛkspɪ'dɪʃən] *n* cuộc thám hiểm

expel [ɪk'spɛl] *v* làm bật ra

expenditure [ɪk'spɛndɪtʃə] *n* chi tiêu

expenses [ɪk'spɛnsɪz] *npl* chi phí

expensive [ɪk'spɛnsɪv] *adj* đắt; **It's too expensive for me** Quá đắt đối với tôi

experience [ɪk'spɪərɪəns] *n* kinh nghiệm; **work experience** *n* kinh nghiệm nghề nghiệp

experienced [ɪk'spɪərɪənst] *adj* nhiều kinh nghiệm

experiment [ɪk'spɛrɪmənt] *n* thí nghiệm

expert ['ɛkspɜ:t] *n* chuyên gia

expire [ɪk'spaɪə] *v* hết hạn

explain [ɪk'spleɪn] *v* giải thích; **Can you explain what the matter is?** Anh có thể giải thích xem vấn đề là gì không?

explanation [ˌɛksplə'neɪʃən] *n* lời giải thích

explode [ɪk'spləʊd] *v* nổ

exploit [ɪk'splɔɪt] *v* khai thác

exploitation [ˌɛksplɔɪ'teɪʃən] *n* sự khai thác

explore [ɪk'splɔ:] *v* thám hiểm

explorer [ɪk'splɔ:rə] *n* nhà thám hiểm

explosion [ɪk'spləʊʒən] *n* vụ nổ

explosive [ɪk'spləʊsɪv] *n* chất nổ

export *n* ['ɛkspɔ:t] sự xuất khẩu ▷ *v* [ɪk'spɔ:t] xuất khẩu

express [ɪk'sprɛs] *v* diễn tả

expression [ɪk'sprɛʃən] *n* sự diễn tả

extension [ɪk'stɛnʃən] *n* phòng cơi nới; **extension cable** *n* dây nối dài

extensive [ɪk'stɛnsɪv] *adj* rộng rãi

extensively [ɪk'stɛnsɪvlɪ] *adv* một cách rộng rãi

extent [ɪk'stɛnt] *n* phạm vi

exterior [ɪk'stɪərɪə] *adj* ở ngoài
external [ɪk'stɜːnᵊl] *adj* bên ngoài
extinct [ɪk'stɪŋkt] *adj* tuyệt chủng
extinguisher [ɪk'stɪŋgwɪʃə] *n* bình chữa cháy
extortionate [ɪk'stɔːʃənɪt] *adj* cắt cổ
extra ['ɛkstrə] *adj* thêm ▹ *adv* thêm; **Can I have an extra bag, please?** Làm ơn cho tôi xin thêm một chiếc túi được không?; **I'd like it with extra..., please** Làm ơn cho tôi món đó có thêm...
extraordinary [ɪk'strɔːdᵊnrɪ; -dᵊnərɪ] *adj* lạ thường
extravagant [ɪk'strævɪgənt] *adj* hoang phí
extreme [ɪk'striːm] *adj* cực đoan
extremely [ɪk'striːmlɪ] *adv* vô cùng
extremism [ɪk'striːmɪzəm] *n* chủ nghĩa cực đoan
extremist [ɪk'striːmɪst] *n* người theo chủ nghĩa cực đoan
ex-wife [ɛks'waɪf] *n* vợ cũ
eye [aɪ] *n* mắt; **eye drops** *npl* thuốc nhỏ mắt; **eye shadow** *n* phấn mắt; **I have something in my eye** Có cái gì trong mắt tôi; **My eyes are sore** Mắt tôi bị đau
eyebrow ['aɪˌbraʊ] *n* lông mày
eyelash ['aɪˌlæʃ] *n* lông mi
eyelid ['aɪˌlɪd] *n* mí mắt
eyeliner ['aɪˌlaɪnə] *n* chì kẻ mắt
eyesight ['aɪˌsaɪt] *n* thị lực

f

fabric ['fæbrɪk] *n* vải *(vóc)*
fabulous ['fæbjʊləs] *adj* tuyệt vời
face [feɪs] *n* mặt ▹ *v* đối mặt; **face cloth** *n* khăn mặt
facial ['feɪʃəl] *adj* thuộc mặt ▹ *n* sự làm đẹp cho mặt
facilities [fə'sɪlɪtɪz] *npl* phương tiện; **What sports facilities are there?** Có những phương tiện gì để chơi thể thao?
fact [fækt] *n* sự kiện
factory ['fæktərɪ] *n* nhà máy; **I work in a factory** Tôi làm trong nhà máy
fade [feɪd] *v* phai
fag [fæg] *n* việc nhàm chán
fail [feɪl] *v* thất bại
failure ['feɪljə] *n* sự thất bại
faint [feɪnt] *adj* yếu ớt ▹ *v* ngất; **She has fainted** Chị ấy bị ngất
fair [fɛə] *adj (light colour)* sáng màu, *(reasonable)* hợp lý ▹ *n* hội chợ
fairground ['fɛəˌgraʊnd] *n* địa điểm

hội chợ
fairly ['fɛəlɪ] *adv* khá
fairness ['fɛənɪs] *n* sự công bằng
fairy ['fɛərɪ] *n* tiên
fairytale ['fɛərɪˌteɪl] *n* chuyện cổ tích
faith [feɪθ] *n* niềm tin
faithful ['feɪθfʊl] *adj* trung thành
faithfully ['feɪθfʊlɪ] *adv* một cách trung thành
fake [feɪk] *adj* giả ▷ *n* đồ giả
fall [fɔːl] *n* sự rơi ▷ *v* ngã *(xuống)*; **She fell** Con bé bị ngã
fall down [fɔːl daʊn] *v* rụng xuống
fall for [fɔːl fɔː] *v* mê mẩn
fall out [fɔːl aʊt] *v* rơi ra; **A filling has fallen out** Chỗ hàn bị rơi ra rồi
false [fɔːls] *adj* giả; **false alarm** *n* báo động giả
fame [feɪm] *n* sự nổi tiếng
familiar [fə'mɪlɪə] *adj* quen thuộc
family ['fæmɪlɪ; 'fæmlɪ] *n* gia đình; **I want to reserve a family room** Tôi muốn đặt một phòng gia đình; **I'd like to book a family room** Cho tôi đặt một phòng gia đình; **I'm here with my family** Tôi ở đây với gia đình
famine ['fæmɪn] *n* nạn đói
famous ['feɪməs] *adj* nổi tiếng
fan [fæn] *n* quạt; **fan belt** *n* dây đai quạt; **Does the room have a fan?** Phòng có quạt không?
fanatic [fə'nætɪk] *n* người cuồng tín
fancy ['fænsɪ] *v* thích; **fancy dress** *n* quần áo hóa trang
fantastic [fæn'tæstɪk] *adj* tuyệt vời
FAQ [ɛf eɪ kjuː] *abbr* Những Câu hỏi Thường gặp
far [fɑː] *adj* xa ▷ *adv* xa; **Far East** *n* Viễn Đông; **How far are we from the beach?** Chúng ta còn cách bờ biển bao xa?; **How far are we from the bus station?** Chúng ta còn cách trạm xe buýt bao xa?; **How far is it?** Cách bao xa?; **How far is the bank?** Ngân hàng cách đây bao xa?; **Is it far?** Có xa không?; **It's not far** Không xa đâu; **It's quite far** Khá xa đấy
fare [fɛə] *n* tiền vé
farewell [ˌfɛə'wɛl] *excl* tạm biệt!
farm [fɑːm] *n* trang trại
farmer ['fɑːmə] *n* trang chủ *(chủ trang trại)*
farmhouse ['fɑːmˌhaʊs] *n* nhà ở trang trại
farming ['fɑːmɪŋ] *n* việc canh tác
Faroe Islands ['fɛərəʊ 'aɪləndz] *npl* Quần đảo Faroe
fascinating ['fæsɪˌneɪtɪŋ] *adj* hấp dẫn
fashion ['fæʃən] *n* thời trang
fashionable ['fæʃənəbᵊl] *adj* mốt
fast [fɑːst] *adj* nhanh ▷ *adv* nhanh; **He was driving too fast** Anh ấy đã lái xe quá nhanh; **I think my watch is fast** Tôi nghĩ đồng hồ của tôi nhanh
fat [fæt] *adj* béo ▷ *n* mỡ
fatal ['feɪtᵊl] *adj* chết người
fate [feɪt] *n* số phận
father ['fɑːðə] *n* bố
father-in-law ['fɑːðə ɪn lɔː] **(fathers-in-law)** *n* bố chồng
fault [fɔːlt] *n (defect)* lỗi, *(mistake)* lỗi; **It wasn't my fault** Không phải lỗi của tôi
faulty ['fɔːltɪ] *adj* bị lỗi
fauna ['fɔːnə] *npl* hệ động vật

favour ['feɪvə] *n* ơn huệ
favourite ['feɪvərɪt; 'feɪvrɪt] *adj* ưa thích ▷ *n* người ưa thích
fax [fæks] *n* bức fax ▷ *v* gửi fax; **How much is it to send a fax?** Gửi fax giá bao nhiêu?; **I want to send a fax** Tôi muốn gửi fax
fear [fɪə] *n* nỗi sợ ▷ *v* sợ
feasible ['fi:zəbᵊl] *adj* khả thi
feather ['fɛðə] *n* lông vũ
feature ['fi:tʃə] *n* đường nét khuôn mặt
February ['fɛbrʊərɪ] *n* tháng Hai
fed up [fɛd ʌp] *adj* chán ngấy
fee [fi:] *n* lệ phí; **entrance fee** *n* phí vào cửa; **tuition fees** *npl* học phí
feed [fi:d] *v* cho ăn
feedback ['fi:d,bæk] *n* phản hồi
feel [fi:l] *v* cảm thấy; **How are you feeling now?** Bây giờ anh cảm thấy thế nào?
feeling ['fi:lɪŋ] *n* cảm giác
feet [fi:t] *npl* chân; **My feet are a size six** Chân tôi cỡ số sáu; **My feet are sore** Chân tôi đau
felt [fɛlt] *n* nỉ *(vải)*
female ['fi:meɪl] *adj* giống cái ▷ *n* giống cái
feminine ['fɛmɪnɪn] *adj* nữ tính
feminist ['fɛmɪnɪst] *n* người bênh vực phụ nữ
fence [fɛns] *n* hàng rào
fennel ['fɛnᵊl] *n* cây thì là tây
fern [fɜ:n] *n* dương xỉ
ferret ['fɛrɪt] *n* chồn fu-rô
ferry ['fɛrɪ] *n* phà; **Is there a ferry to...?** Có phà đi... không?; **Where do we catch the ferry to...?** Chúng tôi có thể đón phà đi... ở đâu?
fertile ['fɜ:taɪl] *adj* màu mỡ
fertilizer ['fɜ:tɪ,laɪzə] *n* phân bón
festival ['fɛstɪvᵊl] *n* lễ hội
fetch [fɛtʃ] *v* lấy *(mang lại)*
fever ['fi:və] *n* cơn sốt; **hay fever** *n* bệnh dị ứng phấn hoa
few [fju:] *adj* ít *(số lượng)* ▷ *pron* một vài
fewer [fju:ə] *adj* ít hơn
fiancé [fɪ'ɒnseɪ] *n* chồng sắp cưới
fiancée [fɪ'ɒnseɪ] *n* vợ sắp cưới
fibre ['faɪbə] *n* sợi
fibreglass ['faɪbə,glɑ:s] *n* thủy tinh sợi
fiction ['fɪkʃən] *n* truyện tiểu thuyết; **science fiction** *n* truyện khoa học viễn tưởng
field [fi:ld] *n* cánh đồng; **playing field** *n* sân chơi
fierce [fɪəs] *adj* dữ tợn
fifteen ['fɪf'ti:n] *number* mười lăm
fifteenth ['fɪf'ti:nθ] *adj* thứ mười lăm
fifth [fɪfθ] *adj* thứ năm *(thứ tự)*
fifty ['fɪftɪ] *number* năm mươi
fifty-fifty ['fɪftɪ'fɪftɪ] *adj* năm mươi-năm mươi ▷ *adv* năm mươi-năm mươi
fig [fɪg] *n* quả vả
fight [faɪt] *n* trận chiến đấu ▷ *v* chiến đấu
fighting [faɪtɪŋ] *n* sự chiến đấu
figure ['fɪgə; 'fɪgjər] *n* con số
figure out ['fɪgə aʊt] *v* hiểu ra
Fiji ['fi:dʒi:; fi:'dʒi:] *n* Quần đảo Fiji
file [faɪl] *n (folder)* tập hồ sơ, *(tool)* cái giũa ▷ *v (folder)* lưu hồ sơ, *(smoothing)* giũa
Filipino, Filipina [,fɪlɪ'pi:nəʊ, ,fɪlɪ'pi:na] *adj* thuộc Philippin ▷ *n*

người Philippin
fill [fɪl] *v* làm đầy
fillet ['fɪlɪt] *n* phi-lê ▹ *v* lọc phi-lê
fill in [fɪl ɪn] *v* điền vào
filling ['fɪlɪŋ] *n* **A filling has fallen out** Chỗ hàn bị rơi ra rồi; **Can you do a temporary filling?** Anh có thể hàn tạm thời không?
fill up [fɪl ʌp] *v* đổ đầy; **Fill it up, please** Làm ơn đổ đầy bình
film [fɪlm] *n* phim; **film star** *n* ngôi sao điện ảnh; **horror film** *n* phim kinh dị; **A colour film, please** Làm ơn bán cho một cuộn phim màu; **Are there any films in English?** Có phim gì bằng tiếng Anh không?; **Can I film here?** Quay phim ở đây có được không?; **Can you develop this film, please?** Anh làm ơn rửa cuốn phim này được không?; **The film has jammed** Phim bị kẹt; **When does the film start?** Mấy giờ phim bắt đầu chiếu?; **Where can we go to see a film?** Chúng tôi có thể đi xem phim ở đâu?; **Which film is on at the cinema?** Ở rạp đang chiếu phim gì?
filter ['fɪltə] *n* cái lọc ▹ *v* lọc
filthy ['fɪlθɪ] *adj* bẩn thỉu
final ['faɪnᵊl] *adj* cuối cùng ▹ *n* trận chung kết
finalize ['faɪnə,laɪz] *v* hoàn tất
finally ['faɪnəlɪ] *adv* cuối cùng
finance [fɪ'næns; 'faɪnæns] *n* tài chính ▹ *v* tài trợ
financial [fɪ'nænʃəl; faɪ-] *adj* tài chính; **financial year** *n* năm tài chính
find [faɪnd] *v* tìm thấy
find out [faɪnd aʊt] *v* tìm ra
fine [faɪn] *adj* giỏi ▹ *adv* tốt *(tốt đẹp)* ▹ *n* tiền phạt; **How much is the fine?** Tiền phạt là bao nhiêu?; **Where do I pay the fine?** Tôi trả tiền phạt ở đâu?
finger ['fɪŋgə] *n* ngón tay; **index finger** *n* ngón tay trỏ
fingernail ['fɪŋgə,neɪl] *n* móng tay
fingerprint ['fɪŋgə,prɪnt] *n* vân tay
finish ['fɪnɪʃ] *n* phần kết thúc ▹ *v* kết thúc; **When does it finish?** Khi nào kết thúc?
finished ['fɪnɪʃt] *adj* hoàn chỉnh
Finland ['fɪnlənd] *n* nước Phần Lan
Finn ['fɪn] *n* người Phần Lan
Finnish ['fɪnɪʃ] *adj* thuộc Phần Lan ▹ *n* tiếng Phần Lan
fir [fɜː] *n* **fir (tree)** *n* cây linh sam
fire [faɪə] *n* lửa; **fire alarm** *n* thiết bị báo cháy; **fire brigade** *n* đội cứu hỏa; **fire escape** *n* lối thoát hiểm; **fire extinguisher** *n* bình cứu hỏa
fireman, firemen ['faɪəmən, 'faɪəmɛn] *n* lính cứu hỏa
fireplace ['faɪə,pleɪs] *n* lò sưởi
firewall ['faɪə,wɔːl] *n* tường lửa
fireworks ['faɪə,wɜːks] *npl* pháo hoa
firm [fɜːm] *adj* chắc chắn ▹ *n* hãng
first [fɜːst] *adj* đầu tiên *(thứ nhất)* ▹ *adv* trước hết ▹ *n* đầu tiên *(thứ nhất)*; **first aid** *n* sơ cứu; **first name** *n* tên; **This is my first trip to...** Đây là lần đầu tiên tôi đến...; **When does the first chair-lift go?** Khi nào chuyến ghế treo đầu tiên đi?; **When is the first bus to...?** Khi nào có chuyến xe buýt đầu tiên đi...?
first-class ['fɜːst'klɑːs] *adj* hạng nhất

firstly ['fɜːstlɪ] *adv* trước tiên
fiscal ['fɪskᵊl] *adj* tài chính; **fiscal year** *n* năm tài chính
fish [fɪʃ] *n* cá *(dưới nước)* ▷ *v* câu cá; **freshwater fish** *n* cá nước ngọt; **Am I allowed to fish here?** Tôi có được câu cá ở đây không?; **Can we fish here?** Chúng tôi câu cá ở đây có được không?; **Could you prepare a meal without fish?** Anh có thể chuẩn bị một bữa ăn không có cá không?; **I don't eat fish** Tôi không ăn cá; **I'll have the fish** Tôi sẽ ăn món cá; **Is the fish fresh or frozen?** Cá tươi hay cá đông lạnh?; **Is this cooked in fish stock?** Cái này được nấu trong nước dùng cá phải không?; **What fish dishes do you have?** Anh có những món cá gì?; **Where can I go fishing?** Tôi đi câu cá ở đâu được?
fisherman, fishermen ['fɪʃəmən, 'fɪʃəmɛn] *n* ngư dân
fishing ['fɪʃɪŋ] *n* nghề đánh cá; **fishing boat** *n* thuyền đánh cá; **fishing rod** *n* cần câu cá; **fishing tackle** *n* đồ nghề câu cá
fishmonger ['fɪʃˌmʌŋgə] *n* người bán cá
fist [fɪst] *n* nắm đấm
fit [fɪt] *adj* phù hợp ▷ *n* sự vừa vặn ▷ *v* phù hợp; **epileptic fit** *n* cơn động kinh; **fitted kitchen** *n* phòng bếp lắp đặt sẵn; **fitted sheet** *n* ga trải đệm góc có chun; **fitting room** *n* buồng thử quần áo
fit in [fɪt ɪn] *v* ăn khớp
five [faɪv] *number* năm *(số)*
fix [fɪks] *v* sửa chữa
fixed [fɪkst] *adj* cố định
fizzy ['fɪzɪ] *adj* có ga
flabby ['flæbɪ] *adj* nhẽo nhèo
flag [flæg] *n* cờ *(lá)*
flame [fleɪm] *n* ngọn lửa
flamingo [flə'mɪŋgəʊ] *n* chim hồng hạc
flammable ['flæməbᵊl] *adj* dễ cháy
flan [flæn] *n* kem ca-ra-men
flannel ['flænᵊl] *n* vải flannel
flap [flæp] *v* đập *(cánh)*
flash [flæʃ] *n* đèn flash ▷ *v* nháy sáng
flashlight ['flæʃˌlaɪt] *n* đèn flash
flask [flɑːsk] *n* phích *(nước)*
flat [flæt] *adj* phẳng ▷ *n* căn hộ; **studio flat** *n* căn hộ nhỏ
flat-screen ['flætˌskriːn] *adj* màn hình phẳng
flatter ['flætə] *v* nịnh nọt
flattered ['flætəd] *adj* được khen nịnh
flavour ['fleɪvə] *n* mùi vị
flavouring ['fleɪvərɪŋ] *n* chất tạo mùi vị
flaw [flɔː] *n* khiếm khuyết
flea [fliː] *n* con rận; **flea market** *n* chợ đồ cũ
flee [fliː] *v* chạy trốn
fleece [fliːs] *n* vải fleece
fleet [fliːt] *n* hạm đội
flex [flɛks] *n* dây mềm
flexible ['flɛksɪbᵊl] *adj* linh hoạt
flexitime ['flɛksɪˌtaɪm] *n* giờ làm việc linh hoạt
flight [flaɪt] *n* chuyến bay; **charter flight** *n* chuyến bay thuê bao; **flight attendant** *n* tiếp viên hàng không; **scheduled flight** *n* chuyến bay theo lịch trình; **Are there any cheap flights?** Có chuyến bay giá rẻ nào không?; **I'd like to cancel**

my flight Tôi muốn hủy chuyến bay; **I'd like to change my flight** Tôi muốn đổi chuyến bay; **I've missed my flight** Tôi bị lỡ chuyến bay; **The flight has been delayed** Chuyến bay bị hoãn rồi; **Where do I check in for the flight to...?** Làm thủ tục cho chuyến bay đi... ở đâu ạ?; **Where is the luggage for the flight from...?** Hành lý cho chuyến bay từ... ở đâu?; **Which gate for the flight to...?** Chuyến bay đi... ở cửa nào?

fling [flɪŋ] *v* treo lủng lẳng

flip-flops ['flɪp'flɒpz] *npl* dép tông

flippers ['flɪpəz] *npl* chân vịt

flirt [flɜːt] *n* sự tán tỉnh ▹ *v* tán tỉnh

float [fləʊt] *n* phao ▹ *v* nổi

flock [flɒk] *n* đàn *(bầy)*

flood [flʌd] *n* lũ lụt ▹ *vi* ngập ▹ *vt* tràn ngập

flooding ['flʌdɪŋ] *n* lũ *(lụt)*

floodlight ['flʌd,laɪt] *n* đèn chiếu

floor [flɔː] *n* sàn; **ground floor** *n* tầng trệt

flop [flɒp] *n* hỏng bét

floppy ['flɒpɪ] *adj* **floppy disk** *n* đĩa mềm

flora ['flɔːrə] *npl* hệ thực vật

florist ['flɒrɪst] *n* người bán hoa

flour ['flaʊə] *n* bột mì

flow [fləʊ] *v* chảy

flower ['flaʊə] *n* hoa ▹ *v* ra hoa

flu [fluː] *n* bệnh cúm; **bird flu** *n* cúm gà

fluent ['fluːənt] *adj* trôi chảy

fluorescent [,flʊə'rɛsᵊnt] *adj* bằng huỳnh quang

flush [flʌʃ] *n* sự đỏ mặt ▹ *v* xả nước

flute [fluːt] *n* ống sáo

fly [flaɪ] *n* con ruồi ▹ *v* bay *(hành động)*; **I need a 'fit to fly' certificate** Tôi cần một giấy chứng nhận "đủ sức khoẻ để bay"

fly away [flaɪ ə'weɪ] *v* bay đi

foal [fəʊl] *n* ngựa con

foam [fəʊm] *n* **shaving foam** *n* bọt cạo râu

focus ['fəʊkəs] *n* trọng tâm ▹ *v* chú trọng

foetus ['fiːtəs] *n* bào thai

fog [fɒg] *n* sương mù; **fog light** *n* đèn sương mù

foggy ['fɒgɪ] *adj* sương mù; **It's foggy** Trời có sương mù

foil [fɔɪl] *n* lá kim loại

fold [fəʊld] *n* nếp gấp ▹ *v* gấp *(lại)*

folder ['fəʊldə] *n* cặp tài liệu

folding [fəʊldɪŋ] *adj* gấp *(được)*

folklore ['fəʊk,lɔː] *n* văn hóa dân gian

follow ['fɒləʊ] *v* đi theo

following ['fɒləʊɪŋ] *adj* sau đây

food [fuːd] *n* thức ăn; **food poisoning** *n* ngộ độc thức ăn; **food processor** *n* máy chế biến thực phẩm

fool [fuːl] *n* đồ ngốc ▹ *v* đánh lừa

foot, feet [fʊt, fiːt] *n* chân; **My feet are a size six** Chân tôi cỡ số sáu

football ['fʊt,bɔːl] *n* bóng đá; **American football** *n* bóng bầu dục kiểu Mỹ; **football match** *n* trận bóng đá; **football player** *n* cầu thủ bóng đá; **I'd like to see a football match** Tôi muốn xem một trận bóng đá

footballer ['fʊt,bɔːlə] *n* cầu thủ bóng đá

footpath ['fʊt,pɑːθ] *n* đường đi bộ

footprint ['fʊt,prɪnt] *n* dấu chân
footstep ['fʊt,stɛp] *n* bước chân
for [fɔː; fə] *prep* cho; **Can I have a tape for this video camera, please?** Làm ơn bán cho tôi một cuốn băng cho máy quay video này; **I work for...** Tôi làm việc cho...; **I'd like to book a table for four people for tonight at eight o'clock** Tôi muốn đặt một bàn cho bốn người vào tối nay lúc tám giờ; **I'd like two tickets for tonight** Tôi muốn mua hai vé cho tối nay; **Is it safe for children?** Có an toàn cho trẻ em không?
forbid [fə'bɪd] *v* cấm
forbidden [fə'bɪdᵊn] *adj* cấm
force [fɔːs] *n* lực ▷ *v* cưỡng ép; **Air Force** *n* Lực lượng Không quân
forecast ['fɔː,kɑːst] *n* dự báo; **What's the weather forecast?** Dự báo thời tiết thế nào?
foreground ['fɔː,graʊnd] *n* cận cảnh
forehead ['fɒrɪd; 'fɔː,hɛd] *n* trán
foreign ['fɒrɪn] *adj* nước ngoài
foreigner ['fɒrɪnə] *n* người nước ngoài
foresee [fɔː'siː] *v* thấy trước
forest ['fɒrɪst] *n* rừng
forever [fɔː'rɛvə; fə-] *adv* mãi mãi
forge [fɔːdʒ] *v* giả mạo
forgery ['fɔːdʒərɪ] *n* sự giả mạo
forget [fə'gɛt] *v* quên
forgive [fə'gɪv] *v* tha thứ
forgotten [fə'gɒtᵊn] *adj* bị lãng quên
fork [fɔːk] *n* dĩa; **Could I have a clean fork please?** Làm ơn cho tôi một cái dĩa sạch được không?
form [fɔːm] *n* hình thức; **application form** *n* mẫu đơn xin; **order form** *n* đơn đặt hàng
formal ['fɔːməl] *adj* trịnh trọng
formality [fɔː'mælɪtɪ] *n* thủ tục
format ['fɔːmæt] *n* hình dạng ▷ *v* định dạng
former ['fɔːmə] *adj* trước
formerly ['fɔːməlɪ] *adv* trước đây
formula ['fɔːmjʊlə] *n* công thức
fort [fɔːt] *n* thành trì
fortnight ['fɔːt,naɪt] *n* nửa tháng
fortunate ['fɔːtʃənɪt] *adj* may mắn
fortunately ['fɔːtʃənɪtlɪ] *adv* may là
fortune ['fɔːtʃən] *n* tài sản to lớn
forty ['fɔːtɪ] *number* bốn mươi
forward ['fɔːwəd] *adv* lên trước ▷ *v* tiến lên; **forward slash** *n* dấu gạch chéo; **lean forward** *v* ngả về phía trước
foster ['fɒstə] *v* nuôi dưỡng; **foster child** *n* trẻ được nhận nuôi
foul [faʊl] *adj* xấu xa ▷ *n* sự chơi xấu
foundations [faʊn'deɪʃənz] *npl* nền tảng
fountain ['faʊntɪn] *n* tháp nước; **fountain pen** *n* bút máy
four [fɔː] *number* bốn
fourteen ['fɔː'tiːn] *number* mười bốn
fourteenth ['fɔː'tiːnθ] *adj* thứ mười bốn
fourth [fɔːθ] *adj* thứ tư *(thứ tự)*
fox [fɒks] *n* con cáo
fracture ['fræktʃə] *n* vết rạn
fragile ['frædʒaɪl] *adj* mỏng manh
frail [freɪl] *adj* yếu ớt
frame [freɪm] *n* khung; **picture frame** *n* khung tranh; **Zimmer® frame** *n* khung di động Zimmer

France [frɑːns] *n* nước Pháp
frankly ['fræŋklɪ] *adv* một cách thẳng thắn
frantic ['fræntɪk] *adj* cuống cuồng
fraud [frɔːd] *n* lừa đảo
freckles ['frɛkᵊlz] *npl* tàn nhang
free [friː] *adj (no cost)* miễn phí, *(no restraint)* tự do ▷ *v* thả tự do; **free kick** *n* đá tự do
freedom ['friːdəm] *n* tự do
freelance ['friːˌlɑːns] *adj* làm tự do ▷ *adv* làm tự do
freeze [friːz] *v* đông lại
freezer ['friːzə] *n* tủ đá
freezing ['friːzɪŋ] *adj* lạnh giá
freight [freɪt] *n* hàng hóa chuyên chở
French [frɛntʃ] *adj* thuộc Pháp ▷ *n* tiếng Pháp; **French beans** *npl* đỗ tây; **French horn** *n* kèn tây
Frenchman, Frenchmen ['frɛntʃmən, 'frɛntʃmɛn] *n* đàn ông Pháp
Frenchwoman, Frenchwomen ['frɛntʃwʊmən, 'frɛntʃˌwɪmɪn] *n* phụ nữ Pháp
frequency ['friːkwənsɪ] *n* tần số
frequent ['friːkwənt] *adj* thường xuyên
fresh [frɛʃ] *adj* tươi
fret [frɛt] *v* buồn chán
Friday ['fraɪdɪ] *n* thứ Sáu *(trong tuần)*; **Good Friday** *n* thứ Sáu trước Lễ Phục sinh; **on Friday the thirty first of December** vào thứ Sáu ngày ba mươi mốt tháng Mười Hai; **on Friday** vào thứ Sáu
fridge [frɪdʒ] *n* tủ lạnh
fried [fraɪd] *adj* rán
friend [frɛnd] *n* bạn; **I'm here with my friends** Tôi ở đây với bạn bè
friendly ['frɛndlɪ] *adj* thân thiện
friendship ['frɛndʃɪp] *n* tình bạn
fright [fraɪt] *n* sự sợ hãi
frighten ['fraɪtᵊn] *v* làm sợ hãi
frightened ['fraɪtənd] *adj* sợ hãi
frightening ['fraɪtᵊnɪŋ] *adj* đáng sợ
fringe [frɪndʒ] *n* rèm
frog [frɒg] *n* con ếch
from [frɒm; frəm] *prep* từ *(khoảng cách)*
front [frʌnt] *adj* đằng trước ▷ *n* mặt tiền
frontier ['frʌntɪə; frʌn'tɪə] *n* tiền tuyến
frost [frɒst] *n* sương giá
frosting ['frɒstɪŋ] *n* sự đóng băng
frosty ['frɒstɪ] *adj* đầy sương giá
frown [fraʊn] *v* nhíu mày
frozen ['frəʊzᵊn] *adj* đông lạnh
fruit [fruːt] *n (botany)* quả, *(collectively)* quả; **fruit juice** *n* nước quả; **fruit machine** *n* máy đánh bạc điện tử; **fruit salad** *n* hoa quả trộn; **passion fruit** *n* quả chanh leo
frustrated [frʌ'streɪtɪd] *adj* bực tức
fry [fraɪ] *v* rán; **frying pan** *n* chảo rán
fuel [fjʊəl] *n* nhiên liệu
fulfil [fʊl'fɪl] *v* hoàn thành
full [fʊl] *adj* đầy; **full moon** *n* trăng tròn; **full stop** *n* dấu chấm câu; **I'm full** Tôi no rồi
full-time ['fʊlˌtaɪm] *adj* chuyên trách ▷ *adv* toàn bộ thời gian
fully ['fʊlɪ] *adv* đầy đủ
fumes [fjuːmz] *npl* khói; **exhaust fumes** *npl* khói từ ống xả
fun [fʌn] *adj* vui vẻ ▷ *n* sự vui vẻ
funds [fʌndz] *npl* ngân quỹ

funeral ['fju:nərəl] *n* đám tang; **funeral parlour** *n* nhà tang lễ
funfair ['fʌn,fɛə] *n* hội chợ vui chơi
funnel ['fʌnᵊl] *n* cái phễu
funny ['fʌnɪ] *adj* buồn cười
fur [fɜ:] *n* lông mao; **fur coat** *n* áo lông thú
furious ['fjʊərɪəs] *adj* điên tiết
furnished ['fɜ:nɪʃt] *adj* đã trang bị đồ đạc
furniture ['fɜ:nɪtʃə] *n* đồ đạc
further ['fɜ:ðə] *adj* xa hơn ▷ *adv* ngoài ra; **further education** *n* đào tạo nâng cao
fuse [fju:z] *n* cầu chì; **fuse box** *n* hộp cầu chì; **A fuse has blown** Một cầu chì bị nổ; **Can you mend a fuse?** Anh có thể chữa cầu chì được không?
fuss [fʌs] *n* sự om sòm
fussy ['fʌsɪ] *adj* om sòm
future ['fju:tʃə] *adj* trong tương lai ▷ *n* tương lai

g

Gabon [gə'bɒn] *n* nước Gabon
gain [geɪn] *n* lợi lộc ▷ *v* đạt được
gale [geɪl] *n* cơn gió mạnh
gallery ['gælərɪ] *n* phòng trưng bày nghệ thuật; **art gallery** *n* phòng trưng bày nghệ thuật
gallop ['gæləp] *n* nước đại ▷ *v* phi nước đại
gallstone ['gɔ:l,stəʊn] *n* sỏi mật
Gambia ['gæmbɪə] *n* nước Gambia
gamble ['gæmbᵊl] *v* đánh bạc
gambler ['gæmblə] *n* người chơi bạc
gambling ['gæmblɪŋ] *n* hành động nhiều rủi ro
game [geɪm] *n* trò chơi; **board game** *n* trò đánh cờ; **games console** *n* đầu chơi điện tử; **Can I play video games?** Tôi có thể chơi trò chơi điện tử không?
gang [gæŋ] *n* băng nhóm
gangster ['gæŋstə] *n* găng-xtơ
gap [gæp] *n* chỗ trống

garage ['gærɑ:ʒ; -rɪdʒ] *n* ga-ra; **Which is the key for the garage?** Chìa khoá nào dùng cho ga-ra?
garbage ['gɑ:bɪdʒ] *n* rác thải
garden ['gɑ:dᵊn] *n* vườn; **garden centre** *n* trung tâm cây cảnh và dụng cụ làm vườn; **Can we visit the gardens?** Chúng tôi có thể đi thăm vườn không?
gardener ['gɑ:dnə] *n* người làm vườn
gardening ['gɑ:dᵊnɪŋ] *n* việc làm vườn
garlic ['gɑ:lɪk] *n* tỏi; **Is there any garlic in it?** Có tỏi trong đó không?
garment ['gɑ:mənt] *n* quần áo
gas [gæs] *n* khí ga; **gas cooker** *n* bếp ga; **natural gas** *n* khí tự nhiên
gasket ['gæskɪt] *n* miếng đệm
gate [geɪt] *n* cửa; **Please go to gate...** Làm ơn đến cửa số...; **Which gate for the flight to...?** Chuyến bay đi... ở cửa nào?
gateau, gateaux ['gætəʊ, 'gætəʊz] *n* bánh gatô
gather ['gæðə] *v* tập hợp
gauge [geɪdʒ] *n* máy đo ▹ *v* đánh giá
gaze [geɪz] *v* nhìn chằm chằm
gear [gɪə] *n (equipment)* thiết bị, *(mechanism)* bộ số; **gear box** *n* hộp số; **gear lever** *n* cần số; **gear stick** *n* cần số
gearshift ['gɪəˌʃɪft] *n* sự sang số
gel [dʒɛl] *n* gôm; **hair gel** *n* keo vuốt tóc
gem [dʒɛm] *n* viên ngọc
Gemini ['dʒɛmɪˌnaɪ; -ˌni:] *n* cung Song sinh
gender ['dʒɛndə] *n* giới tính
gene [dʒi:n] *n* gien
general ['dʒɛnərəl; 'dʒɛnrəl] *adj* chung *(không riêng)* ▹ *n* tướng; **general anaesthetic** *n* gây mê toàn thể; **general election** *n* tổng tuyển cử; **general knowledge** *n* kiến thức chung
generalize ['dʒɛnrəˌlaɪz] *v* khái quát hóa
generally ['dʒɛnrəlɪ] *adv* nói chung *(khái quát)*
generation [ˌdʒɛnə'reɪʃən] *n* thế hệ
generator ['dʒɛnəˌreɪtə] *n* máy phát
generosity [ˌdʒɛnə'rɒsɪtɪ] *n* sự hào phóng
generous ['dʒɛnərəs; 'dʒɛnrəs] *adj* hào phóng
genetic [dʒɪ'nɛtɪk] *adj* di truyền
genetically-modified [dʒɪ'nɛtɪklɪ'mɒdɪˌfaɪd] *adj* được biến đổi gien
genetics [dʒɪ'nɛtɪks] *n* di truyền học
genius ['dʒi:nɪəs; -njəs] *n* thiên tài
gentle ['dʒɛntᵊl] *adj* dịu dàng
gentleman ['dʒɛntᵊlmən] **(gentlemen** ['dʒɛntᵊlmɛn]**)** *n* người đàn ông phong nhã
gently [dʒɛntlɪ] *adv* một cách nhẹ nhàng
gents' [dʒɛnts] *n* nhà vệ sinh nam
genuine ['dʒɛnjʊɪn] *adj* thực
geography [dʒɪ'ɒgrəfɪ] *n* địa lý
geology [dʒɪ'ɒlədʒɪ] *n* địa chất
Georgia ['dʒɔ:dʒjə] *n (country)* nước Georgia, *(US state)* bang Georgia thuộc Mỹ
Georgian ['dʒɔ:dʒjən] *adj (re Georgia)* thuộc Georgia ▹ *n (inhabitant of Georgia)* người Georgia

geranium [dʒɪ'reɪnɪəm] *n* cây phong lữ
gerbil ['dʒɜːbɪl] *n* chuột nhảy
geriatric [ˌdʒɛrɪ'ætrɪk] *adj* thuộc lão khoa ▷ *n* bệnh nhân lão khoa
germ [dʒɜːm] *n* vi trùng
German ['dʒɜːmən] *adj* thuộc Đức ▷ *n (language)* tiếng Đức, *(person)* người Đức; **German measles** *n* bệnh rubella
Germany ['dʒɜːmənɪ] *n* nước Đức
gesture ['dʒɛstʃə] *n* cử chỉ
get [gɛt] *v* có được, *(to a place)* có được; **Did you get my email?** Anh có nhận được email của tôi không?; **Have you got any...?** Anh có... không?; **How do I get to the airport?** Xin chỉ cho tôi cách ra sân bay; **How do we get to...?** Xin chỉ cho chúng tôi cách đến...; **How long will it take to get there?** Đến đó mất bao nhiêu lâu?; **How long will it take to get to...?** Đến... mất bao nhiêu lâu?; **I need to get to...** Tôi cần đến...; **Where can we get tickets?** Chúng tôi có thể mua vé ở đâu?; **Where do I get a bus for...?** Tôi bắt xe buýt đi... ở đâu?
get away [gɛt ə'weɪ] *v* đi khỏi
get back [gɛt bæk] *v* trở lại
get in [gɛt ɪn] **How much does it cost to get in?** Vào cửa giá bao nhiêu?
get into [gɛt 'ɪntə] *v* đi vào
get off [gɛt ɒf] *v* xuống *(tàu xe)*; **Please tell me when to get off** Làm ơn bảo tôi khi nào phải xuống
get on [gɛt ɒn] *v* lên; **Can you help me get on, please?** Anh làm ơn giúp tôi lên được không?
get out [gɛt aʊt] *v* đi ra
get over [gɛt 'əʊvə] *v* vượt qua
get through [gɛt θruː] *v* **I can't get through** Tôi không thể liên lạc được
get together [gɛt tə'gɛðə] *v* gặp gỡ
get up [gɛt ʌp] *v* dậy *(thức)*; **What time do you get up?** Mấy giờ anh dậy?
Ghana ['gɑːnə] *n* nước Ghana
Ghanaian [gɑː'neɪən] *adj* thuộc Ghana ▷ *n* người Ghana
ghost [gəʊst] *n* ma
giant ['dʒaɪənt] *adj* khổng lồ ▷ *n* người khổng lồ
gift [gɪft] *n* quà; **gift shop** *n* cửa hàng quà tặng; **gift voucher** *n* phiếu quà tặng; **Please can you gift-wrap it?** Anh làm ơn gói món quà hộ; **This is a gift for you** Xin tặng anh món quà này; **Where can I buy gifts?** Tôi có thể mua quà tặng ở đâu?
gifted ['gɪftɪd] *adj* có tài
gigantic [dʒaɪ'gæntɪk] *adj* kếch xù
giggle ['gɪgᵊl] *v* khúc khích
gin [dʒɪn] *n* rượu gin
ginger ['dʒɪndʒə] *adj* màu hoe đỏ ▷ *n* gừng
giraffe [dʒɪ'rɑːf; -'ræf] *n* hươu cao cổ
girl [gɜːl] *n* con gái *(nữ)*
girlfriend ['gɜːlˌfrɛnd] *n* bạn gái; **I have a girlfriend** Tôi có bạn gái
give [gɪv] *v* cho; **Can you give me a lift to the garage?** Anh có thể cho tôi đi nhờ đến chỗ sửa xe không?; **Can you give me something for the pain?** Anh có thể cho tôi thuốc giảm đau không?; **Could you give**

me change of...? Anh có thể đổi cho tôi... không?; **Do you give lessons?** Anh có dạy không?; **Give me your insurance details, please** Làm ơn cho tôi chi tiết bảo hiểm của anh; **How much should I give as a tip?** Tôi nên cho tiền boa bao nhiêu?; **How much should I give?** Tôi nên cho uống bao nhiêu?; **She didn't give way** Chị ấy không nhường đường

give back [gɪv bæk] *v* đưa lại

give in [gɪv ɪn] *v* đầu hàng

give out [gɪv aʊt] *v* phát ra

give up [gɪv ʌp] *v* chịu thua

glacier ['glæsɪə; 'gleɪs-] *n* khối băng trôi

glad [glæd] *adj* vui mừng

glamorous ['glæmərəs] *adj* hào nhoáng

glance [glɑ:ns] *n* cái liếc ▹ *v* liếc *(nhìn)*

gland [glænd] *n* tuyến

glare [glɛə] *v* nhìn trừng trừng

glaring ['glɛərɪŋ] *adj* rõ ràng

glass [glɑ:s] *n* thủy tinh, *(vessel)* thủy tinh; **magnifying glass** *n* kính lúp; **stained glass** *n* kính màu; **Can I have a clean glass, please?** Làm ơn cho tôi xin một chiếc ly sạch được không?

glasses ['glɑ:sɪz] *npl* kính đeo mắt

glazing ['gleɪzɪŋ] *n* **double glazing** *n* cửa sổ lắp hai lớp kính cách nhiệt

glider ['glaɪdə] *n* tàu lượn

gliding ['glaɪdɪŋ] *n* môn tàu lượn

global ['gləʊbᵊl] *adj* toàn cầu; **global warming** *n* sự ấm lên toàn cầu

globalization [,gləʊbᵊlaɪ'zeɪʃən] *n* toàn cầu hóa

globe [gləʊb] *n* quả địa cầu

gloomy ['glu:mɪ] *adj* u ám

glorious ['glɔ:rɪəs] *adj* huy hoàng

glory ['glɔ:rɪ] *n* sự huy hoàng

glove [glʌv] *n* găng tay; **glove compartment** *n* ngăn để găng tay; **oven glove** *n* găng tay cách nhiệt; **rubber gloves** *npl* găng tay cao su

glucose ['glu:kəʊz; -kəʊs] *n* đường glucose

glue [glu:] *n* hồ dán ▹ *v* dán lại

gluten ['glu:tᵊn] *n* gluten; **Could you prepare a meal without gluten?** Anh có thể chuẩn bị một bữa ăn không có gluten không?; **Do you have gluten-free dishes?** Anh có món ăn không có gluten nào không?

GM [dʒi: ɛm] *abbr* được biến đổi gien

go [gəʊ] *v* đi; **Can we go to...?** Chúng tôi có thể đi... không?; **Does this bus go to...?** Xe buýt này có đi... không?; **Excuse me, which bus goes to...?** Xin cho hỏi, xe buýt nào đi đến...?; **Go away!** Đi đi!; **I'd like to go wind-surfing** Tôi muốn đi lướt ván buồm; **I'm going to...** Tôi đi đến...; **I'm going to the beach** Tôi đang đi ra bờ biển; **Is it time to go?** Đến giờ đi chưa?; **Let's go cycling** Chúng mình đi xe đạp đi; **We'd like to go to...** Chúng tôi muốn đến...; **We're going to...** Chúng tôi đang đi đến...; **Where can we go dancing?** Chúng tôi có thể đi nhảy ở đâu?; **Where can you go paragliding?** Có thể chơi dù lượn ở đâu?; **Will she have to go to hospital?** Chị ấy có phải đi bệnh viện không?; **Would you like to go**

out for dinner? Cho phép tôi mời anh đi ăn tối nhé?
go after [gəʊ 'ɑːftə] *v* đi theo
go ahead [gəʊ ə'hɛd] *v* tiến hành
goal [gəʊl] *n* khung thành
goalkeeper ['gəʊlˌkiːpə] *n* thủ môn
goat [gəʊt] *n* con dê
go away [gəʊ ə'weɪ] *v* ra đi
go back [gəʊ bæk] *v* quay lại
go by [gəʊ baɪ] *v* trôi đi
god [gɒd] *n* thượng đế
godchild, godchildren ['gɒdˌtʃaɪld, 'gɒdˌtʃɪldrən] *n* con đỡ đầu
goddaughter ['gɒdˌdɔːtə] *n* con gái đỡ đầu
godfather ['gɒdˌfɑːðə] *n (baptism)* cha đỡ đầu, *(criminal leader)* bố già
godmother ['gɒdˌmʌðə] *n* mẹ đỡ đầu
go down [gəʊ daʊn] *v* đi xuống
godson ['gɒdˌsʌn] *n* con trai đỡ đầu
goggles ['gɒgᵊlz] *npl* kính bảo hộ
go in [gəʊ ɪn] *v* đi vào
gold [gəʊld] *n* vàng *(khoáng sản)*
golden ['gəʊldən] *adj* bằng vàng
goldfish ['gəʊldˌfɪʃ] *n* cá vàng
gold-plated ['gəʊld'pleɪtɪd] *adj* mạ vàng
golf [gɒlf] *n* môn chơi gôn; **golf club** *n (game)* gậy đánh gôn, *(society)* câu lạc bộ chơi gôn; **golf course** *n* sân gôn
gone [gɒn] *adj* đã qua
good [gʊd] *adj* tốt *(tốt đẹp)*
goodbye [ˌgʊd'baɪ] *excl* tạm biệt!
good-looking ['gʊd'lʊkɪŋ] *adj* đẹp
good-natured ['gʊd'neɪtʃəd] *adj* tốt tính
goods [gʊdz] *npl* hàng hóa
go off [gəʊ ɒf] *v* ngừng hoạt động
Google® ['guːgᵊl] *v* tìm trên mạng Google
go on [gəʊ ɒn] *v* tiếp tục
goose, geese [guːs, giːs] *n* con ngỗng; **goose pimples** *npl* sự sởn gai ốc
gooseberry ['gʊzbərɪ; -brɪ] *n* cây lý gai
go out [gəʊ aʊt] *v* đi chơi
go past [gəʊ pɑːst] *v* đi qua
gorgeous ['gɔːdʒəs] *adj* tuyệt đẹp
gorilla [gə'rɪlə] *n* khỉ đột
go round [gəʊ raʊnd] *v* đủ
gospel ['gɒspᵊl] *n* lời dạy của Chúa
gossip ['gɒsɪp] *n* chuyện phiếm ▷ *v* buôn chuyện
go through [gəʊ θruː] *v* trải qua
go up [gəʊ ʌp] *v* đi lên
government ['gʌvənmənt; 'gʌvəmənt] *n* chính phủ
gown [gaʊn] *n* **dressing gown** *n* áo ngủ choàng
GP [dʒiː piː] *abbr* bác sĩ đa khoa
GPS [dʒiː piː ɛs] *abbr* hệ thống chỉ đường bằng vệ tinh
grab [græb] *v* tóm
graceful ['greɪsfʊl] *adj* duyên dáng
grade [greɪd] *n* mức
gradual ['grædjʊəl] *adj* dần dần
gradually ['grædjʊəlɪ] *adv* dần dần
graduate ['grædjʊɪt] *n* sinh viên đã tốt nghiệp
graduation [ˌgrædjʊ'eɪʃən] *n* sự tốt nghiệp
graffiti, graffito [græ'fiːtiː, græ'fiːtəʊ] *npl* hình vẽ hoặc chữ viết trên tường
grain [greɪn] *n* hạt ngũ cốc
grammar ['græmə] *n* ngữ pháp

grammatical [grə'mætɪkəl] *adj* thuộc ngữ pháp
gramme [græm] *n* gam
grand [grænd] *adj* hùng vĩ
grandchild ['græn,tʃaɪld] *n* cháu; **grandchildren** *npl* các cháu
granddad ['græn,dæd] *n* ông
granddaughter ['græn,dɔ:tə] *n* cháu gái
grandfather ['græn,fɑ:ðə] *n* ông
grandma ['græn,mɑ:] *n* bà
grandmother ['græn,mʌðə] *n* bà
grandpa ['græn,pɑ:] *n* ông
grandparents ['græn,pɛərəntz] *npl* ông bà
grandson ['grænsʌn; 'grænd-] *n* cháu trai
granite ['grænɪt] *n* đá granite
granny ['grænɪ] *n* bà
grant [grɑ:nt] *n* tiền được cấp
grape [greɪp] *n* quả nho
grapefruit ['greɪp,fru:t] *n* quả bưởi
graph [grɑ:f; græf] *n* biểu đồ
graphics ['græfɪks] *npl* hình minh họa
grasp [grɑ:sp] *v* nắm chặt
grass [grɑ:s] *n (informer)* người chỉ điểm, *(marijuana)* cần sa, *(plant)* cỏ
grasshopper ['grɑ:s,hɒpə] *n* châu chấu
grate [greɪt] *v* nạo
grateful ['greɪtfʊl] *adj* biết ơn
grave [greɪv] *n* mộ
gravel ['grævəl] *n* sỏi
gravestone ['greɪv,stəʊn] *n* bia mộ
graveyard ['greɪv, jɑ:d] *n* nghĩa trang
gravy ['greɪvɪ] *n* nước thịt
grease [gri:s] *n* mỡ
greasy ['gri:zɪ; -sɪ] *adj* nhờn *(mỡ)*
great [greɪt] *adj* to lớn
Great Britain ['greɪt 'brɪtən] *n* nước Anh
great-grandfather ['greɪt'græn,fɑ:ðə] *n* cụ ông
great-grandmother ['greɪt'græn,mʌðə] *n* cụ bà
Greece [gri:s] *n* nước Hy Lạp
greedy ['gri:dɪ] *adj* tham lam
Greek [gri:k] *adj* thuộc Hy Lạp ▷ *n (language)* tiếng Hy Lạp, *(person)* người Hy Lạp
green [gri:n] *adj (colour)* xanh lá cây, *(inexperienced)* thiếu kinh nghiệm ▷ *n* màu xanh lá cây; **green salad** *n* xa lát rau xanh
greengrocer's ['gri:n,grəʊsəz] *n* cửa hàng rau quả
greenhouse ['gri:n,haʊs] *n* nhà kính
Greenland ['gri:nlənd] *n* đảo Greenland
greet [gri:t] *v* chào hỏi
greeting ['gri:tɪŋ] *n* lời chào; **greetings card** *n* bưu thiếp
grey [greɪ] *adj* xám
grey-haired [,greɪ'hɛəd] *adj* tóc bạc
grid [grɪd] *n* đường kẻ ô
grief [gri:f] *n* sự đau buồn
grill [grɪl] *n* vỉ nướng ▷ *v* nướng
grilled [grɪld] *adj* đã nướng
grim [grɪm] *adj* đáng lo ngại
grin [grɪn] *n* miệng cười toe toét ▷ *v* cười toe toét
grind [graɪnd] *v* xay
grip [grɪp] *v* cầm chặt
gripping [grɪpɪŋ] *adj* hấp dẫn
grit [grɪt] *n* sạn
groan [grəʊn] *v* kêu rên
grocer ['grəʊsə] *n* người bán tạp

hóa
groceries ['grəʊsərɪz] *npl* hàng tạp hóa
grocer's ['grəʊsəz] *n* cửa hàng tạp hóa
groom [gruːm; grʊm] *n* người chăn ngựa, *(bridegroom)* chú rể
grope [grəʊp] *v* mò mẫm
gross [grəʊs] *adj (fat)* trắng trợn, *(income etc.)* trắng trợn
grossly [grəʊslɪ] *adv* một cách trắng trợn
ground [graʊnd] *n* mặt đất ▷ *v* làm không cất cánh được; **ground floor** *n* tầng trệt
group [gruːp] *n* nhóm
grouse [graʊs] *n (complaint)* càu nhàu, *(game bird)* gà gô
grow [grəʊ] *vi* lớn lên ▷ *vt* trồng
growl [graʊl] *v* gầm gừ
grown-up [grəʊnʌp] *n* người lớn
growth [grəʊθ] *n* sự tăng trưởng
grow up [grəʊ ʌp] *v* trưởng thành
grub [grʌb] *n* thức ăn
grudge [grʌdʒ] *n* sự oán giận
gruesome ['gruːsəm] *adj* kinh tởm
grumpy ['grʌmpɪ] *adj* bực bội
guarantee [,gærən'tiː] *n* sự bảo đảm ▷ *v* bảo đảm
guard [gɑːd] *n* lính gác ▷ *v* canh gác; **security guard** *n* người bảo vệ
Guatemala [,gwɑːtə'mɑːlə] *n* nước Guatemala
guess [gɛs] *n* ước đoán ▷ *v* đoán
guest [gɛst] *n* khách
guesthouse ['gɛst,haʊs] *n* nhà khách
guide [gaɪd] *n* hướng dẫn viên ▷ *v* hướng dẫn viên; **guide dog** *n* chó dẫn đường; **guided tour** *n* chuyến du lịch có hướng dẫn; **tour guide** *n* hướng dẫn viên du lịch; **Is there a guide who speaks English?** Có hướng dẫn viên nào nói tiếng Anh không?
guidebook ['gaɪd,bʊk] *n* sách hướng dẫn
guilt [gɪlt] *n* tội
guilty ['gɪltɪ] *adj* có tội
Guinea ['gɪnɪ] *n* nước Guinea; **guinea pig** *n (for experiment)* vật thí nghiệm, *(rodent)* chuột lang
guitar [gɪ'tɑː] *n* đàn ghi-ta
gum [gʌm] *n* gôm; **chewing gum** *n* kẹo cao su
gun [gʌn] *n* súng; **machine gun** *n* súng máy
gust [gʌst] *n* cơn gió mạnh đột ngột
gut [gʌt] *n* ruột
guy [gaɪ] *n* anh chàng
Guyana [gaɪ'ænə] *n* nước Guyana
gym [dʒɪm] *n* phòng tập; **Where is the gym?** Phòng tập thể dục ở đâu?
gymnast ['dʒɪmnæst] *n* huấn luyện viên thể dục
gymnastics [dʒɪm'næstɪks] *npl* môn thể dục
gynaecologist [,gaɪnɪ'kɒlədʒɪst] *n* bác sĩ phụ khoa
gypsy ['dʒɪpsɪ] *n* dân di-gan

h

habit ['hæbɪt] *n* thói quen
hack [hæk] *v* chặt mạnh
hacker ['hækə] *n* tin tặc
haddock ['hædək] *n* cá tuyết ê-fin
haemorrhoids ['hɛmə,rɔɪdz] *npl* bệnh trĩ
haggle ['hæg°l] *v* mặc cả
hail [heɪl] *n* mưa đá ▷ *v* mưa đá
hair [hɛə] *n* tóc; **hair gel** *n* keo vuốt tóc; **hair spray** *n* gôm xịt tóc; **Can you dye my hair, please?** Anh làm ơn nhuộm tóc cho tôi được không?; **Can you straighten my hair?** Anh có thể duỗi thẳng tóc cho tôi được không?; **I have greasy hair** Tôi có tóc dầu; **I need a hair dryer** Tôi cần máy sấy tóc; **My hair is naturally blonde** Tóc tôi màu vàng tự nhiên; **My hair is naturally straight** Tóc tôi thẳng tự nhiên; **My hair is permed** Tóc của tôi uốn quăn; **What do you recommend for my hair?** Anh nghĩ tóc của tôi nên làm thế nào?
hairband ['hɛə,bænd] *n* bờm tóc
hairbrush ['hɛə,brʌʃ] *n* lược
haircut ['hɛə,kʌt] *n* cắt tóc
hairdo ['hɛə,du:] *n* kiểu tóc
hairdresser ['hɛə,drɛsə] *n* thợ làm tóc
hairdresser's ['hɛə,drɛsəz] *n* hiệu làm tóc
hairdryer ['hɛə,draɪə] *n* máy sấy tóc
hairgrip ['hɛə,grɪp] *n* cặp ghim
hairstyle ['hɛə,staɪl] *n* mẫu tóc
hairy ['hɛərɪ] *adj* rậm lông
Haiti ['heɪtɪ; hɑ:'i:tɪ] *n* nước Haiti
half [hɑ:f] *adj* một nửa ▷ *adv* tới một nửa ▷ *n* một nửa; **half board** *n* phòng nghỉ và hai bữa ăn
half-hour ['hɑ:f,aʊə] *n* nửa giờ
half-price ['hɑ:f,praɪs] *adj* nửa giá ▷ *adv* nửa giá
half-term ['hɑ:f,tɜ:m] *n* nghỉ giữa kỳ
half-time ['hɑ:f,taɪm] *n* giờ giải lao
halfway [,hɑ:f'weɪ] *adv* nửa đường
hall [hɔ:l] *n* đại sảnh; **town hall** *n* tòa thị chính
hallway ['hɔ:l,weɪ] *n* tiền sảnh
halt [hɔ:lt] *n* sự dừng lại
ham [hæm] *n* thịt giăm-bông
hamburger ['hæm,bɜ:gə] *n* bánh hăm-bơ-gơ
hammer ['hæmə] *n* cái búa
hammock ['hæmək] *n* cái võng
hamster ['hæmstə] *n* chuột đồng
hand [hænd] *n* bàn tay ▷ *v* trao tay; **hand luggage** *n* hành lý xách tay
handbag ['hænd,bæg] *n* túi xách
handball ['hænd,bɔ:l] *n* môn bóng ném
handbook ['hænd,bʊk] *n* sổ tay

hướng dẫn

handbrake ['hænd,breɪk] *n* phanh tay

handcuffs ['hænd,kʌfs] *npl* cái còng tay

handicap ['hændɪ,kæp] *n (golf)* **My handicap is...** Mức handicap của tôi là...; **What's your handicap?** Mức handicap của anh là bao nhiêu?

handicapped ['hændɪ,kæpt] *adj* tàn tật

handkerchief ['hæŋkətʃɪf; -tʃi:f] *n* khăn mùi xoa

handle ['hændᵊl] *n* cái tay cầm ▹ *v* điều khiển

handlebars ['hændᵊl,bɑ:z] *npl* tay lái

handmade [,hænd'meɪd] *adj* làm bằng tay; **Is this handmade?** Cái này làm bằng tay phải không?

hands-free ['hændz,fri:] *adj* không cần dùng tay; **hands-free kit** *n* bộ đồ không cần dùng tay

handsome ['hændsəm] *adj* đẹp trai

handwriting ['hænd,raɪtɪŋ] *n* chữ viết tay

handy ['hændɪ] *adj* tiện sử dụng

hang [hæŋ] *vi* rủ xuống ▹ *vt* treo

hanger ['hæŋə] *n* cái mắc áo

hang-gliding ['hæŋ'glaɪdɪŋ] *n* môn dù lượn

hang on [hæŋ ɒn] *v* kiên trì

hangover ['hæŋ,əʊvə] *n* sự khó chịu sau khi uống rượu

hang up [hæŋ ʌp] *v* dập máy

hankie ['hæŋkɪ] *n* khăn mùi xoa

happen ['hæpᵊn] *v* xảy ra; **When did it happen?** Việc đó xảy ra khi nào?

happily ['hæpɪlɪ] *adv* hạnh phúc

happiness ['hæpɪnɪs] *n* niềm hạnh phúc

happy ['hæpɪ] *adj* hạnh phúc

harassment ['hærəsmənt] *n* sự quấy rối

harbour ['hɑ:bə] *n* bến cảng

hard [hɑ:d] *adj (difficult)* khó khăn, *(firm, rigid)* cứng ▹ *adv* hết sức; **hard disk** *n* ổ cứng; **hard shoulder** *n* làn dừng xe khẩn cấp

hardboard ['hɑ:d,bɔ:d] *n* phiến gỗ ép

hardly ['hɑ:dlɪ] *adv* hiếm khi

hard up [hɑ:d ʌp] *adj* cháy túi

hardware ['hɑ:d,wɛə] *n* phần cứng

hare [hɛə] *n* thỏ rừng

harm [hɑ:m] *v* làm hại

harmful ['hɑ:mfʊl] *adj* có hại

harmless ['hɑ:mlɪs] *adj* vô hại

harp [hɑ:p] *n* đàn hạc

harsh [hɑ:ʃ] *adj* khắc nghiệt

harvest ['hɑ:vɪst] *n* vụ thu hoạch ▹ *v* thu hoạch

hastily [heɪstɪlɪ] *adv* vội vàng

hat [hæt] *n* cái mũ

hatchback ['hætʃ,bæk] *n* ô tô năm cửa

hate [heɪt] *v* ghét; **I hate...** Tôi ghét...

hatred ['heɪtrɪd] *n* lòng căm thù

haunted ['hɔ:ntɪd] *adj* ma ám

have [hæv] *v* có *(sở hữu)*; **Can I have a key?** Có thể cho tôi xin một chiếc chìa khóa được không?; **Do you have a room?** Anh có phòng không?; **I don't have any children** Tôi không có con; **I have a child** Tôi có một con; **Someone's stolen my bag** Có người đã lấy cắp túi của tôi

have to [hæv tʊ] *v* phải *(bắt buộc)*; **Do you have to be a member?** Có cần phải là thành viên không?; **We will have to report it to the police** Chúng tôi sẽ phải báo công an; **Will I have to pay?** Tôi có phải trả tiền không?
hawthorn ['hɔː,θɔːn] *n* cây táo gai
hay [heɪ] *n* cỏ khô; **hay fever** *n* bệnh dị ứng phấn hoa
haystack ['heɪ,stæk] *n* đống cỏ khô
hazelnut ['heɪzᵊl,nʌt] *n* quả phỉ
he [hiː] *pron* anh ấy
head [hɛd] *n (body part)* cái đầu, *(principal)* người đứng đầu ▷ *v* dẫn đầu; **deputy head** *n* phó; **head office** *n* trụ sở chính
headache ['hɛd,eɪk] *n* chứng nhức đầu
headlamp ['hɛd,læmp] *n* đèn pha
headlight ['hɛd,laɪt] *n* đèn pha
headline ['hɛd,laɪn] *n* tiêu đề
headphones ['hɛd,fəʊnz] *npl* tai nghe; **Does it have headphones?** Có tai nghe không?
headquarters [,hɛd'kwɔːtəz] *npl* cơ quan đầu não
headroom ['hɛd,rʊm] *n* khoảng trống phía trên
headscarf, headscarves ['hɛd,skaːf, 'hɛd,skaːvz] *n* khăn trùm đầu
headteacher ['hɛd,tiːtʃə] *n* hiệu trưởng
heal [hiːl] *v* hàn gắn
health [hɛlθ] *n* sức khỏe
healthy ['hɛlθɪ] *adj* khỏe mạnh
heap [hiːp] *n* đống
hear [hɪə] *v* nghe
hearing ['hɪərɪŋ] *n* thính giác; **hearing aid** *n* dụng cụ trợ thính
heart [haːt] *n* trái tim; **heart attack** *n* cơn đau tim
heartbroken ['haːt,brəʊkən] *adj* thất tình
heartburn ['haːt,bɜːn] *n* chứng ợ nóng
heat [hiːt] *n* nhiệt ▷ *v* đốt nóng
heater ['hiːtə] *n* lò sưởi
heather ['hɛðə] *n* cây thạch nam
heating ['hiːtɪŋ] *n* sự đốt nóng; **central heating** *n* sưởi trung tâm
heat up [hiːt ʌp] *v* nổi nóng
heaven ['hɛvᵊn] *n* thiên đường
heavily ['hɛvɪlɪ] *adv* nặng nề
heavy ['hɛvɪ] *adj* nặng; **This is too heavy** Cái này nặng quá
hedge [hɛdʒ] *n* hàng rào
hedgehog ['hɛdʒ,hɒg] *n* con nhím
heel [hiːl] *n* gót chân; **high heels** *npl* giày cao gót
height [haɪt] *n* chiều cao
heir [ɛə] *n* người thừa kế nam
heiress ['ɛərɪs] *n* người thừa kế nữ
helicopter ['hɛlɪ,kɒptə] *n* máy bay trực thăng
hell [hɛl] *n* địa ngục
hello [hɛ'ləʊ] *excl* xin chào!
helmet ['hɛlmɪt] *n* mũ bảo hiểm; **Can I have a helmet?** Tôi muốn có mũ bảo hiểm được không?
help [hɛlp] *n* sự giúp đỡ ▷ *v* giúp đỡ; **Help yourself!** Xin cứ tự nhiên!
helpful ['hɛlpfʊl] *adj* có ích
helpline ['hɛlp,laɪn] *n* đường dây điện thoại trợ giúp
hen [hɛn] *n* gà mái; **hen night** *n* tiệc tiễn thời độc thân của một cô gái
hepatitis [,hɛpə'taɪtɪs] *n* bệnh viêm gan

her [hɜ:; hə; ə] *pron* của chị ấy, cô ấy
herbs [hɜ:bz] *npl* thảo mộc
herd [hɜ:d] *n* đàn *(bầy)*
here [hɪə] *adv* ở đây; **I'm here on my own** Tôi ở đây một mình
hereditary [hɪ'rɛdɪtərɪ; -trɪ] *adj* di truyền
heritage ['hɛrɪtɪdʒ] *n* di sản
hernia ['hɜ:nɪə] *n* chứng sa ruột
hero ['hɪərəʊ] *n* anh hùng
heroin ['hɛrəʊɪn] *n* hêrôin
heroine ['hɛrəʊɪn] *n* nữ anh hùng
heron ['hɛrən] *n* con diệc
herring ['hɛrɪŋ] *n* cá trích
hers [hɜ:z] *pron* thứ của cô ấy
herself [hə'sɛlf] *pron* tự cô ấy
hesitate ['hɛzɪˌteɪt] *v* do dự
heterosexual [ˌhɛtərəʊ'sɛksjʊəl] *adj* có xu hướng tình dục khác giới
HGV [eɪtʃ dʒi: vi:] *abbr* xe chở hàng nặng
hi [haɪ] *excl* xin chào!
hiccups ['hɪkʌps] *npl* tiếng nấc
hidden ['hɪdᵊn] *adj* ẩn
hide [haɪd] *vi* trốn ▹ *vt* giấu
hide-and-seek [ˌhaɪdænd'si:k] *n* trò chơi trốn tìm
hideous ['hɪdɪəs] *adj* gớm ghiếc
hifi ['haɪ'faɪ] *n* dàn hifi
high [haɪ] *adj* cao ▹ *adv* trên cao; **high heels** *npl* giày cao gót; **high jump** *n* môn nhảy cao; **high season** *n* mùa đông khách; **How high is it?** Nó cao bao nhiêu?
highchair ['haɪˌtʃɛə] *n* ghế ăn trẻ em
high-heeled ['haɪˌhi:ld] *adj* có gót cao
highlight ['haɪˌlaɪt] *n* phần nổi bật ▹ *v* nêu bật
highlighter ['haɪˌlaɪtə] *n* bút đánh dấu
high-rise ['haɪˌraɪz] *n* nhà cao tầng
hijack ['haɪˌdʒæk] *v* cướp máy bay
hijacker ['haɪˌdʒækə] *n* không tặc
hike [haɪk] *n* cuộc đi bộ đường dài
hiking [haɪkɪŋ] *n* sự đi bộ đường dài
hilarious [hɪ'lɛərɪəs] *adj* vui nhộn
hill [hɪl] *n* đồi
hill-walking ['hɪlˌwɔ:kɪŋ] *n* đi bộ lên đồi; **I'd like to go hill walking** Tôi muốn đi bộ lên đồi
him [hɪm; ɪm] *pron* anh ấy; **We must get him to hospital** Chúng ta phải đưa anh ấy vào bệnh viện
himself [hɪm'sɛlf] *pron* tự anh ấy
Hindu ['hɪndu:; hɪn'du:] *adj* thuộc đạo Hindu ▹ *n* người theo đạo Hindu
Hinduism ['hɪndʊˌɪzəm] *n* Đạo Hindu
hinge [hɪndʒ] *n* bản lề
hint [hɪnt] *n* gợi ý ▹ *v* gợi ý
hip [hɪp] *n* hông
hippie ['hɪpɪ] *n* dân híp-pi
hippo ['hɪpəʊ] *n* con hà mã
hippopotamus, hippopotami [ˌhɪpə'pɒtəməs, ˌhɪpə'pɒtəmaɪ] *n* con hà mã
hire ['haɪə] *n* việc thuê ▹ *v* thuê; **car hire** *n* sự cho thuê xe ô tô; **hire car** *n* thuê ô tô; **Can we hire the equipment?** Chúng tôi có thể thuê thiết bị không?; **Do they hire out rackets?** Họ có cho thuê vợt không?; **Do you hire push-chairs?** Anh có cho thuê xe đẩy không?; **How much is it to hire a tennis court?** Thuê sân ten-nít mất bao

nhiêu tiền?; **I want to hire a bike** Tôi muốn thuê một chiếc xe đạp; **I want to hire a car for five days** Tôi muốn thuê một ô tô trong năm ngày; **I'd like to hire...** Tôi muốn thuê...; **Where can I hire a jet-ski?** Tôi có thể thuê mô tô trượt nước ở đâu?; **Where can I hire a sun lounger?** Tôi có thể thuê giường nằm tắm nắng ở đâu?; **Where can I hire a sunshade?** Tôi có thể thuê ô che nắng ở đâu?

his [hɪz; ɪz] *adj* của anh ấy ▹ *pron* thứ của anh ấy

historian [hɪ'stɔːrɪən] *n* sử gia

historical [hɪ'stɒrɪkᵊl] *adj* liên quan đến lịch sử

history ['hɪstərɪ; 'hɪstrɪ] *n* lịch sử

hit [hɪt] *n* cú đánh ▹ *v* đánh

hitch [hɪtʃ] *n* bế tắc

hitchhike ['hɪtʃˌhaɪk] *v* xin đi nhờ xe

hitchhiker ['hɪtʃˌhaɪkə] *n* người xin đi nhờ xe

hitchhiking ['hɪtʃˌhaɪkɪŋ] *n* việc xin đi nhờ xe

HIV-negative [eɪtʃ aɪ viː 'nɛɡətɪv] *adj* HIV-âm tính

HIV-positive [eɪtʃ aɪ viː 'pɒzɪtɪv] *adj* HIV-dương tính

hobby ['hɒbɪ] *n* sở thích

hockey ['hɒkɪ] *n* môn khúc côn cầu; **ice hockey** *n* môn khúc côn cầu trên băng

hold [həʊld] *v* cầm; **Could you hold this for me?** Anh cầm giúp tôi cái này được không?

holdall ['həʊldˌɔːl] *n* hộp đựng dụng cụ

hold on [həʊld ɒn] *v* nắm chặt

hold up [həʊld ʌp] *v* trì hoãn

hold-up [həʊldʌp] *n* vụ cướp có vũ trang

hole [həʊl] *n* lỗ *(hổng)*; **I have a hole in my shoe** Giày của tôi bị thủng một lỗ

holiday ['hɒlɪˌdeɪ; -dɪ] *n* ngày nghỉ; **activity holiday** *n* kỳ nghỉ với các hoạt động giải trí; **bank holiday** *n* ngày nghỉ khi các ngân hàng đóng cửa; **holiday home** *n* nhà nghỉ; **holiday job** *n* việc làm trong kỳ nghỉ hè; **package holiday** *n* kỳ nghỉ trọn gói; **public holiday** *n* ngày nghỉ lễ

Holland ['hɒlənd] *n* nước Hà Lan

hollow ['hɒləʊ] *adj* trống rỗng

holly ['hɒlɪ] *n* cây nhựa ruồi

holy ['həʊlɪ] *adj* linh thiêng

home [həʊm] *adv* ở nhà ▹ *n* nhà *(ở)*; **home address** *n* địa chỉ nhà; **home match** *n* trận đấu trên sân nhà; **home page** *n* trang chủ *(trang web)*; **mobile home** *n* nhà di động; **nursing home** *n* nhà dưỡng lão; **stately home** *n* nhà cổ; **I'd like to go home** Tôi muốn về nhà; **Please come home by 11p.m.** Về nhà muộn nhất là mười một giờ tối nhé; **When do you go home?** Khi nào anh về nhà?; **Would you like to phone home?** Anh có muốn gọi điện về nhà không?

homeland ['həʊmˌlænd] *n* tổ quốc

homeless ['həʊmlɪs] *adj* vô gia cư

home-made ['həʊm'meɪd] *adj* nhà làm lấy

homeopathic [ˌhəʊmɪ'ɒpæθɪk] *adj* thuộc phép chữa vi lượng đồng căn

homeopathy [ˌhəʊmɪ'ɒpəθɪ] *n* phép chữa vi lượng đồng căn

homesick ['həʊm,sɪk] *adj* nhớ nhà
homework ['həʊm,wɜ:k] *n* bài tập về nhà
Honduras [hɒn'djʊərəs] *n* nước Honduras
honest ['ɒnɪst] *adj* trung thực
honestly ['ɒnɪstlɪ] *adv* trung thực
honesty ['ɒnɪstɪ] *n* lòng trung thực
honey ['hʌnɪ] *n* mật ong
honeymoon ['hʌnɪ,mu:n] *n* tuần trăng mật
honeysuckle ['hʌnɪ,sʌkᵊl] *n* cây kim ngân
honour ['ɒnə] *n* danh dự
hood [hʊd] *n* mũ trùm đầu
hook [hʊk] *n* cái móc
hooray [hu:'reɪ] *excl* hoan hô!
Hoover® ['hu:və] *n* máy hút bụi Hoover®; **hoover** *v* hút bụi
hope [həʊp] *n* niềm hy vọng ▷ *v* hy vọng; **I hope the weather improves** Tôi hy vọng thời tiết sẽ khá hơn
hopeful ['həʊpfʊl] *adj* đầy hy vọng
hopefully ['həʊpfʊlɪ] *adv* hy vọng rằng
hopeless ['həʊplɪs] *adj* vô vọng
horizon [hə'raɪzᵊn] *n* chân trời
horizontal [,hɒrɪ'zɒntᵊl] *adj* nằm ngang
hormone ['hɔ:məʊn] *n* hóc-môn
horn [hɔ:n] *n* sừng; **French horn** *n* kèn tây
horoscope ['hɒrə,skəʊp] *n* lá số tử vi
horrendous [hɒ'rɛndəs] *adj* kinh khủng
horrible ['hɒrəbᵊl] *adj* khủng khiếp
horrifying ['hɒrɪ,faɪɪŋ] *adj* kinh hoàng
horror ['hɒrə] *n* sự ghê rợn; **horror film** *n* phim kinh dị
horse [hɔ:s] *n* con ngựa; **horse racing** *n* đua ngựa; **horse riding** *n* cưỡi ngựa; **rocking horse** *n* ngựa gỗ bập bênh
horseradish ['hɔ:s,rædɪʃ] *n* cây cải ngựa
horseshoe ['hɔ:s,ʃu:] *n* móng ngựa
hose [həʊz] *n* ống vòi
hosepipe ['həʊz,paɪp] *n* ống phun nước
hospital ['hɒspɪtᵊl] *n* bệnh viện; **maternity hospital** *n* nhà hộ sinh; **mental hospital** *n* nhà thương điên; **How do I get to the hospital?** Xin chỉ cho tôi cách đến bệnh viện; **I work in a hospital** Tôi làm việc ở bệnh viện; **We must get him to hospital** Chúng ta phải đưa anh ấy vào bệnh viện; **Where is the hospital?** Bệnh viện ở đâu?; **Will he have to go to hospital?** Anh ấy có phải đi bệnh viện không?
hospitality [,hɒspɪ'tælɪtɪ] *n* lòng hiếu khách
host [həʊst] *n (entertains)* người chiêu đãi, *(multitude)* nhiều
hostage ['hɒstɪdʒ] *n* con tin
hostel ['hɒstᵊl] *n* nhà trọ; **Is there a youth hostel nearby?** Có nhà trọ dành cho du khách trẻ ở gần đây không?
hostess ['həʊstɪs] *n* **air hostess** *n* nữ tiếp viên hàng không
hostile ['hɒstaɪl] *adj* thù địch
hot [hɒt] *adj* nóng *(nhiệt độ)*; **hot dog** *n* bánh mỳ kẹp xúc xích; **I feel hot** Tôi thấy nóng; **I'm too hot** Tôi nóng quá; **It's very hot** Trời nóng

quá; **The food is too hot** Đồ ăn nóng quá; **The room is too hot** Phòng nóng quá

hotel [həʊ'tɛl] *n* khách sạn; **Can you book me into a hotel?** Anh có thể đặt giúp tôi một khách sạn được không?; **Can you recommend a hotel?** Anh có thể giới thiệu một khách sạn được không?; **He runs the hotel** Anh ấy quản lý khách sạn; **I'm staying at a hotel** Tôi đang ở khách sạn; **Is your hotel accessible to wheelchairs?** Khách sạn của anh có lối vào cho xe lăn không?; **We're looking for a hotel** Chúng tôi đang tìm khách sạn; **What's the best way to get to this hotel?** Đến khách sạn này bằng cách nào là tốt nhất?

hour [aʊə] *n* giờ; **office hours** *npl* giờ làm việc; **opening hours** *npl* giờ mở cửa; **peak hours** *npl* giờ cao điểm; **rush hour** *n* giờ cao điểm; **visiting hours** *npl* thời gian thăm viếng; **How much is it per hour?** Giá bao nhiêu tiền một giờ?; **When are visiting hours?** Giờ vào thăm là khi nào?

hourly ['aʊəlɪ] *adj* hàng giờ ▷ *adv* hàng giờ

house [haʊs] *n* ngôi nhà; **council house** *n* nhà ở do chính quyền địa phương cấp; **detached house** *n* căn nhà xây tách riêng; **semi-detached house** *n* nhà chung tường

household ['haʊs,həʊld] *n* hộ gia đình

housewife, housewives ['haʊs,waɪf, 'haʊs,waɪvz] *n* bà nội trợ

housework ['haʊs,wɜ:k] *n* việc nhà

hovercraft ['hɒvə,krɑ:ft] *n* tàu cánh ngầm

how [haʊ] *adv* bằng cách nào; **Do you know how to do this?** Anh biết cách làm việc này không?; **How are you?** Anh có khỏe không?; **How do I get to...?** Xin chỉ cho tôi cách đến...; **How does this work?** Cái này hoạt động thế nào?; **How far are we from the town centre?** Chúng ta còn cách trung tâm thành phố bao xa?; **How far is it?** Cách bao xa?; **How far is the bus stop?** Bến xe buýt cách đây bao xa?; **How frequent are the trains to...?** Bao lâu thì có một chuyến tàu đến..?; **How long will it take to get to...?** Đến... mất bao nhiêu lâu?; **How much is it?** Cái đó bao nhiêu tiền?; **How much is the deposit?** Phải đặt cọc bao nhiêu?; **How old are you?** Anh bao nhiêu tuổi?; **How tall are you?** Anh cao bao nhiêu?

however [haʊ'ɛvə] *adv* tuy nhiên

howl [haʊl] *v* hú

HQ [eɪtʃ kju:] *abbr* trụ sở chính

hubcap ['hʌb,kæp] *n* nắp tròn đậy trục bánh xe

hug [hʌg] *n* cái ôm ▷ *v* ôm

huge [hju:dʒ] *adj* to lớn

hull [hʌl] *n* thân tàu

hum [hʌm] *v* kêu vo ve

human ['hju:mən] *adj* thuộc loài người; **human being** *n* con người; **human rights** *npl* nhân quyền

humanitarian [hju:,mænɪ'tɛərɪən] *adj* nhân đạo

humble ['hʌmbᵊl] *adj* khiêm tốn
humid ['hju:mɪd] *adj* ẩm ướt
humidity [hju:'mɪdɪtɪ] *n* độ ẩm
humorous ['hju:mərəs] *adj* hài hước
humour ['hju:mə] *n* sự hài hước; **sense of humour** *n* khiếu hài hước
hundred ['hʌndrəd] *number* trăm; **I'd like five hundred...** Tôi muốn năm trăm...
Hungarian [hʌŋ'gɛərɪən] *adj* thuộc Hungary ▷ *n* người Hungary
Hungary ['hʌŋgərɪ] *n* nước Hungary
hunger ['hʌŋgə] *n* sự đói
hungry ['hʌŋgrɪ] *adj* đói; **I'm hungry** Tôi đói; **I'm not hungry** Tôi không đói
hunt [hʌnt] *n* săn bắn ▷ *v* săn bắn
hunter ['hʌntə] *n* người đi săn
hunting ['hʌntɪŋ] *n* sự đi săn
hurdle ['hɜ:dᵊl] *n* rào cản
hurricane ['hʌrɪkᵊn; -keɪn] *n* cơn cuồng phong
hurry ['hʌrɪ] *n* sự vội vàng ▷ *v* thúc giục
hurry up ['hʌrɪ ʌp] *v* nhanh lên
hurt [hɜ:t] *adj* đau đớn ▷ *v* làm đau
husband ['hʌzbənd] *n* chồng *(vợ)*; **This is my husband** Đây là chồng tôi
hut [hʌt] *n* túp lều
hyacinth ['haɪəsɪnθ] *n* cây dạ lan hương
hydrogen ['haɪdrɪdʒən] *n* hyđrô
hygiene ['haɪdʒi:n] *n* vệ sinh
hymn [hɪm] *n* bài thánh ca
hypermarket ['haɪpə,mɑ:kɪt] *n* cửa hàng siêu thị
hyphen ['haɪfᵊn] *n* gạch nối

i

I [aɪ] *pron* tôi; **I am HIV-positive** Tôi bị HIV dương tính; **I don't like...** Tôi không thích...; **I have an appointment with...** Tôi có hẹn với...; **I like...** Tôi thích...; **I love...** Tôi rất thích...
ice [aɪs] *n* đá *(tủ lạnh)*; **black ice** *n* lớp băng phủ mặt đường; **ice cube** *n* viên đá; **ice hockey** *n* môn khúc côn cầu trên băng; **ice lolly** *n* kem que; **ice rink** *n* sân băng; **With ice, please** Làm ơn cho đá
iceberg ['aɪsbɜ:g] *n* núi băng trôi
icebox ['aɪs,bɒks] *n* tủ đá
ice cream ['aɪs 'kri:m] *n* **ice cream** *n* kem *(lạnh)*; **I'd like an ice cream** Tôi muốn ăn kem
Iceland ['aɪslənd] *n* nước Aixơlen
Icelandic [aɪs'lændɪk] *adj* thuộc Aixơlen ▷ *n* tiếng Aixơlen
ice-skating ['aɪs,skeɪtɪŋ] *n* môn trượt băng
icing ['aɪsɪŋ] *n* kem phủ trên bánh;

icing sugar *n* đường dùng làm kem
icon ['aɪkɒn] *n* biểu tượng *(máy tính)*
icy ['aɪsɪ] *adj* phủ băng
idea [aɪ'dɪə] *n* ý kiến
ideal [aɪ'dɪəl] *adj* lý tưởng
ideally [aɪ'dɪəlɪ] *adv* lý tưởng
identical [aɪ'dɛntɪkᵊl] *adj* giống hệt
identification [aɪˌdɛntɪfɪ'keɪʃən] *n* sự nhận dạng
identify [aɪ'dɛntɪˌfaɪ] *v* nhận dạng
identity [aɪ'dɛntɪtɪ] *n* danh tính; **identity card** *n* thẻ căn cước; **identity theft** *n* ăn trộm danh tính
ideology [ˌaɪdɪ'ɒlədʒɪ] *n* hệ tư tưởng
idiot ['ɪdɪət] *n* thằng ngốc
idiotic [ˌɪdɪ'ɒtɪk] *adj* ngốc nghếch
idle ['aɪdᵊl] *adj* nhàn rỗi
i.e. [aɪ iː] *abbr* tức là
if [ɪf] *conj* nếu; **Do you mind if I smoke?** Anh có phiền nếu tôi hút thuốc không?; **Please call us if you'll be late** Làm ơn gọi cho chúng tôi nếu anh về muộn; **What do I do if I break down?** Nếu xe bị hỏng thì tôi phải làm gì?
ignition [ɪg'nɪʃən] *n* bộ phận đánh lửa
ignorance ['ɪgnərəns] *n* sự thiếu hiểu biết
ignorant ['ɪgnərənt] *adj* dốt nát
ignore [ɪg'nɔː] *v* lờ đi
ill [ɪl] *adj* ốm; **I feel ill** Tôi thấy ốm; **My child is ill** Con tôi bị ốm
illegal [ɪ'liːgᵊl] *adj* bất hợp pháp
illegible [ɪ'lɛdʒɪbᵊl] *adj* khó đọc
illiterate [ɪ'lɪtərɪt] *adj* mù chữ
illness ['ɪlnɪs] *n* sự đau ốm
ill-treat [ɪl'triːt] *v* bạc đãi
illusion [ɪ'luːʒən] *n* ảo tưởng
illustration [ˌɪlə'streɪʃən] *n* sự minh họa
image ['ɪmɪdʒ] *n* hình ảnh
imaginary [ɪ'mædʒɪnərɪ; -dʒɪnrɪ] *adj* không có thật
imagination [ɪˌmædʒɪ'neɪʃən] *n* trí tưởng tượng
imagine [ɪ'mædʒɪn] *v* tưởng tượng
imitate ['ɪmɪˌteɪt] *v* bắt chước
imitation [ˌɪmɪ'teɪʃən] *n* sự bắt chước
immature [ˌɪmə'tjʊə; -'tʃʊə] *adj* non nớt
immediate [ɪ'miːdɪət] *adj* lập tức
immediately [ɪ'miːdɪətlɪ] *adv* ngay lập tức
immigrant ['ɪmɪgrənt] *n* người nhập cư
immigration [ˌɪmɪ'greɪʃən] *n* sự nhập cư
immoral [ɪ'mɒrəl] *adj* trái đạo đức
impact ['ɪmpækt] *n* ảnh hưởng
impaired [ɪm'pɛəd] *adj* **I'm visually impaired** Tôi bị khiếm thị
impartial [ɪm'pɑːʃəl] *adj* không thiên vị
impatience [ɪm'peɪʃəns] *n* sự thiếu kiên nhẫn
impatient [ɪm'peɪʃənt] *adj* thiếu kiên nhẫn
impatiently [ɪm'peɪʃəntlɪ] *adv* nôn nóng
impersonal [ɪm'pɜːsənᵊl] *adj* nói chung *(nói trống)*
import *n* ['ɪmpɔːt] sự nhập khẩu ▷ *v* [ɪm'pɔːt] nhập khẩu
importance [ɪm'pɔːtᵊns] *n* tầm quan trọng
important [ɪm'pɔːtᵊnt] *adj* quan

trọng
impossible [ɪm'pɒsəbəl] *adj* không thể
impractical [ɪm'præktɪkəl] *adj* không thực tế
impress [ɪm'prɛs] *v* gây ấn tượng
impressed [ɪm'prɛst] *adj* có ấn tượng
impression [ɪm'prɛʃən] *n* ấn tượng
impressive [ɪm'prɛsɪv] *adj* gây ấn tượng
improve [ɪm'pru:v] *v* cải thiện
improvement [ɪm'pru:vmənt] *n* sự tiến bộ
in [ɪn] *prep* bên trong
inaccurate [ɪn'ækjʊrɪt] *adj* không chính xác
inadequate [ɪn'ædɪkwɪt] *adj* không đầy đủ
inadvertently [,ɪnəd'vɜ:tᵊntlɪ] *adv* vô tình
inbox ['ɪnbɒks] *n* hộp thư đến
incentive [ɪn'sɛntɪv] *n* phần thưởng khích lệ
inch [ɪntʃ] *n* inch
incident ['ɪnsɪdənt] *n* sự việc
include [ɪn'klu:d] *v* bao gồm
included [ɪn'klu:dɪd] *adj* kể cả
including [ɪn'klu:dɪŋ] *prep* bao gồm cả
inclusive [ɪn'klu:sɪv] *adj* bao gồm
income ['ɪnkʌm; 'ɪnkəm] *n* thu nhập; **income tax** *n* thuế thu nhập
incompetent [ɪn'kɒmpɪtənt] *adj* thiếu khả năng
incomplete [,ɪnkəm'pli:t] *adj* không đầy đủ
inconsistent [,ɪnkən'sɪstənt] *adj* không thống nhất
inconvenience [,ɪnkən'vi:njəns] *n* sự bất tiện
inconvenient [,ɪnkən'vi:njənt] *adj* bất tiện
incorrect [,ɪnkə'rɛkt] *adj* không đúng
increase *n* ['ɪnkri:s] sự tăng lên ▷ *v* [ɪn'kri:s] tăng thêm
increasingly [ɪn'kri:sɪŋlɪ] *adv* ngày càng tăng
incredible [ɪn'krɛdəbəl] *adj* không thể tin được
indecisive [,ɪndɪ'saɪsɪv] *adj* không dứt khoát
indeed [ɪn'di:d] *adv* quả thực
independence [,ɪndɪ'pɛndəns] *n* nền độc lập
independent [,ɪndɪ'pɛndənt] *adj* độc lập
index ['ɪndɛks] *n (list)* bảng chú giải, *(numerical scale)* số mũ; **index finger** *n* ngón tay trỏ
India ['ɪndɪə] *n* nước Ấn Độ
Indian ['ɪndɪən] *adj* thuộc Ấn Độ ▷ *n* người Ấn Độ; **Indian Ocean** *n* Ấn Độ Dương
indicate ['ɪndɪ,keɪt] *v* chỉ ra
indicator ['ɪndɪ,keɪtə] *n* dấu hiệu cho biết
indigestion [,ɪndɪ'dʒɛstʃən] *n* chứng khó tiêu
indirect [,ɪndɪ'rɛkt] *adj* gián tiếp
indispensable [,ɪndɪ'spɛnsəbəl] *adj* không thể thiếu được
individual [,ɪndɪ'vɪdjʊəl] *adj* cá nhân
Indonesia [,ɪndəʊ'ni:zɪə] *n* nước Indonesia
Indonesian [,ɪndəʊ'ni:zɪən] *adj* thuộc Indonesia ▷ *n (person)* người Indonesia

indoor ['ɪnˌdɔː] *adj* trong nhà; **What indoor activities are there?** Có những hoạt động gì trong nhà?
indoors [ˌɪn'dɔːz] *adv* ở trong nhà
industrial [ɪn'dʌstrɪəl] *adj* thuộc công nghiệp; **industrial estate** *n* khu công nghiệp
industry ['ɪndəstrɪ] *n* công nghiệp
inefficient [ˌɪnɪ'fɪʃənt] *adj* không có hiệu quả
inevitable [ɪn'ɛvɪtəbᵊl] *adj* không thể tránh được
inexpensive [ˌɪnɪk'spɛnsɪv] *adj* không đắt
inexperienced [ˌɪnɪk'spɪərɪənst] *adj* thiếu kinh nghiệm
infantry ['ɪnfəntrɪ] *n* bộ binh
infection [ɪn'fɛkʃən] *n* nhiễm trùng
infectious [ɪn'fɛkʃəs] *adj* lây nhiễm
inferior [ɪn'fɪərɪə] *adj* thua kém ▹ *n* thuộc cấp
infertile [ɪn'fɜːtaɪl] *adj* cằn cỗi
infinitive [ɪn'fɪnɪtɪv] *n* nguyên thể
infirmary [ɪn'fɜːmərɪ] *n* bệnh xá
inflamed [ɪn'fleɪmd] *adj* bị viêm
inflammation [ˌɪnflə'meɪʃən] *n* sự viêm nhiễm
inflatable [ɪn'fleɪtəbᵊl] *adj* có thể bơm phồng
inflation [ɪn'fleɪʃən] *n* lạm phát
inflexible [ɪn'flɛksəbᵊl] *adj* không mềm dẻo
influence ['ɪnflʊəns] *n* ảnh hưởng ▹ *v* gây ảnh hưởng
influenza [ˌɪnflʊ'ɛnzə] *n* bệnh cúm
inform [ɪn'fɔːm] *v* thông báo
informal [ɪn'fɔːməl] *adj* thân mật
information [ˌɪnfə'meɪʃən] *n* thông tin; **information office** *n* văn phòng cung cấp thông tin; **Here's some information about my company** Đây là một số thông tin về công ty tôi; **I'd like some information about...** Tôi muốn một số thông tin về...
informative [ɪn'fɔːmətɪv] *adj* cung cấp thông tin bổ ích
infrastructure ['ɪnfrəˌstrʌktʃə] *n* cơ sở hạ tầng
infuriating [ɪn'fjʊərɪeɪtɪŋ] *adj* làm điên tiết
ingenious [ɪn'dʒiːnjəs; -nɪəs] *adj* mưu trí
ingredient [ɪn'griːdɪənt] *n* thành phần
inhabitant [ɪn'hæbɪtənt] *n* dân cư
inhaler [ɪn'heɪlə] *n* ống xịt thuốc
inherit [ɪn'hɛrɪt] *v* thừa kế
inheritance [ɪn'hɛrɪtəns] *n* quyền thừa kế
inhibition [ˌɪnɪ'bɪʃən; ˌɪnhɪ-] *n* sự ức chế
initial [ɪ'nɪʃəl] *adj* ban đầu ▹ *v* ký tắt
initially [ɪ'nɪʃəlɪ] *adv* lúc đầu
initials [ɪ'nɪʃəlz] *npl* tên họ viết tắt
initiative [ɪ'nɪʃɪətɪv; -'nɪʃətɪv] *n* sáng kiến
inject [ɪn'dʒɛkt] *v* tiêm
injection [ɪn'dʒɛkʃən] *n* sự tiêm thuốc
injure ['ɪndʒə] *v* làm tổn thương
injured ['ɪndʒəd] *adj* bị thương; **She is seriously injured** Chị ấy bị thương nặng; **Someone is injured** Có người bị thương; **There are some people injured** Có một số người bị thương
injury ['ɪndʒərɪ] *n* vết thương; **injury time** *n* thời gian bù giờ
injustice [ɪn'dʒʌstɪs] *n* sự bất công

ink [ɪŋk] *n* mực *(viết)*
in-laws [ɪnlɔːz] *npl* họ hàng nhà chồng
inmate ['ɪn,meɪt] *n* bạn tù
inn [ɪn] *n* quán trọ
inner ['ɪnə] *adj* bên trong; **inner tube** *n* săm xe
innocent ['ɪnəsənt] *adj* ngây thơ
innovation [,ɪnə'veɪʃən] *n* sự đổi mới
innovative ['ɪnə,veɪtɪv] *adj* có tính chất đổi mới
inquest ['ɪn,kwɛst] *n* cuộc điều tra chính thức
inquire [ɪn'kwaɪə] *v* tìm hiểu
inquiry [ɪn'kwaɪərɪ] *n* yêu cầu; **inquiries office** *n* phòng hướng dẫn
inquisitive [ɪn'kwɪzɪtɪv] *adj* tò mò
insane [ɪn'seɪn] *adj* mất trí
inscription [ɪn'skrɪpʃən] *n* câu chữ khắc
insect ['ɪnsɛkt] *n* côn trùng; **insect repellent** *n* thuốc diệt côn trùng; **stick insect** *n* sâu que; **Do you have insect repellent?** Anh có thuốc chống côn trùng không?
insecure [,ɪnsɪ'kjʊə] *adj* không an toàn
insensitive [ɪn'sɛnsɪtɪv] *adj* vô ý
inside *adv* [,ɪn'saɪd] ở trong ▷ *n* ['ɪn'saɪd] mặt trong ▷ *prep* bên trong; **It's inside** Nó ở bên trong
insincere [,ɪnsɪn'sɪə] *adj* không thành thực
insist [ɪn'sɪst] *v* khăng khăng
insomnia [ɪn'sɒmnɪə] *n* chứng mất ngủ
inspect [ɪn'spɛkt] *v* thanh tra
inspector [ɪn'spɛktə] *n* thanh tra viên; **ticket inspector** *n* thanh tra soát vé
instability [,ɪnstə'bɪlɪtɪ] *n* tính không ổn định
instalment [ɪn'stɔːlmənt] *n* phần trả góp
instance ['ɪnstəns] *n* ví dụ
instant ['ɪnstənt] *adj* ngay lập tức
instantly ['ɪnstəntlɪ] *adv* lập tức
instead [ɪn'stɛd] *adv* thay vì; **instead of** *prep* thay vì
instinct ['ɪnstɪŋkt] *n* bản năng
institute ['ɪnstɪ,tjuːt] *n* học viện
institution [,ɪnstɪ'tjuːʃən] *n* cơ quan *(tổ chức)*
instruct [ɪn'strʌkt] *v* hướng dẫn
instructions [ɪn'strʌkʃənz] *npl* lời chỉ dẫn
instructor [ɪn'strʌktə] *n* huấn luyện viên; **driving instructor** *n* người dạy lái xe
instrument ['ɪnstrəmənt] *n* dụng cụ; **musical instrument** *n* nhạc cụ
insufficient [,ɪnsə'fɪʃənt] *adj* không đủ
insulation [,ɪnsjʊ'leɪʃən] *n* lớp cách ly
insulin ['ɪnsjʊlɪn] *n* chất insulin
insult *n* ['ɪnsʌlt] sự lăng mạ ▷ *v* [ɪn'sʌlt] lăng mạ
insurance [ɪn'ʃʊərəns; -'ʃɔː-] *n* bảo hiểm; **accident insurance** *n* bảo hiểm tai nạn; **car insurance** *n* bảo hiểm xe ô tô; **insurance certificate** *n* giấy chứng nhận bảo hiểm; **insurance policy** *n* đơn bảo hiểm; **life insurance** *n* bảo hiểm nhân thọ; **third-party insurance** *n* sự bảo hiểm cho bên thứ ba; **travel insurance** *n* bảo hiểm du lịch; **Give**

me your insurance details, please Làm ơn cho tôi chi tiết bảo hiểm của anh; **Here are my insurance details** Đây là chi tiết bảo hiểm của tôi; **How much extra is comprehensive insurance cover?** Phải trả thêm bao nhiêu để có bảo hiểm toàn bộ?; **I don't have health insurance** Tôi không có bảo hiểm y tế; **I have insurance** Tôi có bảo hiểm; **I'd like to arrange personal accident insurance** Tôi muốn mua bảo hiểm tai nạn cá nhân; **Is fully comprehensive insurance included in the price?** Giá đã có bảo hiểm toàn diện chưa?; **Will the insurance pay for it?** Bảo hiểm có trả cho cái đó không?

insure [ɪn'ʃʊə; -'ʃɔː] *v* bảo hiểm; **Can I insure my luggage?** Tôi có thể bảo hiểm hành lý của mình không?

insured [ɪn'ʃʊəd; -'ʃɔːd] *adj* được bảo hiểm

intact [ɪn'tækt] *adj* còn nguyên vẹn

intellectual [ˌɪntɪ'lɛktʃʊəl] *adj* thuộc trí óc ▷ *n* người trí thức

intelligence [ɪn'tɛlɪdʒəns] *n* trí thông minh

intelligent [ɪn'tɛlɪdʒənt] *adj* thông minh

intend [ɪn'tɛnd] *v* **intend to** *v* có ý định

intense [ɪn'tɛns] *adj* rất căng

intensive [ɪn'tɛnsɪv] *adj* chuyên sâu; **intensive care unit** *n* phòng điều trị tăng cường

intention [ɪn'tɛnʃən] *n* ý định

intentional [ɪn'tɛnʃənᵊl] *adj* có chủ tâm

intercom ['ɪntəˌkɒm] *n* hệ thống liên lạc nội bộ

interest ['ɪntrɪst; -tərɪst] *n* *(curiosity)* sự quan tâm, *(income)* tiền lãi ▷ *v* gây sự chú ý; **interest rate** *n* tỉ lệ lãi suất

interested ['ɪntrɪstɪd; -tərɪs-] *adj* quan tâm đến

interesting ['ɪntrɪstɪŋ; -tərɪs-] *adj* thú vị

interior [ɪn'tɪərɪə] *n* phần bên trong; **interior designer** *n* nhà thiết kế nội thất

intermediate [ˌɪntə'miːdɪɪt] *adj* trung gian

internal [ɪn'tɜːnᵊl] *adj* nội bộ

international [ˌɪntə'næʃənᵊl] *adj* quốc tế; **Where can I make an international phone call?** Tôi có thể gọi điện thoại quốc tế ở đâu?

Internet ['ɪntəˌnɛt] *n* mạng Internet; **Internet café** *n* quán cà phê internet; **Internet user** *n* người dùng Internet; **Does the room have wireless Internet access?** Phòng có mạng internet không dây không?; **Is there an Internet connection in the room?** Trong phòng có nối mạng internet không?

interpret [ɪn'tɜːprɪt] *v* giải thích

interpreter [ɪn'tɜːprɪtə] *n* người phiên dịch

interrogate [ɪn'tɛrəˌgeɪt] *v* chất vấn

interrupt [ˌɪntə'rʌpt] *v* chen ngang

interruption [ˌɪntə'rʌpʃən] *n* sự chen ngang

interval ['ɪntəvəl] *n* khoảng thời gian giữa hai sự kiện

interview ['ɪntəˌvjuː] *n* cuộc phỏng

vấn ▹ *v* phỏng vấn
interviewer ['ɪntə,vjuːə] *n* người phỏng vấn
intimate ['ɪntɪmɪt] *adj* thân mật
intimidate [ɪn'tɪmɪ,deɪt] *v* đe dọa
into ['ɪntuː; 'ɪntə] *prep* vào trong; **bump into** *v* tình cờ gặp
intolerant [ɪn'tɒlərənt] *adj* không dung thứ
intranet ['ɪntrə,nɛt] *n* mạng nội bộ
introduce [,ɪntrə'djuːs] *v* giới thiệu
introduction [,ɪntrə'dʌkʃən] *n* sự giới thiệu
intruder [ɪn'truːdə] *n* người xâm nhập
intuition [,ɪntjʊ'ɪʃən] *n* trực giác
invade [ɪn'veɪd] *v* xâm lược
invalid ['ɪnvə,liːd] *n* người bệnh tật
invent [ɪn'vɛnt] *v* phát minh
invention [ɪn'vɛnʃən] *n* sự phát minh
inventor [ɪn'vɛntə] *n* người phát minh
inventory ['ɪnvəntərɪ; -trɪ] *n* bản kiểm kê
invest [ɪn'vɛst] *v* đầu tư
investigation [ɪn,vɛstɪ'geɪʃən] *n* sự điều tra
investment [ɪn'vɛstmənt] *n* sự đầu tư
investor [ɪn'vɛstə] *n* nhà đầu tư
invigilator [ɪn'vɪdʒɪ,leɪtə] *n* giám thị
invisible [ɪn'vɪzəbᵊl] *adj* vô hình
invitation [,ɪnvɪ'teɪʃən] *n* lời mời
invite [ɪn'vaɪt] *v* mời; **It's very kind of you to invite me** Rất cảm ơn anh đã mời tôi
invoice ['ɪnvɔɪs] *n* hóa đơn ▹ *v* lập hóa đơn
involve [ɪn'vɒlv] *v* dính líu
iPod® ['aɪ,pɒd] *n* máy nghe nhạc iPod®
IQ [aɪ kjuː] *abbr* Chỉ số Thông minh IQ
Iran [ɪ'rɑːn] *n* nước Iran
Iranian [ɪ'reɪnɪən] *adj* thuộc Iran ▹ *n* *(person)* người Iran
Iraq [ɪ'rɑːk] *n* nước Iraq
Iraqi [ɪ'rɑːkɪ] *adj* thuộc Iraq ▹ *n* *(person)* người Iraq
Ireland ['aɪələnd] *n* nước Ai-len; **Northern Ireland** *n* Bắc Ai Len
iris ['aɪrɪs] *n* hoa diên vĩ
Irish ['aɪrɪʃ] *adj* thuộc Ai-len ▹ *n* tiếng Ai-len
Irishman, Irishmen ['aɪrɪʃmən, 'aɪrɪʃmɛn] *n* đàn ông Ai-len
Irishwoman, Irishwomen ['aɪrɪʃwʊmən, 'aɪrɪʃwɪmɪn] *n* phụ nữ Ai-len
iron ['aɪən] *n* sắt ▹ *v* là *(quần áo)*; **I need an iron** Tôi cần bàn là; **Where can I get this ironed?** Tôi có thể mang cái này đi là ở đâu?
ironic [aɪ'rɒnɪk] *adj* mỉa mai
ironing ['aɪənɪŋ] *n* sự là ủi; **ironing board** *n* cầu là
ironmonger's ['aɪən,mʌŋgəz] *n* cửa hàng bán đồ sắt
irony ['aɪrənɪ] *n* sự mỉa mai
irregular [ɪ'rɛgjʊlə] *adj* bất quy tắc
irrelevant [ɪ'rɛləvənt] *adj* không liên quan
irresponsible [,ɪrɪ'spɒnsəbᵊl] *adj* vô trách nhiệm
irritable ['ɪrɪtəbᵊl] *adj* dễ cáu kỉnh
irritating ['ɪrɪ,teɪtɪŋ] *adj* làm phát cáu
Islam ['ɪzlɑːm] *n* đạo Hồi

Islamic [ɪz'læmɪk] *adj* thuộc đạo Hồi
island ['aɪlənd] *n* đảo *(trên biển)*; **desert island** *n* đảo hoang
isolated ['aɪsə,leɪtɪd] *adj* biệt lập
ISP [aɪ ɛs piː] *abbr* nhà cung cấp dịch vụ Internet
Israel ['ɪzreɪəl; -rɪəl] *n* nước Israel
Israeli [ɪz'reɪlɪ] *adj* thuộc Israel ▹ *n (person)* người Israel
issue ['ɪʃjuː] *n* vấn đề *(nêu ra)* ▹ *v* phát hành
it [ɪt] *pron* nó; **It hurts** Nó đau; **It won't turn on** Nó không bật lên được
IT [aɪ tiː] *abbr* CNTT
Italian [ɪ'tæljən] *adj* thuộc Ý ▹ *n (language)* tiếng Ý, *(person)* người Ý
Italy ['ɪtəlɪ] *n* nước Ý
itch [ɪtʃ] *v* ngứa; **My leg itches** Chân tôi bị ngứa
itchy [ɪtʃɪ] *adj* ngứa ngáy
item ['aɪtəm] *n* khoản
itinerary [aɪ'tɪnərərɪ; ɪ-] *n* lộ trình
its [ɪts] *adj* của nó
itself [ɪt'sɛlf] *pron* tự nó
ivory ['aɪvərɪ; -vrɪ] *n* ngà
ivy ['aɪvɪ] *n* cây thường xuân

J

jab [dʒæb] *n* cú thọc mạnh
jack [dʒæk] *n* cái kích
jacket ['dʒækɪt] *n* áo khoác; **dinner jacket** *n* áo vestong mặc đi dự tiệc; **jacket potato** *n* khoai tây nướng cả vỏ; **life jacket** *n* áo phao
jackpot ['dʒæk,pɒt] *n* giải độc đắc
jail [dʒeɪl] *n* nhà tù ▹ *v* bỏ tù
jam [dʒæm] *n* mứt; **jam jar** *n* lọ mứt; **traffic jam** *n* sự tắc nghẽn giao thông
Jamaican [dʒə'meɪkən] *adj* thuộc Jamaica ▹ *n (person)* người Jamaica
jammed [dʒæmd] *adj* kẹp
janitor ['dʒænɪtə] *n* người trông coi
January ['dʒænjʊərɪ] *n* tháng Một
Japan [dʒə'pæn] *n* nước Nhật
Japanese [,dʒæpə'niːz] *adj* thuộc Nhật ▹ *n (language)* tiếng Nhật, *(person)* người Nhật
jar [dʒɑː] *n* lọ; **jam jar** *n* lọ mứt
jaundice ['dʒɔːndɪs] *n* bệnh vàng da
javelin ['dʒævlɪn] *n* cái lao
jaw [dʒɔː] *n* quai hàm

jazz [dʒæz] *n* nhạc jazz
jealous ['dʒɛləs] *adj* ghen tị
jeans [dʒi:nz] *npl* quần jeans
jelly ['dʒɛlı] *n* thạch
jellyfish ['dʒɛlı,fıʃ] *n* con sứa
jersey ['dʒɜ:zı] *n* áo nịt len
Jesus ['dʒi:zəs] *n* chúa Giê-su
jet [dʒɛt] *n* máy bay phản lực; **jet lag** *n* sự mệt mỏi sau một chuyến bay dài; **jumbo jet** *n* máy bay phản lực cỡ lớn
jetty ['dʒɛtı] *n* cầu tàu
Jew [dʒu:] *n* người Do thái
jewel ['dʒu:əl] *n* đá quý
jeweller ['dʒu:ələ] *n* thợ kim hoàn
jeweller's ['dʒu:ələz] *n* cửa hàng đồ trang sức
jewellery ['dʒu:əlrı] *n* đồ nữ trang
Jewish ['dʒu:ıʃ] *adj* thuộc người Do thái
jigsaw ['dʒıg,sɔ:] *n* trò chơi xếp hình
job [dʒɒb] *n* công việc; **job centre** *n* trung tâm giới thiệu việc làm
jobless ['dʒɒblıs] *adj* thất nghiệp
jockey ['dʒɒkı] *n* người cưỡi ngựa đua
jog [dʒɒg] *v* chạy bộ
jogging ['dʒɒgıŋ] *n* môn chạy bộ; **Where can I go jogging?** Tôi có thể chạy bộ ở đâu?
join [dʒɔın] *v* tham gia
joiner ['dʒɔınə] *n* thợ làm đồ gỗ
joint [dʒɔınt] *adj* chung *(cùng nhau)* ▹ *n (junction)* khớp nối, *(meat)* súc thịt; **joint account** *n* tài khoản chung
joke [dʒəʊk] *n* lời nói đùa ▹ *v* nói đùa
jolly ['dʒɒlı] *adj* vui vẻ
Jordan ['dʒɔ:dᵊn] *n* nước Jordan
Jordanian [dʒɔ:'deınıən] *adj* thuộc Jordan ▹ *n* người Jordan
jot down [dʒɒt daʊn] *v* ghi tóm tắt
jotter ['dʒɒtə] *n* sổ tay ghi chép
journalism ['dʒɜ:nᵊ,lızəm] *n* nghề viết báo
journalist ['dʒɜ:nᵊlıst] *n* phóng viên
journey ['dʒɜ:nı] *n* cuộc hành trình
joy [dʒɔı] *n* sự vui mừng
joystick ['dʒɔı,stık] *n* cần điều khiển
judge [dʒʌdʒ] *n* thẩm phán ▹ *v* phán xét
judo ['dʒu:dəʊ] *n* môn võ Judo
jug [dʒʌg] *n* bình có tay cầm
juggler ['dʒʌglə] *n* nghệ sĩ tung hứng
juice [dʒu:s] *n* nước quả ép; **orange juice** *n* nước cam
July [dʒu:'laı; dʒə-; dʒʊ-] *n* tháng Bảy
jump [dʒʌmp] *n* nhảy xa ▹ *v* nhảy; **high jump** *n* môn nhảy cao; **jump leads** *npl* dây sạc điện; **long jump** *n* nhảy xa
jumper ['dʒʌmpə] *n* áo len chui đầu
jumping [dʒʌmpıŋ] *n* **show jumping** *n* môn đua ngựa
junction ['dʒʌŋkʃən] *n* chỗ giao nhau
June [dʒu:n] *n* tháng Sáu; **at the beginning of June** vào đầu tháng Sáu; **at the end of June** vào cuối tháng Sáu; **for the whole of June** trong cả tháng Sáu; **It's Monday the fifteenth of June** Thứ Hai ngày mười lăm tháng Sáu
jungle ['dʒʌŋgᵊl] *n* rừng nhiệt đới
junior ['dʒu:njə] *adj* cấp thấp
junk [dʒʌŋk] *n* đồ đồng nát; **junk mail** *n* thư rác
jury ['dʒʊərı] *n* bồi thẩm đoàn
just [dʒəst] *adv* một cách chính xác
justice ['dʒʌstıs] *n* công lý
justify ['dʒʌstı,faı] *v* giải thích

kangaroo [ˌkæŋgəˈruː] *n* chuột túi kangaru
karaoke [ˌkɑːrəˈəʊkɪ] *n* karaokê
karate [kəˈrɑːtɪ] *n* võ karate
Kazakhstan [ˌkɑːzɑːkˈstæn; -ˈstɑːn] *n* nước Kazakhstan
kebab [kəˈbæb] *n* món thịt nướng kebab
keen [kiːn] *adj* say mê
keep [kiːp] *v* giữ; **How long will it keep?** Cái này để được bao lâu?; **Keep the change** Không cần trả lại; **Keep to the path** Đi theo lối mòn; **May I keep it?** Tôi giữ có được không?
keep-fit [ˈkiːpˌfɪt] *n* bài tập giữ sức khỏe
keep out [kiːp aʊt] *v* tránh xa
keep up [kiːp ʌp] *v* giữ vững; **keep up with** *v* giữ vững
kennel [ˈkenᵊl] *n* chuồng chó
Kenya [ˈkɛnjə; ˈkiːnjə] *n* nước Kenya
Kenyan [ˈkɛnjən; ˈkiːnjən] *adj* thuộc Kenya ▷ *n (person)* người Kenya
kerb [kɜːb] *n* lề đường
kerosene [ˈkɛrəˌsiːn] *n* dầu lửa
ketchup [ˈkɛtʃəp] *n* nước sốt cà chua
kettle [ˈkɛtᵊl] *n* ấm đun nước
key [kiː] *n (for lock)* chìa khóa, *(music/computer)* phím; **car keys** *npl* chìa khóa xe ô tô; **Can I have a key?** Có thể cho tôi xin một chiếc chìa khóa được không?; **I left the keys in the car** Tôi để chìa khóa trong xe; **I'm having trouble with the key** Tôi đang gặp trục trặc với chìa khóa; **I've forgotten the key** Tôi quên chìa khóa rồi; **the key for room number two hundred and two** chìa khóa phòng hai linh hai; **The key doesn't work** Chìa khóa không mở được
keyboard [ˈkiːˌbɔːd] *n* bàn phím
keyring [ˈkiːˌrɪŋ] *n* vòng đeo chìa khóa
kick [kɪk] *n* cú đá ▷ *v* đá *(bằng chân)*
kick off [kɪk ɒf] *v* phát bóng
kick-off [kɪkɒf] *n* cú phát bóng
kid [kɪd] *n* đứa trẻ ▷ *v* lừa phỉnh
kidnap [ˈkɪdnæp] *v* bắt cóc
kidney [ˈkɪdnɪ] *n* quả thận
kill [kɪl] *v* giết
killer [ˈkɪlə] *n* kẻ giết người
kilo [ˈkiːləʊ] *n* ki-lô-gram
kilometre [kɪˈlɒmɪtə; ˈkɪləˌmiːtə] *n* ki-lô-mét
kilt [kɪlt] *n* váy Scotland
kind [kaɪnd] *adj* tốt bụng ▷ *n* loại *(dạng)*; **What kind of sandwiches do you have?** Anh có loại bánh

xăng-đuých gì?
kindly ['kaɪndlɪ] *adv* vui lòng
kindness ['kaɪndnɪs] *n* lòng tốt
king [kɪŋ] *n* vua
kingdom ['kɪŋdəm] *n* vương quốc
kingfisher ['kɪŋˌfɪʃə] *n* chim bói cá
kiosk ['kiːɒsk] *n* ki-ốt
kipper ['kɪpə] *n* cá trích muối hun khói
kiss [kɪs] *n* nụ hôn ▹ *v* hôn
kit [kɪt] *n* bộ *(đồ)*; **hands-free kit** *n* bộ đồ không cần dùng tay; **repair kit** *n* bộ đồ sửa chữa; **Can I have a repair kit?** Tôi muốn có bộ đồ sửa xe được không?
kitchen ['kɪtʃɪn] *n* bếp *(nhà)*; **fitted kitchen** *n* phòng bếp lắp đặt sẵn
kite [kaɪt] *n* cái diều
kitten ['kɪtᵊn] *n* mèo con
kiwi ['kiːwiː] *n* chim kiwi
knee [niː] *n* đầu gối
kneecap ['niːˌkæp] *n* xương bánh chè
kneel [niːl] *v* quỳ
kneel down [niːl daʊn] *v* quỳ xuống
knickers ['nɪkəz] *npl* quần lót
knife [naɪf] *n* dao
knit [nɪt] *v* đan
knitting ['nɪtɪŋ] *n* việc đan len; **knitting needle** *n* kim đan
knob [nɒb] *n* nắm đấm cửa
knock [nɒk] *n* cú đánh ▹ *v* đập *(cửa)*, *(on the door etc.)* đập *(cửa)*
knock down [nɒk daʊn] *v* đánh ngã
knock out [nɒk aʊt] *v* hạ đo ván
knot [nɒt] *n* nút thắt
know [nəʊ] *v* biết; **Do you know him?** Anh có biết anh ấy không?; **Do you know how to do this?** Anh biết cách làm việc này không?; **I don't know** Tôi không biết; **I'm very sorry, I didn't know the regulations** Tôi rất xin lỗi, tôi không biết quy định; **Please let me know when we get to...** Làm ơn bảo tôi khi đến...
know-all ['nəʊɔːl] *n* người tự cho rằng mình biết mọi thứ
know-how ['nəʊˌhaʊ] *n* bí quyết làm việc
knowledge ['nɒlɪdʒ] *n* sự hiểu biết
knowledgeable ['nɒlɪdʒəbᵊl] *adj* am hiểu
known [nəʊn] *adj* được biết
Koran [kɔː'rɑːn] *n* kinh Koran
Korea [kə'riːə] *n* nước Triều Tiên; **North Korea** *n* Bắc Triều Tiên; **South Korea** *n* Hàn Quốc
Korean [kə'riːən] *adj* thuộc Triều Tiên ▹ *n (language)* tiếng Triều Tiên, *(person)* người Triều Tiên
kosher ['kəʊʃə] *adj* tuân thủ chế độ ăn kiêng kosher
Kosovo ['kɔsɔvɔ; 'kɒsəvəʊ] *n* nước Kosovo
Kuwait [kʊ'weɪt] *n* nước Kuwait
Kuwaiti [kʊ'weɪtɪ] *adj* thuộc Kuwait ▹ *n (person)* người Kuwait
Kyrgyzstan ['kɪəgɪzˌstɑːn; -ˌstæn] *n* nước Kyrgyzstan

l

lab [læb] *n* phòng thí nghiệm
label ['leɪbᵊl] *n* nhãn mác
laboratory [lə'bɒrətərɪ] *n* phòng thí nghiệm; **language laboratory** *n* phòng luyện nghe
labour ['leɪbə] *n* lao động
labourer ['leɪbərə] *n* người lao động
lace [leɪs] *n* dây buộc
lack [læk] *n* sự thiếu
lacquer ['lækə] *n* sơn mài
lad [læd] *n* chàng trai
ladder ['lædə] *n* cái thang
ladies ['leɪdɪz] *n* **ladies'** *n* phòng vệ sinh nữ; **Where is the ladies?** Nhà vệ sinh cho phụ nữ ở đâu?
ladle ['leɪdᵊl] *n* cái muỗng
lady ['leɪdɪ] *n* quý bà
ladybird ['leɪdɪ,bɜ:d] *n* con bọ rùa
lag [læg] *n* **jet lag** *n* sự mệt mỏi sau một chuyến bay dài; **I'm suffering from jet lag** Tôi bị mệt vì thay đổi múi giờ
lager ['lɑ:gə] *n* bia nhẹ
lagoon [lə'gu:n] *n* đầm *(nước)*
laid-back ['leɪdbæk] *adj* thoải mái
lake [leɪk] *n* hồ nước
lamb [læm] *n* thịt cừu
lame [leɪm] *adj* què
lamp [læmp] *n* đèn; **bedside lamp** *n* đèn ngủ
lamppost ['læmp,pəʊst] *n* cột đèn
lampshade ['læmp,ʃeɪd] *n* chụp đèn
land [lænd] *n* đất ▷ *v* đổ bộ
landing ['lændɪŋ] *n* chiếu nghỉ
landlady ['lænd,leɪdɪ] *n* bà chủ nhà
landlord ['lænd,lɔ:d] *n* ông chủ nhà
landmark ['lænd,mɑ:k] *n* điểm định vị
landowner ['lænd,əʊnə] *n* địa chủ
landscape ['lænd,skeɪp] *n* phong cảnh
landslide ['lænd,slaɪd] *n* sự lở đất
lane [leɪn] *n* làn đường, *(driving)* làn đường; **cycle lane** *n* làn xe đạp; **You are in the wrong lane** Anh đi sai làn đường rồi
language ['læŋgwɪdʒ] *n* ngôn ngữ; **language laboratory** *n* phòng luyện nghe; **language school** *n* trường dạy ngôn ngữ; **sign language** *n* ngôn ngữ cử chỉ
lanky ['læŋkɪ] *adj* cao gầy
Laos [laʊz; laʊs] *n* nước Lào
lap [læp] *n* lòng *(ngồi vào)*
laptop ['læp,tɒp] *n* máy tính xách tay
larder ['lɑ:də] *n* tủ đựng thức ăn
large [lɑ:dʒ] *adj* rộng lớn
largely ['lɑ:dʒlɪ] *adv* ở mức độ lớn
laryngitis [,lærɪn'dʒaɪtɪs] *n* chứng viêm thanh quản
laser ['leɪzə] *n* la-de

lass [læs] *n* thiếu nữ
last [lɑ:st] *adj* sau cùng ▹ *adv* sau cùng ▹ *v* kéo dài
lastly ['lɑ:stlɪ] *adv* cuối cùng
late [leɪt] *adj (dead)* quá cố, *(delayed)* muộn ▹ *adv* muộn; **It's too late** Muộn quá rồi; **Please call us if you'll be late** Làm ơn gọi cho chúng tôi nếu anh về muộn; **Sorry we're late** Xin lỗi chúng tôi đến muộn; **The train is running ten minutes late** Tàu đang chậm mười phút; **We are ten minutes late** Chúng tôi muộn mười phút
lately ['leɪtlɪ] *adv* mới đây
later ['leɪtə] *adv* muộn hơn
Latin ['lætɪn] *n* La-tinh
Latin America ['lætɪn ə'mɛrɪkə] *n* Châu Mỹ La tinh
Latin American ['lætɪn ə'mɛrɪkən] *adj* thuộc Mỹ La tinh
latitude ['lætɪˌtju:d] *n* vĩ độ
Latvia ['lætvɪə] *n* nước Latvia
Latvian ['lætvɪən] *adj* thuộc Latvia ▹ *n (language)* tiếng Latvia, *(person)* người Latvia
laugh [lɑ:f] *n* tiếng cười ▹ *v* cười
laughter ['lɑ:ftə] *n* tiếng cười
launch [lɔ:ntʃ] *v* hạ thủy
Launderette® [ˌlɔ:ndə'rɛt; lɔ:n'drɛt] *n* Hàng giặt tự động Launderette®
laundry ['lɔ:ndrɪ] *n* hiệu giặt
lava ['lɑ:və] *n* nham thạch
lavatory ['lævətərɪ; -trɪ] *n* nhà vệ sinh
lavender ['lævəndə] *n* cây oải hương
law [lɔ:] *n* luật; **law school** *n* trường luật
lawn [lɔ:n] *n* bãi cỏ
lawnmower ['lɔ:nˌmaʊə] *n* máy cắt cỏ
lawyer ['lɔ:jə; 'lɔɪə] *n* luật sư
laxative ['læksətɪv] *n* thuốc nhuận tràng
lay [leɪ] *v* bày biện
layby ['leɪˌbaɪ] *n* làn đỗ xe trên đường
layer ['leɪə] *n* tầng; **ozone layer** *n* tầng Ozon
lay off [leɪ ɒf] *v* cho thôi việc
layout ['leɪˌaʊt] *n* cách bố trí
lazy ['leɪzɪ] *adj* lười biếng
lead[1] [li:d] *n (in play/film)* vai chính, *(position)* tin tức ▹ *v* lãnh đạo; **jump leads** *npl* dây sạc điện; **lead singer** *n* ca sỹ chính
lead[2] [lɛd] *n (metal)* chì
leader ['li:də] *n* người lãnh đạo
lead-free [ˌlɛd'fri:] *adj* không có chì
leaf [li:f] *n* chiếc lá; **bay leaf** *n* lá nguyệt quế
leaflet ['li:flɪt] *n* tờ rơi; **Do you have a leaflet in English?** Anh có tờ rơi bằng tiếng Anh không?
league [li:g] *n* liên đoàn
leak [li:k] *n* lỗ thủng ▹ *v* rò rỉ
lean [li:n] *v* dựa; **lean forward** *v* ngả về phía trước
lean on [li:n ɒn] *v* dựa vào
lean out [li:n aʊt] *v* ngả ra ngoài
leap [li:p] *v* nhảy; **leap year** *n* năm nhuận
learn [lɜ:n] *v* học
learner ['lɜ:nə] *n* người học; **learner driver** *n* người học lái xe
lease [li:s] *n* hợp đồng cho thuê ▹ *v* cho thuê
least [li:st] *adj* tối thiểu; **at least** *adv*

ít ra
leather ['lɛðə] *n* da thuộc
leave [liːv] *n* sự cho phép ▷ *v* dời đi; **maternity leave** *n* nghỉ đẻ; **paternity leave** *n* nghỉ sinh con của nam giới; **sick leave** *n* thời gian nghỉ ốm
leave out [liːv aʊt] *v* bỏ ra ngoài
leaves [liːvz] *npl* những chiếc lá
Lebanese [ˌlɛbə'niːz] *adj* thuộc Li-băng ▷ *n* người Li-băng
Lebanon ['lɛbənən] *n* nước Li-băng
lecture ['lɛktʃə] *n* bài giảng ▷ *v* giảng bài
lecturer ['lɛktʃərə] *n* giảng viên
leek [liːk] *n* tỏi tây
left [lɛft] *adj* bên trái ▷ *adv* về phía trái ▷ *n* phía trái
left-hand [ˌleft'hænd] *adj* bằng tay trái; **left-hand drive** *n* tay lái nghịch
left-handed [ˌleft'hændɪd] *adj* thuận tay trái
left-luggage [ˌleft'lʌgɪdʒ] *n* hành lý để lại; **left-luggage locker** *n* tủ giữ đồ vật để lại; **left-luggage office** *n* văn phòng giữ đồ vật để lại
leftovers ['lɛftˌəʊvəz] *npl* phần sót lại
left-wing [ˌleftˌwɪŋ] *adj* thuộc cánh tả
leg [lɛg] *n* chân; **I can't move my leg** Chân tôi không cử động được; **I've got cramp in my leg** Chân tôi bị chuột rút; **My leg itches** Chân tôi bị ngứa; **She has hurt her leg** Con bé bị đau chân
legal ['liːgᵊl] *adj* hợp pháp
legend ['lɛdʒənd] *n* truyền thuyết
leggings ['lɛgɪŋz] *npl* quần tất
legible ['lɛdʒəbᵊl] *adj* dễ đọc
legislation [ˌlɛdʒɪs'leɪʃən] *n* văn bản luật
leisure ['lɛʒə; 'liːʒər] *n* thời gian rỗi; **leisure centre** *n* trung tâm giải trí
lemon ['lɛmən] *n* quả chanh
lemonade [ˌlɛmə'neɪd] *n* nước chanh
lend [lɛnd] *v* cho mượn
length [lɛŋkθ; lɛŋθ] *n* chiều dài
lens [lɛnz] *n* ống kính; **contact lenses** *npl* kính áp tròng; **zoom lens** *n* ống kính máy ảnh
Lent [lɛnt] *n* Tuần ăn chay
lentils ['lɛntɪlz] *npl* cây đậu lăng
Leo ['liːəʊ] *n* cung Sư tử
leopard ['lɛpəd] *n* con báo
leotard ['lɪəˌtɑːd] *n* quần áo nịt
less [lɛs] *adv* ở mức ít hơn ▷ *pron* trừ
lesson ['lɛsᵊn] *n* bài học; **driving lesson** *n* bài học lái xe; **Do you give lessons?** Anh có dạy không?; **Do you organise skiing lessons?** Anh có tổ chức dạy trượt tuyết không?; **Do you organise snowboarding lessons?** Anh có tổ chức dạy trượt ván không?
let [lɛt] *v* để cho
let down [lɛt daʊn] *v* làm thất vọng
let in [lɛt ɪn] *v* cho vào
letter ['lɛtə] *n (a, b, c)* chữ cái, *(message)* thư; **I'd like to send this letter** Tôi muốn gửi bức thư này
letterbox ['lɛtəˌbɒks] *n* hộp thư
lettuce ['lɛtɪs] *n* rau diếp
leukaemia [luː'kiːmɪə] *n* bệnh bạch cầu
level ['lɛvᵊl] *adj* ngang bằng ▷ *n* mức độ; **level crossing** *n* chỗ chắn tàu; **sea level** *n* mực nước biển

lever ['li:və] *n* đòn bẩy
liar ['laɪə] *n* kẻ nói dối
liberal ['lɪbərəl; 'lɪbrəl] *adj* tự do
liberation [,lɪbə'reɪʃən] *n* sự giải phóng
Liberia [laɪ'bɪərɪə] *n* nước Liberia
Liberian [laɪ'bɪərɪən] *adj* thuộc Liberian ▷ *n* người Liberia
Libra ['li:brə] *n* cung Thiên Bình
librarian [laɪ'brɛərɪən] *n* thủ thư
library ['laɪbrərɪ] *n* thư viện
Libya ['lɪbɪə] *n* nước Libya
Libyan ['lɪbɪən] *adj* thuộc Libya ▷ *n* người Libya
lice [laɪs] *npl* chấy rận
licence ['laɪsəns] *n* giấy phép; **driving licence** *n* bằng lái xe
lick [lɪk] *v* liếm
lid [lɪd] *n* cái vung
lie [laɪ] *n* lời nói dối ▷ *v* nói dối
Liechtenstein ['lɪktən,staɪn; 'lɪçtənʃtain] *n* nước Liechtenstein
lie down [laɪ daʊn] *v* nói dối
lie in [laɪ ɪn] *v* sự ngủ nướng
lie-in [laɪɪn] *n* **have a lie-in** *v* sự ngủ nướng
lieutenant [lɛf'tɛnənt; lu:'tɛnənt] *n* trung úy
life [laɪf] *n* cuộc sống; **life insurance** *n* bảo hiểm nhân thọ; **life jacket** *n* áo phao
lifebelt ['laɪf,bɛlt] *n* đai cứu đắm
lifeboat ['laɪf,bəʊt] *n* xuồng cứu hộ
lifeguard ['laɪf,gɑ:d] *n* nhân viên cứu hộ; **Get the lifeguard!** Gọi nhân viên cứu hộ đi!; **Is there a lifeguard?** Có nhân viên cứu hộ không?
life-saving ['laɪf,seɪvɪŋ] *adj* cứu mạng
lifestyle ['laɪf,staɪl] *n* lối sống
lift [lɪft] *n (free ride)* sự đi nhờ xe, *(up/down)* thang máy ▷ *v* nâng lên; **ski lift** *n* thang kéo người trượt tuyết; **Do you have a lift for wheelchairs?** Chỗ anh có thang máy cho xe lăn không?; **Is there a lift in the building?** Trong tòa nhà có thang máy không?; **Where is the lift?** Thang máy ở đâu?
light [laɪt] *adj (not dark)* sáng *(màu), (not heavy)* nhẹ ▷ *n* ánh sáng ▷ *v* thắp sáng; **brake light** *n* đèn phanh; **hazard warning lights** *npl* đèn báo nguy hiểm; **light bulb** *n* bóng đèn; **pilot light** *n* đèn mồi; **traffic lights** *npl* đèn giao thông; **May I take it over to the light?** Tôi có thể mang ra chỗ sáng được không?
lighter ['laɪtə] *n* cái bật lửa
lighthouse ['laɪt,haʊs] *n* ngọn hải đăng
lighting ['laɪtɪŋ] *n* sự thắp sáng
lightning ['laɪtnɪŋ] *n* chớp *(sấm)*
like [laɪk] *prep* giống như ▷ *v* thích; **Come home whenever you like** Anh thích về nhà lúc nào cũng được; **I don't like...** Tôi không thích...; **I like...** Tôi thích...; **I like you very much** Tôi rất thích anh
likely ['laɪklɪ] *adj* có thể xảy ra
lilac ['laɪlək] *adj* có màu hoa tử đinh hương ▷ *n* hoa tử đinh hương
Lilo® ['laɪləʊ] *n* Lilo®
lily ['lɪlɪ] *n* hoa loa kèn; **lily of the valley** *n* cây hoa lan chuông
lime [laɪm] *n (compound)* vôi, *(fruit)* chanh
limestone ['laɪm,stəʊn] *n* đá vôi

limit ['lɪmɪt] *n* giới hạn; **age limit** *n* giới hạn tuổi; **speed limit** *n* giới hạn tốc độ
limousine ['lɪmə,zi:n; ,lɪmə'zi:n] *n* xe li-mu-zin
limp [lɪmp] *v* đi khập khiễng
line [laɪn] *n* đường kẻ; **washing line** *n* dây phơi quần áo
linen ['lɪnɪn] *n* vải lanh; **bed linen** *n* khăn trải giường và áo gối
liner ['laɪnə] *n* tàu thủy lớn
lingerie ['lænʒərɪ] *n* đồ lót phụ nữ; **Where is the lingerie department?** Khu bán đồ lót phụ nữ ở đâu?
linguist ['lɪŋgwɪst] *n* nhà ngôn ngữ học
linguistic [lɪŋ'gwɪstɪk] *adj* thuộc ngôn ngữ
lining ['laɪnɪŋ] *n* lớp vải lót
link [lɪŋk] *n* mắt xích; **link (up)** *v* kết nối
lino ['laɪnəʊ] *n* vải sơn lót sàn
lion ['laɪən] *n* con sư tử
lioness ['laɪənɪs] *n* sư tử cái
lip [lɪp] *n* môi *(miệng)*; **lip salve** *n* sáp môi
lip-read ['lɪp,ri:d] *v* hiểu lời nói qua cách mấp máy môi
lipstick ['lɪp,stɪk] *n* son môi
liqueur [lɪ'kjʊə; likœr] *n* rượu mùi; **What liqueurs do you have?** Anh có những loại rượu mùi nào?
liquid ['lɪkwɪd] *n* chất lỏng; **washing-up liquid** *n* nước rửa bát
liquidizer ['lɪkwɪ,daɪzə] *n* máy xay sinh tố
list [lɪst] *n* danh sách ▷ *v* liệt kê; **mailing list** *n* danh sách nhận thư; **price list** *n* bảng giá; **waiting list** *n* danh sách đợi; **wine list** *n* danh sách rượu vang
listen ['lɪsᵊn] *v* nghe; **listen to** *v* lắng nghe
listener ['lɪsnə] *n* người nghe
literally ['lɪtərəlɪ] *adv* theo nghĩa đen
literature ['lɪtərɪtʃə] *n* văn học
Lithuania [,lɪθjʊ'eɪnɪə] *n* nước Lithuania
Lithuanian [,lɪθjʊ'eɪnɪən] *adj* thuộc Lithuania ▷ *n (language)* tiếng Lithuania, *(person)* người Lithuania
litre ['li:tə] *n* lít
litter ['lɪtə] *n (offspring)* lứa con, *(rubbish)* rác rưởi; **litter bin** *n* thùng rác
little ['lɪtᵊl] *adj* nhỏ
live[1] [lɪv] *v* sống *(tồn tại)*; **I live in...** Tôi sống ở...; **We live in...** Chúng tôi sống ở...; **Where do you live?** Anh sống ở đâu?
live[2] [laɪv] *adj* trực tiếp
lively ['laɪvlɪ] *adj* sống động
live on [lɪv ɒn] *v* sống bằng
liver ['lɪvə] *n* gan *(ruột)*
live together [lɪv] *v* sống chung
living ['lɪvɪŋ] *n* sinh hoạt; **cost of living** *n* chi phí sinh hoạt; **living room** *n* phòng khách; **standard of living** *n* mức sống
lizard ['lɪzəd] *n* con thằn lằn
load [ləʊd] *n* vật nặng ▷ *v* chở
loaf, loaves [ləʊf, ləʊvz] *n* ổ bánh mỳ
loan [ləʊn] *n* tiền cho vay ▷ *v* cho vay
loathe [ləʊð] *v* ghê tởm
lobby ['lɒbɪ] *n* **I'll meet you in the lobby** Tôi sẽ gặp anh ở sảnh

lobster ['lɒbstə] *n* tôm hùm
local ['ləʊkᵊl] *adj* thuộc địa phương; **local anaesthetic** *n* gây tê cục bộ
location [ləʊ'keɪʃən] *n* địa điểm
lock [lɒk] *n (door)* khóa cửa, *(hair)* mớ tóc ▷ *v* khóa *(ổ)*; **Can I have a lock?** Tôi muốn có cái khóa được không?; **The door won't lock** Cửa ra vào không khóa được; **The wheels lock** Bánh xe bị khóa
locker ['lɒkə] *n* tủ có khóa; **left-luggage locker** *n* tủ giữ đồ vật để lại
locket ['lɒkɪt] *n* mề đay
lock out [lɒk aʊt] *v* khóa cửa không cho vào
locksmith ['lɒk,smɪθ] *n* thợ khóa
lodger ['lɒdʒə] *n* người ở trọ
loft [lɒft] *n* gác xép
log [lɒg] *n* khúc gỗ
logical ['lɒdʒɪkᵊl] *adj* hợp lý
log in [lɒg ɪn] *v* truy nhập
logo ['ləʊgəʊ; 'lɒg-] *n* biểu tượng *(lôgô)*
log off [lɒg ɒf] *v* thoát ra
log on [lɒg ɒn] *v* truy cập
log out [lɒg aʊt] *v* truy xuất
lollipop ['lɒlɪ,pɒp] *n* kẹo mút
lolly ['lɒlɪ] *n* kẹo
London ['lʌndən] *n* Luân Đôn
loneliness ['ləʊnlɪnɪs] *n* sự cô đơn
lonely ['ləʊnlɪ] *adj* cô đơn
lonesome ['ləʊnsəm] *adj* cô đơn
long [lɒŋ] *adj* dài ▷ *adv* lâu ▷ *v* thèm muốn; **long jump** *n* nhảy xa; **How long is the journey?** Chuyến đi dài bao lâu?; **How long will it take?** Sẽ mất bao lâu?; **Will it be long?** Có lâu không?
longer [lɒŋə] *adv* lâu hơn nữa
longitude ['lɒndʒɪ,tju:d; 'lɒŋg-] *n* kinh độ
loo [lu:] *n* nhà vệ sinh
look [lʊk] *n* cái nhìn ▷ *v* nhìn; **look at** *v* xem xét
look after [lʊk ɑ:ftə] *v* chăm sóc
look for [lʊk fɔ:] *v* tìm kiếm
look round [lʊk raʊnd] *v* xem xét
look up [lʊk ʌp] *v* nhìn lên
loose [lu:s] *adj* lỏng *(rộng)*
lorry ['lɒrɪ] *n* xe tải; **lorry driver** *n* tài xế xe tải
lose [lu:z] *vi* thua ▷ *vt* mất *(thất lạc)*
loser ['lu:zə] *n* người thua cuộc
loss [lɒs] *n* sự mất mát
lost [lɒst] *adj* bị lạc đường; **lost-property office** *n* phòng giữ đồ thất lạc; **My luggage has been lost** Tôi bị mất hành lý; **My son is lost** Con trai tôi bị lạc
lost-and-found ['lɒstænd'faʊnd] *n* nơi để đồ thất lạc
lot [lɒt] *n* **a lot** *n* số phận
lotion ['ləʊʃən] *n* sữa mỹ phẩm; **aftersun lotion** *n* sữa thoa sau khi đi nắng; **cleansing lotion** *n* sữa tẩy sạch; **suntan lotion** *n* kem chống nắng
lottery ['lɒtərɪ] *n* sổ xố
loud [laʊd] *adj* to; **Could you speak louder, please?** Anh làm ơn nói to lên được không?
loudly [laʊdlɪ] *adv* ầm ĩ
loudspeaker [,laʊd'spi:kə] *n* loa phóng thanh
lounge [laʊndʒ] *n* phòng khách; **departure lounge** *n* phòng khởi hành; **transit lounge** *n* phòng chờ quá cảnh
lousy ['laʊzɪ] *adj* tồi tệ

love [lʌv] *n* tình yêu ▷ *v* yêu; **I love you** Anh yêu em
lovely ['lʌvlɪ] *adj* đáng yêu
lover ['lʌvə] *n* người yêu
low [ləʊ] *adj* thấp *(vị trí)* ▷ *adv* dưới thấp; **low season** *n* mùa vắng khách
low-alcohol ['ləʊ,ælkə,hɒl] *adj* ít cồn
lower ['ləʊə] *adj* thấp hơn ▷ *v* hạ thấp
low-fat ['ləʊ,fæt] *adj* ít béo
loyalty ['lɔɪəltɪ] *n* lòng trung thành
luck [lʌk] *n* vận may
luckily ['lʌkɪlɪ] *adv* may thay
lucky ['lʌkɪ] *adj* may mắn
lucrative ['lu:krətɪv] *adj* sinh lợi
luggage ['lʌgɪdʒ] *n* hành lý; **hand luggage** *n* hành lý xách tay; **luggage rack** *n* giá để hành lý; **luggage trolley** *n* xe đẩy hành lý; **Are there any luggage trolleys?** Có xe đẩy để chở đồ không?; **Can I insure my luggage?** Tôi có thể bảo hiểm hành lý của mình không?; **Can you help me with my luggage, please?** Anh làm ơn mang hành lý hộ tôi được không?; **Could you have my luggage taken up?** Anh cho chuyển giúp hành lý lên phòng được không?; **My luggage has been damaged** Hành lý của tôi bị hư hỏng; **My luggage has been lost** Tôi bị mất hành lý; **My luggage hasn't arrived** Hành lý của tôi vẫn chưa đến; **Please take my luggage to a taxi** Làm ơn mang giúp hành lý của tôi ra tắc xi; **Where do I check in my luggage?** Tôi làm thủ tục gửi hành lý ở đâu?; **Where is the luggage for the flight from...?** Hành lý cho chuyến bay từ... ở đâu?
lukewarm [,lu:k'wɔ:m] *adj* âm ấm
lullaby ['lʌlə,baɪ] *n* bài hát ru
lump [lʌmp] *n* cục *(khối)*
lunatic ['lu:'nætɪk] *n* người điên
lunch [lʌntʃ] *n* bữa trưa; **lunch break** *n* giờ nghỉ trưa; **packed lunch** *n* bữa trưa mang từ nhà; **The lunch was excellent** Bữa trưa tuyệt vời; **When will lunch be ready?** Mấy giờ sẽ có bữa trưa?
lunchtime ['lʌntʃ,taɪm] *n* giờ ăn trưa
lung [lʌŋ] *n* phổi
lush [lʌʃ] *adj* tươi tốt
lust [lʌst] *n* sự thèm muốn
Luxembourg ['lʌksəm,bɜ:g] *n* nước Luxembourg
luxurious [lʌg'zjʊərɪəs] *adj* sang trọng
luxury ['lʌkʃərɪ] *n* sự xa xỉ
lyrics ['lɪrɪks] *npl* lời bài hát

mac [mæk] *abbr* áo mưa
macaroni [ˌmækə'rəʊnɪ] *npl* mỳ ống macaroni
machine [mə'ʃiːn] *n* máy *(móc)*; **answering machine** *n* máy trả lời điện thoại tự động; **machine gun** *n* súng máy; **machine washable** *adj* có thể giặt bằng máy; **sewing machine** *n* máy khâu; **slot machine** *n* máy dùng đồng xu; **ticket machine** *n* máy bán vé tự động; **vending machine** *n* máy bán hàng tự động; **washing machine** *n* máy giặt; **Can I use my card with this cash machine?** Tôi có thể dùng thẻ của tôi ở máy rút tiền này không?; **How does the washing machine work?** Máy giặt hoạt động thế nào?; **Is there a cash machine here?** Có máy rút tiền ở đây không?; **Is there a fax machine I can use?** Có máy fax nào tôi có thể sử dụng được không?; **The cash machine swallowed my card** Máy rút tiền nuốt mất thẻ của tôi rồi; **Where are the washing machines?** Máy giặt ở đâu?; **Where is the nearest cash machine?** Máy rút tiền gần nhất ở đâu?
machinery [mə'ʃiːnərɪ] *n* máy móc
mackerel ['mækrəl] *n* cá thu
mad [mæd] *adj (angry)* bực bội, *(insane)* điên
Madagascar [ˌmædə'gæskə] *n* nước Madagascar
madam ['mædəm] *n* quý bà
madly ['mædlɪ] *adv* điên cuồng
madman ['mædmən] *n* người điên
madness ['mædnɪs] *n* sự điên rồ
magazine [ˌmægə'ziːn] *n (ammunition)* kho vũ khí, *(periodical)* tạp chí; **Where can I buy a magazine?** Tôi có thể mua tạp chí ở đâu?
maggot ['mægət] *n* con giòi
magic ['mædʒɪk] *adj* thần kỳ ▷ *n* sự thần kỳ
magical ['mædʒɪkəl] *adj* kỳ diệu
magician [mə'dʒɪʃən] *n* ảo thuật gia
magistrate ['mædʒɪˌstreɪt; -strɪt] *n* quan toà
magnet ['mægnɪt] *n* nam châm
magnetic [mæg'nɛtɪk] *adj* có từ tính
magnificent [mæg'nɪfɪsᵊnt] *adj* tráng lệ
magpie ['mægˌpaɪ] *n* chim ác là
mahogany [mə'hɒgənɪ] *n* gỗ dái ngựa
maid [meɪd] *n* người hầu gái
maiden ['meɪdᵊn] *n* **maiden name**

n tên thời con gái
mail [meɪl] *n* thư từ ▷ *v* gửi qua bưu điện; **junk mail** *n* thư rác; **Is there any mail for me?** Tôi có thư từ gì không?; **Please send my mail on to this address** Làm ơn gửi thư từ của tôi đến địa chỉ này
mailbox ['meɪl,bɒks] *n* hộp thư
mailing list ['meɪlɪŋ 'lɪst] *n* **mailing list** *n* danh sách nhận thư
main [meɪn] *adj* chủ yếu; **main course** *n* món chính; **main road** *n* đường chính
mainland ['meɪnlənd] *n* đất liền
mainly ['meɪnlɪ] *adv* chủ yếu
maintain [meɪn'teɪn] *v* duy trì
maintenance ['meɪntɪnəns] *n* sự duy trì
maize [meɪz] *n* ngô
majesty ['mædʒɪstɪ] *n* vẻ uy nghi
major ['meɪdʒə] *adj* chủ yếu
majority [mə'dʒɒrɪtɪ] *n* phần lớn
make [meɪk] *v* chế tạo
makeover ['meɪk,əʊvə] *n* sự sửa lại toàn bộ
maker ['meɪkə] *n* người chế tạo
make up [meɪk ʌp] *v* cấu thành
make-up [meɪkʌp] *n* đồ hoá trang
malaria [mə'lɛərɪə] *n* bệnh sốt rét
Malawi [mə'lɑːwɪ] *n* nước Malawi
Malaysia [mə'leɪzɪə] *n* nước Malaysia
Malaysian [mə'leɪzɪən] *adj* thuộc Malaysia ▷ *n (person)* người Malaysia
male [meɪl] *adj* thuộc giống đực ▷ *n* giống đực
malicious [mə'lɪʃəs] *adj* hiểm độc
malignant [mə'lɪgnənt] *adj* hiểm ác
malnutrition [,mælnjuː'trɪʃən] *n* suy dinh dưỡng
Malta ['mɔːltə] *n* nước Malta
Maltese [mɔːl'tiːz] *adj* thuộc Malta ▷ *n (language)* tiếng Malta, *(person)* người Malta
mammal ['mæməl] *n* động vật có vú
mammoth ['mæməθ] *adj* khổng lồ ▷ *n* voi mamút
man, men [mæn, mɛn] *n* đàn ông; **best man** *n* phù rể
manage ['mænɪdʒ] *v* xoay xở
manageable ['mænɪdʒəbᵊl] *adj* có thể xoay xở được
management ['mænɪdʒmənt] *n* ban quản lý
manager ['mænɪdʒə] *n* người quản lý; **I'd like to speak to the manager, please** Làm ơn cho tôi nói chuyện với người quản lý
manageress [,mænɪdʒə'rɛs; 'mænɪdʒə,rɛs] *n* bà giám đốc
mandarin ['mændərɪn] *n (fruit)* quả quýt, *(official)* quan lại
mangetout ['mɑ̃ʒ'tuː] *n* đậu ăn cả vỏ
mango ['mæŋgəʊ] *n* quả xoài
mania ['meɪnɪə] *n* sự đam mê
maniac ['meɪnɪ,æk] *n* người điên
manicure ['mænɪ,kjʊə] *n* sự cắt sửa móng tay ▷ *v* cắt sửa móng tay
manipulate [mə'nɪpjʊ,leɪt] *v* thao tác
mankind [,mæn'kaɪnd] *n* nhân loại
man-made ['mæn,meɪd] *adj* nhân tạo
manner ['mænə] *n* cách thức
manners ['mænəz] *npl* cách cư xử
manpower ['mæn,paʊə] *n* nhân lực

mansion ['mænʃən] *n* lâu đài
mantelpiece ['mæntᵊl,piːs] *n* bệ lò sưởi
manual ['mænjʊəl] *n* sách hướng dẫn
manufacture [,mænjʊ'fæktʃə] *v* chế tạo
manufacturer [,mænjʊ'fæktʃərə] *n* nhà chế tạo
manure [mə'njʊə] *n* phân bón
manuscript ['mænjʊ,skrɪpt] *n* bản viết tay
many ['mɛnɪ] *adj* nhiều ▹ *pron* nhiều
Maori ['maʊrɪ] *adj* thuộc tộc người Maori ▹ *n (language)* tiếng Maori, *(person)* người Maori
map [mæp] *n* bản đồ; **road map** *n* bản đồ; **street map** *n* bản đồ đường sá; **Can I have a map?** Tôi muốn có bản đồ được không?; **Can you draw me a map with directions?** Anh làm ơn vẽ giúp tôi bản đồ có chỉ dẫn; **Can you show me where it is on the map?** Anh làm ơn chỉ cho tôi nó ở đâu trên bản đồ; **Do you have a map of the ski runs?** Anh có bản đồ các đường trượt tuyết không?; **Do you have a map of the tube?** Anh có bản đồ tàu điện ngầm không?; **Have you got a map of...?** Anh có bản đồ của... không?; **I need a road map of...** Tôi cần bản đồ đường bộ của...; **Is there a cycle map of this area?** Có bản đồ dành cho người đi xe đạp của vùng này không?; **Where can I buy a map of the area?** Tôi có thể mua bản đồ của khu vực này ở đâu?
maple ['meɪpᵊl] *n* cây thích
marathon ['mærəθən] *n* cuộc chạy đua maratông
marble ['mɑːbᵊl] *n* đá cẩm thạch
march [mɑːtʃ] *n* cuộc diễu hành ▹ *v* diễu hành
March [mɑːtʃ] *n* tháng Ba
mare [mɛə] *n* ngựa cái
margarine [,mɑːdʒə'riːn; ,mɑːgə-] *n* bơ thực vật
margin ['mɑːdʒɪn] *n* biên *(độ chênh)*
marigold ['mærɪ,gəʊld] *n* cúc vạn thọ
marijuana [,mærɪ'hwɑːnə] *n* cần sa
marina [mə'riːnə] *n* bến du thuyền
marinade *n* [,mærɪ'neɪd] nước xốt ▹ *v* ['mærɪ,neɪd] nhúng nước xốt
marital ['mærɪtᵊl] *adj* **marital status** *n* tình trạng hôn nhân
maritime ['mærɪ,taɪm] *adj* thuộc về hàng hải
marjoram ['mɑːdʒərəm] *n* cây kinh giới
mark [mɑːk] *n* dấu ▹ *v (grade)* cho điểm, *(make sign)* đánh dấu; **exclamation mark** *n* dấu chấm than; **question mark** *n* dấu chấm hỏi; **quotation marks** *npl* dấu ngoặc kép
market ['mɑːkɪt] *n* chợ; **market research** *n* nghiên cứu thị trường; **stock market** *n* thị trường chứng khoán; **When is the market on?** Khi nào chợ mở?
marketing ['mɑːkɪtɪŋ] *n* sự tiếp thị
marketplace ['mɑːkɪt,pleɪs] *n* thương trường
marmalade ['mɑːmə,leɪd] *n* mứt cam

maroon [mə'ru:n] *adj* nâu sẫm
marriage ['mærɪdʒ] *n* sự kết hôn; **marriage certificate** *n* giấy đăng ký kết hôn
married ['mærɪd] *adj* đã kết hôn
marrow ['mærəʊ] *n* tuỷ
marry ['mærɪ] *v* cưới
marsh [mɑ:ʃ] *n* đầm lầy
martyr ['mɑ:tə] *n* người tử vì đạo
marvellous ['mɑ:vᵊləs] *adj* kỳ diệu
Marxism ['mɑ:ksɪzəm] *n* chủ nghĩa Mác
marzipan ['mɑ:zɪ,pæn] *n* bột bánh hạnh nhân
mascara [mæ'skɑ:rə] *n* thuốc bôi mi mắt
masculine ['mæskjʊlɪn] *adj* đàn ông
mask [mɑ:sk] *n* mặt nạ
masked [mɑ:skt] *adj* che mặt
mass [mæs] *n (amount)* khối lượng, *(church)* lễ ban thánh thể
massacre ['mæsəkə] *n* cuộc tàn sát
massage ['mæsɑ:ʒ; -sɑ:dʒ] *n* sự xoa bóp
massive ['mæsɪv] *adj* to lớn
mast [mɑ:st] *n* cột buồm
master ['mɑ:stə] *n* chủ ▹ *v* làm chủ
masterpiece ['mɑ:stə,pi:s] *n* kiệt tác
mat [mæt] *n* chiếu *(trải)*; **mouse mat** *n* tấm lót di chuột máy tính
match [mætʃ] *n (partnership)* sự kết đôi, *(sport)* cuộc thi đấu ▹ *v* ghép; **away match** *n* cuộc đấu ở sân đối phương; **home match** *n* trận đấu trên sân nhà
matching [mætʃɪŋ] *adj* hợp nhau
mate [meɪt] *n* bạn
material [mə'tɪərɪəl] *n* vật liệu
maternal [mə'tɜ:nᵊl] *adj* đằng mẹ
mathematical [,mæθə'mætɪkᵊl; ,mæθ'mæt-] *adj* thuộc toán học
mathematics [,mæθə'mætɪks; ,mæθ'mæt-] *npl* toán học
maths [mæθs] *npl* toán học
matter ['mætə] *n* chất ▹ *v* có tầm quan trọng
mattress ['mætrɪs] *n* đệm *(nằm)*
mature [mə'tjʊə; -'tʃʊə] *adj* trưởng thành; **mature student** *n* sinh viên lớn tuổi
Mauritania [,mɒrɪ'teɪnɪə] *n* nước Mauritania
Mauritius [mə'rɪʃəs] *n* nước Mauritius
mauve [məʊv] *adj* có màu hoa cà
maximum ['mæksɪməm] *adj* tối đa ▹ *n* lượng tối đa
may [meɪ] *v* **May I call you tomorrow?** Tôi có thể gọi cho anh vào ngày mai không?; **May I open the window?** Tôi mở cửa sổ được không?
May [meɪ] *n* tháng Năm
maybe ['meɪ,bi:] *adv* có thể
mayonnaise [,meɪə'neɪz] *n* sốt mayonnaise
mayor, mayoress [mɛə, 'mɛərɪs] *n* thị trưởng
maze [meɪz] *n* mê cung
me [mi:] *pron* tôi; **Can you show me where it is on the map?** Anh làm ơn chỉ cho tôi nó ở đâu trên bản đồ; **Please let me off** Xin cho tôi xuống
meadow ['mɛdəʊ] *n* bãi cỏ
meal [mi:l] *n* bữa ăn; **Could you prepare a meal without eggs?** Anh có thể chuẩn bị một bữa ăn

không có trứng không?; **Could you prepare a meal without gluten?** Anh có thể chuẩn bị một bữa ăn không có gluten không?; **The meal was delicious** Bữa ăn rất ngon

mealtime ['miːl,taɪm] *n* giờ ăn

mean [miːn] *adj* bần tiện ▷ *v* muốn nói

meaning ['miːnɪŋ] *n* ý nghĩa

means [miːnz] *npl* phương tiện

meantime ['miːn,taɪm] *adv* trong lúc đó

meanwhile ['miːn,waɪl] *adv* trong lúc đó

measles ['miːzəlz] *npl* bệnh sởi; **German measles** *n* bệnh rubella; **I had measles recently** Gần đây tôi bị bệnh sởi

measure ['mɛʒə] *v* đo lường; **tape measure** *n* thước dây

measurements ['mɛʒəmənts] *npl* sự đo lường

meat [miːt] *n* thịt; **red meat** *n* thịt đỏ; **Do you eat meat?** Anh có ăn thịt không?; **I don't eat meat** Tôi không ăn thịt; **I don't eat red meat** Tôi không ăn thịt đỏ; **I don't like meat** Tôi không thích thịt; **The meat is cold** Thịt nguội quá; **This meat is off** Thịt này thiu rồi

meatball ['miːt,bɔːl] *n* thịt băm viên

Mecca ['mɛkə] *n* thánh đường Mecca

mechanic [mɪ'kænɪk] *n* thợ máy; **Can you send a mechanic?** Anh có thể cử thợ máy đến được không?

mechanical [mɪ'kænɪkᵊl] *adj* thuộc cơ khí

mechanism ['mɛkə,nɪzəm] *n* cơ chế

medal ['mɛdᵊl] *n* huy chương

medallion [mɪ'dæljən] *n* mặt dây chuyền

media ['miːdɪə] *npl* phương tiện truyền thông

mediaeval [,mɛdɪ'iːvᵊl] *adj* thuộc thời Trung cổ

medical ['mɛdɪkᵊl] *adj* thuộc y học ▷ *n* sự khám sức khoẻ; **medical certificate** *n* giấy chứng nhận sức khoẻ

medication [,mɛdɪ'keɪʃən] *n* **I'm on this medication** Tôi đang dùng thuốc này

medicine ['mɛdɪsɪn; 'mɛdsɪn] *n* thuốc uống

meditation [,mɛdɪ'teɪʃən] *n* sự suy ngẫm

Mediterranean [,mɛdɪtə'reɪnɪən] *adj* thuộc vùng Địa Trung Hải ▷ *n* người vùng Địa Trung Hải

medium ['miːdɪəm] *adj (between extremes)* trung dung

medium-sized ['miːdɪəm,saɪzd] *adj* cỡ trung bình

meet [miːt] *vi* họp ▷ *vt* gặp; **Can we meet for lunch?** Chúng ta gặp nhau ăn trưa được không?; **I'll meet you in the lobby** Tôi sẽ gặp anh ở sảnh; **I'm delighted to meet you at last** Tôi rất vui là cuối cùng đã gặp được anh; **It was a pleasure to meet you** Rất hân hạnh được gặp anh; **Pleased to meet you** Rất vui được gặp anh; **Shall we meet afterwards?** Chúng ta sẽ gặp nhau sau đó được không?; **Where shall we meet?** Chúng ta sẽ gặp nhau ở đâu?

meeting ['miːtɪŋ] *n* cuộc gặp gỡ

meet up [miːt ʌp] *v* hẹn gặp
mega ['mɛgə] *adj* cực kỳ
melody ['mɛlədɪ] *n* giai điệu
melon ['mɛlən] *n* quả dưa
melt [mɛlt] *vi* tan chảy ▹ *vt* làm tan chảy
member ['mɛmbə] *n* thành viên; **Do I have to be a member?** Tôi có cần phải là thành viên không?
membership ['mɛmbə,ʃɪp] *n* số hội viên; **membership card** *n* thẻ hội viên
memento [mɪ'mɛntəʊ] *n* vật kỷ niệm
memo ['mɛməʊ; 'miːməʊ] *n* thư nội bộ
memorial [mɪ'mɔːrɪəl] *n* đài kỷ niệm
memorize ['mɛmə,raɪz] *v* ghi nhớ
memory ['mɛmərɪ] *n* trí nhớ; **memory card** *n* thẻ nhớ
mend [mɛnd] *v* sửa chữa
meningitis [,mɛnɪn'dʒaɪtɪs] *n* viêm màng não
menopause ['mɛnəʊ,pɔːz] *n* sự mãn kinh
menstruation [,mɛnstrʊ'eɪʃən] *n* kinh nguyệt
mental ['mɛntᵊl] *adj* thuộc về tinh thần; **mental hospital** *n* nhà thương điên
mentality [mɛn'tælɪtɪ] *n* tâm lý
mention ['mɛnʃən] *v* đề cập
menu ['mɛnjuː] *n* thực đơn; **set menu** *n* thực đơn sẵn; **Do you have a children's menu?** Anh có thực đơn dành cho trẻ em không?; **Do you have a set-price menu?** Anh có thực đơn với giá định sẵn không?; **How much is the set menu?** Thực đơn định sẵn thì giá bao nhiêu?; **The dessert menu, please** Làm ơn cho xem thực đơn đồ tráng miệng; **The menu, please** Làm ơn cho xem thực đơn; **We'll take the set menu** Chúng tôi sẽ chọn thực đơn đã định sẵn
mercury ['mɜːkjʊrɪ] *n* thuỷ ngân
mercy ['mɜːsɪ] *n* sự khoan dung
mere [mɪə] *adj* chỉ là
merge [mɜːdʒ] *v* kết hợp
merger ['mɜːdʒə] *n* sự liên kết
meringue [mə'ræŋ] *n* bánh trứng đường
mermaid ['mɜː,meɪd] *n* nàng tiên cá
merry ['mɛrɪ] *adj* vui vẻ; **Merry Christmas!** Chúc Giáng sinh vui vẻ!
merry-go-round ['mɛrɪgəʊ'raʊnd] *n* vòng đu quay
mess [mɛs] *n* bừa bãi
mess about [mɛs ə'baʊt] *v* làm việc tào lao
message ['mɛsɪdʒ] *n* thông điệp; **text message** *n* tin nhắn
messenger ['mɛsɪndʒə] *n* người đưa tin
mess up [mɛs ʌp] *v* làm bẩn
messy ['mɛsɪ] *adj* lộn xộn
metabolism [mɪ'tæbə,lɪzəm] *n* quá trình trao đổi chất
metal ['mɛtᵊl] *n* kim loại
meteorite ['miːtɪə,raɪt] *n* thiên thạch
meter ['miːtə] *n* dụng cụ đo; **parking meter** *n* máy thu tiền đỗ xe; **Please use the meter** Làm ơn dùng đồng hồ tính tiền; **The meter is broken** Đồng hồ tính tiền bị hỏng; **The parking meter is**

broken Máy bán vé đỗ xe hỏng rồi; **Where is the electricity meter?** Đồng hồ đo điện ở đâu?; **Where is the gas meter?** Đồng hồ đo ga ở đâu?
method ['mɛθəd] *n* phương pháp
Methodist ['mɛθədɪst] *adj* theo Hội Giám lý
metre ['mi:tə] *n* mét
metric ['mɛtrɪk] *adj* theo hệ mét
Mexican ['mɛksɪkən] *adj* thuộc Mêhicô ▷ *n (person)* người Mêhicô
Mexico ['mɛksɪˌkəʊ] *n* nước Mêhicô
microchip ['maɪkrəʊˌtʃɪp] *n* vi mạch
microphone ['maɪkrəˌfəʊn] *n* micrô
microscope ['maɪkrəˌskəʊp] *n* kính hiển vi
mid [mɪd] *adj* giữa
midday ['mɪd'deɪ] *n* buổi trưa
middle ['mɪdᵊl] *n* chỗ giữa; **Middle Ages** *npl* thời Trung cổ; **Middle East** *n* vùng Trung Đông
middle-aged ['mɪdᵊlˌeɪdʒɪd] *adj* trung niên
middle-class ['mɪdᵊlˌklɑ:s] *adj* thuộc tầng lớp trung lưu
midge [mɪdʒ] *n* muỗi vằn
midnight ['mɪdˌnaɪt] *n* nửa đêm; **at midnight** vào nửa đêm
midwife, midwives ['mɪdˌwaɪf, 'mɪdˌwaɪvz] *n* bà đỡ
migraine ['mi:greɪn; 'maɪ-] *n* chứng đau nửa đầu
migrant ['maɪgrənt] *adj* di cư ▷ *n* người di cư
migration [maɪ'greɪʃən] *n* sự di trú
mike [maɪk] *n* micrô
mild [maɪld] *adj* nhẹ
mile [maɪl] *n* dặm
mileage ['maɪlɪdʒ] *n* tổng số dặm đã đi được
mileometer [maɪ'lɒmɪtə] *n* đồng hồ đo dặm
military ['mɪlɪtərɪ; -trɪ] *adj* thuộc quân đội
milk [mɪlk] *n* sữa ▷ *v* vắt sữa; **baby milk** *n* sữa trẻ em; **milk chocolate** *n* sôcôla sữa; **semi-skimmed milk** *n* sữa đã được gạn một phần kem; **skimmed milk** *n* sữa không kem; **UHT milk** *n* sữa UHT; **Do you drink milk?** Anh có uống sữa không?; **Have you got real milk?** Anh có sữa nguyên chất không?; **Is it made with unpasteurised milk?** Nó được làm bằng sữa chưa tiệt trùng phải không?; **with the milk separate** cho sữa riêng
milkshake ['mɪlkˌʃeɪk] *n* sinh tố khuấy sữa
mill [mɪl] *n* xưởng xay bột
millennium [mɪ'lɛnɪəm] *n* thiên niên kỷ
millimetre ['mɪlɪˌmi:tə] *n* milimét
million ['mɪljən] *n* triệu
millionaire [ˌmɪljə'nɛə] *n* nhà triệu phú
mimic ['mɪmɪk] *v* bắt chước
mince [mɪns] *v* thịt băm
mind [maɪnd] *n* tâm trí ▷ *v* thấy phiền
mine [maɪn] *n* mỏ *(khoáng sản)* ▷ *pron* của tôi
miner ['maɪnə] *n* thợ mỏ
mineral ['mɪnərəl; 'mɪnrəl] *adj* thuộc khoáng sản ▷ *n* khoáng sản; **mineral water** *n* nước khoáng
miniature ['mɪnɪtʃə] *adj* thu nhỏ ▷ *n* vật thu nhỏ

minibar ['mɪnɪ,bɑː] *n* quầy bar nhỏ
minibus ['mɪnɪ,bʌs] *n* xe buýt nhỏ
minicab ['mɪnɪ,kæb] *n* xe taxi
minimal ['mɪnɪməl] *adj* tối thiểu
minimize ['mɪnɪ,maɪz] *v* giảm thiểu
minimum ['mɪnɪməm] *adj* tối thiểu ▹ *n* lượng tối thiểu
mining ['maɪnɪŋ] *n* sự khai mỏ
miniskirt ['mɪnɪ,skɜːt] *n* váy rất ngắn
minister ['mɪnɪstə] *n (clergy)* mục sư, *(government)* bộ trưởng; **prime minister** *n* thủ tướng
ministry ['mɪnɪstrɪ] *n (government)* bộ *(cơ quan)*, *(religion)* đoàn mục sư
mink [mɪŋk] *n* chồn vizon
minor ['maɪnə] *adj* thứ yếu ▹ *n* vị thành niên
minority [maɪ'nɒrɪtɪ; mɪ-] *n* thiểu số
mint [mɪnt] *n (coins)* xưởng đúc tiền, *(herb/sweet)* bạc hà
minus ['maɪnəs] *prep* trừ
minute *adj* [maɪ'njuːt] nhỏ ▹ *n* ['mɪnɪt] phút; **Can you wait here for a few minutes?** Anh có thể đợi vài phút ở đây không?; **Could you watch my bag for a minute, please?** Anh làm ơn trông hộ tôi cái túi một phút được không?; **We are ten minutes late** Chúng tôi muộn mười phút
miracle ['mɪrəkᵊl] *n* điều kỳ diệu
mirror ['mɪrə] *n* gương; **rear-view mirror** *n* gương chiếu hậu; **wing mirror** *n* gương chiếu hậu
misbehave [,mɪsbɪ'heɪv] *v* cư xử hỗn
miscarriage [mɪs'kærɪdʒ] *n* sự sảy thai
miscellaneous [,mɪsə'leɪnɪəs] *adj* linh tinh
mischief ['mɪstʃɪf] *n* trò tinh quái
mischievous ['mɪstʃɪvəs] *adj* tinh quái
miser ['maɪzə] *n* người keo kiệt
miserable ['mɪzərəbᵊl] *adj* khốn khổ
misery ['mɪzərɪ] *n* sự khốn khổ
misfortune [mɪs'fɔːtʃən] *n* sự bất hạnh
mishap ['mɪshæp] *n* việc không may
misjudge [,mɪs'dʒʌdʒ] *v* đánh giá sai
mislay [mɪs'leɪ] *v* để thất lạc
misleading [mɪs'liːdɪŋ] *adj* sai lạc
misprint ['mɪs,prɪnt] *n* lỗi in
miss [mɪs] *v* bỏ lỡ
Miss [mɪs] *n* Cô *(cô gái)*
missile ['mɪsaɪl] *n* tên lửa
missing ['mɪsɪŋ] *adj* mất tích; **My child is missing** Con tôi bị mất tích
missionary ['mɪʃənərɪ] *n* người truyền giáo
mist [mɪst] *n* sương mù
mistake [mɪ'steɪk] *n* lỗi ▹ *v* nhầm
mistaken [mɪ'steɪkən] *adj* sai lầm
mistakenly [mɪ'steɪkənlɪ] *adv* một cách sai lầm
mistletoe ['mɪsᵊl,təʊ] *n* cây tầm gửi
mistress ['mɪstrɪs] *n* tình nhân
misty ['mɪstɪ] *adj* đầy sương mù
misunderstand [,mɪsʌndə'stænd] *v* hiểu lầm
misunderstanding [,mɪsʌndə'stændɪŋ] *n* sự hiểu lầm; **There's been a misunderstanding** Đã có sự hiểu lầm

mitten ['mɪtᵊn] *n* găng tay hở ngón
mix [mɪks] *n* sự hoà trộn ▷ *v* hoà trộn
mixed [mɪkst] *adj* pha trộn; **mixed salad** *n* sa lát thập cẩm
mixer ['mɪksə] *n* máy trộn
mixture ['mɪkstʃə] *n* sự pha trộn
mix up [mɪks ʌp] *v* trộn lẫn
mix-up [mɪksʌp] *n* tình trạng hỗn độn
MMS [ɛm ɛm ɛs] *abbr* Dịch vụ Đa phương tiện
moan [məʊn] *v* kêu than
moat [məʊt] *n* hào
mobile ['məʊbaɪl] **mobile home** *n* nhà di động; **mobile number** *n* số điện thoại di động; **mobile phone** *n* điện thoại di động; **Do you have a mobile?** Anh có điện thoại di động không?; **My mobile number is...** Số điện thoại di động của tôi là...; **What is the number of your mobile?** Số điện thoại di động của anh là bao nhiêu?
mock [mɒk] *adj* giả ▷ *v* coi thường
mod cons ['mɒd kɒnz] *npl* tiện nghi hiện đại
model ['mɒdᵊl] *adj* mẫu mực ▷ *n* mô hình ▷ *v* làm mô hình
modem ['məʊdɛm] *n* môđem
moderate ['mɒdərɪt] *adj* vừa phải
moderation [ˌmɒdə'reɪʃən] *n* sự điều độ
modern ['mɒdən] *adj* hiện đại; **modern languages** *npl* ngôn ngữ hiện đại
modernize ['mɒdəˌnaɪz] *v* hiện đại hoá
modest ['mɒdɪst] *adj* khiêm tốn
modification [ˌmɒdɪfɪ'keɪʃən] *n* sự sửa đổi
modify ['mɒdɪˌfaɪ] *v* sửa đổi
module ['mɒdjuːl] *n* mô đun
moist [mɔɪst] *adj* ẩm ướt
moisture ['mɔɪstʃə] *n* hơi nước
moisturizer ['mɔɪstʃəˌraɪzə] *n* sản phẩm dưỡng ẩm
Moldova [mɒl'dəʊvə] *n* nước Moldova
Moldovan [mɒl'dəʊvən] *adj* thuộc Moldova ▷ *n (person)* người Moldova
mole [məʊl] *n (infiltrator)* gián điệp, *(mammal)* chuột chũi, *(skin)* nốt ruồi
molecule ['mɒlɪˌkjuːl] *n* phân tử
moment ['məʊmənt] *n* chốc lát
momentarily ['məʊməntərəlɪ; -trɪlɪ] *adv* trong giây lát
momentary ['məʊməntərɪ; -trɪ] *adj* tạm thời
momentous [məʊ'mɛntəs] *adj* quan trọng
Monaco ['mɒnəˌkəʊ; mə'nɑːkəʊ; mɔnako] *n* nước Monaco
monarch ['mɒnək] *n* quốc vương
monarchy ['mɒnəkɪ] *n* chế độ quân chủ
monastery ['mɒnəstərɪ; -strɪ] *n* tu viện; **Is the monastery open to the public?** Tu viện có mở cửa cho mọi người vào không?
Monday ['mʌndɪ] *n* thứ Hai *(trong tuần)*; **It's Monday the fifteenth of June** Thứ Hai ngày mười lăm tháng Sáu; **on Monday** vào thứ Hai
monetary ['mʌnɪtərɪ; -trɪ] *adj* thuộc tiền tệ
money ['mʌnɪ] *n* tiền; **money belt** *n* túi bao tử; **pocket money** *n* tiền

tiêu vặt; **Can I have my money back?** Tôi lấy lại tiền có được không?; **Can you arrange to have some money sent over urgently?** Anh có thể thu xếp gửi tiền qua gấp không?; **Could you lend me some money?** Anh có thể cho tôi vay ít tiền không?; **I have no money** Tôi không có tiền; **I have run out of money** Tôi hết tiền rồi; **I would like to transfer some money from my account** Tôi muốn chuyển ít tiền từ tài khoản của tôi; **Where can I change some money?** Tôi có thể đổi tiền ở đâu?

Mongolia [mɒŋ'gəʊlɪə] *n* nước Mông Cổ

Mongolian [mɒŋ'gəʊlɪən] *adj* thuộc Mông Cổ ▷ *n (language)* tiếng Mông Cổ, *(person)* người Mông Cổ

mongrel ['mʌŋgrəl] *n* chó lai

monitor ['mɒnɪtə] *n* lớp trưởng

monk [mʌŋk] *n* thầy tu

monkey ['mʌŋkɪ] *n* con khỉ

monopoly [mə'nɒpəlɪ] *n* sự độc quyền

monotonous [mə'nɒtənəs] *adj* đơn điệu

monsoon [mɒn'su:n] *n* gió mùa

monster ['mɒnstə] *n* quái vật

month [mʌnθ] *n* tháng; **a month ago** một tháng trước; **in a month's time** một tháng nữa

monthly ['mʌnθlɪ] *adj* hàng tháng

monument ['mɒnjʊmənt] *n* đài kỷ niệm

mood [mu:d] *n* tâm trạng

moody ['mu:dɪ] *adj* buồn rầu

moon [mu:n] *n* mặt trăng; **full moon** *n* trăng tròn

moor [mʊə; mɔ:] *n* đồng hoang ▷ *v* bỏ neo

mop [mɒp] *n* cây lau nhà

moped ['məʊpɛd] *n* xe máy nhỏ

mop up [mɒp ʌp] *v* lau nhà

moral ['mɒrəl] *adj* thuộc đạo đức ▷ *n* bài học đạo đức

morale [mɒ'rɑ:l] *n* chí khí

morals ['mɒrəlz] *npl* quy tắc đạo đức

more [mɔ:] *adj* nhiều hơn ▷ *adv* hơn ▷ *pron* thêm nữa

morgue [mɔ:g] *n* nhà xác

morning ['mɔ:nɪŋ] *n* buổi sáng; **morning sickness** *n* ốm nghén; **in the morning** vào buổi sáng; **Is the museum open in the morning?** Bảo tàng có mở cửa buổi sáng không?

Moroccan [mə'rɒkən] *adj* thuộc Marốc ▷ *n (person)* người Marốc

Morocco [mə'rɒkəʊ] *n* nước Marốc

morphine ['mɔ:fi:n] *n* moóc phin

Morse [mɔ:s] *n* mã Morse

mortar ['mɔ:tə] *n (military)* súng cối, *(plaster)* vữa *(xây gạch)*

mortgage ['mɔ:gɪdʒ] *n* thế chấp ▷ *v* thế chấp

mosaic [mə'zeɪɪk] *n* đồ khảm

Moslem ['mɒzləm] *adj* thuộc Hồi giáo ▷ *n* tín đồ Hồi giáo

mosque [mɒsk] *n* đền thờ Hồi giáo

mosquito [mə'ski:təʊ] *n* con muỗi

moss [mɒs] *n* rêu

most [məʊst] *adj* hầu hết ▷ *adv (superlative)* nhất ▷ *n (majority)* hầu hết

mostly ['məʊstlɪ] *adv* hầu hết là

MOT [ɛm əʊ ti:] *abbr* kiểm định xe

của Bộ Giao thông
motel [məʊ'tɛl] *n* nhà nghỉ bên đường dành cho khách có ôtô
moth [mɒθ] *n* con nhậy
mother ['mʌðə] *n* mẹ; **mother tongue** *n* tiếng mẹ đẻ; **surrogate mother** *n* người mẹ đẻ thay
mother-in-law ['mʌðə ɪn lɔ:] **(mothers-in-law)** *n* mẹ chồng
motionless ['məʊʃənlɪs] *adj* bất động
motivated ['məʊtɪˌveɪtɪd] *adj* có động cơ
motivation [ˌməʊtɪ'veɪʃən] *n* sự thúc đẩy
motive ['məʊtɪv] *n* động cơ
motor ['məʊtə] *n* động cơ mô tô; **motor mechanic** *n* thợ sửa chữa xe môtô; **motor racing** *n* cuộc đua ô tô
motorbike ['məʊtəˌbaɪk] *n* xe máy; **I want to hire a motorbike** Tôi muốn thuê một xe máy
motorboat ['məʊtəˌbəʊt] *n* xuồng máy
motorcycle ['məʊtəˌsaɪkᵊl] *n* xe máy
motorcyclist ['məʊtəˌsaɪklɪst] *n* người lái xe máy
motorist ['məʊtərɪst] *n* người lái xe máy
motorway ['məʊtəˌweɪ] *n* đường cao tốc; **How do I get to the motorway?** Làm thế nào để ra được đường cao tốc?; **Is there a toll on this motorway?** Đi đường cao tốc này có phải nộp phí không?
mould [məʊld] *n (fungus)* mốc *(nấm), (shape)* khuôn
mouldy ['məʊldɪ] *adj* bị mốc
mount [maʊnt] *v* trèo lên
mountain ['maʊntɪn] *n* núi; **mountain bike** *n* xe đạp địa hình; **Where is the nearest mountain rescue service post?** Trạm dịch vụ cứu hộ trên núi gần nhất ở đâu?
mountaineer [ˌmaʊntɪ'nɪə] *n* người leo núi
mountaineering [ˌmaʊntɪ'nɪərɪŋ] *n* trò leo núi
mountainous ['maʊntɪnəs] *adj* có núi
mount up [maʊnt ʌp] *v* cưỡi lên
mourning ['mɔ:nɪŋ] *n* sự thương tiếc
mouse, mice [maʊs, maɪs] *n* chuột *(con vật)*; **mouse mat** *n* tấm lót di chuột máy tính
mousse [mu:s] *n* món kem mút
moustache [mə'stɑ:ʃ] *n* ria
mouth [maʊθ] *n* miệng; **mouth organ** *n* kèn ácmônica
mouthwash ['maʊθˌwɒʃ] *n* dung dịch súc miệng
move [mu:v] *n* sự di chuyển ▷ *vi* di chuyển ▷ *vt* chuyển chỗ; **Could you move your car, please?** Anh làm ơn dời xe được không?; **Don't move him** Đừng di chuyển anh ấy; **He can't move his leg** Thằng bé không nhấc chân được; **She can't move** Chị ấy không cử động được
move back [mu:v bæk] *v* lùi lại
move forward [mu:v fɔ:wəd] *v* tiến lên
move in [mu:v ɪn] *v* dọn vào nhà mới
movement ['mu:vmənt] *n* sự chuyển động
movie ['mu:vɪ] *n* phim

moving ['mu:vɪŋ] *adj* cảm động
mow [məʊ] *v* cắt cỏ
mower ['maʊə] *n* máy cắt
Mozambique [ˌməʊzəm'bi:k] *n* nước Môdămbích
mph [maɪlz pə aʊə] *abbr* dặm trên giờ
Mr ['mɪstə] *n* Ông
Mrs ['mɪsɪz] *n* Bà
Ms [mɪz; məs] *n* Bà; **Can I speak to Ms..., please?** Làm ơn cho tôi nói chuyện với bà...
MS ['ɛmɛs] *abbr* bệnh đa xơ cứng
much [mʌtʃ] *adj* nhiều ▷ *adv* nhiều lắm, *(graded)* lắm; **Thank you very much** Xin cảm ơn rất nhiều; **There's too much... in it** Có nhiều... quá
mud [mʌd] *n* bùn
muddle ['mʌdᵊl] *n* tình trạng lộn xộn
muddy ['mʌdɪ] *adj* vấy bùn
mudguard ['mʌdˌgɑ:d] *n* cái chắn bùn
muesli ['mju:zlɪ] *n* yến mạch ép trộn hạt và quả khô
muffler ['mʌflə] *n* khăn choàng cổ dày
mug [mʌg] *n* chén vại ▷ *v* cướp
mugger ['mʌgə] *n* kẻ cướp
mugging [mʌgɪŋ] *n* hành động cướp
muggy ['mʌgɪ] *adj* **It's muggy** Trời oi bức
mule [mju:l] *n* con la
multinational [ˌmʌltɪ'næʃənᵊl] *adj* đa quốc gia ▷ *n* công ty đa quốc gia
multiple ['mʌltɪpᵊl] *adj* **multiple sclerosis** *n* bệnh đa xơ cứng
multiplication [ˌmʌltɪplɪ'keɪʃən] *n* sự nhân
multiply ['mʌltɪˌplaɪ] *v* nhân
mum [mʌm] *n* mẹ
mummy ['mʌmɪ] *n (body)* xác ướp, *(mother)* mẹ
mumps [mʌmps] *n* bệnh quai bị
murder ['mɜ:də] *n* tội giết người ▷ *v* giết người
murderer ['mɜ:dərə] *n* kẻ giết người
muscle ['mʌsᵊl] *n* cơ bắp
muscular ['mʌskjʊlə] *adj* thuộc cơ bắp
museum [mju:'zɪəm] *n* viện bảo tàng
mushroom ['mʌʃru:m; -rʊm] *n* nấm
music ['mju:zɪk] *n* âm nhạc; **folk music** *n* nhạc dân gian; **music centre** *n* hệ thống âm thanh tích hợp
musical ['mju:zɪkᵊl] *adj* thuộc âm nhạc ▷ *n* ca kịch; **musical instrument** *n* nhạc cụ
musician [mju:'zɪʃən] *n* nhạc công; **Where can we hear local musicians play?** Chúng tôi có thể nghe nhạc công địa phương chơi nhạc ở đâu?
Muslim ['mʊzlɪm; 'mʌz-] *adj* thuộc Hồi giáo ▷ *n* tín đồ Hồi giáo
mussel ['mʌsᵊl] *n* con nghêu
must [mʌst] *v* phải *(bắt buộc)*
mustard ['mʌstəd] *n* mù tạc
mutter ['mʌtə] *v* lẩm bẩm
mutton ['mʌtᵊn] *n* thịt cừu
mutual ['mju:tʃʊəl] *adj* lẫn nhau
my [maɪ] *pron* của tôi; **Here are my insurance details** Đây là chi tiết bảo hiểm của tôi
Myanmar ['maɪænmɑ:;

'mjænmɑː] *n* nước Myanmar
myself [maɪ'sɛlf] *pron* chính tôi
mysterious [mɪ'stɪərɪəs] *adj* huyền bí
mystery ['mɪstərɪ] *n* điều huyền bí
myth [mɪθ] *n* thần thoại
mythology [mɪ'θɒlədʒɪ] *n* thần thoại học

naff [næf] *adj* không hợp thời trang
nag [næg] *v* đay nghiến
nail [neɪl] *n* móng; **nail polish** *n* thuốc sơn móng tay; **nail scissors** *npl* kéo cắt móng tay; **nail varnish** *n* thuốc sơn móng tay; **nail polish remover** *n* thuốc tẩy sơn móng tay
nailbrush ['neɪl,brʌʃ] *n* bàn chải móng tay
nailfile ['neɪl,faɪl] *n* cái giũa móng tay
naive [nɑː'iːv; naɪ'iːv] *adj* ngây thơ
naked ['neɪkɪd] *adj* trần truồng
name [neɪm] *n* tên; **brand name** *n* nhãn hiệu; **first name** *n* tên; **maiden name** *n* tên thời con gái; **I booked a room in the name of...** Tôi đã đặt một phòng với tên...; **My name is...** Tên tôi là...; **What's your name?** Anh tên gì ạ?
nanny ['nænɪ] *n* vú em
nap [næp] *n* giấc ngủ ngắn
napkin ['næpkɪn] *n* khăn ăn

nappy ['næpɪ] *n* tã lót
narrow ['nærəʊ] *adj* chật hẹp
narrow-minded ['nærəʊ'maɪndɪd] *adj* thiển cận
nasty ['nɑːstɪ] *adj* kinh tởm
nation ['neɪʃən] *n* dân tộc; **United Nations** *n* Tổ chức Liên hiệp quốc
national ['næʃənᵊl] *adj* thuộc dân tộc; **national anthem** *n* quốc ca; **national park** *n* vườn quốc gia
nationalism ['næʃənəˌlɪzəm; 'næʃnə-] *n* chủ nghĩa dân tộc
nationalist ['næʃənəlɪst] *n* người theo chủ nghĩa dân tộc
nationality [ˌnæʃə'nælɪtɪ] *n* quốc tịch
nationalize ['næʃənəˌlaɪz; 'næʃnə-] *v* quốc hữu hoá
native ['neɪtɪv] *adj* thuộc nơi sinh; **native speaker** *n* người bản ngữ
NATO ['neɪtəʊ] *abbr* khối NATO
natural ['nætʃrəl; -tʃərəl] *adj* thuộc tự nhiên; **natural gas** *n* khí tự nhiên; **natural resources** *npl* tài nguyên thiên nhiên
naturalist ['nætʃrəlɪst; -tʃərəl-] *n* nhà tự nhiên học
naturally ['nætʃrəlɪ; -tʃərə-] *adv* đương nhiên
nature ['neɪtʃə] *n* tự nhiên
naughty ['nɔːtɪ] *adj* nghịch ngợm
nausea ['nɔːzɪə; -sɪə] *n* sự buồn nôn
naval ['neɪvᵊl] *adj* thuộc hải quân
navel ['neɪvᵊl] *n* rốn
navy ['neɪvɪ] *n* hải quân
navy-blue ['neɪvɪ'bluː] *adj* xanh nước biển
NB [ɛn biː] *abbr (notabene)* lưu ý
near [nɪə] *adj* gần ▷ *adv* gần ▷ *prep* ở gần; **Are there any good beaches near here?** Có bãi biển nào hay gần đây không?; **How do I get to the nearest tube station?** Xin chỉ cho tôi cách đến ga tàu điện ngầm gần nhất; **It's very near** Gần lắm; **Where is the nearest bus stop?** Bến xe buýt gần nhất ở đâu?
nearby *adj* ['nɪəˌbaɪ] ở gần ▷ *adv* [ˌnɪə'baɪ] ở gần
nearly ['nɪəlɪ] *adv* gần như
near-sighted [ˌnɪə'saɪtɪd] *adj* cận thị
neat [niːt] *adj* gọn gàng
neatly [niːtlɪ] *adv* một cách gọn gàng
necessarily ['nɛsɪsərɪlɪ; ˌnɛsɪ'sɛrɪlɪ] *adv* nhất thiết
necessary ['nɛsɪsərɪ] *adj* cần thiết
necessity [nɪ'sɛsɪtɪ] *n* sự cần thiết
neck [nɛk] *n* cổ *(gáy)*
necklace ['nɛklɪs] *n* dây chuyền
nectarine ['nɛktərɪn] *n* quả xuân đào
need [niːd] *n* sự cần thiết ▷ *v* cần phải; **Do you need anything?** Anh có cần gì không?; **I don't need a bag, thanks** Tôi không cần túi, cảm ơn; **I need assistance** Tôi cần trợ giúp; **I need contraception** Tôi muốn tránh thai; **I need to get to...** Tôi cần đến...
needle ['niːdᵊl] *n* cái kim; **knitting needle** *n* kim đan
negative ['nɛgətɪv] *adj* phủ định ▷ *n* lời từ chối
neglect [nɪ'glɛkt] *n* sự sao lãng ▷ *v* sao lãng
neglected [nɪ'glɛktɪd] *adj* bị sao lãng
negligee ['nɛglɪˌʒeɪ] *n* áo khoác

mặc ở nhà của phụ nữ

negotiate [nɪ'gəʊʃɪˌeɪt] *v* thương lượng

negotiations [nɪˌgəʊʃɪ'eɪʃənz] *npl* sự thương lượng

negotiator [nɪ'gəʊʃɪˌeɪtə] *n* người thương thuyết

neighbour ['neɪbə] *n* hàng xóm

neighbourhood ['neɪbəˌhʊd] *n* vùng lân cận

neither ['naɪðə; 'niːðə] *adv* không phải cái này mà cũng không phải cái kia ▷ *conj* cả hai đều không ▷ *pron* không cái nào trong hai cái

neon ['niːɒn] *n* nê ông

Nepal [nɪ'pɔːl] *n* nước Nepal

nephew ['nɛvjuː; 'nɛf-] *n* cháu trai

nerve [nɜːv] *n (boldness)* khí phách, *(to/from brain)* dây thần kinh

nerve-racking ['nɜːv'rækɪŋ] *adj* làm đau đầu

nervous ['nɜːvəs] *adj* lo lắng; **nervous breakdown** *n* suy nhược thần kinh

nest [nɛst] *n* tổ *(chim)*

net [nɛt] *n* lưới

Net [nɛt] *n* Mạng *(Internet)*

netball ['nɛtˌbɔːl] *n* bóng rổ nữ

Netherlands ['nɛðələndz] *npl* nước Hà Lan

nettle ['nɛtᵊl] *n* cây tầm ma

network ['nɛtˌwɜːk] *n* mạng lưới

neurotic [njʊ'rɒtɪk] *adj* dễ bị kích động

neutral ['njuːtrəl] *adj* trung lập ▷ *n* người trung lập

never ['nɛvə] *adv* không bao giờ; **I never drink wine** Tôi không bao giờ uống rượu vang

nevertheless [ˌnɛvəðə'lɛs] *adv* tuy nhiên

new [njuː] *adj* mới; **New Year** *n* Năm Mới; **New Zealand** *n* nước New Zealand; **New Zealander** *n* người New Zealand; **Happy New Year!** Chúc mừng Năm Mới!

newborn ['njuːˌbɔːn] *adj* mới sinh

newcomer ['njuːˌkʌmə] *n* người mới đến

news [njuːz] *npl* tin tức; **When is the news?** Mấy giờ thì có thời sự?

newsagent ['njuːzˌeɪdʒənt] *n* người bán báo

newspaper ['njuːzˌpeɪpə] *n* báo *(in)*; **Do you have newspapers?** Anh có báo không?; **I would like a newspaper** Tôi muốn mua một tờ báo; **Where can I buy a newspaper?** Tôi có thể mua báo ở đâu?; **Where is the nearest shop which sells newspapers?** Cửa hàng bán báo gần nhất ở đâu?

newsreader ['njuːzˌriːdə] *n* phát thanh viên

newt [njuːt] *n* con sa giông

next [nɛkst] *adj* tiếp sau ▷ *adv* tiếp sau; **next to** *prep* bên cạnh

next-of-kin ['nɛkstɒv'kɪn] *n* họ hàng ruột thịt

Nicaragua [ˌnɪkə'rægjʊə; nika'raɣwa] *n* nước Nicaragua

Nicaraguan [ˌnɪkə'rægjʊən] *adj* thuộc Nicaragua ▷ *n* người Nicaragua

nice [naɪs] *adj* dễ chịu

nickname ['nɪkˌneɪm] *n* biệt hiệu

nicotine ['nɪkəˌtiːn] *n* nicôtin

niece [niːs] *n* cháu gái

Niger [naɪ'dʒɪər] *n* nước Niger

Nigeria [naɪ'dʒɪərɪə] *n* nước Nigeria

Nigerian [naɪ'dʒɪərɪən] *adj* thuộc Nigeria ▹ *n (person)* người Nigeria
night [naɪt] *n* đêm; **hen night** *n* tiệc tiễn thời độc thân của một cô gái; **night school** *n* trường học ban đêm; **stag night** *n* bữa tiệc dành riêng cho đàn ông trước khi cưới; **at night** vào ban đêm; **How much is it per night?** Bao nhiêu tiền một đêm?; **I want to stay an extra night** Tôi muốn ở thêm một đêm nữa; **I'd like to stay for two nights** Tôi muốn ở hai đêm; **last night** đêm qua; **tomorrow night** đêm mai
nightclub ['naɪt,klʌb] *n* hộp đêm
nightdress ['naɪt,drɛs] *n* váy ngủ
nightie ['naɪtɪ] *n* váy ngủ
nightlife ['naɪt,laɪf] *n* các hoạt động giải trí về đêm
nightmare ['naɪt,mɛə] *n* cơn ác mộng
nightshift ['naɪt,ʃɪft] *n* ca đêm
nil [nɪl] *n* không
nine [naɪn] *number* chín *(số)*
nineteen [,naɪn'tiːn] *number* mười chín
nineteenth [,naɪn'tiːnθ] *adj* thứ mười chín
ninety ['naɪntɪ] *number* chín mươi
ninth [naɪnθ] *adj* thứ chín ▹ *n* một phần chín
nitrogen ['naɪtrədʒən] *n* Nitơ
no [nəʊ] *pron* không chút nào; **no!** *excl* không!; **no one** *pron* không ai
nobody ['nəʊbədɪ] *pron* không ai
nod [nɒd] *v* gật đầu
noise [nɔɪz] *n* tiếng ồn; **I can't sleep for the noise** Tôi không thể ngủ được vì tiếng ồn
noisy ['nɔɪzɪ] *adj* ồn ào
nominate ['nɒmɪ,neɪt] *v* đề cử
nomination [,nɒmɪ'neɪʃən] *n* sự đề cử
none [nʌn] *pron* không ai
nonsense ['nɒnsəns] *n* chuyện vô lý
non-smoker [nɒn'sməʊkə] *n* người không hút thuốc
non-smoking [nɒn'sməʊkɪŋ] *adj* cấm hút thuốc
non-stop ['nɒn'stɒp] *adv* không ngừng
noodles ['nuːdᵊlz] *npl* mỳ sợi
noon [nuːn] *n* buổi trưa
nor [nɔː; nə] *conj* cũng không
normal ['nɔːmᵊl] *adj* bình thường
normally ['nɔːməlɪ] *adv* như thường lệ
north [nɔːθ] *adj* bắc *(phương)* ▹ *adv* ở phía bắc ▹ *n* hướng bắc; **North Africa** *n* Bắc Phi; **North African** *n (person)* người thuộc khu vực Bắc Phi, thuộc khu vực Bắc Phi; **North America** *n* Bắc Mỹ; **North American** *n (person)* người thuộc khu vực Bắc Mỹ, thuộc khu vực Bắc Mỹ; **North Korea** *n* Bắc Triều Tiên; **North Pole** *n* Bắc Cực; **North Sea** *n* Biển Bắc
northbound ['nɔːθ,baʊnd] *adj* về phía bắc
northeast [,nɔːθ'iːst; ,nɔːr'iːst] *n* đông bắc
northern ['nɔːðən] *adj* ở phía bắc; **Northern Ireland** *n* Bắc Ai Len
northwest [,nɔːθ'wɛst; ,nɔː'wɛst] *n* tây bắc
Norway ['nɔː,weɪ] *n* nước Na-uy
Norwegian [nɔː'wiːdʒən] *adj* thuộc

Na-uy ▷ *n (language)* tiếng Na-uy, *(person)* người Na-uy
nose [nəʊz] *n* mũi
nosebleed ['nəʊz,bli:d] *n* sự chảy máu mũi
nostril ['nɒstrɪl] *n* lỗ mũi
nosy ['nəʊzɪ] *adj* thóc mách
not [nɒt] *adv* không; **I'm not drinking** Tôi không uống
note [nəʊt] *n (banknote)* giấy bạc, *(message)* lời nhắn, *(music)* nốt nhạc; **sick note** *n* giấy cho nghỉ ốm
notebook ['nəʊt,bʊk] *n* sổ ghi chép
note down [nəʊt daʊn] *v* ghi chép lại
notepad ['nəʊt,pæd] *n* quyển vở
notepaper ['nəʊt,peɪpə] *n* giấy viết thư
nothing ['nʌθɪŋ] *pron* người/vật tầm thường
notice ['nəʊtɪs] *n (note)* sự chú ý, *(termination)* thông báo ▷ *v* chú ý; **notice board** *n* bảng thông báo
noticeable ['nəʊtɪsəbᵊl] *adj* dễ nhận thấy
notify ['nəʊtɪ,faɪ] *v* thông báo
nought [nɔ:t] *n* số không
noun [naʊn] *n* danh từ
novel ['nɒvᵊl] *n* tiểu thuyết
novelist ['nɒvəlɪst] *n* người viết tiểu thuyết
November [nəʊ'vɛmbə] *n* tháng Mười Một
now [naʊ] *adv* bây giờ; **Do I pay now or later?** Tôi trả bây giờ hay trả sau?; **I need to pack now** Bây giờ tôi phải đóng gói đồ
nowadays ['naʊə,deɪz] *adv* ngày nay
nowhere ['nəʊ,wɛə] *adv* không nơi nào
nuclear ['nju:klɪə] *adj* thuộc hạt nhân
nude [nju:d] *adj* khỏa thân ▷ *n* tranh khoả thân
nudist ['nju:dɪst] *n* người theo chủ nghĩa khoả thân
nuisance ['nju:səns] *n* mối phiền toái
numb [nʌm] *adj* tê
number ['nʌmbə] *n* số; **account number** *n* số tài khoản; **mobile number** *n* số điện thoại di động; **number plate** *n* biển số xe; **phone number** *n* số điện thoại; **reference number** *n* số tham chiếu; **room number** *n* số phòng; **wrong number** *n* số sai; **Can I have your phone number?** Cho tôi xin số điện thoại của anh được không?; **My mobile number is...** Số điện thoại di động của tôi là...; **What is the fax number?** Số fax là gì?; **What is the number for directory enquiries?** Số để gọi hỏi tổng đài là gì?; **What is the number of your mobile?** Số điện thoại di động của anh là bao nhiêu?; **What's the telephone number?** Số điện thoại là gì?; **You have the wrong number** Anh nhầm số rồi
numerous ['nju:mərəs] *adj* nhiều
nun [nʌn] *n* nữ tu sỹ
nurse [nɜ:s] *n* y tá; **I'd like to speak to a nurse** Tôi muốn nói chuyện với y tá
nursery ['nɜ:srɪ] *n* nhà trẻ; **nursery rhyme** *n* bài hát mẫu giáo; **nursery school** *n* trường mẫu giáo
nursing home ['nɜ:sɪŋ həʊm] *n*

nhà dưỡng lão

nut [nʌt] *n (device)* đai ốc, *(food)* hạt *(quả hạch)*; **nut allergy** *n* sự dị ứng với hạt; **Could you prepare a meal without nuts?** Anh có thể chuẩn bị một bữa ăn không có các loại hạt không?

nutmeg ['nʌtmɛg] *n* hạt nhục đậu khấu

nutrient ['nju:trɪənt] *n* chất dinh dưỡng

nutrition [nju:'trɪʃən] *n* sự nuôi dưỡng

nutritious [nju:'trɪʃəs] *adj* bổ dưỡng

nutter ['nʌtə] *n* người điên

nylon ['naɪlɒn] *n* ni lông

O

oak [əʊk] *n* cây sồi

oar [ɔ:] *n* mái chèo

oasis, oases [əʊ'eɪsɪs, əʊ'eɪsi:z] *n* ốc đảo

oath [əʊθ] *n* lời tuyên thệ

oatmeal ['əʊt,mi:l] *n* bột yến mạch

oats [əʊts] *npl* yến mạch

obedient [ə'bi:dɪənt] *adj* ngoan ngoãn

obese [əʊ'bi:s] *adj* béo phị

obey [ə'beɪ] *v* vâng lời

obituary [ə'bɪtjʊərɪ] *n* cáo phó

object ['ɒbdʒɪkt] *n* vật thể

objection [əb'dʒɛkʃən] *n* sự phản đối

objective [əb'dʒɛktɪv] *n* mục tiêu

oblong ['ɒb,lɒŋ] *adj* dạng hình bình hành

obnoxious [əb'nɒkʃəs] *adj* rất khó chịu

oboe ['əʊbəʊ] *n* kèn ô-boa

obscene [əb'si:n] *adj* tục tĩu

observant [əb'zɜ:vənt] *adj* hay để ý

observatory [əb'zɜːvətərɪ; -trɪ] *n* đài thiên văn
observe [əb'zɜːv] *v* quan sát
observer [əb'zɜːvə; ob'server] *n* quan sát viên
obsessed [əb'sɛst] *adj* bị ám ảnh
obsession [əb'sɛʃən] *n* sự ám ảnh
obsolete ['ɒbsə,liːt; ,ɒbsə'liːt] *adj* lỗi thời
obstacle ['ɒbstəkᵊl] *n* sự trở ngại
obstinate ['ɒbstɪnɪt] *adj* ngoan cố
obstruct [əb'strʌkt] *v* cản trở
obtain [əb'teɪn] *v* giành được
obvious ['ɒbvɪəs] *adj* rõ ràng
obviously ['ɒbvɪəslɪ] *adv* hiển nhiên
occasion [ə'keɪʒən] *n* dịp
occasional [ə'keɪʒənᵊl] *adj* thỉnh thoảng
occasionally [ə'keɪʒənəlɪ] *adv* đôi khi
occupation [,ɒkjʊ'peɪʃən] *n (invasion)* sự chiếm đóng, *(work)* nghề nghiệp
occupy ['ɒkjʊ,paɪ] *v* chiếm đóng
occur [ə'kɜː] *v* xảy ra
occurrence [ə'kʌrəns] *n* chuyện xảy ra
ocean ['əʊʃən] *n* đại dương; **Arctic Ocean** *n* Bắc Băng Dương; **Indian Ocean** *n* Ấn Độ Dương
Oceania [,əʊʃɪ'ɑːnɪə] *n* Đại Tây Dương
o'clock [ə'klɒk] *adv* **after eight o'clock** sau tám giờ; **at three o'clock** vào lúc ba giờ; **It's one o'clock** Bây giờ là một giờ; **It's six o'clock** Bây giờ là sáu giờ
October [ɒk'təʊbə] *n* tháng Mười; **It's Sunday the third of October** Chủ nhật ngày ba tháng Mười
octopus ['ɒktəpəs] *n* con bạch tuộc
odd [ɒd] *adj* kỳ quặc
odour ['əʊdə] *n* mùi *(ngửi thấy)*
of [ɒv; əv] *prep* của *(sở hữu)*; **How do I get to the centre of...?** Xin chỉ cho tôi cách đến trung tâm của...
off [ɒf] *adv* tắt ▹ *prep* khỏi *(ra ngoài)*; **time off** *n* thời gian nghỉ làm; **The oil warning light won't go off** Đèn báo dầu không chịu tắt
offence [ə'fɛns] *n* sự vi phạm
offend [ə'fɛnd] *v* xúc phạm
offensive [ə'fɛnsɪv] *adj* khó chịu
offer ['ɒfə] *n* lời đề nghị ▹ *v* đề nghị; **special offer** *n* khuyến mại đặc biệt
office ['ɒfɪs] *n* văn phòng; **booking office** *n* phòng bán vé; **box office** *n* chỗ bán vé; **head office** *n* trụ sở chính; **information office** *n* văn phòng cung cấp thông tin; **left-luggage office** *n* văn phòng giữ đồ vật để lại; **lost-property office** *n* phòng giữ đồ thất lạc; **office hours** *npl* giờ làm việc; **post office** *n* bưu điện; **registry office** *n* phòng hộ tịch; **ticket office** *n* phòng vé; **tourist office** *n* văn phòng du lịch; **How do I get to your office?** Tôi tới văn phòng của anh bằng cách nào?; **I work in an office** Tôi làm việc văn phòng
officer ['ɒfɪsə] *n* sỹ quan; **customs officer** *n* cán bộ hải quan; **police officer** *n* viên cảnh sát; **prison officer** *n* quản giáo
official [ə'fɪʃəl] *adj* chính thức
off-licence ['ɒf,laɪsəns] *n* cửa hàng rượu
off-peak ['ɒf,piːk] *adv* ngoài giờ cao điểm

off-season ['ɒf,si:zᵊn] *adj* ít khách ▷ *adv* vào mùa ít khách
offside ['ɒf'saɪd] *adj* việt vị
often ['ɒfᵊn; 'ɒftᵊn] *adv* thường xuyên
oil [ɔɪl] *n* dầu ▷ *v* bôi dầu; **olive oil** *n* dầu ôliu; **The oil warning light won't go off** Đèn báo dầu không chịu tắt; **This stain is oil** Đây là vết dầu
oil refinery [ɔɪl rɪ'faɪnərɪ] *n* nhà máy lọc dầu
oil rig [ɔɪl rɪg] *n* giàn khoan dầu
oil slick [ɔɪl slɪk] *n* vết dầu loang
oil well [ɔɪl wɛl] *n* giếng dầu
ointment ['ɔɪntmənt] *n* thuốc mỡ
OK [,əʊ'keɪ] *excl* Tốt!
okay [,əʊ'keɪ] *adj* được; **okay!** *excl* tốt!; **Is it okay to take children?** Mang theo trẻ em có được không?
old [əʊld] *adj* già; **old-age pensioner** *n* người già hưởng lương hưu
old-fashioned ['əʊld'fæʃənd] *adj* lỗi thời
olive ['ɒlɪv] *n* quả ôliu; **olive oil** *n* dầu ôliu; **olive tree** *n* cây ôliu
Oman [əʊ'mɑ:n] *n* nước Oman
omelette ['ɒmlɪt] *n* trứng ốp lết
on [ɒn] *adv* đang hoạt động ▷ *prep* ở trên; **on behalf of** *n* thay mặt; **on time** *adj* đúng giờ; **When should we be back on board?** Khi nào chúng tôi cần quay lại xe?; **Which film is on at the cinema?** Ở rạp đang chiếu phim gì?
once [wʌns] *adv* một lần
one [wʌn] *number* một ▷ *pron* một; **no one** *pron* không ai
one-off [wʌnɒf] *n* việc chỉ xảy ra một lần
onion ['ʌnjən] *n* củ hành; **spring onion** *n* hành lá
online ['ɒn,laɪn] *adj* trực tuyến ▷ *adv* trực tuyến
onlooker ['ɒn,lʊkə] *n* người xem
only ['əʊnlɪ] *adj* duy nhất ▷ *adv* chỉ *(riêng)*
open ['əʊpᵊn] *adj* mở ▷ *v* mở; **opening hours** *npl* giờ mở cửa; **Are you open?** Anh có mở cửa không?; **Is it open today?** Hôm nay có mở cửa không?; **Is the castle open to the public?** Lâu đài có mở cửa cho mọi người vào không?; **Is the museum open in the afternoon?** Bảo tàng có mở cửa buổi chiều không?; **May I open the window?** Tôi mở cửa sổ được không?; **The door won't open** Cửa ra vào không mở được; **When does it open?** Khi nào mở cửa?; **When does the bank open?** Khi nào ngân hàng mở cửa?
opera ['ɒpərə] *n* ôpêra; **soap opera** *n* chương trình truyền hình nhiều tập
operate ['ɒpə,reɪt] *v (to function)* vận hành, *(to perform surgery)* mổ
operating theatre ['ɒpə,reɪtɪŋ 'θɪətə] *n* phòng mổ
operation [,ɒpə'reɪʃən] *n (surgery)* sự phẫu thuật, *(undertaking)* hoạt động
operator ['ɒpə,reɪtə] *n* người điều khiển
opinion [ə'pɪnjən] *n* ý kiến; **opinion poll** *n* cuộc thăm dò dư luận; **public opinion** *n* công luận
opponent [ə'pəʊnənt] *n* đối thủ

opportunity [ˌɒpəˈtjuːnɪtɪ] *n* cơ hội
oppose [əˈpəʊz] *v* phản đối
opposed [əˈpəʊzd] *adj* chống đối
opposing [əˈpəʊzɪŋ] *adj* trái ngược
opposite [ˈɒpəzɪt; -sɪt] *adj* ngược nhau ▹ *adv* đối diện ▹ *prep* đối diện
opposition [ˌɒpəˈzɪʃən] *n* sự chống đối
optician [ɒpˈtɪʃən] *n* người làm và bán đồ quang học
optimism [ˈɒptɪˌmɪzəm] *n* sự lạc quan
optimist [ˈɒptɪˌmɪst] *n* người lạc quan
optimistic [ɒptɪˈmɪstɪk] *adj* lạc quan
option [ˈɒpʃən] *n* sự lựa chọn
optional [ˈɒpʃənᵊl] *adj* tuỳ chọn
opt out [ɒpt aʊt] *v* không tham gia vào
or [ɔː] *conj* hoặc; **either... or** *conj* hoặc... hoặc
oral [ˈɔːrəl; ˈɒrəl] *adj* bằng lời nói ▹ *n* kỳ thi vấn đáp
orange [ˈɒrɪndʒ] *adj* có màu da cam ▹ *n* quả cam; **orange juice** *n* nước cam
orchard [ˈɔːtʃəd] *n* vườn cây ăn quả
orchestra [ˈɔːkɪstrə] *n* dàn nhạc
orchid [ˈɔːkɪd] *n* cây phong lan
ordeal [ɔːˈdiːl] *n* sự thử thách
order [ˈɔːdə] *n* mệnh lệnh ▹ *v* *(command)* ra lệnh, *(request)* ra lệnh; **order form** *n* đơn đặt hàng; **postal order** *n* ngân séc bưu điện; **standing order** *n* lệnh trả tiền
ordinary [ˈɔːdᵊnrɪ] *adj* bình thường
oregano [ˌɒrɪˈɡɑːnəʊ] *n* cây gia vị oregano thuộc họ bạc hà
organ [ˈɔːɡən] *n* *(body part)* cơ quan *(trong cơ thể)*, *(music)* đàn óoc; **mouth organ** *n* kèn ácmônica
organic [ɔːˈɡænɪk] *adj* hữu cơ
organism [ˈɔːɡəˌnɪzəm] *n* sinh vật
organization [ˌɔːɡənaɪˈzeɪʃən] *n* tổ chức
organize [ˈɔːɡəˌnaɪz] *v* tổ chức
organizer [ˈɔːɡəˌnaɪzə] *n* **personal organizer** *n* sổ nhật ký cá nhân
orgasm [ˈɔːɡæzəm] *n* sự cực khoái
Orient [ˈɔːrɪənt] *n* Phương Đông
oriental [ˌɔːrɪˈɛntᵊl] *adj* thuộc phương Đông
origin [ˈɒrɪdʒɪn] *n* nguồn gốc
original [əˈrɪdʒɪnᵊl] *adj* đầu tiên *(ban đầu)*
originally [əˈrɪdʒɪnəlɪ] *adv* lúc đầu
ornament [ˈɔːnəmənt] *n* đồ trang trí
orphan [ˈɔːfən] *n* trẻ mồ côi
ostrich [ˈɒstrɪtʃ] *n* đà điểu
other [ˈʌðə] *adj* khác; **Do you have any others?** Anh có phòng nào khác không?
otherwise [ˈʌðəˌwaɪz] *adv* mặt khác ▹ *conj* nếu không
otter [ˈɒtə] *n* con rái cá
ounce [aʊns] *n* một lượng rất nhỏ
our [aʊə] *adj* của chúng tôi
ours [aʊəz] *pron* của chúng tôi
ourselves [aʊəˈsɛlvz] *pron* bản thân chúng tôi
out [aʊt] *adj* ở ngoài ▹ *adv* ở ngoài
outbreak [ˈaʊtˌbreɪk] *n* sự bùng nổ
outcome [ˈaʊtˌkʌm] *n* kết quả
outdoor [ˈaʊtˈdɔː] *adj* ngoài trời; **Is it an outdoor pool?** Bể bơi này ở ngoài trời à?; **What outdoor activities are there?** Có những hoạt động gì ngoài trời?

outdoors [ˌaʊtˈdɔːz] *adv* ở ngoài trời
outfit [ˈaʊtˌfɪt] *n* quần áo
outgoing [ˈaʊtˌɡəʊɪŋ] *adj* sắp rời đi
outing [ˈaʊtɪŋ] *n* cuộc đi chơi
outline [ˈaʊtˌlaɪn] *n* đề cương
outlook [ˈaʊtˌlʊk] *n* quan điểm
out-of-date [ˈaʊtɒvˈdeɪt] *adj* lỗi thời
out-of-doors [ˈaʊtɒvˈdɔːz] *adv* ngoài trời
outrageous [aʊtˈreɪdʒəs] *adj* hung bạo
outset [ˈaʊtˌsɛt] *n* sự bắt đầu
outside *adj* [ˈaʊtˌsaɪd] ở ngoài ▷ *adv* [ˌaʊtˈsaɪd] ở ngoài ▷ *n* [ˈaʊtˈsaɪd] bên ngoài ▷ *prep* ở ngoài
outsize [ˈaʊtˌsaɪz] *adj* ngoại cỡ
outskirts [ˈaʊtˌskɜːts] *npl* vùng ngoại ô
outspoken [ˌaʊtˈspəʊkən] *adj* thẳng thắn
outstanding [ˌaʊtˈstændɪŋ] *adj* nổi bật
oval [ˈəʊvᵊl] *adj* có hình trái xoan
ovary [ˈəʊvərɪ] *n* buồng trứng
oven [ˈʌvᵊn] *n* lò; **microwave oven** *n* lò vi sóng; **oven glove** *n* găng tay cách nhiệt
ovenproof [ˈʌvᵊnˌpruːf] *adj* cách nhiệt
over [ˈəʊvə] *adj* đã xong ▷ *prep* bên trên
overall [ˌəʊvərˈɔːl] *adv* toàn bộ
overalls [ˌəʊvəˈɔːlz] *npl* bộ quần áo bảo hộ
overcast [ˈəʊvəˌkɑːst] *adj* u ám
overcharge [ˌəʊvəˈtʃɑːdʒ] *v* tính giá quá đắt; **I've been overcharged** Tôi bị tính giá quá đắt
overcoat [ˈəʊvəˌkəʊt] *n* áo choàng
overcome [ˌəʊvəˈkʌm] *v* đánh bại
overdone [ˌəʊvəˈdʌn] *adj* quá nhừ
overdose [ˈəʊvəˌdəʊs] *n* việc sử dụng quá liều
overdraft [ˈəʊvəˌdrɑːft] *n* số tiền chi trội
overdrawn [ˌəʊvəˈdrɔːn] *adj* chi trội
overdue [ˌəʊvəˈdjuː] *adj* quá chậm
overestimate [ˌəʊvərˈɛstɪˌmeɪt] *v* đánh giá quá cao
overheads [ˈəʊvəˌhɛdz] *npl* chi phí hành chính
overlook [ˌəʊvəˈlʊk] *v* bỏ sót
overnight [ˈəʊvəˌnaɪt] *adv* **Can I park here overnight?** Tôi có đỗ xe qua đêm ở đây được không?; **Can we camp here overnight?** Chúng tôi cắm trại ở đây qua đêm có được không?; **Do I have to stay overnight?** Tôi có phải ở qua đêm không?
overrule [ˌəʊvəˈruːl] *v* bác bỏ
overseas [ˌəʊvəˈsiːz] *adv* ở nước ngoài
oversight [ˈəʊvəˌsaɪt] *n (mistake)* sự sơ suất, *(supervision)* sự giám sát
oversleep [ˌəʊvəˈsliːp] *v* ngủ quá giấc
overtake [ˌəʊvəˈteɪk] *v* vượt
overtime [ˈəʊvəˌtaɪm] *n* giờ làm thêm
overweight [ˌəʊvəˈweɪt] *adj* béo phì
owe [əʊ] *v* nợ; **What do I owe you?** Tôi nợ anh bao nhiêu?; **You owe me...** Anh nợ tôi...
owing to [ˈəʊɪŋ tuː] *prep* nhờ có
owl [aʊl] *n* con cú
own [əʊn] *adj* của chính mình ▷ *v* sở hữu

owner ['əʊnə] *n* chủ nhân
own up [əʊn ʌp] *v* thú nhận
oxygen ['ɒksɪdʒən] *n* khí Ôxy
oyster ['ɔɪstə] *n* con hàu
ozone ['əʊzəʊn; əʊ'zəʊn] *n* khí Ozon; **ozone layer** *n* tầng Ozon

PA [pi: eɪ] *abbr* trợ lý riêng
pace [peɪs] *n* bước chân
pacemaker ['peɪs,meɪkə] *n* máy điều hoà nhịp tim
Pacific [pə'sɪfɪk] *n* Thái Bình Dương
pack [pæk] *n* bó *(túm)* ▹ *v* đóng gói; **I need to pack now** Bây giờ tôi phải đóng gói đồ
package ['pækɪdʒ] *n* gói đồ; **package holiday** *n* kỳ nghỉ trọn gói; **package tour** *n* chuyến du lịch trọn gói
packaging ['pækɪdʒɪŋ] *n* sự đóng gói
packed [pækt] *adj* chật cứng; **packed lunch** *n* bữa trưa mang từ nhà
packet ['pækɪt] *n* gói nhỏ
pad [pæd] *n* miếng đệm lót
paddle ['pædᵊl] *n* mái chèo ▹ *v* chèo xuồng
padlock ['pæd,lɒk] *n* cái khoá móc
paedophile ['pi:dəʊ,faɪl] *n* kẻ ấu

dâm

page [peɪdʒ] *n* trang ▷ *v* nhắn tin; **home page** *n* trang chủ *(trang web)*; **Yellow Pages®** *npl* Những Trang Vàng Yellow Pages®

pager ['peɪdʒə] *n* máy nhắn tin

paid [peɪd] *adj* đã được thanh toán

pail [peɪl] *n* cái xô

pain [peɪn] *n* sự đau đớn; **back pain** *n* sự đau lưng

painful ['peɪnfʊl] *adj* đau đớn

painkiller ['peɪn,kɪlə] *n* thuốc giảm đau

paint [peɪnt] *n* sơn ▷ *v* quét sơn

paintbrush ['peɪnt,brʌʃ] *n* bút vẽ

painter ['peɪntə] *n* hoạ sỹ

painting ['peɪntɪŋ] *n* bức hoạ

pair [pɛə] *n* đôi

Pakistan [,pɑːkɪ'stɑːn] *n* nước Pakistan

Pakistani [,pɑːkɪ'stɑːnɪ] *adj* thuộc Pakistan ▷ *n (person)* người Pakistan

pal [pæl] *n* bạn thân

palace ['pælɪs] *n* cung điện; **Is the palace open to the public?** Cung điện có mở cửa cho mọi người vào không?; **When is the palace open?** Cung điện mở cửa khi nào?

pale [peɪl] *adj* tái nhợt

Palestine ['pælɪ,staɪn] *n* nước Palestine

Palestinian [,pælɪ'stɪnɪən] *adj* thuộc Palestine ▷ *n (person)* người Palestine

palm [pɑːm] *n (part of hand)* lòng bàn tay, *(tree)* cây cọ

pamphlet ['pæmflɪt] *n* cuốn sách nhỏ

pan [pæn] *n* chảo; **frying pan** *n* chảo rán

Panama [,pænə'mɑː; 'pænə,mɑː] *n* nước Panama

pancake ['pæn,keɪk] *n* bánh kếp

panda ['pændə] *n* gấu trúc

panic ['pænɪk] *n* sự hoảng sợ ▷ *v* hoảng sợ

panther ['pænθə] *n* con báo

panties ['pæntɪz] *npl* quần xilíp

pantomime ['pæntə,maɪm] *n* vở kịch câm

pants [pænts] *npl* quần

paper ['peɪpə] *n* giấy; **paper round** *n* tuyến giao báo hàng ngày; **scrap paper** *n* giấy nháp; **toilet paper** *n* giấy vệ sinh; **tracing paper** *n* giấy can; **wrapping paper** *n* giấy gói quà; **writing paper** *n* giấy viết thư; **There is no toilet paper** Không có giấy vệ sinh

paperback ['peɪpə,bæk] *n* sách bìa mềm

paperclip ['peɪpə,klɪp] *n* cái kẹp giấy

paperweight ['peɪpə,weɪt] *n* cái chặn giấy

paperwork ['peɪpə,wɜːk] *n* công việc giấy tờ

paprika ['pæprɪkə; pæ'priː-] *n* ớt bột

paracetamol [,pærə'siːtə,mɒl; -'sɛtə-] *n* **I'd like some paracetamol** Tôi muốn mua một ít paracetamol

parachute ['pærə,ʃuːt] *n* cái dù

parade [pə'reɪd] *n* cuộc duyệt binh

paradise ['pærə,daɪs] *n* thiên đường

paraffin ['pærəfɪn] *n* dầu hoả

paragraph ['pærə,grɑːf; -,græf] *n* đoạn văn

Paraguay ['pærə,gwaɪ] *n* nước Paraguay
Paraguayan [,pærə'gwaɪən] *adj* thuộc Paraguay ▷ *n* người Paraguay
parallel ['pærə,lɛl] *adj* song song
paralysed ['pærə,laɪzd] *adj* bị liệt
paramedic [,pærə'medɪk] *n* hộ lý
parcel ['pɑːsᵊl] *n* gói
pardon ['pɑːdᵊn] *n* sự tha thứ; **Pardon?** Gì ạ?
parent ['pɛərənt] *n* bố; **parents** *npl* bố mẹ; **single parent** *n* người nuôi con một mình
parish ['pærɪʃ] *n* giáo xứ
park [pɑːk] *n* công viên ▷ *v* đỗ xe; **car park** *n* bãi đỗ xe ô tô; **national park** *n* vườn quốc gia; **theme park** *n* công viên vui chơi theo chủ đề; **Can we park our caravan here?** Chúng tôi đỗ xe caravan ở đây có được không?; **Is there a car park near here?** Gần đây có bãi đỗ xe không?; **Is there a play park near here?** Gần đây có công viên để chơi không?
parking [pɑːkɪŋ] *n* sự đỗ xe; **parking meter** *n* máy thu tiền đỗ xe; **parking ticket** *n* vé phạt đỗ xe
parliament ['pɑːləmənt] *n* quốc hội
parole [pə'rəʊl] *n* ân xá
parrot ['pærət] *n* con vẹt
parsley ['pɑːslɪ] *n* cây mùi tây
parsnip ['pɑːsnɪp] *n* củ cải
part [pɑːt] *n* phần; **spare part** *n* đồ sơ-cua
partial ['pɑːʃəl] *adj* một phần
participate [pɑː'tɪsɪ,peɪt] *v* tham gia
particular [pə'tɪkjʊlə] *adj* riêng biệt
particularly [pə'tɪkjʊləlɪ] *adv* đặc biệt là
parting ['pɑːtɪŋ] *n* sự chia tay
partly ['pɑːtlɪ] *adv* phần nào
partner ['pɑːtnə] *n* bạn tình
partridge ['pɑːtrɪdʒ] *n* gà gô
part-time ['pɑːt,taɪm] *adj* bán thời gian ▷ *adv* bán thời gian
part with [pɑːt wɪð] *v* từ bỏ
party ['pɑːtɪ] *n* *(group)* đảng, *(social gathering)* bữa tiệc ▷ *v* tổ chức kỷ niệm; **dinner party** *n* bữa ăn liên hoan; **search party** *n* đoàn người đi tìm kiếm
pass [pɑːs] *n* *(in mountains)* đèo (dốc), *(meets standard)* sự thi đỗ, *(permit)* giấy phép ▷ *v* *(an exam)* thi đỗ ▷ *vi* đi qua ▷ *vt* thông qua; **boarding pass** *n* thẻ lên máy bay; **ski pass** *n* vé trượt tuyết
passage ['pæsɪdʒ] *n* *(musical)* đoạn nhạc, *(route)* lối đi
passenger ['pæsɪndʒə] *n* hành khách
passion ['pæʃən] *n* sự đam mê; **passion fruit** *n* quả chanh leo
passive ['pæsɪv] *adj* bị động
pass out [pɑːs aʊt] *v* ngất
Passover ['pɑːs,əʊvə] *n* Lễ Quá hải của người Do Thái
passport ['pɑːspɔːt] *n* hộ chiếu; **passport control** *n* sự kiểm tra hộ chiếu; **Here is my passport** Đây là hộ chiếu của tôi; **I've forgotten my passport** Tôi quên hộ chiếu rồi; **I've lost my passport** Tôi mất hộ chiếu rồi; **My passport has been stolen** Hộ chiếu của tôi đã bị lấy cắp; **Please give me my passport back** Làm ơn cho tôi xin

lại hộ chiếu; **The children are on this passport** Trẻ em đi theo hộ chiếu này
password ['pɑːsˌwɜːd] *n* mật khẩu
past [pɑːst] *adj* đã qua ▹ *n* quá khứ ▹ *prep* qua *(vượt)*
pasta ['pæstə] *n* mỳ pasta; **I'd like pasta as a starter** Tôi muốn ăn món khai vị là mỳ pasta
paste [peɪst] *n* bột nhão
pasteurized ['pæstəˌraɪzd] *adj* đã được tiệt trùng
pastime ['pɑːsˌtaɪm] *n* trò giải trí
pastry ['peɪstrɪ] *n* bánh ngọt; **puff pastry** *n* bánh xốp nhiều bơ; **shortcrust pastry** *n* bánh giòn
patch [pætʃ] *n* miếng vá
patched [pætʃt] *adj* bị vá
path [pɑːθ] *n* đường *(đi)*; **cycle path** *n* đường dành cho xe đạp
pathetic [pə'θɛtɪk] *adj* cảm động
patience ['peɪʃəns] *n* sự kiên nhẫn
patient ['peɪʃənt] *adj* kiên nhẫn ▹ *n* bệnh nhân
patio ['pætɪˌəʊ] *n* hiên
patriotic ['pætrɪəˌtɪk] *adj* yêu nước
patrol [pə'trəʊl] *n* việc đi tuần tra; **patrol car** *n* xe tuần tra
pattern ['pætᵊn] *n* mẫu hình
pause [pɔːz] *n* sự tạm ngừng
pavement ['peɪvmənt] *n* vỉa hè
pavilion [pə'vɪljən] *n* sảnh đường
paw [pɔː] *n* chân động vật
pawnbroker ['pɔːnˌbrəʊkə] *n* chủ hiệu cầm đồ
pay [peɪ] *n* tiền lương ▹ *v* thanh toán; **sick pay** *n* lương trả cho nhân viên nghỉ ốm; **Do I have to pay it straightaway?** Tôi có phải trả ngay không?; **Do I pay in advance?** Tôi có phải trả tiền trước không?; **Do I pay now or later?** Tôi trả bây giờ hay trả sau?; **Do we have to pay extra for electricity?** Chúng tôi có phải trả thêm tiền điện không?; **Is there a supplement to pay?** Có phải trả thêm khoản nào không?; **When do I pay?** Khi nào tôi phải trả tiền?; **Where do I pay the fine?** Tôi trả tiền phạt ở đâu?; **Where do I pay?** Tôi trả tiền ở đâu?; **Will I have to pay?** Tôi có phải trả tiền không?; **Will the insurance pay for it?** Bảo hiểm có trả cho cái đó không?
payable ['peɪəbᵊl] *adj* phải trả
pay back [peɪ bæk] *v* hoàn trả
payment ['peɪmənt] *n* sự thanh toán
payphone ['peɪˌfəʊn] *n* máy điện thoại trả tiền
PC [piː siː] *n* máy tính cá nhân
PDF [piː diː ɛf] *n* PDF
peace [piːs] *n* sự yên tĩnh
peaceful ['piːsfʊl] *adj* yên tĩnh
peach [piːtʃ] *n* quả đào
peacock ['piːˌkɒk] *n* con công
peak [piːk] *n* đỉnh; **peak hours** *npl* giờ cao điểm
peanut ['piːˌnʌt] *n* cây đậu phộng; **peanut allergy** *n* dị ứng đậu phộng; **peanut butter** *n* bơ làm từ đậu phộng
pear [pɛə] *n* quả lê
pearl [pɜːl] *n* ngọc trai
peas [piːs] *npl* đậu Hà Lan
peat [piːt] *n* than bùn
pebble ['pɛbᵊl] *n* sỏi
peculiar [pɪ'kjuːlɪə] *adj* lạ thường
pedal ['pɛdᵊl] *n* bàn đạp

pedestrian [pɪ'dɛstrɪən] *n* người đi bộ; **pedestrian crossing** *n* lối qua đường dành cho người đi bộ; **pedestrian precinct** *n* khu vực dành cho người đi bộ

pedestrianized [pɪ'dɛstrɪəˌnaɪzd] *adj* chỉ dành cho người đi bộ

pedigree ['pɛdɪˌgri:] *adj* có nòi

peel [pi:l] *n* vỏ *(quả)* ▷ *v* bóc vỏ

peg [pɛg] *n* cái chốt

Pekinese [ˌpi:kɪŋ'i:z] *n* chó Nhật

pelican ['pɛlɪkən] *n* chim bồ nông; **pelican crossing** *n* lối qua đường có đèn giao thông

pellet ['pɛlɪt] *n* viên

pelvis ['pɛlvɪs] *n* khung xương chậu

pen [pɛn] *n* cái bút; **ballpoint pen** *n* bút bi; **felt-tip pen** *n* bút dạ; **fountain pen** *n* bút máy

penalize ['pi:nəˌlaɪz] *v* phạt

penalty ['pɛnᵊltɪ] *n* hình phạt

pencil ['pɛnsᵊl] *n* cái bút chì; **pencil case** *n* hộp bút; **pencil sharpener** *n* cái gọt bút chì

pendant ['pɛndənt] *n* mặt dây chuyền

penfriend ['pɛnˌfrɛnd] *n* bạn qua thư

penguin ['pɛŋgwɪn] *n* chim cánh cụt

penicillin [ˌpɛnɪ'sɪlɪn] *n* pênixilin

peninsula [pɪ'nɪnsjʊlə] *n* bán đảo

penknife ['pɛnˌnaɪf] *n* dao nhíp

penny ['pɛnɪ] *n* đồng xu

pension ['pɛnʃən] *n* lương hưu

pensioner ['pɛnʃənə] *n* người hưởng lương hưu; **old-age pensioner** *n* người già hưởng lương hưu

pentathlon [pɛn'tæθlən] *n* cuộc thi điền kinh năm môn

penultimate [pɪ'nʌltɪmɪt] *adj* áp chót

people ['pi:pᵊl] **(person** ['pɜ:sᵊn]**)** *npl* người; **A table for four people, please** Làm ơn cho một bàn bốn người

pepper ['pɛpə] *n* hạt tiêu

peppermill ['pɛpəˌmɪl] *n* cối xay hạt tiêu

peppermint ['pɛpəˌmɪnt] *n* cây bạc hà cay

per [pɜ:; pə] *prep* cho mỗi; **per cent** *adv* phần trăm

percentage [pə'sɛntɪdʒ] *n* tỷ lệ phần trăm

percussion [pə'kʌʃən] *n* sự gõ

perfect ['pɜ:fɪkt] *adj* hoàn thiện

perfection [pə'fɛkʃən] *n* sự hoàn thiện

perfectly ['pɜ:fɪktlɪ] *adv* một cách hoàn hảo

perform [pə'fɔ:m] *v* thực hiện

performance [pə'fɔ:məns] *n* *(functioning)* sự thực hiện; **How long does the performance last?** Buổi biểu diễn kéo dài bao lâu?; **When does the performance begin?** Khi nào buổi biểu diễn bắt đầu?; **When does the performance end?** Khi nào buổi biểu diễn kết thúc?

perfume ['pɜ:fju:m] *n* nước hoa

perhaps [pə'hæps; præps] *adv* có thể

period ['pɪərɪəd] *n* thời kỳ; **trial period** *n* thời gian thử nghiệm

perjury ['pɜ:dʒərɪ] *n* sự khai man trước toà

perm [pɜ:m] *n* kiểu tóc uốn quăn

gợn sóng
permanent ['pɜːmənənt] *adj* vĩnh cửu
permanently ['pɜːmənəntlɪ] *adv* một cách lâu dài
permission [pə'mɪʃən] *n* sự cho phép
permit ['pɜːmɪt] *n* giấy phép; **work permit** *n* giấy phép làm việc; **Do you need a fishing permit?** Có cần có giấy phép câu cá không?
persecute ['pɜːsɪ,kjuːt] *v* ngược đãi
persevere [,pɜːsɪ'vɪə] *v* kiên trì
Persian ['pɜːʃən] *adj* thuộc Ba tư
persistent [pə'sɪstənt] *adj* dai dẳng
person ['pɜːsᵊn] **(people** ['piːpᵊl]**)** *n* người; **How much is it per person?** Bao nhiêu tiền một người?
personal ['pɜːsənᵊl] *adj* riêng tư; **personal assistant** *n* trợ lý riêng; **personal organizer** *n* sổ nhật ký cá nhân; **personal stereo** *n* máy nghe nhạc cá nhân
personality [,pɜːsə'nælɪtɪ] *n* cá tính
personally ['pɜːsənəlɪ] *adv* đích thân
personnel [,pɜːsə'nɛl] *n* nhân sự
perspective [pə'spɛktɪv] *n* cách nhìn nhận
perspiration [,pɜːspə'reɪʃən] *n* mồ hôi
persuade [pə'sweɪd] *v* thuyết phục
persuasive [pə'sweɪsɪv] *adj* có sức thuyết phục
Peru [pə'ruː] *n* nước Peru
Peruvian [pə'ruːvɪən] *adj* thuộc Peru ▷ *n* người Peru
pessimist ['pɛsɪ,mɪst] *n* người bi quan
pessimistic ['pɛsɪ,mɪstɪk] *adj* bi quan
pest [pɛst] *n* kẻ quấy rầy
pester ['pɛstə] *v* quấy rầy
pesticide ['pɛstɪ,saɪd] *n* thuốc trừ sâu
pet [pɛt] *n* vật nuôi làm cảnh
petition [pɪ'tɪʃən] *n* đơn yêu cầu
petrified ['pɛtrɪ,faɪd] *adj* chết điếng người
petrol ['pɛtrəl] *n* xăng; **petrol station** *n* trạm xăng; **petrol tank** *n* bể chứa xăng; **unleaded petrol** *n* xăng không pha chì; **I've run out of petrol** Tôi bị hết xăng; **Is there a petrol station near here?** Gần đây có trạm xăng không?; **The petrol has run out** Hết xăng rồi
pewter ['pjuːtə] *n* hợp kim thiếc
pharmacist ['fɑːməsɪst] *n* dược sỹ
pharmacy ['fɑːməsɪ] *n* việc bào chế dược phẩm
PhD [piː eɪtʃ diː] *n* Tiến sĩ
pheasant ['fɛzᵊnt] *n* chim trĩ
philosophy [fɪ'lɒsəfɪ] *n* triết học
phobia ['fəʊbɪə] *n* nỗi sợ hãi
phone [fəʊn] *n* điện thoại ▷ *v* gọi điện thoại; **camera phone** *n* điện thoại chụp ảnh; **entry phone** *n* điện thoại ở cửa vào; **mobile phone** *n* điện thoại di động; **phone back** *v* gọi điện lại; **phone bill** *n* hóa đơn điện thoại; **phone number** *n* số điện thoại; **smart phone** *n* điện thoại thông minh; **Can I have your phone number?** Cho tôi xin số điện thoại của anh được không?; **Can I phone from here?** Tôi có thể gọi điện thoại từ đây được không?; **Can I phone internationally from here?** Tôi có thể gọi điện thoại

quốc tế từ đây được không?; **Can I use your phone, please?** Làm ơn cho tôi dùng điện thoại của anh được không?; **Do you sell international phone cards?** Anh có bán thẻ điện thoại quốc tế không?; **I must make a phone call** Tôi phải gọi điện thoại; **I want to make a phone call** Tôi muốn gọi điện thoại; **I'd like a twenty-five euro phone card** Tôi muốn mua một thẻ điện thoại hai mươi lăm euro; **I'd like some coins for the phone, please** Tôi muốn một ít tiền xu để gọi điện thoại; **I'm having trouble with the phone** Tôi đang gặp trục trặc với điện thoại; **May I use your phone?** Tôi có thể dùng điện thoại của anh được không?; **Where can I charge my mobile phone?** Tôi có thể xạc điện thoại di động ở đâu?; **Where can I make a phone call?** Tôi có thể gọi điện thoại ở đâu?

phonebook ['fəʊn,bʊk] *n* danh bạ điện thoại

phonebox ['fəʊn,bɒks] *n* hộp điện thoại

phonecall ['fəʊn,kɔːl] *n* cuộc điện thoại

phonecard ['fəʊn,kɑːd] *n* thẻ điện thoại; **A phonecard, please** Làm ơn bán cho một thẻ điện thoại; **Where can I buy a phonecard?** Tôi có thể mua thẻ điện thoại ở đâu?

photo ['fəʊtəʊ] *n* ảnh; **photo album** *n* an-bum ảnh; **Can I download photos to here?** Tôi có thể tải ảnh về đây không?; **Can you put these photos on CD, please?** Anh làm ơn cho những ảnh này vào đĩa CD được không?; **I'd like the photos glossy** Tôi muốn ảnh bóng; **I'd like the photos matt** Tôi muốn ảnh không bóng; **When will the photos be ready?** Khi nào lấy được ảnh?

photocopier ['fəʊtəʊ,kɒpɪə] *n* máy phô tô copy

photocopy ['fəʊtəʊ,kɒpɪ] *n* bản sao phô tô copy ▹ *v* chụp phô tô copy

photograph ['fəʊtə,grɑːf] *n* ảnh ▹ *v* chụp ảnh

photographer [fə'tɒgrəfə] *n* người chụp ảnh

photography [fə'tɒgrəfɪ] *n* nghề chụp ảnh

phrase [freɪz] *n* cụm từ

phrasebook ['freɪz,bʊk] *n* sổ tay thành ngữ

physical ['fɪzɪkᵊl] *adj* thuộc về thân thể ▹ *n* kiểm tra sức khỏe

physicist ['fɪzɪsɪst] *n* nhà vật lý

physics ['fɪzɪks] *npl* vật lý

physiotherapist [,fɪzɪəʊ'θɛrəpɪst] *n* bác sỹ vật lý trị liệu

physiotherapy [,fɪzɪəʊ'θɛrəpɪ] *n* vật lý trị liệu

pianist ['pɪənɪst] *n* nghệ sỹ pianô

piano [pɪ'ænəʊ] *n* đàn pianô

pick [pɪk] *n* cuốc chim ▹ *v* nhặt

pick on [pɪk ɒn] *v* trêu chọc

pick out [pɪk aʊt] *v* chọn

pickpocket ['pɪk,pɒkɪt] *n* trộm móc túi

pick up [pɪk ʌp] *v* đón

picnic ['pɪknɪk] *n* píc níc

picture ['pɪktʃə] *n* bức tranh; **picture frame** *n* khung tranh

picturesque [,pɪktʃə'rɛsk] *adj* nên

thơ
pie [paɪ] *n* bánh; **apple pie** *n* bánh táo; **pie chart** *n* biểu đồ tròn
piece [pi:s] *n* miếng
pier [pɪə] *n* cầu cảng
pierce [pɪəs] *v* xuyên thủng
pierced [pɪəst] *adj* thủng lỗ
piercing ['pɪəsɪŋ] *n* sự đâm thủng
pig [pɪg] *n* lợn; **guinea pig** *n (for experiment)* vật thí nghiệm, *(rodent)* chuột lang
pigeon ['pɪdʒɪn] *n* chim bồ câu
piggybank ['pɪgɪ,bæŋk] *n* lợn tiết kiệm
pigtail ['pɪg,teɪl] *n* bím tóc
pile [paɪl] *n* đống
piles [paɪlz] *npl* bệnh trĩ
pile-up [paɪlʌp] *n* tai nạn liên hoàn
pilgrim ['pɪlgrɪm] *n* người hành hương
pilgrimage ['pɪlgrɪmɪdʒ] *n* đoàn hành hương
pill [pɪl] *n* viên thuốc; **sleeping pill** *n* thuốc ngủ
pillar ['pɪlə] *n* cột *(nhà)*
pillow ['pɪləʊ] *n* gối; **Please bring me an extra pillow** Làm ơn mang cho tôi thêm một cái gối
pillowcase ['pɪləʊ,keɪs] *n* vỏ gối
pilot ['paɪlət] *n* phi công; **pilot light** *n* đèn mồi
pimple ['pɪmpᵊl] *n* mụn
pin [pɪn] *n* ghim; **drawing pin** *n* đinh ghim; **rolling pin** *n* trục cán; **safety pin** *n* kim-băng
PIN [pɪn] *npl* Số mật khẩu
pinafore ['pɪnə,fɔ:] *n* tạp dề
pinch [pɪntʃ] *v* cấu
pine [paɪn] *n* cây thông
pineapple ['paɪn,æpᵊl] *n* quả dứa
pink [pɪŋk] *adj* hồng
pint [paɪnt] *n* vại *(bia)*
pip [pɪp] *n* hạt *(quả)*
pipe [paɪp] *n* ống; **exhaust pipe** *n* ống xả
pipeline ['paɪp,laɪn] *n* đường ống
pirate ['paɪrɪt] *n* cướp biển
Pisces ['paɪsi:z] *n* Cung song ngư
pistol ['pɪstᵊl] *n* súng lục
piston ['pɪstən] *n* pít tông
pitch [pɪtʃ] *n (sound)* độ cao *(âm thanh)*, *(sport)* điểm bóng rơi ▷ *v* ném
pity ['pɪtɪ] *n* lòng thương ▷ *v* thương hại
pixel ['pɪksᵊl] *n* điểm ảnh
pizza ['pi:tsə] *n* bánh piza
place [pleɪs] *n* chỗ ▷ *v* để *(ở đâu)*; **place of birth** *n* nơi sinh; **Do you know a good place to go?** Anh có biết chỗ nào hay để đi không?; **Where is the best place to dive?** Lặn ở chỗ nào là tốt nhất?
placement ['pleɪsmənt] *n* vị trí
plain [pleɪn] *adj* bằng phẳng ▷ *n* đồng bằng; **plain chocolate** *n* Sô cô la nguyên chất
plait [plæt] *n* bím tóc
plan [plæn] *n* kế hoạch ▷ *v* vạch kế hoạch; **street plan** *n* sơ đồ đường phố
plane [pleɪn] *n (aeroplane)* máy bay, *(surface)* mặt phẳng, *(tool)* cái bào; **My plane leaves at...** Máy bay của tôi cất cánh lúc...
planet ['plænɪt] *n* hành tinh
planning [plænɪŋ] *n* quy hoạch
plant [plɑ:nt] *n (site/equipment)* nhà máy, *(vegetable organism)* cây ▷ *v* trồng; **plant pot** *n* chậu cây; **pot**

plant *n* cây cảnh; **We'd like to see local plants and trees** Chúng tôi muốn xem cây cỏ địa phương
plaque [plæk; plɑ:k] *n* tấm biển
plaster ['plɑ:stə] *n (for wall)* vữa *(trát ngoài), (for wound)* băng dính y tế
plastic ['plæstɪk; 'plɑ:s-] *adj* bằng nhựa ▹ *n* nhựa *(tổng hợp)*; **plastic bag** *n* túi ni lông; **plastic surgery** *n* phẫu thuật thẩm mỹ
plate [pleɪt] *n* đĩa *(đựng thức ăn)*; **number plate** *n* biển số xe
platform ['plætfɔ:m] *n* bệ
platinum ['plætɪnəm] *n* bạch kim
play [pleɪ] *n* vở kịch ▹ *v (in sport)* chơi, *(music)* chơi; **play truant** *v* trốn học; **playing card** *n* quân bài; **playing field** *n* sân chơi; **Can I play video games?** Tôi có thể chơi trò chơi điện tử không?; **We'd like to play tennis** Chúng tôi muốn chơi ten-nít; **Where can I play golf?** Tôi có thể chơi gôn ở đâu?
player ['pleɪə] *n (instrumentalist)* người chơi nhạc, *(of sport)* cầu thủ; **CD player** *n* máy chạy đĩa CD; **MP3 player** *n* máy nghe nhạc MP3; **MP4 player** *n* máy nghe nhạc MP4
playful ['pleɪfʊl] *adj* hay vui đùa
playground ['pleɪˌgraʊnd] *n* sân chơi
playgroup ['pleɪˌgru:p] *n* nhóm chơi cho trẻ em
PlayStation® ['pleɪˌsteɪʃən] *n* Đầu chơi điện tử PlayStation®
playtime ['pleɪˌtaɪm] *n* giờ ra chơi
playwright ['pleɪˌraɪt] *n* nhà viết kịch
pleasant ['plɛzᵊnt] *adj* dễ chịu
please [pli:z] *excl* làm ơn!; **I'd like to check in, please** Làm ơn cho tôi làm thủ tục
pleased [pli:zd] *adj* hài lòng
pleasure ['plɛʒə] *n* thú vui
plenty ['plɛntɪ] *n* nhiều
pliers ['plaɪəz] *npl* cái kìm
plot [plɒt] *n (piece of land)* mảnh đất, *(secret plan)* âm mưu ▹ *v (conspire)* âm mưu
plough [plaʊ] *n* cái bừa ▹ *v* bừa *(cày)*
plug [plʌg] *n* cái nút; **spark plug** *n* cái bu-di
plughole ['plʌgˌhəʊl] *n* lỗ thoát nước
plug in [plʌg ɪn] *v* cắm vào
plum [plʌm] *n* quả mận
plumber ['plʌmə] *n* thợ ống nước
plumbing ['plʌmɪŋ] *n* đường ống nước
plump [plʌmp] *adj* bầu bĩnh
plunge [plʌndʒ] *v* lao xuống
plural ['plʊərəl] *n* số nhiều
plus [plʌs] *prep* cộng thêm
plywood ['plaɪˌwʊd] *n* gỗ dán
p.m. [pi: ɛm] *abbr* chiều tối
pneumonia [nju:'məʊnɪə] *n* bệnh viêm phổi
poached [pəʊtʃt] *adj (caught illegally)* bị săn trộm, *(simmered gently)* ninh
pocket ['pɒkɪt] *n* túi; **pocket calculator** *n* máy tính bỏ túi; **pocket money** *n* tiền tiêu vặt
podcast ['pɒdˌkɑ:st] *n* tệp tin podcast
poem ['pəʊɪm] *n* bài thơ
poet ['pəʊɪt] *n* nhà thơ
poetry ['pəʊɪtrɪ] *n* thơ ca
point [pɔɪnt] *n* điểm ▹ *v* chỉ *(tay)*

pointless ['pɔɪntlɪs] *adj* vô nghĩa
point out [pɔɪnt aʊt] *v* chỉ ra
poison ['pɔɪzᵊn] *n* thuốc độc ▷ *v* đầu độc
poisonous ['pɔɪzənəs] *adj* độc
poke [pəʊk] *v* chọc
Poland ['pəʊlənd] *n* nước Ba Lan
polar ['pəʊlə] *adj* ở địa cực; **polar bear** *n* gấu bắc cực
pole [pəʊl] *n* cọc; **North Pole** *n* Bắc Cực; **pole vault** *n* môn nhảy sào; **South Pole** *n* Nam cực; **tent pole** *n* cọc trụ lều
Pole [pəʊl] *n* người Ba Lan
police [pə'li:s] *n* cảnh sát; **police officer** *n* viên cảnh sát; **police station** *n* đồn cảnh sát
policeman, policemen [pə'li:smən, pə'li:smɛn] *n* nam cảnh sát
policewoman, policewomen [pə'li:swʊmən, pə'li:swɪmɪn] *n* nữ cảnh sát
policy ['pɒlɪsɪ] *n* **insurance policy** *n* đơn bảo hiểm
polio ['pəʊlɪəʊ] *n* bệnh bại liệt
polish ['pɒlɪʃ] *n* chất đánh bóng ▷ *v* đánh bóng; **nail polish** *n* thuốc sơn móng tay; **shoe polish** *n* xi đánh giày
Polish ['pəʊlɪʃ] *adj* thuộc Ba Lan ▷ *n* tiếng Ba Lan
polite [pə'laɪt] *adj* lịch sự
politely [pə'laɪtlɪ] *adv* lịch sự
politeness [pə'laɪtnɪs] *n* vẻ lịch sự
political [pə'lɪtɪkᵊl] *adj* chính trị
politician [,pɒlɪ'tɪʃən] *n* chính trị gia
politics ['pɒlɪtɪks] *npl* chính trị
poll [pəʊl] *n* bầu cử; **opinion poll** *n* cuộc thăm dò dư luận
pollen ['pɒlən] *n* phấn hoa
pollute [pə'lu:t] *v* làm ô nhiễm
polluted [pə'lu:tɪd] *adj* bị ô nhiễm
pollution [pə'lu:ʃən] *n* sự ô nhiễm
Polynesia [,pɒlɪ'ni:ʒə; -ʒɪə] *n* Quần đảo Polynesia
Polynesian [,pɒlɪ'ni:ʒən; -ʒɪən] *adj* thuộc Quần đảo Polynesia ▷ *n* *(language)* tiếng Polynesia, *(person)* người Polynesia
pomegranate ['pɒmɪ,grænɪt; 'pɒm,grænɪt] *n* lựu
pond [pɒnd] *n* ao
pony ['pəʊnɪ] *n* ngựa nhỏ; **pony trekking** *n* môn cưỡi ngựa nhỏ
ponytail ['pəʊnɪ,teɪl] *n* tóc đuôi ngựa
poodle ['pu:dᵊl] *n* chó lông xù
pool [pu:l] *n* *(resources)* vốn góp chung, *(water)* bể *(bơi)*; **paddling pool** *n* bể nước nhỏ cho trẻ em; **swimming pool** *n* bể bơi; **Is it an outdoor pool?** Bể bơi này ở ngoài trời à?; **Is the pool heated?** Bể bơi có nước ấm không?; **Is there a children's pool?** Có bể bơi cho trẻ em không?; **Is there a paddling pool for the children?** Có bể nông cho trẻ em lội không?; **Is there a swimming pool?** Có bể bơi không?
poor [pʊə; pɔ:] *adj* nghèo
poorly ['pʊəlɪ; 'pɔ:-] *adj* ốm
popcorn ['pɒp,kɔ:n] *n* bỏng ngô
pope [pəʊp] *n* Giáo hoàng
poplar ['pɒplə] *n* cây bạch dương
poppy ['pɒpɪ] *n* hoa anh túc
popular ['pɒpjʊlə] *adj* được ưa chuộng
popularity ['pɒpjʊlærɪtɪ] *n* sự được ưa chuộng

population [ˌpɒpjʊ'leɪʃən] *n* dân số
pop-up [pɒpʌp] *n* thông điệp bật lên
porch [pɔːtʃ] *n* cổng vòm
pork [pɔːk] *n* thịt lợn; **pork chop** *n* sườn lợn; **I don't eat pork** Tôi không ăn thịt lợn
porn [pɔːn] *n* tranh ảnh khiêu dâm
pornographic [pɔː'nɒgræfɪk] *adj* mang tính khiêu dâm
pornography [pɔː'nɒgrəfɪ] *n* tranh ảnh khiêu dâm
porridge ['pɒrɪdʒ] *n* cháo
port [pɔːt] *n* *(ships)* cảng, *(wine)* rượu vang ngọt
portable ['pɔːtəbᵊl] *adj* xách tay
porter ['pɔːtə] *n* người khuân vác
portfolio [pɔːt'fəʊlɪəʊ] *n* cặp tài liệu
portion ['pɔːʃən] *n* phần
portrait ['pɔːtrɪt; -treɪt] *n* chân dung
Portugal ['pɔːtjʊgᵊl] *n* nước Bồ Đào Nha
Portuguese [ˌpɔːtjʊ'giːz] *adj* thuộc Bồ Đào Nha ▷ *n* *(language)* tiếng Bồ Đào Nha, *(person)* người Bồ Đào Nha
position [pə'zɪʃən] *n* vị trí
positive ['pɒzɪtɪv] *adj* khẳng định
possess [pə'zɛs] *v* chiếm hữu
possession [pə'zɛʃən] *n* sự chiếm hữu
possibility [ˌpɒsɪ'bɪlɪtɪ] *n* khả năng
possible ['pɒsɪbᵊl] *adj* có thể
possibly ['pɒsɪblɪ] *adv* có thể
post [pəʊst] *n* *(mail)* bưu chính, *(position)* vị trí, *(stake)* cọc ▷ *v* gửi bưu điện; **post office** *n* bưu điện
postage ['pəʊstɪdʒ] *n* phí bưu điện
postbox ['pəʊstˌbɒks] *n* hộp thư
postcard ['pəʊstˌkɑːd] *n* bưu thiếp; **Can I have stamps for four postcards to...** Tôi muốn mua tem để gửi bốn bưu thiếp đi...; **Do you have any postcards?** Anh có bưu thiếp không?; **I'm looking for postcards** Tôi đang tìm mua bưu thiếp; **Where can I buy some postcards?** Tôi có thể mua bưu thiếp ở đâu?
postcode ['pəʊstˌkəʊd] *n* mã bưu chính
poster ['pəʊstə] *n* áp phích
postgraduate [pəʊst'grædjʊɪt] *n* sinh viên sau đại học
postman, postmen ['pəʊstmən, 'pəʊstmɛn] *n* nhân viên đưa thư
postmark ['pəʊstˌmɑːk] *n* dấu bưu điện
postpone [pəʊst'pəʊn; pə'spəʊn] *v* hoãn
postwoman, postwomen ['pəʊstwʊmən, 'pəʊstwɪmɪn] *n* nữ nhân viên đưa thư
pot [pɒt] *n* chậu; **plant pot** *n* chậu cây; **pot plant** *n* cây cảnh
potato, potatoes [pə'teɪtəʊ, pə'teɪtəʊz] *n* khoai tây; **baked potato** *n* khoai tây nướng; **jacket potato** *n* khoai tây nướng cả vỏ; **mashed potatoes** *npl* khoai tây nghiền; **potato peeler** *n* dao gọt khoai
potential [pə'tɛnʃəl] *adj* tiềm tàng ▷ *n* tiềm năng
pothole ['pɒtˌhəʊl] *n* ổ gà
pottery ['pɒtərɪ] *n* đồ gốm
potty ['pɒtɪ] *n* cái bô
pound [paʊnd] *n* đồng bảng; **pound sterling** *n* bảng Anh

pour [pɔː] *v* rót
poverty ['pɒvətɪ] *n* sự nghèo đói
powder ['paʊdə] *n* bột; **baking powder** *n* bột nở; **soap powder** *n* bột giặt; **talcum powder** *n* phấn rôm; **washing powder** *n* bột giặt; **Do you have washing powder?** Anh có bột giặt không?
power ['paʊə] *n* lực; **power cut** *n* mất điện; **solar power** *n* năng lượng mặt trời
powerful ['paʊəfʊl] *adj* nhiều quyền lực
practical ['præktɪkᵊl] *adj* thực tế
practically ['præktɪkəlɪ; -klɪ] *adv* một cách thực tế
practice ['præktɪs] *n* thực tiễn
practise ['præktɪs] *v* hành nghề
praise [preɪz] *v* khen
pram [præm] *n* xe nôi
prank [præŋk] *n* trò đùa
prawn [prɔːn] *n* con tôm
pray [preɪ] *v* cầu nguyện
prayer [prɛə] *n* lời cầu nguyện
precaution [prɪ'kɔːʃən] *n* lời cảnh báo
preceding [prɪ'siːdɪŋ] *adj* trước
precinct ['priːsɪŋkt] *n* huyện; **pedestrian precinct** *n* khu vực dành cho người đi bộ
precious ['prɛʃəs] *adj* quý *(giá trị)*
precise [prɪ'saɪs] *adj* chính xác
precisely [prɪ'saɪslɪ] *adv* chính xác
predecessor ['priːdɪˌsɛsə] *n* người tiền nhiệm
predict [prɪ'dɪkt] *v* đoán trước
predictable [prɪ'dɪktəbᵊl] *adj* có thể đoán trước
prefect ['priːfɛkt] *n* quận
prefer [prɪ'fɜː] *v* thích hơn
preferably ['prɛfərəblɪ; 'prɛfrəblɪ] *adv* thì hơn
preference ['prɛfərəns; 'prɛfrəns] *n* sự thích hơn
pregnancy ['prɛgnənsɪ] *n* sự có thai
pregnant ['prɛgnənt] *adj* có thai; **I'm pregnant** Tôi đang có thai
prehistoric [ˌpriːhɪ'stɒrɪk] *adj* tiền sử
prejudice ['prɛdʒʊdɪs] *n* định kiến
prejudiced ['prɛdʒʊdɪst] *adj* bị định kiến
premature [ˌprɛmə'tjʊə; 'prɛməˌtjʊə] *adj* non *(thiếu)*
premiere ['prɛmɪˌɛə; 'prɛmɪə] *n* buổi chiếu ra mắt
premises ['prɛmɪsɪz] *npl* khuôn viên
premonition [ˌprɛmə'nɪʃən] *n* linh tính báo trước
preoccupied [priː'ɒkjʊˌpaɪd] *adj* bận tâm
prepaid [priː'peɪd] *adj* trả trước
preparation [ˌprɛpə'reɪʃən] *n* sự chuẩn bị
prepare [prɪ'pɛə] *v* chuẩn bị; **Could you prepare this one without...?** Anh có thể chuẩn bị món này không có... không?; **Please prepare the bill** Làm ơn chuẩn bị hóa đơn
prepared [prɪ'pɛəd] *adj* sẵn sàng
Presbyterian [ˌprɛzbɪ'tɪərɪən] *adj* Thuộc Đạo Trưởng lão Tin lành ▷ *n* Tín đồ Đạo Trưởng lão Tin lành
prescribe [prɪ'skraɪb] *v* kê thuốc
prescription [prɪ'skrɪpʃən] *n* đơn thuốc
presence ['prɛzəns] *n* sự có mặt
present *adj* ['prɛz] có mặt ▷ *n* ['prɛz]

(gift) quà, *(time being)* hiện tại ▷ *v* [prɪ'zɛnt] đệ trình; **I'm looking for a present for my husband** Tôi đang tìm một món quà cho chồng tôi

presentation [ˌprɛzən'teɪʃən] *n* bản thuyết trình

presenter [prɪ'zɛntə] *n* người thuyết trình

presently ['prɛzəntlɪ] *adv* ngay đây

preservative [prɪ'zɜːvətɪv] *n* chất bảo quản

president ['prɛzɪdənt] *n* chủ tịch

press [prɛs] *n* máy ép ▷ *v* ép; **press conference** *n* họp báo

press-up [prɛsʌp] *n* chống đẩy

pressure ['prɛʃə] *n* áp suất ▷ *v* gây áp lực; **blood pressure** *n* huyết áp

prestige [prɛ'stiːʒ] *n* uy tín

prestigious [prɛ'stɪdʒəs] *adj* có uy tín

presumably [prɪ'zjuːməblɪ] *adv* theo suy đoán

presume [prɪ'zjuːm] *v* giả sử

pretend [prɪ'tɛnd] *v* giả vờ

pretext ['priːtɛkst] *n* cớ

prettily ['prɪtɪlɪ] *adv* một cách duyên dáng

pretty ['prɪtɪ] *adj* xinh ▷ *adv* khá

prevent [prɪ'vɛnt] *v* ngăn ngừa

prevention [prɪ'vɛnʃən] *n* sự ngăn ngừa

previous ['priːvɪəs] *adj* trước

previously ['priːvɪəslɪ] *adv* trước kia

prey [preɪ] *n* mồi

price [praɪs] *n* giá *(tiền)*; **price list** *n* bảng giá; **retail price** *n* giá bán lẻ; **selling price** *n* giá bán; **Do you have a set-price menu?** Anh có thực đơn với giá định sẵn không?; **Does the price include boots?** Giá có bao gồm cả ủng không?; **Please write down the price** Làm ơn viết ra giá tiền; **What is included in the price?** Giá bao gồm những gì?

prick [prɪk] *v* chọc

pride [praɪd] *n* sự tự hào

priest [priːst] *n* linh mục

primarily ['praɪmərəlɪ] *adv* chủ yếu

primary ['praɪmərɪ] *adj* quan trọng nhất; **primary school** *n* trường phổ thông cơ sở

primitive ['prɪmɪtɪv] *adj* sơ khai

primrose ['prɪmˌrəʊz] *n* hoa anh thảo

prince [prɪns] *n* hoàng tử

princess [prɪn'sɛs] *n* công chúa

principal ['prɪnsɪpᵊl] *adj* chính ▷ *n* hiệu trưởng

principle ['prɪnsɪpᵊl] *n* nguyên tắc

print [prɪnt] *n* bản in ▷ *v* in

printer ['prɪntə] *n* *(machine)* máy in, *(person)* người làm nghề xuất bản; **Is there a colour printer?** Có máy in màu không?

printing ['prɪntɪŋ] *n* **How much is printing?** In giá bao nhiêu tiền?

printout ['prɪntaʊt] *n* bản in

priority [praɪ'ɒrɪtɪ] *n* sự ưu tiên

prison ['prɪzᵊn] *n* nhà tù; **prison officer** *n* quản giáo

prisoner ['prɪzənə] *n* phạm nhân

privacy ['praɪvəsɪ; 'prɪvəsɪ] *n* sự riêng tư

private ['praɪvɪt] *adj* riêng tư; **private property** *n* tài sản riêng

privatize ['praɪvɪˌtaɪz] *v* tư nhân hóa

privilege ['prɪvɪlɪdʒ] *n* đặc ân

prize [praɪz] *n* giải thưởng
prize-giving ['praɪz,gɪvɪŋ] *n* lễ trao giải
prizewinner ['praɪz,wɪnə] *n* người trúng giải
probability [,prɒbə'bɪlɪtɪ] *n* xác suất
probable ['prɒbəbᵊl] *adj* có thể
probably ['prɒbəblɪ] *adv* có thể
problem ['prɒbləm] *n* vấn đề *(khó khăn)*; **No problem** Không có vấn đề gì; **There's a problem with the room** Phòng này có vấn đề; **Who do we contact if there are problems?** Nếu có vấn đề gì thì chúng tôi liên hệ với ai?
proceedings [prə'si:dɪŋz] *npl* trình tự sự kiện
proceeds ['prəʊsi:dz] *npl* doanh thu
process ['prəʊsɛs] *n* quá trình
procession [prə'sɛʃən] *n* lễ rước
produce [prə'dju:s] *v* tạo ra
producer [prə'dju:sə] *n* người sản xuất
product ['prɒdʌkt] *n* sản phẩm
production [prə'dʌkʃən] *n* việc sản xuất
productivity [,prɒdʌk'tɪvɪtɪ] *n* năng suất
profession [prə'fɛʃən] *n* nghề
professional [prə'fɛʃənᵊl] *adj* lành nghề ▹ *n* một người hành nghề
professionally [prə'fɛʃənəlɪ] *adv* một cách lành nghề
professor [prə'fɛsə] *n* giáo sư
profit ['prɒfɪt] *n* lợi nhuận
profitable ['prɒfɪtəbᵊl] *adj* có lợi nhuận
program ['prəʊgræm] *n* chương trình ▹ *v* lên chương trình
programme ['prəʊgræm] *n* chương trình; **Can I use messenger programmes?** Tôi có thể sử dụng các chương trình messenger không?
programmer ['prəʊgræmə] *n* lập trình viên
programming ['prəʊgræmɪŋ] *n* việc lập trình
progress ['prəʊgrɛs] *n* tiến bộ
prohibit [prə'hɪbɪt] *v* cấm
prohibited [prə'hɪbɪtɪd] *adj* bị cấm
project ['prɒdʒɛkt] *n* dự án
projector [prə'dʒɛktə] *n* máy chiếu; **overhead projector** *n* máy chiếu overhead
promenade [,prɒmə'nɑ:d] *n* đường đi bộ ven biển
promise ['prɒmɪs] *n* lời hứa ▹ *v* hứa
promising ['prɒmɪsɪŋ] *adj* nhiều hứa hẹn
promote [prə'məʊt] *v* xúc tiến
promotion [prə'məʊʃən] *n* sự xúc tiến
prompt [prɒmpt] *adj* nhanh chóng
promptly [prɒmptlɪ] *adv* nhanh chóng
pronoun ['prəʊ,naʊn] *n* đại từ
pronounce [prə'naʊns] *v* phát âm; **How do you pronounce it?** Phát âm từ này như thế nào?
pronunciation [prə,nʌnsɪ'eɪʃən] *n* sự phát âm
proof [pru:f] *n (evidence)* bằng chứng, *(for checking)* bản mẫu
propaganda [,prɒpə'gændə] *n* sự quảng bá
proper ['prɒpə] *adj* thực sự
properly ['prɒpəlɪ] *adv* nghiêm chỉnh

property ['prɒpətɪ] *n* tài sản; **private property** *n* tài sản riêng
proportion [prə'pɔːʃən] *n* tỷ lệ
proportional [prə'pɔːʃənᵊl] *adj* theo tỷ lệ
proposal [prə'pəʊzᵊl] *n* đề xuất
propose [prə'pəʊz] *v* đề xuất
prosecute ['prɒsɪˌkjuːt] *v* truy tố
prospect ['prɒspɛkt] *n* triển vọng
prospectus [prə'spɛktəs] *n* bản cáo bạch
prosperity [prɒ'spɛrɪtɪ] *n* sự thịnh vượng
prostitute ['prɒstɪˌtjuːt] *n* gái điếm
protect [prə'tɛkt] *v* bảo vệ
protection [prə'tɛkʃən] *n* sự bảo vệ
protein ['prəʊtiːn] *n* prô tê in
protest *n* ['prəʊtɛst] sự phản đối ▷ *v* [prə'tɛst] phản đối
Protestant ['prɒtɪstənt] *adj* Thuộc Đạo Tin lành ▷ *n* Tín đồ Đạo Tin lành
proud [praʊd] *adj* tự hào
prove [pruːv] *v* chứng minh
proverb ['prɒvɜːb] *n* tục ngữ
provide [prə'vaɪd] *v* cung cấp; **provide for** *v* trợ cấp
provided [prə'vaɪdɪd] *conj* với điều kiện
providing [prə'vaɪdɪŋ] *conj* với điều kiện
provisional [prə'vɪʒənᵊl] *adj* tạm thời
proximity [prɒk'sɪmɪtɪ] *n* sự gần gũi
prune [pruːn] *n* mận khô
pry [praɪ] *v* thóc mách
pseudonym ['sjuːdəˌnɪm] *n* tên giả
psychiatric [ˌsaɪkɪ'ætrɪk] *adj* thuộc về tâm thần học
psychiatrist [saɪ'kaɪətrɪst] *n* bác sỹ tâm thần
psychological [ˌsaɪkə'lɒdʒɪkᵊl] *adj* thuộc về tâm lý
psychologist [saɪ'kɒlədʒɪst] *n* nhà tâm lý học
psychology [saɪ'kɒlədʒɪ] *n* tâm lý học
psychotherapy [ˌsaɪkəʊ'θɛrəpɪ] *n* tâm lý liệu pháp
PTO [piː tiː əʊ] *abbr* Xem Trang Bên
pub [pʌb] *n* quán rượu
public ['pʌblɪk] *adj* công cộng ▷ *n* quần chúng; **public holiday** *n* ngày nghỉ lễ; **public opinion** *n* công luận; **public relations** *npl* quan hệ công cộng; **public school** *n* trường công; **public transport** *n* giao thông công cộng
publican ['pʌblɪkən] *n* chủ quán rượu
publication [ˌpʌblɪ'keɪʃən] *n* xuất bản
publish ['pʌblɪʃ] *v* xuất bản
publisher ['pʌblɪʃə] *n* nhà xuất bản
pudding ['pʊdɪŋ] *n* bánh pút đinh
puddle ['pʌdᵊl] *n* vũng nước
Puerto Rico ['pwɜːtəʊ 'riːkəʊ; 'pwɛə-] *n* nước Pớt tơ Ríc Cô
pull [pʊl] *v* kéo
pull down [pʊl daʊn] *v* kéo đổ
pull out [pʊl aʊt] *vi* rút khỏi
pullover ['pʊlˌəʊvə] *n* áo thun
pull up [pʊl ʌp] *v* dừng lại
pulse [pʌls] *n* mạch
pulses [pʌlsɪz] *npl* độ xung
pump [pʌmp] *n* bơm ▷ *v* bơm; **bicycle pump** *n* bơm xe đạp; **Do you have a pump?** Anh có bơm không?; **Pump number three,**

please Máy bán xăng số ba ạ
pumpkin ['pʌmpkɪn] *n* bí ngô
pump up [pʌmp ʌp] *v* bơm lên
punch [pʌntʃ] *n (blow)* cú đấm, *(hot drink)* Đồ uống nóng có rượu ▷ *v* đấm
punctual ['pʌŋktjʊəl] *adj* đúng giờ
punctuation [ˌpʌŋktjʊ'eɪʃən] *n* dấu chấm phẩy
puncture ['pʌŋktʃə] *n* lỗ thủng
punish ['pʌnɪʃ] *v* phạt
punishment ['pʌnɪʃmənt] *n* sự trừng phạt; **capital punishment** *n* án tử hình; **corporal punishment** *n* hình phạt về thể xác
punk [pʌŋk] *n* người vô dụng
pupil ['pju:pᵊl] *n (eye)* đồng tử, *(learner)* học sinh
puppet ['pʌpɪt] *n* con rối
puppy ['pʌpɪ] *n* chó con
purchase ['pɜ:tʃɪs] *v* mua
pure [pjʊə] *adj* tinh khiết
purple ['pɜ:pᵊl] *adj* tím
purpose ['pɜ:pəs] *n* mục đích
purr [pɜ:] *v* rên gừ gừ
purse [pɜ:s] *n* ví *(đựng tiền)*
pursue [pə'sju:] *v* theo đuổi
pursuit [pə'sju:t] *n* sự theo đuổi
pus [pʌs] *n* mủ
push [pʊʃ] *v* đẩy; **Can you give me a push?** Anh làm ơn đẩy giúp
pushchair ['pʊʃˌtʃɛə] *n* xe đẩy trẻ em
push-up [pʊʃʌp] *n* đẩy xà
put [pʊt] *v* để *(đặt)*; **Put it down over there, please** Làm ơn để ở đằng kia
put aside [pʊt ə'saɪd] *v* tiết kiệm
put away [pʊt ə'weɪ] *v* tiết kiệm
put back [pʊt bæk] *v* để lại
put forward [pʊt fɔ:wəd] *v* đề xuất
put in [pʊt ɪn] *v* dành
put off [pʊt ɒf] *v* hoãn
put up [pʊt ʌp] *v* xây dựng
puzzle ['pʌzᵊl] *n* vấn đề khó
puzzled ['pʌzᵊld] *adj* băn khoăn
puzzling ['pʌzlɪŋ] *adj* khó giải quyết
pyjamas [pə'dʒɑ:məz] *npl* quần áo ngủ
pylon ['paɪlən] *n* cột điện
pyramid ['pɪrəmɪd] *n* kim tự tháp

q

Qatar [kæ'tɑː] *n* tiểu vương quốc Qatar
quail [kweɪl] *n* chim cút
quaint [kweɪnt] *adj* kỳ lạ
Quaker ['kweɪkə] *n* tín đồ phái Quây-cơ
qualification [ˌkwɒlɪfɪ'keɪʃən] *n* trình độ
qualified ['kwɒlɪˌfaɪd] *adj* đủ trình độ
qualify ['kwɒlɪˌfaɪ] *v* có đủ trình độ
quality ['kwɒlɪtɪ] *n* phẩm chất
quantify ['kwɒntɪˌfaɪ] *v* định lượng
quantity ['kwɒntɪtɪ] *n* số lượng
quarantine ['kwɒrənˌtiːn] *n* sự kiểm dịch
quarrel ['kwɒrəl] *n* sự tranh cãi ▷ *v* tranh cãi
quarry ['kwɒrɪ] *n* mỏ đá
quarter ['kwɔːtə] *n* một phần tư; **quarter final** *n* trận tứ kết
quartet [kwɔː'tɛt] *n* nhóm tứ tấu
quay [kiː] *n* bến tàu
queen [kwiːn] *n* nữ hoàng
query ['kwɪərɪ] *n* thắc mắc ▷ *v* thắc mắc
question ['kwɛstʃən] *n* câu hỏi ▷ *v* hỏi; **question mark** *n* dấu chấm hỏi
questionnaire [ˌkwɛstʃə'nɛə; ˌkɛs-] *n* phiếu điều tra
queue [kjuː] *n* hàng *(xếp)* ▷ *v* xếp hàng; **Is this the end of the queue?** Đây có phải là cuối hàng không?
quick [kwɪk] *adj* nhanh
quickly [kwɪklɪ] *adv* nhanh
quiet ['kwaɪət] *adj* yên lặng
quietly ['kwaɪətlɪ] *adv* yên lặng
quilt [kwɪlt] *n* chăn chần bông
quit [kwɪt] *v* bỏ
quite [kwaɪt] *adv* khá; **It's quite far** Khá xa đấy; **It's quite good** Được đấy
quiz, quizzes [kwɪz, 'kwɪzɪz] *n* cuộc thi đố
quota ['kwəʊtə] *n* chỉ tiêu
quotation [kwəʊ'teɪʃən] *n* đoạn trích dẫn; **quotation marks** *npl* dấu ngoặc kép
quote [kwəʊt] *n* đoạn trích dẫn ▷ *v* trích dẫn

r

rabbi ['ræbaɪ] *n* giáo sĩ Do thái
rabbit ['ræbɪt] *n* con thỏ
rabies ['reɪbi:z] *n* bệnh dại
race [reɪs] *n (contest)* cuộc đua, *(origin)* chủng tộc ▷ *v* đua; **I'd like to see a horse race** Tôi muốn xem đua ngựa
racecourse ['reɪs,kɔ:s] *n* trường đua ngựa
racehorse ['reɪs,hɔ:s] *n* ngựa đua
racer ['reɪsə] *n* vận động viên đua
racetrack ['reɪs,træk] *n* đường đua
racial ['reɪʃəl] *adj* liên quan đến phân chia chủng tộc
racing ['reɪsɪŋ] *n* **horse racing** *n* đua ngựa; **motor racing** *n* cuộc đua ô tô; **racing car** *n* xe đua; **racing driver** *n* tay đua
racism ['reɪsɪzəm] *n* sự phân biệt chủng tộc
racist ['reɪsɪst] *adj* phân biệt chủng tộc ▷ *n* người phân biệt chủng tộc
rack [ræk] *n* cái giá; **luggage rack** *n* giá để hành lý
racket ['rækɪt] *n (racquet)* sự huyên náo; **tennis racket** *n* vợt quần vợt
racoon [rə'ku:n] *n* gấu trúc Mỹ
racquet ['rækɪt] *n* cái vợt
radar ['reɪdɑ:] *n* hệ thống ra-đa
radiation [,reɪdɪ'eɪʃən] *n* sự bức xạ
radiator ['reɪdɪ,eɪtə] *n* hệ thống sưởi
radio ['reɪdɪəʊ] *n* rađiô; **digital radio** *n* máy thu thanh kỹ thuật số; **radio station** *n* đài phát thanh
radioactive [,reɪdɪəʊ'æktɪv] *adj* phát ra tia phóng xạ
radio-controlled ['reɪdɪəʊ'kən'trəʊld] *adj* được điều khiển bằng rađiô
radish ['rædɪʃ] *n* củ cải
raffle ['ræfᵊl] *n* xổ số có giải bằng hiện vật
raft [rɑ:ft] *n* cái bè
rag [ræg] *n* giẻ rách
rage [reɪdʒ] *n* cơn thịnh nộ; **road rage** *n* hành vi hiếu chiến của lái xe
raid [reɪd] *n* cuộc đột kích ▷ *v* tấn công bất ngờ
rail [reɪl] *n* chấn song
railcard ['reɪl,kɑ:d] *n* thẻ giảm giá đi tàu
railings ['reɪlɪŋz] *npl* rào chắn
railway ['reɪl,weɪ] *n* đường sắt; **railway station** *n* ga xe lửa
rain [reɪn] *n* mưa ▷ *v* mưa; **acid rain** *n* mưa axit; **Do you think it's going to rain?** Anh nghĩ sắp có mưa không?; **It's raining** Trời đang mưa
rainbow ['reɪn,bəʊ] *n* cầu vồng
raincoat ['reɪn,kəʊt] *n* áo mưa
rainforest ['reɪn,fɒrɪst] *n* rừng rậm

nhiệt đới
rainy ['reɪnɪ] *adj* có mưa
raise [reɪz] *v* nâng lên
raisin ['reɪzᵊn] *n* nho khô
rake [reɪk] *n* cái cào
rally ['rælɪ] *n* cuộc mít-tinh lớn
ram [ræm] *n* cừu đực ▹ *v* đâm vào
Ramadan [ˌræmə'dɑːn] *n* Tháng nhịn ăn ban ngày
rambler ['ræmblə] *n* người đi dạo
ramp [ræmp] *n* đoạn đường dốc
random ['rændəm] *adj* ngẫu nhiên
range [reɪndʒ] *n (limits)* phạm vi, *(mountains)* dãy ▹ *v* thay đổi giữa hai mức
rank [ræŋk] *n (line)* dãy, *(status)* vị trí ▹ *v* giữ vị trí
ransom ['rænsəm] *n* tiền chuộc
rape [reɪp] *n (plant)* cây cải dầu, *(sexual attack)* hiếp dâm ▹ *v* hiếp dâm
rapids ['ræpɪdz] *npl* ghềnh
rapist ['reɪpɪst] *n* kẻ hiếp dâm
rare [rɛə] *adj (uncommon)* hiếm thấy, *(undercooked)* tái
rarely ['rɛəlɪ] *adv* hiếm khi
rash [ræʃ] *n* chứng phát ban
raspberry ['rɑːzbərɪ; -brɪ] *n* cây mâm xôi
rat [ræt] *n* con chuột *(con vật)*
rate [reɪt] *n* tốc độ ▹ *v* đánh giá; **interest rate** *n* tỉ lệ lãi suất; **rate of exchange** *n* tỷ giá hối đoái
rather ['rɑːðə] *adv* khá
ratio ['reɪʃɪˌəʊ] *n* tỷ lệ
rational ['ræʃənᵊl] *adj* hợp lý
rattle ['rætᵊl] *n* tiếng lách cạch
rattlesnake ['rætᵊlˌsneɪk] *n* rắn chuông
rave [reɪv] *n* bài bình phẩm ca ngợi ▹ *v* nói như điên như dại
raven ['reɪvᵊn] *n* con quạ
ravenous ['rævənəs] *adj* rất đói
ravine [rə'viːn] *n* khe núi
raw [rɔː] *adj* sống *(chưa chín)*; **I can't eat raw eggs** Tôi không ăn được trứng sống
razor ['reɪzə] *n* dao cạo; **razor blade** *n* lưỡi dao cạo
reach [riːtʃ] *v* tới
react [rɪ'ækt] *v* phản ứng
reaction [rɪ'ækʃən] *n* sự phản ứng
reactor [rɪ'æktə] *n* lò phản ứng
read [riːd] *v* đọc; **I can't read it** Tôi không đọc được
reader ['riːdə] *n* độc giả
readily ['rɛdɪlɪ] *adv* sẵn sàng
reading ['riːdɪŋ] *n* sự đọc
read out [riːd] *v* đọc to
ready ['rɛdɪ] *adj* sẵn sàng; **Are you ready?** Anh sẵn sàng chưa?; **I'm not ready** Tôi chưa sẵn sàng; **I'm ready** Tôi sẵn sàng rồi; **When will the car be ready?** Khi nào thì xe sửa xong?
ready-cooked ['rɛdɪ'kʊkt] *adj* nấu sẵn
real ['rɪəl] *adj* có thực
realistic [ˌrɪə'lɪstɪk] *adj* có óc thực tế
reality [rɪ'ælɪtɪ] *n* thực tế; **reality TV** *n* chương trình ti-vi thực tế; **virtual reality** *n* thực tế ảo
realize ['rɪəˌlaɪz] *v* nhận ra
really ['rɪəlɪ] *adv* thực sự
rear [rɪə] *adj* ở đằng sau ▹ *n* phía sau; **rear-view mirror** *n* gương chiếu hậu
reason ['riːzᵊn] *n* lý do
reasonable ['riːzənəbᵊl] *adj* biết

điều

reasonably [ˈriːzənəblɪ] *adv* vừa phải

reassure [ˌriːəˈʃʊə] *v* làm yên lòng

reassuring [ˌriːəˈʃʊəɪŋ] *adj* làm yên lòng

rebate [ˈriːbeɪt] *n* tiền hoàn lại

rebellious [rɪˈbɛljəs] *adj* nổi loạn

rebuild [riːˈbɪld] *v* tái thiết

receipt [rɪˈsiːt] *n* biên lai; **I need a receipt for the insurance** Tôi cần một biên lai cho bảo hiểm; **I need a receipt, please** Làm ơn cho tôi biên lai

receive [rɪˈsiːv] *v* nhận

receiver [rɪˈsiːvə] *n (electronic)* máy thu, *(person)* người quản lý tài sản

recent [ˈriːsᵊnt] *adj* gần đây

recently [ˈriːsəntlɪ] *adv* mới đây

reception [rɪˈsɛpʃən] *n* khu tiếp tân

receptionist [rɪˈsɛpʃənɪst] *n* nhân viên tiếp tân

recession [rɪˈsɛʃən] *n* tình trạng suy thoái

recharge [riːˈtʃɑːdʒ] *v* nạp lại

recipe [ˈrɛsɪpɪ] *n* công thức nấu ăn

recipient [rɪˈsɪpɪənt] *n* người nhận

reckon [ˈrɛkən] *v* nghĩ là

reclining [rɪˈklaɪnɪŋ] *adj* có thể ngửa ra sau

recognizable [ˈrɛkəgˌnaɪzəbᵊl] *adj* có thể nhận ra

recognize [ˈrɛkəgˌnaɪz] *v* nhận ra

recommend [ˌrɛkəˈmɛnd] *v* khuyến nghị

recommendation [ˌrɛkəmɛnˈdeɪʃən] *n* sự khuyến nghị

reconsider [ˌriːkənˈsɪdə] *v* cân nhắc lại

record *n* [ˈrɛkɔːd] hồ sơ ▷ *v* [rɪˈkɔːd] ghi lại

recorded delivery [rɪˈkɔːdɪd dɪˈlɪvərɪ] *n* dịch vụ thư bảo đảm

recorder [rɪˈkɔːdə] *n (music)* ống tiêu, *(scribe)* máy ghi

recording [rɪˈkɔːdɪŋ] *n* băng ghi âm

recover [rɪˈkʌvə] *v* hồi phục

recovery [rɪˈkʌvərɪ] *n* sự hồi phục

recruitment [rɪˈkruːtmənt] *n* sự tuyển mộ

rectangle [ˈrɛkˌtæŋgᵊl] *n* hình chữ nhật

rectangular [rɛkˈtæŋgjʊlə] *adj* có hình chữ nhật

rectify [ˈrɛktɪˌfaɪ] *v* sửa lại

recurring [rɪˈkʌrɪŋ] *adj* tái diễn

recycle [riːˈsaɪkᵊl] *v* tái chế

recycling [riːˈsaɪklɪŋ] *n* sự tái chế

red [rɛd] *adj* màu đỏ; **red meat** *n* thịt đỏ; **red wine** *n* rượu vang đỏ; **Red Cross** *n* Hội chữ thập đỏ; **Red Sea** *n* Hồng Hải

redcurrant [ˈrɛdˈkʌrənt] *n* quả lý chua

redecorate [riːˈdɛkəˌreɪt] *v* trang trí lại

red-haired [ˈrɛdˌhɛəd] *adj* có tóc đỏ

redhead [ˈrɛdˌhɛd] *n* người có tóc đỏ

redo [riːˈduː] *v* làm lại

reduce [rɪˈdjuːs] *v* giảm

reduction [rɪˈdʌkʃən] *n* sự giảm

redundancy [rɪˈdʌndənsɪ] *n* tình trạng dư thừa

redundant [rɪˈdʌndənt] *adj* bị cho thôi việc

reed [riːd] *n* cây sậy

reel [riːl; rɪəl] *n* ống

refer [rɪˈfɜː] *v* nhắc đến

referee [ˌrɛfəˈriː] *n* trọng tài

reference ['rɛfərəns; 'rɛfrəns] *n* sự nhắc đến; **reference number** *n* số tham chiếu
refill [riː'fɪl] *v* làm cho đầy lại
refinery [rɪ'faɪnərɪ] *n* nhà máy lọc; **oil refinery** *n* nhà máy lọc dầu
reflect [rɪ'flɛkt] *v* phản chiếu
reflection [rɪ'flɛkʃən] *n* sự phản chiếu
reflex ['riːflɛks] *n* phản xạ
refreshing [rɪ'frɛʃɪŋ] *adj* làm tỉnh táo
refreshments [rɪ'frɛʃmənts] *npl* đồ ăn nhẹ
refrigerator [rɪ'frɪdʒəˌreɪtə] *n* tủ lạnh
refuel [riː'fjuːəl] *v* tiếp nhiên liệu
refuge ['rɛfjuːdʒ] *n* nơi trú ẩn
refugee [ˌrɛfjʊ'dʒiː] *n* người tị nạn
refund *n* ['riːˌfʌnd] tiền hoàn lại ▹ *v* [rɪ'fʌnd] hoàn lại tiền
refusal [rɪ'fjuːzᵊl] *n* sự từ chối
refuse[1] [rɪ'fjuːz] *v* từ chối
refuse[2] ['rɛfjuːs] *n* rác
regain [rɪ'geɪn] *v* lấy lại
regard [rɪ'gɑːd] *n* sự quý trọng ▹ *v* coi như
regarding [rɪ'gɑːdɪŋ] *prep* về việc
regiment ['rɛdʒɪmənt] *n* trung đoàn
region ['riːdʒən] *n* khu vực
regional ['riːdʒənᵊl] *adj* thuộc khu vực
register ['rɛdʒɪstə] *n* sổ sách ▹ *v* đăng ký; **cash register** *n* máy tính tiền; **Where do I register?** Tôi đăng ký ở đâu?
registered ['rɛdʒɪstəd] *adj* đã đăng ký
registration [ˌrɛdʒɪ'streɪʃən] *n* sự đăng ký
regret [rɪ'grɛt] *n* sự ân hận ▹ *v* tiếc
regular ['rɛgjʊlə] *adj* thông thường
regularly ['rɛgjʊləlɪ] *adv* đều đặn
regulation [ˌrɛgjʊ'leɪʃən] *n* quy định
rehearsal [rɪ'hɜːsᵊl] *n* sự diễn tập
rehearse [rɪ'hɜːs] *v* diễn tập
reimburse [ˌriːɪm'bɜːs] *v* bồi hoàn
reindeer ['reɪnˌdɪə] *n* con tuần lộc
reins [reɪnz] *npl* cái đai cương
reject [rɪ'dʒɛkt] *v* bác bỏ
relapse ['riːˌlæps] *n* sự tái phát
related [rɪ'leɪtɪd] *adj* có quan hệ
relation [rɪ'leɪʃən] *n* sự liên quan; **public relations** *npl* quan hệ công cộng
relationship [rɪ'leɪʃənʃɪp] *n* mối quan hệ
relative ['rɛlətɪv] *n* họ hàng
relatively ['rɛlətɪvlɪ] *adv* tương đối
relax [rɪ'læks] *v* thư giãn
relaxation [ˌriːlæk'seɪʃən] *n* sự nghỉ ngơi
relaxed [rɪ'lækst] *adj* thoải mái
relaxing [rɪ'læksɪŋ] *adj* làm cho thoải mái
relay ['riːleɪ] *n* người chạy tiếp sức
release [rɪ'liːs] *n* sự phóng thích ▹ *v* phóng thích
relegate ['rɛlɪˌgeɪt] *v* giáng chức
relevant ['rɛlɪvənt] *adj* có liên quan
reliable [rɪ'laɪəbᵊl] *adj* đáng tin cậy
relief [rɪ'liːf] *n* sự khuây khỏa
relieve [rɪ'liːv] *v* làm dịu đi
relieved [rɪ'liːvd] *adj* bớt căng thẳng
religion [rɪ'lɪdʒən] *n* tôn giáo
religious [rɪ'lɪdʒəs] *adj* thuộc tôn giáo

reluctant [rɪ'lʌktənt] *adj* miễn cưỡng
reluctantly [rɪ'lʌktəntlɪ] *adv* miễn cưỡng
rely [rɪ'laɪ] *v* **rely on** *v* dựa vào
remain [rɪ'meɪn] *v* còn lại
remaining [rɪ'meɪnɪŋ] *adj* còn lại
remains [rɪ'meɪnz] *npl* đồ thừa
remake ['ri:ˌmeɪk] *n* phiên bản mới
remark [rɪ'mɑ:k] *n* lời bình luận
remarkable [rɪ'mɑ:kəbᵊl] *adj* đáng chú ý
remarkably [rɪ'mɑ:kəblɪ] *adv* đáng chú ý
remarry [ri:'mærɪ] *v* tái hôn
remedy ['rɛmɪdɪ] *n* phương thuốc
remember [rɪ'mɛmbə] *v* nhớ
remind [rɪ'maɪnd] *v* nhắc nhở
reminder [rɪ'maɪndə] *n* vật làm nhớ lại
remorse [rɪ'mɔ:s] *n* sự ăn năn
remote [rɪ'məʊt] *adj* xa xôi; **remote control** *n* điều khiển từ xa
remotely [rɪ'məʊtlɪ] *adv* rất xa
removable [rɪ'mu:vəbᵊl] *adj* có thể di dời được
removal [rɪ'mu:vᵊl] *n* sự di dời; **removal van** *n* xe tải chuyên dùng để di dời
remove [rɪ'mu:v] *v* dời đi
remover [rɪ'mu:və] *n* **nail polish remover** *n* thuốc tẩy sơn móng tay
rendezvous ['rɒndɪˌvu:] *n* cuộc hẹn
renew [rɪ'nju:] *v* bắt đầu lại
renewable [rɪ'nju:əbᵊl] *adj* có thể thay mới
renovate ['rɛnəˌveɪt] *v* hồi phục lại
renowned [rɪ'naʊnd] *adj* nổi tiếng
rent [rɛnt] *n* tiền thuê ▹ *v* cho thuê; **Do you rent DVDs?** Anh có cho thuê DVD không?
rental ['rɛntᵊl] *n* tiền thuê; **car rental** *n* sự thuê xe ô tô; **rental car** *n* ô tô cho thuê
reorganize [ri:'ɔ:gəˌnaɪz] *v* tổ chức lại
rep [rɛp] *n* nhà hát biểu diễn kịch mục
repair [rɪ'pɛə] *n* sự sửa chữa ▹ *v* sửa chữa; **repair kit** *n* bộ đồ sửa chữa; **How much will the repairs cost?** Sửa sẽ mất bao nhiêu tiền?; **Where can I get this repaired?** Tôi có thể chữa cái này ở đâu?; **Where is the nearest bike repair shop?** Cửa hàng sửa xe đạp gần nhất ở đâu?
repay [rɪ'peɪ] *v* trả lại tiền
repayment [rɪ'peɪmənt] *n* khoản tiền trả lại
repeat [rɪ'pi:t] *n* sự nhắc lại ▹ *v* nhắc lại; **Could you repeat that, please?** Anh làm ơn nhắc lại được không?
repeatedly [rɪ'pi:tɪdlɪ] *adv* lặp lại
repellent [rɪ'pɛlənt] *adj* ghê tởm; **insect repellent** *n* thuốc diệt côn trùng; **Do you have insect repellent?** Anh có thuốc chống côn trùng không?
repercussions [ˌri:pə'kʌʃənz] *npl* hậu quả
repetitive [rɪ'pɛtɪtɪv] *adj* lặp đi lặp lại
replace [rɪ'pleɪs] *v* thay thế
replacement [rɪ'pleɪsmənt] *n* sự thay thế
replay *n* ['ri:ˌpleɪ] việc chiếu lại ▹ *v* [ri:'pleɪ] chơi lại
replica ['rɛplɪkə] *n* bản sao
reply [rɪ'plaɪ] *n* câu trả lời ▹ *v* đáp lại

report [rɪ'pɔ:t] *n* bản báo cáo ▷ *v* báo cáo; **report card** *n* báo cáo học tập; **I need a police report for my insurance** Tôi cần một bản báo cáo của công an cho bảo hiểm của tôi
reporter [rɪ'pɔ:tə] *n* phóng viên
represent [ˌrɛprɪ'zɛnt] *v* đại diện cho
representative [ˌrɛprɪ'zɛntətɪv] *adj* điển hình
reproduction [ˌri:prə'dʌkʃən] *n* sự sinh sản
reptile ['rɛptaɪl] *n* loài bò sát
republic [rɪ'pʌblɪk] *n* nền cộng hòa
repulsive [rɪ'pʌlsɪv] *adj* ghê tởm
reputable ['rɛpjʊtəbᵊl] *adj* đáng tin
reputation [ˌrɛpjʊ'teɪʃən] *n* danh tiếng
request [rɪ'kwɛst] *n* đề nghị ▷ *v* đề nghị
require [rɪ'kwaɪə] *v* cần có
requirement [rɪ'kwaɪəmənt] *n* yêu cầu
rescue ['rɛskju:] *n* sự cứu nguy ▷ *v* cứu; **Where is the nearest mountain rescue service post?** Trạm dịch vụ cứu hộ trên núi gần nhất ở đâu?
research [rɪ'sɜ:tʃ; 'ri:sɜ:tʃ] *n* nghiên cứu; **market research** *n* nghiên cứu thị trường
resemblance [rɪ'zɛmbləns] *n* sự giống nhau
resemble [rɪ'zɛmbᵊl] *v* giống với
resent [rɪ'zɛnt] *v* ghen ghét
resentful [rɪ'zɛntfʊl] *adj* đầy ghen ghét
reservation [ˌrɛzə'veɪʃən] *n* sự e dè
reserve [rɪ'zɜ:v] *n (land)* khu bảo tồn, *(retention)* vật dự trữ ▷ *v* dự trữ
reserved [rɪ'zɜ:vd] *adj* kín đáo
reservoir ['rɛzəˌvwɑ:] *n* hồ chứa nước
resident ['rɛzɪdənt] *n* người dân
residential [ˌrɛzɪ'dɛnʃəl] *adj* thuộc khu dân cư
resign [rɪ'zaɪn] *v* từ chức
resin ['rɛzɪn] *n* nhựa cây
resist [rɪ'zɪst] *v* chống lại
resistance [rɪ'zɪstəns] *n* sự chống cự
resit [ri:'sɪt] *v* thi lại
resolution [ˌrɛzə'lu:ʃən] *n* sự kiên định
resort [rɪ'zɔ:t] *n* khu nghỉ; **resort to** *v* phải viện đến
resource [rɪ'zɔ:s; -'sɔ:s] *n* nguồn lực; **natural resources** *npl* tài nguyên thiên nhiên
respect [rɪ'spɛkt] *n* sự kính trọng ▷ *v* tôn trọng
respectable [rɪ'spɛktəbᵊl] *adj* đáng kính
respectively [rɪ'spɛktɪvlɪ] *adv* theo thứ tự
respond [rɪ'spɒnd] *v* trả lời
response [rɪ'spɒns] *n* câu trả lời
responsibility [rɪˌspɒnsə'bɪlɪtɪ] *n* trách nhiệm
responsible [rɪ'spɒnsəbᵊl] *adj* chịu trách nhiệm
rest [rɛst] *n* sự nghỉ ngơi ▷ *v* nghỉ ngơi; **the rest** *n* sự nghỉ ngơi
restaurant ['rɛstəˌrɒŋ; -rɒnt] *n* nhà hàng; **Are there any vegetarian restaurants here?** Có nhà hàng ăn chay nào ở đây không?
restful ['rɛstfʊl] *adj* thư thái
restless ['rɛstlɪs] *adj* bất ổn

restore [rɪ'stɔ:] *v* phục hồi lại
restrict [rɪ'strɪkt] *v* hạn chế
restructure [ri:'strʌktʃə] *v* cơ cấu lại
result [rɪ'zʌlt] *n* kết quả; **result in** *v* là kết quả của
resume [rɪ'zju:m] *v* tiếp tục lại
retail ['ri:teɪl] *n* sự bán lẻ ▷ *v* bán lẻ; **retail price** *n* giá bán lẻ
retailer ['ri:teɪlə] *n* người bán lẻ
retire [rɪ'taɪə] *v* nghỉ hưu
retired [rɪ'taɪəd] *adj* đã về hưu
retirement [rɪ'taɪəmənt] *n* sự về hưu
retrace [rɪ'treɪs] *v* thoái lui
return [rɪ'tɜ:n] *n (coming back)* sự trở về, *(yield)* thu nhập ▷ *vi* trở về ▷ *vt* trả lại; **day return** *n* vé hai chiều đi về trong ngày; **return ticket** *n* vé khứ hồi; **tax return** *n* bản khai thuế; **I'd like to return this** Tôi muốn trả lại cái này
reunion [ri:'ju:njən] *n* sự đoàn tụ
reuse [ri:'ju:z] *v* tái sử dụng
reveal [rɪ'vi:l] *v* tiết lộ
revenge [rɪ'vɛndʒ] *n* sự trả thù
revenue ['rɛvɪˌnju:] *n* doanh thu
reverse [rɪ'vɜ:s] *n* điều trái ngược ▷ *v* đảo ngược
review [rɪ'vju:] *n* bài nhận xét
revise [rɪ'vaɪz] *v* sửa lại
revision [rɪ'vɪʒən] *n* sự sửa lại
revive [rɪ'vaɪv] *v* làm sống lại
revolting [rɪ'vəʊltɪŋ] *adj* kinh tởm
revolution [ˌrɛvə'lu:ʃən] *n* cuộc cách mạng
revolutionary [ˌrɛvə'lu:ʃənərɪ] *adj* cách mạng
revolver [rɪ'vɒlvə] *n* súng lục
reward [rɪ'wɔ:d] *n* phần thưởng
rewarding [rɪ'wɔ:dɪŋ] *adj* thỏa mãn
rewind [ri:'waɪnd] *v* tua lại
rheumatism ['ru:məˌtɪzəm] *n* bệnh thấp khớp
rhubarb ['ru:bɑ:b] *n* cây đại hoàng
rhyme [raɪm] *n* **nursery rhyme** *n* bài hát mẫu giáo
rhythm ['rɪðəm] *n* nhịp điệu
rib [rɪb] *n* xương sườn
ribbon ['rɪbᵊn] *n* dải ruy-băng
rice [raɪs] *n* gạo; **brown rice** *n* gạo lức
rich [rɪtʃ] *adj* giàu có
ride [raɪd] *n* cuộc đi ▷ *v* cưỡi
rider ['raɪdə] *n* người cưỡi ngựa
ridiculous [rɪ'dɪkjʊləs] *adj* lố bịch
riding ['raɪdɪŋ] *n* môn cưỡi ngựa; **horse riding** *n* cưỡi ngựa
rifle ['raɪfᵊl] *n* súng trường
rig [rɪg] *n* dàn khoan; **oil rig** *n* giàn khoan dầu
right [raɪt] *adj (correct)* đúng, *(not left)* phải *(bên)* ▷ *adv* đúng ▷ *n* quyền *(được làm)*; **civil rights** *npl* quyền công dân; **human rights** *npl* nhân quyền; **right angle** *n* góc vuông; **right of way** *n* quyền được đi trước; **Go right at the next junction** Đến ngã rẽ tới thì rẽ phải; **Turn right** Rẽ phải
right-hand ['raɪtˌhænd] *adj* ở bên tay phải; **right-hand drive** *n* tay lái thuận
right-handed ['raɪtˌhændɪd] *adj* thuận tay phải
rightly ['raɪtlɪ] *adv* công bằng
right-wing ['raɪtˌwɪŋ] *adj* thuộc phe hữu
rim [rɪm] *n* vành
ring [rɪŋ] *n* tiếng chuông ▷ *v* kêu

leng keng; **engagement ring** *n* nhẫn hứa hôn; **ring binder** *n* kẹp tài liệu có vòng kim loại có thể mở ra; **ring road** *n* đường vành đai; **wedding ring** *n* nhẫn cưới
ring back [rɪŋ bæk] *v* gọi điện lại
ringtone ['rɪŋˌtəʊn] *n* nhạc chuông điện thoại
ring up [rɪŋ ʌp] *v* gọi điện
rink [rɪŋk] *n* sân băng; **ice rink** *n* sân băng; **skating rink** *n* sân băng
rinse [rɪns] *n* sự rửa ▷ *v* giũ
riot ['raɪət] *n* sự náo loạn ▷ *v* nổi loạn
rip [rɪp] *v* xé toạc
ripe [raɪp] *adj* chín *(quả)*
rip off [rɪp ɒf] *v* tính giá quá đắt
rip-off [rɪpɒf] *n* việc bán quá đắt
rip up [rɪp ʌp] *v* xé rách
rise [raɪz] *n* sự tăng lên ▷ *v* đứng dậy
risk [rɪsk] *n* rủi ro ▷ *vt* liều *(lĩnh)*
risky ['rɪskɪ] *adj* mạo hiểm
ritual ['rɪtjʊəl] *adj* theo lễ nghi ▷ *n* lễ nghi
rival ['raɪvᵊl] *adj* cạnh tranh ▷ *n* đối thủ
rivalry ['raɪvəlrɪ] *n* sự ganh đua
river ['rɪvə] *n* dòng sông
road [rəʊd] *n* con đường; **main road** *n* đường chính; **ring road** *n* đường vành đai; **road map** *n* bản đồ; **road rage** *n* hành vi hiếu chiến của lái xe; **road sign** *n* biển chỉ đường; **road tax** *n* thuế cầu đường; **slip road** *n* đoạn đường nối
roadblock ['rəʊdˌblɒk] *n* rào chắn đường
roadworks ['rəʊdˌwɜːks] *npl* công việc sửa đường
roast [rəʊst] *adj* quay *(thức ăn)*
rob [rɒb] *v* cướp; **I've been robbed** Tôi bị cướp
robber [rɒbə] *n* kẻ cướp
robbery ['rɒbərɪ] *n* sự cướp đoạt
robin ['rɒbɪn] *n* chim cổ đỏ
robot ['rəʊbɒt] *n* người máy
rock [rɒk] *n* đá *(tảng)* ▷ *v* đu đưa; **rock climbing** *n* môn leo núi đá
rocket ['rɒkɪt] *n* tên lửa
rod [rɒd] *n* cái cần
rodent ['rəʊdᵊnt] *n* loài gặm nhấm
role [rəʊl] *n* vai trò
roll [rəʊl] *n* sự lăn tròn ▷ *v* lăn; **bread roll** *n* ổ bánh mỳ; **roll call** *n* điểm danh
roller ['rəʊlə] *n* trục lăn
rollercoaster ['rəʊləˌkəʊstə] *n* tàu lộn vòng siêu tốc
rollerskates ['rəʊləˌskeɪts] *npl* giày trượt patanh
rollerskating ['rəʊləˌskeɪtɪŋ] *n* sự trượt patanh
Roman ['rəʊmən] *adj* thuộc La-mã; **Roman Catholic** *n* người theo Thiên Chúa giáo La-mã, thuộc Thiên Chúa giáo La-mã
romance ['rəʊmæns] *n* mối tình
Romanesque [ˌrəʊmə'nɛsk] *adj* có kiểu kiến trúc rôman
Romania [rəʊ'meɪnɪə] *n* nước Rumani
Romanian [rəʊ'meɪnɪən] *adj* thuộc Rumani ▷ *n (language)* tiếng Rumani, *(person)* người Rumani
romantic [rəʊ'mæntɪk] *adj* lãng mạn
roof [ruːf] *n* mái nhà; **The roof leaks** Mái nhà bị dột
roof rack ['ruːfˌræk] *n* khung gắn trên nóc ô tô để chở hành lý
room [ruːm; rʊm] *n* phòng *(không*

gian); **changing room** *n* phòng thay quần áo; **dining room** *n* phòng ăn; **double room** *n* phòng đôi; **fitting room** *n* buồng thử quần áo; **living room** *n* phòng khách; **room number** *n* số phòng; **room service** *n* dịch vụ ăn uống trong phòng khách sạn; **single room** *n* phòng đơn; **sitting room** *n* phòng khách; **spare room** *n* buồng ngủ dành cho khách; **twin room** *n*, **twin-bedded room** *n* phòng có hai giường đơn; **utility room** *n* phòng giặt là quần áo; **waiting room** *n* phòng chờ; **Can I see the room?** Tôi muốn xem phòng được không?; **Can I switch rooms?** Tôi có thể đổi phòng không?; **Can you clean the room, please?** Anh làm ơn dọn phòng hộ; **Do you have a room for tonight?** Anh có một phòng cho tối nay không?; **Does the room have air conditioning?** Phòng có điều hòa không?; **How much is the room?** Phòng giá bao nhiêu?; **I booked a room in the name of...** Tôi đã đặt một phòng với tên...; **I need a room with wheelchair access** Tôi cần một phòng có lối vào cho xe lăn; **Please charge it to my room** Làm ơn tính tiền vào phòng của tôi; **There's a problem with the room** Phòng này có vấn đề

roommate ['ru:m,meɪt; 'rʊm-] *n* bạn chung phòng

root [ru:t] *n* rễ cây

rope [rəʊp] *n* dây chão

rope in [rəʊp ɪn] *v* lôi kéo

rose [rəʊz] *n* cây hoa hồng

rosé ['rəʊzeɪ] *n* rượu hồng

rosemary ['rəʊzmərɪ] *n* cây hương thảo

rot [rɒt] *v* thối rữa

rotten ['rɒtən] *adj* bị thối rữa

rough [rʌf] *adj* ráp *(thô)*; **The crossing was rough** Chuyến đi lắc quá

roughly ['rʌflɪ] *adv* đại thể

roulette [ru:'lɛt] *n* môn chơi rulet

round [raʊnd] *adj* tròn ▷ *n (circle)* hình tròn, *(series)* vòng ▷ *prep* vòng quanh; **paper round** *n* tuyến giao báo hàng ngày; **round trip** *n* hành trình khứ hồi

roundabout ['raʊndə,baʊt] *n* bùng binh

round up [raʊnd ʌp] *v* dồn lại

route [ru:t] *n* tuyến đường

routine [ru:'ti:n] *n* hoạt động thường xuyên

row[1] [rəʊ] *n (line)* hàng *(dãy)* ▷ *v (in boat)* chèo thuyền; **Where can we go rowing?** Chúng tôi có thể đi chèo thuyền ở đâu?

row[2] [raʊ] *n (argument)* vụ cãi nhau ▷ *v (to argue)* tranh cãi

rowing [rəʊɪŋ] *n* sự chèo thuyền; **rowing boat** *n* thuyền có mái chèo

royal ['rɔɪəl] *adj* thuộc hoàng gia

rub [rʌb] *v* cọ *(rửa)*

rubber ['rʌbə] *n* cao su; **rubber band** *n* dây chun vòng; **rubber gloves** *npl* găng tay cao su

rubbish ['rʌbɪʃ] *adj* vớ vẩn ▷ *n* rác; **rubbish dump** *n* chỗ đổ rác; **Where do we leave the rubbish?** Chúng tôi để rác ở đâu?

rucksack ['rʌk,sæk] *n* ba lô

rude [ru:d] *adj* bất lịch sự

rug [rʌg] *n* thảm nhỏ
rugby ['rʌgbɪ] *n* môn bóng bầu dục
ruin ['ru:ɪn] *n* sự đổ nát ▹ *v* tàn phá
rule [ru:l] *n* quy tắc
rule out [ru:l aʊt] *v* loại trừ *(trừ ra)*
ruler ['ru:lə] *n (commander)* người cai trị, *(measure)* cái thước kẻ
rum [rʌm] *n* rượu rum
rumour ['ru:mə] *n* tin đồn
run [rʌn] *n* sự chạy ▹ *vi* chạy ▹ *vt* điều hành
run away [rʌn ə'weɪ] *v* chạy đi
runner ['rʌnə] *n* đấu thủ; **runner bean** *n* cây đậu tây
runner-up ['rʌnəʌp] *n* người về nhì
running ['rʌnɪŋ] *n* cuộc chạy đua
run out [rʌn aʊt] *v* **The towels have run out** Hết mất khăn rồi; **The petrol has run out** Hết xăng rồi
run out of [rʌn aʊt ɒv] *v* hết; **I have run out of money** Tôi hết tiền rồi; **I've run out of petrol** Tôi bị hết xăng
run over [rʌn 'əʊvə] *v* chẹt phải
runway ['rʌn,weɪ] *n* đường băng
rural ['rʊərəl] *adj* nông thôn
rush [rʌʃ] *n* sự vội vã ▹ *v* vội vã; **rush hour** *n* giờ cao điểm
rusk [rʌsk] *n* bánh bích-quy
Russia ['rʌʃə] *n* nước Nga
Russian ['rʌʃən] *adj* thuộc Nga ▹ *n (language)* tiếng Nga, *(person)* người Nga
rust [rʌst] *n* gỉ
rusty ['rʌstɪ] *adj* han rỉ
ruthless ['ru:θlɪs] *adj* nhẫn tâm
rye [raɪ] *n* lúa mạch đen

S

Sabbath ['sæbəθ] *n* ngày xa-ba
sabotage ['sæbə,tɑ:ʒ] *n* sự phá hoại ▹ *v* phá hoại
sachet ['sæʃeɪ] *n* gói
sack [sæk] *n (container)* bao tải, *(dismissal)* sự sa thải ▹ *v* sa thải
sacred ['seɪkrɪd] *adj* linh thiêng
sacrifice ['sækrɪ,faɪs] *n* sự hy sinh
sad [sæd] *adj* buồn rầu
saddle ['sædᵊl] *n* yên ngựa
saddlebag ['sædᵊl,bæg] *n* túi yên
sadly [sædlɪ] *adv* buồn rầu
safari [sə'fɑ:rɪ] *n* cuộc đi săn
safe [seɪf] *adj* an toàn ▹ *n* cái két sắt; **Is it safe for children?** Có an toàn cho trẻ em không?; **Is it safe to swim here?** Bơi ở đây có an toàn không?
safety ['seɪftɪ] *n* sự an toàn; **safety belt** *n* dây an toàn; **safety pin** *n* kim-băng
saffron ['sæfrən] *n* cây nghệ tây
Sagittarius [,sædʒɪ'tɛərɪəs] *n* cung

Nhân mã
Sahara [sə'hɑːrə] *n* sa mạc Sahara
sail [seɪl] *n* cánh buồm ▷ *v* đi thuyền
sailing ['seɪlɪŋ] *n* sự đi thuyền; **sailing boat** *n* thuyền buồm
sailor ['seɪlə] *n* thủy thủ
saint [seɪnt] *n* vị thánh
salad ['sæləd] *n* xa-lát; **mixed salad** *n* sa lát thập cẩm; **salad dressing** *n* dầu trộn xa-lát
salami [sə'lɑːmɪ] *n* xúc-xích Ý
salary ['sælərɪ] *n* lương
sale [seɪl] *n* sự bán; **sales assistant** *n* người bán hàng; **sales rep** *n* đại lý bán hàng
salesman, salesmen ['seɪlzmən, 'seɪlzmɛn] *n* người đàn ông bán hàng
salesperson ['seɪlzpɜːsᵊn] *n* người bán hàng
saleswoman, saleswomen ['seɪlzwʊmən, 'seɪlzwɪmɪn] *n* người phụ nữ bán hàng
saliva [sə'laɪvə] *n* nước bọt
salmon ['sæmən] *n* cá hồi
salon ['sælɒn] *n* **beauty salon** *n* thẩm mỹ viện
saloon [sə'luːn] *n* ô tô con; **saloon car** *n* ô tô con mui kín hai hoặc bốn cửa
salt [sɔːlt] *n* muối; **Pass the salt, please** Làm ơn đưa cho tôi muối
saltwater ['sɔːlt,wɔːtə] *adj* nước mặn
salty ['sɔːltɪ] *adj* mặn; **The food is too salty** Thức ăn mặn quá
salute [sə'luːt] *v* chào
salve [sælv] *n* **lip salve** *n* sáp môi
same [seɪm] *adj* cùng *(giống nhau)*
sample ['sɑːmpᵊl] *n* mẫu *(vật)*
sand [sænd] *n* cát; **sand dune** *n* cồn cát
sandal ['sændᵊl] *n* dép săng-đan
sandcastle [sændkɑːsᵊl] *n* lâu đài cát
sandpaper ['sænd,peɪpə] *n* giấy ráp
sandpit ['sænd,pɪt] *n* đống cát cho trẻ con chơi
sandstone ['sænd,stəʊn] *n* sa thạch
sandwich ['sænwɪdʒ; -wɪtʃ] *n* bánh xăng-uýt
San Marino [,sæn mə'riːnəʊ] *n* San Marino
sapphire ['sæfaɪə] *n* ngọc bích
sarcastic [sɑː'kæstɪk] *adj* mỉa mai
sardine [sɑː'diːn] *n* cá mòi
satchel ['sætʃəl] *n* túi đeo vai
satellite ['sætᵊ,laɪt] *n* vệ tinh; **satellite dish** *n* chảo vệ tinh
satisfaction [,sætɪs'fækʃən] *n* sự hài lòng
satisfactory [,sætɪs'fæktərɪ; -trɪ] *adj* đáng hài lòng
satisfied ['sætɪs,faɪd] *adj* thỏa mãn
sat nav ['sæt næv] *n* hệ thống định vị bằng vệ tinh
Saturday ['sætədɪ] *n* Thứ bảy *(trong tuần)*; **every Saturday** mỗi thứ Bảy; **last Saturday** thứ Bảy tuần trước; **next Saturday** thứ Bảy tuần tới; **on Saturday** vào thứ Bảy; **on Saturdays** vào các thứ Bảy; **this Saturday** thứ Bảy tuần này
sauce [sɔːs] *n* nước xốt; **soy sauce** *n* tương; **tomato sauce** *n* nước xốt cà chua
saucepan ['sɔːspən] *n* cái chảo
saucer ['sɔːsə] *n* đĩa nhỏ
Saudi ['sɔːdɪ; 'saʊ-] *adj* thuộc Saudi

▷ *n* người Saudi
Saudi Arabia ['sɔːdɪ; 'saʊ-] *n* nước Ả-rập Xê-út
Saudi Arabian ['sɔːdɪ ə'reɪbɪən] *adj* thuộc Ả-rập Xê-út ▷ *n* người Ả-rập Xê-út
sauna ['sɔːnə] *n* tắm hơi
sausage ['sɒsɪdʒ] *n* xúc-xích
save [seɪv] *v* cứu
save up [seɪv ʌp] *v* tiết kiệm
savings ['seɪvɪŋz] *npl* tiền tiết kiệm
savoury ['seɪvərɪ] *adj* đậm đà
saw [sɔː] *n* cái cưa
sawdust ['sɔːˌdʌst] *n* mùn cưa
saxophone ['sæksəˌfəʊn] *n* kèn xắc-xô
say [seɪ] *v* nói
saying ['seɪɪŋ] *n* tục ngữ
scaffolding ['skæfəldɪŋ] *n* giàn giáo
scale [skeɪl] *n (measure)* mức độ, *(tiny piece)* vẩy *(cá)*
scales [skeɪlz] *npl* cái cân
scallop ['skɒləp; 'skæl-] *n* con điệp
scam [skæm] *n* hành động lừa đảo
scampi ['skæmpɪ] *npl* tôm càng
scan [skæn] *n* việc xem kỹ ▷ *v* xem kỹ
scandal ['skændᵊl] *n* vụ bê bối
Scandinavia [ˌskændɪ'neɪvɪə] *n* Scandinavia
Scandinavian [ˌskændɪ'neɪvɪən] *adj* thuộc Scandinavia
scanner ['skænə] *n* máy quét
scar [skɑː] *n* vết sẹo
scarce [skɛəs] *adj* khan hiếm
scarcely ['skɛəslɪ] *adv* vỏn vẹn
scare [skɛə] *n* sự sợ hãi ▷ *v* làm kinh hãi
scarecrow ['skɛəˌkrəʊ] *n* bù nhìn
scared [skɛəd] *adj* sợ hãi
scarf, scarves [skɑːf, skɑːvz] *n* khăn quàng
scarlet ['skɑːlɪt] *adj* đỏ tươi
scary ['skɛərɪ] *adj* đáng sợ
scene [siːn] *n* quang cảnh
scenery ['siːnərɪ] *n* phong cảnh
scent [sɛnt] *n* hương thơm
sceptical ['skɛptɪkᵊl] *adj* đa nghi
schedule ['ʃɛdjuːl; 'skɛdʒʊəl] *n* kế hoạch
scheme [skiːm] *n* kế hoạch
schizophrenic [ˌskɪtsəʊ'frɛnɪk] *adj* bị bệnh tâm thần phân liệt
scholarship ['skɒləʃɪp] *n* sự uyên bác
school [skuːl] *n* trường học; **art school** *n* trường nghệ thuật; **boarding school** *n* trường nội trú; **elementary school** *n* trường tiểu học; **infant school** *n* trường mẫu giáo; **language school** *n* trường dạy ngôn ngữ; **law school** *n* trường luật; **night school** *n* trường học ban đêm; **nursery school** *n* trường mẫu giáo; **primary school** *n* trường phổ thông cơ sở; **public school** *n* trường công; **school uniform** *n* đồng phục học sinh; **secondary school** *n* trường trung học
schoolbag ['skuːlˌbæg] *n* cặp sách
schoolbook ['skuːlˌbʊk] *n* sách giáo khoa
schoolboy ['skuːlˌbɔɪ] *n* học sinh nam
schoolchildren ['skuːlˌtʃɪldrən] *n* học sinh
schoolgirl ['skuːlˌgɜːl] *n* học sinh nữ
schoolteacher ['skuːlˌtiːtʃə] *n* giáo

viên phổ thông

science ['saɪəns] *n* ngành khoa học; **science fiction** *n* truyện khoa học viễn tưởng

scientific [ˌsaɪən'tɪfɪk] *adj* có tính khoa học

scientist ['saɪəntɪst] *n* nhà khoa học

sci-fi ['saɪˌfaɪ] *n* truyện khoa học viễn tưởng

scissors ['sɪzəz] *npl* cái kéo; **nail scissors** *npl* kéo cắt móng tay

sclerosis [sklɪə'rəʊsɪs] *n* **multiple sclerosis** *n* bệnh đa xơ cứng

scoff [skɒf] *v* chế giễu

scold [skəʊld] *v* trách mắng

scooter ['sku:tə] *n* xe đẩy hai bánh của trẻ con

score [skɔ:] *n (game/match)* tỷ số, *(of music)* bản nhạc ▷ *v* ghi điểm

Scorpio ['skɔ:pɪˌəʊ] *n* cung Hổ cáp

scorpion ['skɔ:pɪən] *n* con bọ cạp

Scot [skɒt] *n* người Scotland

Scotland ['skɒtlənd] *n* nước Scotland

Scots [skɒts] *adj* thuộc Scotland

Scotsman, Scotsmen ['skɒtsmən, 'skɒtsmɛn] *n* đàn ông Scotland

Scotswoman, Scotswomen ['skɒtsˌwʊmən, 'skɒtsˌwɪmɪn] *n* phụ nữ Scotland

Scottish ['skɒtɪʃ] *adj* thuộc Scotland

scout [skaʊt] *n* hướng đạo sinh

scrap [skræp] *n (dispute)* cuộc cãi lộn, *(small piece)* mảnh nhỏ ▷ *v* thải ra; **scrap paper** *n* giấy nháp

scrapbook ['skræpˌbʊk] *n* vở nháp

scratch [skrætʃ] *n* vết xước ▷ *v* làm xước

scream [skri:m] *n* tiếng hét ▷ *v* hét lên

screen [skri:n] *n* màn hình; **plasma screen** *n* màn hình plasma; **screen (off)** *v* bảo vệ bằng màn

screen-saver ['skri:nseɪvər] *n* chương trình bảo vệ màn hình

screw [skru:] *n* đinh vít

screwdriver ['skru:ˌdraɪvə] *n* tuốc-nơ-vít

scribble ['skrɪbᵊl] *v* viết cẩu thả

scrub [skrʌb] *v* kỳ cọ

sculptor ['skʌlptə] *n* nhà điêu khắc

sculpture ['skʌlptʃə] *n* nghệ thuật điêu khắc

sea [si:] *n* biển *(nước)*; **North Sea** *n* Biển Bắc; **Red Sea** *n* Hồng Hải; **sea level** *n* mực nước biển; **sea water** *n* nước biển; **Is the sea rough today?** Hôm nay biển có động không?

seafood ['si:ˌfu:d] *n* hải sản; **Could you prepare a meal without seafood?** Anh có thể chuẩn bị một bữa ăn không có hải sản không?; **Do you like seafood?** Anh có thích hải sản không?

seagull ['si:ˌgʌl] *n* chim hải âu

seal [si:l] *n (animal)* hải cẩu, *(mark)* con dấu ▷ *v* đóng dấu

seam [si:m] *n* đường may nối

seaman, seamen ['si:mən, 'si:mɛn] *n* thủy thủ

search [sɜ:tʃ] *n* sự tìm kiếm ▷ *v* lục soát; **search engine** *n* công cụ tìm kiếm; **search party** *n* đoàn người đi tìm kiếm

seashore ['si:ˌʃɔ:] *n* bờ biển

seasick ['si:ˌsɪk] *adj* bị say sóng

seaside ['si:ˌsaɪd] *n* bờ biển

season ['si:zᵊn] *n* mùa; **high season**

n mùa đông khách; **low season** *n* mùa vắng khách; **season ticket** *n* vé mùa
seasonal ['si:zənᵊl] *adj* theo thời vụ
seasoning ['si:zənɪŋ] *n* gia vị
seat [si:t] *n (constituency)* khu vực bầu cử, *(furniture)* cái ghế; **aisle seat** *n* chỗ ngồi cạnh lối đi; **window seat** *n* chỗ ngồi cạnh cửa sổ
seatbelt ['si:tˌbɛlt] *n* dây an toàn
seaweed ['si:ˌwi:d] *n* tảo biển
second ['sɛkənd] *adj* thứ hai *(thứ tự)* ▷ *n* thứ hai *(thứ tự)*; **second class** *n* hạng hai
second-class ['sɛkəndˌklɑ:s] *adj* loại hai
secondhand ['sɛkəndˌhænd] *adj* cũ
secondly ['sɛkəndlɪ] *adv* thứ hai là
second-rate ['sɛkəndˌreɪt] *adj* loại thường
secret ['si:krɪt] *adj* bí mật ▷ *n* điều bí mật; **secret service** *n* cục tình báo
secretary ['sɛkrətrɪ] *n* thư ký
secretly ['si:krɪtlɪ] *adv* kín đáo
sect [sɛkt] *n* giáo phái
section ['sɛkʃən] *n* phần
sector ['sɛktə] *n* khu vực
secure [sɪ'kjʊə] *adj* an toàn
security [sɪ'kjʊərɪtɪ] *n* an ninh; **security guard** *n* người bảo vệ; **social security** *n* an sinh xã hội
sedative ['sɛdətɪv] *n* thuốc an thần
see [si:] *v* nhìn thấy
seed [si:d] *n* hạt giống
seek [si:k] *v* tìm kiếm
seem [si:m] *v* dường như
seesaw ['si:ˌsɔ:] *n* bập bênh
see-through ['si:ˌθru:] *adj* trong suốt
seize [si:z] *v* nắm lấy
seizure ['si:ʒə] *n* cơn co giật
seldom ['sɛldəm] *adv* hiếm khi
select [sɪ'lɛkt] *v* lựa chọn
selection [sɪ'lɛkʃən] *n* sự lựa chọn
self-assured ['sɛlfə'ʃʊəd] *adj* tự tin
self-catering ['sɛlfˌkeɪtərɪŋ] *n* tự phục vụ
self-centred ['sɛlfˌsɛntəd] *adj* tự coi mình là trung tâm
self-conscious ['sɛlfˌkɒnʃəs] *adj* ngượng ngập
self-contained ['sɛlfˌkən'teɪnd] *adj* có đủ các bộ phận
self-control ['sɛlfˌkən'trəʊl] *n* sự tự chủ
self-defence ['sɛlfˌdɪ'fɛns] *n* sự tự vệ
self-discipline ['sɛlfˌdɪsɪplɪn] *n* việc tự kỷ luật
self-employed ['sɛlɪm'plɔɪd] *adj* tự làm chủ; **I'm self-employed** Tôi tự làm chủ
selfish ['sɛlfɪʃ] *adj* ích kỷ
self-service ['sɛlfˌsɜ:vɪs] *adj* tự phục vụ
sell [sɛl] *v* bán *(hàng)*; **sell-by date** *n* ngày hàng hết hạn bán; **selling price** *n* giá bán; **Do you sell phone cards?** Anh có bán thẻ điện thoại không?; **Where is the nearest shop which sells photographic equipment?** Cửa hàng bán thiết bị chụp ảnh gần nhất ở đâu?
sell off [sɛl ɒf] *v* bán hạ giá
Sellotape® ['sɛləˌteɪp] *n* băng dính trong Sellotape®
sell out [sɛl aʊt] *v* bán hết
semester [sɪ'mɛstə] *n* học kỳ
semi ['sɛmɪ] *n* nhà chung tường

semicircle ['sɛmɪˌsɜːkᵊl] *n* hình bán nguyệt
semicolon [ˌsɛmɪ'kəʊlən] *n* dấu chấm phẩy
semifinal [ˌsɛmɪ'faɪnᵊl] *n* trận bán kết
send [sɛnd] *v* gửi đi; **I want to send a telegram** Tôi muốn gửi một bức điện; **I want to send this by courier** Tôi muốn gửi cái này bằng dịch vụ chuyển phát nhanh; **I'd like to send this letter** Tôi muốn gửi bức thư này
send back [sɛnd bæk] *v* gửi lại
sender ['sɛndə] *n* người gửi
send off [sɛnd ɒf] *v* gửi đi
send out [sɛnd aʊt] *v* phân phát
Senegal [ˌsɛnɪ'gɔːl] *n* nước Senegal
Senegalese [ˌsɛnɪgə'liːz] *adj* thuộc Senegal ▷ *n* người Senegal
senior ['siːnjə] *adj* lớn *(già hơn)*; **senior citizen** *n* người già
sensational [sɛn'seɪʃənᵊl] *adj* gây ra sự xúc động mạnh
sense [sɛns] *n* giác quan; **sense of humour** *n* khiếu hài hước
senseless ['sɛnslɪs] *adj* vô nghĩa
sensible ['sɛnsɪbᵊl] *adj* có óc xét đoán
sensitive ['sɛnsɪtɪv] *adj* dễ bị tổn thương
sensuous ['sɛnsjʊəs] *adj* gây thích thú cho giác quan
sentence ['sɛntəns] *n (punishment)* bản án, *(words)* câu ▷ *v* kết án
sentimental [ˌsɛntɪ'mɛntᵊl] *adj* ủy mị
separate *adj* ['sɛpərɪt] riêng biệt ▷ *v* ['sɛpəˌreɪt] tách ra
separately ['sɛpərətlɪ] *adv* riêng rẽ
separation [ˌsɛpə'reɪʃən] *n* sự chia cắt
September [sɛp'tɛmbə] *n* Tháng Chín
sequel ['siːkwəl] *n* cuốn tiếp theo
sequence ['siːkwəns] *n* chuỗi
Serbia ['sɜːbɪə] *n* nước Serbia
Serbian ['sɜːbɪən] *adj* thuộc Serbia ▷ *n (language)* tiếng Serbia, *(person)* người Serbia
sergeant ['sɑːdʒənt] *n* trung sỹ
serial ['sɪərɪəl] *n* truyện phát hành nhiều kỳ
series ['sɪəriːz; -rɪz] *n* chuỗi
serious ['sɪərɪəs] *adj* nghiêm trọng; **Is it serious?** Có nghiêm trọng không?
seriously ['sɪərɪəslɪ] *adv* nghiêm trọng
sermon ['sɜːmən] *n* bài thuyết giáo
servant ['sɜːvᵊnt] *n* người hầu; **civil servant** *n* công chức
serve [sɜːv] *n* cú giao bóng ▷ *v* phục vụ; **We are still waiting to be served** Chúng tôi vẫn đang chờ được phục vụ; **Where is breakfast served?** Bữa sáng phục vụ tại đâu?
server ['sɜːvə] *n (computer)* máy chủ, *(person)* người hầu
service ['sɜːvɪs] *n* sự phục vụ ▷ *v* phục vụ; **room service** *n* dịch vụ ăn uống trong phòng khách sạn; **secret service** *n* cục tình báo; **service area** *n* trạm nghỉ gần đường cao tốc; **service charge** *n* phí dịch vụ; **service station** *n* trạm xăng; **social services** *npl* dịch vụ xã hội
serviceman, servicemen ['sɜːvɪsˌmæn; -mən, 'sɜːvɪsˌmɛn] *n*

nam quân nhân
servicewoman, servicewomen ['sɜːvɪsˌwʊmən, 'sɜːvɪsˌwɪmɪn] *n* nữ quân nhân
serviette [ˌsɜːvɪ'ɛt] *n* khăn ăn
session ['sɛʃən] *n* buổi
set [sɛt] *n* bộ *(nhiều thứ)* ▷ *v* đặt
setback ['sɛtbæk] *n* cản trở
set menu [sɛt 'mɛnjuː] *n* thực đơn sẵn
set off [sɛt ɒf] *v* khởi hành
set out [sɛt aʊt] *v* phô trương
settee [sɛ'tiː] *n* ghế trường kỷ
settle ['sɛtᵊl] *v* giải quyết
settle down ['sɛtᵊl daʊn] *v* lắng xuống
seven ['sɛvᵊn] *number* bảy
seventeen ['sɛvᵊn'tiːn] *number* mười bảy
seventeenth ['sɛvᵊn'tiːnθ] *adj* thứ mười bảy
seventh ['sɛvᵊnθ] *adj* thứ bảy *(thứ tự)* ▷ *n* một phần bảy
seventy ['sɛvᵊntɪ] *number* bảy mươi
several ['sɛvrəl] *adj* vài ▷ *pron* vài
sew [səʊ] *v* khâu
sewer ['suːə] *n* cống rãnh
sewing ['səʊɪŋ] *n* miếng vá; **sewing machine** *n* máy khâu
sew up [səʊ ʌp] *v* khâu lại
sex [sɛks] *n* giới tính
sexism ['sɛksɪzəm] *n* sự phân biệt đối xử do giới tính
sexist ['sɛksɪst] *adj* phân biệt đối xử theo giới tính
sexual ['sɛksjʊəl] *adj* liên quan đến giới tính; **sexual intercourse** *n* sự giao hợp
sexuality [ˌsɛksjʊ'ælɪtɪ] *n* bản năng giới tính
sexy ['sɛksɪ] *adj* gợi tình
shabby ['ʃæbɪ] *adj* tiều tụy
shade [ʃeɪd] *n* chỗ râm
shadow ['ʃædəʊ] *n* cái bóng; **eye shadow** *n* phấn mắt
shake [ʃeɪk] *vi* rung ▷ *vt* lắc
shaken ['ʃeɪkən] *adj* bàng hoàng
shaky ['ʃeɪkɪ] *adj* run rẩy
shallow ['ʃæləʊ] *adj* nông
shambles ['ʃæmbᵊlz] *npl* cảnh hỗn độn
shame [ʃeɪm] *n* sự xấu hổ
shampoo [ʃæm'puː] *n* dầu gội đầu; **Do you sell shampoo?** Anh có bán dầu gội đầu không?
shape [ʃeɪp] *n* hình thù
share [ʃɛə] *n* phần ▷ *v* chia nhau
shareholder ['ʃɛəˌhəʊldə] *n* cổ đông
share out [ʃɛə aʊt] *v* chia đều
shark [ʃɑːk] *n* cá mập
sharp [ʃɑːp] *adj* sắc *(nhọn)*
shave [ʃeɪv] *v* cạo râu; **shaving cream** *n* kem cạo râu; **shaving foam** *n* bọt cạo râu
shaver ['ʃeɪvə] *n* dao cạo điện
shawl [ʃɔːl] *n* khăn choàng
she [ʃiː] *pron* cô ấy
shed [ʃɛd] *n* nhà kho
sheep [ʃiːp] *n* con cừu
sheepdog ['ʃiːpˌdɒg] *n* chó chăn cừu
sheepskin ['ʃiːpˌskɪn] *n* da cừu
sheer [ʃɪə] *adj* hoàn toàn
sheet [ʃiːt] *n* tấm trải giường; **balance sheet** *n* bản cân đối kế toán; **fitted sheet** *n* ga trải đệm góc có chun
shelf, shelves [ʃɛlf, ʃɛlvz] *n* giá *(sách)*
shell [ʃɛl] *n* vỏ *(ốc)*; **shell suit** *n* áo khoác chống thấm

shellfish [ˈʃɛl,fɪʃ] *n* trai sò
shelter [ˈʃɛltə] *n* nơi trú ẩn
shepherd [ˈʃɛpəd] *n* người chăn cừu
sherry [ˈʃɛrɪ] *n* rượu nâu đậm
shield [ʃi:ld] *n* cái khiên
shift [ʃɪft] *n* sự di chuyển ▹ *v* di chuyển
shifty [ˈʃɪftɪ] *adj* có vẻ không lương thiện
Shiite [ˈʃi:aɪt] *adj* thuộc dòng Shiite
shin [ʃɪn] *n* cẳng chân
shine [ʃaɪn] *v* chiếu sáng
shiny [ˈʃaɪnɪ] *adj* sáng bóng
ship [ʃɪp] *n* con tàu
shipbuilding [ˈʃɪp,bɪldɪŋ] *n* ngành đóng tàu
shipment [ˈʃɪpmənt] *n* hàng gửi
shipwreck [ˈʃɪp,rɛk] *n* vụ đắm tàu
shipwrecked [ˈʃɪp,rɛkt] *adj* bị đắm tàu
shipyard [ˈʃɪp,jɑ:d] *n* xưởng đóng tàu
shirt [ʃ3:t] *n* áo sơmi; **polo shirt** *n* áo phông có cổ
shiver [ˈʃɪvə] *v* run
shock [ʃɒk] *n* cú sốc ▹ *v* gây sốc; **electric shock** *n* điện giật
shocking [ˈʃɒkɪŋ] *adj* rất tồi
shoe [ʃu:] *n* giày; **shoe polish** *n* xi đánh giày; **shoe shop** *n* cửa hàng giày; **Can you re-heel these shoes?** Anh có thể đóng lại gót đôi giày này không?; **Can you repair these shoes?** Anh có thể chữa đôi giày này không?; **I have a hole in my shoe** Giày của tôi bị thủng một lỗ
shoelace [ˈʃu:,leɪs] *n* dây buộc giày
shoot [ʃu:t] *v* bắn *(súng)*
shooting [ˈʃu:tɪŋ] *n* hành động bắn
shop [ʃɒp] *n* cửa hàng; **antique shop** *n* cửa hàng đồ cổ; **gift shop** *n* cửa hàng quà tặng; **shop assistant** *n* người bán hàng; **shop window** *n* tủ kính bày hàng; **What time do the shops close?** Các cửa hàng đóng cửa lúc mấy giờ?
shopkeeper [ˈʃɒp,ki:pə] *n* người chủ cửa hàng
shoplifting [ˈʃɒp,lɪftɪŋ] *n* sự ăn cắp ở các cửa hàng
shopping [ˈʃɒpɪŋ] *n* việc mua sắm; **shopping bag** *n* túi đựng đồ mua sắm; **shopping centre** *n* trung tâm thương mại; **shopping trolley** *n* xe đẩy hàng mua sắm
shore [ʃɔ:] *n* bờ
short [ʃɔ:t] *adj* ngắn; **short story** *n* truyện ngắn
shortage [ˈʃɔ:tɪdʒ] *n* sự thiếu
shortcoming [ˈʃɔ:t,kʌmɪŋ] *n* khiếm khuyết
shortcut [ˈʃɔ:t,kʌt] *n* đường tắt
shortfall [ˈʃɔ:t,fɔ:l] *n* lượng thiếu
shorthand [ˈʃɔ:t,hænd] *n* phép tốc ký
shortlist [ˈʃɔ:t,lɪst] *n* danh sách sơ tuyển
shortly [ˈʃɔ:tlɪ] *adv* sớm
shorts [ʃɔ:ts] *npl* quần soóc
short-sighted [ˈʃɔ:tˈsaɪtɪd] *adj* bị cận thị; **I'm short-sighted** Tôi bị cận thị
short-sleeved [ˈʃɔ:t,sli:vd] *adj* ngắn tay
shot [ʃɒt] *n* phát bắn
shotgun [ˈʃɒt,gʌn] *n* súng săn
shoulder [ˈʃəʊldə] *n* vai; **hard shoulder** *n* làn dừng xe khẩn cấp; **shoulder blade** *n* xương vai; **I've**

hurt my shoulder Tôi đau vai
shout [ʃaʊt] *n* tiếng hét ▷ *v* hét
shovel ['ʃʌvᵊl] *n* cái xẻng
show [ʃəʊ] *n* buổi biểu diễn ▷ *v* cho thấy; **show business** *n* ngành kinh doanh giải trí
shower ['ʃaʊə] *n* tắm hoa sen; **shower cap** *n* mũ che tóc khi tắm; **shower gel** *n* sữa tắm; **Are there showers?** Có vòi tắm hoa sen không?; **Where are the showers?** Chỗ tắm hoa sen ở đâu?
showerproof ['ʃaʊə,pruːf] *adj* chống mưa
showing ['ʃəʊɪŋ] *n* buổi trình diễn
show off [ʃəʊ ɒf] *v* khoe khoang
show-off [ʃəʊɒf] *n* kẻ phô trương
show up [ʃəʊ ʌp] *v* lộ ra
shriek [ʃriːk] *v* thét
shrimp [ʃrɪmp] *n* con tôm
shrine [ʃraɪn] *n* đền thờ
shrink [ʃrɪŋk] *v* co lại
shrub [ʃrʌb] *n* cây bụi
shrug [ʃrʌg] *v* nhún vai
shrunk [ʃrʌŋk] *adj* bị co lại
shudder ['ʃʌdə] *v* run bắn lên
shuffle ['ʃʌfᵊl] *v* lê bước
shut [ʃʌt] *v* đóng
shut down [ʃʌt daʊn] *v* đóng cửa
shutters ['ʃʌtəz] *n* cửa chớp
shuttle ['ʃʌtᵊl] *n* xe con thoi
shuttlecock ['ʃʌtᵊl,kɒk] *n* quả cầu lông
shut up [ʃʌt ʌp] *v* câm mồm
shy [ʃaɪ] *adj* bẽn lẽn
Siberia [saɪ'bɪərɪə] *n* Sibêri
siblings ['sɪblɪŋz] *npl* anh chị em ruột
sick [sɪk] *adj* buồn nôn; **sick leave** *n* thời gian nghỉ ốm; **sick note** *n* giấy cho nghỉ ốm; **sick pay** *n* lương trả cho nhân viên nghỉ ốm; **I feel sick** Tôi thấy buồn nôn
sickening ['sɪkənɪŋ] *adj* kinh tởm
sickness ['sɪknɪs] *n* căn bệnh; **morning sickness** *n* ốm nghén; **travel sickness** *n* chứng say ô tô
side [saɪd] *n* cạnh *(đường viền)*; **side effect** *n* tác dụng phụ; **side street** *n* con phố ngang
sideboard ['saɪd,bɔːd] *n* tủ bếp
sidelight ['saɪd,laɪt] *n* đèn xi nhan
sideways ['saɪd,weɪz] *adv* sang một bên
sieve [sɪv] *n* cái rây
sigh [saɪ] *n* tiếng thở dài ▷ *v* thở dài
sight [saɪt] *n* thị lực
sightseeing ['saɪt,siːɪŋ] *n* cuộc thăm quan
sign [saɪn] *n* dấu hiệu ▷ *v* ký tên; **road sign** *n* biển chỉ đường; **sign language** *n* ngôn ngữ cử chỉ
signal ['sɪgnᵊl] *n* tín hiệu ▷ *v* ra hiệu; **busy signal** *n* tín hiệu bận
signature ['sɪgnɪtʃə] *n* chữ ký
significance [sɪg'nɪfɪkəns] *n* tầm quan trọng
significant [sɪg'nɪfɪkənt] *adj* rất quan trọng
sign on [saɪn ɒn] *v* đăng ký tại phòng trợ cấp thất nghiệp
signpost ['saɪn,pəʊst] *n* biển chỉ đường
Sikh [siːk] *adj* liên quan đến đạo Sikh ▷ *n* người theo đạo Sikh
silence ['saɪləns] *n* sự im lặng
silencer ['saɪlənsə] *n* thiết bị giảm thanh
silent ['saɪlənt] *adj* im lặng
silk [sɪlk] *n* lụa tơ tằm

silly ['sɪlɪ] *adj* ngớ ngẩn
silver ['sɪlvə] *n* bạc *(kim loại)*
similar ['sɪmɪlə] *adj* tương tự
similarity ['sɪmɪ'lærɪtɪ] *n* sự tương tự
simmer ['sɪmə] *v* ninh nhỏ lửa
simple ['sɪmpᵊl] *adj* dễ hiểu
simplify ['sɪmplɪˌfaɪ] *v* đơn giản hóa
simply ['sɪmplɪ] *adv* giản dị
simultaneous [ˌsɪməl'teɪnɪəs; ˌsaɪməl'teɪnɪəs] *adj* đồng thời
simultaneously [ˌsɪməl'teɪnɪəslɪ] *adv* cùng một lúc
sin [sɪn] *n* tội lỗi
since [sɪns] *adv* từ đó ▷ *conj* suốt từ lúc ▷ *prep* từ *(thời gian)*; **I've been sick since Monday** Tôi bị ốm từ thứ Hai
sincere [sɪn'sɪə] *adj* chân thành
sincerely [sɪn'sɪəlɪ] *adv* một cách chân thành
sing [sɪŋ] *v* hát
singer ['sɪŋə] *n* ca sỹ; **lead singer** *n* ca sỹ chính
singing ['sɪŋɪŋ] *n* tiếng hát
single ['sɪŋgᵊl] *adj* đơn độc ▷ *n* phòng đơn; **single bed** *n* giường đơn; **single parent** *n* người nuôi con một mình; **single room** *n* phòng đơn; **single ticket** *n* vé một chiều; **I want to reserve a single room** Tôi muốn đặt một phòng đơn
singles ['sɪŋgᵊlz] *npl* trận đấu tay đôi
singular ['sɪŋgjʊlə] *n* dạng số ít
sinister ['sɪnɪstə] *adj* nham hiểm
sink [sɪŋk] *n* bồn rửa ▷ *v* chìm xuống
sinus ['saɪnəs] *n* xoang
sir [sɜː] *n* ngài *(quý ông)*
siren ['saɪərən] *n* còi báo động
sister ['sɪstə] *n* em gái *(younger sister)*
sister-in-law ['sɪstə ɪn lɔː] *n* chị em vợ *(wife's sister)*
sit [sɪt] *v* ngồi; **Can I sit here?** Tôi ngồi đây được không?
sitcom ['sɪtˌkɒm] *n* hài kịch tình huống
sit down [sɪt daʊn] *v* ngồi xuống
site [saɪt] *n* địa điểm; **building site** *n* công trường; **caravan site** *n* khu vực dành cho caravan lữ hành
situated ['sɪtjʊˌeɪtɪd] *adj* đặt tại
situation [ˌsɪtjʊ'eɪʃən] *n* hoàn cảnh
six [sɪks] *number* sáu; **It's six o'clock** Bây giờ là sáu giờ
sixteen ['sɪks'tiːn] *number* mười sáu
sixteenth ['sɪks'tiːnθ] *adj* thứ mười sáu
sixth [sɪksθ] *adj* thứ sáu *(thứ tự)*
sixty ['sɪkstɪ] *number* sáu mươi
size [saɪz] *n* kích cỡ
skate [skeɪt] *v* trượt băng; **Where can we go ice skating?** Chúng tôi có thể đi trượt băng ở đâu?
skateboard ['skeɪtˌbɔːd] *n* ván trượt
skateboarding ['skeɪtˌbɔːdɪŋ] *n* môn trượt ván
skates [skeɪts] *npl* giày trượt băng
skating ['skeɪtɪŋ] *n* môn trượt băng; **skating rink** *n* sân băng
skeleton ['skɛlɪtən] *n* bộ xương
sketch [skɛtʃ] *n* bức phác họa ▷ *v* phác họa
skewer ['skjʊə] *n* cái xiên
ski [skiː] *n* ván trượt tuyết ▷ *v* trượt tuyết; **ski lift** *n* thang kéo người trượt tuyết; **ski pass** *n* vé trượt

tuyết; **Do you have a map of the ski runs?** Anh có bản đồ các đường trượt tuyết không?; **How much is a ski pass?** Một thẻ trượt tuyết giá bao nhiêu tiền?; **I want to hire ski poles** Tôi muốn thuê gậy trượt tuyết; **I'd like a ski pass for a day** Tôi muốn một thẻ trượt tuyết một ngày; **Is there a ski school?** Có trường dạy trượt tuyết không?; **Where can I buy a ski pass?** Tôi có thể mua thẻ trượt tuyết ở đâu?
skid [skɪd] *v* trượt *(lệch đường)*; **The car skidded** Xe bị trượt
skier ['ski:ə] *n* người đi trượt tuyết
skiing ['ski:ɪŋ] *n* môn trượt tuyết
skilful ['skɪlfʊl] *adj* tài giỏi
skill [skɪl] *n* kỹ năng
skilled [skɪld] *adj* khéo léo
skimpy ['skɪmpɪ] *adj* thiếu thốn
skin [skɪn] *n* da
skinhead ['skɪn,hɛd] *n* đầu trọc
skinny ['skɪnɪ] *adj* gầy nhom
skin-tight ['skɪn'taɪt] *adj* bó sát người
skip [skɪp] *v* nhảy lò cò
skirt [skɜ:t] *n* váy ngắn
skive [skaɪv] *v* trốn tránh trách nhiệm
skull [skʌl] *n* sọ
sky [skaɪ] *n* bầu trời
skyscraper ['skaɪ,skreɪpə] *n* nhà chọc trời
slack [slæk] *adj* lỏng *(chùng)*
slam [slæm] *v* đóng sầm
slang [slæŋ] *n* tiếng lóng
slap [slæp] *v* tát
slash [slæʃ] *n* **forward slash** *n* dấu gạch chéo
slate [sleɪt] *n* đá phiến
slave [sleɪv] *n* nô lệ ▷ *v* làm việc như nô lệ
sledge [slɛdʒ] *n* xe trượt tuyết; **Where can we go sledging?** Chúng tôi có thể đi xe trượt tuyết ở đâu?
sledging ['slɛdʒɪŋ] *n* việc đi bằng xe trượt tuyết
sleep [sli:p] *n* trạng thái ngủ ▷ *v* ngủ; **sleeping bag** *n* túi ngủ; **sleeping car** *n* toa giường nằm; **sleeping pill** *n* thuốc ngủ; **Did you sleep well?** Anh ngủ có ngon không?; **I can't sleep** Tôi không ngủ được; **I can't sleep for the heat** Tôi không thể ngủ được vì nóng quá; **I can't sleep for the noise** Tôi không thể ngủ được vì tiếng ồn
sleeper ['sli:pə] *n* **Can I reserve a sleeper?** Tôi có thể đặt trước một giường nằm không?; **I want to book a sleeper to...** Tôi muốn đặt một giường nằm đi...
sleep in [sli:p ɪn] *v* ngủ thêm
sleepwalk ['sli:p,wɔ:k] *v* mộng du
sleepy ['sli:pɪ] *adj* buồn ngủ
sleet [sli:t] *n* mưa tuyết ▷ *v* mưa tuyết
sleeve [sli:v] *n* tay áo
sleeveless ['sli:vlɪs] *adj* không tay *(áo)*
slender ['slɛndə] *adj* mảnh mai
slice [slaɪs] *n* lát mỏng ▷ *v* cắt lát
slick [slɪk] *n* **oil slick** *n* vết dầu loang
slide [slaɪd] *n* sự trượt ▷ *v* trượt *(trôi)*
slight [slaɪt] *adj* ít *(mức độ)*
slightly ['slaɪtlɪ] *adv* nhỏ
slim [slɪm] *adj* mảnh dẻ
sling [slɪŋ] *n* băng đeo vào cổ
slip [slɪp] *n* *(mistake)* sơ suất,

(paper) miếng giấy nhỏ, *(underwear)* quần xi líp ▷ *v* trượt *(trơn)*; **slip road** *n* đoạn đường nối; **slipped disc** *n* sự trật đĩa đệm
slipper ['slɪpə] *n* dép
slippery ['slɪpərɪ; -prɪ] *adj* trơn
slip up [slɪp ʌp] *v* mắc lỗi
slip-up [slɪpʌp] *n* lỗi
slope [sləʊp] *n* dốc; **nursery slope** *n* dốc dành cho những người mới tập trượt tuyết; **How difficult is this slope?** Đường dốc này có khó lắm không??; **Where are the beginners' slopes?** Đường dốc dành cho những người mới học ở đâu?
sloppy ['slɒpɪ] *adj* cẩu thả
slot [slɒt] *n* khe; **slot machine** *n* máy dùng đồng xu
Slovak ['sləʊvæk] *adj* thuộc Slovakia ▷ *n (language)* tiếng Slovakia, *(person)* người Slovakia
Slovakia [sləʊ'vækɪə] *n* nước Slovakia
Slovenia [sləʊ'vi:nɪə] *n* nước Slovenia
Slovenian [sləʊ'vi:nɪən] *adj* thuộc Slovenia ▷ *n (language)* tiếng Slovenia, *(person)* người Slovenia
slow [sləʊ] *adj* chậm chạp
slow down [sləʊ daʊn] *v* làm chậm lại
slowly [sləʊlɪ] *adv* chậm rãi
slug [slʌg] *n* con sên không vỏ
slum [slʌm] *n* nhà ổ chuột
slush [slʌʃ] *n* bùn loãng
sly [slaɪ] *adj* ranh mãnh
smack [smæk] *v* phát
small [smɔ:l] *adj* nhỏ bé; **small ads** *npl* quảng cáo nhỏ
smart [smɑ:t] *adj* bảnh bao; **smart phone** *n* điện thoại thông minh
smash [smæʃ] *v* đập tan ra từng mảnh
smashing ['smæʃɪŋ] *adj* xuất sắc
smell [smɛl] *n* mùi *(ngửi thấy)* ▷ *vi* ngửi; **I can smell gas** Tôi ngửi thấy mùi ga; **My room smells of smoke** Phòng của tôi có mùi khói thuốc; **There's a funny smell** Có mùi gì lạ
smelly ['smɛlɪ] *adj* nặng mùi
smile [smaɪl] *n* nụ cười ▷ *v* mỉm cười
smiley ['smaɪlɪ] *n* biểu tượng mặt cười
smoke [sməʊk] *n* khói ▷ *v* bốc khói; **smoke alarm** *n* thiết bị báo cháy; **My room smells of smoke** Phòng của tôi có mùi khói thuốc
smoked ['sməʊkt] *adj* hun khói
smoker ['sməʊkə] *n* người nghiện thuốc lá
smoking ['sməʊkɪŋ] *n* sự hút thuốc
smoky ['sməʊkɪ] *adj* **It's too smoky here** Ở đây khói quá
smooth [smu:ð] *adj* nhẵn
SMS [ɛs ɛm ɛs] *n* tin nhắn SMS
smudge [smʌdʒ] *n* vết bẩn
smug [smʌg] *adj* tự mãn
smuggle ['smʌgᵊl] *v* buôn lậu
smuggler ['smʌglə] *n* người buôn lậu
smuggling ['smʌglɪŋ] *n* sự buôn lậu
snack [snæk] *n* đồ ăn nhẹ; **snack bar** *n* quán bán đồ ăn nhẹ
snail [sneɪl] *n* con ốc sên
snake [sneɪk] *n* con rắn
snap [snæp] *v* đớp
snapshot ['snæp,ʃɒt] *n* ảnh chụp nhanh

snarl [snɑːl] *v* gầm gừ
snatch [snætʃ] *v* giật lấy
sneakers ['sniːkəz] *npl* giày vải
sneeze [sniːz] *v* hắt hơi
sniff [snɪf] *v* hít
snigger ['snɪgə] *v* cười thầm
snob [snɒb] *n* trưởng giả học làm sang
snooker ['snuːkə] *n* trò chơi bi-da
snooze [snuːz] *n* giấc ngủ ngắn ▷ *v* ngủ một giấc ngắn
snore [snɔː] *v* ngáy
snorkel ['snɔːkᵊl] *n* ống thở khi lặn
snow [snəʊ] *n* tuyết ▷ *v* tuyết rơi; **Do I need snow chains?** Tôi có cần xích đi trên tuyết không?; **Do you think it will snow?** Anh nghĩ sẽ có tuyết không?; **It's snowing** Đang có tuyết; **The snow is very heavy** Tuyết nhiều quá; **What are the snow conditions?** Tình trạng tuyết ra sao?; **What is the snow like?** Tuyết như thế nào?
snowball ['snəʊˌbɔːl] *n* quả cầu tuyết
snowboard ['snəʊˌbɔːd] *n* **I want to hire a snowboard** Tôi muốn thuê bàn trượt tuyết
snowflake ['snəʊˌfleɪk] *n* bông tuyết
snowman ['snəʊˌmæn] *n* người tuyết
snowplough ['snəʊˌplaʊ] *n* cái ủi tuyết
snowstorm ['snəʊˌstɔːm] *n* cơn bão tuyết
so [səʊ] *adv* đến mức; **so (that)** *conj* vì vậy
soak [səʊk] *v* ngâm
soaked [səʊkt] *adj* ướt đẫm
soap [səʊp] *n* xà phòng; **soap dish** *n* chỗ để xà phòng; **soap opera** *n* chương trình truyền hình nhiều tập; **soap powder** *n* bột giặt; **There is no soap** Không có xà phòng
sob [sɒb] *v* khóc nức nở
sober ['səʊbə] *adj* tỉnh
sociable ['səʊʃəbᵊl] *adj* dễ chan hòa
social ['səʊʃəl] *adj* có tính tập thể; **social security** *n* an sinh xã hội; **social services** *npl* dịch vụ xã hội; **social worker** *n* người làm công tác xã hội
socialism ['səʊʃəˌlɪzəm] *n* chủ nghĩa xã hội
socialist ['səʊʃəlɪst] *adj* liên quan đến chủ nghĩa xã hội ▷ *n* người theo chủ nghĩa xã hội
society [sə'saɪətɪ] *n* xã hội
sociology [ˌsəʊsɪ'ɒlədʒɪ] *n* xã hội học
sock [sɒk] *n* tất
socket ['sɒkɪt] *n* ổ cắm điện
sofa ['səʊfə] *n* ghế xôpha; **sofa bed** *n* giường xôpha
soft [sɒft] *adj* mềm; **soft drink** *n* đồ uống không có cồn
softener ['sɒfᵊnə] *n* **Do you have softener?** Anh có nước xả vải không?
software ['sɒftˌwɛə] *n* phần mềm
soggy ['sɒgɪ] *adj* sũng nước
soil [sɔɪl] *n* đất
solar ['səʊlə] *adj* thuộc mặt trời; **solar power** *n* năng lượng mặt trời; **solar system** *n* hệ mặt trời
soldier ['səʊldʒə] *n* người lính
sold out [səʊld aʊt] *adj* bán hết
solicitor [sə'lɪsɪtə] *n* luật sư
solid ['sɒlɪd] *adj* rắn *(thể)*

solo ['səʊləʊ] *n* bản độc tấu
soloist ['səʊləʊɪst] *n* nghệ sỹ độc tấu
soluble ['sɒljʊbᵊl] *adj* hòa tan được
solution [sə'lu:ʃən] *n* lời giải
solve [sɒlv] *v* giải
solvent ['sɒlvənt] *n* dung môi
Somali [səʊ'mɑ:lɪ] *adj* thuộc Somali ▹ *n (language)* tiếng Somali, *(person)* người Somali
Somalia [səʊ'mɑ:lɪə] *n* nước Somali
some [sʌm; səm] *adj* nào đó ▹ *pron* một vài người
somebody ['sʌmbədɪ] *pron* người nào đó
somehow ['sʌm,haʊ] *adv* bằng cách nào đó
someone ['sʌm,wʌn; -wən] *pron* người nào đó
someplace ['sʌm,pleɪs] *adv* ở một nơi nào đó
something ['sʌmθɪŋ] *pron* một cái gì đó
sometime ['sʌm,taɪm] *adv* vào lúc nào đó
sometimes ['sʌm,taɪmz] *adv* thỉnh thoảng
somewhere ['sʌm,wɛə] *adv* ở một nơi nào đó
son [sʌn] *n* con trai *(con đẻ)*; **My son is lost** Con trai tôi bị lạc; **My son is missing** Con trai tôi bị mất tích
song [sɒŋ] *n* bài hát
son-in-law [sʌn ɪn lɔ:] **(sons-in-law)** *n* con rể
soon [su:n] *adv* sớm; **as soon as possible** càng sớm càng tốt
sooner ['su:nə] *adv* sớm hơn
soot [sʊt] *n* bồ hóng
sophisticated [sə'fɪstɪ,keɪtɪd] *adj* sành điệu
soppy ['sɒpɪ] *adj* ủy mị
soprano [sə'prɑ:nəʊ] *n* giọng nữ cao
sorbet ['sɔ:beɪ; -bɪt] *n* nước quả ướp lạnh
sorcerer ['sɔ:sərə] *n* phù thủy
sore [sɔ:] *adj* đau ▹ *n* vết thương; **cold sore** *n* bệnh hecpet môi; **It's sore** Chỗ ấy đau; **My back is sore** Lưng tôi đau; **My eyes are sore** Mắt tôi bị đau; **My feet are sore** Chân tôi đau; **My gums are sore** Tôi bị đau lợi
sorry ['sɒrɪ] *interj* **sorry!** *excl* xin lỗi!; **I'm sorry** Tôi xin lỗi; **I'm sorry to trouble you** Xin lỗi phải làm phiền anh; **I'm very sorry, I didn't know the regulations** Tôi rất xin lỗi, tôi không biết quy định; **Sorry we're late** Xin lỗi chúng tôi đến muộn; **Sorry, I didn't catch that** Xin lỗi, tôi chưa kịp nghe câu đó; **Sorry, I'm not interested** Xin lỗi, tôi không thích
sort [sɔ:t] *n* loại *(dạng)*; **What sort of cheese?** Loại pho mát nào?
sort out [sɔ:t aʊt] *v* giải quyết
SOS [ɛs əʊ ɛs] *n* tín hiệu cấp cứu SOS
so-so [səʊsəʊ] *adv* tàm tạm
soul [səʊl] *n* linh hồn
sound [saʊnd] *adj* lành lặn ▹ *n* âm thanh
soundtrack ['saʊnd,træk] *n* nhạc phim
soup [su:p] *n* xúp
sour ['saʊə] *adj* chua
south [saʊθ] *adj* ở phía nam ▹ *adv* về

phía nam ▷ *n* phương nam; **South Africa** *n* Nam Phi; **South African** *n* người Nam Phi, thuộc Nam Phi; **South America** *n* Nam Mỹ; **South American** *n* người Nam Mỹ, thuộc Nam Mỹ; **South Korea** *n* Hàn Quốc; **South Pole** *n* Nam cực

southbound ['saʊθ,baʊnd] *adj* đi về phía nam

southeast [,saʊθ'i:st] *n* hướng đông nam

southern ['sʌðən] *adj* ở phương nam

southwest [,saʊθ'wɛst] *n* hướng tây nam

souvenir [,su:və'nɪə; 'su:və,nɪə] *n* đồ lưu niệm; **Do you have souvenirs?** Anh có đồ lưu niệm không?

soya ['sɔɪə] *n* đỗ tương

spa [spɑ:] *n* suối nước khoáng

space [speɪs] *n* khoảng trống

spacecraft ['speɪs,krɑ:ft] *n* tàu du hành vũ trụ

spade [speɪd] *n* cái mai

spaghetti [spə'gɛtɪ] *n* món spaghetti

Spain [speɪn] *n* nước Tây Ban Nha

spam [spæm] *n* thư rác

Spaniard ['spænjəd] *n* người Tây Ban Nha

spaniel ['spænjəl] *n* giống chó spaniel

Spanish ['spænɪʃ] *adj* thuộc Tây Ban Nha ▷ *n* tiếng Tây Ban Nha

spank [spæŋk] *v* phát vào người

spanner ['spænə] *n* cờ lê

spare [spɛə] *adj* thừa ▷ *v* tha *(cho ai)*; **spare part** *n* đồ sơ-cua; **spare room** *n* buồng ngủ dành cho khách; **spare time** *n* thời gian rỗi; **spare tyre** *n* lốp dự phòng; **spare wheel** *n* bánh xe dự phòng

spark [spɑ:k] *n* tia lửa; **spark plug** *n* cái bu-di

sparrow ['spærəʊ] *n* chim sẻ

spasm ['spæzəm] *n* sự co thắt

spatula ['spætjʊlə] *n* cái đè lưỡi

speak [spi:k] *v* nói; **Can I speak to...?** Làm ơn cho tôi nói chuyện với...; **Can I speak to you in private?** Tôi có thể nói chuyện riêng với anh được không?; **Could you speak louder, please?** Anh làm ơn nói to lên được không?; **Could you speak more slowly, please?** Anh làm ơn nói chậm lại được không?; **Do you speak English?** Anh có nói được tiếng Anh không?; **Does anyone here speak...?** Có ai ở đây nói tiếng... không?; **Does anyone speak English?** Có ai nói được tiếng Anh không?; **I don't speak English** Tôi không nói được tiếng Anh; **I speak...** Tôi nói tiếng...; **I speak very little English** Tôi nói được rất ít tiếng Anh; **I'd like to speak to..., please** Tôi muốn được nói chuyện với... ạ; **I'd like to speak to a doctor** Tôi muốn nói chuyện với bác sĩ; **I'd like to speak to the manager, please** Làm ơn cho tôi nói chuyện với người quản lý; **What languages do you speak?** Anh nói những thứ tiếng gì?

speaker ['spi:kə] *n* diễn giả; **native speaker** *n* người bản ngữ

speak up [spi:k ʌp] *v* nói thẳng ý kiến của mình

special ['spɛʃəl] *adj* đặc biệt; **special offer** *n* khuyến mại đặc biệt
specialist ['spɛʃəlɪst] *n* chuyên gia
speciality [ˌspɛʃɪ'ælɪtɪ] *n* chuyên môn
specialize ['spɛʃəˌlaɪz] *v* chuyên về
specially ['spɛʃəlɪ] *adv* đặc biệt
species ['spiːʃiːz; 'spiːʃɪˌiːz] *n* loài
specific [spɪ'sɪfɪk] *adj* cụ thể
specifically [spɪ'sɪfɪklɪ] *adv* cụ thể là
specify ['spɛsɪˌfaɪ] *v* ghi rõ
specs [spɛks] *npl* kính đeo mắt
spectacles ['spɛktəkᵊlz] *npl* kính đeo mắt
spectacular [spɛk'tækjʊlə] *adj* ngoạn mục
spectator [spɛk'teɪtə] *n* khán giả
speculate ['spɛkjʊˌleɪt] *v* suy xét
speech [spiːtʃ] *n* khả năng nói
speechless ['spiːtʃlɪs] *adj* không nói nên lời
speed [spiːd] *n* sự nhanh nhẹn; **speed limit** *n* giới hạn tốc độ
speedboat ['spiːdˌbəʊt] *n* tàu siêu tốc
speeding ['spiːdɪŋ] *n* chạy quá tốc độ cho phép
speedometer [spɪ'dɒmɪtə] *n* đồng hồ tốc độ
speed up [spiːd ʌp] *v* tăng tốc
spell [spɛl] *n (magic)* phép thuật, *(time)* một đợt ▹ *v* đánh vần; **How do you spell it?** Từ đó đánh vần như thế nào?
spellchecker ['spɛlˌtʃɛkə] *n* phần mềm kiểm tra lỗi chính tả
spelling ['spɛlɪŋ] *n* cách đánh vần
spend [spɛnd] *v* tiêu *(sử dụng)*
sperm [spɜːm] *n* tinh trùng
spice [spaɪs] *n* gia vị
spicy ['spaɪsɪ] *adj* có nêm gia vị
spider ['spaɪdə] *n* con nhện
spill [spɪl] *v* làm đổ
spinach ['spɪnɪdʒ; -ɪtʃ] *n* cải bó xôi
spine [spaɪn] *n* cột sống
spinster ['spɪnstə] *n* bà cô
spire [spaɪə] *n* ngọn tháp
spirit ['spɪrɪt] *n* tinh thần
spirits ['spɪrɪts] *npl* tâm trạng
spiritual ['spɪrɪtjʊəl] *adj* thuộc tinh thần
spit [spɪt] *n* nước bọt ▹ *v* nhổ nước bọt
spite [spaɪt] *n* sự ác ý ▹ *v* chọc tức
spiteful ['spaɪtfʊl] *adj* hằn học
splash [splæʃ] *v* bắn tóe ra
splendid ['splɛndɪd] *adj* rất hay
splint [splɪnt] *n* thanh nẹp
splinter ['splɪntə] *n* mảnh vụn
split [splɪt] *v* vỡ
split up [splɪt ʌp] *v* chia ra
spoil [spɔɪl] *v* làm hỏng
spoilsport ['spɔɪlˌspɔːt] *n* người phá đám
spoilt [spɔɪlt] *adj* hư
spoke [spəʊk] *n* cái nan hoa
spokesman, spokesmen ['spəʊksmən, 'spəʊksmɛn] *n* người phát ngôn nam
spokesperson ['spəʊksˌpɜrsən] *n* người phát ngôn
spokeswoman, spokeswomen ['spəʊksˌwʊmən, 'spəʊksˌwɪmɪn] *n* người phát ngôn nữ
sponge [spʌndʒ] *n (cake)* bánh xốp, *(for washing)* bọt biển; **sponge bag** *n* túi không thấm nước
sponsor ['spɒnsə] *n* nhà tài trợ ▹ *v* tài trợ

sponsorship ['spɒnsəʃɪp] *n* sự tài trợ
spontaneous [spɒn'teɪnɪəs] *adj* tự phát
spooky ['spu:kɪ; 'spooky] *adj* như ma quỷ
spoon [spu:n] *n* cái thìa
spoonful ['spu:n,fʊl] *n* thìa đầy
sport [spɔ:t] *n* môn thể thao; **winter sports** *npl* các môn thể thao mùa đông
sportsman, sportsmen ['spɔ:tsmən, 'spɔ:tsmɛn] *n* nam vận động viên
sportswear ['spɔ:ts,wɛə] *n* quần áo thể thao
sportswoman, sportswomen ['spɔ:ts,wʊmən, 'spɔ:ts,wɪmɪn] *n* nữ vận động viên
sporty ['spɔ:tɪ] *adj* ham mê thể thao
spot [spɒt] *n (blemish)* đốm, *(place)* nơi ▷ *v* phát hiện ra
spotless ['spɒtlɪs] *adj* sạch sẽ
spotlight ['spɒt,laɪt] *n* đèn pha
spotty ['spɒtɪ] *adj* lốm đốm
spouse [spaʊs] *n* chồng
sprain [spreɪn] *n* sự bong gân ▷ *v* làm bong gân
spray [spreɪ] *n* bụi nước ▷ *v* phun bụi nước; **hair spray** *n* gôm xịt tóc
spread [sprɛd] *n* sự trải ra ▷ *v* trải ra
spread out [sprɛd aʊt] *v* tản ra
spreadsheet ['sprɛd,ʃi:t] *n* bảng tính toán
spring [sprɪŋ] *n (coil)* lò xo, *(season)* mùa xuân; **spring onion** *n* hành lá
spring-cleaning ['sprɪŋ,kli:nɪŋ] *n* dọn dẹp nhà cửa sạch sẽ vào cuối đông
springtime ['sprɪŋ,taɪm] *n* mùa xuân
sprinkler ['sprɪŋklə] *n* bình phun
sprint [sprɪnt] *n* sự chạy nước rút ▷ *v* chạy nước rút
sprinter ['sprɪntə] *n* người chạy nước rút
sprouts [spraʊts] *npl* mầm; **Brussels sprouts** *npl* cải Brúc-xen
spy [spaɪ] *n* gián điệp ▷ *v* theo dõi
spying ['spaɪɪŋ] *n* sự bí mật theo dõi
squabble ['skwɒbᵊl] *v* cãi vặt
squander ['skwɒndə] *v* lãng phí
square [skwɛə] *adj* vuông ▷ *n* hình vuông
squash [skwɒʃ] *n* nước quả ép ▷ *v* nén *(ép)*
squeak [skwi:k] *v* rít lên
squeeze [skwi:z] *v* siết chặt
squeeze in [skwi:z ɪn] *v* chen lấn
squid [skwɪd] *n* mực ống
squint [skwɪnt] *v* bị lác mắt
squirrel ['skwɪrəl; 'skwɜ:rəl; 'skwʌr-] *n* con sóc
Sri Lanka [,sri: 'læŋkə] *n* nước Sri Lanka
stab [stæb] *v* đâm *(bằng dao)*
stability [stə'bɪlɪtɪ] *n* sự ổn định
stable ['steɪbᵊl] *adj* ổn định ▷ *n* chuồng ngựa
stack [stæk] *n* đụn
stadium, stadia ['steɪdɪəm, 'steɪdɪə] *n* sân vận động; **How do we get to the stadium?** Chúng tôi đi đến sân vận động bằng cách nào được?
staff [stɑ:f] *n (stick or rod)* cột *(cọc)*, *(workers)* nhân viên
staffroom ['stɑ:f,ru:m] *n* phòng nhân viên
stage [steɪdʒ] *n* giai đoạn

stagger ['stægə] *v* đi loạng choạng
stain [steɪn] *n* vết bẩn ▷ *v* làm ố màu; **stain remover** *n* thuốc tẩy; **Can you remove this stain?** Anh có thể làm mất vết bẩn này không?
staircase ['stɛə,keɪs] *n* cầu thang
stairs [stɛəz] *npl* cầu thang
stale [steɪl] *adj* ôi thiu
stalemate ['steɪl,meɪt] *n* thế bí
stall [stɔːl] *n* quầy bán hàng
stamina ['stæmɪnə] *n* sự dẻo dai
stammer ['stæmə] *v* nói lắp
stamp [stæmp] *n* tem ▷ *v* giậm chân; **Can I have stamps for four postcards to...** Tôi muốn mua tem để gửi bốn bưu thiếp đi...; **Do you sell stamps?** Anh có bán tem không?; **Where can I buy stamps?** Tôi có thể mua tem ở đâu?; **Where is the nearest shop which sells stamps?** Cửa hàng bán tem gần nhất ở đâu?
stand [stænd] *v* đứng
standard ['stændəd] *adj* chuẩn ▷ *n* tiêu chuẩn; **standard of living** *n* mức sống
stand for [stænd fɔː] *v* là chữ viết tắt của
stand out [stænd aʊt] *v* nổi bật
standpoint ['stænd,pɔɪnt] *n* quan điểm
stands ['stændz] *npl* các quầy hàng
stand up [stænd ʌp] *v* đứng lên
staple ['steɪpᵊl] *n (commodity)* mặt hàng chủ lực, *(wire)* ghim dập ▷ *v* dập ghim
stapler ['steɪplə] *n* cái dập ghim
star [stɑː] *n (person)* ngôi sao, *(sky)* ngôi sao ▷ *v* đóng vai chính; **film star** *n* ngôi sao điện ảnh
starch [stɑːtʃ] *n* tinh bột
stare [stɛə] *v* nhìn chằm chằm
stark [stɑːk] *adj* khắc nghiệt
start [stɑːt] *n* phần đầu ▷ *vi* bắt đầu; **The tour starts at about...** Tua tham quan bắt đầu vào khoảng...; **When does the film start?** Mấy giờ phim bắt đầu chiếu?
starter ['stɑːtə] *n* món khai vị; **I'd like pasta as a starter** Tôi muốn ăn món khai vị là mỳ pasta
startle ['stɑːtᵊl] *v* làm giật mình
start off [stɑːt ɒf] *v* khởi hành
starve [stɑːv] *v* chết đói
state [steɪt] *n* trạng thái ▷ *v* tuyên bố; **Gulf States** *npl* các nước Vùng Vịnh
statement ['steɪtmənt] *n* lời tuyên bố; **bank statement** *n* bản sao kê của ngân hàng
station ['steɪʃən] *n* trạm; **bus station** *n* ga xe buýt; **metro station** *n* ga tàu điện ngầm; **petrol station** *n* trạm xăng; **police station** *n* đồn cảnh sát; **radio station** *n* đài phát thanh; **railway station** *n* ga xe lửa; **service station** *n* trạm xăng; **tube station** *n* ga tàu điện ngầm; **How far are we from the bus station?** Chúng ta còn cách trạm xe buýt bao xa?; **Is there a petrol station near here?** Gần đây có trạm xăng không?
stationer's ['steɪʃənəz] *n* cửa hàng văn phòng phẩm
stationery ['steɪʃənərɪ] *n* văn phòng phẩm
statistics [stə'tɪstɪks] *npl* số liệu thống kê

statue ['stætjuː] *n* bức tượng
status ['steɪtəs] *n* **marital status** *n* tình trạng hôn nhân
status quo ['steɪtəs kwəʊ] *n* hiện trạng
stay [steɪ] *n* thời gian ở ▹ *v* ở lại
stay in [steɪ ɪn] *v* không ra ngoài
stay up [steɪ ʌp] *v* thức
steady ['stɛdɪ] *adj* chắc chắn
steak [steɪk] *n* miếng thịt bò nạc; **rump steak** *n* thịt mông bò
steal [stiːl] *v* ăn cắp
steam [stiːm] *n* hơi nước
steel [stiːl] *n* thép; **stainless steel** *n* thép không rỉ
steep [stiːp] *adj* dốc; **Is it very steep?** Đường có dốc lắm không?
steeple ['stiːpᵊl] *n* ngọn tháp
steering ['stɪərɪŋ] *n* thiết bị lái; **steering wheel** *n* vô lăng
step [stɛp] *n* bước
stepdaughter ['stɛpˌdɔːtə] *n* con gái riêng của chồng
stepfather ['stɛpˌfɑːðə] *n* bố dượng
stepladder ['stɛpˌlædə] *n* thang xếp
stepmother ['stɛpˌmʌðə] *n* mẹ kế
stepson ['stɛpˌsʌn] *n* con trai riêng của chồng
stereo ['stɛrɪəʊ; 'stɪər-] *n* âm thanh nổi; **personal stereo** *n* máy nghe nhạc cá nhân
stereotype ['stɛrɪəˌtaɪp; 'stɪər-] *n* khuôn mẫu
sterile ['stɛraɪl] *adj* vô trùng
sterilize ['stɛrɪˌlaɪz] *v* khử trùng
sterling ['stɜːlɪŋ] *n* đồng bảng Anh
steroid ['stɪərɔɪd; 'stɛr-] *n* chất hữu cơ steroid
stew [stjuː] *n* món hầm
steward ['stjʊəd] *n* tiếp viên
stick [stɪk] *n* cành nhỏ ▹ *v* cắm; **stick insect** *n* sâu que; **walking stick** *n* gậy chống
sticker ['stɪkə] *n* nhãn dính
stick out [stɪk aʊt] *v* thò ra
sticky ['stɪkɪ] *adj* dính
stiff [stɪf] *adj* cứng
stifling ['staɪflɪŋ] *adj* ngột ngạt
still [stɪl] *adj* phẳng lặng ▹ *adv* vẫn; **The car is still under warranty** Xe vẫn còn trong thời hạn bảo hành
sting [stɪŋ] *n* vết đốt ▹ *v* đốt *(côn trùng)*; **I've been stung** Tôi bị đốt
stingy ['stɪndʒɪ] *adj* keo kiệt
stink [stɪŋk] *n* mùi hôi ▹ *v* có mùi khó chịu
stir [stɜː] *v* khuấy
stitch [stɪtʃ] *n* mũi khâu ▹ *v* khâu
stock [stɒk] *n* hàng tồn kho ▹ *v* trữ hàng; **stock cube** *n* viên xúp; **stock exchange** *n* thị trường chứng khoán; **stock market** *n* thị trường chứng khoán
stockbroker ['stɒkˌbrəʊkə] *n* người môi giới chứng khoán
stockholder ['stɒkˌhəʊldə] *n* cổ đông
stocking ['stɒkɪŋ] *n* bít tất dài
stock up [stɒk ʌp] *v* **stock up on** *v* lưu kho
stomach ['stʌmək] *n* dạ dày
stomachache ['stʌməkˌeɪk] *n* chứng đau bụng
stone [stəʊn] *n* đá *(hòn)*
stool [stuːl] *n* ghế đẩu
stop [stɒp] *n* sự dừng lại ▹ *vi* dừng; **bus stop** *n* bến xe buýt; **full stop** *n* dấu chấm câu; **Do we stop at...?** Chúng ta có dừng tại... không?; **Does the train stop at...?** Tàu có

dừng ở... không?; **Stop here, please** Xin dừng ở đây; **When do we stop next?** Khi nào chúng ta dừng xe lần tới?; **Where do we stop for lunch?** Chúng ta dừng ăn trưa ở đâu?

stopover ['stɒp,əʊvə] *n* sự nghỉ giữa chuyến đi

stopwatch ['stɒp,wɒtʃ] *n* đồng hồ bấm giờ

storage ['stɔ:rɪdʒ] *n* sự tích trữ

store [stɔ:] *n* cửa hàng ▹ *v* tích trữ; **department store** *n* cửa hàng bách hóa

storm [stɔ:m] *n* cơn bão

stormy ['stɔ:mɪ] *adj* bão táp

story ['stɔ:rɪ] *n* câu chuyện; **short story** *n* truyện ngắn

stove [stəʊv] *n* cái bếp

straight [streɪt] *adj* thẳng; **straight on** *adv* thẳng; **My hair is naturally straight** Tóc tôi thẳng tự nhiên

straighteners ['streɪtᵊnəz] *npl* cái duỗi tóc

straightforward [,streɪt'fɔ:wəd] *adj* thẳng thắn

strain [streɪn] *n* sự căng thẳng ▹ *v* làm căng thẳng

strained [streɪnd] *adj* gượng ép

stranded ['strændɪd] *adj* bị kẹt lại

strange [streɪndʒ] *adj* kỳ lạ

stranger ['streɪndʒə] *n* người lạ

strangle ['stræŋgᵊl] *v* bóp cổ

strap [stræp] *n* cái đai; **watch strap** *n* dây đồng hồ

strategic [strə'ti:dʒɪk] *adj* chiến lược

strategy ['strætɪdʒɪ] *n* chiến lược

straw [strɔ:] *n* rơm

strawberry ['strɔ:bərɪ; -brɪ] *n* quả dâu tây

stray [streɪ] *n* gia súc bị lạc

stream [stri:m] *n* dòng suối

street [stri:t] *n* phố; **street map** *n* bản đồ đường sá; **street plan** *n* sơ đồ đường phố; **I want a street map of the city** Tôi muốn bản đồ đường phố của thành phố

streetlamp ['stri:t,læmp] *n* đèn đường

streetwise ['stri:t,waɪz] *adj* bụi đời

strength [strɛŋθ] *n* sức lực

strengthen ['strɛŋθən] *v* tăng cường

stress [strɛs] *n* sự căng thẳng ▹ *v* nhấn mạnh

stressed ['strɛst] *adj* bị căng thẳng

stressful ['strɛsfʊl] *adj* gây căng thẳng

stretch [strɛtʃ] *v* kéo dài

stretcher ['strɛtʃə] *n* cái cáng thương

stretchy ['strɛtʃɪ] *adj* co giãn

strict [strɪkt] *adj* nghiêm khắc

strictly [strɪktlɪ] *adv* nghiêm khắc

strike [straɪk] *n* cuộc bãi công ▹ *vi* điểm giờ, *(suspend work)* bãi công ▹ *vt* đập *(mạnh)*

striker ['straɪkə] *n* người bãi công

striking ['straɪkɪŋ] *adj* đầy ấn tượng

string [strɪŋ] *n* sợi dây

strip [strɪp] *n* sự thoát y ▹ *v* thoát y

stripe [straɪp] *n* sọc

striped [straɪpt] *adj* có sọc

stripper ['strɪpə] *n* người biểu diễn thoát y

stripy ['straɪpɪ] *adj* có sọc

stroke [strəʊk] *n (hit)* cái vuốt ve ▹ *v* vuốt ve

stroll [strəʊl] *n* cuộc đi dạo

strong [strɒŋ] *adj* khỏe; **I need something stronger** Tôi cần loại mạnh hơn
strongly [strɒŋlɪ] *adv* mạnh
structure ['strʌktʃə] *n* công trình
struggle ['strʌgᵊl] *v* cố gắng
stub [stʌb] *n* mẩu
stubborn ['stʌbᵊn] *adj* bướng bỉnh
stub out [stʌb aʊt] *v* dập tắt
stuck [stʌk] *adj* bị tắc
stuck-up [stʌkʌp] *adj* vênh váo
stud [stʌd] *n* đinh tán
student ['stju:dᵊnt] *n* sinh viên; **student discount** *n* sự giảm giá cho sinh viên; **Are there any reductions for students?** Có giảm giá cho sinh viên không?; **I'm a student** Tôi là sinh viên
studio ['stju:dɪ,əʊ] *n* studio; **studio flat** *n* căn hộ nhỏ
study ['stʌdɪ] *v* học; **I'm still studying** Tôi còn đang đi học
stuff [stʌf] *n* chất liệu
stuffy ['stʌfɪ] *adj* ngột ngạt
stumble ['stʌmbᵊl] *v* vấp
stunned [stʌnd] *adj* bị choáng váng
stunning ['stʌnɪŋ] *adj* tuyệt vời
stunt [stʌnt] *n* cảnh biểu diễn nguy hiểm
stuntman, stuntmen ['stʌntmən, 'stʌntmɛn] *n* người đóng thế
stupid ['stju:pɪd] *adj* ngu xuẩn
stutter ['stʌtə] *v* nói lắp
style [staɪl] *n* kiểu; **I want a completely new style** Tôi muốn một kiểu hoàn toàn mới
styling ['staɪlɪŋ] *n* **Do you sell styling products?** Anh có bán các sản phẩm tạo dáng tóc không?
stylist ['staɪlɪst] *n* người tạo mẫu tóc
subject ['sʌbdʒɪkt] *n* chủ đề
submarine ['sʌbmə,ri:n; ,sʌbmə'ri:n] *n* tàu ngầm
subscription [səb'skrɪpʃən] *n* tiền đặt báo dài hạn
subsidiary [səb'sɪdɪərɪ] *n* công ty con
subsidize ['sʌbsɪ,daɪz] *v* bao cấp
subsidy ['sʌbsɪdɪ] *n* tiền trợ cấp
substance ['sʌbstəns] *n* chất
substitute ['sʌbstɪ,tju:t] *n* cái thay thế ▷ *v* thay thế
subtitled ['sʌb,taɪtᵊld] *adj* có phụ đề
subtitles ['sʌb,taɪtᵊlz] *npl* phụ đề
subtle ['sʌtᵊl] *adj* khó thấy
subtract [səb'trækt] *v* trừ
suburb ['sʌbɜ:b] *n* ngoại ô
suburban [sə'bɜ:bᵊn] *adj* thuộc ngoại ô
subway ['sʌb,weɪ] *n* đường ngầm
succeed [sək'si:d] *v* thành công
success [sək'sɛs] *n* sự thành công
successful [sək'sɛsfʊl] *adj* thành công
successfully [sək'sɛsfʊlɪ] *adv* thành công
successive [sək'sɛsɪv] *adj* liên tục
successor [sək'sɛsə] *n* người kế vị
such [sʌtʃ] *adj* như loại đó ▷ *adv* vô cùng
suck [sʌk] *v* hút
Sudan [su:'dɑ:n; -'dæn] *n* Sudan
Sudanese [,su:dᵊ'ni:z] *adj* thuộc Sudan ▷ *n* người Sudan
sudden ['sʌdᵊn] *adj* bất ngờ
suddenly ['sʌdᵊnlɪ] *adv* bất ngờ
sue [sju:; su:] *v* kiện *(tụng)*
suede [sweɪd] *n* da lộn

suffer ['sʌfə] *v* chịu đựng
sufficient [sə'fɪʃənt] *adj* không đủ
suffocate ['sʌfə,keɪt] *v* làm ngạt
sugar ['ʃʊgə] *n* đường *(ăn)*; **icing sugar** *n* đường dùng làm kem; **no sugar** không đường
sugar-free ['ʃʊgəfri:] *adj* không đường
suggest [sə'dʒɛst; səg'dʒɛst] *v* gợi ý
suggestion [sə'dʒɛstʃən] *n* gợi ý
suicide ['su:ɪ,saɪd; 'sju:-] *n* sự tự vẫn; **suicide bomber** *n* người đánh bom liều chết
suit [su:t; sju:t] *n* bộ com lê ▹ *v* hợp với; **bathing suit** *n* áo tắm; **shell suit** *n* áo khoác chống thấm
suitable ['su:təbᵊl; 'sju:t-] *adj* phù hợp
suitcase ['su:t,keɪs; 'sju:t-] *n* va-li
suite [swi:t] *n* dãy phòng
sulk [sʌlk] *v* giận dỗi
sulky ['sʌlkɪ] *adj* hay giận dỗi
sultana [sʌl'tɑ:nə] *n* nho khô
sum [sʌm] *n* tổng số
summarize ['sʌmə,raɪz] *v* tóm tắt
summary ['sʌmərɪ] *n* tóm tắt
summer ['sʌmə] *n* mùa hè; **summer holidays** *npl* kỳ nghỉ hè; **after summer** sau mùa hè; **during the summer** trong mùa hè; **in summer** vào mùa hè
summertime ['sʌmə,taɪm] *n* mùa hè
summit ['sʌmɪt] *n* đỉnh
sum up [sʌm ʌp] *v* tóm tắt
sun [sʌn] *n* mặt trời
sunbathe ['sʌn,beɪð] *v* tắm nắng
sunbed ['sʌn,bɛd] *n* ghế nằm phơi nắng
sunblock ['sʌn,blɒk] *n* kem chống nắng
sunburn ['sʌn,bɜ:n] *n* sự cháy nắng
sunburnt ['sʌn,bɜ:nt] *adj* bị cháy nắng; **I am sunburnt** Tôi bị cháy nắng
suncream ['sʌn,kri:m] *n* kem chống nắng
Sunday ['sʌndɪ] *n* Chủ nhật; **Is the museum open on Sundays?** Bảo tàng có mở cửa Chủ nhật không?; **on Sunday** vào Chủ nhật
sunflower ['sʌn,flaʊə] *n* hoa hướng dương
sunglasses ['sʌn,glɑ:sɪz] *npl* kính râm
sunlight ['sʌnlaɪt] *n* ánh sáng mặt trời
sunny ['sʌnɪ] *adj* nắng; **It's sunny** Trời nắng
sunrise ['sʌn,raɪz] *n* bình minh
sunroof ['sʌn,ru:f] *n* cửa nóc ô tô
sunscreen ['sʌn,skri:n] *n* kem chống nắng
sunset ['sʌn,sɛt] *n* hoàng hôn
sunshine ['sʌn,ʃaɪn] *n* ánh nắng
sunstroke ['sʌn,strəʊk] *n* sự say nắng
suntan ['sʌn,tæn] *n* sự rám nắng; **suntan lotion** *n* kem chống nắng; **suntan oil** *n* dầu tắm nắng
super ['su:pə] *adj* tuyệt vời
superb [sʊ'pɜ:b; sjʊ-] *adj* cực ấn tượng
superficial [,su:pə'fɪʃəl] *adj* hời hợt
superior [su:'pɪərɪə] *adj* tốt hơn ▹ *n* thượng cấp
supermarket ['su:pə,mɑ:kɪt] *n* siêu thị; **I need to find a supermarket** Tôi cần tìm một siêu thị
supernatural [,su:pə'nætʃrəl;

-'nætʃərəl] *adj* siêu tự nhiên
superstitious [ˌsu:pə'stɪʃəs] *adj* mê tín
supervise ['su:pəˌvaɪz] *v* giám sát
supervisor ['su:pəˌvaɪzə] *n* người giám sát
supper ['sʌpə] *n* bữa tối
supplement ['sʌplɪmənt] *n* phần bổ sung
supplier [sə'plaɪə] *n* nhà cung cấp
supplies [sə'plaɪz] *npl* nhu yếu phẩm
supply [sə'plaɪ] *n* sự cung cấp ▷ *v* cung cấp; **supply teacher** *n* giáo viên dạy thay
support [sə'pɔ:t] *n* sự chống đỡ ▷ *v* ủng hộ
supporter [sə'pɔ:tə] *n* người ủng hộ
suppose [sə'pəʊz] *v* cho là
supposedly [sə'pəʊzɪdlɪ] *adv* cho là
supposing [sə'pəʊzɪŋ] *conj* giả sử
surcharge ['sɜ:ˌtʃɑ:dʒ] *n* khoản phụ trội
sure [ʃʊə; ʃɔ:] *adj* chắc chắn
surely ['ʃʊəlɪ; 'ʃɔ:-] *adv* chắc chắn
surf [sɜ:f] *n* bọt sóng ▷ *v* lướt sóng; **Where can you go surfing?** Có thể chơi lướt sóng ở đâu?
surface ['sɜ:fɪs] *n* bề mặt
surfboard ['sɜ:fˌbɔ:d] *n* ván để lướt sóng
surfer ['sɜ:fə] *n* người lướt sóng
surfing ['sɜ:fɪŋ] *n* môn lướt sóng
surge [sɜ:dʒ] *n* sự tăng lên đột ngột
surgeon ['sɜ:dʒən] *n* bác sỹ phẫu thuật
surgery ['sɜ:dʒərɪ] *n (doctor's)* khoa phẫu thuật, *(operation)* phẫu thuật; **cosmetic surgery** *n* phẫu thuật thẩm mỹ; **plastic surgery** *n* phẫu thuật thẩm mỹ
surname ['sɜ:ˌneɪm] *n* họ *(tên)*
surplus ['sɜ:pləs] *adj* thừa ▷ *n* lượng dư
surprise [sə'praɪz] *n* sự ngạc nhiên
surprised [sə'praɪzd] *adj* ngạc nhiên
surprising [sə'praɪzɪŋ] *adj* làm ngạc nhiên
surprisingly [sə'praɪzɪŋlɪ] *adv* thật ngạc nhiên
surrender [sə'rɛndə] *v* đầu hàng
surround [sə'raʊnd] *v* vây quanh
surroundings [sə'raʊndɪŋz] *npl* khu vực xung quanh
survey ['sɜ:veɪ] *n* cuộc điều tra
surveyor [sɜ:'veɪə] *n* giám định viên
survival [sə'vaɪvᵊl] *n* sự sống sót
survive [sə'vaɪv] *v* sống sót
survivor [sə'vaɪvə] *n* người sống sót
suspect *n* ['sʌspɛkt] người bị tình nghi ▷ *v* [sə'spɛkt] nghi ngờ
suspend [sə'spɛnd] *v* treo lên
suspenders [sə'spɛndəz] *npl* dây nịt móc bít tất
suspense [sə'spɛns] *n* sự hồi hộp
suspension [sə'spɛnʃən] *n* sự đình chỉ; **suspension bridge** *n* cầu treo
suspicious [sə'spɪʃəs] *adj* khả nghi
swallow ['swɒləʊ] *n* sự nuốt ▷ *vi* nuốt nước bọt ▷ *vt* nuốt; **The cash machine swallowed my card** Máy rút tiền nuốt mất thẻ của tôi rồi
swamp [swɒmp] *n* đầm lầy
swan [swɒn] *n* con thiên nga
swap [swɒp] *v* trao đổi
swat [swɒt] *v* đánh mạnh
sway [sweɪ] *v* đu đưa
Swaziland ['swɑ:zɪˌlænd] *n* nước Swaziland
swear [swɛə] *v* chửi

swearword ['swɛəˌwɜ:d] *n* câu chửi rủa
sweat [swɛt] *n* mồ hôi ▷ *v* toát mồ hôi
sweater ['swɛtə] *n* áo len; **polo-necked sweater** *n* áo len cổ lọ
sweatshirt ['swɛtˌʃɜ:t] *n* áo cốt-tông dài tay
sweaty ['swɛtɪ] *adj* đầy mồ hôi
swede [swi:d] *n* củ cải Thụy Điển
Swede [swi:d] *n* người Thụy Điển
Sweden ['swi:dᵊn] *n* nước Thụy Điển
Swedish ['swi:dɪʃ] *adj* thuộc Thụy Điển ▷ *n* tiếng Thụy Điển
sweep [swi:p] *v* quét
sweet [swi:t] *adj (pleasing)* dễ chịu, *(taste)* ngọt ▷ *n* kẹo
sweetcorn ['swi:tˌkɔ:n] *n* ngô ngọt
sweetener ['swi:tᵊnə] *n* đường hóa học
sweets ['swi:tz] *npl* bánh kẹo
sweltering ['swɛltərɪŋ] *adj* oi ả
swerve [swɜ:v] *v* đi chệch
swim [swɪm] *v* bơi; **Can you swim here?** Có bơi được ở đây không?; **Let's go swimming** Chúng mình đi bơi đi; **Where can I go swimming?** Tôi có thể đi bơi ở đâu?
swimmer ['swɪmə] *n* người bơi
swimming ['swɪmɪŋ] *n* sự bơi; **swimming costume** *n* quần áo bơi; **swimming pool** *n* bể bơi; **swimming trunks** *npl* quần bơi nam
swimsuit ['swɪmˌsu:t] *n* quần áo bơi
swing [swɪŋ] *n* động tác đu đưa ▷ *v* đu đưa
Swiss [swɪs] *adj* thuộc Thụy Sỹ ▷ *n* người Thụy Sỹ
switch [swɪtʃ] *n* công tắc ▷ *v* chuyển
switchboard ['swɪtʃˌbɔ:d] *n* tổng đài điện thoại
switch off [swɪtʃ ɒf] *v* tắt; **Can I switch the light off?** Tôi có thể tắt đèn được không?
switch on [swɪtʃ ɒn] *v* bật; **Can I switch the radio on?** Tôi có thể bật đài được không?; **How do you switch it on?** Bật lên thế nào?
Switzerland ['swɪtsələnd] *n* Thụy Sỹ
swollen ['swəʊlən] *adj* bị sưng
sword [sɔ:d] *n* thanh kiếm
swordfish ['sɔ:dˌfɪʃ] *n* cá kiếm
swot [swɒt] *v* học gạo
syllable ['sɪləbᵊl] *n* âm tiết
syllabus ['sɪləbəs] *n* chương trình học
symbol ['sɪmbᵊl] *n* biểu tượng *(đại diện)*
symmetrical [sɪ'mɛtrɪkᵊl] *adj* cân đối
sympathetic [ˌsɪmpə'θɛtɪk] *adj* thông cảm
sympathize ['sɪmpəˌθaɪz] *v* thông cảm
sympathy ['sɪmpəθɪ] *n* sự thông cảm
symphony ['sɪmfənɪ] *n* nhạc giao hưởng
symptom ['sɪmptəm] *n* triệu chứng
synagogue ['sɪnəˌgɒg] *n* giáo đường Do thái; **Where is there a synagogue?** Ở đâu có giáo đường Do Thái?
syndrome ['sɪndrəʊm] *n* **Down's syndrome** *n* hội chứng Down

Syria ['sɪrɪə] *n* nước Syria
Syrian ['sɪrɪən] *adj* thuộc Syria ▷ *n* người Syria
syringe ['sɪrɪndʒ; sɪ'rɪndʒ] *n* ống tiêm
syrup ['sɪrəp] *n* nước xi-rô
system ['sɪstəm] *n* hệ thống; **immune system** *n* hệ miễn dịch; **solar system** *n* hệ mặt trời; **systems analyst** *n* phân tích viên hệ thống
systematic [ˌsɪstɪ'mætɪk] *adj* có hệ thống

t

table ['teɪbᵊl] *n* *(chart)* bảng *(số liệu)*, *(furniture)* cái bàn; **bedside table** *n* bàn để đầu giường; **coffee table** *n* bàn uống cà phê; **dressing table** *n* bàn trang điểm; **table tennis** *n* môn bóng bàn; **table wine** *n* rượu vang thường
tablecloth ['teɪbᵊlˌklɒθ] *n* khăn trải bàn
tablespoon ['teɪbᵊlˌspuːn] *n* thìa to
tablet ['tæblɪt] *n* viên thuốc
taboo [tə'buː] *adj* cấm kỵ ▷ *n* điều cấm kỵ
tackle ['tækᵊl; 'teɪkᵊl] *n* hành động cản ▷ *v* xử lý; **fishing tackle** *n* đồ nghề câu cá
tact [tækt] *n* sự tế nhị
tactful ['tæktfʊl] *adj* tế nhị
tactics ['tæktɪks] *npl* chiến thuật
tactless ['tæktlɪs] *adj* không lịch thiệp
tadpole ['tædˌpəʊl] *n* con nòng nọc
tag [tæg] *n* nhãn *(hàng)*

Tahiti [tə'hi:tɪ] *n* Tahiti
tail [teɪl] *n* cái đuôi
tailor ['teɪlə] *n* thợ may
Taiwan ['taɪ'wɑ:n] *n* Đài Loan
Taiwanese [ˌtaɪwɑ:'ni:z] *adj* thuộc Đài Loan ▷ *n* người Đài Loan
Tajikistan [tɑ:ˌdʒɪkɪ'stɑ:n; -stæn] *n* nước Tajikistan
take [teɪk] *v* lấy *(mang đi)*; **I'll take it** Tôi lấy cái này
take after [teɪk 'ɑ:ftə] *v* giống *(nhau)*
take apart [teɪk ə'pɑ:t] *v* tháo ra
take away [teɪk ə'weɪ] *v* mang đi
takeaway ['teɪkəˌweɪ] *n* cửa hàng bán thức ăn mang về
take back [teɪk bæk] *v* lấy lại
taken ['teɪkən] *adj* **Is this seat taken?** Chỗ này có ai ngồi chưa?
take off [teɪk ɒf] *v* cởi ra
takeoff ['teɪkˌɒf] *n* sự cất cánh
take over [teɪk 'əʊvə] *v* tiếp quản
takeover ['teɪkˌəʊvə] *n* sự tiếp quản
takings ['teɪkɪŋz] *npl* tiền bán hàng
tale [teɪl] *n* câu chuyện
talent ['tælənt] *n* năng khiếu
talented ['tæləntɪd] *adj* có khiếu
talk [tɔ:k] *n* bài nói chuyện ▷ *v* nói chuyện; **talk to** *v* phê bình
talkative ['tɔ:kətɪv] *adj* hay nói
tall [tɔ:l] *adj* cao; **How tall are you?** Anh cao bao nhiêu?
tame [teɪm] *adj* thuần
tampon ['tæmpɒn] *n* băng vệ sinh dạng nút
tan [tæn] *n* màu rám nắng
tandem ['tændəm] *n* xe đạp đôi
tangerine [ˌtændʒə'ri:n] *n* quả quýt
tank [tæŋk] *n* *(combat vehicle)* xe tăng, *(large container)* bể *(chứa)*; **petrol tank** *n* bể chứa xăng; **septic tank** *n* hố rác tự hoại
tanker ['tæŋkə] *n* tàu chở dầu
tanned [tænd] *adj* rám nắng
tantrum ['tæntrəm] *n* cơn giận
Tanzania [ˌtænzə'nɪə] *n* Tanzania
Tanzanian [ˌtænzə'nɪən] *adj* thuộc Tanzania ▷ *n* người Tanzania
tap [tæp] *n* cái gõ nhẹ
tap-dancing ['tæpˌdɑ:nsɪŋ] *n* nhảy gõ giầy
tape [teɪp] *n* dây ▷ *v* ghi âm; **tape measure** *n* thước dây; **tape recorder** *n* máy ghi âm
target ['tɑ:gɪt] *n* mục tiêu
tariff ['tærɪf] *n* thuế quan
tarmac ['tɑ:mæk] *n* tarmac
tarpaulin [tɑ:'pɔ:lɪn] *n* vải dầu
tarragon ['tærəgən] *n* cây ngải giấm
tart [tɑ:t] *n* bánh táo
tartan ['tɑ:tᵊn] *adj* có kẻ ô vuông
task [tɑ:sk] *n* nhiệm vụ
Tasmania [tæz'meɪnɪə] *n* bang Tasmania
taste [teɪst] *n* vị *(nếm)* ▷ *v* nếm; **Can I taste it?** Tôi nếm được không?
tasteful ['teɪstfʊl] *adj* có óc thẩm mỹ
tasteless ['teɪstlɪs] *adj* vô vị
tasty ['teɪstɪ] *adj* ngon
tattoo [tæ'tu:] *n* hình xăm trên da
Taurus ['tɔ:rəs] *n* cung Kim ngưu
tax [tæks] *n* thuế; **income tax** *n* thuế thu nhập; **road tax** *n* thuế cầu đường; **tax payer** *n* người đóng thuế; **tax return** *n* bản khai thuế
taxi ['tæksɪ] *n* xe taxi; **taxi driver** *n* người lái xe taxi; **taxi rank** *n* bến xe taxi

TB [ti: bi:] *n* bệnh lao
tea [ti:] *n* chè *(trà)*; **herbal tea** *n* chè thảo dược; **tea bag** *n* gói chè; **tea towel** *n* khăn lau bát
teach [ti:tʃ] *v* dạy học
teacher ['ti:tʃə] *n* giáo viên; **supply teacher** *n* giáo viên dạy thay; **I'm a teacher** Tôi là giáo viên
teaching ['ti:tʃɪŋ] *n* nghề dạy học
teacup ['ti:ˌkʌp] *n* chén uống trà
team [ti:m] *n* đội *(nhóm)*
teapot ['ti:ˌpɒt] *n* ấm pha trà
tear[1] [tɪə] *n* *(from eye)* nước mắt
tear[2] [tɛə] *n* *(split)* chỗ rách ▷ *v* làm rách; **tear up** *v* xé toạc
tear gas ['tɪəˌgæs] *n* hơi cay
tease [ti:z] *v* trêu chọc
teaspoon ['ti:ˌspu:n] *n* thìa cà phê
teatime ['ti:ˌtaɪm] *n* giờ ăn tối
technical ['tɛknɪkᵊl] *adj* kỹ thuật
technician [tɛk'nɪʃən] *n* kỹ thuật viên
technique [tɛk'ni:k] *n* kỹ xảo
techno ['tɛknəʊ] *n* nhạc techno
technological [tɛk'nɒlədʒɪkᵊl] *adj* liên quan đến công nghệ
technology [tɛk'nɒlədʒɪ] *n* công nghệ
tee [ti:] *n* vật đỡ bóng gôn
teenager ['ti:nˌeɪdʒə] *n* thiếu niên
teens [ti:nz] *npl* tuổi thiếu niên
tee-shirt ['ti:ˌʃɜ:t] *n* áo phông
teethe [ti:ð] *v* mọc răng
teetotal [ti:'təʊtᵊl] *adj* không uống rượu
telecommunications [ˌtɛlɪkəˌmju:nɪ'keɪʃənz] *npl* viễn thông
telegram ['tɛlɪˌgræm] *n* bức điện tín
telephone ['tɛlɪˌfəʊn] *n* điện thoại; **telephone directory** *n* danh bạ điện thoại; **I need to make an urgent telephone call** Tôi cần gọi một cuộc điện thoại khẩn; **What's the telephone number?** Số điện thoại là gì?
telesales ['tɛlɪˌseɪlz] *npl* việc bán hàng qua điện thoại
telescope ['tɛlɪˌskəʊp] *n* kính viễn vọng
television ['tɛlɪˌvɪʒən] *n* ti vi; **cable television** *n* truyền hình cáp; **colour television** *n* ti vi màu; **digital television** *n* truyền hình kỹ thuật số; **Where is the television?** Ti vi ở đâu?
tell [tɛl] *v* bảo
teller ['tɛlə] *n* người kể chuyện
tell off [tɛl ɒf] *v* mắng
telly ['tɛlɪ] *n* ti vi
temp [tɛmp] *n* nhân viên tạm thời
temper ['tɛmpə] *n* cơn giận
temperature ['tɛmprɪtʃə] *n* nhiệt độ; **What is the temperature?** Nhiệt độ là bao nhiêu?
temple ['tɛmpᵊl] *n* đền *(thờ)*
temporary ['tɛmpərərɪ; 'tɛmprərɪ] *adj* tạm thời
tempt [tɛmpt] *v* xúi giục
temptation [tɛmp'teɪʃən] *n* sự xúi giục
tempting ['tɛmptɪŋ] *adj* hấp dẫn
ten [tɛn] *number* mười; **It's ten o'clock** Bây giờ là mười giờ
tenant ['tɛnənt] *n* người thuê nhà
tend [tɛnd] *v* có xu hướng
tendency ['tɛndənsɪ] *n* xu hướng
tender ['tɛndə] *adj* mềm
tendon ['tɛndən] *n* gân

tennis ['tɛnɪs] *n* quần vợt; **table tennis** *n* môn bóng bàn; **tennis player** *n* người chơi quần vợt; **tennis racket** *n* vợt quần vợt
tenor ['tɛnə] *n* giọng nam cao
tense [tɛns] *adj* căng thẳng ▷ *n* thời của động từ
tension ['tɛnʃən] *n* tình trạng căng thẳng
tent [tɛnt] *n* lều; **tent peg** *n* chốt lều; **tent pole** *n* cọc trụ lều; **How much is it per night for a tent?** Lều trại giá bao nhiêu tiền một đêm?; **How much is it per week for a tent?** Lều trại giá bao nhiêu tiền một tuần?
tenth [tɛnθ] *adj* thứ mười ▷ *n* một phần mười
term [tɜːm] *n (description)* thuật ngữ, *(division of year)* học kỳ
terminal ['tɜːmɪnᵊl] *adj* chết người ▷ *n* ga cuối cùng
terminally ['tɜːmɪnᵊlɪ] *adv* vô phương cứu chữa
terrace ['tɛrəs] *n* dãy nhà
terraced ['tɛrəst] *adj* theo dãy
terrible ['tɛrəbᵊl] *adj* khủng khiếp
terribly ['tɛrəblɪ] *adv* rất tệ
terrier ['tɛrɪə] *n* chó sục
terrific [tə'rɪfɪk] *adj* rất mạnh
terrified ['tɛrɪˌfaɪd] *adj* khiếp sợ
terrify ['tɛrɪˌfaɪ] *v* làm cho khiếp sợ
territory ['tɛrɪtərɪ; -trɪ] *n* lãnh thổ
terrorism ['tɛrəˌrɪzəm] *n* sự khủng bố
terrorist ['tɛrərɪst] *n* kẻ khủng bố; **terrorist attack** *n* vụ tấn công khủng bố
test [tɛst] *n* bài kiểm tra ▷ *v* thử nghiệm; **driving test** *n* kỳ thi lái xe; **smear test** *n* xét nghiệm phết tế bào cổ tử cung; **test tube** *n* ống nghiệm
testicle ['tɛstɪkᵊl] *n* tinh hoàn
tetanus ['tɛtənəs] *n* bệnh uốn ván
text [tɛkst] *n* bài văn ▷ *v* gửi tin nhắn; **text message** *n* tin nhắn
textbook ['tɛkstˌbʊk] *n* sách giáo khoa
textile ['tɛkstaɪl] *n* vải dệt
Thai [taɪ] *adj* thuộc Thái Lan ▷ *n (language)* tiếng Thái Lan, *(person)* người Thái Lan
Thailand ['taɪˌlænd] *n* nước Thái Lan
than [ðæn; ðən] *conj* hơn; **It's more than on the meter** Đắt hơn trên đồng hồ tính tiền
thank [θæŋk] *v* cảm ơn; **Thank you** Cảm ơn; **Thank you very much** Xin cảm ơn rất nhiều
thanks [θæŋks] *excl* cảm ơn!
that [ðæt; ðət] *adj* đó ▷ *conj* rằng ▷ *pron* đó, điều đó; **Does that contain alcohol?** Trong đó có rượu không?; **How much does that cost?** Cái đó hết bao nhiêu tiền?; **Sorry, I didn't catch that** Xin lỗi, tôi chưa kịp nghe câu đó
thatched [θætʃt] *adj* có mái tranh
thaw [θɔː] *v* **It's thawing** Tuyết đang tan
the [ðə] *art* đó
theatre ['θɪətə] *n* rạp hát; **operating theatre** *n* phòng mổ
theft [θɛft] *n* sự ăn trộm; **identity theft** *n* ăn trộm danh tính
their [ðɛə] *pron* của họ
theirs [ðɛəz] *pron* của họ
them [ðɛm; ðəm] *pron* họ *(những*

người đó)
theme [θi:m] *n* chủ đề; **theme park** *n* công viên vui chơi theo chủ đề
themselves [ðəm'sɛlvz] *pron* tự họ
then [ðɛn] *adv* lúc đó ▷ *conj* sau đó
theology [θɪ'ɒlədʒɪ] *n* thần học
theory ['θɪərɪ] *n* lý thuyết
therapy ['θɛrəpɪ] *n* liệu pháp
there [ðɛə] *adv* ở đó
therefore ['ðɛə,fɔ:] *adv* vì vậy
thermometer [θə'mɒmɪtə] *n* nhiệt kế
Thermos® ['θɜ:məs] *n* phích Thermos®
thermostat ['θɜ:mə,stæt] *n* thiết bị ổn nhiệt
these [ði:z] *adj* này ▷ *pron* những cái này; **Can you repair these shoes?** Anh có thể chữa đôi giày này không?
they [ðeɪ] *pron* họ *(những người đó)*; **Do they hire out rackets?** Họ có cho thuê vợt không?
thick [θɪk] *adj* dày
thickness ['θɪknɪs] *n* độ dày
thief [θi:f] *n* kẻ trộm
thigh [θaɪ] *n* đùi
thin [θɪn] *adj* mỏng
thing [θɪŋ] *n* đồ vật
think [θɪŋk] *v* nghĩ
third [θɜ:d] *adj* thứ ba *(thứ tự)* ▷ *n* một phần ba; **third-party insurance** *n* sự bảo hiểm cho bên thứ ba; **Third World** *n* Thế giới Thứ ba
thirdly [θɜ:dlɪ] *adv* thứ ba *(thứ tự)*
thirst [θɜ:st] *n* cơn khát
thirsty ['θɜ:stɪ] *adj* khát; **I'm thirsty** Tôi khát
thirteen ['θɜ:'ti:n] *number* mười ba
thirteenth ['θɜ:'ti:nθ] *adj* thứ mười ba
thirty ['θɜ:tɪ] *number* ba mươi
this [ðɪs] *adj* này ▷ *pron* cái này; **I'll have this** Tôi sẽ ăn món này; **What is in this?** Có gì trong này vậy?
thistle ['θɪsᵊl] *n* cây kế
thorn [θɔ:n] *n* gai
thorough ['θʌrə] *adj* kỹ lưỡng
thoroughly ['θʌrəlɪ] *adv* kỹ lưỡng
those [ðəʊz] *adj* đó ▷ *pron* những cái đó
though [ðəʊ] *adv* tuy thế ▷ *conj* mặc dù
thought [θɔ:t] *n* sự suy nghĩ
thoughtful ['θɔ:tfʊl] *adj* quan tâm
thoughtless ['θɔ:tlɪs] *adj* vô tâm
thousand ['θaʊzənd] *number* nghìn
thousandth ['θaʊzənθ] *adj* thứ một nghìn ▷ *n* một phần nghìn
thread [θrɛd] *n* sợi
threat [θrɛt] *n* lời hăm dọa
threaten ['θrɛtᵊn] *v* đe dọa
threatening ['θrɛtᵊnɪŋ] *adj* đe dọa
three [θri:] *number* ba *(số)*; **It's three o'clock** Bây giờ là ba giờ
three-dimensional [,θri:dɪ'mɛnʃənᵊl] *adj* có ba chiều
thrifty ['θrɪftɪ] *adj* tiết kiệm
thrill [θrɪl] *n* sự run lên
thrilled [θrɪld] *adj* run lên vì sướng
thriller ['θrɪlə] *n* truyện ly kỳ
thrilling ['θrɪlɪŋ] *adj* ly kỳ
throat [θrəʊt] *n* cổ họng
throb [θrɒb] *v* đập mạnh
throne [θrəʊn] *n* ngai vàng
through [θru:] *prep* xuyên qua
throughout [θru:'aʊt] *prep* xuyên suốt
throw [θrəʊ] *v* ném

throw away [θrəʊ əˈweɪ] *v* vứt đi
throw out [θrəʊ aʊt] *v* bác bỏ
throw up [θrəʊ ʌp] *v* nôn
thrush [θrʌʃ] *n* chim hét
thug [θʌg] *n* du côn
thumb [θʌm] *n* ngón tay cái
thumb tack [ˈθʌmˌtæk] *n* đinh bấm
thump [θʌmp] *v* đập *(thùm thụp)*
thunder [ˈθʌndə] *n* sấm; **I think it's going to thunder** Tôi nghĩ sắp có sấm
thunderstorm [ˈθʌndəˌstɔːm] *n* bão có sấm sét và mưa to
thundery [ˈθʌndərɪ] *adj* dông tố
Thursday [ˈθɜːzdɪ] *n* thứ Năm *(trong tuần)*; **on Thursday** vào thứ Năm
thyme [taɪm] *n* cây húng tây
Tibet [tɪˈbɛt] *n* Tây Tạng
Tibetan [tɪˈbɛtᵊn] *adj* thuộc Tây Tạng ▹ *n (language)* tiếng Tây Tạng, *(person)* người Tây Tạng
tick [tɪk] *n* dấu kiểm ▹ *v* đánh dấu
ticket [ˈtɪkɪt] *n* vé; **bus ticket** *n* vé xe buýt; **one-way ticket** *n* vé một chiều; **parking ticket** *n* vé phạt đỗ xe; **return ticket** *n* vé khứ hồi; **season ticket** *n* vé mùa; **single ticket** *n* vé một chiều; **stand-by ticket** *n* vé dự phòng; **ticket barrier** *n* hàng rào soát vé; **ticket collector** *n* người thu vé; **ticket inspector** *n* thanh tra soát vé; **ticket machine** *n* máy bán vé tự động; **ticket office** *n* phòng vé; **a child's ticket** một vé trẻ em; **Can I buy the tickets here?** Tôi có thể mua vé ở đây không?; **Can you book the tickets for us?** Anh có thể đặt vé cho chúng tôi không?; **Do I need to buy a car-parking ticket?** Tôi có cần mua vé đỗ ô tô không?; **Do you have multi-journey tickets?** Anh có vé đi nhiều chuyến không?; **How much are the tickets?** Những vé này giá bao nhiêu?; **I want to upgrade my ticket** Tôi muốn nâng hạng vé; **I've lost my ticket** Tôi mất vé rồi; **Where can I get tickets?** Tôi có thể mua vé ở đâu?; **Where is the ticket machine?** Máy bán vé ở đâu?
tickle [ˈtɪkᵊl] *v* cù
ticklish [ˈtɪklɪʃ] *adj* có máu buồn
tick off [tɪk ɒf] *v* đánh dấu
tide [taɪd] *n* thủy triều
tidy [ˈtaɪdɪ] *adj* ngăn nắp ▹ *v* dọn dẹp
tidy up [ˈtaɪdɪ ʌp] *v* sắp xếp gọn gàng
tie [taɪ] *n* cà-vạt ▹ *v* buộc; **bow tie** *n* nơ con bướm
tie up [taɪ ʌp] *v* buộc chặt
tiger [ˈtaɪgə] *n* con hổ
tight [taɪt] *adj* căng *(không chùng)*
tighten [ˈtaɪtᵊn] *v* thắt chặt
tights [taɪts] *npl* quần nịt
tile [taɪl] *n* ngói *(lợp)*
tiled [ˈtaɪld] *adj* được lợp bằng ngói
till [tɪl] *conj* cho tới khi ▹ *prep* cho đến ▹ *n* ngăn kéo để tiền
timber [ˈtɪmbə] *n* gỗ xây dựng
time [taɪm] *n* thời gian; **closing time** *n* giờ đóng cửa; **dinner time** *n* giờ ăn tối; **on time** *adj* đúng giờ; **spare time** *n* thời gian rỗi; **time off** *n* thời gian nghỉ làm; **time zone** *n* múi giờ; **in a week's time** một tuần nữa; **I've had a great time** Tôi đã có một khoảng thời gian tuyệt vời;

Is it time to go? Đến giờ đi chưa?; **We've been waiting for a very long time** Chúng tôi đã chờ rất lâu rồi; **What time do we get to...?** Mấy giờ chúng tôi đến...?; **What time is it, please?** Làm ơn xem hộ mấy giờ rồi
time bomb ['taɪm,bɒm] *n* bom hẹn giờ
timer ['taɪmə] *n* thiết bị bấm giờ
timeshare ['taɪm,ʃɛə] *n* việc chia phiên sử dụng
timetable ['taɪm,teɪbᵊl] *n* lịch trình
tin [tɪn] *n* thiếc; **tin opener** *n* dụng cụ mở đồ hộp
tinfoil ['tɪn,fɔɪl] *n* giấy thiếc
tinned [tɪnd] *adj* đóng hộp
tinsel ['tɪnsəl] *n* dây kim tuyến
tinted ['tɪntɪd] *adj* được nhuộm
tiny ['taɪnɪ] *adj* nhỏ xíu
tip [tɪp] *n (end of object)* đầu *(của vật)*, *(reward)* tiền boa, *(suggestion)* lời khuyên ▷ *v (incline)* nghiêng, *(reward)* boa; **How much should I give as a tip?** Tôi nên cho tiền boa bao nhiêu?; **Is it usual to give a tip?** Thường có cho tiền boa không?
tipsy ['tɪpsɪ] *adj* ngà ngà say
tiptoe ['tɪp,təʊ] *n* đầu ngón chân
tired ['taɪəd] *adj* mệt; **I'm tired** Tôi mệt
tiring ['taɪəɪŋ] *adj* mệt mỏi
tissue ['tɪsjuː; 'tɪʃuː] *n (anatomy)* mô
title ['taɪtᵊl] *n* cái tít
to [tuː; tʊ; tə] *prep* tới; **I'm going to...** Tôi đi đến...; **When is the first bus to...?** Khi nào có chuyến xe buýt đầu tiên đi...?
toad [təʊd] *n* con cóc
toadstool ['təʊd,stuːl] *n* nấm dù
toast [təʊst] *n (grilled bread)* bánh mỳ nướng, *(tribute)* chúc mừng
toaster ['təʊstə] *n* lò nướng
tobacco [tə'bækəʊ] *n* cây thuốc lá
tobacconist's [tə'bækənɪsts] *n* cửa hàng bán thuốc lá
tobogganing [tə'bɒgənɪŋ] *n* sự đi xe trượt toboggan
today [tə'deɪ] *adv* hôm nay; **What day is it today?** Hôm nay là thứ mấy?
toddler ['tɒdlə] *n* đứa trẻ mới biết đi
toe [təʊ] *n* ngón chân
toffee ['tɒfɪ] *n* kẹo bơ cứng
together [tə'gɛðə] *adv* cùng nhau
Togo ['təʊgəʊ] *n* nước Togo
toilet ['tɔɪlɪt] *n* nhà vệ sinh; **toilet bag** *n* túi đựng đồ vệ sinh cá nhân; **toilet paper** *n* giấy vệ sinh; **toilet roll** *n* cuộn giấy vệ sinh; **Are there any toilets for the disabled?** Có nhà vệ sinh nào dành cho người tàn tật không?; **Can I use the toilet?** Tôi có thể sử dụng nhà vệ sinh không?; **Where are the toilets?** Nhà vệ sinh ở đâu?
toiletries ['tɔɪlɪtriːs] *npl* đồ vệ sinh cá nhân
token ['təʊkən] *n* biểu hiện
tolerant ['tɒlərənt] *adj* bao dung
toll [təʊl] *n* sự rung chuông
tomato, tomatoes [tə'mɑːtəʊ, tə'mɑːtəʊz] *n* cà chua; **tomato sauce** *n* nước xốt cà chua
tomb [tuːm] *n* mồ
tomboy ['tɒm,bɔɪ] *n* cô gái tinh nghịch
tomorrow [tə'mɒrəʊ] *adv* vào ngày

mai
ton [tʌn] *n* một tấn Anh
tone [təʊn] *n* **dialling tone** *n* tiếng quay số điện thoại; **engaged tone** *n* tín hiệu bận
Tonga ['tɒŋgə] *n* Vương quốc Tonga
tongue [tʌŋ] *n* cái lưỡi; **mother tongue** *n* tiếng mẹ đẻ
tonic ['tɒnɪk] *n* thuốc bổ
tonight [tə'naɪt] *adv* vào đêm nay
tonsillitis [ˌtɒnsɪ'laɪtɪs] *n* viêm amiđan
tonsils ['tɒnsəlz] *npl* amiđan
too [tuː] *adv* cũng; **It's too late** Muộn quá rồi; **The food is too cold** Đồ ăn nguội quá; **The room is too hot** Phòng nóng quá
tool [tuːl] *n* công cụ
tooth, teeth ['tuːθ, tiːθ] *n* răng; **wisdom tooth** *n* răng khôn; **I've broken a tooth** Tôi bị gãy răng; **This tooth hurts** Cái răng này đau
toothache ['tuːθˌeɪk] *n* chứng đau răng
toothbrush ['tuːθˌbrʌʃ] *n* bàn chải đánh răng
toothpaste ['tuːθˌpeɪst] *n* kem đánh răng
toothpick ['tuːθˌpɪk] *n* cái tăm
top [tɒp] *adj* đứng đầu ▷ *n* đỉnh
topic ['tɒpɪk] *n* chủ đề
topical ['tɒpɪkᵊl] *adj* có tính thời sự
top-secret ['tɒp'siːkrɪt] *adj* tối mật
top up [tɒp ʌp] *v* **Can you top up the windscreen washers?** Anh làm ơn đổ đầy nước rửa kính chắn gió hộ; **Where can I buy a top-up card?** Tôi có thể mua thẻ nạp tiền điện thoại ở đâu?
torch [tɔːtʃ] *n* đèn pin
tornado [tɔː'neɪdəʊ] *n* cơn lốc xoáy
tortoise ['tɔːtəs] *n* con rùa
torture ['tɔːtʃə] *n* sự đau đớn ghê gớm ▷ *v* tra tấn
toss [tɒs] *v* tung
total ['təʊtᵊl] *adj* hoàn toàn ▷ *n* tổng số
totally ['təʊtᵊlɪ] *adv* hoàn toàn
touch [tʌtʃ] *v* chạm vào
touchdown ['tʌtʃˌdaʊn] *n* sự hạ cánh
touched [tʌtʃt] *adj* xúc động
touching ['tʌtʃɪŋ] *adj* gây xúc động
touchline ['tʌtʃˌlaɪn] *n* đường biên
touchpad ['tʌtʃˌpæd] *n* chuột touchpad
touchy ['tʌtʃɪ] *adj* hay giận dỗi
tough [tʌf] *adj* dai
toupee ['tuːpeɪ] *n* tóc giả
tour [tʊə] *n* chuyến du lịch ▷ *v* đi du lịch; **guided tour** *n* chuyến du lịch có hướng dẫn; **package tour** *n* chuyến du lịch trọn gói; **tour guide** *n* hướng dẫn viên du lịch; **tour operator** *n* công ty du lịch
tourism ['tʊərɪzəm] *n* ngành du lịch
tourist ['tʊərɪst] *n* khách du lịch; **tourist office** *n* văn phòng du lịch
tournament ['tʊənəmənt; 'tɔː-] *n* vòng đấu loại
towards [tə'wɔːdz; tɔːdz] *prep* về phía
tow away [təʊ ə'weɪ] *v* kéo đi
towel ['taʊəl] *n* khăn lau; **bath towel** *n* khăn tắm; **dish towel** *n* khăn lau bát; **sanitary towel** *n* băng vệ sinh; **tea towel** *n* khăn lau bát
tower ['taʊə] *n* tháp
town [taʊn] *n* thị trấn; **town centre**

n trung tâm thành phố; **town hall** *n* tòa thị chính; **town planning** *n* sự quy hoạch thị trấn
toxic ['tɒksɪk] *adj* độc
toy [tɔɪ] *n* đồ chơi
trace [treɪs] *n* dấu vết
tracing paper ['treɪsɪŋ 'peɪpə] *n* **tracing paper** *n* giấy can
track [træk] *n* đường mòn
track down [træk daʊn] *v* tìm ra
tracksuit ['træk,su:t; -,sju:t] *n* bộ quần áo thể thao
tractor ['træktə] *n* máy kéo
trade [treɪd] *n* thương mại; **trade union** *n* công đoàn; **trade unionist** *n* công đoàn viên
trademark ['treɪd,mɑ:k] *n* thương hiệu
tradition [trə'dɪʃən] *n* truyền thống
traditional [trə'dɪʃənᵊl] *adj* truyền thống
traffic ['træfɪk] *n* giao thông; **traffic jam** *n* sự tắc nghẽn giao thông; **traffic lights** *npl* đèn giao thông; **traffic warden** *n* nhân viên kiểm soát giao thông
tragedy ['trædʒɪdɪ] *n* tấn thảm kịch
tragic ['trædʒɪk] *adj* bi thảm
trailer ['treɪlə] *n* xe moóc
train [treɪn] *n* tàu hỏa ▷ *v* huấn luyện; **Is the train wheelchair-accessible?** Tàu hỏa có lối lên dành cho xe lăn không?; **Where can I get a train to...?** Tôi có thể bắt tàu hỏa đi... ở đâu?
trained ['treɪnd] *adj* đã được huấn luyện
trainee [treɪ'ni:] *n* thực tập sinh
trainer ['treɪnə] *n* huấn luyện viên
trainers ['treɪnəz] *npl* giày thể thao
training ['treɪnɪŋ] *n* sự huấn luyện; **training course** *n* khóa huấn luyện
tram [træm] *n* tàu điện
tramp [træmp] *n* *(beggar)* kẻ lang thang, *(long walk)* chuyến đi bộ dài
trampoline ['træmpəlɪn; -,li:n] *n* tấm bạt lò xo để nhào lộn
tranquillizer ['træŋkwɪ,laɪzə] *n* thuốc an thần
transaction [træn'zækʃən] *n* giao dịch
transcript ['trænskrɪpt] *n* bản chép lại
transfer *n* ['trænsfɜ:] sự chuyển giao ▷ *v* [træns'fɜ:] sự chuyển giao
transform [træns'fɔ:m] *v* biến đổi
transfusion [træns'fju:ʒən] *n* sự truyền máu; **blood transfusion** *n* truyền máu
transistor [træn'zɪstə] *n* thiết bị bán dẫn
transit ['trænsɪt; 'trænz-] *n* sự quá cảnh; **transit lounge** *n* phòng chờ quá cảnh
transition [træn'zɪʃən] *n* sự quá độ
translate [træns'leɪt; trænz-] *v* dịch *(ngôn ngữ)*; **Can you translate this for me?** Anh dịch giúp tôi cái này được không?
translation [træns'leɪʃən; trænz-] *n* bản dịch
translator [træns'leɪtə; trænz-] *n* dịch giả
transparent [træns'pærənt] *adj* trong suốt
transplant ['træns,plɑ:nt] *n* sự cấy ghép
transport *n* ['træns,pɔ:t] giao thông ▷ *v* [træns'pɔ:t] vận chuyển; **public transport** *n* giao thông

công cộng
transvestite [trænz'vɛstaɪt] *n* người mặc đồ khác giới
trap [træp] *n* cái bẫy
trash [træʃ] *n* rác
traumatic ['trɔ:mə,tɪk] *adj* đau đớn
travel ['træv°l] *n* sự đi lại ▷ *v* đi lại; **travel agency** *n* đại lý du lịch; **travel agent's** *n* đại lý du lịch; **travel sickness** *n* chứng say ô tô
traveller ['trævələ; 'trævlə] *n* khách du lịch; **traveller's cheque** *n* séc du lịch
travelling ['træv°lɪŋ] *n* sự du lịch
tray [treɪ] *n* cái khay
treacle ['tri:k°l] *n* mật đường
tread [trɛd] *v* giẫm lên
treasure ['trɛʒə] *n* kho báu
treasurer ['trɛʒərə] *n* thủ quỹ
treat [tri:t] *n* sự thết đãi ▷ *v* đối xử
treatment ['tri:tmənt] *n* sự điều trị
treaty ['tri:tɪ] *n* hiệp ước
treble ['trɛb°l] *v* tăng gấp ba
tree [tri:] *n* cây
trek [trɛk] *n* chuyến đi vất vả ▷ *v* đi bộ vất vả
trekking ['trɛkɪŋ] *n* **I'd like to go pony trekking** Tôi muốn đi cưỡi ngựa nhỏ pony
tremble ['trɛmb°l] *v* run
tremendous [trɪ'mɛndəs] *adj* rất lớn
trench [trɛntʃ] *n* rãnh
trend [trɛnd] *n* xu hướng
trendy ['trɛndɪ] *adj* hợp thời trang
trial ['traɪəl] *n* phiên tòa; **trial period** *n* thời gian thử nghiệm
triangle ['traɪ,æŋg°l] *n* hình tam giác
tribe [traɪb] *n* bộ tộc
tribunal [traɪ'bju:n°l; trɪ-] *n* tòa
trick [trɪk] *n* trò bịp bợm ▷ *v* lừa gạt
tricky ['trɪkɪ] *adj* khó khăn
tricycle ['traɪsɪk°l] *n* xe đạp ba bánh
trifle ['traɪf°l] *n* đồ lặt vặt
trim [trɪm] *v* tỉa; **Can I have a trim?** Làm ơn tỉa tóc cho tôi được không?
Trinidad and Tobago ['trɪnɪ,dæd ænd tə'beɪgəʊ] *n* Trinidad và Tobago
trip [trɪp] *n* chuyến đi; **business trip** *n* chuyến công tác; **round trip** *n* hành trình khứ hồi; **trip (up)** *v* vấp
triple ['trɪp°l] *adj* gồm ba phần
triplets ['trɪplɪts] *npl* con sinh ba
triumph ['traɪəmf] *n* niềm hân hoan ▷ *v* chiến thắng
trivial ['trɪvɪəl] *adj* ít quan trọng
trolley ['trɒlɪ] *n* xe đẩy; **luggage trolley** *n* xe đẩy hành lý; **shopping trolley** *n* xe đẩy hàng mua sắm
trombone [trɒm'bəʊn] *n* kèn trombon
troops ['tru:ps] *npl* lính
trophy ['trəʊfɪ] *n* cúp *(giải thưởng)*
tropical ['trɒpɪk°l] *adj* nhiệt đới
trot [trɒt] *v* chạy nước kiệu
trouble ['trʌb°l] *n* vấn đề *(phiền toái)*
troublemaker ['trʌb°l,meɪkə] *n* kẻ phá rối
trough [trɒf] *n* máng ăn
trousers ['traʊzəz] *npl* quần; **Can I try on these trousers?** Tôi thử cái quần này được không?
trout [traʊt] *n* cá hồi
trowel ['traʊəl] *n* cái xẻng bứng cây
truant ['tru:ənt] *n* **play truant** *v* trốn học
truce [tru:s] *n* thỏa ước ngừng bắn

truck [trʌk] *n* toa chở hàng; **breakdown truck** *n* xe tải cứu hộ; **truck driver** *n* lái xe tải
true [tru:] *adj* thật
truly ['tru:lɪ] *adv* đích thực
trumpet ['trʌmpɪt] *n* kèn trompet
trunk [trʌŋk] *n* thân cây; **swimming trunks** *npl* quần bơi nam
trunks [trʌŋks] *npl* quần bơi của đàn ông
trust [trʌst] *n* lòng tin ▹ *v* tin
trusting ['trʌstɪŋ] *adj* hay tin người
truth [tru:θ] *n* sự thật
truthful ['tru:θfʊl] *adj* trung thực
try [traɪ] *n* sự thử ▹ *v* cố gắng
try on [traɪ ɒn] *v* thử mặc
try out [traɪ aʊt] *v* thử
T-shirt ['ti:ˌʃɜ:t] *n* áo phông
tsunami [tsʊ'næmɪ] *n* sóng thần
tube [tju:b] *n* ống; **inner tube** *n* săm xe; **test tube** *n* ống nghiệm; **tube station** *n* ga tàu điện ngầm; **Where is the nearest tube station?** Bến tàu điện ngầm gần nhất ở đâu?, Ga tàu điện ngầm gần nhất ở đâu?
tuberculosis [tjʊˌbɜ:kjʊ'ləʊsɪs] *n* bệnh lao
Tuesday ['tju:zdɪ] *n* Thứ ba *(trong tuần)*; **Shrove Tuesday** *n* ngày thứ Ba trước tuần chay; **on Tuesday** vào thứ Ba
tug-of-war ['tʌgɒv'wɔ:] *n* trò kéo co
tuition [tju:'ɪʃən] *n* sự giảng dạy; **tuition fees** *npl* học phí
tulip ['tju:lɪp] *n* cây uất kim hương
tummy ['tʌmɪ] *n* dạ dày
tumour ['tju:mə] *n* khối u
tuna ['tju:nə] *n* cá ngừ
tune [tju:n] *n* giai điệu
Tunisia [tju:'nɪzɪə; -'nɪsɪə] *n* Tunisia
Tunisian [tju:'nɪzɪən; -'nɪsɪən] *adj* thuộc Tunisia ▹ *n* người Tunisia
tunnel ['tʌnᵊl] *n* đường hầm
turbulence ['tɜ:bjʊləns] *n* sự hỗn loạn
Turk [tɜ:k] *n* người Thổ Nhĩ Kỳ
turkey ['tɜ:kɪ] *n* gà tây
Turkey ['tɜ:kɪ] *n* Thổ Nhĩ Kỳ
Turkish ['tɜ:kɪʃ] *adj* thuộc Thổ Nhĩ Kỳ ▹ *n* tiếng Thổ Nhĩ Kỳ
turn [tɜ:n] *n* sự quay ▹ *v* quay đi
turn around [tɜ:n ə'raʊnd] *v* quay tròn
turn back [tɜ:n bæk] *v* quay trở lại
turn down [tɜ:n daʊn] *v* giảm
turning ['tɜ:nɪŋ] *n* đoạn đường ngoặt
turnip ['tɜ:nɪp] *n* cây củ cải
turn off [tɜ:n ɒf] *v* tắt; **I can't turn the heating off** Tôi không tắt lò sưởi được; **It won't turn off** Nó không tắt đi được; **Turn it off at the mains** Tắt đi bằng cách ngắt nguồn điện chính
turn on [tɜ:n ɒn] *v* bật; **I can't turn the heating on** Tôi không bật lò sưởi được; **It won't turn on** Nó không bật lên được
turn out [tɜ:n aʊt] *v* hóa ra
turnover ['tɜ:nˌəʊvə] *n* doanh số
turn round [tɜ:n raʊnd] *v* quay tròn
turnstile ['tɜ:nˌstaɪl] *n* cửa quay
turn up [tɜ:n ʌp] *v* xuất hiện
turquoise ['tɜ:kwɔɪz; -kwɑ:z] *adj* có màu ngọc lam
turtle ['tɜ:tᵊl] *n* con rùa
tutor ['tju:tə] *n* giáo viên phụ đạo

tutorial [tju:'tɔ:rɪəl] *n* buổi phụ đạo
tuxedo [tʌk'si:dəʊ] *n* áo tuxedo
TV [ti: vi:] *n* tivi; **plasma TV** *n* Ti vi plasma; **reality TV** *n* chương trình ti-vi thực tế
tweezers ['twi:zəz] *npl* cái nhíp
twelfth [twɛlfθ] *adj* thứ mười hai
twelve [twɛlv] *number* mười hai
twentieth ['twɛntɪɪθ] *adj* thứ hai mươi
twenty ['twɛntɪ] *number* hai mươi
twice [twaɪs] *adv* hai lần
twin [twɪn] *n* con sinh đôi; **twin beds** *npl* cặp hai giường đơn; **twin room** *n* phòng có hai giường đơn; **twin-bedded room** *n* phòng có hai giường đơn
twinned ['twɪnd] *adj* có đôi
twist [twɪst] *v* xoắn
twit [twɪt] *n* kẻ ngu ngốc
two [tu:] *num* hai; **I'd like two hundred....** Tôi muốn hai trăm....
type [taɪp] *n* loại *(dạng)* ▷ *v* đánh máy; **Have you cut my type of hair before?** Anh đã cắt loại tóc của tôi bao giờ chưa?
typewriter ['taɪp,raɪtə] *n* máy chữ
typhoid ['taɪfɔɪd] *n* bệnh thương hàn
typical ['tɪpɪkᵊl] *adj* điển hình
typist ['taɪpɪst] *n* nhân viên đánh máy
tyre ['taɪə] *n* lốp xe; **spare tyre** *n* lốp dự phòng

U

UFO ['ju:fəʊ] *abbr* đĩa bay
Uganda [ju:'gændə] *n* nước U-gan-đa
Ugandan [ju:'gændən] *adj* thuộc U-gan-đa ▷ *n* người U-gan-đa
ugh [ʊx; ʊh; ʌh] *excl* ôi
ugly ['ʌglɪ] *adj* xấu xí
UK [ju: keɪ] *n* Vương quốc Anh
Ukraine [ju:'kreɪn] *n* nước Ucraina
Ukrainian [ju:'kreɪnɪən] *adj* thuộc Ucraina ▷ *n (language)* tiếng Ucraina, *(person)* người Ucraina
ulcer ['ʌlsə] *n* ung nhọt
Ulster ['ʌlstə] *n* áo choàng Unxtơ
ultimate ['ʌltɪmɪt] *adj* cuối cùng
ultimately ['ʌltɪmɪtlɪ] *adv* cuối cùng thì
ultimatum [,ʌltɪ'meɪtəm] *n* tối hậu thư
ultrasound ['ʌltrə,saʊnd] *n* sóng siêu âm
umbrella [ʌm'brɛlə] *n* cái ô
umpire ['ʌmpaɪə] *n* trọng tài

UN [juː ɛn] *abbr* Liên hợp quốc
unable [ʌn'eɪbᵊl] *adj* **unable to** *adj* không thể
unacceptable [ˌʌnək'sɛptəbᵊl] *adj* không thể chấp nhận được
unanimous [juː'nænɪməs] *adj* nhất trí
unattended [ˌʌnə'tɛndɪd] *adj* không được chăm sóc
unavoidable [ˌʌnə'vɔɪdəbᵊl] *adj* không thể tránh được
unbearable [ʌn'bɛərəbᵊl] *adj* không thể chịu đựng được
unbeatable [ʌn'biːtəbᵊl] *adj* không thể vượt qua
unbelievable [ˌʌnbɪ'liːvəbᵊl] *adj* không thể tin được
unbreakable [ʌn'breɪkəbᵊl] *adj* không thể bẻ gẫy
uncanny [ʌn'kænɪ] *adj* kì lạ
uncertain [ʌn'sɜːtᵊn] *adj* không chắc chắn
uncertainty [ʌn'sɜːtᵊntɪ] *n* sự không chắc chắn
unchanged [ʌn'tʃeɪndʒd] *adj* không thay đổi
uncivilized [ʌn'sɪvɪˌlaɪzd] *adj* chưa được khai hóa
uncle ['ʌŋkᵊl] *n* bác *(parents' older brother)*
unclear [ʌn'klɪə] *adj* không rõ ràng
uncomfortable [ʌn'kʌmftəbᵊl] *adj* không thoải mái
unconditional [ˌʌnkən'dɪʃənᵊl] *adj* vô điều kiện
unconscious [ʌn'kɒnʃəs] *adj* bất tỉnh
uncontrollable [ˌʌnkən'trəʊləbᵊl] *adj* không thể kiềm chế
unconventional [ˌʌnkən'vɛnʃənᵊl] *adj* không theo quy ước
undecided [ˌʌndɪ'saɪdɪd] *adj* lưỡng lự
undeniable [ˌʌndɪ'naɪəbᵊl] *adj* không thể phủ nhận
under ['ʌndə] *prep* phía dưới
underage [ˌʌndər'eɪdʒ] *adj* thấp hơn tuổi quy định
underestimate [ˌʌndərɛstɪ'meɪt] *v* đánh giá thấp
undergo [ˌʌndə'gəʊ] *v* trải qua
undergraduate [ˌʌndə'grædjʊɪt] *n* sinh viên đại học
underground *adj* ['ʌndəˌgraʊnd] dưới mặt đất ▷ *n* ['ʌndəˌgraʊnd] tàu điện ngầm
underline [ˌʌndə'laɪn] *v* gạch dưới
underneath [ˌʌndə'niːθ] *adv* ở dưới ▷ *prep* bên dưới
underpaid [ˌʌndə'peɪd] *adj* được trả lương thấp
underpants ['ʌndəˌpænts] *npl* quần đùi
underpass ['ʌndəˌpɑːs] *n* đường ngầm cho người đi bộ
underskirt ['ʌndəˌskɜːt] *n* váy mặc trong
understand [ˌʌndə'stænd] *v* hiểu; **Do you understand?** Anh có hiểu không?; **I don't understand** Tôi không hiểu; **I understand** Tôi hiểu
understandable [ˌʌndə'stændəbᵊl] *adj* có thể hiểu được
understanding [ˌʌndə'stændɪŋ] *adj* thông cảm
undertaker ['ʌndəˌteɪkə] *n* người hỗ trợ
underwater ['ʌndə'wɔːtə] *adv* ở dưới nước
underwear ['ʌndəˌwɛə] *n* quần áo

lót

undisputed [ˌʌndɪˈspju:tɪd] *adj* không tranh cãi

undo [ʌn'du:] *v* hủy

undoubtedly [ʌn'daʊtɪdlɪ] *adv* chắc chắn

undress [ʌn'drɛs] *v* cởi quần áo

unemployed [ˌʌnɪm'plɔɪd] *adj* thất nghiệp

unemployment [ˌʌnɪm'plɔɪmənt] *n* tình trạng thất nghiệp

unexpected [ˌʌnɪk'spɛktɪd] *adj* bất ngờ

unexpectedly [ˌʌnɪk'spɛktɪdlɪ] *adv* bất ngờ

unfair [ʌn'fɛə] *adj* không công bằng

unfaithful [ʌn'feɪθfʊl] *adj* không chung thủy

unfamiliar [ˌʌnfə'mɪljə] *adj* không quen biết

unfashionable [ʌn'fæʃənəbᵊl] *adj* không hợp thời trang

unfavourable [ʌn'feɪvərəbᵊl; -'feɪvrə-] *adj* bất lợi

unfit [ʌn'fɪt] *adj* không phù hợp

unforgettable [ˌʌnfə'gɛtəbᵊl] *adj* không thể quên được

unfortunately [ʌn'fɔ:tʃənɪtlɪ] *adv* đáng tiếc

unfriendly [ʌn'frɛndlɪ] *adj* không thân thiện

ungrateful [ʌn'greɪtfʊl] *adj* vô ơn

unhappy [ʌn'hæpɪ] *adj* buồn rầu

unhealthy [ʌn'hɛlθɪ] *adj* ốm yếu

unhelpful [ʌn'hɛlpfʊl] *adj* không giúp ích

uni ['ju:nɪ] *n* trường đại học

unidentified [ˌʌnaɪ'dɛntɪˌfaɪd] *adj* không nhận biết được

uniform ['ju:nɪˌfɔ:m] *n* đồng phục; **school uniform** *n* đồng phục học sinh

unimportant [ˌʌnɪm'pɔ:tᵊnt] *adj* tầm thường

uninhabited [ˌʌnɪn'hæbɪtɪd] *adj* không có người ở

unintentional [ˌʌnɪn'tɛnʃənᵊl] *adj* không chủ tâm

union ['ju:njən] *n* liên hiệp; **European Union** *n* Liên minh châu Âu; **trade union** *n* công đoàn

unique [ju:'ni:k] *adj* duy nhất

unit ['ju:nɪt] *n* đơn vị

unite [ju:'naɪt] *v* hợp nhất

United Kingdom [ju:'naɪtɪd 'kɪŋdəm] *n* Vương quốc Anh

United States [ju:'naɪtɪd steɪts] *n* Hợp chủng quốc Hoa Kỳ

universe ['ju:nɪˌvɜ:s] *n* vũ trụ

university [ˌju:nɪ'vɜ:sɪtɪ] *n* đại học

unknown [ʌn'nəʊn] *adj* không được biết

unleaded [ʌn'lɛdɪd] *n* không pha chì; **unleaded petrol** *n* xăng không pha chì; **... worth of premium unleaded, please** Cho tôi... đồng xăng không pha chì hạng nhất

unless [ʌn'lɛs] *conj* trừ khi

unlike [ʌn'laɪk] *prep* không giống

unlikely [ʌn'laɪklɪ] *adj* không chắc sẽ xảy ra

unlisted [ʌn'lɪstɪd] *adj* không được nêu

unload [ʌn'ləʊd] *v* dỡ hàng

unlock [ʌn'lɒk] *v* mở khóa

unlucky [ʌn'lʌkɪ] *adj* không may mắn

unmarried [ʌn'mærɪd] *adj* chưa lập gia đình

unnecessary [ʌn'nɛsɪsərɪ; -ɪsrɪ]

adj không cần thiết
unofficial [ˌʌnəˈfɪʃəl] *adj* không chính thức
unpack [ʌnˈpæk] *v* dỡ đồ; **I have to unpack** Tôi phải dỡ đồ
unpaid [ʌnˈpeɪd] *adj* chưa thanh toán
unpleasant [ʌnˈplɛzᵊnt] *adj* khó chịu
unplug [ʌnˈplʌg] *v* tháo phích cắm
unpopular [ʌnˈpɒpjʊlə] *adj* không được ưa chuộng
unprecedented [ʌnˈprɛsɪˌdɛntɪd] *adj* chưa có tiền lệ
unpredictable [ˌʌnprɪˈdɪktəbᵊl] *adj* không thể đoán trước
unreal [ʌnˈrɪəl] *adj* không thật
unrealistic [ˌʌnrɪəˈlɪstɪk] *adj* không thực tế
unreasonable [ʌnˈriːznəbᵊl] *adj* vô lý
unreliable [ˌʌnrɪˈlaɪəbᵊl] *adj* không đáng tin cậy
unroll [ʌnˈrəʊl] *v* mở ra
unsatisfactory [ˌʌnsætɪsˈfæktərɪ; -trɪ] *adj* không tốt đẹp
unscrew [ʌnˈskruː] *v* nới lỏng
unshaven [ʌnˈʃeɪvᵊn] *adj* không cạo râu
unskilled [ʌnˈskɪld] *adj* không có chuyên môn
unstable [ʌnˈsteɪbᵊl] *adj* không ổn định
unsteady [ʌnˈstɛdɪ] *adj* không vững chắc
unsuccessful [ˌʌnsəkˈsɛsfʊl] *adj* không thành công
unsuitable [ʌnˈsuːtəbᵊl; ʌnˈsjuːt-] *adj* không phù hợp
unsure [ʌnˈʃʊə] *adj* thiếu tự tin
untidy [ʌnˈtaɪdɪ] *adj* không gọn gàng
untie [ʌnˈtaɪ] *v* cởi trói
until [ʌnˈtɪl] *conj* cho đến khi
unusual [ʌnˈjuːʒʊəl] *adj* khác thường
unwell [ʌnˈwɛl] *adj* không khỏe
unwind [ʌnˈwaɪnd] *v* tháo ra
unwise [ʌnˈwaɪz] *adj* dại dột
unwrap [ʌnˈræp] *v* mở gói
unzip [ʌnˈzɪp] *v* mở phéc-mơ-tuya
up [ʌp] *adv* ở trên
upbringing [ˈʌpˌbrɪŋɪŋ] *n* sự dạy dỗ
update *n* [ˈʌpˌdeɪt] cập nhật ▷ *v* [ʌpˈdeɪt] cập nhật
upgrade [ʌpˈgreɪd] *v* **I want to upgrade my ticket** Tôi muốn nâng hạng vé
uphill [ˈʌpˈhɪl] *adv* lên dốc
upper [ˈʌpə] *adj* cao hơn
upright [ˈʌpˌraɪt] *adv* thẳng đứng
upset *adj* [ʌpˈsɛt] đau khổ ▷ *v* [ʌpˈsɛt] làm đổ
upside down [ˈʌpˌsaɪd daʊn] *adv* lộn ngược
upstairs [ˈʌpˈstɛəz] *adv* ở trên gác
uptight [ʌpˈtaɪt] *adj* căng thẳng
up-to-date [ʌptʊdeɪt] *adj* hiện đại
upwards [ˈʌpwədz] *adv* về phía trên
uranium [jʊˈreɪnɪəm] *n* u-ra-nium
urgency [ˈɜːdʒənsɪ] *n* sự khẩn cấp
urgent [ˈɜːdʒənt] *adj* khẩn cấp
urine [ˈjʊərɪn] *n* nước tiểu
URL [juː ɑː ɛl] *n* đường dẫn liên kết URL
Uruguay [ˈjʊərəˌgwaɪ] *n* nước U-ru-goay
Uruguayan [ˌjʊərəˈgwaɪən] *adj* thuộc U-ru-goay ▷ *n* người U-ru-goay

us [ʌs] *pron* chúng ta
US [ju: ɛs] *n* nước Mỹ
USA [ju: ɛs eɪ] *n* nước Mỹ
use *n* [ju:s] việc sử dụng ▷ *v* [ju:z] sử dụng; **Please use the meter** Làm ơn dùng đồng hồ tính tiền
used [ju:zd] *adj* đã qua sử dụng
useful ['ju:sfʊl] *adj* hữu ích
useless ['ju:slɪs] *adj* vô dụng
user ['ju:zə] *n* người sử dụng; **Internet user** *n* người dùng Internet
user-friendly ['ju:zə,frɛndlɪ] *adj* dễ sử dụng
use up [ju:z ʌp] *v* dùng hết
usual ['ju:ʒʊəl] *adj* thông thường
usually ['ju:ʒʊəlɪ] *adv* thường *(xuyên)*
U-turn ['ju:,tɜ:n] *n* sự vòng ngược
Uzbekistan [,ʌzbɛkɪ'stɑ:n] *n* nước Uzbekistan

vacancy ['veɪkənsɪ] *n* vị trí còn trống
vacant ['veɪkənt] *adj* trống không
vacate [və'keɪt] *v* bỏ trống
vaccinate ['væksɪ,neɪt] *v* tiêm chủng
vaccination [,væksɪ'neɪʃən] *n* sự tiêm chủng
vacuum ['vækjʊəm] *v* hút bụi; **vacuum cleaner** *n* máy hút bụi
vague [veɪg] *adj* không rõ ràng
vain [veɪn] *adj* kiêu ngạo
valid ['vælɪd] *adj* có cơ sở
valley ['vælɪ] *n* thung lũng
valuable ['væljʊəbᵊl] *adj* có giá trị
valuables ['væljʊəbᵊlz] *npl* đồ quý giá
value ['vælju:] *n* giá trị
vampire ['væmpaɪə] *n* ma cà rồng
van [væn] *n* xe tải; **breakdown van** *n* xe van cứu hộ; **removal van** *n* xe tải chuyên dùng để di dời
vandal ['vændᵊl] *n* kẻ cố ý phá hoại

vandalism ['vændə,lɪzəm] *n* hành động cố ý phá hoại
vandalize ['vændə,laɪz] *v* cố ý phá hoại
vanilla [və'nɪlə] *n* vani
vanish ['vænɪʃ] *v* tan biến
variable ['vɛərɪəbᵊl] *adj* có thể thay đổi
varied ['vɛərɪd] *adj* khác nhau
variety [və'raɪɪtɪ] *n* sự đa dạng
various ['vɛərɪəs] *adj* khác nhau
varnish ['vɑːnɪʃ] *n* véc-ni ▷ *v* đánh véc-ni; **nail varnish** *n* thuốc sơn móng tay
vary ['vɛərɪ] *v* thay đổi
vase [vɑːz] *n* bình *(hoa)*
VAT [væt] *abbr* thuế GTGT
Vatican ['vætɪkən] *n* Tòa thánh Va-ti-căng
vault [vɔːlt] *n* **pole vault** *n* môn nhảy sào
veal [viːl] *n* thịt bê
vegan ['viːgən] *n* người ăn chay
vegetable ['vɛdʒtəbᵊl] *n* rau củ
vegetarian [,vɛdʒɪ'tɛərɪən] *adj* ăn chay ▷ *n* người ăn chay; **Do you have any vegetarian dishes?** Anh có món ăn chay nào không?; **I'm vegetarian** Tôi là người ăn chay
vegetation [,vɛdʒɪ'teɪʃən] *n* thực vật
vehicle ['viːɪkᵊl] *n* xe cộ
veil [veɪl] *n* mạng che mặt
vein [veɪn] *n* huyết quản
Velcro® ['vɛlkrəʊ] *n* miếng dán Velcro®
velvet ['vɛlvɪt] *n* vải nhung
vendor ['vɛndɔː] *n* người bán dạo
Venezuela [,vɛnɪ'zweɪlə] *n* nước Vê-nê-duê-la
Venezuelan [,vɛnɪ'zweɪlən] *adj* thuộc Vê-nê-duê-la ▷ *n* người Vê-nê-duê-la
venison ['vɛnɪzᵊn; -sᵊn] *n* thịt hươu
venom ['vɛnəm] *n* nọc độc
ventilation [,vɛntɪ'leɪʃən] *n* sự thông gió
venue ['vɛnjuː] *n* địa điểm
verb [vɜːb] *n* động từ
verdict ['vɜːdɪkt] *n* lời tuyên án
versatile ['vɜːsə,taɪl] *adj* đa tài
version ['vɜːʃən; -ʒən] *n* bản
versus ['vɜːsəs] *prep* chống lại
vertical ['vɜːtɪkᵊl] *adj* thẳng đứng
vertigo ['vɜːtɪ,gəʊ] *n* sự chóng mặt
very ['vɛrɪ] *adv* rất; **I'm very sorry** Tôi rất xin lỗi; **It's very kind of you to invite us** Rất cảm ơn anh đã mời chúng tôi
vest [vɛst] *n* áo lót
vet [vɛt] *n* bác sỹ thú y
veteran ['vɛtərən; 'vɛtrən] *adj* kỳ cựu ▷ *n* cựu chiến binh
veto ['viːtəʊ] *n* quyền phủ quyết
via ['vaɪə] *prep* qua *(theo đường)*
vicar ['vɪkə] *n* cha sứ
vice [vaɪs] *n* điểm xấu
vice versa ['vaɪsɪ 'vɜːsə] *adv* ngược lại
vicinity [vɪ'sɪnɪtɪ] *n* vùng lân cận
vicious ['vɪʃəs] *adj* xấu xa
victim ['vɪktɪm] *n* nạn nhân
victory ['vɪktərɪ] *n* chiến thắng
video ['vɪdɪ,əʊ] *n* vi-đi-ô; **video camera** *n* máy quay phim
videophone ['vɪdɪə,fəʊn] *n* điện thoại viđiô
Vietnam [,vjɛt'næm] *n* nước Việt Nam
Vietnamese [,vjɛtnə'miːz] *adj*

thuộc Việt Nam ▷ *n* *(language)* tiếng Việt Nam, *(person)* người Việt Nam
view [vjuː] **I'd like a room with a view of the sea** Cho tôi một phòng nhìn ra biển; **We'd like to see spectacular views** Chúng tôi muốn xem những khung cảnh đặc biệt
viewer ['vjuːə] *n* người quan sát
viewpoint ['vjuː,pɔɪnt] *n* quan điểm
vile [vaɪl] *adj* ghê tởm
villa ['vɪlə] *n* biệt thự; **I'd like to rent a villa** Tôi muốn thuê một biệt thự
village ['vɪlɪdʒ] *n* làng
villain ['vɪlən] *n* kẻ ác
vinaigrette [,vɪneɪ'grɛt] *n* nước trộn sa-lát Vi-ni-grết
vine [vaɪn] *n* cây nho
vinegar ['vɪnɪgə] *n* giấm
vineyard ['vɪnjəd] *n* vườn nho
viola [vɪ'əʊlə] *n* đàn vi-ô-la
violence ['vaɪələns] *n* tính bạo lực
violent ['vaɪələnt] *adj* hung tợn
violin [,vaɪə'lɪn] *n* đàn vi-ô-lông
violinist [,vaɪə'lɪnɪst] *n* người chơi đàn vi-ô-lông
virgin ['vɜːdʒɪn] *n* trinh nữ
Virgo ['vɜːgəʊ] *n* cung Xử nữ
virtual ['vɜːtʃʊəl] *adj* coi như; **virtual reality** *n* thực tế ảo
virus ['vaɪrəs] *n* vi-rút
visa ['viːzə] *n* thị thực; **Here is my visa** Đây là thị thực của tôi; **I have an entry visa** Tôi có thị thực nhập cảnh
visibility [,vɪzɪ'bɪlɪtɪ] *n* tầm nhìn
visible ['vɪzɪbᵊl] *adj* hữu hình
visit ['vɪzɪt] *n* thăm viếng ▷ *v* đi thăm; **visiting hours** *npl* thời gian thăm viếng; **Can we visit the castle?** Chúng tôi có thể đi thăm lâu đài không?; **Do we have time to visit the town?** Chúng tôi có đủ thời gian đi thăm thành phố không?; **We'd like to visit...** Chúng tôi muốn đi thăm...
visitor ['vɪzɪtə] *n* khách đến thăm; **visitor centre** *n* trung tâm thăm viếng
visual ['vɪʒʊəl; -zjʊ-] *adj* thuộc thị giác
visualize ['vɪʒʊə,laɪz; -zjʊ-] *v* hình dung
vital ['vaɪtᵊl] *adj* sống còn
vitamin ['vɪtəmɪn; 'vaɪ-] *n* vitamin
vivid ['vɪvɪd] *adj* chói lọi
vocabulary [və'kæbjʊlərɪ] *n* từ vựng
vocational [vəʊ'keɪʃənᵊl] *adj* hướng nghiệp
vodka ['vɒdkə] *n* rượu vốt-ca
voice [vɔɪs] *n* giọng nói
voicemail ['vɔɪs,meɪl] *n* tin nhắn thoại
void [vɔɪd] *adj* không giá trị ▷ *n* cảm giác trống rỗng
volcano, volcanoes [vɒl'keɪnəʊ, vɒl'keɪnəʊz] *n* núi lửa
volleyball ['vɒlɪ,bɔːl] *n* bóng chuyền
volt [vəʊlt] *n* vôn
voltage ['vəʊltɪdʒ] *n* điện áp
volume ['vɒljuːm] *n* thể tích
voluntarily ['vɒləntərɪlɪ] *adv* tình nguyện
voluntary ['vɒləntərɪ; -trɪ] *adj* tình nguyện
volunteer [,vɒlən'tɪə] *n* tình nguyện viên ▷ *v* tình nguyện

vomit ['vɒmɪt] *v* nôn
vote [vəʊt] *n* sự bầu cử ▷ *v* bầu cử
voucher ['vaʊtʃə] *n* phiếu; **gift voucher** *n* phiếu quà tặng
vowel ['vaʊəl] *n* nguyên âm
vulgar ['vʌlgə] *adj* tục tĩu
vulnerable ['vʌlnərəbᵊl] *adj* dễ bị tổn thương
vulture ['vʌltʃə] *n* chim ó

wafer ['weɪfə] *n* bánh xốp
waffle ['wɒfᵊl] *n* bánh quế ▷ *v* nói dông dài
wage [weɪdʒ] *n* tiền lương
waist [weɪst] *n* eo
waistcoat ['weɪsˌkəʊt] *n* áo gi-lê
wait [weɪt] *v* chờ đợi; **wait for** *v* chờ đợi; **waiting list** *n* danh sách đợi; **waiting room** *n* phòng chờ
waiter ['weɪtə] *n* người hầu bàn nam
waitress ['weɪtrɪs] *n* người hầu bàn nữ
wait up [weɪt ʌp] *v* thức đợi
waive [weɪv] *v* từ bỏ
wake up [weɪk ʌp] *v* thức giấc
Wales [weɪlz] *n* xứ Wales
walk [wɔːk] *n* cuộc đi bộ ▷ *v* đi bộ; **Are there any guided walks?** Có chuyến đi bộ nào được hướng dẫn không?; **Can I walk there?** Tôi có đi bộ đến đó được không?; **Do you have a guide to local walks?** Anh

có bản chỉ dẫn nào cho các tuyến đường đi bộ ở địa phương không?; **How many kilometres is the walk?** Đường đi bộ dài bao nhiêu km?
walkie-talkie [ˌwɔːkɪˈtɔːkɪ] *n* máy điện đài xách tay
walking [ˈwɔːkɪŋ] *n* cuộc đi dạo; **walking stick** *n* gậy chống
walkway [ˈwɔːkˌweɪ] *n* đường dành cho người đi bộ
wall [wɔːl] *n* bức tường
wallet [ˈwɒlɪt] *n* ví *(đựng tiền)*; **I've lost my wallet** Tôi mất ví rồi; **My wallet has been stolen** Ví của tôi đã bị lấy cắp
wallpaper [ˈwɔːlˌpeɪpə] *n* giấy dán tường
walnut [ˈwɔːlˌnʌt] *n* quả óc chó
walrus [ˈwɔːlrəs; ˈwɒl-] *n* hải mã
waltz [wɔːls] *n* điệu nhảy van-xơ ▷ *v* nhảy van-xơ
wander [ˈwɒndə] *v* đi lang thang
want [wɒnt] *v* muốn; **I don't want an injection for the pain** Tôi không muốn tiêm để giảm đau; **I want something cheaper** Tôi muốn thứ gì rẻ hơn
war [wɔː] *n* chiến tranh; **civil war** *n* nội chiến
ward [wɔːd] *n (area)* phường, *(hospital room)* phòng bệnh
warden [ˈwɔːdᵊn] *n* người giám sát; **traffic warden** *n* nhân viên kiểm soát giao thông
wardrobe [ˈwɔːdrəʊb] *n* tủ quần áo
warehouse [ˈwɛəˌhaʊs] *n* kho chứa đồ
warm [wɔːm] *adj* ấm *(áp)*
warm up [wɔːm ʌp] *v* khởi động
warn [wɔːn] *v* cảnh báo
warning [ˈwɔːnɪŋ] *n* lời cảnh báo; **hazard warning lights** *npl* đèn báo nguy hiểm
warranty [ˈwɒrəntɪ] *n* giấy bảo hành
wart [wɔːt] *n* mụn cóc
wash [wɒʃ] *v* rửa; **car wash** *n* điểm rửa xe; **How do I use the car wash?** Dùng máy rửa xe thế nào ạ?; **I would like to wash the car** Tôi muốn rửa xe; **Where can I wash my hands?** Tôi có thể rửa tay ở đâu?; **Where is the washing up area?** Khu rửa bát ở đâu?
washable [ˈwɒʃəbᵊl] *adj* **machine washable** *adj* có thể giặt bằng máy; **Is it washable?** Cái này có giặt được không?
washbasin [ˈwɒʃˌbeɪsᵊn] *n* chậu rửa
washing [ˈwɒʃɪŋ] *n* quần áo giặt; **washing line** *n* dây phơi quần áo; **washing machine** *n* máy giặt; **washing powder** *n* bột giặt
washing-up [ˈwɒʃɪŋʌp] *n* công việc rửa bát; **washing-up liquid** *n* nước rửa bát
wash up [wɒʃ ʌp] *v* rửa bát đĩa
wasp [wɒsp] *n* ong bắp cày
waste [weɪst] *n* sự phung phí ▷ *v* phung phí
watch [wɒtʃ] *n* đồng hồ đeo tay ▷ *v* theo dõi; **digital watch** *n* đồng hồ kỹ thuật số
watch out [wɒtʃ aʊt] *v* coi chừng
water [ˈwɔːtə] *n* nước *(chất lỏng)* ▷ *v* tưới nước; **drinking water** *n* nước uống; **mineral water** *n* nước khoáng; **sea water** *n* nước biển; **sparkling water** *n* nước có ga;

watering can *n* bình tưới nước; **a glass of water** một cốc nước; **Can you check the water, please?** Anh làm ơn kiểm tra nước hộ; **How deep is the water?** Nước sâu bao nhiêu?; **Is hot water included in the price?** Nước nóng đã tính trong giá này chưa?; **Please bring more water** Làm ơn mang thêm nước; **There is no hot water** Không có nước nóng
watercolour ['wɔ:tə,kʌlə] *n* tranh vẽ bằng màu nước
watercress ['wɔ:tə,krɛs] *n* rau cải xoong
waterfall ['wɔ:tə,fɔ:l] *n* thác nước
watermelon ['wɔ:tə,mɛlən] *n* dưa hấu
waterproof ['wɔ:tə,pru:f] *adj* không thấm nước
water-skiing ['wɔ:tə,ski:ɪŋ] *n* môn lướt ván nước; **Is it possible to go water-skiing here?** Có thể chơi lướt ván nước ở đây không?
wave [weɪv] *n* sóng ▷ *v* vẫy tay
wavelength ['weɪv,lɛŋθ] *n* bước sóng
wavy ['weɪvɪ] *adj* gợn sóng
wax [wæks] *n* sáp ong
way [weɪ] *n* đường đi; **right of way** *n* quyền được đi trước; **We are on our way to...** Chúng tôi đang trên đường đi...
way in [weɪ ɪn] *n* lối vào
way out [weɪ aʊt] *n* lối ra
we [wi:] *pron* chúng ta
weak [wi:k] *adj* yếu
weakness ['wi:knɪs] *n* điểm yếu
wealth [wɛlθ] *n* sự giàu có
wealthy ['wɛlθɪ] *adj* giàu có
weapon ['wɛpən] *n* vũ khí
wear [wɛə] *v* mặc *(quần áo)*; **What should I wear?** Tôi nên mặc thế nào?
weasel ['wi:zᵊl] *n* con chồn
weather ['wɛðə] *n* thời tiết; **weather forecast** *n* dự báo thời tiết; **Is the weather going to change?** Thời tiết có sắp thay đổi không?; **What awful weather!** Thời tiết tệ quá!; **What will the weather be like tomorrow?** Thời tiết ngày mai thế nào?
web [wɛb] *n* mạng *(dệt)*; **web address** *n* địa chỉ web; **web browser** *n* trình duyệt web
webcam ['wɛb,kæm] *n* webcam
webmaster ['wɛb,mɑ:stə] *n* quản trị web
website ['wɛb,saɪt] *n* trang web
webzine ['wɛb,zi:n] *n* tạp chí web
wedding ['wɛdɪŋ] *n* lễ cưới; **wedding anniversary** *n* lễ kỷ niệm ngày cưới; **wedding dress** *n* địa chỉ tổ chức đám cưới; **wedding ring** *n* nhẫn cưới
Wednesday ['wɛnzdɪ] *n* thứ Tư *(trong tuần)*; **Ash Wednesday** *n* ngày đầu tiên của Tuần Chay; **on Wednesday** vào thứ Tư
weed [wi:d] *n* cỏ dại
weedkiller ['wi:d,kɪlə] *n* thuốc diệt cỏ dại
week [wi:k] *n* tuần *(thời gian)*; **a week ago** một tuần trước; **How much is it for a week?** Một tuần thì giá bao nhiêu?; **last week** tuần trước; **next week** tuần tới
weekday ['wi:k,deɪ] *n* ngày trong tuần

weekend [ˌwi:k'ɛnd] *n* ngày cuối tuần
weep [wi:p] *v* khóc
weigh [weɪ] *v* cân; **How much do you weigh?** Anh nặng bao nhiêu?
weight [weɪt] *n* trọng lượng
weightlifter ['weɪtˌlɪftə] *n* vận động viên cử tạ
weightlifting ['weɪtˌlɪftɪŋ] *n* môn cử tạ
weird [wɪəd] *adj* kỳ dị
welcome ['wɛlkəm] *n* sự đón tiếp ▹ *v* tiếp đón; **welcome!** *excl* hoan nghênh!
well [wɛl] *adj* khỏe mạnh ▹ *adv* tốt *(tốt đẹp)* ▹ *n* giếng; **oil well** *n* giếng dầu; **well done!** *excl* rất tốt!
well-behaved ['wɛl'bɪ'heɪvd] *adj* có hạnh kiểm tốt
wellies ['wɛlɪz] *npl* ủng cao su
wellingtons ['wɛlɪŋtənz] *npl* ủng cao su Wellington
well-known ['wɛl'nəʊn] *adj* nổi tiếng
well-off ['wɛl'ɒf] *adj* sung túc
well-paid ['wɛl'peɪd] *adj* được trả lương cao
Welsh [wɛlʃ] *adj* thuộc xứ Wales ▹ *n* người xứ Wales
west [wɛst] *adj* theo phía tây ▹ *adv* về hướng tây ▹ *n* phía tây; **West Indian** *n* người Tây Ấn, thuộc Tây Ấn; **West Indies** *npl* Tây Ấn
westbound ['wɛstˌbaʊnd] *adj* về hướng tây
western ['wɛstən] *adj* phương tây ▹ *n* phim cao bồi Mỹ
wet [wɛt] *adj* ướt
wetsuit ['wɛtˌsu:t] *n* bộ đồ lặn
whale [weɪl] *n* cá voi
what [wɒt; wət] *adj* gì ▹ *pron* những thứ mà; **What do you do?** Anh làm nghề gì?; **What is it?** Đây là cái gì?
wheat [wi:t] *n* lúa mì; **wheat intolerance** *n* bệnh dị ứng bột mì
wheel [wi:l] *n* bánh xe; **spare wheel** *n* bánh xe dự phòng; **steering wheel** *n* vô lăng
wheelbarrow ['wi:lˌbærəʊ] *n* xe cút kít
wheelchair ['wi:lˌtʃɛə] *n* xe lăn; **Can you visit... in a wheelchair?** Có đi thăm... bằng xe lăn được không?; **Do you have a lift for wheelchairs?** Chỗ anh có thang máy cho xe lăn không?; **Do you have wheelchairs?** Chỗ anh có xe lăn không?; **I need a room with wheelchair access** Tôi cần một phòng có lối vào cho xe lăn; **I use a wheelchair** Tôi dùng xe lăn; **Is there wheelchair-friendly transport available to...?** Có phương tiện đi lại có thể dùng xe lăn đến...không?; **Is your hotel accessible to wheelchairs?** Khách sạn của anh có lối vào cho xe lăn không?; **Where is the nearest repair shop for wheelchairs?** Cửa hàng sửa chữa xe lăn gần nhất ở đâu?; **Where is the wheelchair-accessible entrance?** Lối vào dành cho xe lăn ở đâu?
when [wɛn] *adv* khi nào ▹ *conj* khi; **When does it begin?** Khi nào bắt đầu?; **When does it finish?** Khi nào kết thúc?; **When is it due?** Theo lịch thì khi nào xe tới?
where [wɛə] *adv* ở đâu ▹ *conj* ở nơi mà; **Can you show me where we**

are on the map? Anh làm ơn chỉ cho tôi chúng tôi đang ở đâu trên bản đồ; **Where are we?** Chúng ta đang ở đâu?; **Where are you from?** Anh người ở đâu?; **Where are you staying?** Anh đang ở đâu?; **Where can we meet?** Chúng ta gặp nhau ở đâu?; **Where can you go...?** Có thể đi... ở đâu?; **Where do I pay?** Tôi trả tiền ở đâu?; **Where do I sign?** Tôi ký ở đâu?; **Where is...?**... ở đâu?; **Where is the gents?** Nhà vệ sinh cho đàn ông ở đâu?
whether ['wɛðə] *conj* được hay không
which [wɪtʃ] *pron* cái mà, cái nào
while [waɪls] *conj* trong khi ▹ *n* khoảng thời gian
whip [wɪp] *n* roi da; **whipped cream** *n* kem tươi
whisk [wɪsk] *n* cái vẫy nhẹ
whiskers ['wɪskəz] *npl* râu mèo
whisky ['wɪskɪ] *n* rượu uýt-xki; **malt whisky** *n* whisky mạch nha
whisper ['wɪspə] *v* nói thầm
whistle ['wɪsᵊl] *n* tiếng huýt sáo ▹ *v* huýt sáo
white [waɪt] *adj* trắng; **egg white** *n* lòng trắng trứng; **a carafe of white wine** một bình rượu vang trắng
whiteboard ['waɪt,bɔːd] *n* bảng trắng
whitewash ['waɪt,wɒʃ] *v* quét vôi
whiting ['waɪtɪŋ] *n* vôi bột trắng
who [huː] *pron* ai; **Who am I talking to?** Tôi đang được tiếp chuyện với ai đây?; **Who is it?** Ai đấy?; **Who's calling?** Ai gọi đó?
whole [həʊl] *adj* toàn bộ ▹ *n* tất cả
wholefoods ['həʊl,fuːdz] *npl* đồ ăn không qua chế biến
wholemeal ['həʊl,miːl] *adj* bột chưa dây
wholesale ['həʊl,seɪl] *adj* bán buôn ▹ *n* sự bán buôn
whom [huːm] *pron* người nào
whose [huːz] *adj* của ai ▹ *pron* của ai
why [waɪ] *adv* tại sao
wicked ['wɪkɪd] *adj* xấu xa
wide [waɪd] *adj* rộng ▹ *adv* rộng rãi
widespread ['waɪd,sprɛd] *adj* lan rộng
widow ['wɪdəʊ] *n* bà góa
widower ['wɪdəʊə] *n* người góa vợ
width [wɪdθ] *n* chiều rộng
wife, wives [waɪf, waɪvz] *n* vợ; **This is my wife** Đây là vợ tôi
WiFi [waɪ faɪ] *n* mạng không dây Wifi
wig [wɪg] *n* bộ tóc giả
wild [waɪld] *adj* hoang dã
wildlife ['waɪld,laɪf] *n* thế giới động vật hoang dã
will [wɪl] *n (document)* di chúc, *(motivation)* ý chí
willing ['wɪlɪŋ] *adj* sẵn lòng
willingly ['wɪlɪŋlɪ] *adv* sẵn sàng
willow ['wɪləʊ] *n* cây liễu
willpower ['wɪl,paʊə] *n* sức mạnh ý chí
wilt [wɪlt] *v* héo
win [wɪn] *v* chiến thắng
wind[1] [wɪnd] *n* gió ▹ *vt (with a blow etc.)* uốn lượn
wind[2] [waɪnd] *v (coil around)* uốn lượn
windmill ['wɪnd,mɪl; 'wɪn,mɪl] *n* cối xay gió
window ['wɪndəʊ] *n* cửa sổ; **shop window** *n* tủ kính bày hàng;

window pane *n* ô kính cửa sổ; **window seat** *n* chỗ ngồi cạnh cửa sổ; **I can't open the window** Tôi không mở được cửa sổ; **I'd like a window seat** Tôi muốn ngồi cạnh cửa sổ; **May I close the window?** Tôi đóng cửa sổ được không?; **May I open the window?** Tôi mở cửa sổ được không?

windowsill ['wɪndəʊˌsɪl] *n* bậu cửa sổ

windscreen ['wɪndˌskri:n] *n* kính chắn gió; **windscreen wiper** *n* cần gạt nước; **Can you top up the windscreen washers?** Anh làm ơn đổ đầy nước rửa kính chắn gió hộ; **Could you clean the windscreen?** Anh làm ơn lau sạch kính chắn gió hộ; **The windscreen is broken** Kính chắn gió bị vỡ

windsurfing ['wɪndˌsɜ:fɪŋ] *n* môn lướt ván buồm

windy ['wɪndɪ] *adj* lộng gió

wine [waɪn] *n* rượu vang; **house wine** *n* rượu nhà làm lấy; **red wine** *n* rượu vang đỏ; **table wine** *n* rượu vang thường; **wine list** *n* danh sách rượu vang; **a bottle of white wine** một chai rượu vang trắng; **Can you recommend a good wine?** Anh có thể giới thiệu một loại rượu vang ngon được không?

wineglass ['waɪnˌglɑ:s] *n* cốc uống rượu vang

wing [wɪŋ] *n* cánh; **wing mirror** *n* gương chiếu hậu

wink [wɪŋk] *v* nháy mắt

winner ['wɪnə] *n* người chiến thắng

winning ['wɪnɪŋ] *adj* sự chiến thắng

winter ['wɪntə] *n* mùa đông; **winter sports** *npl* các môn thể thao mùa đông

wipe [waɪp] *v* lau chùi; **baby wipe** *n* giấy lau cho em bé

wipe up [waɪp ʌp] *v* lau sạch

wire [waɪə] *n* dây kim loại; **barbed wire** *n* dây thép gai

wisdom ['wɪzdəm] *n* sự thông thái; **wisdom tooth** *n* răng khôn

wise [waɪz] *adj* khôn ngoan

wish [wɪʃ] *n* điều ước ▷ *v* chúc

wit [wɪt] *n* sự hóm hỉnh

witch [wɪtʃ] *n* mụ phù thủy

with [wɪð; wɪθ] *prep* với *(cùng)*; **It's been a pleasure working with you** Rất hân hạnh được làm việc với anh

withdraw [wɪð'drɔ:] *v* rút

withdrawal [wɪð'drɔ:əl] *n* sự rút khỏi

within [wɪ'ðɪn] *prep (space)* trong vòng, *(term)* trong vòng

without [wɪ'ðaʊt] *prep* không có; **I'd like it without..., please** Làm ơn cho tôi món đó không có...

witness ['wɪtnɪs] *n* nhân chứng; **Jehovah's Witness** *n* Nhân chứng Giê-hô-va

witty ['wɪtɪ] *adj* hóm hỉnh

wolf, wolves [wʊlf, wʊlvz] *n* chó sói

woman, women ['wʊmən, 'wɪmɪn] *n* đàn bà

wonder ['wʌndə] *v* tự hỏi

wonderful ['wʌndəfʊl] *adj* kỳ diệu

wood [wʊd] *n (forest)* rừng cây, *(material)* gỗ

wooden ['wʊdᵊn] *adj* làm bằng gỗ

woodwind ['wʊdˌwɪnd] *n* bộ gỗ

woodwork ['wʊdˌwɜ:k] *n* nghề mộc

wool [wʊl] *n* len; **cotton wool** *n* bông mềm
woollen ['wʊlən] *adj* làm bằng len
woollens ['wʊlənz] *npl* quần áo len
word [wɜːd] *n* từ *(ngôn ngữ)*; **all one word** tất cả là một từ
work [wɜːk] *n* công việc ▷ *v* làm việc; **work experience** *n* kinh nghiệm nghề nghiệp; **work of art** *n* tác phẩm nghệ thuật; **work permit** *n* giấy phép làm việc; **work station** *n* trạm làm việc; **I hope we can work together again soon** Tôi hy vọng chúng ta sẽ sớm được làm việc lại với nhau; **I'm here for work** Tôi đến đây làm việc; **Where do you work?** Anh làm việc ở đâu?
worker ['wɜːkə] *n* công nhân; **social worker** *n* người làm công tác xã hội
workforce ['wɜːkˌfɔːs] *n* lực lượng lao động
working-class ['wɜːkɪŋklɑːs] *adj* giai cấp công nhân
workman, workmen ['wɜːkmən, 'wɜːkmɛn] *n* người thợ
work out [wɜːk aʊt] *v* tính toán
workplace ['wɜːkˌpleɪs] *n* nơi làm việc
workshop ['wɜːkˌʃɒp] *n* phân xưởng
workspace ['wɜːkˌspeɪs] *n* không gian làm việc
workstation ['wɜːkˌsteɪʃən] *n* trạm làm việc
world [wɜːld] *n* thế giới; **Third World** *n* Thế giới Thứ ba; **World Cup** *n* Giải Vô địch Bóng đá Thế giới
worm [wɜːm] *n* con giun
worn [wɔːn] *adj* hao mòn
worried ['wʌrɪd] *adj* lo lắng
worry ['wʌrɪ] *v* lo lắng
worrying ['wʌrɪɪŋ] *adj* gây lo lắng
worse [wɜːs] *adj* xấu hơn ▷ *adv* xấu đi
worsen ['wɜːsᵊn] *v* trở nên xấu đi
worship ['wɜːʃɪp] *v* thờ phụng
worst [wɜːst] *adj* xấu nhất
worth [wɜːθ] *n* giá trị
worthless ['wɜːθlɪs] *adj* không có giá trị
would [wʊd; wəd] *v* **I would like to wash the car** Tôi muốn rửa xe; **We would like to go cycling** Chúng tôi muốn đi xe đạp
wound [wuːnd] *n* vết thương ▷ *v* gây tổn thương
wrap [ræp] *v* gói; **wrapping paper** *n* giấy gói quà
wrap up [ræp ʌp] *v* bọc *(gói lại)*
wreck [rɛk] *n* tàu xe bị hỏng ▷ *v* làm hỏng
wreckage ['rɛkɪdʒ] *n* đống đổ nát
wren [rɛn] *n* chim hồng tước
wrench [rɛntʃ] *n* sự vặn mạnh ▷ *v* vặn mạnh
wrestler ['rɛslə] *n* đô vật
wrestling ['rɛslɪŋ] *n* môn đấu vật
wrinkle ['rɪŋkᵊl] *n* vết nhăn
wrinkled ['rɪŋkᵊld] *adj* nhăn nheo
wrist [rɪst] *n* cổ tay
write [raɪt] *v* viết
write down [raɪt daʊn] *v* ghi chép; **Will you write down the address, please?** Anh vui lòng ghi lại địa chỉ được không?
writer ['raɪtə] *n* nhà văn
writing ['raɪtɪŋ] *n* bài viết; **writing paper** *n* giấy viết thư
wrong [rɒŋ] *adj* sai *(không đúng)* ▷ *adv* một cách sai lầm; **wrong**

number *n* số sai; **The bill is wrong** Hoá đơn tính sai; **There is something wrong with the electrics** Hệ thống điện bị hỏng cái gì đó; **What's wrong?** Bị làm sao?; **You have the wrong number** Anh nhầm số rồi

Xmas ['ɛksməs; 'krɪsməs] *n* Lễ Giáng sinh

X-ray [ɛksreɪ] *n* X-quang ▷ *v* chụp X-quang

xylophone ['zaɪlə,fəʊn] *n* mộc cầm

y

yacht [jɒt] *n* thuyền buồm
yard [jɑːd] *n* *(enclosure)* sân, *(measurement)* thước Anh
yawn [jɔːn] *v* ngáp
year [jɪə] *n* năm *(thời gian)*; **academic year** *n* năm học; **financial year** *n* năm tài chính; **leap year** *n* năm nhuận; **New Year** *n* Năm Mới; **Happy New Year!** Chúc mừng Năm Mới!; **I'm fifty years old** Tôi năm mươi tuổi; **last year** năm ngoái; **next year** năm sau; **this year** năm nay
yearly ['jɪəlɪ] *adj* hàng năm ▷ *adv* hàng năm
yeast [jiːst] *n* men bia
yell [jɛl] *v* la hét
yellow ['jɛləʊ] *adj* vàng *(màu)*; **Yellow Pages®** *npl* Những Trang Vàng Yellow Pages®
Yemen ['jɛmən] *n* Nước Y-ê-men
yes [jɛs] *excl* vâng
yesterday ['jɛstədɪ; -ˌdeɪ] *adv* ngày hôm qua
yet [jɛt] *adv* *(with negative)* chưa
yew [juː] *n* cây thủy tùng
yield [jiːld] *v* sản xuất
yoga ['jəʊgə] *n* môn Y-ô-ga
yoghurt ['jəʊgət; 'jɒg-] *n* sữa chua
yolk [jəʊk] *n* lòng đỏ trứng
you [juː; jʊ] **Are you alright?** Anh có sao không?; **How are you?** Anh có khỏe không?
young [jʌŋ] *adj* trẻ
younger [jʌŋə] *adj* trẻ hơn
youngest [jʌŋɪst] *adj* trẻ nhất
your [jɔː; jʊə; jə] **May I use your phone?** Tôi có thể dùng điện thoại của anh được không?
youth [juːθ] *n* tuổi trẻ; **youth club** *n* câu lạc bộ thanh niên; **youth hostel** *n* nhà trọ thanh niên

Z

Zambia ['zæmbɪə] *n* nước Dăm-bi-a
Zambian ['zæmbɪən] *adj* thuộc Dăm-bi-a ▷ *n* người Dăm-bi-a
zebra ['zi:brə; 'zɛbrə] *n* ngựa vằn; **zebra crossing** *n* lối qua đường cho người đi bộ
zero, zeroes ['zɪərəʊ, 'zɪərəʊz] *n* số không
zest [zɛst] *n (excitement)* sự say mê, *(lemon-peel)* vỏ chanh
Zimbabwe [zɪm'bɑ:bwɪ] *n* nước Dim-ba-buê
Zimbabwean [zɪm'bɑ:bwɪən] *adj* thuộc Zim-ba-buê ▷ *n* người Dim-ba-buê
zinc [zɪŋk] *n* kẽm
zip [zɪp] *n* phéc-mơ-tuya; **zip (up)** *v* kéo phéc-mơ-tuya
zit [zɪt] *n* mụn
zodiac ['zəʊdɪ,æk] *n* hoàng đạo
zone [zəʊn] *n* vùng; **time zone** *n* múi giờ
zoo [zu:] *n* vườn thú
zoology [zəʊ'ɒlədʒɪ; zu:-] *n* động vật học
zoom [zu:m] *n* **zoom lens** *n* ống kính máy ảnh
zucchini [tsu:'ki:nɪ; zu:-] *n* quả bí xanh